संवेदनशील वयाचं मुक्त आत्मकथन

उधाण वारा

(आमार मेयेबेला – भाग २)

तसलिमा नासरिन

अनुवाद
विलास गीते

मेहता पब्लिशिंग हाऊस

Mehta Publishing House, 1941, Madiwale Colony, Sadashiv Peth, Pune 411030.
✆ +91 020-24476924 / 24460313
Email : info@mehtapublishinghouse.com
production@mehtapublishinghouse.com
sales@mehtapublishinghouse.com
Website : www.mehtapublishinghouse.com

- *या पुस्तकातील लेखकाची मते, घटना, वर्णने ही त्या लेखकाची असून त्याच्याशी प्रकाशक सहमत असतीलच असे नाही.*

UTAL HAWA by TASLIMA NASREEN
Amar Meyebela Part 2

Translated in Marathi Language by Vilas Gite

उधाण वारा / अनुवादित आत्मकथन

अनुवाद : विलास गीते – ९, 'तेजस', गणेश कॉलनी, सावेडी नाका, अहमदनगर – ४१४००३.

मराठी अनुवादाचे व प्रकाशनाचे हक्क मेहता पब्लिशिंग हाऊस, पुणे

प्रकाशक : सुनील अनिल मेहता, मेहता पब्लिशिंग हाऊस, १९४१ सदाशिव पेठ, माडीवाले कॉलनी, पुणे – ४११०३०.

मुखपृष्ठ : चंद्रमोहन कुलकर्णी

प्रकाशनकाल : जून, २०१० / पुनर्मुद्रण : जानेवारी, २०१२

ISBN 978-81-8498-107-0

चंदना चकमा सजनी हिला
जिने मला खूप काही दिले

तसलिमा नासरिन यांचे साहित्य

कादंबरी

- अपरपक्ष (Oporpokkha), 1992.
- शोध (Sodh), 1992.
- निमंत्रण (Nimontron), 1993.
- भ्रमर कोयो गिया (Bharamar Koyo Gia), 1993.
- फेरा (Phera), 1993.
- फरासि प्रेमिक (Forashi Premik), 2002.
- शॉरोम (Shorom), 2009.

कविता

- शिकोरे विपुल खुदा (Sikorey Bipul Khuda), 1986.
- निर्बासित बाहिरे अन्तरे (Nirbasito Bahirey Antorey), 1989.
- अमार किचू जाय असे ना (Amar Kichu Jai Ase Na), 1990.
- बालिका गोल्लाचूत (Balika Gollachoot), 1990.
- बेहूला एक भासिएछिलो भेला
(Behula Eka Bhasiechilo Bhela), 1993.
- आया काश्ता झेंपे, जीवन देबो मेपे
(Aya Kashta Jhenpe, Jibon Dibo Mepe), 1994.
- ऑतोले ऑन्तोरिन (Atole Ontorin), 1991.
- निर्बाशितो नारीर कोबिता (Nirbashito Narir Kobita), 1996.
- जॉल पॉद्दो (Jolpodyo), 2000.
- खाली खाली लागे (Khali Khali Lage), 2004.
- किछू खॉन थाको (Kicchukhan Thako), 2005.
- भालो बाशो? छाई बाशो (Bhalobaso? Cchai baso), 2007.
- बोन्दिनी (Bondini), 2008.

ललित

- निर्बाचित कलाम (Nirbachito), 1990.
- जाबो ना केनो? जाबो (Jabo Na Keno? Jabo), 1991.
- नष्ट मेयेर नष्ट गद्य (Nashto Meyer Nashto Gadya), 1992.
- छोटो छोटो दुःख कथा (Choto Choto Dukho Katha), 1994.
- नारीर कोनो देश नेई (Narir Kono Desh Nei), 2007.

कथा

- दु:खोबोती मेये (Dukhoboty meye), 1994.
- मिनू (Minu), 2007.

आत्मकथन

- आमार मेयेबॅला (Dukhoboty meye), 1999.
- उतॉल हावा (Utal Hawa), 2002.
- का (Ka), 2003.
- शेई शॉब ऑन्धोकार (Sei Sob Andhokar), 2004.
- आमी भालो नेई, तुमी भालो थेको प्रियो देश (Ami Bhalo Nei, Tumi Bhalo Theko Priyo Desh), 2006.
- नेई, किछू नेई (Nei, Kichu Nei), 2010.

अनुक्रम

वय

मॅट्रिक परीक्षेचा फॉर्म भरून तो जमा केला. मांजरासारखे डोळे आणि चार फूट एक इंच उंची असलेल्या बंगालीच्या शिक्षिका द विंची कल्याणी पाल म्हणाल्या की, तुला परीक्षा देता येणार नाही. कारण काय, तर तुझं वय कमी आहे. चौदाव्या वर्षी परीक्षा देता येत नाही, पंधरा वर्षे वय लागतं. अचानक एक पूर्ण वर्ष मी कुठून आणणार? उदास होऊन घरी आले आणि सगळ्यांना सांगून टाकलं, की या वर्षी मला मॅट्रिकच्या परीक्षेला बसता येणार नाही. का बसता येणार नाही? वय कमी म्हणून बसता येणार नाही. वय जास्त असल्याने तर बऱ्याच गोष्टी करता येत नाहीत असं ऐकलं होतं - विद्यापीठात प्रवेश मिळत नाही, नोकरी-बिकरी मिळत नाही. आई विचार करू लागली. ते होत नसेल, पण मॅट्रिकच्या बाबतीत उलटं होतं, वय कमी असेल तर चालू लागा, घरी बसून वय वाढवा, पंधरा वर्षे पूर्ण झाल्यावर मग या परीक्षा द्यायला. रात्री आईने इशाचा नमाज पढल्यावर मुलीसाठी आणखी दोन रकात नमाज पढली. अल्लाच्या दरबारात डोकं टेकवून डोळ्यांतलं पाणी, नाकातलं पाणी गाळीत गाळीत तिनं त्याला सांगितलं, की माझ्या मुलीला परीक्षेला बसता येत नाहीये, पण अल्लातालाने मनावर घेतलं तर वयाच्या या संकटातून तो कन्येला बाहेर काढू शकेल आणि तिला परीक्षा द्यायला पात्र बनवू शकेल. चांगल्या गुणांनी पासही करवू शकेल.

अल्लातालाने मला किती मदत केली माहीत नाही, पण बाबांनी मात्र केली - दुसऱ्याच दिवशी शाळेत जाऊन त्यांनी माझ्या फॉर्मवरचं एकोणीसशे बासष्ट हे साल खोडून एकसष्ट साल लिहिलं आणि मला म्हणाले, 'आतापासून मानेवर खडा ठेवून अभ्यासाला लाग. गप्पाटप्पा आणि चहाटळपणा करणं बंद कर. मॅट्रिकमध्ये चार लेटर्स मिळून फर्स्ट क्लासमध्ये आलं पाहिजे, नाहीतर सरळ मानेला धरून घराबाहेर काढीन!'

माझं वय एक वर्षाने वाढवलं, मी छोटी मुलगी आता मोठ्या मुलींबरोबर बसून

परीक्षा देणार - माझा आनंद गगनात मावेना. माझ्या त्या आनंदाला गालबोट लावत दादा म्हणाला, 'कोण म्हणतं तुझा जन्म बासष्ट सालचा आहे?'

'बाबा म्हणाले!'

'हट्! बाबांनी तर तुझं वय कमी केलं!'

'म्हणजे माझा जन्म एकसष्ट सालचा?'

'एकसष्ट नाही, तुझा जन्म साठ सालचा. मला आठवतं, चौदा ऑगस्टला पाकिस्तानच्या सर्किट हाऊसवर मी परेड पाहिली. त्यानंतर लगेच तुझा जन्म झाला.'

छोटोदा - माझा छोटा भाऊ - आपल्या काळ्या हिरड्या दाखवीत म्हणाला, 'तू पण काय बोलतोस दादा! तिचा जन्म साठ सालचा कसा काय? तिचा जन्म तर एकोणसाठ सालचा!'

मी गप्पच झाले. आईजवळ जाऊन म्हणाले, 'आई, माझं नक्की जन्मसाल सांग बरं!'

आई म्हणाली, 'रबीउल अव्वल महिन्याच्या बारा तारखेला तुझा जन्म झाला. साल लक्षात नाही.'

'हे रबिउल अव्वल शाळेत चालत नाही. इंग्रजी तारीख सांग. साल सांग.'

'आता इतक्या वर्षांनंतर तारीख अन् साल लक्षात राहातं का? तुझ्या बापाला विचार. त्यांना बहुतेक आठवत असेल.'

बाबांच्या ॲनॉटॉमीच्या पुस्तकावर दोन जन्मतारखा लिहिलेल्या होत्या. दादाची आणि छोटोदाची. माझा आणि यास्मिनचा जन्म कधी, कोणत्या साली झाला त्याची कुठलीही नोंद ॲनॉटॉमीच्या पुस्तकाच्या बाराशे पृष्ठांपैकी कुठल्याही पृष्ठावर नाही. एवढंच काय, घरातल्या सांदीकोपऱ्यातल्या एखाद्या कागदाच्या चिटोऱ्यावरही नाही. आईचा जन्म झाला होता ईदच्या दिवशी, कुठल्यातरी छोट्या ईदच्या दिवशी. बाबांच्या जन्माचं साल आणि तारीख विचारायचं धाडस घरात आजपर्यंत कुणालाही झालं नाही. माझं वय नक्की किती असेल याची सतत चिंता मी करत होते. दिवसभर बेरजा वजाबाक्या करीत घरातल्या एकेकाच्या वयाचा अंदाज लावत होते. दादाच्या वयात बारा वर्षे मिळवल्यावर जे वय येतं, ते आईचं वय आणि दहा वर्षे वजा केल्यानंतर माझं वय येतं इत्यादी. यावर आई म्हणाली, 'हे सगळं बाजूला ठेवून तू अभ्यास कर. वय काय पाण्यासारखं वाहात जातं. मला तर आठवतं, आत्ता काही दिवसांपूर्वी मी केसांची वेणी घालून पळत पळत शाळेत जात होते आणि आता माझी मुलं बी.ए., एम.ए. करताहेत!'

वयाबद्दल आईला काहीही चिंता नसली, तरी मला मात्र होती. आजोळहून मामा, मामी यांच्यापैकी कुणीही आमच्या घरी आलं, की मी त्यांना विचारी, 'माझ्या जन्माचं साल तुम्हाला माहीत आहे?' कुणालाही माहीत नव्हतं. आजोळी गेल्यावर आजीला विचारलं, तर पानाची पिंक पिकदाणीत टाकून आजी म्हणाली, 'फेलू ज्या वर्षी

श्रावण महिन्यात जन्मला, त्याच वर्षी कार्तिक महिन्यात तुझा जन्म झाला.'

'तेच वर्ष म्हणजे कुठलं साल?'

'कोणत्या साली कुणाचा जन्म झाला याचा हिशेब कोण ठेवणार? या घरात दरवर्षी मुलं व्हायची ना! एकटं दुकटं मूल असतं तर साल-तारीख लक्षात राहिली असती.'

जन्मसालासारख्या चिल्लर विषयाची मी एवढी चिंता करते आहे हे पाहून माझ्या घरचे लोक हताश झाले, तसेच आजोळचेही झाले. ज्या दिवशी मी जन्मले, त्या दिवशी आजीने आजोळच्या पुकुरात 'कई' जातीच्या माशांची पिल्लं सोडली होती. रुनूमावशीला आठवत होतं की, त्या दिवशी टुटूमामा पळत पळत मोरीकडं जात असताना जिन्यावरून पाय घसरून पडला होता. पण ते कोणतं साल होतं, हे त्यांना आठवत नव्हतं. हाशेममामाला आठवत होतं की, त्या दिवशी त्याने अंगणातून पिवळ्या रंगाचे चार बेडूक उचलून विहिरीत टाकले होते, पण त्या दिवसाची तारीख, साल काहीच त्याला आठवत नव्हतं.

स्वत:चं जन्मसाल जाणून घेण्याची इच्छा यापूर्वी कधीच इतक्या तीव्रतेने झाली नव्हती. बाबा बासष्ट सालच्या ठिकाणी एकसष्ट साल नोंदवून परीक्षेची व्यवस्था पक्की करून आले होते हे खरं. आता कुणी माझ्यावर वय कमी असल्याचा आरोप करणार नव्हतं. त्यामुळे कसलीच चिंता उरली नाही. मनापासून अभ्यासाला लागण्याचा आनंद होता, पण मनात मात्र सारखी माहीत नसलेल्या वयाची आठवण ठसठसत होती. जणू माझं वय माझ्यापासून अनेक मैल दूर होतं. त्याला भेटण्याची इच्छा असूनही भेट होत नव्हती, पण भेट होणं तर आवश्यक होतं. विद्यामयी हायस्कूलमध्ये नुकताच प्रवेश घेतला होता, तेव्हा आईला माझं वय विचारलं होतं. आई म्हणाली होती, 'सात.' पुढच्या इयत्तेत गेल्यावर विचारलं होतं, तेव्हाही ती 'सात' असंच म्हणाली होती. का, सात का? आठ असेल ना! आई माझ्याकडे आपादमस्तक पाहात, मान आडवी हलवीत म्हणाली होती, 'आठ जास्त होतात, सातच.' पुढच्या वर्षी म्हणाली 'अकरा.' अकरा का? दिसायला म्हणे मी अकरा वर्षांची वाटत होते, म्हणून. दिवसेंदिवस मी अशी केळीच्या झाडासारखी उंच होत चालले होते, त्यामुळे माझं वय तेव्हा अकराच असणार, अशी आईची समजूत होती. आईला माझं वय माहीत नसलं, तरी बाबांना माहीत असणार असा मला तेव्हापासून विश्वास होता, कारण घरातले सर्वांत जाणकार असे बाबाच होते. ते सर्वांपेक्षा जास्त शिकलेले होते, ज्ञानी होते, या घरातले कर्ते पुरुष होते. म्हणूनच बाबा जेव्हा मला म्हणाले, तुझं वय नऊ आहे, त्याचा अर्थ नऊ. पण बाबांनीसुद्धा माझ्या वयाचा हिशोब ठेवला नव्हता हे स्पष्ट दिसत होतं. नाहीतर ॲनॉटॉमीच्या पुस्तकात दादा आणि छोटोदाच्या जन्मतारखेबरोबरच माझी जन्मतारीखही असती. पण तिथे नोंद नाही. नाही. नाही. हा 'नाही' शब्दच दिवसभर माझ्याभोवती फिरत राही, मला व्हरांड्यात उदास बसवून

ठेवी. हा 'नाही' शब्दच अंगण झाडणाऱ्या जरीच्या आईचं (आमच्या मोलकरणीचं) वय काय आहे हे जाणून घेऊ पाही. प्रश्न ऐकून जरीची आई आखडलेली कंबर सरळ करून उभी राहते. ते उभं राहणं हीच तिची दिवसभरातली विश्रांती असते. प्रश्नाचं उत्तर देताना जरीची आई विचार करण्यासाठी आकाशाकडे पाहाते, हा विचार करण्याचा वेळच तिचा स्वत:चा असा वेळ असतो. विचार करून, नजर खाली घेत, वाकत, पुन्हा अंगण झाडू लागते. मान हलवून म्हणते, 'एकोणीस.' दिवस संपत आलेला असतो. संधिप्रकाशाची किरणं अंगणात पडलेली असतात आणि जरीच्या आईच्या काळ्या शरीरावरही!

आई व्हरांड्यात येऊन बसते. जरीच्या आईचं 'एकोणीस' हे उत्तर न पटल्याने मी आईला जरीच्या आईचं वय विचारते.

'चाळीस-बेचाळीस तर असणारच.' आई तिरक्या नजरेने जरीच्या आईच्या झुकलेल्या शरीराकडं आणि ओघळलेल्या छातीकडे पाहात म्हणते, 'पंचेचाळीसही असू शकेल.'

'जरीचं वय किती आहे, जरीच्या आई?'

जरीचं वय सांगतानासुद्धा जरीची आई पुन्हा सरळ होऊन उभी राहाते. आई तिला रागावून म्हणते, 'लवकर काम आटप. अंगण झाडून लगेच जेवून घे. जेवल्यावर, भांडी घासून, रात्रीच्या जेवणासाठी भात चढव.'

आमचं दुपारचं जेवण दुपारीच आटोपलेलं. फक्त जरीच्या आईचंच अजून व्हायचं होतं. स्वयंपाक करून, सगळ्यांची जेवणं झाल्यावर भांडी घासून, घराची फरशी धुवून, पुसून, अंगण झाडून मगच जेवायचं, हा फक्त जरीच्या आईसाठी नियम होता.

जरीच्या वयाचा विचार करतानाही जरीच्या आईला आकाशाकडे पाहावं लागतं. लालसर झालेल्या आकाशातून पाखरांचे थवे घराकडे निघाले होते. जरीच्या आईला आपल्या जरीला घेऊन कधीही घरी परतावं लागत नाही. जरीच्या जन्मापासूनच या-त्या घरी ती कामवाली म्हणून अडकून पडली आहे.

'किती असणार? बारा! मावशी, जरीचं वय बारा असेल ना?'

जरीची आई असहायपणे आईकडे पाहाते.

'बारा काय सांगतेस? मला तर वाटतं तिचं वय चौदा-पंधरा असेल.'

जरीचा जन्म कधी झाला हे आईला माहीत नाही. जरीचा जन्म आईने पाहिलेला नाही. फक्त दोन वर्षांपूर्वी जरीला घेऊन जरीची आई आमच्या घरी राहायला आली. जरीच्या आईला या घराच्या कामासाठी ठेवून जरीला आपल्या माहेरी आईचं काम करण्यासाठी देऊन आली होती. वयासंबंधी आई जे बोले, ते सारं अंदाजपंचे. आई शरीर पाहून वयाचा अंदाज करी. आईचा हा अंदाज जरीची आई आनंदाने मान्य करते. जरीच्या आईला आता माहीत झालं की, जरीचं वय चौदा-पंधरा आहे आणि तिचं

स्वत:चं वय चाळीस-बेचाळीस किंवा पंचेचाळीस.

जरीच्या आईने अंगणातला सगळा पाचोळा एकत्र करून, तो पुकुराकाठच्या कचऱ्याच्या ढिगात टाकून दिला. ती स्वयंपाकघरात ढिबरी लावून भात आणि वांग्याची भाजी खात होती. आई व्हरांड्यात बसून बदकं आणि कोंबड्या खुराड्यात परतण्याच्या वाटेकडे उदासपणे डोळे लावून बसली होती. मी आईच्या पायाजवळ, पायऱ्यांवर पाय सोडून, डोक्याच्या वर गोल घिरट्या घालणाऱ्या डासांच्या थव्याची गुणगुण ऐकत बसले होते. एखाद्या किशोरीच्या भिजलेल्या केसांतून टप् टप् करीत पडणाऱ्या पाण्याप्रमाणे आकाशातून अंधार आमच्या झाडून घेतलेल्या मातीच्या अंगणात कसा झिरपतो हे मी पाहात होते.

पत्र्याच्या खोलीमागच्या सागाच्या झाडाकडे पाहात मी आईला हळू आवाजात विचारलं, 'त्या सागाच्या झाडाचं वय काय आहे, आई?'

आई नवलभरल्या डोळ्यांनी झाडाकडे पाहात म्हणाली, 'तीनशे वर्षं असेल बहुधा.'

आई कसा काय सगळ्या माणसांच्या आणि झाडांच्या वयाचा अंदाज करते, हे मला काही समजत नव्हतं.

'माणूस का बरं तीनशे वर्षं जगत नाही, आई?'

आई काहीच बोलत नाही. नि:शब्दाच्या पाण्यावर उडणाऱ्या पक्ष्याप्रमाणे उडणारा आईचा चेहरा तेव्हा मला दिसत नाही. वटवाघळाच्या पंखांप्रमाणे अंधाराने उडत येऊन तिचा चेहरा झाकून टाकलाय.

वयाचा विचार तेव्हापासून मला सोडून कधीच दूर गेला नाही. मॅट्रिकच्या फॉर्मवर लिहिलेल्या तारखेला आपण वाढदिवस साजरा करावा असं अचानक मला वाटलं. बाबांचा मूड चांगला होता, म्हणून मी सांगितल्याबरोबर एक केक, मलाईकरी, फरसाण, गोड बिस्किटं, एक डझन संत्री त्यांनी आणून दिली. संध्याकाळच्या वेळी घरात जे होते, त्यांच्याबरोबर आणि एकमेव पाहुणी चंदना हिच्याबरोबर, केकवर पेटवलेल्या मेणबत्तीवर फुंकर मारून मी ती विझवली. घरात केक कापायला सुरी नव्हती. आता काय करावं? स्वयंपाकघरात कुर्बानीच्या वेळी वापरायची एक मोठी सुरी होती चॉपरसारखी- तिने एक पाऊंड वजनाचा केक कापला. केकचा पहिला तुकडा मला कोण भरवणार - गीता की यास्मिन? गीता पुढं आली. गीता या घरातली सून. त्यामुळे तिची इच्छा पूर्ण करणं हे यास्मिनची इच्छा पूर्ण करण्यापेक्षा जास्त महत्त्वाचं होतं. यास्मिन रुसल्याने गाल फुगवून केकसमोरून दूर गेली आणि कॅमेऱ्याचा फ्लॅश उडण्याआधी गीताने स्वत:च्या ओठांवर गोड हसू आणीत माझ्या तोंडात केक भरवला. डोळे कॅमेऱ्याकडं, केक कापणं, टाळ्या, कॅमेऱ्याचं क्लिक, मलाईकरीच्या रसात भिजवून बिस्किटं आणि केकवरची सफेत क्रीम चाटून खाऊन माझा वाढदिवस साजरा झाला. आमच्या घरात पहिल्यांदा कुणाचा वाढदिवस साजरा

झाला असेल, तर तो माझा आणि तोही माझ्याच हट्टामुळे! चंदनाने मला तीन कवितासंग्रह भेट दिले - 'राजा जाय राजा आसे', 'आदिगन्त नग्न पदध्वनी' आणि 'ना प्रेमिक ना विप्लवी.' दादाने रवीन्द्रनाथांचा 'गल्पगुच्छ' हा कथासंग्रह भेट दिला. आयुष्यात पहिल्यांदाच मला भेटवस्तू मिळाल्या - माझ्या वाढदिवशी! भेट मिळालेल्या पुस्तकांवरून माझी नजर हटत नव्हती. हातातून ती पुस्तकं सोडवतही नव्हती आणि मनही त्यांना सोडायला तयार नव्हतं. उशिरा रात्री आई कोमेजलेल्या चेहऱ्याने म्हणाली, 'मिठाईचा एक तरी तुकडा तोडून जरीच्या आईच्या हातात देऊ शकली असतीस तर? तिला बिचारीला कधीच मिठाई मिळत नाही. पाहिलं असतं तिने, कशी लागते मिठाई ते!' अचानक आठवलं, फक्त जरीच्या आईलाच नाही, माझ्या आईलासुद्धा वाढदिवसाची मिठाई मिळालीच नव्हती. अर्थात आई म्हणे, 'हे सगळं नाही मिळालं तरी चालतं मला.' कधी एखादं बिस्किट किंवा मूठभर फरसाण आईला देऊ केलं की आई म्हणे, 'मी तर भातच खाते. तुम्ही लहान आहात, तुम्हीच खा. तुम्ही तर अगदी पाखरांसारखं कमी खाता, तुम्ही जास्त खाल्लं पाहिजे.'

माझा वाढदिवस साजरा झालेला पाहून यास्मिनलाही आपला वाढदिवस साजरा करावा असं खूप वाटलं. तिने आपला जन्म कोणत्या महिन्यात, किती तारखेला झाला हे बाबांना विचारलं. बाबा तिला 'उद्या सांगतो', 'उद्या सांगतो' असं म्हणत राहिले आणि यास्मिनही या आश्वासनावर झुलत राहिली. दोन महिने तिला झुलवत ठेवल्यावर बाबांनी एके दिवशी सांगितलं, 'नऊ सप्टेंबर.' बस! सप्टेंबरची नऊ तारीख येण्याआधीच यास्मिनने बाबांसमोर एक मोठी यादी ठेवली - तीन प्रकारची फळं आणि दोन प्रकारची मिठाई, त्याबरोबर फरसाण आणि बिस्किटं. शाळेतल्या जवळजवळ सगळ्या मुलींना तिने आपल्या वाढदिवसाचं निमंत्रण दिलं. तिने दिलेली यादी पाहून बाबा म्हणाले, 'कशाला वाढदिवस साजरा करायचा? वाढदिवस - बिढदिवस काही साजरा करायचा नाही. अभ्यास करून मोठी हो. माझ्या घरात कुठलाही उत्सव साजरा करायचा नाही.' आई गुपचूप, खासगीत बाबांना विनवीत राहिली - 'वाढदिवस साजरा करायचा म्हणतेय, करू द्या ना! एवढ्या चांगल्या मुली आहेत आपल्या, त्यांचा हिरेमोड करणं ठीक नाही. त्यांनाही काही मौजमजा करावीशी वाटते. तिने एवढी विनंती केलीये, तेवढी मान्य करा ना आपण!' आईने बरेच दिवसांपासून बाबांना 'आपण' म्हणायला सुरुवात केली होती. 'तुम्ही'ऐवजी 'आपण' असं संबोधलेलं ऐकून बाबांना जसं नवल वाटलं नव्हतं, तसेच आम्हालाही वाटलं नव्हतं. 'तुम्ही' किंवा 'आपण' म्हणून, हळू वा मोठ्या आवाजात, रडत किंवा हसत आईने कुठलीही विनंती केली, तरी त्या विनंतीची बाबांना काडीमात्र किंमत नव्हती. हे बाबांना जसं माहीत होतं, तसंच आईलाही माहीत होतं.

'सगळी मौजमजा बंद करा. पोरगी नाचते, तिच्याबरोबर आईही नाचते. सगळा

माकडांचा नाच!'

पण बाबांच्या या संतापाने आई डगमगली नाही. थंडीने कुडकुडलेल्या बाबांच्या पाठीवर-छातीवर गरम लसूण तेलाचं मालीश करीत आई विनंती करीत राहिली. 'मुली काय, लग्न झालं की दुसऱ्या घरी जातील. मुलींच्या ज्या इच्छा-आकांक्षा असतील त्या माहेरीच पूर्ण व्हायला हव्यात.' लसूण तेलाने बाबांची त्वचा मऊ केली, पण त्याचा त्यांच्या मनावर काहीही परिणाम झाला नाही. यास्मिन उदास होऊन बसली, तिचा वाढदिवस अखेर साजरा होणारच नाही म्हणून. पण घरातल्या सगळ्यांना चकित करीत त्या दिवशी दुपारी बाबांनी यास्मिनने दिलेल्या यादीप्रमाणे खाऊ घरी पाठवून दिला. यास्मिन आनंदाने नाचू लागली. बशांमध्ये खाण्याच्या वस्तू ठेवून, यास्मिन नटून थटून फाटकाकडे पाहात, पाहुण्यांची वाट पाहात बराच वेळ बसली. कुणीच येत नाही असं दिसल्यावर शेवटी संध्याकाळी मोहल्ल्यातल्या तिच्या तीन मैत्रिणी मैदानात खेळायला आल्यावर त्यांनाच घरी बोलावून यास्मिनने खाऊ खायला दिला.

संध्याकाळी घरी परतल्यावर इतक्या प्रकारचे खाद्यपदार्थ पाहून छोटोदा चकित झाला. म्हणाला, 'काय गं, आज कसला उत्सव आहे?'

यास्मिन लाजून हसत म्हणाली, 'माझा वाढदिवस आहे आज.'

'कुणी सांगितलं या तारखेला तुझा जन्म झाला होता म्हणून?'

'बाबांनी सांगितलं.' आता बाबांनीच सांगितलं म्हटल्यावर त्यावर कुणीच काही बोलू शकत नव्हतं, कारण बाबा जे सांगत, तेच खरं असे. कारण बाबांच्यापेक्षा अधिक ज्ञान, बुद्धी कुणालाच नव्हती.

'समजलं, काहीतरी जन्मतारीख असायला हवी, म्हणून तू बाबांना आपली जन्मतारीख विचारलीस आणि बाबांनीही बनवाबनवी करून सांगून टाकली तुला!'

छोटोदाचं धाडस पाहून यास्मिन थक्क होऊन गेली.

त्या दिवशी यास्मिनच्या वाढदिवसाच्या केकचा तुकडा आईच्या नशिबी नव्हता. आई जी दुपारी घरातून बाहेर पडली, ती थेट संध्याकाळी परत आली. हातात बदामी रंगाच्या कागदाचं एक पाकीट, त्यात यास्मिनसाठी लाल रंगाचं कापड– कपडे शिवण्यासाठी. आई स्वत:च या कापडाचा एक फ्रॉक यास्मिनला शिवून देईल. आईकडे पैसे नव्हते, म्हणून हाशेममामाकडून पैसे उसने घेऊन स्वत: 'गौरहरी वस्त्रालया'त जाऊन तीन वार कापड तिनं आणलं होतं.

मी चरफडत म्हणाले, 'पण आज तर काही तिचा वाढदिवस नाही!'

'कोण म्हणालं वाढदिवस नाही?'

'छोटोदा म्हणाला.'

'मग काय झालं!' आईने दटावलं, 'नसेना का वाढदिवस. मुलीला जरा मौज करावीशी वाटली, तर करू दे ना!'

ईदचा सण सोडला, तर कधीही आम्हाला नवीन कपडे मिळत नसत. वर्षातून एकदाच बाबा आम्हाला कपडे घेत, ते छोट्या ईदच्या दिवशी. दुसऱ्या वर्षी छोटी ईद यायच्या आधीच आमचे ते कपडे फाटून तरी जात किंवा अपरे तरी होत. बाबांना नवीन कपडे आणून द्या म्हणून विनवलं, तर बाबा दात खात म्हणत, 'दोन ड्रेस आहेत ना? एक घाल, मळला तर तो धुवायला टाकून दुसरा घाल. दोनपेक्षा अधिक ड्रेसची काहीही गरज नाही.' आई आमच्या फाटलेल्या आणि अपऱ्या होत आलेल्या कपड्यांना साडीच्या पदराचं किंवा इतर कुठल्या कापडाचं ठिगळ लावून ते मोठे करून देई, फाटलेला भाग शिवून देई. शाळेतल्या इतर मुलींकडे घरात घालायचे आणि बाहेर जाताना घालायचे असे दोन प्रकारचे कपडे असत. कधी एखाद्या ईदचे कपडे बाहेर जाण्यासाठीचे कपडे म्हणून वेगळे ठेवून घरात घालण्यासाठी वेगळे कपडे मागितले की बाबा म्हणत, 'तुला बाहेर जायला कशाला हवं? घराबाहेर कुठं जायचं असेल, तर ते फक्त शाळेतच. शाळेसाठी युनिफॉर्म आहे.' शाळेत एखादा सांस्कृतिक कार्यक्रम असला किंवा वनभोजनाला जायचं असलं, की मुलींना युनिफॉर्मची सक्ती नसे - अशा वेळी वेगळे कपडे घालायची अनुमती असे. मुली नाना प्रकारचे कपडे घालून जात आणि मी मात्र प्रत्येक कार्यक्रमाला एकच ड्रेस घालून जाई. त्यामुळे वर्गातल्या एका मुलीने मला एकदा विचारलं, 'तुला आणखी कपडे नाहीत का?' त्या दिवशी मला इतकी लाज वाटली, की बराच वेळ मी एका खांबामागे लपून उभी राहिले. शाळेचे युनिफॉर्म शिवून घेण्यासाठी बाबांनी आम्हाला कधीच नकार दिला नाही. ते आम्हाला बरोबर घेऊन 'गौरहरी वस्त्रालय' दुकानातून कापड विकत घेऊन गांगिना मोहल्ल्यातल्या शिंप्याच्या दुकानी घेऊन जात. शिंपी जेव्हा माप घेई, तेव्हा बाबा त्याला वारंवार सांगत, 'जरा वाढत्या अंगाचा शिवा बरं का ड्रेस - बरेच दिवस वापरता आला पाहिजे.' चपलांच्या दुकानात गेल्यावरही बाबा म्हणत, 'जरा मोठ्या मापाची द्या, बरेच दिवस गेली पाहिजे.' योग्य मापापेक्षा मोठे कपडे आणि चपला किंवा बूट वापरले, तरी ते लवकर लहान होऊन जात. आई म्हणे, 'कपडे-बूट लहान झाले नाहीत, तू मोठी झालीस.' आम्ही (मी आणि यास्मिन) अंगाने वाढत होतो, म्हणून मला भीती वाटे, बाबा आमचा राग करतील. ढाका विद्यापीठात शिकत असताना दादाने स्कॉलरशिपच्या पैशातून थोडे पैसे वाचवून माझ्यासाठी आणि यास्मिनसाठी दोन सिल्कचे ड्रेसेस विकत घेऊन दिले होते. फूटपाथवरून विकत घेतलेले विदेशी जुने कपडे, स्वस्तातला माल - पण ते कपडे मिळाल्यावरही आम्हाला खूप आनंद झाला होता.

आईने आणलेलं लाल कापड अंगाभोवती गुंडाळून यास्मिन घरभर उड्या मारीत होती. घराच्या अंधाऱ्या व्हरांड्यात बसून आई तिच्याकडं पाहात होती. त्या लालचुटूक कापडात यास्मिन खूप सुंदर दिसत होती.

उधाण वारा

कुमिल्लाहून बदली होऊन जेव्हा ती मयमनसिंहला नवीन शाळेत दाखल होऊन पहिल्यांदा वर्गात आली, तेव्हाच तिच्याशी मी बोलले- पण फक्त डोळ्यांनी! तिचे जवळजवळ बंद असल्यासारखे वाटणारे डोळे त्या पहिल्याच दिवशी खूप काही बोलले. पहिल्या दिवशी ती, तिची मामे की चुलत की आतेबहीण सीमा दिवाणला चिकटून बसली होती. दुसऱ्या दिवशीही तेच, पण तिसऱ्या दिवशी माझ्या बेंचवर बसली आणि त्या दिवसानंतर माझा बेंच सोडून इतर कुणाच्याही बेंचवर ती बसली नाही. तिचं नाव चंदना. तिचा रंग गोरा होता. नाक जणू विटेने ठेचल्यासारखं होतं. पापण्या अर्धे डोळे झाकून घेणाऱ्या होत्या. अर्ध्या उघड्या डोळ्यांचा प्रकाश माझ्या नकळत माझं हृदय प्रकाशित करीत होता. तिचे वेणी न घातलेले दाट लांब केस तिने मोकळे सोडल्याबरोबर पावसाच्या पाण्यासारखे पाठीवर पसरत आणि मी संपूर्ण अंगानं चिंब होऊन तिच्या नकळत स्निग्ध होऊन जाई. दिलरुबा निघून गेल्यानंतर माझ्या शेजारची जागा कुणासाठीच रिकामी नव्हती; परंतु चंदना माझ्या शेजारी येऊन बसू लागली आणि ती रिकामी जागा कधी भरली गेली हे माझं मलाच कळलं नाही. रोज चंदनाचा आवाज, गंध, गोरा वर्ण आणि रोजच दिलरुबाचं नसणं-दोन्हीही गोष्टी माझ्याच सावलीसारख्या माझ्याशेजारी बसून राहात. त्या वर्षी चंदना हीच एकटी वर्गात नवीन दाखल झालेली मुलगी नव्हती. 'विद्यामयी'मधून अनेक मुली आल्या होत्या, माझ्या त्याच भांडखोर मैत्रिणी. पण त्यांच्यापैकी कुणीही माझ्या कपाळावरच्या चंदन तिलकाला तिळाएवढाही काळा डाग लावू शकलं नाही. माझ्या आणि चंदनाच्या मैत्रीत बिब्बा घालू शकलं नाही. ज्यात मी रात्रंदिवस आकंठ बुडाले होते, त्या चंदन सुवासात एकसुद्धा तरंग निर्माण करू शकलं नाही.

शहराच्या एका कोपऱ्यात, निर्जन भागात आमची 'आवासिक आदर्श बालिका

विद्यायतन' ही शाळा उभी होती. तिच्यात अगदी कमी विद्यार्थिनी असल्या, तरी मॅट्रिकच्या परीक्षेत 'विद्यामयी हायस्कूल'पेक्षा या शाळेच्या विद्यार्थिनींचा निकाल अधिक चांगला लागतो. एवढंच नाही, तर इतर कुठल्याही मुलींच्या शाळेपेक्षा या शाळेतल्या अधिक मुली पहिल्या वर्गात पास होतात. म्हणून मी सातवीत गेल्याबरोबर बाबांनी मला या शाळेत घातलं होतं. इतर मुलींच्या वडिलांनीही त्यांना सातव्या-आठव्या इयत्तेत शक्य झालं नाही, तरी नववी-दहावीत या शाळेत दाखल केलं होतं. तेव्हा या शाळेतली विद्यार्थिनींची संख्या बऱ्यापैकी वाढली होती. सगळ्यात वरच्या इयत्तेतली मुलगी म्हणून मला तेव्हा एक वेगळाच आनंद होई. वह्या-पुस्तकांवर मी माझं नाव जितक्या मोठ्या अक्षरांमध्ये लिहीत असे, त्याहीपेक्षा मोठ्या अक्षरात लिहीत असे 'इयत्ता दहावी.'

चंदनाच्या उधाण वाऱ्यात जेव्हां मी उडत होते, तेव्हा समोर बिकट, क्रूर अशी, हातात मोठा कोयता घेतलेली मॅट्रिकची परीक्षा होती. आता तर ती दारामधून अशी घरात शिरली होती, की बाबा वारंवार उपदेश करीत – 'सगळ्या पुस्तकांतल्या सगळ्या पानावरची सगळी अक्षरं तोंडपाठ करून टाक.' कोणताही प्रश्न विचारल्यावर पटापट त्याची उत्तरं देता यायला हवी असं त्यांना वाटत असे. काळी काळी अक्षरं सोडून माझ्या जगात जणू दुसरं काहीच राहू नये. बाबांचा सल्ला मान्य करण्याची इच्छा बाबा घराबाहेर गेल्याबरोबर किंवा त्यांच्या घोरण्याचा आवाज आल्याबरोबर नष्ट होई. शाळेत जाण्याच्या रस्त्यावर माझ्यापेक्षा एक इयत्ता वर शिकणारे एडवर्ड स्कूलचे विद्यार्थी इस्त्री केलेले कपडे घालून, डोळ्यांच्या आणि ओठांच्या कोपऱ्यात गोड हसू घेऊन प्रसन्न मुद्रेत उभे असत. त्यांना पाहून संपूर्ण दिवसभर माझ्या मनासमोर लाल, निळा, हिरवा, पिवळा असे जगातले सगळे रंग तरंगत राहात. शाळेत पोचल्यावरही अभ्यासापेक्षा माझा वेळ नाटकघर लेनमधून चालत शाळेत येणाऱ्या मेहेबूबाकडे त्या मुलांची चौकशी करण्यातच अधिक जात असे. त्या मुलांची नावं, कोण कुठे राहतो, कुणाच्या मनात काय चाललंय याच्या चौकशा. मेहेबूबा तिच्या भावाकडून मिळालेली माहिती मला सांगत असे. न मिळालेल्या माहितीबद्दल अनुमान करून सांगत असे. चंदनाने तर मूठ उघडल्याबरोबर तिच्यातून आषाढातल्या पावसासारखा प्रेमपत्रांचा वर्षाव होत असे. तिला दिवसाला चार-पाच प्रेमपत्रं येणं सुरू झालं होतं. आणि येणार नाहीत कशी? ती ज्या भागात राहात होती, त्या पंडितपाडा भागातल्या अठरापासून अठ्ठावीस वर्षे वयाच्या तरुणांना तिला पाहिल्यापासून निद्रानाशाचा त्रास सुरू झाला होता. वर्गातली सगळ्यात सुंदर मुलगी होती ममता बानू. तिच्याबद्दल तर रोज कुजबुज चाले. बाघमारा मेडिकल कॉलेजच्या होस्टेलमध्ये राहाणारा इम्तियाज तरफदार म्हणे तिच्या प्रेमाच्या डोहात बुडून आत्महत्या करायच्या बेतात होता. कुणाच्या अध्यात-मध्यात नसलेल्या, सरळ चालणाऱ्या, चांगली

विद्यार्थिनी असलेल्या आसमा अहमदचीसुद्धा जिल्हा स्कूलच्या कुणा चांगल्या विद्यार्थ्याशी म्हणे कुठेतरी नजरानजर झाली होती. साराकडे शाळेजवळच्या घरातला जहांगीर नावाचा मुलगा टक लावून पाहात असे. सारालाही काही तो वाईट वाटत नव्हता. नादिरा शाळेच्या मधल्या सुटीत पॉपीबरोबर काहीतरी कुजबुजत असे. अशरफुन्निसा नावाच्या मुलीने यावरून अंदाज केला होता, की नादिरा पॉपीचा भाऊ बाकी याच्या प्रेमात पडली आहे. शिक्षक-शिक्षिकांच्या बद्दलही कोण कुणाच्या केबिनमध्ये गेलं, कुणाच्या बोलण्यावर कोण हसलं, कुणामध्ये नजरानजर होत असते - या साऱ्या छोट्या छोट्या गोष्टी वाऱ्याचे पंख लागून उडत-उडत आमच्याही कानी येत. चंदना या सगळ्या अफवांमुळे उत्तेजित होई. मीसुद्धा होई. याशिवाय ती स्वत:च्याही दोनेक प्रेमप्रकरणांमुळे उत्तेजित असे. वर्गात बसूनच पानांमागून पानं प्रेमकविता लिहीत असे - कुणाची तरी उदास नजर आठवून. त्या दिवशी सकाळीच पाहिलेले कुणाचे तरी डोळे आठवून, शाळेच्या रस्त्यावर दिसणाऱ्या लुत्फर नावाच्या चष्मेवाल्या तरुणासाठी माझ्याही हृदयात कसं-कसं होई. शाळेत जाता-येताना त्याने दिलेल्या दोन-तीन चिटोऱ्यांनी माझी रात्रीची झोप गेली. 'डोळे मनातली गोष्ट सांगतात - तुझा, लुत्फर' असं लिहिलेली एक चिठ्ठी माझ्या भौतिकशास्त्राच्या पुस्तकातून उडून कुठे पडावी? नेमकी बाबांच्या पायाशी! त्याच्या दुसऱ्या दिवसापासून बाबांनी माझ्या शाळेत जाण्या-येण्यावर पहारा बसवला.

त्यांनी मला सकाळी शाळेत पोचवण्याची आणि शाळा सुटल्यावर घरी घेऊन येण्याची जबाबदारी बडोदादांवर सोपवली. शाळा सुटल्यावर शाळेच्या गेटजवळून काही मुलं रिक्षाने घरी जात. काही चालत जात. दोनेकजणींना न्यायला फॉक्सवॅगन कार येत. सगळ्या निघून गेल्यावर, एवढंच काय, ममता बानूसुद्धा (तिला शाळेत सोडायला आणि परत न्यायला तिची रणरागिणी आई येई.) गेल्यावर, जोवर लांब पांढरी दाढी असलेले, हिरवी लुंगी आणि काळे रबरी बूट घातलेले बडोदादा येईपर्यंत मला वाट पाहात थांबावं लागे. शाळा सुटल्यावर गेटजवळ असं एकटीने उभं राहताना मला अवघडल्यासारखं वाटे आणि एखादे दिवशी बडोदादा लवकर आले, तर सगळ्यांसमोर त्यांच्याबरोबर रिक्षात बसतानाही मला चमत्कारिक वाटे. कारण मला खात्री असे की, बडोदादांच्या डोक्यावरची टोपी, हनुवटीवरची दाढी, रबरी बूट आणि लुंगीकडे पाहून सगळेजण हसत असणार आणि 'कसल्या गावंढळ भुतांच्या घरातली मुलगी आहे ही' असं माझ्याबद्दल मनातल्या मनात म्हणत असणार! हा दाढीवाला माणूस माझा मुळीच कुणी लागत नाही, असं खोटेपणाने वागण्याचं मला साहसही नव्हतं. बरेच दिवस काही चिटोरं न सापडल्याने बाबांनी शेवटी हा पहारा उठवला. बडोदांना त्यांची शेती, जनावरांनी भरलेला गोठा आणि कोठारं भरून धान्य, याची आठवण येऊ लागल्याने त्यांना त्यांच्या घरी मदारीनगरला जायचं होतं,

म्हणूनही हा पहारा उठवला गेला. रोज त्यांना जायनमाज हाती घेऊन पश्चिम दिशा कोणती असं कुणाला ना कुणाला विचारावं लागे. मला ते जेव्हा जेव्हा हे विचारीत, तेव्हा मी पश्चिम सोडून इतर कुठल्याही दिशेकडे बोट दाखवून 'हीच पश्चिम दिशा' म्हणून सांगे आणि तेही नि:शंकपणे जायनमाज अंथरून, दोन्ही हातांच्या अंगठ्यांनी दोन्ही कानांच्या पाळ्यांना स्पर्श करून अल्ला हू अकबर म्हणून नमाज सुरू करीत.

बडोदादा बरोबर असले, की त्यांच्या ध्यानाची लाज वाटत असल्याने मला मान खाली घालून बसावं लागे. मान वर करायची संधी मिळे ती रिक्षात बसून रस्त्यात उभ्या असलेल्या मुलांच्याकडे पाहाताना. लुत्फरबरोबर निळी पँट, पांढरा शर्ट घातलेल्या एका नवीनच गुबगुबीत मुलाला पाहून त्याच्यासाठीही अचानक एके दिवशी मनात काही-काही वाटू लागलं. एका सेकंदाच्या दर्शनानेही मन उत्तेजित होई. प्रेमाच्या अथांग डोहात बुडून मरतो आहोत असं वाटत राही. घरी परतून तो गुबगुबीत मुलगा माझाच विचार करीत असेल, उद्या सकाळी माझ्या शाळेत जायच्या वाटेवर मला एक क्षण पाहाण्यासाठी म्हणून उभा असेल अशा विचारात मी दंग असे. दुसऱ्या दिवशी तो माझ्या वाटेवर उभा होता. त्याला पाहून मला वाटलं, जगात या गुबगुबीतपेक्षा सुंदर दुसरं कुणीच नाही. वाटलं, जणू माझं सगळं जीवनच या गुबगुबीतशी एकरूप झालं आहे, त्याच्या ओठांवरचं हसू रोज दिसलं नाही, तर माझं हे जीवनच व्यर्थ आहे.

एका क्षणाच्या या प्रेमामधून एके दिवशी अचानक मन उडालं आणि ते जाऊन बसलं लायब्ररीतल्या पुस्तकांवर. लायब्ररीतल्या शेल्व्हज्वर जितकी म्हणून पुस्तकं होती, ती एका क्षणात वाचून टाकावीत, अशी वाचनाची प्रचंड भूक माझ्या मनात जागी झाली. हात जिथपर्यंत पुरत होता, तिथपर्यंतची पुस्तकं वाचून झाल्यावर चवड्यांवर उभं राहून किंवा शिडी लावून वरच्या फळ्यांवरची पुस्तकं काढून मी आणि चंदना अधाशासारखी वाचू लागलो. परीक्षा जवळ आली असतानाही ही पुस्तकं घरी नेऊन आम्ही वाचत असू. ती अभ्यासाच्या पुस्तकांखाली, उशीखाली, बिछान्याखाली लपवलेली असत. मला घरी येऊन भौतिकशास्त्र, रसायनशास्त्र, जीवशास्त्र इत्यादी सात प्रकारची शास्त्रं शिकवणारे शिक्षक शमसुल हुदा यांचा मार खाणं हे संध्याकाळी रोजचं होऊन गेलं. असं असलं तरी शमसुल हुदा मला विज्ञान शिकवून, चहा-बिस्किटं खाऊन घराबाहेर पडल्याबरोबर पुन्हा मी उशीखाली, बिछान्याखाली लपवलेल्या अवांतर पुस्तकात बुडून जाई. या बाबतीत चंदना तर माझ्यापेक्षा चार पावलं पुढेच होती. माझी दोन पुस्तकं वाचून होत, तोवर तिची सात पुस्तकं वाचून होत. पुस्तकं वाचण्याच्या तिच्याबरोबरच्या शर्यतीत मी नेहमीच मागे असे. पुस्तकातला किडा असलेली ममतासुद्धा चंदनाची बरोबरी करू शकत नसे. लायब्ररीतल्या अवांतर पुस्तकांना शाळेतल्या मुली म्हणत, 'आऊटबोई' - म्हणजे

सिलॅबसच्या बाहेरची पुस्तकं. अवांतर पुस्तकं वाचणाऱ्या मुलींना तथाकथित हुशार विद्यार्थिनी फार चांगल्या नजरेने पाहात नसत. ज्या मुली अवांतर पुस्तके वाचतात, त्या वर्गातल्या शिकवण्याकडे लक्ष देत नाहीत, त्यांचं मन चंचल असतं. मथितार्थ म्हणजे त्या मुली चांगल्या नसतात, परीक्षेत त्यांना भोपळा मिळतो अशी इतर मुलींची समजूत होती. अशी समजूत का, हे मला कळत नव्हतं. मी अवांतर वाचन करूनही परीक्षेत चांगले गुण मिळवू शकते, हे सिद्ध करून दाखवल्यावरही ही समजूत जात नव्हती. या वाचनाच्या वेडामुळे माझं आणि चंदनाचं एक वेगळंच जग तयार झालं. शिक्षक-शिक्षिकांमधल्या किंवा वर्गातल्या मुलींच्या व्यक्तिगत प्रेमप्रकरणांच्या अफवांमध्ये आम्हाला रस वाटेना. आमच्या भोवतीचं वातावरण तेव्हा पार्वतीच्या रडण्याने, राजलक्ष्मीच्या पावलांच्या चाहुलीने, चारुलतेच्या एकटेपणाने, विमलेच्या द्विधेने भारून गेलं होतं.

अधूनमधून वातावरण उत्साहाने, मोकळ्या हसण्याने प्रसन्नही होत असे. आमचे लायब्ररियन सईदुज्जमान यांच्या ओठांवर नेहमीच एक निर्मळ हसू खेळत असे. अधूनमधून ते आम्हाला ‘इस्लामियत’ हा विषय शिकवीत. या एकाच विषयासाठी शाळेत कुणीच शिक्षक नव्हता. ज्या शिक्षकाला मोकळा वेळ असेल, तो शिक्षक तेव्हा ‘इस्लामियत’ शिकवायला वर्गावर येई. इस्लामियतच्या तासाला सईदुज्जमान यांचं हसणं अगदी या कानापासून त्या कानापर्यंत असे. त्यांचं हसू फार महाग असे. कारण इस्लामियत हा विषय इतर विषयांपेक्षा कमी महत्त्वाचा होता. कल्याणी पाल बंगाली शिकवताना चेहऱ्यावर मोनालिसाचं हसू आणीत. साहित्याचं रसग्रहण करताना अशा प्रकारच्या हास्याची गरज असते. सुरैया बेगमही आपल्या हास्यातून रातराणीचा सुगंध वितरीत करीत. हास्यातून सुगंध येतो का? चंदना म्हणे, येतो. गणिताचे शिक्षक बंगालीतील पाच आकड्यासारखा चेहरा करून वर्गात येत आणि जात, ते पटत असे. सईदुज्जमान यांच्या इस्लामियतच्या तासाला आकाशाकडे उदासपणे पाहात राहिलं किंवा वही भरून प्रेमकविता लिहिल्या किंवा ‘पाणी प्यायला जाते’ असं सांगून पाच मिनिटांऐवजी अर्ध्या तासाने आलं तरी काही बिघडत नसे. सईदुज्जमान इस्लामियत शिकवण्याऐवजी गप्पा करण्यातच जास्त वेळ घालवीत. त्याही नीरस नसत. ते वारंवार म्हणत की, ‘इस्लामियत’ हा विषय इतर विषयांप्रमाणेच महत्त्वाचा आहे. कारण त्यातही गुण मिळवता येतात. सुरा-फातिहा अचूक लिहिल्या किंवा अस्मानी पुस्तकांची चार नावं सांगता आली, तरी दहापैकी दहा गुण मिळतात. भौतिकशास्त्र किंवा रसायनशास्त्रात जर कमी गुण मिळाले, तर प्रथम विभागात इस्लामियतमुळे पास होता येई. फारसे श्रम न करता गुण मिळत. वर्गात मुस्लिम मुलींसाठी इस्लामियत हा विषय होता, तर हिंदू मुलींसाठी सनातन धर्मशिक्षण. सगळ्या शाळेत हिंदू धर्म शिकवण्यासाठी एकही शिक्षक नव्हता. कल्याणी पाल

हिंदू होत्या, म्हणून हा विषय त्यांच्या गळ्यात मारला जाई. त्या विद्यार्थिनींना म्हणत, उगाच धर्माच्या मागे लागून वेळ वाया घालवण्यापेक्षा गणिताचा अभ्यास करा, त्याने गुण वाढतील. हिंदू मुलींना धर्मशिक्षणाच्या तासाला मोठी सुट्टी मिळे. त्या गणिताच्या मागेही वेळ वाया न घालवता खेळण्यासाठी मैदानात जात किंवा रिकाम्या वर्गात गप्पा करीत बसत. चंदना धर्माने बौद्ध असल्याने तिनेही वर्गाबाहेर जायला हरकत नव्हती, कारण हिंदू धर्म शिकवायला जर शिक्षकच नव्हता, मग बौद्ध धर्माचा शिक्षक असण्याचा प्रश्नच येत नव्हता. पण ती इस्लामियतच्या तासाला वर्गातच एखादा कथासंग्रह किंवा कवितासंग्रह वाचत बसून राही. मी तिच्याशेजारी बसून इस्लामियतकडेही लक्ष देऊ शकत नसे आणि सईदुज्जमान यांच्यासमोर एखादी कादंबरीही उघडू शकत नसे. मग मी त्यांचं वर्णन करणाऱ्या वात्रटिका लिहीत बसे. बंगालीच्या शिक्षिका सुरैया बेगम डुलत डुलत चाललेल्या असल्या, म्हणजे चंदना आणि मी त्यांच्या मागे मागे जात त्यांची थट्टा करणाऱ्या वात्रटिका कुजबुजत्या आवाजात म्हणत असू.

'आवासिक आदर्श बालिका विद्यायतना'तील शिक्षक मंडळी ही काही ऐरीगैरी नाहीत हे माहीत असूनही आमचं त्यांच्यावर वात्रटिका रचणं (अर्थात त्यांच्या पाठीमागे) चालूच असे. इतर शाळांमध्ये शिक्षक म्हणून रूजू होण्यासाठी बी. ए. पास पात्रता लागे, पण आवासिकमध्ये मात्र कॉलेज-विद्यापीठातल्याप्रमाणे एम.ए. पास पात्रता लागे. विद्यायतनातील शिक्षक-शिक्षिका कुणीही या शहरातल्या नव्हत्या, दूरदूरच्या ठिकाणांहून आलेल्या होत्या- बहुतेक ढाक्याहून. शिक्षकांची शाळेच्या आतच क्वार्टर्स होती. एकेका शिक्षकाला एकेक स्वतंत्र घर, घरासमोर अंगण, घरामागे बाग. जेव्हा ही शाळा बांधली, तेव्हा शिक्षकांसाठीच नव्हे, तर विद्यार्थिनींसाठी सुद्धा राहाण्याची व्यवस्था होती. नव्हे, विद्यार्थिनींना होस्टेलमध्ये राहाणं सक्तीचं होतं. ही शाळा कॅडेट स्कूलसारखी करायची, असं पूर्व पाकिस्तानचे गव्हर्नर मोनायम खान यांचं स्वप्न होतं. त्यांचं घर मयमनसिंह शहरात होतं, म्हणून याच शहरात आपल्या मृत पत्नीची आठवण म्हणून राबिया मेमोरियल नावाची रेसिडेन्शियल (आवासिक) शाळा शंभर एकर जमिनीवर बांधायला त्यांनी सुरुवात केली. त्यानंतर तर पाकिस्तान गेलं, गव्हर्नरचं पदही गेलं. एकोणीसशे एक्काहत्तर साली लढाई चालू असताना अर्धवट बांधलेल्या त्या शाळेच्या इमारतीवर विमानातून बॉंब टाकण्यात आले होते. युद्ध संपल्यावर पडकी इमारत दुरुस्त करून 'राबिया मेमोरियल' हे नाव रद्द करून 'आवासिक आदर्श बालिका विद्यायतन' अशी पाटी लावून ही शाळा सुरू करण्यात आली. या शाळेत शिक्षक-शिक्षिका राहायला आल्या, तरी विद्यार्थिनींची मात्र राहायला येण्याची व्यवस्था झाली नाही. एका नवीनच देशाला या एका नव्या योजनेत सगळंच करणं काही शक्य झालं नाही, पण जेवढं शक्य झालं, तेवढंसुद्धा कमी नव्हतं! विद्यार्थिनींना होस्टेलवर राहाणं सक्तीचं केलं नाही, त्यामुळे होस्टेलची इमारत

मैदानाच्या एका कोपऱ्यात निर्जन अशी भुताटकीच्या इमारतीसारखी पडून राहिली. फक्त प्राचार्या वायदा साद यांच्या घराच्या तळमजल्यावर खुलना, राजशाही येथून आलेल्या काही विद्यार्थिनींच्या राहाण्याची व्यवस्था करण्यात आली. तरीही ही शाळा शहरातली नामी शाळा होती. महागडीही होती. निवड करून केवळ चांगल्या शिक्षक-शिक्षिकांचीच इथे अध्यापनासाठी नेमणूक करण्यात आली होती. विद्यार्थिनींबाबतही तेच होतं. केवळ चांगल्या, हुशार विद्यार्थिनींनाच या शाळेत प्रवेश दिला जात असे. इतर शाळांपेक्षा या शाळेचे नियमकानून त्यामुळेच बरेच वेगळे होते. या शाळेत विद्यार्थिनींना शिष्यवृत्ती दिली जाई. इतर शाळांमध्ये तशी व्यवस्था नव्हती. शिष्यवृत्तीसाठी विद्यार्थिनींना बोर्डाच्या परीक्षेवर अवलंबून राहावं लागे. या शाळेचं ऑडिटोरियम जसं पाहाण्यासारखं होतं, त्याप्रमाणे कार्यक्रमही प्रेक्षणीय होत. हे इतर शाळांच्या ऑडिटोरियमप्रमाणे कोंबडीच्या खुराड्यासारखं नव्हतं, एखाद्या मोठ्या सिनेमा थिएटरसारखं होतं. रंगमंचही गोल फिरणारा होता. खुर्च्यांच्या रांगा खालपासून वरपर्यंत गेलेल्या होत्या. या मंचावर जी नाटकं, नृत्य, संगीताचे कार्यक्रम होत, ते इतर शाळांच्या मंचावर सादर करता येणं शक्यच झालं नसतं. दरमहा नसले, तरी दर दोन महिन्यांनी सांस्कृतिक कार्यक्रम होत. एरवी रागीट आणि कडक वाटणारे शिक्षक-शिक्षिका आपलं रौद्र रूप बाजूला ठेवून अशा कार्यक्रमांमध्ये खूप सुरेल गळ्यांनी गायन करीत. सगळेच शिक्षक कवितांचे रसिक होते - अगदी गणिताचे शिक्षकही! कार्यक्रमांव्यतिरिक्त वेळ नीरस जात असे असं नाही. बंगालीच्या शिक्षिका सुरैया बेगम बंगाली काव्य शिकवताना अनेकदा स्वत: लिहिलेल्या कविता ऐकवीत. सुरैया बेगम याचं मन कोमल असलं, तरी जिन्नातून वाहा यांचं मन कठोर होतं, कठीण होतं. त्या शिकवीत इंग्रजी. इंग्रजी शिकविणाऱ्या या शिक्षिका मला कधीच आवडल्या नाहीत. विषय कठीण, त्याच्या शिक्षिकाही तशाच कठीण. मला बंगाली आवडत असे, चंदनालाही बंगालीच आवडत असे. याच सुमाराला एके दिवशी सकाळी, शाळेत गेल्यावर रोजचा सर्वांगसुंदर व्यायाम आटोपून, बांग्लादेशच्या राष्ट्रीय ध्वजासमोर एका सुरात 'आमार सोनार बांग्ला आमि तोमाय भालोबासि' हे राष्ट्रगीत गाऊन आम्ही वर्गात गेलो. आमच्या प्राचार्यांनी स्वत: येऊन आम्हाला बातमी दिली, की लेखक मोताहार हुसेन आता आपल्या शाळेत आले आहेत, इच्छा असल्यास आम्ही त्यांना भेटू शकतो. उत्तेजनेने माझ्या छातीत धडधड व्हायला लागली. काजी मोताहार हुसेन हे आमच्या प्राचार्यांचे वडील होते. ते लिहीत उत्तम, खेळतही उत्तम – सगळ्या विद्यांमध्ये पारंगत. त्यांना अनेक मुलं होती. या उबेदा साद वगळता सगळ्यांनी आपापल्या क्षेत्रात नाव कमावलं होतं. त्यांचे पुत्र अन्वर हुसेन हे प्रसिद्ध लेखक होते. मुली संजीदा खातून आणि फाहमिदा खातून या दोघीही प्रख्यात रवीन्द्रसंगीत गायिका होत्या. अशा नावाजलेल्या मुलांच्या प्रसिद्ध वडिलांना भेटायला गेल्यावर मी आणि

चंदना एका विचित्र अडचणीत सापडलो. आधी काही क्षण त्यांच्या खोलीच्या दरवाजाकडे पाहात राहिलो, मग हळूच दरवाजा उघडून पंच्याऐंशी टक्के भीतीने आणि पंधरा टक्के निर्भयतेने त्यांच्या खोलीत गेल्याबरोबर ते आपली पांढरी दाढी हलवीत हसले. कुतूहलाने त्यांचे डोळे चमकत होते. नम्रपणे 'आम्ही आपल्याला भेटायला आलो आहोत' असं म्हणून आम्ही त्यांचं कुतूहल निरसन केलं. आमचं बोलणं ऐकून ते गोड हसले; हसून टेबलावर एक रेडिओ होता तो प्रचंड मोठ्या आवाजात लावला. रेडिओ ऐकून मी आणि चंदना आपल्या आश्चर्याने एकमेकींकडे पाहात होतो. 'शुभ्रकेश शुभ्रश्मश्रू शुभ्रहास्य अधरे' असे मोताहार हुसेन बराच वेळ रेडिओला कान लावून ऐकत राहिले. आम्ही का आलो आहोत हे आम्ही पुन्हा एकदा सांगितलं. त्यांनी पुन्हा एकदा मान हलवली, जणू मघाशी समजलं नसलं, तरी आता त्यांना आमच्या येण्याचं कारण समजलंय. मान हलवल्यानंतर लगेच ते खोलीबाहेर गेले, फक्त खोलीबाहेरच नव्हे, तर घराबाहेर गेले. सरळ शाळेच्या दिशेने चालत गेले. आम्ही त्यांच्या मागे मागे जाऊन पाहिलं. ते आपल्या मुलीकडे (आमच्या प्राचार्या उबेदा साद यांच्याकडे) गेले आणि म्हणाले, 'तू मला बोलावणं पाठवलंस होय?' उबेदा साद चकितच झाल्या, कारण त्यांनी तर काही त्यांच्या वडिलांना बोलावणं पाठवलं नव्हतं. प्रकार काय होता? त्यांचे वडील बहिरे होते. बहिऱ्या गृहस्थांशी आम्ही काय संवाद करणार? उबेदा साद याचं उत्तर देऊ शकल्या नाहीत. शेवटी मान्यगण्य प्रणम्य नमस्य सौम्यदर्शन अशा त्या लेखकमहोदयांप्रति नीरवपणे श्रद्धा व्यक्त करण्याव्यतिरिक्त आम्हाला गत्यंतर राहिलं नाही. समजू लागल्यापासून कुणा लेखकाला प्रत्यक्ष पाहाण्याची माझी ती पहिलीच वेळ. मी आईकडून ऐकलं होतं, की माझं वय सहा वर्षांचं असताना राहत खान नावाचे बाबांचे एक लेखकमित्र आमच्या घरी येत. मला मांडीवर घेत, झुलवीत. झुलवताना स्वत: रचलेली गाणी गात. ती सगळी गाणी आईची शाळामैत्रीण फरीदा अख्तर हिच्यासाठी लिहिलेली होती. राहत खान नसिराबाद कॉलेजमध्ये प्राध्यापक होते. माझे वडील डॉक्टर. 'डॉक्टर आणि प्रोफेसर यांच्यात मैत्री कशी झाली?' असं मी विचारल्यावर आईने उत्तर दिलं, 'दोघेहीजण एकाच स्त्रीच्या प्रेमात पडले होते. ती स्त्री होती मुख्तार नावाच्या माणसाची सुंदर बायको. त्यांच्या घरी तुझा बाप शिक्षण घेताना पेईंग गेस्ट म्हणून राहात होता!' बाबा फरीदा अख्तरच्याही प्रेमात पडले होते म्हणे. तोंडावर देवीचे वण असलेल्या, गोऱ्या वर्णाच्या फरीदा, मी राजबाडी स्कूलमध्ये लहानपणी शिकत असताना माझ्या शिक्षिका होत्या. आई म्हणे, 'फरीदा शेवटच्या बाकावर बसणारी विद्यार्थिनी होती आणि मी होते पहिल्या बाकावर बसणारी. फरीदा माझ्यापेक्षा खूप कच्ची विद्यार्थिनी होती - तीच फरीदा आता शाळेत शिकवतेय आणि मी इथं चूल फुंकत बसलेय!' आईच्या नशिबाबद्दल इतर कुणी विचार करीत असतील, पण

बाबा मात्र करीत नसत. मुलाबाळांकडे लक्ष देणं, स्वयंपाक करून सर्वांना खाऊ घालणं, चोराचिलटांच्या त्रासापासून घर वाचवणं - अशी महान कामं जिच्याकडे आहेत, तिच्या नशिबाचा विचार करायला वेळ कुणाला होता!

राहत खानबद्दल अधिक ऐकण्यात मला जेवढी उत्सुकता होती, तेवढी त्याच्याबद्दल बोलण्यात आईला नव्हती. वाचनवेड्या मुलीच्या दृष्टिकोनातून लेखक म्हणजे कुणीतरी थोर व्यक्ती. जिथं आपले हात पोहचू शकत नाही असं आकाश. जे पुस्तकं लिहितात, ते इतरांसारखे असतात, तेही इतरांसारखेच प्रातर्विधी करतात, त्यांनाही कधीकधी सर्दी होते, शिंक आल्यावर त्यांच्याही नाकातून शेंबूड येतो यावर माझा विश्वास बसत नसे. सिनेमातल्या नट-नट्यांबद्दलही मला तसंच वाटत असे. ते सुंदर-शोभिवंत जीवन जगतात. चकाकत्या जगात राहातात. सुंदर गाड्यांमधून फिरतात, डोळे दिपवणारे कपडे घालतात, राजा-बादशहांप्रमाणे तक्क्याला टेकून सफरचंद-द्राक्षं खातात, नरम नरम बिछान्यावर झोपतात. त्यांच्या अंगाला घामाचा वास कधीच येत नाही, उलट गुलाबासारखा सुगंध येतो. ते कधीच कुठली चूक करीत नाहीत, खोटं बोलत नाहीत, कुणाला त्रास देत नाहीत – ज्यांना अतिमानव म्हणतात, तसेच ते असतात.

मी जशी पुस्तकवेडी होते, तशीच सिनेमावेडीही होते. चंदनाही तशीच होती. दादाची मिनतवारी करून, सिनेमाला जाण्यासाठी त्याला राजी करवून जाताना वाटेवर चंदनाकडे जाऊन तिलाही बरोबर घेई. थोडाफार वादविवाद-हंगामा करून अधूनमधून सिनेमा दाखवण्याची व्यवस्था दादा करी. घरबसल्या सिनेमासिकं मला प्रथम छोटोदांमुळेच पाहायला मिळाली. छोटोदाचं मन अभ्यासात कधीच नव्हतं. तो आपला साऱ्या गावभर फिरत असे. त्यात त्याचं लवकर लग्न झालेलं. दर आठवड्याला दुपारनंतर मनोरंजनासाठी तो 'चित्राली' साप्ताहिक घेऊन येत असे. छोटोदाकडे वित्त नव्हतं, पण चित्त होतं. त्याच्या चित्ताचं समाधान झालं, की माझं औत्सुक्य उड्या मारी- काय छापलंय त्या सिनेसाप्ताहिकात? कुठंही कुठलाही मुद्रित, अमुद्रित शब्द दिसल्याबरोबर वाचणारी मुलगी मी! शाळेत जायच्या मार्गावर कुणी मुलं नसली, की हजारवेळा वाचलेले साईनबोर्ड नव्याने वाचीत वाचीत मी जात असे. खारे दाणे घेतले, की ते ज्या कागदात मिळत, तो कागदही दाणे खाता खाता वाची. अशी वाचनवेडी मी, चित्राली साप्ताहिक कशी बरं सोडीन? दर आठवड्याला 'चित्राली' वाचायचं वेडच मला लागलं. एखाद्या आठवड्याला छोटोदाने 'चित्राली' विकत आणलं नाही, तर मी रिक्षाभाड्याचे पैसे वाचवून 'चित्राली' विकत घेई. पहिल्या पानापासून शेवटच्या पानापर्यंतचा मजकूर वाची. नायक-नायिकांच्या सगळ्या प्रेम-प्रणय-विरहाच्या बातम्या वाचून मगच झोपी जाई. झोपल्यावरही स्वप्नात पाही, कुणा नायकाशी चांदण्या रात्री एका तळ्याकाठी माझी भेट झाली आहे, तो नायक नाचत-

नाचत मला उद्देशून गाणं म्हणतो आहे. झाडं-झुडुपं-आकाश-वारा-तलावातलं पाणी-चांदणं सर्वांना साक्षी ठेवून तो म्हणतो, की तुझ्याशिवाय मी जगू शकणार नाही. शुक्रवारी 'चित्राली' मिळालं नाही, की मला जेवण पचत नसे. किमान आईतरी असंच म्हणे. पचण्या न पचण्याची मला मुळीच चिंता नसे, पण तरीही मी जेवण करीत असे. घरी चित्राली आलं, की ताट बाजूला सारत असे किंवा एका हातात चित्राली आणि दुसरा हात जेवणाच्या ताटात असे. चित्राली वाचताना मी इतकी गुंगून जाई, की जेवणाच्या ताटातला हात तसाच असे व चित्रालीची पानं उलटणारा हात मात्र चालू राही. चित्रालीत जेवणच काय, आई-बापांना विसरवून टाकण्याची शक्ती होती. हे सुरू झालं चित्रालीतल्या वाचकांच्या पानावर माझा एक लेख छापून आल्यानंतर. मी सहज एक लेख पाठवून दिला होता - कोकीळकंठी सबिनाची अवहेलना का होतेय, सबिनाच्या गळ्यात माधुर्य आहे, रूनाचा आवाज कर्कश आहे इत्यादी. एखाद्या नियतकालिकात छापून आलेलं माझं हे पहिलं लेखन. लेख पाठवण्याआधी मी छोटोदाला विचारलं, की मी जर चित्रालीला लेख पाठवला, तर संपादक छापतील का? छोटोदा मला म्हणाला, 'हट्‌ मूर्ख कुठली!' चित्रालीकडं दिवसाला पाच हजार पत्रं येतात. पाच हजारांपैकी चार हजार ब्याण्णव पत्रं वाचणं तर सोडूनच दे, संपादक थेट कचऱ्याच्या टोपलीत टाकून देतात. मी जर एखादं पत्र पाठवलं, तर तेही असंच कचऱ्याच्या टोपलीत जाईल. छोटोदाने माझ्या आशेच्या ज्योतीवर फुंकर मारून ती विझवली. तरी मी गुपचूप चित्रालीला आपल्या नशिबाची परीक्षा पाहाण्यासाठी एक लेख पाठवला होता. अगदी दुसऱ्याच आठवड्यात तो छापून आला. त्याबरोबर सबिना यास्मिन आणि रूना लैला या गायिकांचे फोटोही सजावट म्हणून छापले होते. घरात अगदी आनंदीआनंद झाला. 'हिप हिप हुर्रे' अशा घोषणांच्या प्रवाहात मी तरंगत राहिले. माझं नाव एका मासिकामध्ये छापून आलं - घरातल्यांसाठी हा एक अविश्वसनीयच प्रकार होता. छोटोदा काही क्षण चकित होऊन पाहात राहिला आणि तोतऱ्या आवाजात म्हणाला, 'वा! तू - तुझा लेख छापून आ-आला की!' जणू मी कुठलीतरी अशक्य गोष्ट शक्य करून दाखवली. माझ्या ओठांवर सतत एखाद्या युद्धात विजय मिळवल्याचं हसू दरवळत असे. खडीसाखरेच्या खड्यावर मुंग्या लागलेल्या असाव्यात, तसं ते ओठांना चिकटलेलं असे. बाबांच्याशिवाय मी ते मासिक सर्वांच्या डोळ्यांसमोर अनेक वेळा नाचवलं- एवढंच काय, जरीच्या आईसमोरसुद्धा नाचवलं! जरीची आई अवाक होऊन साप्ताहिकाकडे पाहात म्हणाली, 'हा कागद तर पुड्या बांधायच्या कागदासारखा दिसतोय!' अविश्वसनीय घटना घडून गेल्यावर आणखी एक घटना घडली - तीही अविश्वसनीय! पुढच्या आठवड्यात दिसलं, की माझ्या लेखाची स्तुती करणारे आणि त्यावर आक्षेप घेणारे बरेच लेख 'चित्राली'त छापून आले होते. माझा उत्साह त्यामुळे खूपच वाढला. यानंतर

वाचकांच्या पानाबरोबरच 'चिठीपत्र' विभागासाठी मी लेखन पाठवायला सुरुवात केली. 'चित्राली'प्रमाणेच 'पूर्वाणी' नावाचं आणखी एक नियतकालिक कला-साहित्य-मनोरंजन या विषयासाठी सुरू झालं. पूर्वाणीची अवहेलना करण्याइतकी मी कठोर नव्हते. 'चित्राली' आणि 'पूर्वाणी' ही दोन्ही साप्ताहिकं मला दर आठवड्याला अगदी पाहिजेच असत. चित्राली किंवा पूर्वाणीत माझा लेख असला, की छोटोदा गोड हसून दर आठवड्याला म्हणे, 'आलाय बरं का तुझा लेख छापून,' आणि छापून आला नसेल तर म्हणे, 'काय गं, तुझा लेख काही छापला नाही!' चंदनाला या विश्वात ओढावं लागलं नाही; तिने स्वत:च त्यात प्रवेश केला. मी जितकं लिहीत असे, त्यापेक्षा अधिक इतरजण माझ्या लेखांवर प्रतिक्रिया म्हणून लिहीत असत. मी जणू त्यांच्या सदरलेखकांपैकीच एक होऊन गेले. चित्रालीत जे पत्रांची उत्तरं देत, त्यांना सगळे 'उत्तरदा' म्हणून संबोधीत. लिहिता लिहिता हा उत्तरदा मला अगदी आपल्या भावासारखा वाटू लागला. एके दिवशी यास्मिनशी पेन्सिलवरून थोडी बाचाबाची झाली, तर मी सगळ्यात आधी उत्तरदाला पत्र लिहून कळवलं, की आज माझी मन:स्थिती ठीक नाही. मन प्रसन्न असलं, तरी आधी त्याला कळवावंसं वाटे. मला चिडवण्यासाठी छोटोदा एकदा म्हणाला, 'वीस वसंतऋतू निघून गेले, कुणी कोकीळ तर सोडा, एखादा कावळासुद्धा ओरडला नाही!' मी ही घटना आणि वाक्यसुद्धा उत्तरदाला कळवलं. हे ऐकून ते इतके दु:खी झाले, की ढाका शहरातल्या जणू सगळ्या कावळ्यांनी मयमनसिंह गावावर हल्ला केलाय, जणू काव-काव करून त्यांनी माझ्या वसंतऋतूला सार्थक केलं आहे आणि ढाक्याचे नागरिक या जन्मापुरते तरी कावळ्यांच्या त्रासापासून मुक्त झाले आहेत! धत्तेरी! वीस वर्षे वय होण्याइतकी मोठी काय मी! ते तर केवळ गंमत करण्यासाठी म्हटलो होतो. ते पान केवळ थट्टामस्करीसाठीच नसे; त्यात गंभीर चर्चाही होई. लोक आपल्या समस्या, दु:खं, प्रेम-विरह, एवढंच काय, घरातली भांडणंसुद्धा कळवीत आणि उत्तरदा त्यावर उपाय सांगे. वाचकांची संख्या इतकी प्रचंड होती, की तेव्हा बांग्लादेशच्या जवळजवळ प्रत्येक शहरात 'चिपाचस' नावाने 'चित्राली पाठकपाठिका समिती' स्थापन होणं सुरू झालं. मयमनसिंहमध्ये 'चिपाचस'चा कर्णधार झाला छोटोदा. लेखक नसला, तरी वाचक होताच तो! अभ्यास वगैरे काही नाही, काम नाही, धंदा नाही, चोवीस तास 'चिपाचस'चं काम करणं केवळ त्याच्या बाबतीतच शक्य होतं. चिपाचसची एक सभाही झाली टाऊन हॉलच्या मैदानावर. दाट हिरव्या मैदानावर वडाच्या छायेत खूप छान सभा रंगली. संस्था, समिती, संघटना, परिषद यांचा मयमनसिंह शहरात अभाव नव्हता. शहरात इथे-तिथे नाना प्रकारचे कार्यक्रम होताहेत, साहित्यचर्चा होते आहे, नृत्य-गायन-नाटकाचे कार्यक्रम होताहेत, या बातम्या छोटोदाकडूनच समजत. मला त्या सगळ्या कार्यक्रमांना जावंसं वाटे, पण जमत नसे. चिपाचसच्या सभेहून छोटोदा

परते, तेव्हा मी त्याला अगदी छोट्या छोट्या गोष्टी विचारी - कोण कोण आलं होतं? ते दिसायला कसे होते? काय भाषणं झाली? छोटोदा एकेकाचं नाव सांगे, त्याच्याबद्दल माहिती सांगे, मयमनसिंहमधली पद्मराग मणी ही सुंदर मुलगी चिपाचसच्या सभेत उपस्थित असली, तरी मला आणि चंदनाला त्या सभेला जाणं शक्य झालं नाही. नात्यातले पुरुष किंवा पुरुष शिक्षक यांच्याशिवाय पुरुषांच्या इतर कुठल्याही सभेत किंवा अड्ड्यावर मोकळेपणाने जाण्याची, सहभागी होण्याची आम्हाला संधीच दिली जात नसे - आम्ही कितीही हट्ट केला, तरीही!

चित्रालीमध्ये लेख छापून आल्यावर मला घरच्या पत्त्यावर अनेक पत्रं येऊ लागली. देशाच्या विविध शहरांतून पत्रमैत्री करण्याचं आवाहन करणारी पत्रं. असं पूर्वी कधीच घडलं नव्हतं. नातेवाइकांव्यतिरिक्त बाहेरच्या अपरिचित अशा कुणाचंही पत्र मला पूर्वी कधीही आलं नव्हतं. पत्रमैत्री ही एक अभिनव संकल्पना आहे - केवळ पत्रांमधून एकमेकांची ओळख करून घेणं, हळूहळू मित्राप्रमाणे - नातेवाइकाप्रमाणे होऊन जाणं. ढाक्याहून जुवेल, सिलेटहून सब्बीर, चट्टग्रामहून शंतनू - पत्रमैत्री करण्याबद्दलची त्यांची आवाहनं मी स्वीकारली. मुलं-मुली पत्रमैत्रीतून खूप चांगले मित्र होऊ शकतात, हा विश्वास माझ्या मनात हळूहळू तयार होऊ लागला. नातेसंबंधाव्यतिरिक्तच्या संपर्कामुळे जे होतं ते प्रेम, हे मी छोटोदा, दादा यांच्या जीवनात पाहिलं होतं. झुनूमावशी आणि रूनूमावशी यांच्या जीवनातही! प्रेमाचा हेतू एकच - लग्न! दादाच्या संदर्भात ते शीलाला शक्य झालं नाही. छोटोदाने ते शक्य केलं. यापेक्षा वेगळा असा मुलामुलींमधला संपर्क मी माझ्या ओळखीच्या कुणाच्याही संदर्भात पाहिला नव्हता. वेगळ्या प्रकारचे संबंध नाटक-कादंबऱ्यांमध्ये असतात, सिनेमाच्या गोष्टीत असतात. मी ज्या जगात राहात होते, त्या जगात अशा संबंधांना कोणतंही स्थान नव्हतं. पण मला आलेल्या या पत्रांनीच काहीतरी वेगळं केलं. परपुरुषाचं पत्र, पण प्रेमपत्र नव्हे; कुणाशीही लग्नाच्या आणाभाका नाहीत, केवळ पत्रं आहेत. पोस्टाने आलेली परममित्रांची पत्रं घरात बरेचदा सगळे मिळून वाचीत असू. पोस्टमन ज्याच्या हाती पत्रं देत असे, तीच व्यक्ती ही पत्रे आधी वाचे. त्यानंतर ज्याला पत्र आलं असेल त्याला हे पत्र देताना, पत्र देणारी व्यक्ती पत्रातला मजकूर काय आहे हेसुद्धा सांगे. जुवेलचं एक पत्र आलं. पाकीट उघडून, पत्र वाचून ते माझ्या हाती देत यास्मिन म्हणाली, जुवेलने पत्रात विचारलंय की, तुला कुणी गायलेली गाणी आवडतात - हेमंतकुमारची की मन्ना डें ची. शब्बीर पानांमागून पानं धर्माच्याच गोष्टी लिही, छोट्या छोट्या धर्मपुस्तिकासुद्धा भेट म्हणून पाठवी. त्याचं पत्र आलं, की छोटोदा माझ्याआधी ते पत्र वाची. पत्र हा व्यक्तिगत मामला असतो हे मला तोपर्यंत समजत नव्हतं. पत्रमैत्रीच्या या छंदाचा संसर्ग नंतर चंदनाला झाला, दादालाही झाला. दादाने अचानक ढाक्याच्या सुलताना नावाच्या मुलीशी पत्रमैत्री सुरू केली. सुलतानाचं

हस्ताक्षर खूपच सुंदर होतं. पत्र आलं, की दादा आम्हा सर्वांना बोलावून सुलतानाचं हस्ताक्षर दाखवी. फक्त हस्ताक्षरच दाखवीत नसे, तर आम्हा सर्वांना तिचं पत्र मोठ्याने वाचून दाखवीत असे. नंतर पत्रावर हात फिरवीत-फिरवीत म्हणे, 'ही मुलगी दिसायला नक्कीच खूप सुंदर असणार!' दादाला वाटे, जिचं हस्ताक्षर इतकं सुंदर आहे, जिची भाषा इतकी काव्यमय आहे, ती मुलगी नक्की सौंदर्याची खाणच असणार.

चंदनाने 'चित्राली' आणि 'पूर्वाणी'शिवाय आणखी एक नियतकालिक वाचायला सुरुवात केली होती. त्याचं नाव होतं 'विचित्रा'. विचित्रामध्ये वाचकांच्या पानावर तिचा एक लेखही छापून आला होता. पोलीसदलात महिलांचा समावेश करण्याची बातमी ऐकून चंदनाने महिला पोलिसांच्या युनिफॉर्मबद्दल एक सूचना केली होती. तिने लेखात म्हटलं होतं, की महिला पोलीस बुरख्यात असाव्यात, म्हणजे धर्माचेही पालन होईल आणि महिला पोलिसांना बुरख्यातून चोरांना चोरी करताना पाहाता येईल, त्याचवेळी पकडता येईल आणि महिला पोलीस बुरख्यात असल्याने त्या पोलीस आहेत हे लोकांना ओळखताही येणार नाही. 'विचित्रा'मध्ये त्या लेखाबरोबर एका बुरखावालीचं कार्टूनही छापण्यात आलं होतं. शाळेत जाण्याच्या रिक्षाभाड्यातून चार आणे, सहा आणे वाचवून मी 'चित्राली', 'पूर्वाणी' विकत घेत असे. विचित्रा विकत घ्यायला नेहमीच पैशांची सोय करणं शक्य होत नसे. अशावेळी मी दादाकडे पैसे मागे. 'पूर्वाणी' दारावरच्या विक्रेत्याकडे मिळालं नाही, की मी यास्मिनला गांगिनापाड वळणावर पाठवून तिथल्या विक्रेत्याकडून विकत आणायला सांगे. मी उंच झालेली असल्याने फेरीवाल्याला हाक मारण्यासाठी दारात किंवा रस्त्यात एकटीनं उभं राहाण्यावर घरातून बंदी घालण्यात आली होती. यास्मिनवर अजून अशी बंदी नव्हती, म्हणून अशा वेळी मला तिचीच मदत घ्यावी लागे. फक्त मासिकं विकत घेण्याचाच खर्च नसे, मासिकांना लेख पाठवण्याचा आणि पत्रमित्रांच्या पत्रांना उत्तरं पाठवायचाही खर्च असे. पत्र पोस्टात टाकण्यासाठी छोटोदाकडं देताना तिकिटांचे पैसेही मोजून त्याच्याकडे द्यावे लागत. दादाचा मूड नसला, की पैशांसाठी होताच 'शिशी- बोतलकागजवाला.' 'अवकाश'पासून (अवकाश हे आमच्या घराचं नाव) तीन दिशांना तीन रस्ते गेलेले होते - एक गोलपुकुरपाडच्या दिशेने, दुसरा दुर्गाबाडीच्या दिशेने आणि तिसरा सेरपुकुरपाडच्या दिशेने. या तिन्ही रस्त्यांवरून सकाळपासून फेरीवाले आरोळ्या देत जात - साडीकापडवाला, खारेदाणेवाला, फरसाणवाला, लोणचीवाला, आईस्क्रीमवाला, मिठाईवाला, भाजीवाला, घीवाला, कबूतरवाला, बदकवाला, चुरमुरेवाला आणि शिशीबोतलकागजवाला - म्हणजेच भंगार आणि रद्दी विकत घेणारा. 'शिशीबोतलकागजवालाऽ' अशी आरोळी ऐकल्याबरोबर हातातलं काम सोडून मी त्याला पकडायला धावे. त्याच्या डोक्यावर एक मोठं घमेलं असे. त्याने डोक्यावरून घमेलं उतरवण्याआधी आमचं रद्दीच्या भावावरून बोलणं होई -

'किती?' 'मासिकं तीन रुपये शेर, वह्यापुस्तकं दोन रुपये.' 'काय म्हणता, तीन रुपये? चार रुपये शेर घ्या ना!' 'चार रुपये जास्त होतात, साडेतीन रुपये ठीक आहे.' घमेलं उतरवून रद्दीवाला व्हरांड्यात बसल्यावर खाटेखाली ठेवलेली मासिकं, त्यांच्यावरची माया कठोरपणे तोडून, मी बाहेर आणी, रद्दीवाल्याला देई. शोधून शोधून जुनी पुस्तकं-वह्यासुद्धा आणी. रद्दी विकून दहा-पंधरा रुपये मिळत. त्या दहा पंधरा रुपयांतच आपण खूप श्रीमंत झाल्याचा भास होई. छोटोदासुद्धा जुनी मासिकं विकी, आईसुद्धा जुन्या डबे-बाटल्या साठवून विकी, अंगण झाडताना सापडलेले कागदाचे कपटेसुद्धा रद्दीत विकायला म्हणून धूळ झटकून जमवून ठेवी. फुटक्या बाटल्या आणि फाटके कागद विकून आई जे दोन पैसे जमवी, ते पैसे ती उशीखाली ठेवी किंवा पदराच्या गाठीत बांधून ठेवी. माझा, छोटोदाचा किंवा यास्मिनचा एखादा हट्ट पुरवण्यासाठी त्या पैशांचा कधीतरी उपयोग होई. चंदनाला दारिद्र्याचा तेवढा त्रास होत नसे. पंडितपाडा भागातल्या, भाड्याच्या एका पत्र्याच्या घरात राहूनही चंदना साप्ताहिकांसाठी दर आठवड्याला सहज पैसे जमवी. चंदना पुरुषांनी भरलेल्या टाऊनहॉलमध्ये जाऊ शकत नसली, तरी अधूनमधून आश्चर्यकारक पराक्रम करी - एके दिवशी अगदी पाहाटेच, कावळे ओरडायच्या आधीच ती आपला भाऊ साजू याच्या सायकलवर बसून माझ्या घरी आली. घरातले सगळे बिछान्यातून उठून आश्चर्याने चकित होऊन चंदनाकडे पाहातच राहिले. किती मोठं साहस! असं धाडस अंगी असल्यावर मुलगी असून सायकलवर बसून शहराच्या रस्त्यावर फिरता येतं - मग ती पहाट असो की, सुनसान मध्यरात्र असो - याचा विचार करून सारेच विमूढ, विस्मित झाले होते. चंदनाला आत घरात नेऊन, पळत स्वयंपाकघरात जाऊन आईने रोटी आणि मटन गरम करून आणलं आणि तिला खाऊ घातलं. चंदनाला अर्थातच लगेच पळावं लागलं, कारण रस्त्यावर लोकांचं येणं-जाणं सुरू व्हायच्या आत तिला घरी पोचायचं होतं. चंदना जेव्हा सायकलवर बसून, पहाटेच्या स्निग्ध हवेत केस उडवीत चालली, तेव्हा मी फाटकाजवळ उभी राहून तिच्या जाण्याच्या दिशेने मुग्धपणे पाहात राहिले. पृथ्वीवर या दृश्यापेक्षा अधिक सुंदर दृश्य मी आजवर पाहिलं नव्हतं. जणू सायकलवर बसून केस उडवीत चाललेली ती मुलगी चंदना नव्हती, मीच होते. चंदनासारखं धाडस करून, सायकलवर बसून शहरभर फिरावं असं मला वाटत राहिलं.

माझं मन अशी स्वप्नं पाहात असताना, रोज संध्याकाळी शमसुल हुदा मला शिकवायला येत. हुदांचा चेहरा फाटकाबाहेर दिसल्याबरोबर माझ्या छातीत धडधडू लागे. बाहेर सुंदर संध्याकाळ पसरलेली असताना रात्र होईपर्यंत गणितं करा, भौतिकशास्त्र घोटा, रसायनशास्त्राच्या डबक्यात बुड्या घ्या... यास्मिनला शिकवायला जेव्हा रवीन्द्रनाथ दास येत, तेव्हा मला एकप्रकारचा आनंद होई; कारण रवीन्द्रनाथ

यास्मिनला शिकवीत फक्त पंधरा मिनिटं आणि गप्पा मारीत पंचेचाळीस मिनिटं! त्यांची मुलं - एक मुलगी, एक मुलगा - टांगाईलच्या कालिगंज गावात मोठी होत होती. मयमनसिंह छोटोबाजार भागात राहून राहाण्या-जेवण्याच्या मोबदल्यात निर्मल बसाक यांच्या गोविंद नावाच्या मुलाला शिकवत. ते खरे तर एका प्राथमिक शाळेचे मुख्याध्यापक होते. मुख्याध्यापकाची नोकरी सांभाळून ते शिकवण्या घेत आणि सटीसामाशी गावाकडे जात, कुटुंबासोबत काही दिवस राहून येत. अशा भेटींतच ते घरी खर्चासाठी पैसे देऊन येत. शहरात राहात असताना सतत ते आपल्या बायकामुलांचाच विचार करीत. आम्हाला जवळ बसवून रोज ते आपल्या मुलीच्या आणि मुलाच्या गोष्टी करीत. ऐकता ऐकता कृष्णा दिसायला कशी आहे, कृष्णाला खायला काय आवडतं, कृष्णा काय करते, कोणते कपडे घालते हे सगळं मलाही माहीत झालं. गौतमला फुटबॉल खेळायला आवडतो की क्रिकेट, परीक्षेत त्याला कुठल्या विषयात किती गुण मिळाले - सारं. अर्थात अचानक बाबा घरी आले, की मी दूर जाई, रवीन्द्रनाथ दासही सावध होऊन पुस्तकात डोकं घालीत. यास्मिनच्या डोक्यात अक्कल किती आहे असं बाबांनी विचारलं, की दासमोशाय सुहास्यवदनाने सांगत, की तिला इतरांपेक्षा अक्कल अधिक प्रमाणात आहे, पण तिचं अभ्यासातलं लक्ष इतरांपेक्षा जरा कमी आहे. बाबा त्यांना म्हणत, 'मारा! मारल्याशिवाय ठीक होणार नाही ती.' बाबा स्वत: कपाटातून वेत काढून दासमोशायांच्या हाती देऊन जात. माझे गृहशिक्षक भेटले, की त्यांनाही सांगत, 'नसरिनला चांगलं मारीत जा!' मार दिल्याशिवाय मुलंमुली शहाणी होत नाहीत असं बाबांचं मत होतं. बाबांच्या अशा सांगण्यामुळेच बहुधा शमसुल हुदा माझ्या पाठीवर जोरजोराने फटके मारीत. शिक्षक म्हणून ते चांगले होते, विद्यामयी स्कूलमध्ये ते गणिताचे शिक्षक होते. घरी ते मला विज्ञानातील विषय शिकवीत. बाकी विषय शिकवण्यासाठी विद्यामयीमधले दोन शिक्षक ज्ञानेंद्रमोहन विश्वास आणि प्रदीपकुमार पाल ठेवले होते. प्रदीपकुमार पाल यांच्या डाव्या हाताला पाचऐवजी सहा बोटं होती. त्यांच्या समोर बसून शिकताना वारंवार माझी नजर त्यांच्या त्या अधिक असलेल्या बोटाकडे जाई. ते कविताही लिहीत. रोजचं शिकवून झाल्यावर शेवटी 'माझी एक कविता ऐक' म्हणून शर्टच्या खिशातून कविता लिहिलेला कागद काढीत आणि कविता वाचून दाखवत. मला ती आवडली की नाही हे न विचारता अचानक उठून निघून जात. गृहशिक्षक म्हणून ज्ञानेंद्रमोहन आमच्या घरी टिकले, पण प्रदीपकुमार टिकले नाहीत. जे शिक्षक मला शिकवताना भरपूर मार देत नाहीत, ते गृहस्थ शिक्षक म्हणूनही चांगले नसणार असं बाबांचं मत असे. शिक्षक नेमताना बाबांना कमी वेळ लागे, त्याचप्रमाणे त्याला निरोप देतानाही जास्त वेळ लागत नसे. पाचव्या इयत्तेत तीन विषयांत अनुत्तीर्ण झाल्याने यास्मिन सहाव्या इयत्तेत जाऊ शकली नाही, तेव्हा बाबांनी स्वत:च तिला शिकवायला सुरुवात केली.

यास्मिन शाळेतून आल्यावर वह्या-पुस्तकं घेऊन 'आरोग्य-विताना'त (आरोग्य-वितान हे बाबांच्या दवाखान्याचं नाव) जाई. तिथेच, बाबांकडे फी घेण्यासाठी आलेल्या गृहशिक्षकांची त्यांनी अडवणूक केल्याचं तिनं पाहिलं. बाबा त्यांना विनाकारण दोन-तीन तास बसवून ठेवीत आणि मग त्यांच्या हातात वीस-पंचवीस रुपये ठेवीत. महिन्याची फी असे पन्नास रुपये, ती कुठल्याही गृहशिक्षकाला कधीही एकरकमी मिळाली नाही. नेहमीच तीन-चार महिन्यांची फी बाकी ठेवणे बाबांना आवडे. हे ऐकून मला खूप शरम वाटे. मी शरमेने मान खाली घालून बसे. पण बाबांना मात्र आपण जे करतो आहोत, त्याची तिळमात्रसुद्धा शरम वाटत नसे. ते नेहमीच मला म्हणत, 'परीक्षेत चांगले गुण मिळवून पास न झाल्यास तुला घरातून हाकलून देईन. मग जन्मभर तुला फुटकी थाळी हातात घेऊन भीक मागत फिरावं लागेल.'

हाताच्या अंतरावर आलेली मॅट्रिकची परीक्षा जेव्हा अगदी नाकाच्या शेंड्यावर येऊन बसली, तेव्हा मला अभ्यासाला लागण्याशिवाय दुसरा उपायच राहिला नाही. चोवीस तासांपैकी अठरा तास मी अभ्यासाच्या टेबलापाशी बसलेली असे. अचानक मी घरातली खूप महत्त्वाची व्यक्ती बनले. मी घरात कुठे जाऊ लागले, की सगळे बाजूला सरून मला वाट देत. बाथरूमला जायचं झालं, तर आई स्वत: बादलीभर पाणी ठेवून येई. अंघोळ करण्याआधीही बादलीत पाणी काढावं लागत नसे, आईने काढून ठेवलेलंच असे. रात्रभर जागून मी अभ्यास करीत असे. घरात माझ्यासाठी चांगले-चांगले पदार्थ बनवले जात. आई मला ते स्वत: भरवी. बाबा थोड्या-थोड्या वेळाने माझ्यासाठी फळं घेऊन येत. डोक्यावरून, पाठीवरून हात फिरवून जात. घरात रात्रंदिवस टाचणी पडली, तरी आवाज येईल इतकी शांतता असे.

घरातले लोक एकमेकांशी कुजबुजत्या आवाजात बोलत. कुठल्याही आवाजाने माझी एकाग्रता नष्ट होऊ नये, याची काळजी घेत. मोहल्ल्यात दुर्गापूजेची गाणी सुरू झाली, की बाबा स्वत: जाऊन पूजा समितीच्या अध्यक्षांना सांगत, 'कुठल्याही परिस्थितीत गाणी बंद झालीच पाहिजेत - माझ्या मुलीची मॅट्रिकची परीक्षा आहे.' मॅट्रिकच्या परीक्षेचं महत्त्व लक्षात घेऊन दिलीप भौमिकसुद्धा दुर्गापूजेची गाणी बंद करीत. गाणी अगदी लावायचीच झाली, तर लाऊडस्पीकरचं तोंड दुसरीकडे वळवून मग लावीत. माझ्या टेबलावर उघड्या वही-पुस्तकांबरोबर बिस्किटांचा डबाही उघडा करून ठेवलेला असे - भूक लागल्याबरोबर खायला बिस्किटं हाताशी असावीत, यासाठी! आई दोन वेळा गरम दूध देऊन जाई. म्हणे, 'दूध घेतल्याने मेंदू चांगला काम करतो, केलेला अभ्यास लक्षात राहातो.' या घरातली एक मुलगी मॅट्रिकची परीक्षा देतेय, यापेक्षा दुसरी महत्त्वाची बातमी नव्हती. परीक्षा जसजशी जवळ येत होती, तसं वाटे, जणू माझा जीव घेण्यासाठी मृत्यूचे दूत येताहेत. माझ्या छातीत धडधडे, हात-पाय थरथरत. रात्री दोन-तीन वाजता बाबा मला झोपेतून उठवीत आणि

म्हणत, 'डोळ्यांना पाणी लावून अभ्यासाला बस.' मी डोळ्यांना पाणी लावून बसे. बाबा म्हणत, 'पाण्याने जाग राहिली नाही, तर मोहरीचं तेल लाव.'

परीक्षेच्या पहिल्या दिवशी बंगालीचा पेपर होता. बंगालीची मला पूर्वी कधीही, कुठलीही भीती वाटली नव्हती, पण परीक्षेच्या दिवशी मात्र सारखं वाटत राहिलं, की आपण पास होणार नाही. आई रोज सकाळी मला ऑम्लेट खायला देई. म्हणे, 'अंडी खाणं प्रकृतीला चांगलं असतं.' पण परीक्षेच्या दिवशी अंडं खाल्लेलं चालणार नाही. अंडं खाल्लं तर परीक्षेत अंडं मिळेल, म्हणून सावधान! केळं खाल्लेलंही चालणार नाही, रसगुल्लाही नाही. केळी, रसगुल्ला हे माझे आवडते पदार्थ असले, तरी जोपर्यंत परीक्षा चालू आहे, तोपर्यंत मला ते वर्ज्यच केले पाहिजेत. माझी परीक्षा असली, तरी माझ्यापेक्षा बाबाच जास्त तगमग करीत होते - आधीच्या रात्री तर ते एक क्षणही झोपले नाहीत. त्यांच्याकडे पाहून वाटे, की जणू बाबांचीच आज परीक्षा सुरू होणार आहे. ते वारंवार मला विचारीत होते, 'पुस्तक संपूर्ण पाठ झालंय की नाही?' घरापासून चालत जाण्याच्या अंतरावर राधासुंदरी स्कूल होतं. मला रस्ता माहीत होता, पण मला घरून एकटं जाऊ देणार नव्हते. बाबा स्वत: मला राधासुंदरीत रिक्षातून घेऊन जाणार होते. पेपर संपल्यावर स्वत: येऊन मला घेऊन येणार होते. सकाळी आई जेव्हा माझे केस बांधीत होती, तेव्हा बाबांनी तिच्या हातात अरबीत काहीतरी लिहिलेला एक कागद दिला. तो कागद घडी करून दोऱ्याने माझ्या केसांमध्ये बांधायचा होता. तसं केल्यावर म्हणे अभ्यास लक्षात राहातो. मी पेपर लिहिताना काही विसरू नये, म्हणून हा कागद! त्यावर केलेला अभ्यास लक्षात राहाण्याची प्रार्थना होती. मी झटकन बाजूला सरकले. अभ्यास विसरण्याचा आजार मला मुळीच नव्हता - त्यामुळे तो कागद वेणीला बांधायचीही गरज नव्हती. आई रोजच माझं डोकं थंड राहाण्यासाठी केसांना खोबरेल तेल लावून माझ्या दोन वेण्या घाली. आज फक्त तो कागद दोऱ्याने वेणीला बांधला, की झालं! शरमेने माझ्या डोळ्यांतून पाणी येऊ लागलं, पण तरीही बाबांनी तो कागद माझ्या वेणीला बांधलाच. ते पाहून छोटोदाला प्रचंड हसू आलं - फिक्फिक् फिक्फिक्! छोटोदा म्हणाला, 'तू काही मॅट्रिक पास होणार नाहीस. या ताईताच्या गुणाने काही चमत्कार झाला, तरच पास होणार तू!'

हातात एक-दोन नव्हेत, चांगले चार नवीन पेन आणि पेलिकन शाईची एक दौत बाबांनी माझ्याकडे दिली. लिहिता लिहिता शाई संपली, तर अडचण नको, म्हणून ही व्यवस्था. एरवी सगळे माझ्या सांगण्याप्रमाणे घरचे ऐकत असले, तरी ताईताच्या बाबतीत माझं कुणीच ऐकलं नाही. तो ताईत डोक्यावर एखाद्या माशासारखा तरंगत होता. चंदनाचाही नंबर राधासुंदरी स्कूलमध्येच आला होता. शेवटची घंटा झाल्यावर व्हरांड्यात आल्याबरोबर दिसलं, की ती उभी आहे. तिचा पेपर आधीच

देऊन झाला होता. पेपर कसा गेला - सोपा की अवघड हे काहीच न विचारता तिने सांगितलं की, तिचा एक लेख 'विचित्रा'मध्ये छापून आलाय. यानंतर आश्चर्याने डोळे विस्फारीत तिने मला विचारलं, 'काय गं, वेणीला हे काय बांधलंस?'

'हे धरणीमाते, दुभंग हो!' असं जीवनात मी दुसऱ्यांदा म्हणाले, पण धरणी काही दुभंगली नाही.

'पास व्हायचं असेल तर मी अशीच पास होईन, ताईताच्या मदतीने पास होणार नाही!' घरी गेल्यावर एका झटक्यात वेणीला बांधलेला ताईत काढून फेकीत मी म्हणाले.

आई म्हणाली, 'अभ्यास लक्षात राहील?'

'ताईताशिवायही अभ्यास लक्षात राहातो माझ्या.' मी दातांवर दात आवळीत म्हणाले. आतून मला रडू येत होतं.

बाबा धमकीच्या सुरात म्हणाले, 'हा ताईत बांधलेला असल्याने तुला अभ्यास आठवला, नाहीतर आठवला नसता!'

मी चकित होऊन पाहात राहिले. दुवा-ताईत असल्या गोष्टींवर विश्वास ठेवणारे हे गृहस्थ माझे बाबा आहेत यावर माझा विश्वास बसत नव्हता.

प्रत्येक पेपरच्या दिवशी आई माझ्या वेणीत तो ताईत बांधी - माझ्या विरोधाला कुठलीच किंमत नसे. रोज शरमेने मान खाली घालून मला राधासुंदरी स्कूलमध्ये जावं लागे. वेणीला बांधलेला ताईत इतरांच्या नजरेला पडू नये म्हणून मला रोजच काळजी घ्यावी लागे. रोज वारंवार हाताने तो ताईत केसांमध्ये झाकून टाकावा लागे. परीक्षेच्या वेळी प्रश्नपत्रिकेतून नव्हे, तर उत्तरपत्रिकेतूनही लक्ष उडे आणि केसातल्या ताईताकडे जाई. डोकं म्हणजे माझ्यासाठी एक मोठं ओझंच होऊन गेलं. पेपर संपल्यावर त्या ताईताच्या शरमेने मान खाली घालून मी घरी येई. मनात आल्याबरोबर मी तो ताईत फेकून देऊ शकत होते, पण त्यावेळी वाटे, जर तो फेकून दिल्याने खरंच स्मरणशक्ती नष्ट झाली, तर? जर पाच अधिक सात म्हणजे बारा, हा साधा हिशेब मी गणिताच्या पेपरच्या वेळी विसरले, तर? इंग्रजीच्या पेपरच्या वेळी 'गाय' या विषयावर लिहिताना 'द काऊ इज अ डोमेस्टिक ॲनिमल' हे वाक्य आठवू शकले नाही, तर?

ता ता थै थै

'अवकाश' या आमच्या घरात छोटोदाचा पत्नीसह प्रवेश माझ्या परीक्षेआधीच झाला होता. तोही आईमुळे. मुलाच्या विरहामुळे ती खूप व्याकुळ झालेली होती. बाबांना केलेल्या विनवण्यांचा काहीच उपयोग न झाल्यामुळे तिने शेवटी स्वत:च हाशेममामाला पाठवून छोटोदा आणि त्याच्या बायकोला इस्लामपूरच्या कुण्याएका गावातल्या कुठल्यातरी झोपडीतून शहरात आणलं. पण शहरात येऊन पोचण्याचा अर्थ त्यांना 'अवकाश'मध्ये प्रवेश करण्याची अनुमती मिळेल असा होत नव्हता. बाबांनी स्पष्ट सांगितलं, की त्यांनी मुळीच या घरात येऊ नये. मग आजोळच्या आजीला - नानीला सांगून, नानीच्या अंगणात विहिरीजवळ जी एक खोली होती, तीच साफसूफ करून, त्यात एक खाट टाकून ती त्यांना राहाण्यासाठी देण्यात आली. छोटोदा बायकोबरोबर तिथे राहू लागल्यावर बाबांच्या आदेशामुळे माझं आणि यास्मिनचं आजोळी फिरायला जाण बंद झालं. आई मात्र नियमितपणे छोटोदाकडे जाऊ लागली. आई तर कधी मोकळ्या हातांनी जात नसे. आमच्या घरातून मुलासाठी डाळ, तांदूळ, भाज्या - जे शक्य असेल ते घेऊन जाई. बाबा जेव्हा घरी नसत, तेव्हा छोटोदा आमच्या घरी येई. तेही अर्थातच सहज म्हणून नसे, गरजेपोटीच येत असे. आई बाबांच्या निष्ठुरतेबद्दल म्हणे, 'हा माणूस, माणूस आहे की दगड?' आईने अनेकदा विनवल्यानंतर बाबा जरा नरम आले. छोटोदा बायकोबरोबर घरी येईल, पण कोपऱ्यातल्या एका छोट्या खोलीत ती दोघे राहातील. संपूर्ण घरभर फिरण्याचा अधिकार त्यांना नसेल या अटीवरच ते तयार झाले. लग्न आता केलंच आहेस, या बायकोला सोडणारच नाही असं ठरवलं आहेस. लहान वयात लग्न केलं, इतक्या लहान वयात लग्न करायचं खरं तर काहीच कारण नव्हतं. मारून मारून गाढवसुद्धा शहाणं होतं, तू झाला नाहीस. आता पाहू शिक्षण पूर्ण करून पुढे पोटापाण्याची

व्यवस्था करू शकतोस की नाही, असा विचार करूनच बाबा त्या दोघांना घरी आणायला तयार झाले होते. ज्या खोलीत आई स्वत: राहात असे, ती दादाच्या खोलीमागची एक छोटी खोली आईने त्यांच्यासाठी आवरून दिली. कपडे वगैरे ठेवण्यासाठी एक कपाट दादाच्या खोलीचा दरवाजा बंद करून त्याला टेकवून ठेवलं. छोटोदाची जुनी खाट दादाच्या खोलीतून आणून ती छोट्या खोलीत ठेवली. छोटोदा म्हणाला, काहीही झालं, तरी ते आरसा असलेलं टेबल त्याच्याच खोलीत असायला हवं. आईच्या लग्नाच्या वेळी खाट, पलंग इत्यादींबरोबर नानांनी हे टेबलही आईला भेट म्हणून दिलं होतं. त्यावर वेलबुट्टीची नक्षी होती, आरसा हलवला की पुढेमागं झोके घेत असे, दोन्ही बाजूंना कपाटं होती, दोन ड्रॉवर्स होती. खूप जोर लावून हे टेबल बाबांच्या खोलीतून स्वत: ओढीत आईने छोट्या खोलीत आणलं. पदराने आरशावर जमलेली धूळ पुसली. गीता त्या टेबलसमोर बसून, एक तास खर्च करून नट्टापट्टा करून संध्याकाळी छोटोदाबरोबर फिरायला बाहेर जाई. त्यांच्या फिरायला जाण्याकडे मी व्याकुळ नजरेने पाहात राही - मलाही असं फिरायला जाता आलं असतं तर!

छोटोदाचं आणि त्याच्या बायकोचं तोंड पाहाणार नाही अशी बाबांनी प्रतिज्ञा केली होती, पण ती दोघं 'अवकाश'मध्ये राहायला आल्यानंतर दोन दिवसांनी सकाळी अंघोळ आटोपून, शर्ट-पँट-बूट-टाय घालून, तेल लावून भांग पाडून बैठकीच्या खोलीत बाबा पायांवर पाय टाकून बसले आणि मला बोलावलं. बाबांनी बोलावलं म्हणजे घरात तुम्ही कुठेही असा आणि काहीही करीत असा, ताबडतोब त्यांच्यासमोर हजर झालंच पाहिजे! बाबांसमोर गेल्याबरोबर ते मला म्हणाले, 'त्या दोघांना बोलाव!' आता 'ती दोघं' म्हणजे कोणती दोघं? हा प्रश्न विचारण्याची संधी मला होती, पण मी तसं काही विचारलं नाही. बाबांनी आज्ञा दिलीय, म्हणजे 'ती दोघं' म्हणजे घरातली कोणती दोघं हे मीच समजून घेतलं पाहिजे. कारण हे मला, मलाच कशाला, घरातल्या सगळ्यांनाच कळलं पाहिजे, की यावेळी बाबा कोणत्या दोघांना बोलावण्याची शक्यता आहे! छोटोदाच्या खोलीत जाऊन मी दबल्या आवाजात म्हणाले, 'जा! बाबांनी बोलावलंय! पण तुला एकट्यालाच नाही, दोघांनाही!' छोटोदाचा चेहरा क्षणार्धात पांढराफटक पडला. धडपडत बिछान्यातून उठून, लुंगीची गाठ मारीत-मारीत गीताला बाहेर चलण्याची विनंती करीत तो एकदा दरवाजाजवळ, पुन्हा दरवाजापासून बिछान्यापर्यंत अशा येरझारा घालू लागला. गीता संभ्रमित होऊन बसली होती. 'नासरिन!' मोठ्या आवाजात बैठकीच्या खोलीतून दुसरी हाक आली. म्हणजे 'त्या दोघांना एवढा उशीर का होतोय?' शेवटी, मोठ्या हिमतीने जेव्हा ती दोघेजण साक्षात हुताशनासमोर येऊन उभी राहिली, तेव्हा मी दरवाजाच्या फटीला डोळे-कान-नाक लावून उभी राहिले. गीताने बाबांच्या पायांना हात लावून नमस्कार

केला. ती हिंदू मुलगी होती, त्यामुळे तिने आपल्या पद्धतीने नमस्कार केला. बाबा आपला आधीच स्वच्छ असलेला घसा पुन्हा एकदा खाकरून स्वच्छ करीत, छोटोदाकडे डोळे लाल करीत पाहात म्हणाले, 'काय, जगणं कसं असतं आलं का लक्षात? शिकणं बाजूला ठेवून लग्न केलंस, खेड्यात राहून संसार केलास, शंभर रुपये पगाराची नोकरी केलीस, कुठली नोकरी केलीस सांग तरी! हमाली! बरोबर ना? एवढ्या शिक्षणात हमालीशिवाय दुसरं काय करता येणार? स्वत:च्या हाताने स्वत:च्या पायावर कुऱ्हाड मारून घेतलीस! त्यात कुणाचं नुकसान झालं? आमचं नाही झालं! आमचं काहीच नुकसान झालं नाही. झालं ते तुझंच! वेड्यालासुद्धा स्वत:चं हित समजतं, तुला समजत नाही. एखाद्या वेड्याच्या जवळ जाऊन पाहा - त्याचे पैसे तू घ्यायला लागलास तर वेडा ते देईल? देणार नाही.'

थोडं थांबून, दोघं काही बोलताहेत का याची वाट पाहून बाबा म्हणाले, 'आनंदमोहनमध्ये प्रवेश घेऊन ये, इंटरमध्ये तर थर्ड क्लास मिळालाय तुला. कशालाच चान्स मिळणार नाही, पण पाहा प्रयत्न करून. जाताना माझ्या चेंबरमधून पैसे घेऊन जा.' आता गीताकडे पाहून, डोळे बारीक करून नाराजी व्यक्त करत बाबा म्हणाले, 'काय समजून हे काम (लग्न) केलंस? स्वत:च्या भविष्याचा तूही विचार केला नाहीस?' गीता जमिनीकडे पाहात असल्याने तिचे डोळे दिसत नव्हते, तिने डोक्यावर पदर घेतलेला असल्याने तिचे केसही दिसत नव्हते. तिचे ओठ एरवीच छोटे होते, ते जणू आणखीच छोटे झालेसे वाटले. आताही थोडं थांबून, घसा खाकरून बाबा म्हणाले, 'गीता, माझ्या दोन्ही मुलींना अभ्यास करायचा असतो, त्यांच्याशी गप्पा मारायच्या नाहीत, समजलं?' गीताने 'समजलं' या अर्थी मान हलवली. बाबा उठले, आमच्या खोलीला लागून असलेला त्यांचा दरवाजा जोराने बंद केला. आत, व्हरांड्याच्या बाजूचा दरवाजा जोराने उघडून, येणं-जाणं त्या दरवाजानेच करायचं असं बोलून खाड खाड बूट वाजवीत निघून गेले. त्यांची आज्ञा मान्य करण्याशिवाय छोटोदापुढे दुसरा पर्याय नव्हता. बंगाली ऑनर्सच्या वर्गात आनंदमोहनमध्ये प्रवेश घेऊन तो घरी आला. त्याने बंगाली ऑनर्सला प्रवेश घेतल्याचं ऐकल्यावर बाबा उपहासाने हसले आणि सात दिवसांनंतर म्हणाले, 'बंगालीत पदवी मिळवून कुणी थोर झालंय कधी? बंगाली विशारद माणूस फारतर बैलगाडी चालवू शकतो, बाकी काही नाही!' बाबा फक्त एवढंच बोलले. छोटोदाला मारून मुटकून त्यांनी विज्ञान शाखेत घातलं नाही. छोटोदा 'अवकाशा'त आपलं वैवाहिक जीवन आनंदाने घालवू लागला. अधूनमधून हातात वही आणि खिशात पेन घेऊन तो कॉलेजमध्ये जाई आणि उदास चेहऱ्याने परत येई.

बाबांनी अभ्यास सोडून गीताबरोबर गप्पा मारायला बंदी घातलेली असली, तरी तिच्यासमोर माझं आणि यास्मिनचं मेतकूट जमू लागलं. घरात मोठं माणूस कुणी

नसल्यावर साधारणपणे आमचंच राज्य घरात असे. मैदानात खेळायला जाणे, गच्चीवर जाऊन विश्व पाहाणे, विश्व म्हणजे रस्त्यावरचे लोक आणि शेजाऱ्यांची घरं - अंगणं, तुळशीवृंदावनं, संध्याकाळच्या धूपारत्या, भजनं गाणं, बँडपार्टीसमोर रंगीत साड्या नेसून, काशाच्या घागरी हातात घेऊन महिलांचं घोळक्याने ब्रह्मपुत्राच्या दिशेने जाणं, गंगेचं पाणी समजून ब्रह्मपुत्रेच्या गढूळ पाण्याने घरातले पवित्र उत्सव साजरे करणं, पाहाणं, नाहीतर अवांतर पुस्तकं वाचणं. गीता सरसर करीत फणसाच्या झाडावर चढे. फांदीवर बसून कच्चे गरे खाई. मी खालून कापडाच्या पोटलीत तिखट-मीठ बांधून तिला देई. ती सीताफळाच्या झाडावर चढे. बेलाच्या झाडावरही. तिला मी विचारी, तुला पेरूच्या झाडावर चढता येईल? हो, येईल की चढता! गीता पेरूच्या झाडावर चढून, अगदी वरच्या फांदीवर बसून, पेरू तोडून खाई. मोहल्ल्यातले लोक रस्त्यावर थांबून झाडावर चढलेल्या या नव्या सूनबाईकडे पाहात. गीताचा धाडसीपणा पाहून मी गुंग होत असे. आम्ही तिच्यामागे शेपटीसारख्या फिरत असू. मला झाडावर मुळीच चढता येत नसे, गीताकडून मी त्याचे पहिले धडे घेतले. आणखीही अनेक गोष्टींचे पहिले धडे मी तिच्याकडून घेतले. पाऊस आला, की पूर्वी अंगणात, मैदानात पळत-पळत जाऊन भिजणं, गच्चीवर जाऊन पावसात भिजत नाचणं हा आमचा कार्यक्रम असे. पावसात पळून आणि नाचून गीताचं समाधान होत नसे, ती चिंब भिजून पत्र्याच्या खोलीच्या छतावर चढून बसे. मी व्हरांड्यात बसून एके दिवशी ती वरून पडली हे पाहिलं होतं. फाटक वाजल्याचा आवाज ऐकून घाईघाईने उतरायला जाताना पाय घसरून ती वरून पडली. पडली ती पडली, एकदम अंगणात विटांचे तुकडे टाकलेल्या भागातच पडली. यास्मिन गच्चीवरच होती. एवढ्यात आई फाटकातून आत आली. भिजलेला बुरखा काढून व्हरांड्यात दोरीवर टाकून, अंगणात बसलेल्या सुनेला पाहून चकित झाली. 'अफरोजा, (आई गीताला 'अफरोजा' नावाने हाक मारी) तू इथं काय करतेयस?' 'नाही आई, काही नाही! यास्मिन गच्चीवर चढलीय ना, मी इथून तिला पाहात होते!'

'यास्मिन गच्चीवर गेली?'

'हो, पाहा ना, तिथं बसलीये. मी किती सांगितलं तिला, वर चढू नकोस, पडशील, पण ऐकलं नाही माझं!'

आई यास्मिनवर ओरडे आणि यास्मिन छपरावरून खाली येई. इतक्या उंचावरून पडूनसुद्धा सगळी हाडं शाबूत असलेली गीता साडी बदलायला बाथरूममध्ये गेली. आईने खिचडी केली, गीताच्या ताटात वाढली आणि सुटकेचा निःश्वास टाकून म्हणाली, 'तू या दोघींच्यावर लक्ष ठेवतेस म्हणून मी नौमहलमध्ये जाऊन कुराण हदीस ऐकू शकते.' गीता म्हणाली, 'आई, तुम्ही मुळीच काळजी करू नका. मी त्यांच्यावर नीट लक्ष ठेवते. मुळीच वात्रटपणा करू देत नाही.' आईने गीताच्या

ताटात दोनच्या ठिकाणी चार मटनाचे पीसेस वाढले. कैरीचं लोणचंही वाढलं. खाता-खाता गीता म्हणाली, 'मटन तुम्ही खूप छान करता आई! आणि लोणचं इतकं मस्त कसं करता येतं तुम्हाला?' आईने तिला आणखी मटन, आणखी लोणचं वाढलं आणि म्हणाली, 'त्यात काय एवढं! मी शिकवीन तुला लोणचं करायला!' आईने तिला लोणचं बनवण्याची कृती सांगितली. गीताने डोळे विस्फारून विचारलं, 'असं होय! मला माहीतच नव्हतं!' गीताला कुठल्याही गोष्टीचं प्रचंड आश्चर्य वाटे. छोटोदाचा बचपनचा दोस्त खोकन एकदा ढाक्याहून आला, तो बैठकीच्या खोलीत बसलाय हे गीताला सांगितल्यावर ती आश्चर्याने उद्‌गारली, 'खोकनभाई आले? कधी? कशासाठी? पण कमाल तर नाही!' (कमाल हे छोटोदाचं नाव). खोकन अचानक आल्याने गीताच्या आश्चर्याला सीमा नव्हती. पण बैठकीच्या खोलीत जाऊन, गोड हसून ती खोकनला म्हणाली, 'अरे, तुमचीच वाट पाहात होते. कमालने तुम्हाला बसायला सांगितलंय. इथं जवळच गेलाय, थोड्याच वेळात परत येईल.' गीताचं रूप आणि बोलणं अगदी लहान मुलीसारखं वाटे. सावळ्या चेहऱ्यावर मोठमोठे डोळे, डोक्यावर दाट लांब केस, पोपटाच्या चोचीसारखं धारदार नाक, अफ्रोडाइटसारखे किंवा जवळची उपमा द्यायची झाली तर लाल मिरचीसारखे ओठ, उंदरासारखे दात, सारसाच्या मानेसारखी मान, छोटे छोटे हात, छोटे छोटे पाय, छोटं शरीर. सावळ्या स्त्रीला लोक सुंदरी म्हणत नाहीत, पण मला मात्र गीता ही जगातली सर्वात सुंदर स्त्री वाटे.

मोहल्ल्यात दुर्गापूजा उत्सवाचा ढोल वाजू लागल्यावर मी हळू आवाजात गीताला म्हणाले, 'आज दुर्गापूजा.' प्रचंड आश्चर्याने ती म्हणाली, 'असं? मला माहीतच नव्हतं!' मी जिभेने 'चुक् चुक्' आवाज करून तिच्याबद्दल दुःख व्यक्त केलं. मुसलमानाच्या घरात लग्न केल्याने तिला आता पूजेचा आनंद घेता येणार नव्हता. आम्ही ज्याप्रमाणे बारा महिन्यांतल्या तेरा उत्सवांच्या वेळी मोहल्ल्यातले पूजांचे मंडप पाहात फिरू शकत होतो, अष्टमीला आणि रथाच्या यात्रेत साखरेची खेळणी विकत घेऊ शकत होतो, तसं गीताला आता करता येणार नव्हतं. कारण पूर्वाश्रमीची हिंदू असली तरी आता ती मुसलमान झाली होती. याचं मला खूप दुःख होत होतं. एवढ्यात छोटोदा धावत आला आणि गीताला म्हणाला, 'उशीर झाला गीता, लवकर साडी नेसून चल!'

'कुठली साडी?' गीताने आश्चर्याने विचारलं.

'काल नाही का मी विकत आणली, ती!'

'काल विकत आणली? कोणती?'

'अगं, तुझी दुर्गापूजेची साडी!'

'दुर्गापूजेची साडी म्हणजे?'

माझ्याकडे हळूच पाहून, छोटोदा अवघडल्यासारखं हसून म्हणाला, 'ती एक निळी साडी आहे ना, तुझ्या आईने दिलेली, तीच नेस.'

'मग असं म्हणा ना! आईने दिलेली न म्हणता तुम्ही विकत आणलेली असं का म्हणता? विकत घ्यायला तुमच्याकडं पैसे आहेत कुठं? खिशात एक पैसा नाही अन् बाता मोठमोठ्या!'

'घाई कर. आधीच उशीर झालाय.'

'कशाचा उशीर? कुठं जायचंय?'

'बाबुवाच्या घरी आपल्याला जेवायला बोलावलंय, विसरलीस?'

गीता एखाद्या परीप्रमाणं सजली आणि ते दोघं घराबाहेर पडले. अशा प्रकारे छोटोदा नेहमीच बाहेर जाई.

जुन्या मित्रांच्या घरी, चिपाचस सभासदांच्या घरी, गोलपुकुर भागात गप्पांच्या अड्ड्यावर नवीन ओळख झालेल्या मित्रांच्या घरी - छोटोदा फक्त या सगळ्यांच्या घरी जाण्यातच वेळ घालवी असं नाही. तो वेगवेगळ्या कार्यक्रमांनाही जाई, त्यांचा आनंद घेई - गायनाचे कार्यक्रम, नृत्याचे कार्यक्रम, नाटक, सिनेमा, जमलं तर लोकनाट्याला जाई. ते पाहून मला त्याच्याशी गप्पा माराव्याशा वाटत. छोटोदाने स्वत:चं गिटार विकून टाकलं होतं. शहरातला एक चांगला गिटारवादक म्हणून त्याची कीर्ती होती, ती आता लोक विसरू लागले होते, पण त्याची त्याला फारशी पर्वा नव्हती. बायकोबरोबर तो बापाच्या हॉटेलात राहात होता, जेवत होता; पण राहण्या-खाण्याच्या पलीकडेही आणखी एक आयुष्य असतं, त्याच्यासाठी तो एका नोकरीच्या शोधात होता.

पूजा-उत्सवानंतर शाळेतून आल्यावर यास्मिनने मला एक बातमी दिली. तिच्या वर्गातल्या एका मैत्रिणीने पाहिलं होतं, की पूजेच्या दिवशी प्यूनपाडा मोहल्ल्यातल्या गीताच्या घरी संध्याकाळी गीता गेली होती, तिच्यामागे छोटोदाही गेला होता. छोटोदाला हे सांगितल्यावर त्याने मला तंबी दिली, की ही गोष्ट कुणाच्याही कानी जाता कामा नये. ही गोष्ट कुणाच्याही कानी गेली नाही. आणखीही एक गोष्ट कुणाच्याही कानी गेली नाही - ती म्हणजे बाबा बाथरूममध्ये गेल्यावर सकाळी छोटोदा मांजराच्या पावलांनी बाबांच्या खोलीत जाई - जणू त्या खोलीत त्याची काही वस्तू विसरलीय किंवा आत्ताच त्याला बाबांशी काही महत्त्वाचं बोलायचंय आणि खुंटीला टांगलेल्या त्यांच्या पँटच्या खिशातून अलगद दहाची नोट असली तर दहाची, वीसची असली तर वीसची, अगदी पन्नासची नोट असली, तर तीही काढून घेई. आई हे सगळं पाही, पण पाहूनही न पाहिल्यासारखं करी. छोटोदाचं हे धाडस पाहून भीतीने माझी छाती धडधडे. तो पकडला गेला, तर काय होईल याची कल्पना करण्यासाठीसुद्धा जे धाडस लागतं, ते माझ्यात किंवा यास्मिनमध्येही नव्हतं.

पुरुषी सवयी असलेली गीता केवळ झाडांवरच नव्हे, तर झाडांखालीही उड्या मारी. 'चला तुम्हाला नाच शिकवते' म्हणून मला आणि यास्मिनला अभ्यासाच्या टेबलवरून उठवून साऱ्या घरभर ता ता थै थै करीत फिरे. मी आणि यास्मिन थोड्याच काळात मोठ्या नृत्यांगना झाल्या आहोत, असं आम्हाला वाटत नसलं, तरी गीताला वाटत असे. बाबांची चाहूल लागली, की मी धडपडत अभ्यासाच्या टेबलापाशी जाऊन बसे. पण बाबांना पळापळीचा अंदाज येईच. बहुतेक वेळा ते रात्री झोपायला जाण्यापूर्वी मला बोलवीत आणि शांत आवाजात विचारीत, 'जेवण-बिवण झालं?'

दाराचा पडदा धरून मी उभी राही आणि म्हणे,

'झालं.'

'अभ्यास झाला?'

'झाला.'

'खेळणं-बिळणं झालं?'

ओठांशी आलेला 'झालं' हा शब्द गिळून मी म्हणे, 'नाही.'

'गप्पा मारून झाल्या?'

'नाही.'

बाबा चकित नजरेने पाहात विचारीत, 'का नाही झाल्या?'

आता 'नाही' हा शब्द जाऊच द्या, माझ्या तोंडून एकही शब्द फुटत नसे.

'का झाल्या नाहीत गप्पा मारून? घरात तर काही आता मैत्रिणीचा अभाव नाही!'

मी दाराच्या पडद्याशी हाताने चाळा करीत राही.

बाबा म्हणत, 'गप्पा मारणं तर चांगलं असतं, अभ्यास करावा लागत नाही, परीक्षेत पास व्हावं लागत नाही. बघ ना तुझ्या छोटोदाकडं, किती चांगलं आयुष्य आहे त्याचं! अभ्यासासारखं कंटाळवाणं काम आता त्याला करावं लागत नाही!'

मी हातातून दाराचा पडदा सोडून देई.

'उद्या सकाळी मी बाहेर गेलो ना, म्हणजे तुम्ही गप्पा मारायला बसा-समजलं? मी घरी परत येईपर्यंत गप्पाच मारीत राहा, काय, सांगितलं ते समजलं ना?'

साधारणत: जेव्हा बाबा काही समजावून सांगत, तेव्हा 'समजलं' असं म्हणावं लागे. पण आता 'समजलं' म्हणणं योग्य नाही हे मला चांगलं समजत होतं.

गीताशी आम्ही गप्पा मारल्या, मैत्री केली की आमच्या अभ्यासाचे बारा वाजणार अशी बाबांना भीती वाटत होती. माझ्या खोलीला लागून असलेल्या छोटोदाच्या खोलीच्या दरवाजाला त्यांनी कुलूप लावलं होतं. येणं-जाणं 'ती दोघं' व्हरांड्याकडच्या दरवाजाने करीत; पण छोटोदाचा दोस्त खोकन ज्या रात्री आमच्या घरी मुक्कामाला

राहिला, त्या रात्री तो छोटोदाच्या बिछान्यात झोपला, त्यामुळे गीताला माझ्या बिछान्यात झोपावं लागलं. एका रात्रीचा तर प्रश्न होता, त्यात एवढं काय असं आम्हाला वाटत होतं. आम्हाला त्याचं फारसं काही वाटत नसलं तरी बाबांना मात्र तसं वाटत नव्हतं. मध्यरात्रीनंतर ते पाणी प्यायला उठले, तेव्हा गीताला माझ्या बिछान्यात पाहून त्यांनी आरडाओरडा करून घर डोक्यावर घेतलं. गीताला उरलेली रात्र छोटोदा आणि खोकनबरोबर एका बिछान्यात काढावी लागली.

बाबांनी गीताला आमच्यापासून सतत दूर हाकललं, तरी तिच्याबद्दलचं आमचं आकर्षण मात्र वाढतच राहिलं. तिच्या चेहऱ्यावर हसू फुलवण्यासाठी मी अभ्यास दूर ठेवून नेहमी तिच्या सेवेसाठी हजर असे. तिला चपला हव्या असतील तर चपला आणून देई, कंगवा हवा असल्यास कंगवा, पाणी हवं असेल तर पाणी. गीताच्या हातून एखादा काचेचा ग्लास फुटला, की मी आईला सांगे, माझ्या हातून तो ग्लास फुटला आहे. मी गीताच्या इतरही अनेक दोषांकडे दुर्लक्ष करत असे, चहाड्या करणं टाळत असे. संध्याकाळी ती मला गच्चीवर बोलावून, विजयदिनाची मेणबत्ती पेटवून रेलिंगवर एखाद्या सर्कशीतल्या मुलीसारखी चालत जाई - थोडासा जरी तोल गेला, तर खाली पडून डोकं फुटणार हे माहीत असूनही ती रेलिंगवरून चाले, मलाही चालायला सांगे. रेलिंगवर आडवी पडून, ब्लाऊजमधून एक सिगारेट आणि काडीपेटी बाहेर काढून, आम्हाला चकित करीत, सिगारेट पेटवून झुरका घेई. रस्त्यावरून जाणारी माणसं आश्चर्याने आ वासून हा प्रकार पाहात. गीता म्हणे, 'बघेनात का, मला काय त्याचं! मला हुक्की आली, मी सिगारेट ओढली. ते काही का म्हणेनात!' या घरात कुणीही सिगारेट ओढीत नसे. कुणा पुरुष नातेवाइकालाही मी सिगारेट ओढताना पाहिलं नव्हतं, तिथं, स्त्री असून रस्त्यावरच्या, मोहल्ल्यातल्या लोकांसमोर घरातली सून गच्चीच्या रेलिंगवर आडवी पडून सिगारेट ओढतेय - हे बाबांच्या कानी गेलं तर सर्वनाश तर होईलच - त्या सर्वनाशाची कल्पना करूनच माझ्या अंगावर शहारे येत. गीता म्हणे, 'अगं, काही होत नाही! मार एक झुरका!' मी कापऱ्या आवाजात म्हणे, 'बाबांना समजलं तर मारतील ना!' बाबांना समजलं तर काय होईल, काय होणार नाही याची गीता पर्वा करीत नसे. सिगारेटचा झुरका कसा घ्यायचा ते ती मला शिकवी. तोंडात धूर शिरल्याबरोबर मी तो आकाशाच्या दिशेने बाहेर सोडी. थंड शरीरात थोडीशी हवीहवीशी उष्णता जाणवे. निषिद्ध गोष्टींबद्दल अद्भुत असं एक आकर्षण वाटे मला. 'सिगारेट कुठून मिळाली?' यावर गीता म्हणे, 'मिळाली!' यापेक्षा जास्त काही सांगत नसे, तिच्या ओठांवर गूढ हसू असे. सिगारेटच्या आणि धुराच्या रहस्यात गीता देवी दुर्गेसारखी वाटे. गच्चीवरून उतरून, चूळ भरून, धुराचा वास काढून टाकून मी तोंडाला कुलूप लावून बसून राही. घरातल्या या छोट्या छोट्या घटना-दुर्घटनांमधून मी फक्त गीतालाच वाचवी असं

नाही, तर छोटोदालासुद्धा वाचवी.

पैशाच्या अभावामुळे आनंदमोहन कॉलेजात जाणं पूर्णपणे बंद करून छोटोदाने साप्ताहिक 'बांग्लार दर्पण'मध्ये मासिक दोनशे रुपये पगाराची नोकरी स्वीकारली होती, पण त्यानेही त्याची पैशांची टंचाई काही संपत नव्हती. रोजच तो मला म्हणे, 'दे ना, पाच रुपये दे ना. पाच रुपये नाहीत? मग चार रुपये दे!' 'चार रुपये नाहीत!' 'ठीक आहे, तीन रुपयेच दे! तीन रुपये नसतील तर दोनच रुपये दे.' दोन रुपये नसतील तर एक रुपया. तोही नसेल तर आठ आणे, चार आणेसुद्धा छोटोदा सोडीत नसे. घारीसारखी त्यांच्यावर झडप घाली. दादाच्या औषधांच्या खोक्यातूनही तो गुपचूप औषधं काढून नेई. आम्हाला ते माहीत असूनही आम्ही कुणाला सांगत नसू. त्याची ही चोरी लपवत असू. दादा सकाळी बाथरूममध्ये जाई, दादाचं बाथरूमला जाणं म्हणजे प्रातर्विधी, दाढी, अंघोळ सगळं आटोपून येणं. त्याला एक तासापेक्षाही अधिक वेळ लागे. तेव्हा निश्चिंत मनाने दादाच्या खिशातून पैसे काढून घेता येत. पण ते काढून घेताना खूप काळजी घ्यावी लागे. कारण बाबा आपली अंघोळ इतक्या झटकन आवरीत की, कुठल्याही क्षणी अचानक बाहेर येतील ते सांगता येत नसे आणि बाथरूमच्या दरवाजाच्या तोंडाशीच बाबांची खोली होती. त्या तुलनेत दादाची खोली बाथरूमपासून बरीच दूर होती. वऱ्हांडा पार करा, दोन खोल्या पार करा, त्यानंतर. छोटोदाची तंगी कधीच संपत नव्हती. बेलाच्या झाडाखालून गेला, तर खालचा पालापाचोळासुद्धा वाजणार नाही इतक्या हलक्या पावलांनी चालत झब्ब्याच्या किंवा ढिल्या शर्टच्या खाली किंवा मोठ्या पाकिटात किंवा बाजाराच्या पिशवीत औषधं घेऊन खूप हळूच फाटक उघडून छोटोदा बाहेर जाई. सुरुवातीला तो म्हणत असे की, ही औषधं त्याला स्वत:ला लागतात, त्याला अनेक आजार आहेत. पण औषधं घराबाहेर घेऊन जाताना पाहून जेव्हा मी विचारलं, 'कुठं घेऊन जातोस ती औषधं?' तेव्हा तो उदासीनपणे उत्तरला, 'मित्रांना पाहिजे असतात. व्हिटामिनच्या गोळ्या हव्या असताना त्यांना.'

व्हिटामिनच्या गोळ्यांनंतर हळूहळू छोटोदा खोकल्यावरचं औषध, तापावरचं औषध, एवढंच काय, मोठमोठ्या रोगांवरची औषधंही बाहेर नेऊ लागला. 'का बरं?' 'मित्रांना हवी आहेत.' 'का?' 'कारण कुणाला खोकला झालाय, कुणाला ताप आलाय, कुणाचं पोट बिघडलंय तर कुणाला अल्सर झालाय!' 'पण का रे, तुझे मित्र असे वर्षभर आजारीच असतात का?'

'अगं, मला काय एक-दोन मित्र आहेत का?'

तेही खरंच होतं. छोटोदाला अनेक मित्र होते. घरी छोटोदाकडे पत्रकार मित्र, कवी मित्र, नाटककार मित्र, चिपाचस मित्र, विद्यार्थी, व्यावसायिक, नोकरदार, बेकार असे अनेक प्रकारचे मित्र येत. त्यांच्या वयातही विविधता होती. कोणी त्याच्यापेक्षा

लहान, तर कोणी त्याच्यापेक्षा मोठे. त्यांना मी पडद्यामागून पाही. आपणही त्यांच्याशी छोटोदाप्रमाणे गप्पा माराव्यात असं मला वाटे. अर्थात माझ्या अंगी तेवढं धाडस नाही हे मला माहीत असे.

'तुझे मित्र इतके आजारी असतात? दिसायला तर चांगले निरोगी दिसतात.'

'फक्त मित्रच आजारी असतात असं नाही, कधी त्यांचे आई-बाबा आजारी असतात, तर कधी त्यांचे नातेवाईक आजारी असतात.'

'या औषधांचं तू काय करतोस छोटोदा, खरं-खरं सांग बरं!' एके दिवशी मी न राहावून म्हणाले.

छोटोदा रहस्यमय हसून म्हणाला, 'का, काय झालं?'

'काहीही झालं नाही. पण आधी तू त्या औषधांचं काय करतोस ते सांग, नाहीतर दादाला सांगीन!'

माझ्या धमकीने काम झालं. छोटोदा म्हणाला, 'विकतो गं, विकतो.'

छोटोदाच्या खरं बोलण्यानं मला परिस्थितीची कल्पना आली. त्याची दयाही वाटू लागली. मग मी स्वत: दादाच्या बॉक्समधून दोनेक महागडी औषधं उचलून छोटोदाच्या हाती देई. यास्मिनही देई. दादा घराबाहेर पडला रे पडला, की छोटोदा त्याच्या खोलीत जाऊन औषधं तर उचलीच, पण दादाने पैसे कुठे विसरून ठेवले आहेत का तेही पाही. शेवटी कपाटातून दादाचाच एखादा शर्ट घालून घराबाहेर पडे. दादाला अनेक शर्ट होते. त्याला याचा पत्ताच लागत नसे. अचानक फाटकात किंवा रस्त्यात दोघे योगायोगाने समोर आले की, दादा थोडं रागावून म्हणे, 'काय रे कमाल, माझा शर्ट का घातलास?'

छोटोदा म्हणे, 'अंगावरच घातलाय ना - खाऊन तर नाही ना टाकला? काळजी करू नकोस.'

एकदा पँटवर, अंगात बनियन, पायात मोजे अशा अवतारात साऱ्या घरभर फिरत, इकडं तिकडं पाहात दादा म्हणत होता, 'अरे, माझा टेट्रॉनचा निळा शर्ट कुठंय रे?'

'कुणास ठाऊक, बहुधा आईने धुवायला घेतला असेल.'

'अरे नाही, तो धुवून इस्त्री केलेला होता.'

'मग माहीत नाही.'

'माझा पांढरा शर्ट तरी कुठंय? शीलाने त्याच्या खिशावर वेलबुट्टीचं काम केलं होतं.'

'तू काल घातला होतास ना तो शर्ट?'

'अरे नाही, काल तर मी लाल शर्ट घातला होता.'

'आईला विचार, मला माहीत नाही.'

दादाने आईला विचारलं, आईलाही माहीत नव्हतं.

शेवटी इस्त्री गेलेला एक लाल शर्ट घालून, संतापून दादा निघून गेला. त्याला खूप काम असतं, फाइसन्स कंपनीचा रिप्रेझेंटेटिव्ह होता तो - आज टांगाईल गावी गेला, परवा नेत्रकोणा, नेत्रकोणाहून परतल्यावर जमालपूर. दादाचा गोरा चेहरा उन्हात फिरून फिरून काळा पडत चालला होता. दादाबद्दलही मला माया वाटे.

मी छोटोदाला विचारले, 'औषधं विकून बरेच पैसे मिळवतोस, मग माझ्याकडून आणखी दोन-तीन रुपये कशासाठी मागतोस?'

'असं काय बोलतेस? अगं मला औषधं विकून फार काही पैसे मिळत नाहीत! ती सँपल्स असतात, डॉक्टरांना देण्यासाठी. तू पाहिलं नाहीस, त्यावर छापलेलं असतं, 'विक्रीसाठी नाही' म्हणून? बाजारात त्यांची जी किंमत असते, त्याच्या निम्म्यापेक्षाही कमी पैसे देतात दुकानदार.' छोटोदाने स्पष्ट करून सांगितलं.

औषधाची थैली घेऊन बेलाच्या झाडाखालून छोटोदाला जाताना बरेचदा आई पाही. बाबांना दुःखी आवाजात म्हणे, 'कमालसाठी एखादी बऱ्यापैकी नोकरी नाही पाहून देता येणार तुम्हाला?'

बाबा म्हणत, 'हो, येईल की! हमालाची नोकरी मिळवून देता येईल.'

'असं काय बोलता!'

'का? हमाली तर चांगलं काम असतं! कमी माणसं हमाली करतात का? हमाली करून जगता येत नाही का? हमालांना तर लिहिता-वाचता आलं नाही तरी चालतं. ओझं डोक्यावर घेऊन चाललं की झालं. त्यांना भौतिकशास्त्र असो की रसायनशास्त्र काहीही माहिती नसलं तरी चालतं.'

बाबांचा आवाज कठोर होत चालला आहे, हे जाणवून आई दूर निघून जाई.

गीता नवीन-नवीन साड्या नेसून छोटोदाबरोबर बाहेर जाई, तिच्याकडे नवीन-नवीन मेकअपचं सामान असे. आई आडून आडून हे सगळं पाहून छोटोदाला म्हणे, 'अरे कमाल, तुला तर एकही चांगली पँट नाही, शर्टही नाही, नोमानचे शर्ट घालतोस. तू स्वतःसाठी शर्ट-पँट विकत घे ना! घरात फाटकी लुंगी घालून बसतोस! स्वतःची अशी आबाळ का करतोस?'

'पैसे कुठं आहेत विकत घ्यायला?' छोटोदा इवलेसे तोंड करून म्हणे.

'पैसे नाहीत कसे? नोकरी करतोस ना?'

'त्या पैशात तर रिक्षाभाडंसुद्धा निघत नाही!'

'बायकोसाठी बऱ्या विकत आणतोस रे वस्तू!'

'गीतासाठी? गीताला तर मी काहीच देऊ शकत नाही. तिच्याकडे जे आहे, ते सारं तिचं आहे. तिची आई देते तिला.'

'ऐक बाबा कमाल, तुझ्याकडून आम्हाला काही नको. तू आपल्या बायकोला

वस्तू विकत घेऊन देतोस ही तर चांगली गोष्ट आहे. तिला तू काही देणार नाहीस तर कोण देणार? मला असं म्हणायचंय, की तू स्वत:साठीसुद्धा काही विकत घेत जा. तुला चांगल्या चपलांचा जोडही नाही. चप्पल विकत घे.'

'पैसे दे, घेतो विकत.' छोटोदा म्हणे.

निरुत्तर होऊन बऱ्याच वेळाने आई म्हणाली,

'माझ्याकडे पैसे असते, तर दिलेच असते रे तुला. मला कोण पैसे देतंय?' बोलता बोलता आई नि:श्वास सोडी. 'चांगली शिकले असते, तर एखादी नोकरी केली असती - मला कुणावर कशाला अवलंबून राहावं लागलं असतं?'

यानंतर दोन आठवडे सतत बाबांच्यापुढे हात पसरून, त्यांच्याकडून पैसे घेऊन आईने छोटोदासाठी एक लुंगी, दोन शर्ट आणि बाटाच्या चपला विकत आणल्या. तरीही छोटोदाला हे सर्व कमीच होते. त्याची टंचाई काही कमी होत नव्हती. तो सकाळ-संध्याकाळ औषधं चोरीतच राहिला.

'अच्छा, शराफ आला होता आपल्याकडे एवढ्यात?' दादाने कपाळाला आठ्या घालीत विचारलं.

'कोण जाणे, माहीत नाही.'

'नक्कीच आला होता.'

'कशावरून?'

'माझ्याकडची औषधं मोजून पाहिली - कमी झालेली दिसली.'

'शराफमामांनी नेली की काय मग?'

'तो तर पक्का चोर आहे. नक्की त्यानेच नेली असणार.'

हे ऐकून चिडलेल्या आवाजात आई म्हणाली, 'हे बघ नोमान, उगाच एखाद्या माणसाला दोष देऊ नकोस. शराफ गेल्या तीन महिन्यांत या घरात आलेला नाही आणि त्याला चोर म्हणतोयस, त्याने काय चोरलं रे तुझं?'

'अगं तुला माहीत नाही आई, त्याने माझ्याकडून पन्नास रुपये उसने घेतले होते. दुसऱ्याच दिवशी परत करीन असं म्हणाला होता. आता पाच महिने झाले. तरी पैसे परत करायचं नाव नाही!'

आई दुसऱ्या खोलीत निघून गेली. तिथे एकटी बसून राहिली. त्या खोलीच्या खिडकीतून हू हू करीत वारा येत होता. त्या वाऱ्याशी ती मनातल्या मनात काय बोलत होती कोण जाणे. आईला होणारा मानसिक त्रास आम्हाला माहीत नव्हता. दादाच्या सुरात सूर मिळवून मी म्हणाले, 'शराफमामा खरोखर चोरच आहे. त्या दिवशी तो आला, मी जरा त्याला घरात बसवून थोडी बाहेर गेले होते, परत आल्यावर पाहिलं तर माझे सोन्याचे डूल गायब झाले होते. मी ते टेबलावर ठेवले होते.'

‘म्हणजे तुझे डूल शराफनेच नेले असणार.’ दादाला खात्री होती.

अर्थात दादाला आपल्याजवळची औषधं वारंवार नाहीशी होण्यामागं कोण आहे याचं रहस्य अखेर उलगडलं. छोटोदाच्या खोलीत तो काही कारणाने गेला होता. त्याची नजर कपड्यांच्या कपाटाकडे गेली. स्वत:चे सहा-सात शर्ट त्याच्या कपाटातून काढून घेऊन तो बाहेर आला आणि ते शर्ट आईला दाखवून म्हणाला, ‘कमालच्या खोलीची झडती घेतली, त्यात हे शर्ट सापडले.’

हे सारं पाहून गीता छोटोदाला म्हणाली, ‘असलं आयुष्य जगण्यापेक्षा मरून का जात नाही तुम्ही? स्वत:ला वाटतंय तर नवीन शर्ट विकत आणा. नसेल आणता येत तर उघडे रहा!’ हे ऐकून छोटोदा काळ्या हिरड्या दाखवीत हसला. गीता दबल्या आवाजात म्हणाली, ‘हसता काय? काही लाज-लज्जा आहे की नाही तुम्हाला? घरचे सगळे तुमचा अपमान करताहेत, त्यावरूनही काही धडा घ्यावासा वाटत नाही तुम्हाला? का आणलंत मला या नरकात?’

गीताचा स्वभाव नक्की कसा आहे हे घरात कुणालाच नीट समजत नव्हतं. आत्ता नाचत फिरत असेल, हसत असेल, तर दुसऱ्याच क्षणी चेहरा उदास करून बसून राहील. कधीकधी खोलीचा दरवाजा आतून बंद करून घेऊन दिवसभर झोपून राही. जेवणाची वेळ झाली की, आई बंद दरवाजासमोर उभी राहून हाका मारी, ‘अगं अफरोजा, अफरोजा! ऊठ! जेवायचं नाही का? खाल्लं नाहीस तर प्रकृती कशी ठीक राहणार? उठ अफरोजा, जेवून घे.’ गीता मित्र ऊर्फ अफरोजा कमाल तोंड कडू करून अनेक हाकांनंतर उठे आणि खाऊन पिऊन पुन्हा झोपी जाई. काही दिवसांनी आईने छोट्या मुलाचे आणि सुनेचे आणखी लाड करायला सुरुवात केली. ती त्यांच्यासाठी स्वत: स्वयंपाक करून त्यांना जेवायला बोलवी, जवळजवळ हाताने भरवी. अर्ध्या हिंदू अर्ध्या मुसलमान सुनेचं मन राखण्यासाठी आई खूप प्रयत्न करी. तिला वाटे, सून आनंदी राहिली, की मुलाचंही मन आनंदी राहील किंवा घरातल्या इतर कुणाचंही मन जिंकता येत नाही म्हणून आई गीताचं मन जिंकण्याचे प्रयत्न करी किंवा बाबांच्या चमत्कारिक स्वभावाची सवय नसलेल्या गीताला सासरचं वातावरण प्रेमाने सुसह्य करण्याचा आईचा प्रयत्न असावा. छोटोदा घरी आला की, सरळ आपल्या खोलीत जाई. लोटलेला दरवाजा ढकलून पाहिलं की दिसे, गीता भिंतीकडे तोंड करून झोपली आहे, छोटोदा तिच्या अंगावरून हात फिरवतोय आणि एखाद्या ध्यानस्थ ऋषीप्रमाणे जप करतोय, ‘गीता गीता गीता, ए गीता...’

छोटोदाच्या हाती गीताच्या मागण्यांच्या याद्या पडत राहात - गीताला ब्लाऊज पाहिजे, लिपस्टिक पाहिजे, रूज-पावडर पाहिजे. छोटोदाचा सुकलेला चेहरा आणखीच सुकलेला वाटे. ओठ सुकून कातडीला भेगा पडताहेत असं वाटे. गरजेशिवाय तो घरातल्या कुणाशी काही बोलत नसे. विमनस्क दिसे.

छोटोदाने नोकरी धरल्याची बातमी ऐकून बाबा म्हणाले, 'स्वत:च स्वत:च्या पायावर धोंडा पाडून घेतल्यावर त्याला आणखी काय बोलणार?' छोटोदाने स्वत:च स्वत:च्या पायावर धोंडा पाडून घेतला होता हे खरंच होतं. तो बातमीदार झाला होता. हातात एक डायरी घेऊन सकाळी बाहेर जाई. दुपारी परत येऊन खाऊन पिऊन परत बाहेर जाई. संध्याकाळी बायकोसाठी कधी साडी, कधी ब्लाऊज, कधी रूज-पावडर-लिपस्टिक घेऊन परत येई. छोटोदा घरी आल्याबरोबर त्याच्यासाठी जेवण आणायला आई स्वयंपाकघरात जाई. एकदा छोटोदाला घरी यायला खूप उशीर झाला. आई टेबलवर त्याच्यासाठी जेवण वाढून वाट पाहात बसली होती. छोटोदा आपल्या खोलीतून कोमेजलेल्या चेहऱ्याने जेवायला आला - एकटा नाही, गीतालाही कमरेभोवती हात टाकून ओढीत आपल्याबरोबर जेवायला घेऊन आला. गीता स्वत:ला सोडवून घेत म्हणाली, 'मी पुन्हा कशाला जेवू? मी आता नाही जेवले तरी चालेल.' गीताने आमच्याबरोबर जेवण करून मस्त झोप घेतलेली होती. पण चेहरा असा सुकलेला की छोटोदाला वाटलं, आपली बायको खायला न मिळाल्याने बारीक होत चालली आहे. गीता 'जेवणार नाही' म्हटल्यावर छोटोदाही म्हटला, 'मीही जेवत नाही.' आई म्हणाली, 'आता तो म्हणतोय, तर त्याच्याबरोबर परत एकदा जेव, अफरोजा.'

'नाही नाही, मी जेवणार नाही.'

छोटोदाने गीताला ओढून आणून, जवळ बसवून, तिच्या तोंडात घास भरवला. गीताने घास तोंडात घेऊन चेहरा असा वाकडा केला, की जणू विष भरवलंय तिच्या तोंडात. तोंडातलं विष तिने तोंडातच ठेवलं, चावलं नाही की गिळलं नाही. छोटोदा गीताच्या डोक्यावर, पाठीवर हात फिरवीत म्हणू लागला, 'अगं माझ्या सोने, माझ्या लाडके, थोडं खा की. तू खाल्लं नाहीस तर मीही खाणार नाही.'

गीताने विष गिळलं नाही, छोटोदाही जेवला नाही. उठून गेला. आई स्वयंपाकघरातून जणू पळत जेवणाच्या खोलीत आली. हातात वाटी, वाटीत मटन, 'का रे, मी आणखी कालवण घेऊन आले अन् तू उठलास कशाला? खाऊन घे. दिवसभर तू काही खात नाहीस, कमाल!'

छोटोदा तोंड एवढंसं करून म्हणाला, 'नाही आई, मी खाल्लंय बाहेर.'

आई टेबलावर छोटोदाने न खाल्लेला भात-कालवण बघत उदास बसून राहिली.

तिच्या डोळ्यांतून अश्रू येऊ लागले.

छोटोदाला अंगणातल्या उन्हात पाटावर बसवून अलीकडेपर्यंत आई अंघोळ घालीत असे. आता छोटोदा स्वत:च अंघोळ करी. आई नेहमी म्हणे, 'का रे, तुझ्या टाचेला एवढा मळ कसा दिसतो, घासत नाहीस की काय?' छोटोदाचे केस बाजूला सारून आई कानामागे, मानेवर, गळ्यावर बोटांनी स्पर्श करी आणि म्हणे, 'किती मळ जमलाय!' आई नाक वर ओढून अंगणात थुंके. छोटोदा टाचेकडेही पाहात नसे,

की आईकडेही पाहात नसे. तो पाहात राही गीताकडे. गीताचा चेहरा एवढा उदास का दिसतोय? काही क्षणांपूर्वी तर तिचा चेहरा उदास नव्हता. ती यास्मिनबरोबर पत्ते खेळत होती आणि अंड्याचं पुडिंग खात होती. खूप दिवसांत अंड्याचं पुडिंग खाल्लं नव्हतं तिने... तिने मागणी केल्याबरोबर आईने लगेच तयार करून दिलं होतं. पुडिंगनंतर खजुराचा गूळ घालून तयार केलेलं पायस तिला हवं होतं. आईने तेही दिलं होतं. ते देऊन आई कोळसे नाहीत म्हणून चुलीत सुकला पाचोळा घालून फुंकणीने फुंकत स्वयंपाक करीत होती, टेबलावर जेवण वाढीत होती. छोटोदा गीताला मांडीवर घेऊन तिच्या ओठांची चुंबनं घेत होता आणि विचारीत होता, 'मन एवढं उदास का तुझं, काय झालं?' गीता फक्त मोठा निःश्वास सोडीत होती, काहीच बोलत नव्हती. छोटोदा घरात आल्याबरोबर गीताचा हसरा चेहरा क्षणात रडवा होऊन जाई. चेहरा असा करी की, जणू दिवसभरातून काहीही खाल्लेलं नाही, पाणीसुद्धा प्यायलेलं नाही, जणू घरातल्या माणसांनी गीताला दिवसभर शिवीगाळ केली आहे. त्रास दिलेला आहे. छोटोदा जितका वेळ घरात असे, तितका वेळ तो गीताचा सुकलेला चेहरा फुलवण्याचा प्रयत्न करीत असे. हे आईच्या लक्षात येई. आमच्याही. आई बाजूला जाऊन निःश्वास टाकी. कथा-कादंबऱ्या किंवा सिनेमात घडणाऱ्या प्रेमकथेपेक्षा आमच्या घरात आमच्यासमोर घडत असलेल्या प्रेमकथेमुळे आम्ही सैरभैर होऊन जात असू. घरातल्या सगळ्यांसमोर बायकोला मांडीवर घेऊन तिची चुंबनं घेताना मी तरी यापूर्वी कधी कुणाला पाहिलं नव्हतं.

मी आणि यास्मिन गीताकडे नवलाईने बघत असू. गीता इस्त्री केलेल्या साड्या नेसे, उंच टाचांच्या चपला घाली, ओठांना लिपस्टिक लावी, कपाळावर टिकली लावी, सुगंधी लक्स साबणाने अंघोळ करी. तिचं सारंच वेगळं होतं. आम्ही आमचे केस आधी बांग्ला साबणाने धुवून मग अंघोळीच्या साबणाने धुवीत असू. लहानपणापासून आईने आम्हाला याच पद्धतीने केस धुवायला शिकवलं होतं. केसातली घाण काढून टाकण्यासाठी अंघोळीचा साबण वापरला, तर तो लवकर संपेल, म्हणून हा कंजूषपणा. कारण बाबा बांग्ला साबणच जास्त करून पाठवीत, अंघोळीचा सुगंधी साबण क्वचित. आईला सगळीकडून काटकसर करावीच लागे. आई म्हणे, बाबांचे पैसे ना, एका संसारासाठी नाहीत, त्यांना गावाकडे आई-वडील-भाऊ-बहिणीचा संसार आहे. शहरात त्यांच्या दुसऱ्या बायकोचा संसार आहे. आईला स्वयंपाकही दोन प्रकारचा करावा लागे. घरातल्या सगळ्यांसाठी एक प्रकारचा आणि आई अन् मोलकरणीसाठी दुसऱ्या प्रकारचा. या दुसऱ्या प्रकारच्या स्वयंपाकात शिळं वरण, शिळं कालवण आणि कधी कधी असलंच, तर हलक्या दर्जाच्या माशांची आमटी असे. मासे किंवा मटनाचा स्वयंपाक झाला तर तो आमच्यासाठीच असे. आमच्यासाठी म्हणजे बाबा, दादा, छोटोदा, मी, यास्मिन आणि नवीन आलेली गीता.

गीताला मी पूर्वीपासूनच ओळखत होते; पण कमालची बायको म्हणून आलेली गीता आमच्या घरात वेगळीच वाटे. बाबांसमोर डोक्यावरून पदर घेणं, आईसमोर डोक्यावरचा पदर काढून टाकणं, आमच्यासमोर नाचत-बागडत फिरणं, छोटोदासमोर गाल फुगवणं - गीताच्या सगळ्याच वागण्याबद्दल मला आणि यास्मिनला कुतूहल असे. आम्ही पती-पत्नीचं सर्वात जवळून पाहिलेलं जीवन म्हणजे आई-बाबांचं. आई - बाबांचा संपर्क केवळ तेल-मीठ-डाळ-तांदूळ यांच्या हिशेबापुरता असे. आम्ही कधीही त्यांना एकमेकांच्या जवळ बसून प्रेमाच्या गोष्टी करताना पाहिलं नाही. त्यांच्यात कधी गोड बोलणं झालेलं ऐकलं नाही, ती दोघं बरोबर कधी फिरायला गेली नाहीत. ती दोघं एका खोलीत झोपत नसत, मग एका बिछान्यात तर सोडूनच द्या! आईच्या छोट्या खोलीत छोटोदा आणि गीता राहायला लागल्यापासून आईची अवस्था विस्थापितेसारखीच झाली होती. ती कधी माझ्या खोलीत, तर कधी बैठकीच्या खोलीत झोपे. बाबा घरातले कर्ते पुरुष होते. बाबा जसा आदेश देतील, त्याप्रमाणे आईने संसार चालवावा, हाच एक नियम होता. या नियमाची आम्हाला सवय असल्याने छोटोदा-गीता या जोडप्याच्या वागण्याकडे आम्ही नवलानं पाहात असू - नवरा सतत बायकोची मर्जी राखण्यात मग्न! हे सारं आईला दिसत असे, आम्हालाही दिसत असे. आमचं कुतूहल वाढे, आईचं कमी होई. आईला लवकरच समजलं की आपल्या कुशीतला, बोबडं बोलणारा मुलगा आता आपल्या हाताबाहेर गेला आहे, आता गीता हेच त्याचं सर्वस्व आहे. तो गीताला सुखी करण्यासाठी सारं काही करील. आता त्याला आई, बाबा, भाऊ, बहिणी यांची काहीही किंमत नाही. आई एकटीच व्हरांड्यात उदास बसून राही, राहून राहून निःश्वास टाके आणि म्हणे, 'कमाल कधी घरी येतो आणि कधी जातो, काहीच कळत नाही. मला आता पूर्वीसारखं 'आई, आई' म्हणून हाक मारीत नाही. "आई, आलो," "आई, निघालो" असंही म्हणत नाही.'

गीताने अचानक एके दिवशी ढाक्याला जायचं ठरवलं. गीताचा निर्णय बदलवण्याचं सामर्थ्य आमच्यात तर नव्हतंच, छोटोदातही नव्हतं. आपल्या बॅगा घेऊन जेव्हा ती 'अवकाश' सोडून चालली होती, तेव्हा आम्ही करुण नजरेने तिच्याकडे पाहात होतो. गीता ढाक्याला अमानुल्लाह चौधुरींकडे चालली होती. अमानुल्लाह चौधुरींच्या वडिलांचं घर मयमनसिंहला गीताच्या घराजवळच होतं, त्यामुळे त्यांच्याशी तिची ओळख होती. चौधुरींची पत्नी राहिजा खानम हिने नृत्य शिकवण्याचं विद्यालय उघडलं होतं. त्या विद्यालयात गीता नृत्य शिकणार होती. राहिजाने संधी दिली, तर गीता मोठी नृत्यांगना होणार होती. विद्यालयातल्या अनेक विद्यार्थिनी चौधुरींच्याच घरी राहात. चौधुरींच्या मुलींना सांभाळीत. गीताही तेच करील. बायकोला ढाक्याला सोडून छोटोदा मयमनसिंहला परत आला. नंतरच्या आठवड्यात बाबांनी छोटोदाकडे पैसे

देऊन त्याला पुन्हा ढाक्याला पाठवलं. 'गीताला ढाका विश्वविद्यालयात भौतिकशास्त्र शिकण्यासाठी दाखल कर.' असं बाबांनी सांगितलं होतं. गीताला भौतिकशास्त्र विभागात प्रवेश घेऊन देऊन छोटोदा पुन्हा मयमनसिंहला परत आला. स्वत:चं बंगालीत बी.ए. होण्याचं स्वप्न विरून गेलं असलं, तरी गीताला शिकवून उच्चविद्याभूषित बनवण्याचं छोटोदाचं स्वप्न होतं. छोटोदाचं काम इथं स्वत:चं भविष्य घडवणं, चांगली नोकरी मिळवून शक्य तितके पैसे ढाक्याला पाठवणं हे होतं. घरात तो जितका वेळ असे, त्यातला बराचसा वेळ स्वत:च्या खोलीत बसून मोठमोठी पत्रं लिही - लग्नापूर्वी जशी लिही, तशी तीस-बत्तीस पानांची पत्रं. गीताकडूनही पत्रं येत, छोटी पत्रं, पत्रांसोबत मागण्यांची यादी. यादी खिशात टाकून छोटोदा बाजारात जाई. सामान विकत घेऊन, कागदात बांधून घरी येई. खोलीच्या खिडक्या-दारं बंद करून ढाक्याला पाठवण्यासाठी मोठमोठी पाकिटं तयार करी. आई हे पाही आणि आडोशाला जाऊन डोळे पुसे. 'कमाल पैसे कमवतोय, बायकोला कितीतरी वस्तू विकत घेऊन पाठवतोय, पण आईच्या हाती काही पैसे द्यावेत असं याला कधीही वाटलं नाही. कधी पाच रुपयेसुद्धा दिले नाहीत मला...' आईचं हे दु:ख कुणालाच जाणवत नसे. आई एकटीच होती, ती आणखी एकाकी होऊन गेली. अंधारामध्ये व्हरांड्यात बसलेल्या आईच्या हातातल्या जपमाळेचे मणी स्थिर होऊन जात.

छोटोदाचे मित्र सगळ्या शहरभर होते. ते छोटोदाला शोधीत घरी आले, की छोटोदा बऱ्याचदा त्यांना बाहेर घेऊन जाई. कधी कधी छोटोदा बाहेरच्या व्हरांड्यात मित्रांना घेऊन बसे, आईला चहा द्यायला सांगे. आई चहा करून तो जरीच्या आईच्या हाती पाठवून देई. चहासाठी लागणाऱ्या सर्व गोष्टी नेहमी घरात असतच असं नाही. साखर किंवा दूध नसलं, की एम.ए. काहहारांच्या घरून एक कप दूध किंवा साखर उसनी आणली जायची. त्यांच्यासारख्या श्रीमंत घरातूनही अधूनमधून कुणीतरी साखर किंवा दूध उसनं मागायला यायचं. आम्हाला ही गोष्ट मामुली वाटायची. चहाबरोबर दोन टोस्ट किंवा नबिस्को बिस्किटं द्यावी लागत. बिस्किटं नसली की फक्त चहानेच त्यांचं स्वागत करावं लागे. एकदा मध्यरात्री, जवळजवळ साडेबारा वाजता छोटोदाच्या एका मित्राने कडी वाजवली, तेव्हा छोटोदा झोपण्याच्या तयारीत होता. घरात बाबा नव्हते, बाकीचे सगळे झोपी गेले होते. कडी वाजल्याच्या आवाजाने माझी झोप मोडली. बैठकीच्या खोलीचा पडदा दूर करून मी पाहिलं, तर मोठमोठ्या डोळ्यांचा गोड हसणारा एक तरुण उभा होता. त्याच्या चेहऱ्यावर चंद्राचा प्रकाश पडला होता. मला पाहून तो म्हणाला, 'नासरिन ना? किती मोठी झालीस तू!' त्याचे चमकते डोळे माझ्या चेहऱ्यावरून हलेनात. मी संकोचून खाली पाहू लागले.

'मला ओळखलं नाहीस? मी जुबेर.'

मी काहीच उत्तर दिलं नाही. जुबेरने विचारलं, 'तुला गाणं आवडतं?' हळू

आवाजात मी ‘हो’ म्हणाले. उभीच होते, तर छोटोदा म्हणाला, ‘जा, आत जा, आईला दोन कप चहा द्यायला सांग.’ आई झोपलेली होती. तिला हलवून उठवलं आणि म्हणाले, ‘छोटोदाचा मित्र आलाय, दोन कप चहा करून दे.’ आई कुशीवरून वळून म्हणाली, ‘जरीच्या आईला सांग.’ जरीची आईसुद्धा अंगाचं मुटकुळं करून झोपली होती. तिला उठवून म्हणाले, ‘दोन कप चहा कर.’ जरीची आई अर्धवट झोपेत स्वयंपाकघरात गेली. सुकलेली फणसाची पानं चुलीत टाकून, ती पेटवून, तिने चहासाठी पाणी ठेवलं. पाणी गरम झालं खरं, पण चहाची पत्ती कुठंय, साखर कुठंय, दूध कुठंय? ते आईला माहीत होतं. मी पुन्हा आईला म्हणाले, ‘उठून चहा करून दे. पाणी गरम झालंय.’

आई पुन्हा कूस बदलून म्हणाली, ‘इतक्या रात्री मला त्रास देऊ नकोस. माझी तब्येत बरी नाहीये.’

आई उठली नाही. बाबा आहेत की नाही हे मात्र विचारलं. ‘नाही आले’ म्हटल्यावर म्हणाली, ‘त्या सवतीकडं झोपायला गेले असतील.’ मी नाद सोडून दिला आणि माझ्या बिछान्यावर पडून छताकडं असहायपणे पाहू लागले. जुबेर खूप गोड आवाजात गात होता. रात्रीच्या शांततेमुळे त्याचं गाणं माझ्या खोलीत ऐकू येत होतं - ते सूर झोपलेल्यांना जागं करीत नव्हते आणि जागी असलेल्या मला झोपू देत नव्हते. वाटलं, रात्रभर त्याचं गाणं ऐकावं, जुबेरशेजारी बसून पौर्णिमेच्या चांदण्यात भिजत तन्मय होऊन ऐकावं, जगाला विसरून जावं. रात्री दोन वाजण्याच्या सुमाराला ‘आमि चिरतरे दूरे चले जाबो, तबे आमारे देबो ना भुलिते’ (मी कायमसाठी दूर निघून जाईन, पण मला विसरून जाऊ नकोस’) हे गीत गाऊन जुबेर निघून गेला.

दुसऱ्या दिवशी छोटोदा संध्याकाळच्या सुमाराला घरी येऊन चुपचाप बिछान्यात पडून राहिला.

‘का रे, असा अवेळीच का झोपलायस?’

‘बरं वाटत नाहीय.’

‘काय झालं?’

‘काल माझा मित्र जुबेर आला होता ना, खूप वर्षांनंतर त्याच्याशी भेट झाली.’

‘पोरगा दिसायला खूप सुंदर आहे. गाणंही गोड गातो.’

‘आज पाहाटे जुबेरने आत्महत्या केली.’

माझ्या छातीतून बर्फासारखी लहर निघून सगळ्या शरीरभर पसरली. ‘जुबेरचं ज्या मुलीवर प्रेम होतं, त्या मुलीच्या वडिलांनी तिचं लग्न जबरदस्तीने दुसऱ्या एका तरुणाबरोबर लावून दिलं...’ छोटोदा क्षीण आवाजात म्हणाला, ‘काल रात्री जुबेर त्या मुलीबद्दल एक शब्दही बोलला नाही म्हणाला, ‘इतक्या सुंदर पौर्णिमेच्या रात्री घरी एकटं बसून राहावंसं वाटत नाही. म्हणून बाहेर पडलो. खूप गाणी म्हणावीत असं

वाटतंय.' जुबेर जेव्हा गात होता, तेव्हा छोटोदा त्याच्या शेजारी बसून डुलक्या घेत होता. जुबेरला आणखीही गाणी म्हणायची होती, पण छोटोदानेच जुबेरला निघून जायला सांगितलं, कारण छोटोदाला खूप झोप आली होती. प्रेमाबरोबर आत्महत्येचं नातं फार घट्ट आहे. छोटोदानेही आपल्या लग्नाआधी विष घेतलं होतं. लगेच हॉस्पिटलमध्ये नेऊन, पोटात नळी घालून विष बाहेर काढून टाकल्यामुळे तो वाचला.

त्यानंतर बऱ्याच रात्री मी झोपू शकले नाही. वाटे, रात्रीच्या अंधारातून गाण्याचे शब्द तरंगत येताहेत - 'आमि चिरतरे दूरे चले जाबो, तबे आमारे देबो ना भुलिते' - मी कायमसाठी दूर निघून जाईन, पण मला विसरून जाऊ नकोस.

छोटचा छोटचा दु:खाच्या गोष्टी

आईची कुठलीच गोष्ट बाबांना आवडत नसली, तरी ती गात असे, ते एक लोकगीत मात्र बाबांना खूप आवडे. मन:स्थिती चांगली असली, म्हणजे ते आईला ते लोकगीत म्हणायला सांगत. आई हसून डुलत-डुलत म्हणे,

'एक पयसार तेल
किसे खरच हैल,
तोमार दाडी आमार पाय
आरओ दिलाम छेलेर गाय,
छेलेमेयेर बिये होलो,
कोनओ अभागी घरे गॅलो
बाकी तेलटुकू निये गॅलो.'
(एक पैशाचं तेल
कशासाठी खर्च झालं?
तुमच्या दाढीला, माझ्या पायांना लावलं,
आणखी मुलाच्या अंगाला लावलं,
मुला-मुलीचं लग्न झालं.
कुणी अभागी घरी गेलं,
उरलेलं तेल ते घेऊन गेलं!)

आईचे केस कोरडेठाक असत, तिच्या केसांना कधी तेल-साबणाचा स्पर्श होत नसे. आपले बारीक केस ती मागे दोरीने बांधी, रिबन तिला प्रत्येकवेळी मिळेच असं नाही. माझी किंवा यास्मिनची रिबन जुनी झाली, की त्या रिबनने ती केस बांधी, तीही मिळाली नाही, तर दोरीने बांधी. अंघोळीनंतर ओले केसही मागे बांधून ठेवी, ते गळत

राहात. एकेकाळी आईचे केस खूप लांब आणि दाट होते, आता तसे नव्हते. आता केस पूर्वीसारखे राहिले नाहीत म्हणून तिला वाईट वाटे, पण असलेल्या केसांची काळजी न घेतल्यामुळे ते गळत, त्याची ती काळजी करीत नसे. मला ती केसांची काळजी घ्यायला सांगे तेव्हा मी म्हणे, 'काळजी घेऊन काय होणार, माझे केस तर तुझ्या केसांसारखेच पातळ झाले आहेत.' माझ्या छोट्या डोळ्यांबद्दलही खंत करीत मी म्हणे, 'यास्मिनचे डोळे किती सुंदर आहेत. तिला बाबांचे डोळे मिळाले आहेत. माझे डोळे झाले आहेत तुझ्या डोळ्यांसारखे!' नाकाबद्दलही ती म्हणाली, 'तुझं नाक सरळ नाहीय!' की मी म्हणे, 'होणार कसं? तुझं नाक मिळालंय ना!' माझा रंग गोरा तो बाबांच्यामुळे, जितका सावळा तो आईच्यामुळे. शरीरात जेवढे दोष, जेवढ्या उणिवा, तेवढ्या सगळ्या आईकडून मिळालेल्या, असा एक समज माझ्या मनात तयार होत राहिला. 'नशीब मला बाबांसारखी हनुवटी मिळाली. हनुवटीच्या मध्ये एक खळगा आहे. मैत्रिणी म्हणतात, 'या खळग्यामुळे मी दिसायला सुंदर दिसते. बाबांकडून काहीतरी मिळालंय म्हणून दिसायला जरा बरी आहे. चारचौघींसारखी दिसते.' एके दिवशी बराच वेळ आईकडे पाहून मी विचारलं, 'आई, तुझी मान कुठंय गं?'

'मान कुठंय म्हणजे?'

'तुला तर मानच नाही. तुझी हनुवटी सरळ छातीमध्ये उतरल्यासारखी वाटते. आणि तुला खांदेसुद्धा नाहीत. त्यामुळं ब्लाऊज मागे सरकतं.'

शरीराच्या अंग-प्रत्यंगाबद्दल अभिप्राय घरात नवीन नव्हते. समजायला लागल्या-पासून मी पाहात होते, शरीराचा कोणता अवयव दिसायला कसा आहे; डोळे, नाक, कान, ओठ, शरीराची उंची, रुंदी, त्वचेचा रंग यांच्याबद्दल नातेवाइकांची सतत चर्चा आणि इतरांशी तुलना चालू असे. घरी परगावाहून कुणी पाहुणे म्हणून आले, तरी असंच होई - बऱ्याच दिवसांनी मला पाहिल्याने म्हणत, 'वा, मुलगी तर चांगली उंच झालीय! बापासारखीच घडण आहे शरीराची' किंवा 'इतकी काळी कशी झालीस गं? प्रकार काय आहे?' डोळे, नाक, कानसुद्धा बारकाईने निरखून शेरे देत - काय चांगलं आहे, काय वाईट, आईसारखं की बाबांसारखं, की आईच्या किंवा बाबांच्या कुणा नातेवाइकासारखं. आईसुद्धा म्हणे, 'यास्मिनचे हात-पाय तिच्या आत्यासारखे झालेयत. झुनूमावशी ढाक्याहून पाहुणी म्हणून आली की माझ्याकडे पाहून म्हणे, 'इस्, तुझे डोळे तर अगदीच काहीतरी आहेत. केस तर वाईटच आहेत!' शरीरातील गुणदोषांवरील चाललेलं असं आमचं बोलणं गुपचूप ऐकून आई शेवटी म्हणे, 'बरं बाई, मी वाईट, मी कुरूप, मी काळी. तुम्ही तर फार सुंदर आहात, आणखी सुंदर व्हा.'

घरी अंघोळीसाठीचा साबण आला की, आई तो मुलांसाठी ठेवी. स्वतः वापरीत

नसे. ती आपली धुण्याच्या साबणानेच अंघोळ करी. महिना उलटला तरी बाबा खोबरेल तेल पाठवीत नसत. कोळसे नसल्याने आई चुलीसाठी वाळलेल्या झावळ्या इंधन म्हणून वापरी. त्यामुळे चूल नीट पेटत नसे, पण बाबांनी स्पष्टच सांगितलं होतं - 'चुलीसाठी नारळाच्या वाळलेल्या झावळ्याच वापरायच्या. कोळसा महाग आहे.' त्यामुळे आईला झाडावरून वाळून पडलेल्या झावळ्या, पाचोळा जमा करून ठेवावा लागे. शहाळंवाला रशीद येऊन एखाद्या खारीसारखा सरसर माडांवर चढे. शहाळी आमच्याकडून विकत घेऊन तो ती बाजारात अधिक किमतीला विकीत असे. रशीद दर तीन-चार महिन्यांनी आमच्याकडची शहाळी विकत घ्यायला येत असे. रशीद झाडं साफ करून गेल्यावर अंगणात झावळ्यांचा ढीग साठत असे. आई त्या झावळ्यांपासूनच अंगण झाडण्यासाठी, घर झाडण्यासाठी, संडास स्वच्छ करण्यासाठी झाडू तयार करी आणि उरलेल्या झावळ्या जळणासाठी जमा करून ठेवी. पाऊस आला, की अंगणात वाळत ठेवलेल्या माडांच्या झावळ्या, फणस, आंबा, पेरूच्या झाडांचा पाचोळा ती पळत पळत स्वयंपाकघराच्या व्हरांड्यात आणून ठेवी. आईची फाटकी साडी आणखीच फाटत जाई. आईची गादी एका कोपऱ्यावर फाटली होती. तिथून बराचसा कापूस बाहेर निघून गेला होता, त्यामुळे गादी एका जागी जाड तर दुसरीकडे पातळ वाटत होती. झोपण्यासाठी नव्या बिछान्याची गादीची मागणी आई अनेक दिवसांपासून करीत होती, पण आईच्या मागणीकडे कोण लक्ष देणार? आईच्या मच्छरदाणीला मोठमोठी छिद्रं होती. आमच्या मच्छरदाण्यांना छिद्रं नव्हती असं म्हणणं चुकीचं ठरेल. आमच्याही मच्छरदाणीला छिद्रं होती, पण छोटी होती. आमच्या मच्छरदाणीची छिद्रं आई बुजवून देई. मोठी छिद्रं बुजवणं शक्य होत नसे. आईच्या अंगावर डास चावल्याचे मोठमोठे डाग रोज उमटत राहात. एका नवीन मच्छरदाणीची मागणी आई काही वर्षांपासून करीत होती, पण बाबा तिच्याकडे लक्ष देत नव्हते. अखेर नवी मच्छरदाणी आल्यावर ती आमच्या बिछान्याला टांगून आईने स्वत:च्या बिछान्याला जुनीच मच्छरदाणी टांगली.

स्वयंपाकाच्या बाबतीतही तसंच - एखाद्या दिवशी मीठ असेल तर दुसऱ्या दिवशी कांदे नाहीत, कांदे असतील तर हळद नाही, हळद असेल तर तेल नाही. 'नाही' ऐकल्याबरोबर बाबा गरजत, 'परवाच तर तेल विकत आणून दिलं होतं, गेलं कुठं?'

'स्वयंपाकाला लागतं.'

'दोन दिवसांच्या स्वयंपाकाला एक बाटली तेल संपतं?'

'दोन दिवस नाही, दोन आठवड्यांपूर्वी आणलं होतं.'

'मग दोन आठवड्यांत एक बाटली तेल संपलं कसं?'

'स्वयंपाक काय कमी करावा लागतो का?'

‘स्वयंपाक बंद करून टाका. काही गरज नाही स्वयंपाक करायची.’

‘माझी चिंता करीत नाही मी, पण मुलं काय खाणार?’

‘मुलांची काळजी करू नकोस. त्यांनी तर वैताग आणलाय नुसता. असली मुलं असण्यापेक्षा नसती तर बरं झालं असतं.’

आईच्या जीवनाचं मला काहीच आकर्षण वाटत नसे. बाबांचं जीवन मात्र आकर्षित करी. बाबांचं सामर्थ्य मोठं होतं. मनात आणलं तर ते आम्हा सगळ्यांना उपाशी ठेवू शकत होते, मनात आणलं तर सगळ्यांना मनसोक्त सुख देऊ शकत होते. मनात आणलं तर सगळ्यांना भीतीने कापायला लावू शकत होते, मनात आणलं तर हसत-हसत गप्पा करून सगळ्यांना आनंद देऊ शकत होते. आईचं जीवन होतं फाटक्या साडीचं, फाटक्या मच्छरदाणीचं, फाटक्या गादीचं आणि मातीच्या चुलीत फुंकणी फुंकत चाललेलं; बिनतेलाचं, बिनसाबणाचं जीवन! हेच जीवन घेऊन ती कधी पीरबाडीला जाई, कधी कधी नानीच्या घरी - माहेरी जाई. ही दोन घरं सोडली, तर आईला जाण्यासाठी आणखी कुठलीही घरं नव्हती. आमच्या घरी येणारे आईचे नियमित पाहुणे म्हणजे नाना– आईचे वडील. त्यांना ती ‘बाजान’ म्हणे. नाना जेव्हा दुपारी येत, तेव्हा आई त्यांचं अंग रगडून त्यांना अंघोळ घालून, नंतर जेवायला घालून बिछान्यावर झोपवी. बाबा घरी येण्याची शंका नसेल, तरच आई नानांना जेवायला बसवी. नाना जेवताहेत हे आम्ही पाहिलं, तरी आईला अवघडल्यासारखं वाटे. आम्ही काही म्हणायच्या आधीच ती म्हणे, ‘माझ्या वाट्यातलं बाजानना खाऊ घालतेय.’ आमच्या घरी कुणीही मामा किंवा खाला (मावशी) आली, की बाबा, संतप्त नजरेने पाहात. त्यांचं आमच्या घरी येणं बाबांना आवडत नाही, हे आईलाच काय, आम्हा सगळ्यांनाच माहीत होतं. आईच्या नात्यातलं कुणी येऊन गेलं की बाबा मोलकरणीला बाजूला नेऊन विचारीत, आईने त्या नातेवाइकाला काही दिलं का? काही खाऊ घातलं का, घातलं तर काय खाऊ घातलं - हे सारं. मोलकरणीलाही माहीत असे की, आईचे नातेवाईक या घरात आलेले बाबांना आवडत नाहीत. आईच्या एका नातेवाइकाला बाबांनी एकदा घरातून धक्के मारून बाहेर हाकलून दिलं.

आईच्या जवळची माणसं जेव्हा एकेककरून आमच्या घरातून हाकलून दिली जाऊ लागली, तेव्हा आई एकाकी होऊन गेली. तिने मग आपल्या जगाचा विस्तार केला पशू-पक्ष्यांमध्ये. आईला कोंबड्या पाळाव्यात असं वाटू लागलं. बाबांच्या हाता-पायांना, पाठीला मोहरीचं तेल लावून दाबून देताना ती रोज त्यांना ‘कोंबड्या आणून द्या’ अशी विनंती करू लागली. अर्थात बाबा याला ‘विनंती’ म्हणत नसत, ‘भुणभुण’ म्हणत. ‘का, कोंबड्या आणल्याने काय होईल?’ ‘कोंबड्या अंडी देतील, मुलंबाळं अंडी खातील, काही अंड्यांतून पिल्लं बाहेर येतील, ती पिल्लं मोठी होतील.’

आईचं स्वप्न शेवटी साकार झालं. एका कोंबडीच्या दहा कोंबड्या झाल्या तर त्यात बाबांचाच लाभ आहे, हे जेव्हा त्यांच्या लक्षात आलं, तेव्हा त्यांनी आईला चार कोंबड्या विकत आणून दिल्या. आईने त्या कोंबड्यांसाठी स्वत:च्या हाताने खुराडं तयार केलं. सकाळी उठल्यावर आई स्वत: कोंबड्यांना कोंडा खायला देई. कोंबड्या सगळ्या अंगणभर फिरत, घाण करत. आई वाट पाही, एके दिवशी कोंबडी अंडं देईल. बाबांच्या खाटेखाली एका चटईवर कांदे-बटाटे पसरून ठेवलेले असत. त्या कांद्या-बटाट्यांशेजारीच आईने एक टोपली ठेवली. वाळलं गवत अंथरलेल्या त्या टोपलीत एक लाल कोंबडी सारा दिवस बसून राही. एके दिवशी दिसलं, की त्या कोंबडीमागं तिची अनेक छोटी पिल्लं भर व्हरांड्यात-अंगणात फिरताहेत. ती पिल्लं दिसायला इतकी सुंदर होती, की त्यांना हातात घ्यावं असं वाटत होतं. आई म्हणे, 'ती पिल्लं हातात घेतली तर मोठी होणार नाहीत.' कोंबडीची पिल्लं पाहून आईच्या आनंदाला पारावार राहिला नाही. पण आईने मोजून बारा पिल्लं खुराड्यात ठेवली असताना दुसऱ्या दिवशी दिसलं, की दोन पिल्लं कमी आहेत. आई अंगणात कोंबडीच्या मागे फिरत असताना एका धूर्त मुंगसाने ती दोन पिल्लं खाल्ली होती. पत्र्याच्या खोलीमागे कुठेतरी त्या मुंगसाचं बीळ होतं. अधूनमधून ते मला अंगणात पळताना दिसे. आईला बदकं पाळावीत असंही वाटू लागलं. बदकांच्या वेळीही बाबा संतापून म्हणाले, 'आता बदकं कशासाठी?' बदकं आता कशासाठी हेसुद्धा आईला खूप समजावून सांगावं लागलं. बाबांनी आईची मागणी नाकारली. मग आईने नानांना विनंती केली. नानांनी (आईच्या बाबांनी) दोन बदकं विकत आणली - पांढरा नर, बदामी मादी. बदकं जेव्हा घरी आली, तेव्हा कोंबडीच्या बारा पिल्लांपैकी फक्त दोनच जिवंत राहिली होती. बाकीची आजारपणामुळे, कुत्र्याने आणि मुंगसाने खाल्ल्याने नष्ट झाली होती. बदकाच्या मादीने अंडं दिलं. आईने त्या अंड्यावर लाल कोंबडीला बसवलं. अंडं फुटल्यावर त्यातून बदकाचं पिल्लू बाहेर आलं. बदकं आमच्या घरामागच्या एका डबक्यात पोहायला जात. बदकाची पिल्लं कोंबडीच्या पिल्लांबरोबरच फिरत, दिसायला दोन्हीही सारखीच, रंगही सारखाच - पिवळा. कुठलं पिल्लू कोंबडीचं नि कुठलं बदकाचं हे ओळखता येत नसे.

आईची बदकं आणि कोंबड्या फार दिवस टिकल्या नाहीत. कोंबडीची पिल्लं थोडी मोठी झाली की दादा म्हणे, 'ती पिल्लं मुंगूसच खाणार ना, त्यापेक्षा मला त्याचं कालवण बनवून दे ना!' आई कोंबडीचा स्वयंपाक करी आणि डोळे पुसे. कुणी पाहुणा आला, की त्याला काय खायला द्यायचं? काहीच नाही? ठीक आहे, कापा एक कोंबडी! आई अंगणात फिरणाऱ्या कोंबड्यांकडे पाही आणि म्हणे, 'पाळलेली कोंबडी कशी कापायची?' दादा म्हणे, 'अल्ला हू अकबर म्हणून गळ्यावर सुरी चालवायची कोंबडीच्या - एकदम सोप्पं!' शेवटी आईने पाळलेल्या कोंबड्या

दादाच्या जिभेचे चोचले पुरवण्यासाठी, आमचं पोट भरण्यासाठी आणि पाहुण्यांचं आतिथ्य करण्यासाठी वापरल्या गेल्या. आई पाळलेल्या कोंबड्यांचा किंवा बदकांचा एक तुकडाही खात नसे, बटाट्याची भाजी खाई. एक महिना पूर्ण व्हायच्या आत कोंबड्यांचं आणि बदकांचं खुराडं रिकामं झालं. फक्त कोंबड्या आणि बदकंच नव्हेत, आईने परसबागेत लावलेल्या भाज्याही आम्ही खात असू. डाळ-तांदूळ-तेल-मीठ यांच्याशिवाय बाजारातून फारसं काही आणावं लागत नसे. फाटक्या साडीतली, विस्कटलेल्या केसांची आई संसारात मिळकतीचा मार्ग खुला ठेवीत असे. बाबा घरी जी फळं आणीत, त्यांच्या बिया आई अंगणात पुरून ठेवी. त्या बियांतून डाळिंब, आंबा, जांभूळ, पेरू यांची झाडं उगवत. कोंबड्या आणि बदकांच्या शोकातून सावरल्यानंतर आईने एकदा बकरीची दोन पिल्लं विकत आणली. त्यांना बाटलीने दूध पाजून तिने मोठं केलं. मोठी झाल्याबरोबर त्या बकऱ्यांनी आईने लावलेली फळांची झाडं मुळासकट खायला सुरुवात केली. आईने झाडांना कुंपण घातलं, पण बकऱ्यांनी ते कुंपणही मोडून टाकलं. आई झाडं वाचवण्यासाठी प्रयत्न करी आणि बकऱ्यांना सुखी ठेवण्यासाठीही! त्या बकऱ्यांची नावं तिनं ठेवली होती लता आणि पाता. त्या लता आणि पाता (पाता म्हणजे पानं) खात आनंदात राहात होत्या. आई लता आणि पाता यांची इतकी काळजी घेई, की रात्री त्या अंगणात झोपल्या तर त्यांना साप-किरडू चावेल या भीतीने ती रात्री त्यांना आपल्या खोलीत आणून ठेवी. त्यांच्या लेंड्यांनी आणि मुताने आईची खोली भरून जाई. त्यांच्यासाठी फणसाची पानं पाडून देण्याचं काम मी मागून घेतलं. ती पानं लता खात असे, पण पाताला मात्र ती आवडत नसत. तिचं तोंड उदास वाटे. मी तिला 'बैरागी' म्हणून हाक मारायला सुरुवात केल्यावर तिचं 'पाता' हे नाव सगळे विसरून गेले. एके दिवशी बैरागी बेपत्ता झाली. कुणीतरी फाटक उघडं ठेवलं होतं. संधी मिळाल्याबरोबर बैरागी खरोखरच बैरागी होऊन घर-संसाराच्या मायेचा त्याग करून निघून गेली. सगळा मोहल्ला शोधला, बैरागी सापडली नाही. आई डोळे पुसत नदीकिनारच्या पिराच्या मजारीवर गेली, तिथे पैसे टाकून, मेणबत्ती पेटवून, बैरागी परत घरी यावी अशी प्रार्थना करून आली. हा बुढ्या पिराचा मजार (समाधी) एक अद्भुत मजार होता. ब्रह्मपुत्र नदाच्या किनारी एका खोलीत लाल कापड पांघरलेली एक मोठी कबर होती. सकाळ-संध्याकाळ तिथे भक्तांची गर्दी होई. मी आईला विचारलं, 'हा बुढा पीर कोण होता? काय करायचा? तो कधी मरण पावला? लोक त्याच्या कबरीवर अगरबत्त्या आणि मेणबत्त्या लावून नवस का करतात? बुढा पीर लोकांची गाऱ्हाणी ऐकतो का? त्यांच्या इच्छा पूर्ण करतो का? करीत असेल, तर कशा काय पुऱ्या करतो?' माझ्या या कठीण प्रश्नांचं खूप सोपं उत्तर दिलं आईने - 'तो लोकांच्या इच्छा पुऱ्या करतो. तशी क्षमता अल्लानेच त्याला दिली आहे. तो इच्छा पुऱ्या करू शकत नसता, तर

इतके लोक कशाला आले असते त्याच्या समाधीकडे?' हिंदू-मुस्लिम-बौद्ध-ख्रिश्चन सगळ्या धर्मांचे लोक तिथे येत. पीर मुसलमान होता, पण तिथे हिंदूंची गर्दी मुसलमानांपेक्षा कमी नसायची. आईचा पिरावर कितीही विश्वास असला, तरी त्याने काही आईची मागणी पुरी केली नाही. बैरागी परत आली नाही. आपली साथीदार गेल्याने लता दिवसेंदिवस उदास होत चालली. व्हरांड्यातली लताने केलेली घाण पाहून घरातले सगळे वैतागले होते, पण, आई मात्र वैतागली नव्हती. ती स्वत:च्या हाताने लताच्या लेंड्या-मूत साफ करी, तिला अंगणात बांधून ठेवी, ती पळून जाऊ नये, म्हणून फाटक सतत बंद ठेवी. लताचा रंग हरणाच्या रंगासारखा होता. 'शिंगं जरा पेचदार आणि लांबीने मोठी असती, तर लता हरिणीसारखीच दिसली असती.' असं आई म्हणे. मी आईला म्हणे, 'आता हरीण पाळू नकोस म्हणजे झालं!' आई म्हणे, 'हरीण काय माणसाच्या घरात राहणारा प्राणी आहे होय?' एवढी लाडाने पाळलेली लता, पण तीही एके दिवशी बैरागीप्रमाणेच पळून गेली. आई लताची दुधाची बाटली, तिची दोरी, खुंटी, तिने अर्धवट खाल्लेली फणसाची पानं समोर ठेवून अश्रू ढाळत बसली.

एके दिवशी आई चक्क एक कपिला गायच घेऊन आली. बाबांना लहानपणापासून गायीबद्दल माया वाटत असे, म्हणूनच बहुधा त्यांनी 'या घरात गाय चालणार नाही' असं फर्मान काढलं नाही. या गायीला कधीतरी वासरू होईल, ती शेर-शेर दूध देईल किंवा मोठी झाल्यावर तिला अधिक किमतीला विकता येईल असा हिशेब त्यांनी केला असावा. आई मोठ्या उत्साहाने गायीला अंघोळ घालणं, तिच्या अंगावरच्या माशा उडवणं, एवढंच काय, गाईला थंडी वाजू नये म्हणून तिच्या पाठीवर जुनं ब्लँकेट घालणं - ही सगळी कामं करू लागली. दूधवाल्या भागीरथीच्या आईला सांगून गायीसाठी रोज चारा आणवण्याची व्यवस्थाही तिने केली. गायीसाठी आईने स्वत:च एक चांगली खुंटी तयार करून घेतली. आईने त्या गायीचं नाव ठेवलं 'झुमरी'. झुमरीला ती मुळीच बेपत्ता होऊ देणार नव्हती. पण काही दिवसांनी भागीरथीच्या आईला पुरेसा चारा आणून देणं जमेना. झुमरीसाठी खाद्य जमवण्यासाठी आई खूप शोधाशोध करू लागली. परसात आईने भाज्यांची लागवड केल्याने गुरांसाठी चारा किंवा गवत असं काही नसे. शेवटी आईने झुमरीला घागडहरच्या अब्दुस सलामकडे सांभाळायला दिली. गावच्या कुरणात भरपूर चारा उपलब्ध होता. सलामच्या घरच्या इतर गुरांबरोबर झुमरीसुद्धा चरायला जाईल, धष्टपुष्ट होईल, असा आईचा विचार होता. झुमरीला सांभाळण्याबद्दल आई सलामला दरमहा काही पैसेही देत असे. स्वत:सुद्धा अधूनमधून त्याच्या घरी जाऊन झुमरीला पाहून, तिला कुरवाळून येई. काही दिवसांनी सलाम दु:खी चेहऱ्याने म्हणाला, 'झुमरी चोरीला गेली.' आईकडे काहीच टिकत नसे, सारं निघून जाई. गाय चोरीला गेल्यावर आई

कबुतरांमागे लागली. आधी साधी कबुतरं घेऊन आली. आईला काही वाटल्याबरोबर एखादी गोष्ट विकत आणता येत नसे. महिन्यामागून महिने ती स्वप्नं पाही. बाबांना विनंती करी. बाबांनी विनंती अमान्य केली की, आपल्या नातेवाइकांना विनवी. त्यांनीही ऐकलं नाही, तर कुणाकडून तरी पैसे उसने घेई. ते पैसे परत करणंसुद्धा आईसाठी सोपी गोष्ट नसे. तिने लावलेल्या माडाच्या झाडांना जी शहाळी येत, ती रशीदमार्फत विकून पैसे फेडावे लागत. या घरी आल्यावर आईने जे माड लावले होते, ते मोठे होऊन त्यांना शहाळी येऊ लागल्यावर बाबाच इतर माडांच्या शहाळ्यां-प्रमाणे आईने लावलेल्या माडांचीही शहाळी विकून पैसे स्वत:च्या खिशात घालीत. आईने कोंबड्या पाळल्यानंतर आपल्या माडांची शहाळी विकून त्यांचे पैसे स्वत: वापरण्याचा हक्क रात्रंदिवस बाबांकडे हट्ट करून मिळवला. साधी कबुतरं दुसऱ्याच दिवशी उडून गेली. आई हातात त्यांच्यासाठी खाणं घेऊन आकाशाकडे दिवसभर पाहात होती. 'बाकबाकूम, बाकबाकूम' म्हणून त्यांना खूप हाका मारल्या, एवढंच नाही, बऱ्याच रात्रीपर्यंत ती व्हरांड्यात बसून राहिली. पक्षी रात्री घरट्याकडे परततात, तशी ही कबुतरंही रात्री परत येतील, या आशेने त्यांची वाट पाहात राहिली. ती काही परत आलीच नाहीत. बाहेरच्या व्हरांड्याच्या छतात जलाली कबुतरांनी घरटी केलेली होती. त्यांच्या विष्ठेने सारा व्हरांडा पांढरा होऊन जात असे. मी त्यांना अनेकदा हाकलायचा प्रयत्न करी. पण आई म्हणे, 'जलाली कबुतरांमुळे संसारात शांती नांदते, त्यांना हाकलू नकोस.' त्यांच्यापैकी एक कबुतर हाताच्या टप्प्यात आल्यावर त्याला गप्कन पकडून दादा आईला म्हणाला, 'ही कबुतरं फार वैताग आणतात. आई, हे कबुतर मला भाजून दे, खातो.' आईने दादाच्या हातातून ते कबुतर काढून घेतलं आणि त्याला आकाशात सोडीत म्हणाली, 'तुझ्यासाठी दुसरं कुठलंतरी कबुतर भाजून देईन, या कबुतरांना कधीही खाऊ नकोस. जलाली कबुतरांना त्रास दिला, तर घरातली शांती कायमची नष्ट होते.' साधी कबुतरं निघून गेल्यावर आईने सुंदर, तुरे असलेली एक कबुतरांची जोडी विकत आणली. अशी कबुतरं सहज मिळत नाहीत. आईने खूप शोधून ती विकत आणली. त्यांच्यासाठी स्वयंपाकघराच्या छताखाली तिने छोटसं लाकडी घर तयार केलं, त्याला एक छोटासा दरवाजा होता. दरवाजातून बाहेर आल्यावर एक छोटासा व्हरांडा. व्हरांड्यात एका वाटीत त्यांच्यासाठी खाणं ठेवलेलं असे. कबुतरं 'बाक-बाकूम' म्हणत घरट्यातून बाहेर येऊन खाणं खात. कबुतरं फार दूर उडून जाऊ नयेत, म्हणून यावेळी आईने त्यांचे पंख बांधून ठेवले होते. कबुतरांना उडण्यापासून वंचित करण्याची आईची मुळीच इच्छा नव्हती. तिला वाटे, त्यांनी आपल्या हातून खाणं खावं, अंगणातल्या झाडांवर बसावं, अंगण पांढरं करीत फिरावं, उडावं, पण फार दूर जाऊ नये. गेल्यास संध्याकाळच्या आधी आपल्या घरात परत यावं. कबुतरांनी अंडी घातली, त्यातून पिल्लं बाहेर आली,

काहींना मुंगसाने नेलं, तर काहींना कावळ्यांनी खाल्लं. त्यानंतर तुरेवाली कबुतरं दु:खाने आजारी पडली. आई त्यांना बरं करू शकली नाही. कबुतरं मरून गेल्यावर बाबा म्हणाले, 'या अवलक्षणी बाईजवळ काहीही टिकत नाही. सगळे निघून जातात.' ते खरंच होतं. सगळे प्राणी-पक्षी आईला सोडून निघून गेले. व्हरांड्याच्या छतात जलाली कबुतरं मात्र तरीही छानपैकी राहात होती. त्यांना पाहून दादाप्रमाणे मलाही खाण्याची इच्छा होई. बाबा महिनोन्महिने घरी मासे-मटन पाठवीत नसत. शाकाहाराचा कंटाळा येई. आईला मी म्हणाले, 'आता ही जलाली कबुतरं मारून त्यांचं कालवण बनवण्याशिवाय दुसरा मार्ग नाही.' एरवी आम्हाला काहीही खाण्याची इच्छा झाली, की आई ती कसेही करून पुरवीत असे, पण जलाली कबुतरांच्या बाबतीत मात्र तिने आमचं ऐकलं नाही. 'संसारातली शांती' तिला मुळीच नष्ट होऊ द्यायची नव्हती.

आईला सोडून सगळे निघून गेले. आई एकटीच फाटकी साडी, रुक्ष केस, कोरडी त्वचा घेऊन बसून राही. फाटक्या बिछान्यावर, फाटक्या मच्छरदाणीखाली रात्रभर एकटीच तळमळत राही. आईच्या छातीत कफ जमे, आई तिच्या खोलीच्या जमिनीवरच तो थुंकून टाकी, ते पाहून मला किळस येई. आईला स्वत:साठी कुणीतरी हवं होतं - माणूस, नाहीतर पशू-पक्षी. माणसं तर राहात नसत, पशुपक्षीही राहिले नाहीत. पहाटेपासून रात्रीपर्यंत आई आमच्यासाठी स्वयंपाक करी, आम्हाला खाऊ घाली, घराची साफसफाई करी, कपडे धुवी. आम्ही खात-पित असू, हुल्लड करीत असू, आमच्या अभ्यासात - खेळण्यात मग्न राहात असू. आईसाठी कुणीच राहात नसे. काहीही राहात नसे. हाच जणू नियम होता. आईचं कर्तव्य आई पार पाडीत असे. घरातली कामं करून आई दरुद (अल्लाची स्तुती) वाची, त्यात मन रमवण्याचा प्रयत्न करी! आणि राहून राहून बाबांनी रजिया बेगमशी लग्न केलंय ही खोटी गोष्ट नाही असं सांगे. आपल्या माहेरी पीरबाडीला जाता-येताना आई नेहमी बाबांना नौमहलच्या रस्त्यावर (सवतीकडे जाताना) पाही. मला वाटत असे की, आई बाबांच्या विरुद्ध जे सांगते, ते खोटंच सांगते. बाबा कितीही दूरचे का वाटेनात, बाबांच्या प्रतापापुढे आणि प्रभावापुढे मी कितीही झुकत असले, त्यांचा मार खात असले, बाबा आईलासुद्धा मारीत असले, तरी बाबांच्याबद्दल मला वाटणारी श्रद्धा काही कमी होत नसे. आईच्या बोलण्याकडे मी लक्ष देत नसे. जे प्रत्यक्ष दिसत नाही, त्यावर मी विश्वास ठेवू शकत नसे. आई म्हणजे मला केवळ एक रडकी स्त्री वाटे, दुसरं काही नाही. आईला बुद्धी वगैरे काही असेल असंही मला वाटत नसे. असती, तर तिने कशाला अल्ला-रसूलवर विश्वास ठेवला असता? अक्कल असती, तर कशाला ती 'नसीहत'च्या नावाखाली अमानकाकांबरोबर एकटी खोलीत बसून कुजबुजत्या आवाजात बोलली असती? बाबांनी अमानकाकांचं या घरी येणं बंद

करून टाकलं. अमानकाकांची बायको एके दिवशी येऊन आईला सांगून गेली, की तिच्या पतीने ते नोकरी करीत असलेल्या गफरगावच्या एका बाईशी लग्न केलं. हे ऐकून आई शांतपणे म्हणाली, 'पुरुषाची जात ना, करणारच!' पुरुषजातीच्या कुणाहीबद्दल आईला कुठल्याही प्रकारची श्रद्धा वाटत नसे. पण बाबांनी चुचकारल्यावर आई कशी एखाद्या कोंबडीसारखी बाबांजवळ जात असे! आईचं उठणं-बसणं-चालणं-बोलणं-झोपणं-पळणं; सगळंच मला किळसवाणं वाटे.

घरी सगळेच आपापल्या कामात मग्न असत. बाबा त्यांचे पेशंट आणि गावाकडची शेती यांच्यात, दादा नोकरीत, तर छोटोदा गीताच्या काळजीत मग्न असे. गीताने काही दिवस भौतिकशास्त्र विभागात काढून नंतर पूर्णपणे नृत्यकलेला वाहून घ्यायचं ठरवलं. ती नृत्याच्या ट्रूपबरोबर म्यानमारला जाणार होती. मी आणि यास्मिन अभ्यासात मग्न होतो. आई एकटीच पडून राही. काळी, बीभत्स, दरिद्री आई. जवळ काही नसणं याची आईला जणू सवय झाली होती. रिबन नसली की ती पायजम्याच्या नाडीने केस बांधी. हे पाहून आम्ही चोरून हसत असू. आई घरातली एक हास्यास्पद वस्तू होती. आईला सर्वात जास्त हसत बाबा. नोकरी मिळाल्यावर दादाने आईला साडी-परकर विकत घेऊन दिले होते. पण लग्नाचा विचार करून आपल्या संसाराला लागणारं सामान आणि स्वत:साठी सूट-बूट विकत घेण्यात तो इतका मग्न होता, की आईला गेल्या ईदच्या वेळी घेतलेली साडी आता फाटून गेली आहे हे तो विसरूनच जाई. आईने माहेरी जाऊन, माहेरजवळच्या वस्तीतून आपल्या फाटक्या साड्यांच्या गोधड्या शिवून आणल्या. थंडी पडली, की आई प्रत्येकाला त्या गोधड्या पांघरायला देई. आईच्या गोधडीने आम्हाला इतकं उबदार वाटे, की आम्ही नेहमीपेक्षा अधिक वेळ झोपत असू. आई आपली फाटक्या बिछान्यावर अपुरं पांघरूण घेऊन झोपे. आई स्वप्न पाही, आपण एक सुंदर नक्षीदार गोधडी तयार करून एखाद्या रात्री बाबांना 'सरप्राईज' म्हणून देऊ! पण बाबांना आईच्या कुठल्याच गोष्टीचं नवल वाटत नसे. आईनं सुंदर स्वयंपाक केला, तरी नाही; आईने सुंदर साडी नेसली, चांगली वेणी घातली, तरी नाही. चांदण्या रात्री खिडकीजवळ बसून एखादं सुंदर गाणं म्हटलं, तरी नाही. बाबांचा जणू आईवर जीव नव्हता. हे आईला माहीत होतं. आम्हालाही माहीत होतं. घरातल्या प्रचंड श्रमाने कधीकधी थकून जाऊन ती झोपून राही. आईला झोपलेलं पाहून बाबा आरडाओरडा करून घर डोक्यावर घेत. घरची गृहिणी जर अशी झोपून राहिली तर संसाराचं वाटोळं होतं अशी बाबांची समजूत होती. घरात चोर घुसून सगळं घर धुवून नेईल अशीही त्यांना भीती वाटे. नोकर कामचुकारपणा करतील, घरातलं चोरून खातील, मुली अभ्यास करणार नाहीत, गप्पा मारीत बसतील. बाबांचा हा आरडाओरडा ऐकून एके दिवशी कशीबशी उभी राहात आई म्हणाली, 'मूळव्याधीमुळं खूप रक्त गेलं. फार थकवा आलाय.'

यावर बाबा म्हणाले, 'ढोंग आहे तुझं हे, ढोंग!'

आई बरेच दिवस बाबांना सौम्य स्वरात विचारी, 'मूळव्याधीवर काही औषध नाही का हो?'

बाबा रूक्षपणे म्हणत, 'नाही.'

आईची चप्पल बऱ्याच दिवसांपूर्वी तुटली होती. बाबांना तिने नवी चप्पल घेऊन यायला सांगितलं होतं, पण बाबांनी ते ऐकून न ऐकल्यासारखं केलं. बाहेर कुठं जायचं झालं, तर आई माझी किंवा यास्मिनची चप्पल घालून जाई. घरात अनवाणीच फिरे. नानांच्या हे लक्षात आलं. त्यांनी एके दिवशी आईसाठी पांढऱ्या कॅनव्हासचे बूट विकत आणले. महिला असे बूट कधीही वापरीत नाहीत हे नानांना माहीतच नव्हतं. पण आईला मात्र ते बूट पाहून खूप आनंद झाला. घरात सगळ्यांना बूट दाखवून ती सांगू लागली, 'बाजाननी मला बूट आणले.' नानांना गोड खाणं मना असतानाही आईने त्या दिवशी त्यांच्यासाठी खूप साखर घालून पायस (खीर) केलं. नानांनी ते खाऊन, मुलीच्या डोक्यावर हात ठेवून प्रार्थना केली, की तिला बेहश्त (स्वर्ग) मिळो. नानांनी स्वर्गातल्या खाण्यापिण्याचं वर्णन केलं, 'अगं, तिथलं खाणं असं असतं, की एकदा खाल्लं, की चाळीस हजार वर्षं खातच राहाशील.' नानांचं ते वर्णन ऐकून मला वाटलं, की स्वर्गातलं छान छान खाणं खायला मिळण्याच्या लोभानेच ते नमाज आणि रोजे करीत असावेत.

नौमहल पीराचं माहात्म्य एवढं वाढलं, की आता रिक्षावाल्याला 'नौमहल पीरबाडी' म्हटलं, की रिक्षावाला थेट तिथे घेऊन जाई. पूर्वी सविस्तर पत्ता सांगावा लागायचा. आधी आई चार आण्यात तिथे जात असे. नंतर भाडं वाढून आठ आणे झालं आणि मग एक रुपया. आईचं माहेर होतं पीरबाडीला. वारंवार माहेरी किंवा पीरबाडीला जाण्याइतके पैसे आईकडे नसत. अनेकदा तिला आपल्या माहेरी जाण्याच्या इच्छेला लगाम घालावा लागे. एके दिवशी सकाळी मी शाळेला निघाले होते, तेव्हा आई साडी, तिच्यावर रंग उडालेला बुरखा आणि पायात नानांनी दिलेले बूट घालून मला म्हणाली, 'तुझ्या शाळेच्या रिक्षातून मला रेल्वेलाईनच्या वळणापाशी सोडतेस?' आईला आपादमस्तक पाहून, नाक वाकडं करून मी म्हणाले, 'तू दुसरी रिक्षा करून जा ना!'

'रिक्षाभाड्यासाठी पैसे नाहीत गं!'

'कुणाकडून तरी मागून घे.'

'मागितले, पण कुणीच दिले नाहीत.'

'मग जाऊ नकोस आज. रद्द कर. नंतर कधीतरी जा.'

आईने माझा सल्ला ऐकला नाही. आईला आज काय आणि इतर कुठला दिवस काय, सारखंच होतं. त्यामुळे तिला माझ्याबरोबर घ्यावं लागलं. मी मनातल्या मनात

प्रार्थना करीत राहिले, रस्त्यात कुणी ओळखीचं न दिसो; कुणी ओळखीची व्यक्ती मला रंग उडालेला बुरखा आणि कॅनव्हासचे बूट घातलेल्या आईसोबत न पाहो. आई रेल्वेलाईनजवळ उतरून गेली. पीरबाडी तिथून दोन मैल दूर होती. आई चालत जाणार होती. शाळेत पोचल्यावर अशरफुन्निसा मला म्हणाली, 'तुला बघितलं रिक्षातून येताना. मी हात हलवला, तुला समजलंच नाही.'

'पण मी तर तुला पाहिलं नाही.'

'पाहाणार कशी? एखाद्या नव्या नवरीसारखी खाली पाहात होतीस तू!'

'चल!'

'महाकालीच्या वळणावर आपल्या रिक्षा क्रॉस झाल्या. तुझ्याबरोबर तुझी मोलकरीण होती.'

स्वतःच्या छातीची धडधड मला स्वतःला ऐकू आली. 'नाही, माझ्याबरोबर मोलकरीण नव्हे, माझी आई होती' हे ओठांवर आलेलं वाक्य मी गिळून टाकलं. जणू कुणी माझे ओठ शिवून टाकले होते. दिवसभर मी अशरफुन्निसाची चूक दुरुस्त करू शकले नाही.

शाळेतून आल्यावर यास्मिनने माझ्या कानात सांगितलं, 'माझी एक मैत्रीण मला म्हणाली, की तुझ्या बाबांनी दोन लग्नं केली आहेत.'

'मग तू काय म्हणालीस?'

यास्मिन म्हणाली, 'मी म्हणाले, माझ्या बाबांनी दोन लग्नं केलेली नाहीत. तू खोटं बोलतेयस.'

मीसुद्धा तिला म्हणाले, 'माझ्याही वर्गातली एक मुलगी मला असंच म्हणाली.'

आई एके दिवशी व्हरांड्यात उदास बसली होती. मला जवळ पाहून म्हणाली, 'तुझ्या बाबांनी तर चकलादारच्या बायकोशी लग्न केलंय!'

मी म्हणाले, 'हे काय म्हणतेस आई!'

'हो. नौमहल मोहल्ल्यातले सगळे म्हणत होते.'

'सगळे कोण? त्यांना कसं समजलं?'

'त्यांनी पाहिलं.'

'काय पाहिलं?'

'त्यांनी पाहिलं - ती बाई नौमहल भागातल्या एका घरात राहते आणि तुझे बाबा नेहमी त्या घरी जातात.'

'हे तर काही नवीन नाही. असा संशय तर तुला बऱ्याच दिवसांपासून आहे.'

'मी स्वतःच्या डोळ्यांनी तुझ्या बापाला तिथं जाताना पाहिलंय. त्या बाईबरोबर मी बोललेसुद्धा. आमचं लग्न झालंय असं ती स्वतः म्हणाली.'

'हट्!'

'मग तुझे बाबा त्या घरी जातात कशाला?'

'जाऊ शकतात. पण त्याचा अर्थ काय त्यांनी तिच्याशी लग्न केलं असा थोडाच होतो?'

एखाद्या व्यक्तीच्या घरी भेटायला जाणं याचा अर्थ तिच्याशी लग्न झालेलं असणं असा नाही, हे मी युक्तिवाद करून पटवून द्यायचा प्रयत्न केला. का केला - आईला वाईट वाटू नये म्हणून, की असं वाईट काम बाबा कधीच करणार नाहीत असं मला वाटत असल्यामुळे, की बाबांनी दोन लग्नं केली आहेत ही माझ्यासाठीही शरमेची गोष्ट असल्याने हे मला समजत नव्हतं.

'त्या दिवशी आकुबाला गेले होते सोहेलीच्या आईला भेटायला, तर ती म्हणाली, 'तुझ्या बापाला अन् चकलादाराच्या बायकोला तिने सिनेमाला जाताना पाहिलं. मला तर तुझा बाप कधीच सिनेमाला नेत नाही!'

'तू कशाला सिनेमाला जायला पाहिजेस? तू तर अल्लाच्या मार्गावर गेलीयेस!' असं बोलून मी आईसमोरून दूर गेले.

रजिया बेगमबद्दल आईची ही तक्रार असूनही आई मनापासून स्वयंपाकपाणी करी. नवऱ्याला, मुलांना खाऊ घाली. तेल-कांदा नसेल, तर त्याच्याशिवाय स्वयंपाक करी आणि जेवायला बसल्यावर म्हणे, 'तेल-कांद्याशिवाय काय चांगला स्वयंपाक होतो? खा आजच्या दिवस हेच! बघू उद्या जर...'

दुसऱ्या दिवशी तेल येई, तर कांदा येत नसे. बाबांनी बाजारातून सडलेले मासे पाठवलेले असत. आई थैली उघडून पाही. सडक्या माशांचा वास येतोय. पण म्हणून मुलं उपाशी राहाणार थोडीच? ती मूठभर कढीलिंबाची पानं टाकून माशांची आमटी करी – कढीलिंबाच्या वासाने माशांचा वास मारला जावा यासाठी. मला संशय येई. मी विचारी, 'कढीपत्ता का टाकलाय आई? मासे नक्कीच सडलेले असणार!' आई थोडं हसून म्हणे, 'नाही गं, मासे चांगले ताजे होते! जिवंत होते!'

'अल्लाची शपथ घेऊन सांग बरं!'

'सारखी सारखी अल्लाची शपथ घ्यायची नसते.' आई दबक्या आवाजात रागावे.

दादा आणखी एक मासा मागून घेई. मी ताट बाजूला सारून म्हणे, 'मासे सडके आहेत, मी नाही खाणार. दुसरं काही असलं तर दे.'

रात्री बाबा परतल्यावर पँट काढून लुंगी घालताना आई म्हणे, 'पैसे कमावताहात ते कुणासाठी?'

'कुणासाठी म्हणजे? इतक्या माणसांना खाऊ घालतोय, त्यांना कपडे देतोय, दिसत नाही?'

'मी माझं सांगत नाही. मी मुलाबाळांचं सांगतेय. सडके मासे का पाठवले

आज? शाळेतून मुलं भुकेल्या पोटाने येतात, तर जेऊ शकत नाहीत.'

'मासे सडके होते?'

'म्हणजे? घरभर दुर्गंधी सुटली होती.'

'हूं!'

'आणि महिनाभरापासून घरात कांदे नाहीत. कांदे विकत घ्यायलाही पैसे नाहीत वाटतं!'

'काही दिवसांपूर्वीच पाठवले होते ना कांदे? संपले?'

'काही दिवसांपूर्वी?' आई हाताची बोटं मोजीत म्हणे, 'आज रविवार, गेल्या रविवारच्या आधीच्या रविवारी कांदे संपलेत. त्याच्या आधीच्या मंगळवारी कांदे पाठवले होते.'

'इतक्या लवकर संपतात कसे? काटकसर नाही करता येत? कांद्याचा भाव माहीत आहे? पैसे कमवत असतीस म्हणजे समजलं असतं?'

आई नि:श्वास सोडी. ती काय स्वत:च्या इच्छेने घरी राहात होती?

बाबांच्या औषधाच्या दुकानातला एक कर्मचारी अब्दुस सलाम बाजार घेऊन घरी आल्यावर आई त्याला बाजूला बोलावून त्याच्याशी बोले. एका संध्याकाळी मी पाहिलं, की आई त्याला स्वयंपाकघरात बसवून मासे-भात खाऊ घालते आहे. 'सलाम, चांगलं खाऊन घे. सकाळी काहीतरी थोडंसं खाऊन येतोस, नंतर दिवसभर काही खाणं होत नाही.'

आईचं असं त्याला खाऊ-पिऊ घालणं नेहमीच चाले. दाराशी कुणी गरीब भिकारी आला तर आई त्यालाही बसवून जेवायला घाली. शिळी भाजी, भात आणि वाळलेली मिरची. भिकारी तेही आनंदाने खात. कुणी दिवस वाईट आल्यामुळे भीक मागतो आहे असं दिसलं, तर त्याला मटनाचे तुकडेही वाढी. आईच्या मनात करुणा होती. सलाम जेवल्यानंतर हसतमुखाने परत गेल्यावर आईने मला आणि दादाला बोलावलं अन् म्हणाली, 'तुमचा बाप घरी सडके मासे का पाठवतो, तेल-कांदे का आणत नाही, माहिती आहे?'

'का?' दादाने विचारलं.

जणू एखादं रहस्य सांगत असल्याच्या सुरात आई म्हणाली, 'कारण दोन ठिकाणी बाजार पाठवावा लागतो ना! तेवढं जमणार कसं? ती बाई आपला नोकर फार्मसीत पाठवते अन् तुमचा बाप स्वत: बाजार करून तिच्या घरी पाठवतो. तिच्याशी लग्नही केलंय त्याने. तिचा लहान मुलगाही फार्मसीत येऊन बसून राहातो. तुझा बाप त्याच्या शिक्षणाचा खर्च करतो. तो खरा तर तुमच्या बापाचाच मुलगा, चकलादारचा नाही.'

आईचे हे आरोप ऐकून मी बेचैन झाले. दादाही. तो म्हणाला, 'ही कुणाकडून तरी काहीतरी ऐकते आणि आरडाओरडा करते!'

'कुणाकडून तरी काहीतरी ऐकते? मग जा ना, नौमहल भागात तर राहाते ती बाई! तिच्या घरी जाऊन बघून ये, विचारून ये तिला तुझ्या बापाने तिच्याशी लग्न केलंय की नाही, रोज तिच्या घरी बाजार पाठवतो की नाही!'

'छट्! तिच्या घरी जायला मला काही दुसरी कामं नाहीत की काय?' दादा आईसमोरून निघून गेला. मीही. आईचे विलाप-प्रलाप आमच्या ओळखीचे होते. तिचे आरोपही. तिच्या या आरडाओरड्याने आमच्या मनात तिच्याबद्दल मुळीच करुणा निर्माण होत नसे.

आई एकटी बसून राही. तिचं दुःख ऐकायला घरातलं कुणीही नसे. ती जरीच्या आईला बोलवी आणि म्हणे, 'या संसारात मला शांती नाही. ज्या दिवशी माझं शिक्षण बंद झालं, त्याच दिवशी माझं दुर्दैव सुरू झालं. मी शिकले असते, तर अशी स्वतःच्या घरात मोलकरणीसारखी राहिले नसते. मुलंही बापाची भक्त झाली आहेत. मला ती आई मानतच नाहीत.'

जरीच्या आईला आईचं दुःख समजत नसे. तिच्या स्वतःच्या दुःखाशी तुलना करता आईचं दुःख तिला काहीच वाटत नसे. तिचं तर तीन सवतींच्या घरात लग्न झालं होतं. तिला सवतींनी खूप त्रास दिला होता, नवऱ्यानेही! जरीच्या जन्मानंतर तर त्याने लाथा मारून तिला घराबाहेर काढलं होतं. जरीच्या आईला तर आईचा संसार हा सोन्याचा संसार वाटत होता.

आईचं बोलणं ऐकून जरीची आई निःश्वास टाकी. तो खोटा असणार, याची मला खात्री असे.

एवढं दुःख असूनही आई घर सजवी, घरातल्या फर्निचरची जागा बदलून नवीन मांडणी करी. आईचं हे काम मला खूप आवडे. नव्या मांडणीमुळे घर एकदम नवीन वाटे. नवीन जीवन सुरू झाल्यासारखं वाटे. परसबागेचीही ती सतत काळजी घेई. ऋतूप्रमाणे भाज्या लावी. आम्हाला वाढताना म्हणे, 'झाडावरचे टोमॅटो, झाडावरचं अमुक, बागेतलं तमुक ....'

एकदा ती असंच 'झाडावरचा टोमॅटो' म्हटल्यावर मी चटकन पकडलं.

'झाडावरचा टोमॅटो म्हणजे? टोमॅटो झाडावर तर येतात ना?'

'हो, झाडावरच येतात.'

'मग म्हणतेस कशाला, 'झाडावरचे टोमॅटो' म्हणून? बाजारातून आणलेले टोमॅटोसुद्धा झाडावरचेच तर असतात.'

'अगं, हे घरच्या झाडावरचे!'

'मग असं म्हण ना 'घरच्या झाडावरचे!' तुला धड काटेकोर बोलताही येत

नाही!'

'मी मूर्ख आहे गं - लिहिणं वाचणं शिकले नाही. तुम्ही शिकलात. तुम्हाला मुद्देसूद बोलता येतं.' आई थांबत-थांबत म्हणाली.

आपण शिकलो नाही याची आईला कायम खंत वाटे. मी मॅट्रिक परीक्षेच्या आधी जेव्हा टेबलापाशी पुस्तकं-वह्या घेऊन अभ्यासाला बसे, तेव्हा आई पुटपुटे, 'प्रायव्हेट मॅट्रिक दिली असती, तर....'

मी हसून विचारी, 'या वयात तू मॅट्रिक देणार?'

'कितीतरी माणसं देतात. गोंधळाच्या काळात तर माझ्यापेक्षा वयस्कर लोकांनी मॅट्रिक दिली, तेव्हा तर सरकारने सगळ्यांनाच पास केलं. त्या चकलादारच्या बायकोने तेव्हाच मॅट्रिक दिली आणि कॉपी करून पास झाली. तुझ्या बापानेच तिला प्रायव्हेट मॅट्रिक द्यायला लावली.'

ते बरोबरच होतं. एकोणीसशे एकाहत्तरच्या डिसेंबरमध्ये, देश स्वतंत्र झाल्यावर जी पहिली मॅट्रिकची परीक्षा झाली होती, तिला अनेकजण बसले, वयाचं बंधन नव्हतं, आधी किती शिक्षण झालेलं असावं याचंही बंधन नव्हतं. त्या परीक्षेत सामूहिक कॉपी झाली. परीक्षार्थींना सामूहिकरीत्या पास करून टाकण्यात आलं. त्या परीक्षेतच रजिया बेगमसुद्धा पास होऊन गेली.

'आता तर कॉपी चालत नाही, तू कशी पास होणार?'

'मी कशाला कॉपी करू?'

'मग पास कशी होणार तू?' मी हसू दाबीत म्हणाले, 'अभ्यास लक्षात राहील तुझ्या?'

'राहाणार कसा नाही? राहील.'

'तू तर हातात किल्ली घेऊन घरभर किल्ली शोधीत फिरतेस. कसं लक्षात राहील तुझ्या?'

'तू एकदा मला गणित समजावून सांगितलंस की बघ, मी पास होते की नाही! बंगाली-इंग्लिश तर सोपेच पेपर आहेत. इतिहास-भूगोल पाठ करून टाकीन.'

आईच्या डोळ्यांत स्वप्न चमकू लागलं. स्वप्न पाहातच ती म्हणे, 'मी परीक्षा दिली की पास होणारच. वर्गात माझा नेहमी पहिला नंबर यायचा. माझं लग्न झाल्यावरही शाळेतले शिक्षक म्हणायचे, 'शिक्षण सोडू नकोस हं ईदून.' मी आईला स्पष्ट सांगितलं, 'हे सगळे कठीण विषय तुला समजणार नाहीत. आता काही तो गोंधळाचा काळ नाही. त्यामुळे वाट्टेल त्याला परीक्षा देता येणार नाही. शिवाय तुझं वय खूप आहे. आता मॅट्रिक द्यायला गेलीस तर लोक हसतील.' आईने नि:श्वास सोडला. कधीकाळी उत्तम विद्यार्थिनी असल्याचा अभिमान वयामुळे आडबाजूला पडला होता. आई एकटीच दुसऱ्या खोलीत जाऊन बसली. हू - हू वाहणाऱ्या

वाऱ्याबरोबर एकटीच बोलू लागली.

आई मॅट्रिकची परीक्षा द्यायचं स्वप्न पाहातेय ही बातमी बाबांच्या कानी गेली. बाबा खो खो करून हसले, त्यांच्याबरोबर आम्हीही हसलो. घरभर नुसता हशा सुरू झाला. आई गप्प-गप्प झाली. तिचं स्वप्न एखाद्या काचेच्या भांड्यासारखं फुटून चक्काचूर झालं. अखेर आईने शिकण्याची हौस वेगळ्या मार्गाने भागवली. पीरबाडीच्या महिला अरबी भाषा शिकत. वयाची काही अट नसे. पीरबाडीहून आईने 'अरबी भाषाशिक्षा' पुस्तकाचे तीन भाग आणि नानीकडून पैसे उसने घेऊन मोठमोठ्या फुलस्केप आकाराच्या वह्या विकत आणल्या. मी इंग्रजी भाषा शिकली होते, तशी आई अरबी भाषा शिकू लागली, त्या मोठ्या वह्यांमध्ये लिहू लागली (अर्थात अरबीत); तो जातो, तो जात आहे, तो गेला आहे, तो गेला, तो गेला होता, तो जाईल इ. आईचं बंगाली हस्ताक्षर जसं सुंदर होतं, तसंच अरबी हस्ताक्षरही सुंदर होतं.

'अरबी शिकून काय होणार आई?' मी विचारलं.

आई गोड हसून म्हणाली, 'अल्लाचा कलाम वाचता येईल. कुराण हदीस वाचता येईल.'

माझी परीक्षा जवळ आली होती, पण माझ्यापेक्षा आई अधिक अभ्यास करीत होती. अगदी रात्री जागून अरबीचा अभ्यास करीत होती. ती पत्रं लिहीत नसे, गप्पा मारीत नसे. आईचं अभ्यास करणं बाबांच्या लक्षात आलं. एकदा घरी परतल्यावर ते म्हणाले, 'सगळ्या विद्यार्थिनींनी माझ्यासमोर यावं.'

मी आणि यास्मिन बाबांसमोर उभे राहिलो. बाबा धमकीच्या आवाजात म्हणाले, 'घरातली मोठी विद्यार्थिनी कुठंय?'

मी अवाक! घरातली मोठी विद्यार्थिनी मीच होते, बाबांना दिसत नव्हतं की काय? मी दाराच्या पडद्याशी चाळा करणं सोडून बाबांसमोर जाऊन उभी राहिले. त्यांनी स्पष्ट पाहावं, म्हणून.

ते माझ्याकडे पाहात म्हणाले, 'मोठ्या विद्यार्थिनीला बोलवा.'

'ही काय इथे आहे!' मी म्हणाले.

बाबा म्हणाले, 'तू काय पीएच.डी. करतेयस?'

'नाही.'

'जी पीएच.डी. करतेय, तिला बोलावून आण.'

तरीही मला बाबांना काय म्हणायचंय ते कळेना. यास्मिन माझ्यापेक्षा शहाणी. तिने आईला हाक मारली. 'आई, लगेच ये. बाबा बोलावताहेत!' आई वही-पेन ठेवून बाबांसमोर आली. आईने बाबांकडे बाजारातून आणायच्या सामानाची यादी दिली होती, ती हातात घेऊन बाबांनी विचारलं, 'मीठ कसं संपलं?'

‘स्वयंपाक करण्यात!’ आईने शांत आवाजात सांगितलं.

‘अडीच शेर मीठ दोन दिवसांत संपलं - एवढा कुठला राजेशाही स्वयंपाक करतेस तू?’

‘स्वयंपाकघरात उभं राहून पाहात जा मीठ कसं संपतं ते!’

‘मिठाचा भाव माहीत आहे?’

आईने काहीच उत्तर दिलं नाही.

बाबा दात खात म्हणाले, ‘मी पुढच्या महिन्यात मीठ आणीन; हा महिना सगळ्यांनी मिठाशिवायच जेवायचं.’

‘मी मिठाशिवाय जेऊ शकेन हो, पोराबाळांना नाही जमत, सगळ्यांना पानात वेगळं मीठ वाढावं लागतं.’

एवढं बोलून आई दुसऱ्या खोलीत निघून गेली. व्हरांड्यातल्या टेबलावर आईची वहीपुस्तकं पडून राहिली; त्यांची पानं वाऱ्याने उडत राहिली.

रात्री परत आल्यावर बाबांनी जरीच्या आईला बोलावून दबल्या आवाजात विचारलं, ‘मला सांग, नोमानची आई कांदे-लसूण-तांदूळ-डाळ घरातून बाहेर नेते का?’

‘कोण जाणे - मला काही माहीत नाही.’

‘काही घेऊन जाताना पाहिलं नाहीस?’

‘बरंच काही नेत असते.’

‘काय नेते?’

‘पिशवीत भरून काय नेते ते मला काय दिसणार? मी मोलकरीण, मी माझं काम करीत असते.’

‘पिशवी घेऊन ती बाहेर जाते का?’

‘आता बाहेर कुठं जायचं असतं तर हातात पिशवी नेणारच!’

‘किती मोठी पिशवी नेते?’

‘पिशवी लहान असते का? मोठीच असते!’

जरीची आई बाबांच्या खोलीतून बाहेर आल्यावर आईने तिला विचारलं, ‘काय विचारलं तुला?’

‘विचारलं, तुम्ही तांदूळ-तेल घेऊन माहेरी जाता का म्हणून!’

‘तू काय सांगितलंस?’

‘सांगितलं, मला माहीत नाही.’

आई फुत्कारली, ‘तुला माहीत नाही? माझ्या बापाला काय खायला मिळत नाही का? माझा बाप काय रस्त्यावरचा फकीर आहे का? माझ्या माहेरी अजूनही मोठमोठ्या पातेल्यांत स्वयंपाक होतो. तिथं काही अन्नाची टंचाई नाही. माझ्या

बाजाननी घर बांधलं नाही, पण धान्य आणि कपडेलत्त्याची कमतरता कधीही भासू दिली नाही. मोठमोठे मासे आणीत ते - कधीही सडलेले मासे पाठवले नाहीत घरी. मी उलट आईकडूनच पैसे आणते. माझ्यावर खोटा आळ घेतात - अल्ला याचं डोकं नष्ट करून टाकील!'

आईने अर्ध्या रात्रीपर्यंत बडबड केली. जरीची आई गुडघ्यात तोंड घालून ती बडबड ऐकत बसली.

दुसऱ्या दिवशी स्वयंपाकघरात जाऊन, धान्य-धुन्य वगैरे काय-काय आहे, कधी काय विकत आणलं, कधी काय संपलं याचा अगदी पै-पैचा हिशेब घेतला बाबांनी. त्यात मेळ न दिसल्याने त्यांनी स्वयंपाकघरातल्या कपाटाला कुलूप ठोकलं आणि म्हणाले, 'आतापासून तांदूळ-डाळ, कांदे-लसूण जे जे लागेल, ते मी कुलूप उघडून काढून देत जाईन.' किल्ली आपल्या पँटच्या खिशात टाकून ते निघून गेले. दुसऱ्या दिवशी बाहेर जाण्याआधी कुलूप उघडून, आईला बोलावून म्हणाले, 'आज दुपारी माशाचं कालवण कर. हा धर एक कांदा. मसुरीची डाळ एक कप केली तरी पुरेशी आहे, त्यासाठी या दोन मिरच्या, एक लसूण....' असं बोलत बोलत आईला सामान दिलं, तेलही एक छटाक मोजून दिलं.

संध्याकाळी येऊन रात्रीच्या स्वयंपाकासाठी ते सामान मोजून देत. असंच चाले.

आई आपली आईसारखी जगत राहिली. आई फारशी डोळ्यांसमोर येत नसे. मी अभ्यास करीत असताना आई टेबलावर एक ग्लास दूध ठेवून जाई. दुपारी सरबत ठेवून जाई. मला दुधाचा किंवा सरबताचा ग्लास दिसे, आई नव्हे. आई संडासातून येऊन जिन्याजवळ बसे, चक्कर आल्याने उठू शकत नसे. तेव्हा 'काय झालं?' विचारल्यावर थंड आवाजात म्हणे, 'मूळव्याधीमुळे रक्त जातंय खूप, अशक्तपणा वाटतोय.'

आई हळूहळू उठून घरात येई, बिछान्यावर पडून छताकडे पाहात झोपून राही.

आईचं जीवन असंच होतं. ते तसं जगण्याची तिला सवय झाली होती आणि ते पाहाण्याची आम्हाला सवय झाली होती. एके दिवशी फाटकाचा आवाज ऐकून पळत जाऊन पाहिलं, तर एका अनोळखी माणसाशी बोलून आईने दार बंद केलं होतं.

'कोण आलं होतं?' मी विचारलं.

'कमालकडं आला होता.'

'कोण? नाव काय त्याचं?'

'ओळखीत नाही मी त्याला. नाव नाही सांगितलं त्याने.'

'काय म्हणाला?'

'तो म्हणाला, 'तुम्ही कोण?' मी म्हणाले, 'मी इथली मोलकरीण.''

'असं का म्हणालीस?'

'मी कमालची आई आहे असं म्हटलं असतं तर त्याला नवल वाटलं असतं. अंगावर फाटकी-मळकी साडी होती ना?'

मी गप्प होऊन गेले. वाटलं, आईने खोटं सांगितलं हे बरोबरच केलं. आईने छोटोदाची इज्जत सांभाळली. आईने तर मी कमालची आई असं सांगितलं असतं, तरी मला शंकाच होती की, तो माणूस छोटोदाला म्हणाला असता, 'तुझ्या घरी गेलो होतो - तिथं तुमची मोलकरीण होती, ती म्हणत होती ती तुझी आई आहे म्हणून!'

आईला घरात ठेवूही शकत नव्हते, घराबाहेर काढूही शकत नव्हते. आई आमच्यासाठी स्वयंपाक करी, भूक लागायच्या आधी खायला देई. बाबांनी संतापून हात उगारला तर बाबांना म्हणे, 'मुली घरातल्या लक्ष्मी असतात, त्यांच्या अंगावर हात टाकणं बरोबर नाही. त्या आता किती दिवस आहेत, दुसऱ्याच्या घरी निघून जातील!' आईच्या हस्तक्षेपामुळे मी वाचे खरी, पण 'दुसऱ्या घरी निघून जातील' हे वाक्य मनाला इतकं लागे, की हिंस्र बाबांच्या ऐवजी माया करणाऱ्या आईचाच मला अधिक राग येई.

'दुसऱ्या घरी जाणार म्हणजे काय?'

'दुसऱ्याच्या घरी जावंच लागणार - लग्न झाल्यावर जावं नाही लागणार?'

'नाही. नाही जावं लागणार.'

'असं कधी होतं का?'

'हो. होतं.'

'कुणी आयुष्यभर माहेरीच राहातं का?'

'राहातं. मी राहीन. माहेरीच राहीन.'

'लग्न' हा शब्द ऐकल्याबरोबर मला संताप येई.

'लग्न झाल्यावर मुली दुसऱ्याच्या घरी जातात! मुली बापाच्या घरी पाहुण्याच असतात. आहेत तोपर्यंत त्यांचे लाड करायचे, नंतर नशिबी सुख आहे की दुःख कोण जाणे!'

आईच्या हळू आवाजातले हे शब्द माझ्या मनाला विष लावलेल्या बाणासारखे लागत. घरात जन्म घेऊन, मुळं रोवून, इतकी वर्षं जवळ राहून मी परक्याची आणि सतत बाहेर राहाणारे, लग्न करून घर सोडून निघून जाणारे किंवा लग्न करण्याची स्वप्न पाहाणारे मुलगे मात्र आईला माझ्यापेक्षाही आपले! मी तर माझे बाबा कितीही का खोटारडे असोत, बहीण कितीही बेशिस्त आणि वाचाळ असो, भाऊ कितीही विचित्र असोत, कुणालाही परकं मानू शकत नव्हते. हीच सारी माझी सर्वात जवळची माणसं होती. दुसरा कुणीतरी एक अपरिचित माणूस अचानक माझ्या आयुष्यात टपकून या सगळ्यांपेक्षा माझ्या जवळचा होणार? अशक्य! असंभव! मी मुद्दाम

आईला दूर सारी. आईच्या तोंडावर धाडकन दरवाजा लावून घेई. 'आई, जेवायला वाढ,' 'आई, माझे कपडे कुठं आहेत, 'आई, साबण कुठं आहे?' रिक्षाला पैसे नसताना आईच्या भरवशावर घरी येऊन 'आई, तीन रुपये दे गं!' म्हणे. ताप आला म्हटल्यावर आई अंगावर पांघरूण घाली, बाबांना ताप बघून जा म्हणून निरोप पाठवी, औषध द्यायला सांगे - अशा लहान-सहान गोष्टी सोडता आई जीवनातल्या कुठल्याच बाबतीत मला आठवत नसे - फक्त उपयोगापुरती आठवे.

फाटक उघडल्याचा आवाज आल्यावर मी आधी खिडकीतून कोण आलं आहे ते पाही आणि जर बाबा आले असतील, तर प्रत्येकजण आपापल्या जागी पळत जाई आणि आपापलं काम करीत बसे. एकदा दुपारी अडीचला बाबा आले. बाबा आले की, मी फक्त स्वत:च सावध होई असं नाही, तर इतर सगळ्यांनाही सावध करावं लागे. कारण मी माझ्या जागेवर असे किंवा टॉवेल घेऊन अंघोळीला निघालेली असे; पण यास्मिन आंब्याच्या झाडावर किंवा स्वयंपाकघरात किंवा गच्चीवर असली, तर त्यांना चालत नसे. मग ते यास्मिनची पाठ शेकून काढीत. मलाही रट्टे लगावीत. म्हणून बाबा आले की, लगेच त्यांच्या येण्याची बातमी सगळ्यांना सांगणं हे एक अलिखित कर्तव्य असे - मग ते आल्याचं कुणाला का समजलेलं असो. खोलीतून व्हरांड्यात जात 'बाबा आले' असं म्हटल्याबरोबर घरातले सगळे प्राणी बाबांना अपेक्षित असलेल्या जागी पळत जात. मोलकरीण जर व्हरांड्यात आराम करीत असेल, तर ती पळत स्वयंपाकघरात भांडी घासायला जाई किंवा हंडा घेऊन नळावर पाणी आणायला जाई. कारण बाबांना कुणीही घरात बसून राहिलेलं किंवा झोपलेलं आवडत नसे. 'बाबा आले' अशी घोषणा करून मी अंघोळीला निघाले की दिसे, आई जेवत असली तर चटकन ताट घेऊन उठे, स्वयंपाकघरात जाई आणि हात धुवी. यास्मिन खेळणं सोडून गणितं करायला बसे आणि आई तांदूळ निवडायला बसे. अंघोळीहून आल्यावर मी हळू आवाजात आईला विचारी, 'बाबा गेले का?'

'नाही. झोपले आहेत.'

'तू जेवत होतीस ना? अर्ध्यावरच उठलीस?'

आई तांदूळ निवडता-निवडता म्हणे, 'मी जेवत असलेलं तुझ्या बाबांना कधीही सहन होत नाही.'

'पण खाल्ल्याशिवाय तू जगू शकणार नाहीस हे बाबांना माहीत नाही का?'

'माहीत आहे. पण त्यांच्या डोळ्यांसमोर मी खात असले की संतापतात.'

बाबांच्या भीतीने आम्ही खेळ अर्धवट सोडत असू, तसं आई जेवण अर्धवट सोडी.

घरातल्या सगळ्यांना जेवू घालून आई अवेळी स्वयंपाकघरात जेवायला बसली आहे, सोबत मोलकरीण बसली आहे - असंच दृश्य पाहायची आम्हाला सवय झाली

होती. उत्सवाच्या दिवशीसुद्धा आई बाबांच्या किंवा आमच्याबरोबर जेवायला बसत नसे. 'असं का?' असा प्रश्न कुणीच कधी विचारला नाही, कारण आमच्या मनात तसा प्रश्नच येत नसे. आम्ही जेवत असताना आई जवळ उभी राहून हवं-नको ते पाहात असे - आणि आईला असं करणंच शोभतं असं बाबांप्रमाणेच आम्हालाही वाटत असे. आई खूप चांगला स्वयंपाक करत असे आणि प्रेमाने वाढत असे म्हणूनच आम्हाला तसं वाटत असे.

संध्याकाळी शाळेतून परत आल्यावर मला अनेकदा असं दिसे, की आई दिवस-भरच्या कामानंतर दुपारचं जेवण आता जेवते आहे, भात कालवते आहे. तिच्याकडे पाहिल्याबरोबर ती हसे आणि ताट घेऊन दुसरीकडे जाई किंवा नंतर जेवू म्हणून हात धुवी.

मी हसून म्हणे, 'का उठलीस तू? तुला माझ्यासमोर जेवायची लाज वाटते की काय?'

आई काहीही उत्तर देत नसे. आईला खरोखर इतरांसमोर जेवताना संकोच वाटे, ती नजरेआड जेवत असे. बाबा आले तर त्यांच्या नजरेआडही जेवत नसे. कारण बाबांना कुठं काय चाललंय हे पाहाण्याची सवय होती. समजा बाबा दुपारचे झोपले असले, तरी आम्ही खेळायला जाणं किंवा गोष्टीचं पुस्तक वाचणं हे अशक्यच असे. कारण कुठल्या क्षणी बाबा उठून, मांजरीच्या पावलांनी घरभर फिरतील हे सांगता येत नसे. त्यामुळे ते घरात झोपलेले असले, तरी त्यांना न आवडणारे उद्योग कुणीही करीत नसे.

कधीकधी अचानक दुपारी चार-पाचच्या सुमाराला बाबा घरी येत. असेच एके दिवशी फाटकाचा आवाजही न करता ते घरात आले आणि पाहिलं, तर आई जेवतेय.

'इतकं काय खातेस? दिवसभर नुस्तं खाणं आणि खाणं. खाऊन खाऊन चरबी वाढत चाललीय अंगावर!'

हे ऐकून आईने ताट बाजूला सारलं आणि हात धुतले.

हे मी ऐकलं, घरातल्या सगळ्यांनी ऐकलं. मी रात्री अभ्यास करताना डुलकी दिली, की बाबा जसं म्हणत, 'इतकी झोप येते कशी? दिवसभर नुस्ती झोप आणि झोप! इतका आळस कसा? पाठीवर मार पडल्याबरोबर झोप उडून जाईल!' तसंच ते आईलाही बोलत.

छोटोदाबरोबर कला-साहित्याप्रमाणेच राजकारणावरही चर्चा रंगे.

'छोटोदा, क्यू नंतर मेजर डालिम, रशीद, फारुक यांना का बरं देश सोडून जावं लागलं?'

'अगं, पडद्यामागं दुसरा क्यू झाला होता. तेव्हा तर डालिमकडं सत्ता नव्हती.'

'आणि सफीउल्लाह? ते तर सेना-प्रमुख होते. त्यांना का मारून टाकलं नाही? ते तर मुजीबच्या बाजूचे होते!'

'मुजीबने तर त्यांना रात्री फोनसुद्धा केला होता- बत्तीस नंबरची आर्मी पाठवण्यासाठी. सफीउल्लाने झियाला बोलावलं, सकाळी येऊन झिया म्हणाला, काही गरज नाही बत्तीस नंबर जाण्याची. सफीउल्लासुद्धा काही करू शकत नव्हता.'

'तेव्हा सफीउल्लाच्या लक्षात आलं असेल की झिया त्याच्या ऑर्डर्स ऐकत नाही हे.'

'झियाला कुणी सेनाप्रमुख बनवलं? मुश्ताकने, की झियाने स्वत:च स्वत:ला बनवलं?'

'कारस्थानात हे सगळेच होते.'

'ज्या खालिद मुशर्रफने झियाला अटक करायचा अधिकार घेतला, त्या खालिद मुशर्रफलाच तर तीन दिवसांनंतर कर्नल ताहेरने मारून टाकलं. मग झियाने का मारलं कर्नल ताहेरला? झियाच्या भल्यासाठीच तर कर्नल ताहेरने बंड केलं होतं!'

'ताहिरला तर खालिद मुशर्रफला पदावरून खाली ओढून राष्ट्रीय सरकार स्थापन करायचं होतं. त्याला झिया नको होता.'

'कर्नल ताहिर तर मुक्तियोद्धा होता. युद्धात तर त्याचा एक पायसुद्धा गेला होता. युद्धात जखमी झालेल्या मुक्तियोद्ध्याला काय फाशी देत असतात का? कुणा रझाकाराला आजपर्यंत कधी फाशी दिलंय आजवर?'

'नाही. बांग्लादेश स्वतंत्र झाल्यावर पहिली फाशी एका मुक्तियोद्ध्याला दिली गेली.'

'झियाला मेजर डालिमचा विरोध का आहे ते मला समजत नाही!'

'तेव्हा सैन्यातली लॉ ॲण्ड ऑर्डर नष्ट झाली होती. झियाने सफीउल्लाहला बंगभवनात बंद करून स्वत:ला जनरल म्हणून घोषित केलं. काही लोक त्यांच्या बाजूने गेले, तर काहीजण विरोधी पक्षात गेले.'

'डालिम विरोधी पक्षात गेला होता?'

'नाही. डालिमला परदेशी पाठवण्यामागचं मूळ कारण होतं – जे क्यूशी संबंधित होते, ते झियांना आसपास नको होते. एकदा क्यू करायची सवय झाली, की वारंवार क्यू करावासा वाटतो.'

'त्याने जोखीम दूर सारली म्हणायची, नाही?'

'हो, तसं म्हणता येईल. जाण्याआधी चार नेत्यांचे खून करून गेला तो. डालिमला ॲम्बॅसेडर केलं. डालिमही खूश राहिला आणि झियालाही जे हवं होतं, ते मिळालं.'

आमच्या चर्चेत अचानक मध्ये येऊन आई म्हणाली, 'डालिम? (बंगालीत

डाळिंबाच्या फळाला 'डालिम' असं म्हणतात.) डाळिंबं पिकली आहेत, खाऊन टाका ना!'

आम्ही प्रचंड हसलो.

'अगं आम्ही राजकारणाबद्दल बोलतोय, झाडावरच्या डाळिंबाबद्दल नाही!'

'राजकारणाबद्दल काय बोलत होता?'

'तुला समजणार नाही.'

'समजावून सांगितलं तर समजेल की!'

'क्यू म्हणजे काय समजतं? क्यू?'

'रात्रीच्या अंधारात देशाच्या राज्यकर्त्यांना मारून टाकलं की त्याला 'क्यू' म्हणतात, बरोबर ना?'

आईच्या बोलण्याने आम्ही इतके बेचैन झालो की मी तिला म्हणाले, 'जा गं आई! ही चर्चा तुला समजण्यापलीकडची आहे!'

आई बाहेर गेली. बाहेर व्हरांड्यात बसलेल्या भिकाऱ्यांशी ती नि:श्वास सोडीत सोडीत त्यांच्या अगतिक जीवनाच्या गोष्टी ऐके. त्यांचं बोलणं आईला समजे, त्यांनाही आईचं बोलणं समजे. कुणाचं घर पुरात वाहून गेलेलं असे, कुणाचे वडील परागंदा झालेले असत, कुणी लंगडा असे, कुणी भिकारीण आजारी असे, तिचं गर्भाशय बाहेर आलेलं असे. गर्भाशय बाहेर आलेल्या दुलूच्या आईला आई अधिक प्रेमाने वागवी. इतरांना एक मूठ तांदूळ देत असेल, तर दुलूच्या आईला दोन मूठभर तांदूळ देई. ती फारच दुर्मुखलेली दिसली, तर म्हणे, 'थांब, दोन घास खाऊन जा.' आम्ही आत राजकारणावर चर्चा करीत होतो, तेव्हा आई दुलूच्या आईला खायला देत होती. दुलूची आई भाजी-भात खाऊन हात वर करून आईसाठी प्रार्थना करीत होती, 'माझ्या डोक्यावर जितके केस आहेत, तितकी वर्षं अल्ला तुम्हाला आयुष्य देवो, तुम्हाला मनाची शांती देवो. आपल्या मुळाबाळांसहित तुम्ही शांतीने राहा.'

आई निर्विकार चेहऱ्याने दुलूच्या आईची प्रार्थना ऐकत होती.

सुट्टी

परीक्षा संपल्यानंतर माझा आनंद गगनात मावेना. संपूर्ण सुट्टीभर आता मी मनाला वाटेल तिथे फिरेन, सिनेमे पाहीन, कविता वाचीन, स्वत: कविता लिहीन - असं वाटत होतं. पण बाबांनी हुकूम जारी केला - कुठलंही सिने-नियतकालिक वाचायचं नाही, सिनेनट-नट्यांचे फोटो असलेली मासिकं या घरात निषिद्ध आहेत. वाचायचं असेल तर चांगली मासिकं - साप्ताहिकं वाचा. ज्यांच्या वाचनाने ज्ञानात भर पडेल, अशी मासिकं वाचा. अशा मासिकाचं नाव काय? मी त्याबद्दल उत्सुक होते. वाचनासाठी मला काहीही चालत असे. वाचायला दिली, तर मी जगातली सगळी पुस्तकं वाचू शकत होते. बाबांच्या आवडत्या मासिकाचं नाव होतं 'बेगम!' 'बेगम' मासिक घरी नियमितपणे येऊ लागलं. एका दिवसात मी ते वाचून टाकी - स्वयंपाक कसा करावा, केशरचना कशी करावी, बागेची काळजी कशी घ्यावी, घर कसं आवरावं, बालसंगोपन कसं करावं, नवऱ्याला खूश कसं ठेवावं इ. इ. दुसऱ्या अंकातही जवळजवळ तोच मजकूर - अर्ध्यापेक्षा जास्त मी वाचला नाही. तिसऱ्या आठवड्याचा अंक तर अर्ध्यापेक्षाही कमी वाचला. नंतरचे अंक तसेच पडून राहिले असं नाही. बेगमच्या अंकातले फोटो पाहाण्यासाठी आमच्यातच ओढाओढी व्हायला लागली, त्याची पानं फाटायला लागली. बेगम आमच्या घरात इतकं लोकप्रिय होण्याचं कारण म्हणजे दादा. पेपरवाल्याकडे 'बेगम'चा अंक दिसला, की पहिल्यांदा दादाच ओढून घेई. नंतर त्यात डोकं खुपसे, इतरांनाही डोकं खुपसायला लावी. 'बेगम'चा अंक एकाच वेळेला पाच-सहा जणं वाचताहेत असंही एखाद्या वेळी होई. आम्ही सारे बाजूला झालो, तरी दादाचं डोकं त्यावर झुकलेलंच राही. 'बेगम'मध्ये ज्या लेखिका कथा-कविता-लेख लिहीत, त्या सगळ्या जणींचे फोटो एका पानावर छापलेले असत. एकदम वीस-पंचवीस महिलांचे फोटो पाहायला मिळणं मामुली

गोष्ट नव्हती. 'बेगम' हा अंक वाचून दादाला जितका आनंद देई, तितका इतर कुणालाही होत नसे. तो दर आठवड्याला 'बेगम'मधून मुलगी पसंत करी - म्हणजे त्या वीस-पंचवीस लेखिकांच्या फोटोंमधून एकीला पसंत करी आणि पुढच्या आठवड्यात आधीची मुलगी रद्द करून दुसरी मुलगी पसंत करी. खरं तर नंतरच्या आठवड्यात 'बेगम'चा अंक आला, की आधीच्या अंकात जिला पसंत केलं होतं, तिच्यापेक्षा या अंकातली दुसरी एखादी मुलगी अधिक आवडली, की त्याचा गोंधळ होई. कुणाला लग्नाचा प्रस्ताव पाठवावा हे तो नक्की करू शकत नसे. त्यामुळे तो पुन्हा पुढच्या आठवड्याच्या अंकाची वाट पाही. त्याला वाटे, कदाचित आणखी एखादी चांगली कुणी मुलगी सापडेल. दिलशाद नूर नावाच्या एका सुंदर मुलीला त्याने पसंत केलं होतं. पण तिच्या कवितेतला 'तो जो निघून गेला आहे, तो अद्याप परत आलेला नाही, तो परत आला की मी त्याच्या छातीवर डोकं ठेवून झोपेन' ही ओळ वाचून, दादा तोंड वाकडं करून म्हणाला, 'हिच्याशी लग्न करता येणार नाही.'

'का बरं?' मी विचारलं.

'बघितलंस ना - ती दुसऱ्या कुणाची तरी वाट पाहातेय.'

'अरे ही तर कविता आहे!'

'कविता असली म्हणून काय झालं?'

'कवितेत तू लिहिलंस की, 'आकाशात उडतो आहे मी' - तर काय खरोखरच आकाशात उडतोस का?'

'आकाशात नसेन उडत, पण मनातल्या मनात तर उडतो ना?'

पसंत केलेल्या दिलशादला दादाने रद्द करून टाकलं. त्यानं असं कुणाला रद्द केलं, की तो खूप उदास वाटे. जणू आत्ताच हातातून पृथ्वीवरचं सर्वात दुर्लभ पाखरू उडून गेलंय. अर्थात सुलतानाच्या वेळी दादाला तसं वाटलं नाही. दादाची पत्रमैत्रीण सुलताना हिने आपला एक साडी नेसून स्टूलवर बसलेला फोटो पाठवला होता. त्या फोटोकडे पाहात अनेक रात्री जागल्यानंतर दादाने निर्णय घेतला होता, की याच मुलीशी मी लग्न करीन. त्याने नवीन कपडे शिवून घेतले, नवीन अत्तर विकत घेतलं, नवीन बूटही विकत घेतले. सकाळी अडीच तास खर्च करून, अंघोळ करून, नवीन कपडे घालून, अत्तराची अर्धी बाटली अंगावर रिकामी करून, तो ढाक्याला गेला. रात्री दरवाजाच्या कडीचा आवाज ऐकून पाहिलं, तर जीभ दातांनी चावीत दादा दरवाजात उभा आहे. सगळे त्याच्याभोवती जमलो. विचारलं, 'काय झालं? झालं काय?' दादाने तेव्हाही जीभ दातांखालीच ठेवली होती. नंतर जीभ मोकळी करून म्हणाला, 'वाचलो, मोठ्या संकटातून वाचलो.'

'का रे?'

'पृथ्वीवर सर्वात कुरूप कुणी मुलगी असेल, तर ती सुलताना!'

'काय म्हणतोस? फोटोत तर सुंदरच दिसत होती!'

'उफ्! तू बघायला पाहिजे होतंस तिला! कुरूप! अगदी कुरूप! हसली की फारोळे दात एखाद्या राक्षशिणीसारखे दिसतात तिचे. काजळीसारख्या काळ्या हिरड्या. आजवर कधी हडळ पाहिली नव्हती, ती आज बघून आलो!'

'का बरं असं म्हणतोस? केस तर किती लांब आहेत तिचे - फोटोत पाहिलेत ना मी! अगदी गुडघ्यापर्यंत!'

'केस! केसांचं मी काय करू? तीर्थ घेऊ?'

थोडं थांबून म्हणाला, 'खोटे केस लावून फोटो काढला असावा. समोरचा एक दातही खोटा होता.'

दादा सुलतानाला देण्यासाठी रंगीत कागदात पॅक करून काहीतरी भेटवस्तू घेऊन गेला होता, ती तशीच त्याने परत आणली होती. दिवसभर उपाशीच राहिलेला दादा हात-पाय धुवून, अधाशासारखा जेवून गाढ झोपी गेला.

सुलतानाचं स्वप्न बाजूला सारून दादा दुसऱ्या दिवशीपासून पुन्हा 'बेगम'मधले फोटो पाहू लागला. 'बेगम' टाकणाऱ्या पेपरवाल्याला मी 'चित्राली', 'पूर्वाणी', आणि 'विचित्रा' ही मासिकंही टाकायला सांगितलं. सांगितलं खरं, पण आता तर काही रिक्षाभाडं वाचवून त्याला पैसे द्यायला शाळा चालू नव्हती. रद्दी विकून पैसे जमवावेत, तर घरात रद्दीही पुरेशी नव्हती. मासिकं वाचण्यासाठी मन व्याकूळ होत होतं, पण पैसे आणणार कुठून? लोक जसे अल्लावर विश्वास ठेवतात, तसा मी दादावर विश्वास ठेवला. दादाच्या मनात नेहमीच करुणेचा उदय होत नसे. दादा काही अल्लातालासारखा दानशील, दयाशील नव्हता; उलट चिंगूस म्हणूनच प्रसिद्ध होता. रिक्षाभाडं जिथं दोन रुपये असे, तिथं तो आजही आठ आणे देऊन रिक्षावाल्याला धमकावून वाटेला लावीत असे. रिक्षावाल्याशी होणारं दादाचं मोठ्या आवाजातलं भांडण घरातले लोक तर ऐकतच, मोहल्ल्यातले लोकही ऐकत. याचं दादाला काहीच वाटत नसे. तो म्हणे, 'काही दिवसांपूर्वीच तर आठ आण्यात आलो होतो.'

आई म्हणे, 'काही दिवसांपूर्वीच म्हणजे? त्याला तर पाच वर्षं झाली!'

पाच वर्षं म्हणजे दादाच्या हिशेबात 'काही दिवसांपूर्वीच!'

हाती पैसे असले, की रिक्षावाल्याला दोन रुपयांच्या ठिकाणी चार रुपये देई आई. एखाद्या रिक्षावाल्याने आपल्या गरिबीची कहाणी सांगितली, तर आई त्याला फक्त पैसेच नव्हेत, तर घरी खाटेखाली ठेवलेल्या नारळांमधून एक नारळसुद्धा देई आणि म्हणे, 'घेऊन जा, तुझी पोरं खातील!' आईचं हे वागणं पाहून दादा म्हणे, 'आई म्हणजे नानांचं दुसरं रूप! जवळ जे असेल, ते सारं लोकांना देऊन टाकणार!'

दादामध्ये आईचा हा गुण मुळीच नव्हता. दादाला सतत वाटे, की जगातले सगळे लोक आपल्याला फसवायला बघताहेत. म्हणून तोही सगळ्यांना फसवण्याचा

प्रयत्न करी. कुठल्याही दुकानात गेलं, की घासाघीस करायची त्याला सवयच होती. घासाघीस थोड्याफार प्रमाणात सगळेच करतात, पण दादा मात्र याबाबतीत सगळ्यांच्या पुढे होता. दुकानदाराने जर एखाद्या वस्तूची किंमत पन्नास रुपये सांगितली, तर लोक 'तीस रुपयात देणार? की चाळीस?' असं विचारतात. पन्नास रुपये किंमत ऐकून दादा म्हणे, 'तीन रुपयात देणार?' दुकानदार 'आँ' करून पाहातच राही. कुठं पन्नास आणि कुठं तीन! दादा मग तीन रुपयांवरून सव्वातीन, साडेतीन करीत वर येई. दुकानदार शेवटी वीस-एकवीस रुपयांना राजी होई. राजी होई खरा, पण म्हणे, 'खूप गिऱ्हाईकं पाहिली भाऊ, पण तुमच्यासारखं पाहिलं नाही. फसवलंत तुम्ही. नफा तर झालाच नाही, मूळचा खर्चही वसूल झाला नाही.' दादाबरोबर दुकानात गेल्यावर मला खूप लाज वाटे असल्या प्रकारांनी.

दादावर भरवसा ठेवला होता खरा, पण दादाचा कंजूषपणा मर्यादेबाहेर गेल्यावर मला छोटोदाचा मार्ग अनुसरण्याशिवाय दुसरा उपाय राहात नसे. दादा एकदा बाथरूममध्ये गेल्यावर त्याला बाहेर यायला एक तास लागे. खुंटीला अडकवलेल्या त्याच्या पँटच्या खिशात माझा कापरा हात जाई. दादाच्या खिशात हात घालून पैसे चोरायची सवय झाल्यावर तोच हात मग बाबांच्या खिशातही जाई. त्यावेळी केवळ हातच थरथरत नसे, छातीही धडधडे. हातात पाच-दहा रुपयांपेक्षा जास्त काही येत नसे, पण लाजेने मान खाली जात असे, मनाला बरं वाटत नसे. चोरीची ही सवय पुढे यास्मिनलाही लागली.

छोटोदावर दादाचा राग दिवसेंदिवस वाढतच चालला. बाहेर जाण्याआधी दादा औषधाची खोकी आपल्या खोलीत ठेवून खोलीला कुलूप लावू लागला. पण खोलीला रात्रंदिवस तर काही कुलूप नसे. दादा घरी असला, पण त्याच्या खोलीत नसला, की छोटोदा आम्हाला त्याच्या खोलीतून औषधं उचलून आणण्यासाठी पाठवी. औषधं हातात घेऊन आलो, तर पकडल्या जाऊ म्हणून तो म्हणे, औषधं दरवाजाच्या खालच्या फटीतून सरकवा. दादाच्या आणि छोटोदाच्या खोलीमध्ये एक हिरवा लाकडी दरवाजा होता, त्याच्या तळाशी टॅबलेटसच्या पट्ट्या जाण्याइतपत फट होती. छोटोदाची एकनिष्ठ सेना - मी आणि यास्मिन - मोठ्या दु:साहसानेच हे बदकर्म करीत असू. एके दिवशी दादाला याचा पत्ता लागला. त्याने सुताराकडून त्या फटीच्या मापाची पट्टी दरवाजाखाली बसवून ती फट बंद करून टाकली. पण यानंतरही आमच्या उचलेगिरीत काही फरक पडला नाही. ढिल्या कपड्यांमध्ये लपवून कॅप्सूल्स, टॅबलेट यांच्याबरोबर औषधाच्या बाटल्या आणण्यातही आम्ही तरबेज झालो. सभ्य भाषेत याला 'श्रीमंताविरुद्ध गरिबांची लढाई' असं म्हणता येईल. इतकं होऊनही छोटोदाशी अगदी साप-मुंगसासारखं कट्टर वैर करणं दादाला शक्य होत नव्हतं, कारण दादाला त्याची हाडं मोडण्यामध्ये छोटोदाची मदत लागत असे.

शरीरात जेवढी हाडं (म्हणजे हाडांचे सांधे) आहेत, तेवढे तो मोडीत असे. बोटांच्या हाडांचे सांधे तो वर, खाली, उजवीकडे, डावीकडे ओढून मोडी. पायांची बोटंही मोडी. त्यानंतर मणक्याची सगळी हाडं तो मोडी. एक हात हनुवटीवर आणि एक हात डोक्यावर ठेवून हिसका देऊन डोकं एकदा उजवीकडे, एकदा डावीकडे वळवी - मानेची हाडं मोडली. दादाला हे काम एकट्याला करता येई, पण छोटोदाच्या मदतीने ते अधिक चांगलं होई. छोटोदा जवळपास दिसला, की दादा बिछान्यावर किंवा जमिनीवर पालथा झोपे आणि कातर आवाजात म्हणे, 'दे ना कमाल, दे, थोडं ओढून दे ना!' अशा वेळी तो अगदी छोटोदाचे पाय धरायलाही तयार असे. छोटोदा दादाच्या पाठीच्या कण्यावरची कातडी घट्ट धरून वरच्या बाजूने हिसका देऊन म्हणे, मोडलं हाड! मानेखाली सुरू करून अगदी मेरूदंडाच्या शेवटच्या हाडापर्यंत हा हाडं मोडण्याचा कार्यक्रम चाले. मला काही हे काम करता येत नसे. मी मदत करायला गेले, की दादा म्हणे, 'जा गं, तुला जमत नाही, कमालला बोलव!' फक्त स्वत:चीच नव्हेत, तर इतरांचीही हाडं मोडण्याचा दादा प्रयत्न करी. इतर लोक हाडं न मोडता कसं काय जगू शकतात, हे त्याला कळत नसे. दादाने एकदा माझी वीसही बोटं मोडली. मला त्यामुळं खूप वेदना झाल्या आणि नंतर 'मानेचं हाड मोडून देतो' म्हणून माझी मान धरली. उजव्या बाजूला जेव्हा त्याने हिसका दिला, तेव्हा मी वेदनेमुळे जोरात ओरडून, दादाच्या हातून सुटका करून घेऊन पळाले. 'दुसऱ्या बाजूला हिसका दिला नाही तर दुखेल' असं म्हणत तो माझ्यामागे पळत आला, पण मी काही त्याला माझी मान दुसऱ्या बाजूला मोडू दिली नाही.

एरवी माणूस म्हणून दादा काही वाईट नव्हता. तो कंजूष असला तरी कधी कधी उदार होई आणि माझ्यासाठी काहीतरी घेऊन येई. त्याने माझ्यासाठी आणि यास्मिनसाठी ईदचे कपडे शिवण्यासाठी कापड विकत आणलं. ते होतं शर्टिंगचं. आमचे कपडे शिवून झाल्यावर आणखी कापड उरलं, तेव्हा दादाला घेऊन मी चंदनाकडे गेले आणि तिला ते उरलेलं कापड देऊन आले. तिने त्याचे कपडे शिवावेत, म्हणून. चंदनाच्या घरून परत येताना दादा म्हणाला, 'तुला काय गारो, चकमा यांच्याशिवाय नॉर्मल मैत्रिणी नाहीत का?'

'नॉर्मल म्हणजे? चंदना काय ॲबनॉर्मल आहे का?'

'ॲबनॉर्मल नाहीतर काय!'

'चंदनापेक्षा नॉर्मल दुसरी कुणी नसेल!'

'चंदना चांगलीच होती. नाक जरा सरळ असतं तिचं, तर लग्न करता आलं असतं तिच्याशी, पण...'

'पण काय?'

'ती चकमा (आदिवासी) आहे ना?'

'चकमा असली म्हणून काय झालं?'

'अगं हट्! मी काय अखेर चकमा मुलीशी लग्न करू काय? लोक काय म्हणतील?'

'लोकांचं नंतर पाहा, पण तू मागणी घातल्याबरोबर चंदना तुझ्याशी लग्न करील असं तुला कसं काय वाटलं?'

दादा मोठ्याने हसला, जणू मी काहीतरी विनोद केला असावा.

'माझ्यासारखा लायक मुलगा तिला आयुष्यभरात तरी मिळेल का?'

'छे! चंदनाने काय ठेका घेतलाय काय तुझ्याशी लग्न करायचा?'

बराच वेळ गप्प राहिल्यानंतर दादा म्हणाला, 'तुझी दिलरुबा नावाची मैत्रीण सुंदर होती. पण सुंदर मुलींची लगेच लग्नं होतात. शाळेत शिकत असतानाच त्यांची लग्नं होतात. ज्या आय.ए., बी.ए., एम.ए. करीत असतात, त्या सगळ्या मुली म्हणजे ज्यांची लग्नं झाली नाहीत अशा, सुंदर नसलेल्या!'

मूड चांगला असला, की दादा फक्त ईदलाच नव्हे, तर ईदव्यतिरिक्तही मला आणि यास्मिनला वस्तू विकत घेऊन देई. एकदा आम्ही दोघी बहिणींना त्याने गळ्यात घालायच्या माळा विकत आणल्या. त्या माळा गळ्यात घालून, चित्ररूपा फोटो स्टुडिओत नेऊन आम्हा दोघींना शेजारीशेजारी उभ्या करून त्याने फोटो काढवून घेतला. दुर्गाबाडी रोडवर तो स्टुडिओ होता. दादा वेळी-अवेळी त्या स्टुडिओत जाऊन फोटोग्राफर चित्तरंजन दासला म्हणे, 'दादा, फ्रेम करता येतील असे सुंदर फोटो काढून द्या बरं!' चित्तरंजनशी दादाची चांगली मैत्री होती. त्याने दादाचे वेगवेगळ्या पोझेसमध्ये अनेक फोटो काढले होते. खोट्या टेलिफोनचा रिसिव्हर कानाला लावून, डिशमधून काटा-चमच्याने खोटी मिठाई कुणाच्या तरी दिशेने पुढे करीत असताना, पायावर पाय टाकून सोफ्यावर बसून मासिक वाचीत असताना, वाघ-सिंहाच्या मूर्तींच्या डोक्यावर हात ठेवून, समुद्राचं चित्र असलेल्या पडद्यासमोर उभं करून – असे अनेक फोटो! तर, चित्तरंजन दासने त्याच्या कल्पनेप्रमाणे आम्हा दोघींना उभं केलं, दादाच्या उजवीकडे मला उभं करून माझ्या खांद्यावर दादाचा एक हात ठेवला, यास्मिनच्या खांद्यावर दादाचा दुसरा हात, माझे आणि यास्मिनचे हात कुठं ठेवायचे, नजर कुठे लावायची, ओठांवर किती प्रमाणात हसू आणायचं - हे सारं सांगितलं. आमच्या चेहऱ्यावर प्रकाश पडला. ट्रिपॉडवर ठेवलेल्या कॅमेऱ्यातून त्याने आम्ही कसे दिसतो आहोत हे पाहिलं, पुन्हा एकदा आमच्या हनुवट्या, केस आपल्या हाताने नीट केले, तोवर त्या प्रखर प्रकाशाच्या उष्णतेने आम्हाला घाम फुटला आणि 'पुरे आता, लवकर फोटो काढा' असा भाव चेहऱ्यावर आला. हसू तर ठेवावंच लागलं ओठांवर. असं करता करता एक फोटो काढायला अर्धा तास घेतला त्याने. शेवटी जो फोटो निघाला, तो फोटो पाहून दादा म्हणाला, 'सगळ्या स्टुडिओंपेक्षा हा फोटो 'बेस्ट' आलाय.' दादाने आपले चांगले

फोटो फ्रेम करून आपल्या खोलीत लावले होते. त्यांच्याकडे वेगवेगळ्या कोनातून पाहात तो म्हणे, 'काय, बघितलास का चेहरा? पोरी का बरं पागल होणार नाहीत?' दादा दिसायला चांगला होता हे आम्ही सगळेच मान्य करीत असू, पण शर्ट-पँट काढून लुंगी घातल्यावर तो अगदी किळसवाणा दिसे. त्याच्या डाव्या दंडावर एक मोठा काळा डाग होता. दादा सांगे, की तो लहान असताना त्याच्या दंडावरून एक अजगर सरपटून गेला होता, त्याची ती खूण आहे. बरेच दिवस त्याच्या त्या जन्मखुणेला मी अजगराचा डाग समजून घाबरत असे. जन्मखूण ही काही फार मोठी गोष्ट नसते, प्रत्येकाच्या अंगावर अशी एखादी खूण असतेच. पण लुंगी घालून जेव्हा दादा जांघांमध्ये खाजवायला लागे, तेव्हा मात्र दादा देखणा आहे असं मला मुळीच वाटत नसे. यानंतर तो जे करी, ते पाहिल्यावर केवळ मळमळत नसे, तर खरोखर पोटात जे असेल, ते तोंडातून बाहेर येई. अंगावरच्या मळाची हाताने चोळून तो गोळी करी आणि ती फेकून देण्याआधी तिचा वास घेऊन पाही. दातांच्या फटींमध्ये अडकलेलं मटन काढून त्याचाही असा वास घेई.

आई विचारी, 'नोमान, तू असा का वास का घेतोस त्याचा?'

आम्हीही त्याला असं विचारीत असू. अधूनमधून तो आम्हालाही अशा गोळी केलेल्या मळाचा वास घ्यायला सांगे. एकदा तर मी त्याला पोटदुखीवरच्या गोळ्या मागितल्यावर त्याने गंभीर चेहऱ्याने मला तीन गोळ्या खायला दिल्या. मी त्या खाणारच होते, एवढ्यात यास्मिन पळत पळत आली आणि म्हणाली, 'अगं, त्या दादाच्या मळाच्या गोळ्या आहेत!' मी बाथरूमकडे ओकारी करायला गेले.

दादा नोकरी करीत असे. महिनाअखेर त्याला चांगला पगार मिळत असे. सूट-बूट घालून तो कंपनीच्या सभांना जाई. कंपनीचा उत्तम प्रतिनिधी म्हणून त्याला पुरस्कारही देण्यात आला होता. पण दादा कितीही मोठा असला, तरी त्याच्या या वाईट सवयी काही सुटत नव्हत्या. आमच्या काही छोट्या छोट्या मागण्या तो ताबडतोब नव्हे, तरी कधी-ना-कधी जरूर पूर्ण करत असे. गच्चीवरून पाहिलेल्या, पांढरा शर्ट आणि चॉकलेटी पँट घातलेल्या एका मुलासाठी जेव्हा माझ्या मनात 'कुछ-कुछ' व्हायला लागलं, तेव्हा वाटलं, आपणही त्याच्यासारखाच पांढरा शर्ट-चॉकलेटी पँट असा ड्रेस घालावा. आमची हौस भागवायला बाबा कधीच पुढे येत नसत, पुढे येई तो दादा. दादाच्या मागे लागून ते पांढरं टेट्रॉनचं कापड विकत घेतलं. पँट शिवण्यासाठी चॉकलेटी रंगाचं कापडही घेतलं. माझी इच्छा ऐकून दादा म्हणाला, 'चॉकलेटी कापडाचा तू पायजमा शीव, पँट नको.' दादा जेव्हा मला घेऊन शिंप्याच्या दुकानात गेला, तेव्हा मी म्हणाले, 'पँट', दादा म्हणाला, 'पायजमा'.

'मुली कधी पँट घालतात का? पँट मुलं घालतात.'

'मुलींनी पँट घातली तर बिघडतं काय?'

'चांगलं नसतं ते. मुलं चक्रावतात.'

'चक्रावतील कशाला? यात काय दोष आहे?'

'आहे. दोष आहे.'

अखेर माझा हट्ट पाहून दादाने शिंप्याला विचारले, 'अच्छा, पँटीसारखं काहीतरी शिवता येईल का हिच्यासाठी?'

शिंपी हसत हसत म्हणाला, 'लेडीज पँट शिवून देता येईल.'

'लेडीज पँट कशी असते?'

'खिसे असणार नाहीत, ओटीपोटाखाली चेन असणार नाही, चेन असेल डावीकडे. डावीकडे चेन, बेल्टसाठी हूक असणार नाहीत – अशी असते लेडीज पँट.' मला दुधाची तहान ताकावर भागवावी लागली. माझ्यासाठी शर्ट शिवण्याचा प्रस्ताव ठेवणं अशक्य होतं, म्हणून जामाच शिवावा लागणार, पण मी एक छोटी विनंती केली, त्या जाम्याच्या (टॉपच्या) बाह्या शर्टच्या बाह्यांसारख्या असाव्यात. त्या बाहेर मुडपलेल्या असाव्यात. शिंप्याने टेपने माप घेतलं, टॉपचं माप घेताना त्याचा हात वारंवार माझ्या छातीला स्पर्श करून गेला. अवघडल्यामुळे मला खूप संकोचल्यासारखं झालं. पण मला मनाची समजूत घालावी लागली, की माप घेताना असं होणारच. लेडीज पँट आणि टॉप ज्या दिवशी शिवून आला, त्या दिवशी मला खूप म्हणजे खूपच आनंद झाला. पण ते कपडे अंगात घातल्यावर एक कांडच झालं. मला पाहून बाबांचा आपल्या डोळ्यांवर विश्वास बसेना. मला त्यांनी विचारलं,

'हे काय घातलंयस अंगात?'

मी म्हणाले, 'पँट'.

'पँट का घातलीस तू?'

काहीच उत्तर नाही.

'असला पोषाख घातलास कशाला? लाज नाही वाटत तुला? आत्ता काढून टाक! परत जर हा ड्रेस घातलेला दिसला, तर चामडी सोलून काढीन!'

मला पँट काढून ठेवून पायजमा घालावा लागला. त्यानंतर ती पँट मी घातली नाही असं नाही, पण बाबा किमान मैलभर अंतरापेक्षा दूर आहेत याची खात्री झाल्यावरच घातली.

दादाने आजवर मला पुस्तकं, कपडे, कापड आणि दागिने भेट दिले होते, आता त्याने रंग भेट दिले - चित्र रंगवायचे रंग नव्हते, तोंडाला लावायचे रंग. माझ्यासाठी त्याने एक 'मेक-अप बॉक्स' विकत आणला. स्वत:च्याच इच्छेने! त्यासाठी मी विनंती केलेली नव्हती. या बॉक्समधले रंग कसे वापरायचे हे मला माहीतच नव्हतं. कारण त्यांचा काही अनुभवच नव्हता. तेव्हा छोटोदा मदतीला आला. मला खुर्चीवर एखाद्या मूर्तीसारखं बसवून माझ्या चेहऱ्याला, डोळ्यांना, पापण्यांना, गालावर,

हनुवटीवर त्याने रंग लावले. यास्मिनचाही तसाच मेक-अप केला. मला मेक-अप बॉक्स हा एखाद्या मॅजिक बॉक्ससारखाच वाटू लागला! मेकअपमुळं सगळ्या चेहऱ्याचं स्वरूपच किती छान बदलून जातं. आपण जणू कबरी, बबिता, शबाना यांच्यासारख्या सिनेतारका आहोत असं वाटतं. घरी चंदना मला भेटायला आली होती, तिलाही बसवून तिच्या चेहऱ्यावर मेक-अप केला. चंदनाच्या गालांवर छोटोदा जेव्हा ब्रशने गुलाबी पावडर लावीत होता, तेव्हा आई म्हणाली, 'चंदना तर गोरीच आहे, तिला पावडरची गरजच काय?'

दादा फक्त मला आणि यास्मिनलाच काही ना काही देत असे असं नाही, तर आईलाही काही ना काही देत असे. आई मळक्या साडीची छिद्रं लपवून ती नेसे. छिद्रं कुणाच्या नजरेला पडू नयेत म्हणून ती काळजी घेई. तिला जुन्या साडीत पाहाण्याची इतकी सवय सगळ्यांना झालेली होती, की तिने नवीन साडी नेसली की सगळे म्हणत, 'वा! साडी किती सुंदर आहे! कुणी दिली?' आईची जुनी साडी पाहून मी आणि यास्मिन आईला म्हणत असू, 'दादाला सांग ना नवी साडी आणायला!' यावर आई म्हणे, 'नोमान आणखी किती देणार? तुला देत असतो, ते मला पुरेसं आहे. अगं, ज्या माणसाने मला काही द्यायला हवं, त्याला तर काहीच चिंता नाही. स्वत:ची जबाबदारी विसरून गेलाय तो. कुणासाठीही काही विकत घ्यायची इच्छा त्याला नाही.' आईला वाटे, दादाने नव्हे, तर बाबांनी तिला काहीतरी द्यावं. बाबा आईचा विचार करताहेत, तिच्यासाठी काहीतरी - अगदी थोडं का होईना - करताहेत हे पाहाण्यासाठी आई अगदी चातकासारखी वाट पाही. बाबा कुणाच्याच आशे-अपेक्षेचा विचार करीत नसत, विशेषत: आईच्या! आम्हाला ईदचे कपडे विकत आणतानाही ते फारसे उत्साही नसत. आम्हाला दादाकडून मिळतं, हे त्यांना माहीत होतं. अधिक मिळालं तर आमच्या मागण्याही वाढतील असं त्यांना वाटे. ही गोष्ट ते दादालाही धमकीच्या आवाजात सुनावीत.

ही गोष्ट दादा फार मनावर घेत असे असं मला वाटत नाही. कारण बाबांच्या अशा रागावण्यानंतर दुसऱ्याच दिवशी त्याने मला विचारलं, 'काय गं, पिकनिकला येणार? घरातून बाहेर जाण्याची संधी पाहून मला तर आनंदच झाला. या प्रस्तावाने माझी दुपारची आणि रात्रीचीही झोप उडाली.

हे पिकनिक मयमनसिंहच्या मधुपूर जंगलात नव्हे, तर राजधानी ढाक्यात होतं. ही दादाबरोबर ढाक्याला जायची संधी होती. फायसन्स कंपनीचे लोक ढाक्याला पिकनिकला जाणार होते. त्यांना घरच्यांना बरोबर नेण्याची परवानगी होती. आई - बाबा पिकनिकच्या दृष्टीने (वयाने) मोठे होते, तर यास्मिन लहान होती; म्हणून दादाने मला बरोबर न्यायचं ठरवलं. मी पिकनिकसाठी युनिफॉर्मव्यतिरिक्त जे कपडे होते, ते इस्त्री करून घेतले आणि सोबत दादाने दिलेला तो मेकअप बॉक्स घेतला. ट्रेनमध्ये

बसून ढाक्याला जाण्यापेक्षा अधिक आनंद तो कोणता! संपूर्ण रस्ताभर खिडकीबाहेरची गरम हवा आणि धूळ खात-खात, झाडंझुडुपं, नदीनाले, शेतं-कुरणं, घरंबिरं, बाजारहाट बघत बघत आम्ही ढाक्याला पोहोचलो. ढाक्यात आम्ही उतरलो बडोमामांच्या घरी. बडोमामांचं घर होतं धानमंडीत. स्वत: जागा विकत घेऊन त्यांनी छोटं घर बांधलं होतं. घरात लहान पोरंबाळं होती. बडोमामांच्या घरी जागेची अडचण असल्याने दादा कंपनीच्या एका ऑफिसरच्या घरी गेला. मला झुनूमावशी आणि बडोमामांच्या मुलामुलींबरोबर एकाच कॉटवर गर्दीत झोपावं लागलं. सकाळी दादा मला नेण्यासाठी आला. इस्त्री केलेले कपडे घालून मी जेव्हा मेक-अप करीत होते, तेव्हा शुभ्रा आणि शिप्रा या माझ्या मामेबहिणी भूत बघत असल्याप्रमाणे माझ्याकडे बघत होत्या. यापूर्वी कधी त्यांनी कुणाला चेहऱ्याला रंग लावताना पाहिलं नव्हतं. झुनूमावशी सारख्या मला त्यांच्यापासून लपवीत होत्या; म्हणत होत्या, 'असा शृंगार मोठ्या महिलांनी करायचा असतो, तुझं अजून वय झालं नाही सजायचं.' झुनूमावशी मला बडोमामींच्या नजरेपासूनही लपवीत होत्या. त्यांना भीती वाटत होती की, माझ्या चेहऱ्यावरचे हे रंग पाहिल्यावर बडोमामी बडोमामाच्या मागं लागणार 'अशी रंगाची पेटी' विकत घेऊन द्या म्हणून. बसमधून आम्ही पिकनिकच्या ठिकाणी गेलो. एका मोठ्या मैदानात मोठमोठी स्वयंपाकाची भांडीकुंडी, थाळ्या, सगळं उतरवण्यात आलं. स्वयंपाक झाला, जेवणं झाली, खेळ झाले. नियाज मोहंमद नावाच्या एका गायकाला मानधन देऊन आणलं होतं, त्याचं गायनही झालं. बाहेरच्या लोकांशी बोलताना दादा त्याने स्वत: रचलेल्या शुद्ध बंगालीत बोलू लागला. बोलताना मयमनसिंह बाजूचे चुकीचे उच्चार टाळण्यासाठी दादा 'र' च्या ठिकाणी 'ड' हा उच्चार करू लागला, पण त्यामुळे झालं उलटंच - 'माझे फादड तड डॉक्टड आहेत. ते चेंबडमध्ये बसून डोगी तपासतात' असे उच्चार होऊ लागले. माझी त्याने आपल्या मित्रांशी ओळख करून दिली, ती अशी, 'ही माझी बहीण नासडीन, नुकतीच मॅट्डीकची परीक्षा दिलीय तिने!' ओळख करून दिल्यानंतरही मी गप्पच बसून राहिलेली पाहून तो हसून म्हणाला, 'अगं, यात शडम वाटण्यासाडखं काय आहे? इकडं ये. हे माझे सड आहेत. सडांना सलाम कड!' पिकनिकहून परत येताना तो नेहमीच्या उच्चारात मला म्हणाला, 'रंग जरा जास्तच लावला होतास तू तोंडाला - त्यामुळे अगदी एखाद्या सोंगासारखी दिसत होतीस!'

झुनूमावशी इडन कॉलेजमधून बी.ए. झाली होती आणि ढाका विद्यापीठात बंगाली साहित्यात एम. ए. करीत होती. पिकनिकच्या दुसऱ्या दिवशी तिने मला विद्यापीठात नेलं. जितका वेळ मी तिथं होते, तितका वेळ मी तिथल्या साऱ्याच गोष्टी नवलाईने बघत होते. झुनूमावशीने आपल्या वर्गातही मला नेलं. माझ्यासाठी तो एक विस्मयकारक अनुभव होता. वर्गात मुलं उजव्या रांगांमध्ये, तर मुली डाव्या रांगांमध्ये बसल्या

होत्या. मी फक्त मुलींच्या शाळेत शिकलेली मुलगी, त्यामुळे मला त्या गोष्टीचं खूप आश्चर्य वाटलं. नीलिमा इब्राहिम वर्गावर तास घ्यायला आल्या. मी त्यांचं नाव ऐकलं होतं. त्यांचं लेखनही वाचलं होतं. वर्गात एक लहान मुलगी बसली आहे हे त्यांच्या लक्षातही आलं नाही. त्या जे शिकवत होत्या, त्यातलं मला ओ की ठो समजलं नसलं, तरी वर्गातून बाहेर पडल्यावर मी झुनूमावशीच्या कानात माझी इच्छा बोलून दाखवली - 'मोठी झाल्यावर मी ढाका विद्यापीठात बंगाली साहित्य शिकणार.' विद्यापीठाचा परिसर पाहून 'स्वर्ग जर कुठं असेल, तर तो इथेच' असं वाटलं. म्हणूनच मी असं म्हटलं, कधीतरी आपण ढाका विद्यापीठात शिकायला येऊ हे स्वप्न मनात घेऊन मी दादाबरोबर ट्रेनमधून मयमनसिंगला आले. परतल्यावर चंदनाजवळ सहलीचं सविस्तर वर्णन केलं. ढाका विद्यापीठात मुलं-मुली एकत्र फिरतात, हसतात, गप्पा मारतात, गाणी गातात. कुणीही त्यांच्याकडे वळून वळून पाहात नाही, डोळे मारत नाही, वाईट बोलत नाही, खडे मारत नाही. मैदानातल्या हिरवळीवर मुलं-मुली वर्तुळ करून बसतात, गप्पा मारतात. विद्यापीठातल्या मुलींना गणवेश नसतो - प्रत्येकीला आपल्या आवडीचे कपडे घालून येता येतं. लाल रंगाचे, हिरव्या रंगाचे, कुणी साडी नेसून येतात. हे जणू स्वप्नाचं जग वाटतं. चंदनाच्या डोळ्यांमध्येही स्वप्न तरळू लागलं. स्वत:चे भाऊ, बाबा आणि काही जवळच्या नातेवाइकांव्यतिरिक्त इतर कुणाशीही माझा फारसा संपर्क नव्हता. बाहेरचं जग हे माझ्यासाठी एक विशाल जग होतं. बाहेरचे पुरुष मला एकाचवेळी विस्मयकारक वाटत, तसेच भयंकरही वाटत. कथा-कादंबऱ्या वाचून आणि सिनेमा पाहून माझ्या आणि चंदनाच्या मनात तयार झालेली पुरुषाची प्रतिमा म्हणजे तो दिसायला सुंदर आणि स्वभावाने चांगला असा असावा. कथा-कादंबऱ्या वाचण्याची किंमतही मला द्यावी लागली. 'चित्राली', 'पूर्वाणी' द्यायला आलेल्या पेपरवाल्याला ज्या दिवशी दादाने हाकलून लावलं, त्यांचे अंक फाडून खिडकीतून फेकून दिले आणि 'असली फालतू मासिकं वाचायची नाहीत' अशी मला समज दिली, त्या दिवशी मी घरातून बाहेर गेले. कुठं जावं हे माहीत नव्हतं. आजोळी जावं म्हटलं, तर रिक्षाभाड्यासाठी जवळ पैसे नव्हते. सिनेमा-कादंबऱ्यामधल्या कितीतरी कफल्लक नायिका एकट्या घराबाहेर पडतात, रस्त्याने थोडंसंच चालल्याबरोबर त्यांना एखादा निर्जन समुद्रतट किंवा दाट अरण्य किंवा निवांत असा एखादा डोंगर दिसतो. काहीही अघटित घडत नाही. उलट चांगल्या चांगल्या घटना घडतात. नायिकेला एकतर नायक भेटतो किंवा कुणीतरी प्रचंड श्रीमंत माणूस तिला दत्तक घेतो किंवा नायिका एकटीच नदी किंवा समुद्रकिनारी फिरते. बागेत एकटीच फिरत-फिरत फुलांजवळ आपल्या मनातल्या गोष्टी बोलते, उडत असलेल्या कुणा पाखराशीही बोलते. रंगीत फुलपाखरांमागे धावते, कधी झाडाला टेकून सुखाचं किंवा दु:खाचं गाणं म्हणते किंवा काही अघटित घडलं, तरी त्यातून

तिला वाचवून कुणीतरी साहसी माणूस तिचा जीवनभरचा भाऊ किंवा सखा बनतो. कथा-कादंबऱ्या वाचलेली आणि सिनेमा पाहिलेली मी मनात भीती आणि धाडस दोन्ही भावना घेऊन चालत राहिले. नदीकाठी पुरुषांच्या टोळ्या असतात हे माहीत असूनही मी नदीच्या दिशेनेच, पार्कच्या दिशेनेच चालत राहिले. लोक जिला 'लेडीज पार्क' म्हणत, त्या बागेच्या दिशेने. दुपारी चारनंतर बायका-मुलं, पुरुष शहरात फिरण्यासारखी इतर ठिकाणं नसल्याने इथेच येत. खारे दाणे, भेळ खात, फिरत आणि घरी परत जात. मी भर दुपारी निर्जनतेचं स्वप्न घेऊन पार्कमध्ये येऊन एका झाडाखालच्या बेंचवर बसून समोरून वाहणाऱ्या ब्रह्मपुत्रेच्या पात्रावरचे तरंग आणि झाडांची पाण्यातली प्रतिबिंबं पाहात होते. इथे असंच निसर्गाचं सौंदर्य पाहात बसून राहावं असं वाटत होतं. पण कथा-कादंबऱ्यांमधली पात्रंच त्यांना वाटेल तितका वेळ अशी बसून राहू शकतात. मी तशी बसून राहू शकत नव्हते. एक-दोन करीत लुंगी लावलेले तरुण माझ्याभोवती जमू लागले. माझी नजर नदीकडे होती. नदीतून दोन नावा चालल्या होत्या, त्यांच्याकडे. नजर नदीच्या पलीकडच्या तिरावरही जात होती, तिथे सुंदर काशफुलं फुललेली होती. या सगळ्या दृश्याकडे मग्न होऊन पाहाण्याची संधी ते तरुणांचं टोळकं मला देत नव्हतं. माझ्या आसपासची शांतता भंग करीत एकजणाने दुसऱ्याला विचारलं, 'या पोरीची कबुतरं उठलीयेत, नाही का रे?'

दुसरा माझ्यासमोर येऊन, खदाखदा हसत म्हणाला, 'हो, उठलीयेत!'

'कसं काय समजलं तुला की उठलीयेत? धरून बघितलीस?'

तरुणांचं टोळकं जोरात हसलं.

'नेतोस का तिला?'

'किती पाहिजेत?'

'बोलत तर नाहीय ती!'

'का बरं? मुकी आहे की काय?'

भीतीने माझं अंग थरथरू लागलं. घसा कोरडा पडला. एकदा एका तरुणाने ब्रह्मपुत्रेच्या किनारीच माझ्या छातीवर थप्पड मारली होती, तशी यांनी माझ्या छातीवर आता थप्पड मारली, तर? मी उठून दुसऱ्या बेंचवर जाऊन बसले. ते पाहून त्या टोळक्याचा उत्साह वाढला. है-है करीत ते त्या बेंचजवळ आले.

'ए ऽ, तुझं नाव काय? कुठं राहातेस?'

'ए पोरी, तुझा बाप आहे?'

मी कुणाच्याच कुठल्याही प्रश्नाचं उत्तर दिलं नाही. एका तरुणाने माझ्या दिशेने एक खडा फेकला. तो माझ्या पाठीला लागला. एकाने जवळ येऊन आपल्या पायाने माझ्या पायाला लाथ मारली. एकाने माझ्या पाठीत धपाटा घातला. मी जणू परग्रहावरून आलेली कुणीतरी होते. मी कसं वागते हे ते पारखून पाहात होते.

खड्याचं आणि धपाट्याचं कुठलंही उत्तर न देता मी नदीकडे पाहात राहिले. यांना प्रत्युत्तर न दिल्याने किंवा उलट दगड न मारल्याने हे मवाली निघून जातील, असं मला वाटत होतं. या हिंस्त्र टोळक्यापासून मला वाचवू शकेल असा सभ्य माणूस आसपास कुठं दिसतो आहे का, हे माझी नजर शोधीत होती. नाही, तसं कुणी पार्कमध्ये दिसत नव्हतं. सगळे सभ्य लोक जणू दुसरीकडे कुठेतरी फिरायला गेले होते. इकडे कुणीच नव्हतं. इकडे फक्त एकटी मी आणि हे लोक. या जंगली मवाल्यांनी मला कसं घेरलंय हे दूरच्या नावाड्यालाही दिसत नसणार. हे मवाली वयाने माझ्यापेक्षा लहानच वाटत होते. वयाने मोठ्या लोकांशी नीट वागावं असं लहानपणापासून ऐकत आले होते आणि ही मुलं मात्र सरळसरळ असभ्यपणा करीत होती. आतातर कुणीतरी मागून मला धक्का मारला. मी मागे वळून म्हणाले, 'मी इथं बसलेय त्याच्याशी तुम्हाला काय करायचंय? पळा इथून!'

मुलांच्या टोळक्याने हा हा ही ही करायला सुरुवात केली.

'शब्द फुटले तिला! येतंय रे, बोलता येतंय!'

एकजणाने लुंगी वर करून माझ्यापुढे नाचायला सुरुवात केली. ते पाहून दुसराही नाचू लागला. एकजण माझ्या छातीच्या दिशेने हात करीत पुढे येऊ लागला. मी माझ्या हातांनी त्याला ढकललं. तो पुन्हा पुढे येऊ लागला. मी धापा टाकू लागले. दोघेजण माझा कुर्ता धरून ओढू लागले. ते डोळे मोठे करीत होते, दात दाखवीत होते, जीभ दाखवीत होते, माझा त्यांनी खेळ चालवला होता. माझी चेष्टा करीत होते ते. माझा कुर्ता जणू त्यांना ओढून काढायचा होता. कुर्ताच कशाला, सलवारही काढायची होती. या सुनसान पार्कमध्ये काय चाललंय हे कुणाला दिसलंही नसतं. अचानक दोन माणसांना पार्कमध्ये प्रवेश करताना पाहून जणू माझ्या जिवात जीव आला. पँट-शर्ट घातलेले दोघेजण या जमावाच्या दिशेने येत होते. त्यांना पाहून मुलं मागे सरकली. लुंगी उचलून नाचणंही थांबलं. ते दोघेजण मला या जंगली जनावरांपासून सोडवतील या आशेने मी त्यांच्या दिशेने चालू लागले. पण त्यांच्यापैकी एकाने मला नव्हे, तर त्या मुलांपैकी एकाला विचारलं, 'काय, झालं काय?'

'ही पोरगी एकटी बसलीय पार्कमध्ये!'

'एकटी?'

दोघांपैकी एकजण गंभीरपणे म्हणाला, 'एकटी काय करायला आलीस इथं?'

'तेच तर विचारीत होतो तिला! सांगत नाही ती.'

'का सांगत नाही? का?'

ती दोन माणसं माझ्यापुढे उभी राहिली. माझ्या चेहऱ्याकडे नाही, छातीकडे पाहू लागली. माझं सहावं इंद्रिय मला म्हणालं, 'हे मला वाचवायला आलेले नाहीत. पळ!' कुठं, कसं पळावं काही समजेना. एकजण हात पसरून माझ्याकडे येऊ

लागला, दुसरा हसू लागला. नदीचं पाणीही जणू हसू लागलं. मला वाटू लागलं, आता ही माणसं माझे तुकडे करून टाकणार. खाऊन टाकणार. संध्याकाळचा प्रकाश कमी होऊ लागला होता. सूर्य बुडू लागला होता. हा: हा: करीत हसणारा माणूस आपल्या पँटची चेन वरखाली करू लागला. मी डोळे बंद करून, गुडघ्यात डोकं घालून बसले. शरीर आकसून बसले. सगळ्या अंगावर खड्यांचा वर्षाव होऊ लागला. ती दोन माणसं मला त्या टोळक्याच्या हाती सोडून निघून गेली आहेत असं जाणवलं. त्या टोळक्याला जणू आता माझ्याशी वाट्टेल ते चाळे करायचा परवानाच मिळाला होता. मी अचानक भीतीने ओरडले. माझा ओरडण्याचा आवाज ऐकून ते मुलांचं टोळकं प्रचंड मोठ्याने हसलं. अचानक उठून मी जोराने सर्किट हाऊसच्या मैदानाच्या दिशेने धावू लागले आणि माझ्यामागे हसत हसत ती मवाली पोरंही. मी बोलू शकते, ओरडू शकते, धावू शकते या सगळ्या त्यांच्यासाठी मजेच्या गोष्टी होत्या. प्राणिसंग्रहालयातल्या माकडाला स्वत:च्या हाताने केळं खाताना पाहून लोक हसतात, त्यांना मजा वाटते. वानराचं उड्या मारणं, धावणं, झाडाला लोंबकळणं पाहातानाही मजा वाटते. आपणही जणू माणूस नसून कुणीतरी जनावर आहोत असं वाटू लागलं. ती मुलं लुंग्या वर उचलून, आपली लिंगं दाखवीत माझ्यासमोर नाचली, मला खडे मारले, लाथा मारल्या, थपडा मारल्या, धक्के मारले, माझ्या दिशेने हात पुढे केले; मी त्यांना वाईट म्हणेन, पुढे कधी संधी मिळाली तर याचा सूड घेईन असं त्यांच्या मनातही आलं नाही. नाही, ही मुलं कुणाचीच, कशाचीच पर्वा करीत नाहीत. मी नुसती धावत होते. पार्कच्या आसपास काही लोकांना फिरताना पाहिलं, पण कुणाच्याही जवळ जावं असं वाटलं नाही, कुणावरही माझा विश्वास नव्हता. मी धापा टाकीत पळत असताना पांढरा शर्ट चॉकलेटी पँटवाला तो मुलगा माझ्या दिशेने येताना दिसला. बुडत्याला काडीचा आधार वाटावा, तसं मला वाटलं. ज्याला मी दुपारी गच्चीवरून पाहात असे, तोच तो पांढरा शर्ट चॉकलेटी पँटवाला मुलगा. त्याला पाहाण्यासाठीच तर मी बरेचदा गच्चीवर जात असे. त्या मुलाने मला थांबवून 'हुश्-हुश्' करून त्या मुलांच्या टोळक्याला पळवून लावलं आणि माझ्याजवळ येऊन, गोड हसून विचारलं, 'इथं कधी आली होतीस?'

मी काहीच बोलले नाही. तो पांढरा शर्टवाला मुलगा चालत राहिला, त्याच्या मागे मागे, धापा टाकीत मी.

'पळत का होतीस? त्या मुलांनी काही केलं का तुला?'

मी गप्पच.

'तुला काही म्हणाली ती मुलं?'

यावेळीही मी गप्पच.

त्या मुलांनी जे केलं होतं, जे बोलली होती, ते सांगायची मला लाज वाटत होती.

जणू त्यांनी जे काही केलं होतं, त्याला पूर्णपणे मीच जबाबदार होते, त्याची लाज मलाच वाटायला पाहिजे होती. जणू माझ्याच चुकीमुळे त्या मुलांनी असं केलं होतं.

ईशान चक्रवर्ती रोडवर आल्यावर त्या पांढऱ्या शर्टवाल्या मुलानं विचारलं, 'घरी जाणार ना?'

मी नकारार्थी मान हलवली.

'मग कुठं जाणार?'

यावेळीही मी 'कुठेही नाही' किंवा 'माहीत नाही' अशा अर्थाची मान हलवली.

त्या पांढऱ्या शर्टवाल्या मुलाच्या मागे मागे मी त्याच्या घरी गेले, त्याच्या घराच्या गच्चीवर गेले. गच्चीवर त्याचा मोठा भाऊ आणि त्याचे मित्र हवा खात होते. आम्ही गच्चीवर पोचल्याबरोबर भाऊ आणि त्याचे मित्र खाली निघून गेले.

'काय खाणार?'

मी नकारार्थी मान हलवली - काहीही खाणार नाही.

मान हलवण्याव्यतिरिक्त त्याच्या कुठल्याही प्रश्नाच्या उत्तरादाखल कुठलाही शब्द मला उच्चारता आला नव्हता. त्याने गच्चीवरून मोठ्या आवाजात आपल्या छोट्या भावाला हाक मारून, खाली पैसे टाकून 'एक सेव्हन अप् घेऊन ये' म्हणून सांगितलं. धाकटा भाऊ पळत पळत सेव्हन अप् आणायला गेला. इकडं गच्चीवरच्या अंधारात पांढऱ्या शर्टवाल्यानं मला सिनेमात हीरो रज्जाक जसा हिरॉईन कबरीला दोन्ही हातांनी आलिंगन देतो, तसं आलिंगन देण्याचा प्रयत्न केला. अशा प्रकारचं आलिंगनाचं आवाहन आल्यावर मीसुद्धा खरं तर त्याच्या छातीवर डोकं ठेवायला हवं होतं, पण मला जाणवलं, की आपलं शरीर जणू लाकडासारखं कठीण झालं आहे. मी दूर सरून उभी राहिले. सेव्हन अप् आलं. आम्हा दोघांचा एकमेकांना स्पर्श झालाच नाही. आमच्या घराच्या गच्चीवरून त्या पांढरा शर्टवाल्याला बघताना वाटे, की मी बहुतेक याच्या प्रेमात पडले आहे. छातीत धक्-धक् होत असे. पण त्याचं रज्जाकसारखं पुढं येऊन मला मिठीत घेऊ पाहाणं मला इतकं कृत्रिम वाटलं, की मला स्पष्ट जाणवलं - आपण मनात आणलं तरी कबरी किंवा बबिता होऊ शकणार नाही. जीवनातल्या सगळ्याच गोष्टी काही कथा-कादंबऱ्या किंवा सिनेमातल्यासारख्या नसतात. तसं असतं, तर ते आलिंगन मला चांगलं वाटलं असतं. तसं असतं, तर मी प्रचंड शक्तिनिशी त्या पोरांच्या टोळक्याचे आणि त्या दोन माणसांचे दात पाडून टाकू शकले असते. पण तसं मी करू शकले नाही.

मी दुपारी घराबाहेर पडले होते, आता अंधार झाला होता. घरी माझ्यासाठी कुठली शिक्षा वाढून ठेवली होती याची कल्पना करण्याचं त्राण माझ्यामध्ये नव्हतं. पांढरा शर्टवाला मुलगा म्हणाला, 'चल, तुला घरी सोडतो.' जायला दुसरी जागाच नसल्याने मला माझ्या घराच्या दिशेने जावं लागलं. निस्तेजपणे, हताश आणि मनात

भय घेऊन मी पांढऱ्या शर्टवाल्याच्या मागे मागे चालत आमच्या घराच्या फाटकापर्यंत आले. त्यानंतर एखाद्या प्राणहीन जड वस्तूप्रमाणे घरात प्रवेश केला. घरातले लोक जणू मला ओळखतच नाहीत अशा नजरेने माझ्याकडे पाहू लागले. जणू कुणालाही माझं नाव, गाव, पत्ता माहीत नाहीये. मी का आले, कुठून आले हे कुणालाही माहीत नाही. त्यानंतर डोळे थोडे स्थिरावल्यावर 'कुठं होतीस इतका वेळ? कुणाबरोबर गेली होतीस? काय विचार आहे तुझा सांग! धाडस कसं झालं इतकं?' इत्यादी हजारो प्रश्नांच्या समोर मी निरुत्तर, शांत, स्तब्ध उभी होते. बहुधा मी माझं जीवन, माझं तारुण्य हे कुठेतरी उधळून घरी परतले आहे असा निष्कर्ष काढूनच दादा आणि आई माझ्यावर लाथा-बुक्क्यांचा वर्षाव करू लागले. मला थपडा मारू लागले- कुठलाही विचार न करता! मी बधिर शरीराने सारं सहन करू लागले. त्या पोरांच्या टोळीचं आक्रमण, पांढऱ्या शर्टवाल्याचं अस्वाभाविक आलिंगन यांच्यापासून मी वाचले खरी, पण दादा आणि आईच्या अत्याचारापासून वाचणं शक्य झालं नाही. या सगळ्या कारणांमुळे मला एकूणच सगळ्या परिस्थितीबद्दल वाटणारी किळस वाढू लागली.

गच्चीवर उभी राहिले, की माझ्यापेक्षा वयाने लहान असलेला एक मुलगा आपल्या घराच्या व्हरांड्यात उभा राहून, लुंगी वर करून आपलं शिश्न मला दाखवी. मला नजर दुसरीकडे वळवावी लागे. रेलिंगपासून दूर सरकून उभं राहावं लागे. डोळ्यांना दुसरं काहीतरी, सुंदर, चांगलं दृश्य दिसावं असं वाटे. दुपारी चार-पाचच्या सुमाराला गच्चीवर जाणं, बंद खोलीतून बाहेर येऊन स्वच्छ प्रकाश आणि हवा खाणं, आपल्या मनाने जग पाहाणं या माझ्या खूप आवडीच्या गोष्टी होत्या. माझ्यासाठी तेवढंच तर मोकळं, खुलं जग असे. तिथेच मला स्वातंत्र्य असे. दुपारच्या अंग भाजणाऱ्या उकाड्याला संध्याकाळच्या सुमाराची थंड, शांत हवा जेव्हा निरोप देत असे, तीच तर खुल्या गच्चीवर उभे राहून हवेची स्निग्धता उपभोगण्याची वेळ असे! मी अगदी अंग भरून, प्राण भरून ती स्निग्धता आणि थंडावा उपभोगी. पण या गच्चीवरही आपण सुरक्षित नाही असं वाटून मी कोमेजून जाई - जणू मीच अपराधी आहे. जणू माझ्याच चुकीमुळे तो चांगला मुलगा लुंगी वर करतो आहे. स्वत:समोर मला स्वत:चीच लाज वाटे, माझं स्वत:चंच अस्तित्व मला वेडावीत राही. आमच्या घरासमोर उजव्या बाजूच्या घरातल्या लुंगी-बनियन घालून दारात उभ्या राहणाऱ्या जगलू नावाच्या विद्रूप मुलाने जेव्हा अब्दुल बारीच्या बायकोच्या हाती माझ्यासाठी लग्नाचा प्रस्ताव पाठवला, तेव्हाही मला शरम वाटली. मृत्युंजय स्कूलमधले शिक्षक अब्दुल बारी यांची बायको अधूनमधून आमच्या घरी येई. आईशी साध्यासुध्या घरगुती गप्पा करून परत जाई. तिच्या तोंडून लग्नाचा प्रस्ताव ऐकल्यावर माझं शरीर भीतीनं थरथरू लागलं. संतापाने जळू लागलं. आईने अर्थात तिला काही कठोर उत्तर

दिलं नाही. नाराज चेहऱ्याने ती म्हणाली, 'मुलीच्या वडिलांच्या मनात तिला आणखी शिकवायचं आहे. एवढ्यात लग्नाचा प्रस्ताव ऐकला तर ते खूप संतापतील.' आईचं हे उत्तर ऐकल्यावरही अब्दुल बारीच्या बायकोने मला आडबाजूला बोलावून, आपल्या ब्लाऊजमधून एक घडी केलेली चिठ्ठी काढून मला दिली आणि निघून गेली. मी बाथरूममध्ये जाऊन ती चिठ्ठी उघडून वाचली. 'माझं तुझ्यावर प्रेम आहे.' या आशयाची दोन पानी चिठ्ठी. मला आलेलं हे पहिलं पत्र. मी त्याचे तुकडे तुकडे करून ते संडासाच्या घाणीत फेकून दिले. कुणालाही त्या चिठ्ठीबद्दल न सांगता मी एकटीच सगळ्यांपासून दूर अशी बसून राहिले.

माझं वाढत चाललेलं शरीर पाहून बाबांनी आईकडून एक ओढणी मागून घेतली आणि ती माझ्या दोन्ही खांद्यांवर टाकून म्हणाले, 'ही ओढणी घेत जा खांद्यांवरून, म्हणजे बरं दिसेल.' बाबांचं हे बोलणं मला इतकं अपमानास्पद वाटलं, की आकाराने मोठ्या होत चाललेल्या छातीची लाज वाटून रात्रभर मी उशीत डोकं खुपसून रडत राहिले. छाती झाकण्यासाठी ओढणी घ्यायला मला लाज वाटे, कारण ओढणी घालणं म्हणजे तिच्याआड काहीतरी आहे हे सुचवणं - काहीतरी मऊ मऊ, लाज वाटण्यासारखं, न सांगण्यासारखं. म्हणूनच ते झाकायला हवं, कारण ते जे आहे ते फार अश्लील, बेलगामपणे वाढणारं आहे, ते कुणालाही दिसलं नाही पाहिजे. ओढणी घ्यावी लागू नये, शरीराची कुठलीही अश्लीलता दिसू नये म्हणून मी कुबड काढून चाले. तशाच प्रकारे चालायची मला सवय होऊ लागली. आई माझ्या पाठीत बुक्का घालून म्हणाली, 'सरळ ताठ अशी चाल, ओढणी घे खांद्यावरून. ओढणी घेतल्यावर ताठपणे चालशील. अशी कुबड्यासारखी चाललीस, तर पाठीचा कणा नंतर सरळ होणार नाही.' तरीही मला ताठ चालावं, खांद्यावरून ओढणी घ्यावी असं वाटत नसे. मला ओढणी आवडतच नसे. मी ओढणी घेतली काय किंवा न घेतली काय, आता मी मोठी झाले आहे हे लोकांना माहीत आहे. मॅट्रिक देण्याच्या वयात, मुलींची लग्नं होतात, त्यांना मुलंबाळंसुद्धा होतात असं आई म्हणे. हे ऐकून छातीत जणू एक टोकदार काटा टोचला. मन तडफड करू लागलं. मला मोठं व्हावंसं वाटेना. लग्न हा प्रकार मला केवळ भीतिदायक आणि यातनादायकच नव्हे, तर खूप अश्लीलही वाटत होता. लग्न इतर कुणाचं व्हायचं असेल तर होवो, पण माझं कधीच होऊ नये असं वाटे. बाबांनी माझ्या खांद्यावर टाकलेली ओढणी मी काढून टाकून दिली. मी मोठी झाले आहे ही गोष्ट इतरांना सुचवण्याची मला भीती वाटली.

परीक्षा झाल्यानंतर पाठ्यपुस्तकांपासून मुक्ती मिळेल, असं माझं स्वप्न होतं. ढाक्याच्या पिकनिकहून परतल्यानंतर बाबांनी माझं हे स्वप्न मुळासहित उखडून टाकलं आणि मला जुनी पाठ्यपुस्तकंच परत संपूर्ण वाचायला सांगितली. कॉलेजमध्ये

प्रवेश परीक्षा असते, ती खूप अवघड असते, ती पास झाले नाही तर माझं शिक्षण कारमचं बंद होईल, आयुष्यभर 'अशिक्षित' हे विशेषण वागवीत मला दुःखी जीवन जगावं लागेल. त्यामुळे पुन्हा तीच पाठ्यपुस्तकं समोर घेऊन मला अभ्यासाला बसावं लागलं. अभ्यास करून उठल्यावर काय करायचं तेही बाबांनी सांगितलं होतं - मनोरंजनासाठी त्यांनी 'बेगम' देऊनच ठेवलं होतं!

मॅट्रिकचा निकाल ज्या दिवशी लागला, त्या दिवशी दुपारी रवीन्द्रनाथ दास आमच्या घरी जयजयकार करीत आला. मी फर्स्ट क्लासमध्ये पास झाले होते. मी ही बातमी ऐकून घरभर आनंदाने उड्या मारीत होते, तेवढ्यात बाबा आले. त्यांच्या हातात परीक्षेचा निकाल होता. आता ते मला 'बेटी, बेटी' म्हणून जवळ घेतील, रसगुल्ले, मलाईकरी, गुलाबजाम, चमचम आणून घरातल्या सगळ्यांना खाऊ घालतील याबद्दल मी अगदी निश्चित होते. त्यांनी मला हाक मारली, तेव्हा आनंदित चेहऱ्याने मी त्यांच्याजवळ गेले. बाबांच्या आलिंगनासाठी माझं शरीर तयार होतं, त्यांची शाबासकी ऐकायला मन तयार होतं, तेव्हा गालावर खाडकन एक थप्पड मारून ते म्हणाले, 'थर्ड क्लास मिळालाय, लाज नाही वाटत?'

'थर्ड क्लास?' स्तंभित चेहऱ्याने मी बाबांना म्हणाले, 'मला तर फर्स्ट क्लास मिळालाय!'

आता बाबा माझ्या तोंडावर, डोक्यावर थपडांचा वर्षाव करीत म्हणाले, 'स्टार मिळालेत? नाही! किती लेटर मिळालीत? लेटरशिवाय फर्स्ट क्लास मिळणं म्हणजे ओढूनताणून पास होणं. ओढूनताणून पास होणं म्हणजे थर्ड क्लास मिळणं.' माझ्या शाळेतून फक्त तीन मुली फर्स्ट क्लासमध्ये पास झाल्या होत्या. त्यांच्यापैकी कुणालाच स्टार मिळाले नव्हते. लेटरसुद्धा कुणाला मिळालं नव्हतं. हे सांगितल्यावर बाबा म्हणाले, 'विद्यामयी स्कूलमधल्या मुलींना मिळाले आहेत, जिल्हा स्कूलमधल्या मुलींना मिळाले आहेत!' बाबांनी मला कान धरून ओढत नेत अभ्यासाच्या टेबलाजवळ धक्का देऊन पाडलं. दातांवर दात रगडीत म्हणाले, 'ज्यांना स्टार मिळालेत, त्या भात खातात, तू खात नाहीस? खास शिक्षक ठेवून मी तुला शिकवलं, ते काय थर्ड क्लासमध्ये पास होण्यासाठी? हरामखोर!' समोर एक पुस्तक उघडून मी स्थिर बसून राहिले, पुस्तकाच्या पानावर माझ्या डोळ्यांतून अश्रू पडत राहिले.

खूप रात्री, सगळे झोपी गेल्यावर मी मांजराप्रमाणे आवाज न करता फिरत फिरत घरात उंदीर मारायचं विष शोधीत राहिले. माझं हे वाढत चाललेलं शरीर, माझं हे घरात नको असलेलं अस्तित्व, माझा हा बथ्थड मेंदू - या सगळ्या गोष्टींनी मला इतकं क्षुद्र करून टाकलं की, आणखी क्षुद्र-क्षुद्र होत आपण अदृश्य व्हावं असं मला वाटू लागलं. मला उंदराचं विष काही सापडलं नाही. सापडला, तो घराच्या एका कोपऱ्यात धूळ खात पडलेला एक उंदीर धरायचा पिंजरा!

माझी मैत्रीण चंदना

'आवासिक आदर्श बालिका विद्यायतन' शाळेत सातव्या इयत्तेपासून प्रत्येक वर्षी मला स्कॉलरशिप मिळत असे. त्या स्कॉलरशिपमधला एक रुपयासुद्धा कधी बाबांनी मला माझ्या खर्चासाठी माझ्याकडे राहू दिला नाही. अगदी मोजून मोजून ते पैसे माझ्याकडून काढून घेत. आई म्हणे, 'तुझे बाबा तुझ्या भविष्यासाठीच ते पैसे साठवून ठेवताहेत. तू मोठी झाल्यावर तुला देतील.' आईच्या बोलण्यावर माझा विश्वास बसे. बाबांच्या हाती दिलेले पैसे हे आपले पैसे आहेत या विचाराने एक प्रकारची निश्चिंतता वाटे. मोठी झाल्यावर त्या पैशांतून खोली भरून पुस्तकं विकत घेण्याची स्वप्नं मी पाही. यास्मिनने पाचव्या इयत्तेत दोन वेळा राहून एक पराक्रमच केला. तिला बाबांनी स्कूल बोर्डाच्या स्कॉलरशिपच्या परीक्षेला बसवलं, त्यात चांगली पास होऊन तिने शिष्यवृत्तीही मिळवली. आता यास्मिनला हाक मारताना बाबा म्हणत, 'स्कॉलरशिप मिळवणारी विद्यार्थिनी कुठे आहे!' मला पाचव्या इयत्तेत असताना स्कॉलरशिपची परीक्षा देता आली नव्हती, आठव्या इयत्तेतही स्कॉलरशिपची परीक्षा दिली, पण तिच्यात यश मिळालं नाही. म्हणूनच मला डिवचण्यासाठी बाबा यास्मिनला 'स्कॉलरशिप मिळवणारी विद्यार्थिनी' अशी हाक मारीत. एवढंच नाही, तर बाबा माझी तुलना अनेकदा गटारीतल्या किड्याशी करीत. ते ऐकून आपण गटारीतले किडे आहोत असं मला अनेकदा वाटे. तारकासहित फर्स्ट क्लास मिळाला नाही म्हणूनही पुन्हा आपण गटारीतला किडा आहोत असं वाटत राही. चंदना सेकंड क्लासमध्ये पास झाली होती, पण त्याबद्दल तिला कुठलाही न्यूनगंड किंवा चिंता वाटत नव्हती. बरेचसे विद्यार्थी-विद्यार्थिनी सेकंड क्लासमध्येच पास झाले होते. मला जर सेकंड क्लास मिळाला असता, तर बाबांनी चाबकाने मारून मारून मला रक्तबंबाळ करून घराबाहेर हाकलून दिलं असतं याची मला खात्री होती. तसं काही झालं नाही म्हणून माझा जीव

भांड्यात पडला होता. फर्स्ट क्लासमध्ये पास झाल्याने कॉलेजमध्ये स्कॉलरशिप मिळणार होती, याने मनावरचं ओझं उतरलं. स्कॉलरशिप मिळाली नसती तर कॉलेजमध्ये शिकण्याचा खर्च परवडला नसता. आता मात्र कॉलेजमध्ये शिकण्याचा खर्च पडणार नाही. बाबांना स्कॉलरशिप मिळवलेली खूप आवडत असे, कारण त्यामुळे त्यांचा मुलींना शिकवण्याचा खर्च वाचत असे ना! फर्स्ट क्लास मिळाला नसता, तर उठता बसता बाबांचं दात खाणं पाहावं लागलं असतं. अद्यापही ते दात खातच असत, पण स्कॉलरशिप मिळाली नसती, तर त्याचं प्रमाण अधिकच वाढलं असतं.

कॉलेजमध्ये प्रवेश घेण्यासाठी कुठलीही परीक्षा द्यायची गरज पडली नाही. मॅट्रिकचा रिझल्ट पाहूनच कॉलेजने मला प्रवेश दिला. मॅट्रिकच्या परीक्षेनंतरही मला उगाचच परत शाळेची पाठ्यपुस्तकं वाचावी लागली, या विचाराने वाईट वाटे. तो वेळ उगाच फुकट गेला. पुन्हा अशी सुट्टी थोडीच परत येणार? वेळ खूप मिळेल, पण मॅट्रिकच्या परीक्षेनंतरचा मोकळा वेळ, ती सुट्टी पुन्हा मिळणार नाही.

मला आनंदमोहन कॉलेजमध्ये प्रवेश घेण्याची इच्छा होती. त्या कॉलेजात मुलेही असत. मुलांच्या बरोबर आपल्या मुलीने एका कॉलेजमध्ये शिकावं असं इतर कुणालाही वाटत असो, माझ्या बाबांना मात्र वाटत नसे. आनंदमोहनची चांगली कीर्ती असूनही बाबांनी मला तिथे प्रवेश घेतला नाही. मुनिमुन्निसा कॉलेजची काहीच कीर्ती नसताना, ते केवळ मुलींचं कॉलेज आहे म्हणून मला त्या कॉलेजमध्ये घालून बाबा मोकळे झाले. हंसांच्या कळपात जाण्याची इच्छा असताना त्यांनी जणू मला इतर दहा कोंबड्यांबरोबर त्यांच्या खुराड्यात बंद करून टाकलं. या कॉलेजमध्ये येऊन जितकं दुःख व्हायला हवं होतं, तितकं झालं नाही, याचं कारण चंदना. तिच्या बाबांनीही तिला मारून-मुटकून मुनिमुन्निसा कॉलेजमध्ये घातलं होतं. चंदना आपल्याबरोबर कॉलेजमध्ये असणार या जाणिवेमुळे माझं रोज शंभर मुलांना बघता येणार नाही याचं दुःख कमी झालं. आनंदमोहन कॉलेज हे आमच्यासाठी आकाशाच्याही वरचा कुठलासा रहस्यमय सातवा स्वर्गच बनून राहिलं - त्याचा विचार दूर करून मी आणि चंदना नवी स्वप्नं पाहाण्यात रमून गेलो. मुनिमुन्निसा कॉलेज शहराच्या पश्चिम कोपऱ्यात एका विशाल मैदानावर होतं. वर्ग एका लांबलचक पत्र्याच्या खोलीत होता. समोरच्या बाजूला नवीन बांधलेली खोली होती. विज्ञान शाखेच्या विद्यार्थिनींचे वर्ग त्या दालनात भरत. शाळेप्रमाणे सगळ्या विषयांचे तास एकाच वर्गात भरत नसत. वेगवेगळ्या विषयांसाठी वेगवेगळ्या वर्गांमध्ये (खोल्यांमध्ये) जावं लागे. त्यासाठी पळापळ करावी लागे. हे मला आवडे. शाळेत सकाळी एका खोलीतल्या एका बेंचवर बसलं, की दिवसभर तिथंच बसून राहावं लागे. कॉलेजमधला आणखी एक नियम मला आवडला. तुम्ही तास बुडवून मैदानात बसून राहिलात किंवा

पुकुराच्या पाण्यात पाय बुडवून मैत्रिणींशी गप्पा करीत बसलात, तरी कुणीही तुम्हाला जबरदस्तीने वर्गात नेऊन बसवणार नाही. वर्गातल्या मुलींसमोर क्लास बुडवल्याबद्दल कान धरून तुम्हाला उभं राहाण्याची शिक्षा मिळणार नाही. प्रत्येक तासाला हजेरी घेतली जाई - शाळेत फक्त पहिल्या तासालाच हजेरी घेतली जाई. कॉलेजच्या नव्या नियमांचं मला नवल वाटलं, पण कॉलेजमधून वाटेल तेव्हा बाहेर जाता येणार नाही हा नियम मात्र मला मुळीच आवडला नाही. चंदनाला तर नाहीच नाही. कॉलेजमध्ये प्रवेश घेण्याआधी ती अनेकदा म्हणाली होती, 'कॉलेजमध्ये शिकण्याची गंमत काय असते माहीत आहे? वाटलं तर वर्गात बसावं, नाहीतर नाही. वाटेल तेव्हा कॉलेजमधून बाहेर पडावं. कॉलेज सुटण्याच्या वेळी घरी आलं म्हणजे झालं. या स्वप्नाने मला खूप मोहित केलं होतं. पण कॉलेजला जायला सुरुवात केल्यानंतर सहा फूट उंचीचा, काळ्या रंगाचा, तोंडाचं बोळकं झालेला, टक्कल पडलेला गगन नावाचा रखवालदार पाहून मला आश्चर्यच वाटलं. 'का रे बाबा, इथं रखवालदार कशाला?' शाळेच्या दारात रखवालदार असतो, शाळेतल्या मुलांसाठी. ज्या आपली जबाबदारी ओळखतात, अशा कॉलेजमध्ये जाणाऱ्या मोठ्या मुलींसाठी रखवालदार ठेवण्यात काहीच अर्थ नाही! यावर चंदनाचं आणि माझं एकमत होतं. सकाळी दहा वाजता आम्ही कॉलेजमध्ये आलो होतो. दोन तास कुठल्याच विषयांचे वर्ग नव्हते. चंदना म्हणाली, 'चल, बाहेर जाऊ!' बाहेर कुठं जायचं हे नक्की नव्हतं. बाहेर. या सीमेच्या बाहेर. घराच्या सीमेबाहेर जायला मन जसं उत्सुक असे, तसंच कॉलेजच्या सीमेबाहेर जाण्यासाठी सुद्धा! पण 'चल' म्हटल्याने थोडंच जाता येतं? गेटजवळ गेल्याबरोबर गगनने आम्हाला लगेच आत जायला सांगितलं. आता दोन तास आम्हाला करण्यासारखं काहीच नव्हतं. पण गेटच्या बाहेर एक पाऊलही टाकता येणार नव्हतं. गगनला आम्ही पटवून द्यायचा प्रयत्न केला - आता आम्ही लहान नाही, मोठ्या झालो आहोत, आम्ही कुठे हरवून जाणार नाही किंवा कुणी पोरं धरणारा आम्हाला पोत्यात घालून पळवूनही नेणार नाही. तरीही गगनच्या रखवालदाराच्या हृदयाला पाझर फुटला नाही. कॉलेजच्या बाहेर जाऊन मजा करण्याच्या आमच्या स्वप्नाचा त्याने चक्काचूर करून टाकला. मुलींच्या कॉलेजचा नियम होता, की सकाळी एकदा मुली आत आल्या, की दरवाजा जो बंद होणार तो कॉलेज सुटल्याची घंटा झाल्यानंतरच उघडणार. शाळेच्या दहा ते पाच या नियमात इतकी वर्षे अडकून राहिल्यानंतर, कॉलेजमध्ये आल्यावर जर पंख पसरून उडता येणार नसेल, तर यायचं कशाला कॉलेजमध्ये? आनंदमोहन कॉलेजमधली मुलं-मुली मनात येईल तेव्हा कॉलेजात येतात, मनाला येईल तेव्हा बाहेर जातात आणि मुनिमुन्निसाच्या मुली या मुली असल्यामुळे त्या मोठ्या झाल्या, तरी त्यांच्यासाठी दहा ते पाचचा हिशेब, शिवाय युनिफॉर्म - पांढरी सलवार, पांढरा कुर्ता आणि लाल ओढणी. शाळेतून मी

कॉलेजमध्ये आले - इमारत बदलली, शिक्षक बदलले, वह्या-पुस्तकं बदलली, पण नियम मात्र शाळेचेच राहिले. कॉलेजमध्ये चार भिंतींमध्येच फिरत आम्हाला वेळ काढावा लागला.

माझ्याप्रमाणेच चंदनालासुद्धा ओढणी हा प्रकार आवडत नसे. आम्ही दोघी अधूनमधून ओढणी न घेताच कॉलेजमध्ये जात असू. कॉलेजातल्या विद्यार्थिनी आणि शिक्षकांच्या चमत्कारिक नजरांमुळे आम्हाला जाणवे, की एक अतिशय महत्त्वाची गोष्ट आम्ही न घेतल्यामुळं सर्वांनाच खटकल्यासारखं वाटतं आहे. पण त्याची आम्हाला मुळीच पर्वा नव्हती. कॉलेज सुरू झाल्यानंतर शिक्षक-शिक्षिकांचे जे अनुभव आले, त्यातून बऱ्याच गोष्टी समजल्या. अगदी जगबुडी झाली, तरी गणिताचे शिक्षक देवनाथ चक्रवर्तींचा तास चुकवून चालणार नाही. इतर शिक्षक-शिक्षिकांचे तास अगदी खास गरज नसेल, तर चुकवायला हरकत नाही. बंगाली शिकवणारे शिक्षक अब्दुल हकीम यांच्या तासाला चिठ्ठ्यांची देवाणघेवाण, हकीम यांचं कार्टून काढणं या गोष्टी चालत. पुस्तकी कवितांमध्ये माझं मन रमत नसे, कारण माझ्या मनात स्वतःच्या कविता नाचत असत. श्रीमती सुमिता साहासुद्धा बंगाली शिकवीत, पण पहिल्या ओळीतल्या मुलीशिवाय त्यांचा आवाज इतर कुणालाही ऐकू येत नसे. त्या चांगल्या रवीन्द्रसंगीत गायिका होत्या. त्यांचे पती आलोकमय साहा हेसुद्धा गायक आणि राजनीतितज्ज्ञ होते. एकदा ते निवडणुकीत निवडून आले होते - चांगले राजनीतितज्ज्ञ होते या कारणामुळे नव्हे, तर चांगले गायक होते, म्हणून! रसायनशास्त्राच्या शिक्षिका सतत अनुनासिक उच्चारात बोलत आणि नाक असं करीत, जणू जगातल्या सगळ्या गोष्टींना दुर्गंधी येते आहे. तास संपल्याची घंटा झाल्यावर मुरडलेल्या नाकानेच बाहेर जात. त्यांच्या तासाला एकदा हास्याची उबळ न आवरल्याने मला आणि चंदनाला शिक्षा म्हणून वर्गातून बाहेर जाण्याची संधी मिळाली, तेव्हा आम्हाला खूपच आनंद झाला. भौतिकशास्त्राचे शिक्षक ओठांवर जे तिरपं हसू घेऊन वर्गात येत, त्या हास्यामुळे कोणकोणत्या विद्यार्थिनींच्या हृदयात धक् धक् होई याचा मी आणि चंदना अंदाज करण्याचा प्रयत्न करीत असू. जीवशास्त्राच्या तासाला गंमत येई. बेडूक धरून, त्याला ट्रेमध्ये उताणा करून त्याची छाती-पोट कापून त्याची पचनसंस्था दाखवावी लागे. जाड पांढऱ्या कागदावर वेगवेगळ्या प्रकारच्या प्राण्यांची चित्रं काढावी लागत. चित्रं काढणं मला खूप आवडे. दिवसभर एच.बी. थ्री.बी. अशा वेगवेगळ्या पेन्सिली घेऊन मी प्राण्यांची चित्रं काढीत बसे, जणू चित्रकलेच्या शाळेत दाखल झाले आहे. हे पाहून बाबा म्हणत, 'या फालतू गोष्टी सोडून पुस्तकातली माहिती पाठ कर!' जीवशास्त्रातल्या आकृत्या काढणं हेसुद्धा बाबांना फालतू काम वाटे. कॉलेजमध्ये बेडूक घेऊन जावं लागे. बेडकांच्या मागे अंगणात आम्ही पळत असू - आम्ही म्हणजे मी, यास्मिन आणि आई. अखेर घरातल्या एका कोपऱ्यात

बसलेला एक पिवळा बेडूक पकडून, तो कागदाच्या पुडक्यात बांधून कॉलेजमध्ये नेई. त्याला कापून त्याची पचनसंस्था मी दाखवी खरी, पण आपण त्याला मारल्याच्या जाणिवेने मी एवढी दु:खी होई, की चंदनाने मला हलवल्यावरच मी भानावर येई. ती मला बाहेर घेऊन जाई. वर्गातल्या वातावरणात जितकं कमी थांबता येईल, तितकं आम्हाला बरं वाटे. आम्हाला पंख पसरून उडावंसं वाटे. बंधनं तोडून टाकावीत असं तीव्रतेने वाटे. ही भावना मनात घेऊन, कॉलेजच्या बाहेर तर जाता येत नाही, म्हणून मैदानातल्या एका झाडाखाली बसून आम्ही कविता वाचीत असू - दुधाची तहान ताकावर भागवल्याप्रमाणे! सगळ्या कॉलेजमधल्या विद्यार्थिनी माझ्याकडे आणि चंदनाकडे टक लावून पाहात - जणू आम्ही कुणी वेगळ्याच आहोत, नॉर्मल नाही! चंदना कॉलेजला येण्याच्या रस्त्यावर दिसणाऱ्या एका तरुणाच्या प्रेमात पडली होती. तिने त्याच्या गोष्टी सांगितल्यावर आपल्याही जीवनात असं काहीतरी व्हावं, आपणही कुणाच्यातरी प्रेमात पडावं असं वाटे, पण त्यासाठी माझ्या आवाक्यात तर कुणीच नव्हतं! माझ्या जीवनात जणू दुपारची शांतता होती आणि वाळवंटातलं ऊन्ह होतं. खूप उदास वाटे मला. एके दिवशी मी यास्मिनच्या हाती त्या सफेद पांढऱ्या शर्टवाल्या मुलाला एक चिठ्ठी पाठवली - दुसऱ्या दिवशी सकाळी साडेदहा वाजता कॉलेजच्या गेटजवळ थांब असं त्याला लिहिलं. दुसऱ्या दिवशी कॉलेजच्या दरवाजातून आत न जाता दारात माझी वाट पाहात असलेल्या त्या पांढऱ्या शर्टवाल्याला रिक्षात घेऊन सरळ मुक्तागाछाला गेले. रिक्षा करून इतक्या दूर मुक्तागाछाला जायची युक्ती मी छोटोदाकडून शिकलेली होती. तो असाच गीताला रिक्षातून दूर घेऊन जात असे. रिक्षातून बाहेरची शेतं, गावं, रस्त्याच्या किनाऱ्याला बसलेली गुरं पाहात पाहात मी मुक्तागाछाला गेले. तिथल्या प्रख्यात गोपाल मिठाईवाल्याकडून मिठाई घेऊन खाल्ली आणि पुन्हा त्याच रिक्षाने कॉलेज गेटला परत आले. रस्त्यात त्या पांढऱ्या शर्टवाल्याच्या काही निरर्थक प्रश्नांना 'हो' किंवा 'नाही' मध्ये उत्तरं देण्याशिवाय माझं काही बोलणं झालं नाही. हे धाडस केल्याने मला आनंद झाला खरा. त्याचं चंदनाकडे वर्णन करून आपण खूप साहसी झालो आहोत असं वाटलं खरं. पण मला जाणवलं की, त्या पांढऱ्या शर्टवाल्यासाठी माझ्या मनात धक् धक् होत नाहीय. त्याला बरोबर घेऊन पुन्हा एखाद्या दिवशी दूर कुठंतरी जावं अशी इच्छा होत नाहीय.

दरम्यानच्या काळात एक दुर्घटना झाली. मला घरी येऊन शिकवण्यासाठी बाबांनी देवनाथ चक्रवर्तींची नेमणूक केली. इतर विद्यार्थी-विद्यार्थिनी स्वत: देवनाथ चक्रवर्तींच्या घरी शिकवणीसाठी जात आणि त्यांच्यासारखा विद्वान गृहस्थ मला घरी येऊन शिकवायला तयार झाला ही काही साधी गोष्ट नव्हती. ते माझं मोठं सद्भाग्यच होतं. पण यामुळे एक संकट निर्माण झाल्याचं माझ्या लक्षात आलं - कॉलेजमध्ये वर्गात त्यांना माझा चेहरा दिसायला हवा असे आणि केवळ एवढंच नाही, ते सारे

प्रश्न मला एकटीलाच विचारीत. त्यांची बरोबर उत्तरं त्यांना इतर कुणाकडूनही नव्हेत, तर फक्त माझ्याकडूनच ऐकायची असत. अर्थात सगळ्याच प्रश्नांची उत्तरं मला देता येत नसत आणि ते प्रत्येक तासाला माझ्या डोक्यावर थप्पड, बुक्क्या, डस्टर यांचा वर्षाव करीत. संध्याकाळी जेव्हा ते आमच्या घरी उगवत, तेव्हा माझ्या अंगातलं त्राणच जाई. गोल गरगरीत शरीर, अंगावर नेहमी निळा शर्ट, काळी पँट, शर्टच्या खिशाला एक जाड पेन लावलेलं, खिशाच्या खाली शाईचे डाग, पायात काळे रबरी बूट, केसांचा मधोमध भांग पाडलेला, तोंडात पानाचा तोबरा, डुलत-डुलत चालत - रस्त्यावरून जाणाऱ्या कुठल्याही कलिमुद्दीन– सलीमुद्दीन सारखं रूप; पण ते होते देवनाथ चक्रवर्ती. विज्ञानातले खरोखर जाणकार. त्यांच्याकडून शिकल्याशिवाय कुणालाही परीक्षेत चांगले मार्क मिळवणं अवघड होतं. या देवनाथ पंडितांमुळे माझ्या प्रत्येक संध्याकाळचं वाटोळं होत असे. मी गणितात किंवा विज्ञानाच्या एखाद्या सूत्रात चूक केली, की ते वही-पुस्तकांचा चोळामोळा करून दूर फेकून देत. ती उचलून परत आणून देण्यासाठी यास्मिन जवळ असेच. माझ्या डोक्यावर ते जोरजोराने थपडा मारीतच राहात. घरातली माणसं पडद्यामागे लपून माझी ही करुण अवस्था पाहात. दया येऊन एके दिवशी आईने यास्मिनच्या हाती फणसाच्या झाडाची एक फांदी तोडून पाठवली - सरांनी मला त्या फांदीने पाठीवर मारावं, यासाठी! पाठीवर मारल्याने माझं डोकं तरी वाचेल, असं तिला वाटे. ती म्हणे, 'डोक्यात कसंही मारतात उल्टंपाल्टं, एखाद्या दिवशी डोकं फुटून जायचं!' आईला कायम माझ्या डोक्याची चिंता वाटे. देवनाथ पंडितांना राग आला, की त्यांची नजर त्या फांदीकडे जात नसे. ते पूर्वीप्रमाणेच डोक्यावर थपडा मारीत राहात, वह्यापुस्तकं फेकून देत. माझी केवळ रोजची संध्याकाळच नाही, तर सारं जीवनच देवनाथ पंडितांनी अवघड करून टाकलं होतं.

तरीही या जीवनात उत्तेजना काही कमी नव्हती. 'विचित्रा' मासिकात 'व्यक्तिगत विज्ञापन' नावाचा एक विभाग सुरू झाल्यावर मी आणि चंदनाने ठरवलं, की आपण यात लिहू. एका शब्दासाठी आठ आणे द्यावे लागत, चार शब्दांसाठी दोन रुपये. दोन-तीन रुपयांपेक्षा अधिक पैसे जमा करणं आम्हाला शक्य नव्हतं. कॉलेजमधून परत येताना पोस्टऑफिसमध्ये जाऊन मनिऑर्डर फॉर्मवर मी आणि चंदना - दोघींनी जाहिराती लिहून पाठवल्या. सिनेनियतकालिकात सिनेमावरची मतं आणि 'विचित्रा'मध्ये देश-काळ-समाज यांच्यावरची मतं या व्यतिरिक्त वाट्टेल ते लिहिता येत नसे. आता मात्र 'वाट्टेल ते' लिहिण्याची उत्तम संधी 'व्यक्तिगत विज्ञापन' या विभागामुळे मिळाली. आम्ही 'जे हवं ते' करण्यासाठी तडफडणाऱ्या दोन मुली. कवी रफिक आजाद यांनी जाहिरात दिली होती, 'एक चुंबन दिल्यास एक कविता देईन.' ती जाहिरात पाहून आमच्या उत्साहाला उधाण आलं. चंदना आणि मी दोघींनी मिळून

लिहिलं, 'आम्ही एक आत्मा एक प्राण!' मी लिहिलं, 'मी दुरन्त अनिवार.' चंदनाने लिहिलं, 'आय ॲम द ग्रेटेस्ट.' यावेळीही 'चित्राली'प्रमाणेच प्रकार झाला. मी एक लिहिलं तर त्यावर वीसजणांनी प्रतिक्रिया म्हणून लिहिलं - कुणी माझ्या बाजूने, कुणी विरुद्ध बाजूने. फक्त दोन-तीन शब्दांचं एक वाक्य - शांत तळ्यात फेकलेल्या एखाद्या खड्यानं, संपूर्ण तळं भरून तरंग उठतात, तसाच प्रकार या वाक्यामुळे होऊ लागला. काठावर बसून ते तरंग पाहाण्याचा आनंद मी आणि चंदना दोघीहीजणी उपभोगीत असू. आमचं स्थिर जीवन, चारीही बाजूंना कुंपणं आणि भिंती. पावलोपावली बंधनं आणि नकार. हे सारे नकार आणि निषेध अमान्य करण्याचं सामर्थ्य किंवा साहस आम्ही शब्दांमधून मिळवीत असू. शब्दांच्या साहाय्याने आम्ही आमच्या भावना व्यक्त करत असू. आमचे शब्द आम्ही इतक्या गर्वाने आणि दंभाने उच्चारलेले असत, की ते वाचल्यावर कुणालाही वाटे, आम्ही गर्विष्ठ आहोत. उद्धट, अहंकारी, विनयशील नसलेल्या अशा दोन उग्र किशोरी. आम्ही बंधनं मानीत नाही. नीती-रीतींना महत्त्व देत नाही. पण वास्तव अगदी याविरुद्ध होतं. बंधन नसलेलं जीवन हे आमचं स्वप्न होतं, आमच्या स्वप्नातलं जीवन होतं. अनेकांना असंही वाटे, की एका व्यक्तीचीच ही दोन नावं आहेत, चंदना आणि तसलिमा या दोन वेगवेगळ्या व्यक्ती नाहीत. मुंग्या जशा कणाकणाने अन्नाचा संचय करतात त्याप्रमाणं रिक्षाभाड्यातून दोन आणे, चार आणे वाचवून, रद्दीवाल्याकडून आणि बाबांच्या खिशातून त्यांच्या नकळत जे पैसे मिळवी, ते व्यक्तिगत विज्ञापनासाठी वापरीत असे.

चंदना आणि मी एकमेकींशी कधीही शुद्ध बंगालीत बोलत नसू. आम्ही नेहमीच मयमनसिंहच्या ग्रामीण भाषेत बोलत असू. याबाबतीत चंदना माझ्यापेक्षा एक-दोन नव्हे, चांगली चार पावलं पुढे होती. मी म्हणे, 'गोसलडा कइरा आसि' (अंघोळ करून येते); तर चंदना म्हणे, 'गुसुलडा कईरा आहि.' चंदनाची भाषा ऐकून मला आधी हसू यायचं, पण लवकरच मीसुद्धा तिच्या भाषेच्या जाळ्यात अडकले. कोण अधिक ग्रामीण शब्द वापरते, याची आम्हा दोघींमध्ये स्पर्धा सुरू झाली. ती नेहमीच मला हरवीत असे. खरं तर शाळा-कॉलेजात शिकत असताना मुलं-मुली शक्यतो आपल्या बोलण्यात ग्रामीण बोली किंवा हेल दिसणार नाहीत याची काळजी घेतात. चंदना पहाडी भागातल्या चट्टोग्रामच्या रांगामाटी भागातून आलेली. घरात ती चकमा भाषेत बोले, पण घराबाहेर पडल्यावर मात्र तिच्याइतकी शुद्ध बंगाली ज्याप्रमाणे फार कमी लोकांना येई, त्याचप्रमाणे तिच्याइतकं ग्रामीण बोलीत बोलणं जन्मापासून शहरात राहिलेल्या लोकांनाही कमीच माहीत असे. चंदनाच्या भाषेमुळे मी मुग्धच नाही, तर चकितही होत असे. चंदनाशी बोलताना मी ज्याप्रमाणे मयमनसिंहच्या भाषेत बोले, त्याप्रमाणे तिला पत्रंही ग्रामीण भाषेतच लिहीत असे. लोक बोलताना कुठल्याही बोलीत बोलत असले, तरी पत्रात शुद्धच भाषा वापरतात हे मला माहीत

होतं. पण चंदनाने कधीच हा नियम मान्य केला नाही. एखाद्या व्यक्तीशी ती ज्या भाषेत बोलत असे, त्याच भाषेत तिला पत्र लिहीत असे. मयमनसिंहला येण्यापूर्वी ती कुमिल्ला इथे होती. कुमिल्लाच्या मैत्रिणीला ती कुमिल्लाच्या भाषेत पत्र लिही. कुमिल्ला गावी येण्याआधी ती चट्टोग्रामला होती, तिथल्या मैत्रिणीला पत्र लिही चट्टोग्रामच्या बोलीत आणि माझ्याशी परिचय झाल्यावर तर तिने सगळ्या मैत्रिणींशी संपर्क बंद करून फक्त माझ्याशीच मैत्री ठेवली. माझ्याही जीवनात चंदनाव्यतिरिक्त बाकी सगळ्या मैत्रिणी गौण व्हायला सुरुवात झाली. यात माझा हात नव्हता - चंदनाच्या व्यक्तित्वाने, अभिनवपणाने आणि असाधारणपणाने मला पूर्णपणे भारून टाकलं होतं. मॅट्रिकनंतर आणि कॉलेज सुरू होण्याआधी काही अपरिहार्य कारणांमुळे आम्हाला एकमेकींना भेटण्याच्या संधी फार कमी मिळत असत. घरी बसल्याने जसं मला वाटे, तसंच चंदनालाही वाटे. इच्छा होईल तेव्हा मैत्रिणीच्या घरी जाणं शक्य असण्याचा प्रश्नच नव्हता. बाहेर कुठं जाणं म्हणजे आईबरोबर आजोळी जाणं. पीरबाडीला जाणं तर खूप पूर्वीच बंद केलं होतं. आईकडून कशीबशी परवानगी घेऊन छोटोदाबरोबर कार्यक्रमांना वगैरे जाणं, दादाबरोबर सिनेमाला जाणं. सिनेमाला नेहमी दुपारच्या शोला जात असू. म्हणजे बाबांना ते समजत नसे. सिनेमाहून आल्यावर मी, दादा आणि यास्मिन असे चेहरे करून बसत असू, की सिनेमा म्हणजे काय हे आम्हाला माहितीच नाही. चंदनाला बरोबर घेऊनही काही वेळा मी सिनेमाला गेले होते, पण तेही दादाबरोबरच. आलमगीर कबीरचा 'सीमाना पेरिये' (सीमा ओलांडून) हा चित्रपट पाहून परत येताना बुलबुल अहमदचे संवाद आम्ही आपसात म्हणत आलो होतो. बुलबुलने त्यात एका तोतऱ्या व्यक्तीची भूमिका केली होती. तो एका निर्जन बेटावर जयश्रीला म्हणतो, 'तु-तुझ्यासाठी मी काय नाही केलं, तु-तुला मी हृदयात ठेवलं, पाठीवर ठेवलं....!' चंदनाचं एकदा तिच्या साजू या भावाबरोबर भांडण झालं. त्याने तिला मारलं. यानंतर आमची भेट झाल्यावर त्या घटनेचं वर्णन करून ती म्हणाली, 'त्या-त्याच्यासाठी मी काय केलं नाही, त्या-त्याला मी हृदयात ठेवलं, पो-पोटात ठेवलं, डो-डोक्यात ठेवलं, खांद्यावर ठेवलं.' आपल्या दोन भावांशी भांडण झालं, तरी तो राग चंदना मनात ठेवीत नसे. पण एक दुःख मात्र तिने कायमचं मनात ठेवलं आहे. तिच्या आईने - मलिना चकमाने - जेव्हा आपल्या पहिल्या मुलीला, म्हणजेच चंदनाला - जन्म दिला होता, तेव्हा तिचे वडील सुव्रत चकमा हे त्यांना मुलगी नको असल्याने तिला मारण्यासाठी हातात कोयता घेऊन बाळंतिणीच्या खोलीत आले होते. तिथे हजर असलेल्या नातेवाइकांनी आवरल्यामुळे चंदना वाचली. मलिना चकमाने नंतर दोन मुलांना जन्म दिल्यावर सुव्रत चकमांचा चंदनावरचा रागही कमी झाला, पण चंदना मात्र कधीही आपल्या बाबांना क्षमा करू शकली नाही. अजूनही एखाद्या दुःस्वप्नासारखं ते दृश्य तिच्या मनात घर करून

राहिलं आहे.

छोटोदाने बातमी आणली, चिपाचसचा कार्यक्रम होणार आहे, त्याला ढाक्याहून अभिनेता बुलबुल अहमद येणार आहे. उत्तम अभिनेता म्हणून तो प्रसिद्ध होता. 'सूर्यकन्या', 'सीमाना पेरिये' चित्रपटातला बुलबुल. चंदनाला त्या कार्यक्रमाला येण्याची संधी मिळाली नाही, कारण घरून तिला परवानगी मिळाली नाही. छोटोदाबरोबर बाहेर जाणंसुद्धा सोपं नव्हतं. कारण छोटोदा वाया गेलेला मुलगा, त्याच्याबरोबर फिरून मीसुद्धा वाया जावं असं घरातल्या लोकांना वाटत नव्हतं. पण तरीही परवानगी मिळाली. आई कितीही धार्मिक असली, तरीही सिनेकलाकारांबद्दल तिचा एकप्रकारचा पक्षपात होता. आपल्याला डोळ्यांसमोर सिनेमातला नायक दिसणार, म्हणून मी खूप उत्तेजित झाले होते. छोटोदा म्हणाला, 'ऑटोग्राफ बुक घ्यायला विसरू नकोस.' माझ्याकडं तर काही ऑटोग्राफ बुक नव्हतं. जाताना दादाने मला एक लाल, निळ्या, हिरव्या रंगाच्या कागदांची वही विकत घेऊन दिली. बुलबुल अहमद एका मोठ्या टेबलाच्या एका टोकाला बसला होता आणि लोक त्या टेबलाभोवती बसले होते, काहीजण उभे होते. बुलबुल अहमद अगदी सहजपणे सगळ्यांशी बोलत होता. जणू श्रोत्यांशी त्याची जन्मोजन्मीची ओळख आहे. प्रत्येकाच्या प्रश्नाला तो हसत हसत उत्तर देत होता. जेव्हा त्याची स्वाक्षरी घेण्याची वेळ आली, तेव्हा माझी छाती धडधडत होती - काय बोलावं त्याच्याशी? आपला अभिनय खूप आवडतो. अभिनय नक्कीच खूप आवडतो. नाहीतर इथं कशाला आले असते, ऑटोग्राफ कशाला घेतला असता! ऑटोग्राफ देताना जेव्हा त्याने माझं नाव विचारलं, तेव्हा मी हळू आवाजात माझं नाव सांगितलं, तो म्हणाला, 'पूर्ण नाव सांग!' मी सांगितल्यावर मोकळेपणाने हसून तो म्हणाला, 'तू तसलिमा नासरिन होय! तू माझा ऑटोग्राफ घेतेस काय? अगं मी तुझा ऑटोग्राफ घ्यायला पाहिजे! तू तर माझ्यापेक्षाही प्रसिद्ध आहेस!' मी छोटोदामागे माझा चेहरा लपवला. सिनेमातली माणसं ही इतर साधारण माणसांसारखीच माणसं असतात, ती सुद्धा हसतात, रडतात, शिव्या देतात, शिव्या खातात, त्यांनासुद्धा सर्दी होते यावर आधी माझा विश्वास नव्हता, पण बुलबुल अहमदला पाहिल्यावर तो विश्वास बसला. सगळे नट-नट्या या आपल्यासारखीच माणसं असतात, याबद्दल आता मला संशय राहिला नाही.

चंदना आपल्या मोहल्ल्यातल्या पोरासोरांनी पाठवलेल्या चिठ्ठ्याचपाट्यांच्या फुटकळ प्रेमप्रकरणांतून बाहेर पडून अचानक जाफर इकबालच्या प्रेमात पडली. जाफर इकबाल हा सिनेजगतातला सर्वात देखणा नायक. नायक जाफर इकबाल आणि नायिका बबिता यांच्या प्रेमप्रकरणाबद्दल सिनेमासिकांत अनेक बातम्या येत असत, पण त्यांची आम्ही मुळीच पर्वा करीत नव्हतो. चोहीकडे देखण्या पुरुषांचा इतका अभाव होता की, जाफरशिवाय आम्हाला पर्याय नाही असं मला आणि

चंदनाला वाटत असे. एके दिवशी चिपाचसच्या वतीने छोटोदा ढाक्याला जाऊन जाफर इकबालबरोबर गप्पा मारून आला, तेव्हा मी आणि चंदना त्याचा वृत्तांत ऐकण्यासाठी अगदी उत्सुकतेने त्याच्याजवळ गेलो. वृत्तांत ऐकल्यावर तर आम्हाला जाफरबद्दल वाटणारं आकर्षण अधिकच वाढलं. छोटोदाकडून जाफर इकबालचा पत्ता घेऊन मी त्याला एक पत्र पाठवलं. दोन दिवसांनंतर जाफर इकबालचं उत्तर आलं. चुकीच्या शुद्धलेखनात, मला 'मैत्रीण' संबोधन करून लिहिलेलं छोटसं पत्र. सगळी संध्याकाळ अगदी भावनामय अवस्थेत गेली. दुसऱ्या दिवशी सकाळी चंदनाला तिच्या घरातून बरोबर घेऊन मी कॉलेजमध्ये गेले खरी, पण संपूर्ण दिवसभर आमच्या मनात जाफरशिवाय दुसरा विषय नव्हता - ना वाचन, ना लिखाण, ना दुसरं काही. आम्ही चुकीच्या शुद्धलेखनाला क्षमा करून टाकली, ती केवळ तो जाफर होता म्हणूनच. एरवी मला पत्रमैत्रीण होण्याची विनंती करणारं एखादं चुकीच्या शुद्धलेखनातलं पत्र आलं, की मी त्याची उपेक्षा करीत असे. मी चंदनालाही जाफरला पत्र लिहायला सांगितलं. काही दिवसांनी तिलाही जाफरचं पत्र आलं. ते पत्र आल्यावर ती जणू उडतच माझ्या घरी आली. जाफरची स्वप्नं बघण्यात आमचा वेळ जणू सावरीच्या कापसासारखा उडून जात होता. दादाबरोबर जाऊन दोन इंग्रजी चित्रपट पाहून आल्यावर माझ्यावर त्याचा फारसा परिणाम झाला नाही, पण चंदना मात्र उंच टाचांचे सँडल्स घालून, त्यांच्यावर जाफरचा फोटो लावून, त्या फोटोवर 'आय लव्ह यू' लिहून कॉलेजमध्ये येऊ लागली. फक्त एवढंच नाही, विदेशी फॅशन मासिकातलं डिझाईन पाहून, त्यानुसार लांब स्कर्ट शिवून, तो घालून, डोक्यावर हॅट घालून मस्त फिरायला लागली. लोक डोळे विस्फारून तिच्याकडे पाहू लागले - जणू ती या शहरातली तर नाहीच, या जगातलीही कुणी नाही. मीसुद्धा मला त्याच रंगाचं कापड आणून चंदनाच्या डिझाईनचा एक स्कर्ट शिवला. मला त्याआधी फॅशनची काहीच जाण नव्हती, चंदनानेच ती माझ्यात निर्माण केली.

दरम्यान, माझ्या पुराणमतवादी बाबांनी जी गोष्ट केली, तिने मला प्रचंड आश्चर्य वाटलं. त्यांनी घरात टेलिफोन बसवून घेतला. टेलिफोनला त्यांनी कुलूप लावलेलं असे. त्यामुळे घरातून कुणालाही फोन करण्याची सुविधा नव्हती. टेलिफोन आणण्यामागे बाबांचा मूळ उद्देश आपल्या दवाखान्यातून घरी फोन करून घरातली सगळी माणसं आपापल्या जागेवर आहेत ना, आपापलं काम नीट करीत आहेत ना याची खबर घेणं हा होता. घरी फोन आल्याचा सर्वात अधिक आनंद झाला छोटोदाला. तारेने फोनचं कुलूप उघडून तो रोज रात्री गीताला ढाक्याला फोन करू लागला. हे एकदा लक्षात आल्यावर बाबांनी कुलूप लावलेला फोन आपल्या खोलीतल्या टेबलाच्या ड्रॉवरमध्ये ठेवून ड्रॉवरला कुलूप लावलं. पण छोटोदाने या समस्येवरही मात केली. तो टेबलचं झाकण सरकवून, ड्रॉवरमधून फोन बाहेर काढून पहिल्याप्रमाणेच वाकवलेल्या तारेने

त्याचं कुलूप उघडून फोन करू लागला. इकडं घरात फोन आल्याच्या आनंदात मी सगळीकडे फोन नंबर देत सुटले. त्यानंतर एका संध्याकाळी खुद्द जाफर इकबालने मला फोन केला. छोटोदाने फोन घेऊन माझ्या हाती दिला. त्याआधी मी फोनवर कुणाशीच बोलले नव्हते. 'हॅलो' म्हटल्यानंतर माझ्या तोंडून आवाजच फुटेना. मी जणू स्तब्धतेत बुडून जाऊ लागले, शब्द शोधू लागले, पण जितकी मी शोधू लागले, तितके शब्द माझ्यापासून दूर पळू लागले. तिकडे जाफर एकटाच बोलत राहिला आणि काही वेळाने पलीकडे फोनवर कुणीच नसावं असं वाटून त्याने फोन ठेवून दिला. पुन्हा फोन वाजला, पण 'जाफरचा फोन असेल तर मला देऊ नका' असं सांगून मी पळत दुसऱ्या खोलीत गेले. दुसऱ्या दिवशी रात्रीही फोन वाजला, छोटोदाने घेतला, मला म्हणाला, जाफरने परत फोन केला होता. पण मी तरी काय करणार? मी ढीग त्याला पत्रं लिहीत होते, त्यात 'तुम्ही' म्हणून संबोधित करीत होते, पण त्याच्याशी फोनवर बोलताना मात्र मी 'तुम्ही' म्हणू शकत नव्हते. शेवटी मनातल्या मनात तयारी केली, हॅलो म्हणेन, 'तुम्ही' म्हणेन, 'कशी आहेस?' विचारल्यावर 'ठीक आहे' म्हणेन इत्यादी ठरवल्यावर पुन्हा फोन वाजला. उचलल्यावर पलीकडून बाबांचा आवाज आला, 'फोन कसा काय घेतलास? फोन तर मी ड्रॉवरमध्ये कुलूपात ठेवला होता!' आता हा फोन घेण्याचा काय परिणाम होणार याचा विचार करून मी इतकी घाबरले, की माझी मातृभाषा बांग्लासुद्धा विसरून गेले. त्यानंतरचा फोन धाडस करून छोटोदाने घेतला, तो होता जाफर इकबालचा. रिसिव्हर माझ्या हातात देऊन छोटोदा म्हणाला, 'म्हण हॅलो, हॅलो म्हण!' मी हॅलो म्हणाले, 'कशी आहेस?' याचं उत्तर 'ठीक आहे' असं दिलं, 'पत्र मिळालं का?' यावर 'मिळालं' असं म्हणाले, पण मला काही प्रश्नच विचारता येईना, कारण प्रश्न विचारायला गेलं, की 'तुम्ही' हे संबोधन वापरावं लागणार. 'तू काय शिकतेस?' असं जाफरने विचारल्यावर, मी त्याला अगदीच शाळकरी मुलगी वाटू नये म्हणून उत्तरले, 'विद्यापीठात.' हे बोलताना मला स्वप्नवत वाटत होतं, जणू काही मी दुसऱ्याच एखाद्या जगात वावरत आहे, बाहेरच्या खांबावरच्या दिव्यावरून खिडकीच्या लाल-निळ्या काचांमधून जो प्रकाश माझ्या अंगावर पडतो आहे तो चंद्रप्रकाश आहे, मी जाफरबरोबर निर्जन समुद्रतीरावर, त्याचा हात धरून फिरत आहे.

यानंतर मला चकित करीत जाफर म्हणाला, 'नाही, तू विद्यापीठात शिकत नाहीस. मला माहीत आहे.'

मी जमिनीवर येऊन विचारलं, 'कसं काय माहीत आहे?'

कसं माहीत आहे ते न सांगता जाफर गंभीर आवाजात म्हणाला, 'मित्राशी खोटं बोलू नये.'

खोटं बोलल्याची मला खूप लाज वाटली. फोन ठेवून मी बिछान्यावर पडले

आणि पांघरुणाखाली तोंड लपवलं. त्यानंतर चंदनाशी भेट झाल्यावर मी ही घटना सांगितली. मी म्हणाले, 'मी मोठी चूक केली. वयाने मोठी आहे असं भासवण्यासाठी खोटं बोलले.' चंदना माझी मैत्रीण आहे हे जाफरला माहीत होतं. एकजण खोटारडी असली म्हणजे दुसरीही असू शकते! बराच वेळ खिन्न बसून राहिल्यानंतर चंदना अचानक खिन्नता झटकून म्हणाली, 'बरोबर तर केलंस तू, आपण काय विद्यापीठात शिकत नाही? शिकतोय ना! मनातल्या मनात शिकतोच आहोत!' बाबा दुसऱ्याच दिवशी टेलिफोन ड्रॉवरमधून काढून घराबाहेर घेऊन गेले तेव्हा मला एक प्रकारे सुटल्यासारखंच वाटलं. फोनची तार बरेच दिवस झुलत होती. छोटोदाने कुठूनतरी एक जुना टेलिफोन आणून, त्याला ती लाईन जोडून पाहिली, पण डायल टोन काही येत नव्हता. मी लाजेमुळे जाफरच्या पत्राला उत्तरच लिहिलं नाही. चंदनाला जाफरची पत्रं येत होती. त्या पत्रांमध्ये आता मैत्रीआडून प्रेम डोकावत होतं. चंदनाच्या पत्रांमधूनही. मी दोन्ही बाजूच्या पत्रांची श्रोता होते. मला श्रोता होणंच बरं वाटत असे. याशिवाय वेगळी भूमिका स्वीकारणं मला शक्य नाही हे मला जाणवलं.

छोटोदाने पुन्हा चिपाचसचे कार्यक्रम सुरू केले. ढाक्याहून प्रख्यात गायिका शहनाज रहमतुल्लाह आणि तिचा भाऊ, तसेच आमचा प्रेमिक जाफर इकबाल येणार होते. कार्यक्रम शनिवारी संध्याकाळी टाऊन हॉलमध्ये होणार होता. जाफर इकबालला भेटायला / बघायला जावं की न जावं या विचाराच्या हिंदोळ्यावर मी आणि चंदना कॉलेजमधल्या झाडाखाली झोके घेत होतो. मी त्या कार्यक्रमाला अखेर गेलेच नाही, त्याच्याशी खोटं बोलल्याच्या लाजेमुळेच मी जाऊ शकले नाही. चंदनाही जाईन जाईन म्हणून शेवटी गेलीच नाही. कार्यक्रम संपल्यावर जाफर इकबालच्या विनंतीवरून छोटोदा त्याला चंदनाच्या हिरव्या पत्र्याच्या घरी घेऊन गेला. तिथे चहा-बिस्किटं खाता खाता जाफर चंदनाशी बोलला. चंदना त्याच्यासमोर मान खाली घालून बसली होती. 'हो', 'नाही' आणि अवघडलेलं हसू एवढाच तिचा त्याच्या प्रश्नांना प्रतिसाद होता. ढाक्याला गेल्यावर तो तिला पत्र लिहिणार नाही याची चंदनाला एकशेएक टक्के खात्री होती, पण जाफरच्या पुढच्या पत्रात तर प्रेम नुसतं ओसंडून वाहात होतं. चंदना प्रेम करू शकत होती, पण लग्न मात्र मुळीच नाही. समुद्राला भरती आलेली दुरून बघायला बरी वाटते, पण त्यात झोकून देण्याचं साहस चंदनामध्ये नव्हतं.

चंदनाने दरम्यानच्या काळात प्रेमाचे बरेच प्रस्ताव धुडकावले होते. शेजारच्या घरातल्या मॅजिस्ट्रेट अख्तर हुसेनला 'थेरडा कुठला' म्हणून शिवी देऊन, गाणं म्हणणाऱ्या अन्टू नावाच्या मुलाला एके दिवशी विवस्त्र अवस्थेत गच्चीवर फिरताना पाहून 'अॅक थू:' म्हणून आणि काही महिने संदीप चकमा नावाचा जो एक तरुण त्यांच्या घरी काही महिने पेईंग गेस्ट म्हणून होता, त्याला खाताना बघून तिनं नाकारलं होतं. तरुणांना उघडं पाहिल्यावर किंवा खाताना पाहिल्यावर चंदनाला

किळस येई. तिच्या मनातल्या रोमान्सच्या भावना दूर पळून जात. चंदना अधूनमधून म्हणतही असे, 'माणूस सगळ्यात जास्त किळसवाणा कधी दिसतो माहीत आहे तुला? खाताना! शरीरात तोंड नावाचं एक छिद्र असतं. माणूस त्यात काय काय कोंबून अश्लीलपणे दातांनी चावीत असतो. छी! मी ज्याच्यावर प्रेम करीन, त्याने माझ्यासमोर खाऊ नये, कपडे काढू नयेत, संडास-लघवी करायला जाऊ नये!' चंदना सुट्टीत एकदा रांगामाटी गावी फिरायला गेली होती. चकमा राजा देवाशीष राय तेव्हा स्वत:साठी वधू शोधीत होता. एका कौटुंबिक कार्यक्रमात चंदनाला पाहिल्यावर तो तिच्या प्रेमात पडला. इतकी योग्य वधू त्याला कुठं मिळणार? इतकी सुंदर आणि बुद्धिमान मुलगी रांगामाटीत दुसरी कोण आहे? चंदना त्याला हवी होती. हवी म्हणजे हवीच. चंदनाच्या एका चुलतभावाशी देवाशीष रायची मैत्री होती. त्याच्या दादाच्या माध्यमातून चंदनाला भेटण्याची आणि तिच्याशी बोलण्याची संधी देवाशीषने मागितली. सुव्रत चकमांना खूप आनंद झाला. वा, आता आपली मुलगी राणी होणार असं त्यांना वाटलं. चुलतभावाच्या विनंतीवरून चंदना देवाशीषबरोबर तलावाकाठी फिरायला गेली. स्वच्छ तळ्यात राजहंसांचे थवे पोहत होते. चंदनाजवळ गवतावर बसून देवाशीष प्रेमाच्या गोष्टी बोलू लागल्याबरोबर चंदना फिस्सकन हसली. घरी परतून उत्साही दादाला तिने सांगून टाकलं, 'राजा असो की आणखी कुणी असो - त्या देवाशीषला प्रेम करणंच माहीत नाही, त्याच्यासंगे माझं जमणार नाही.' सुव्रत चकमांनी आधी प्रेमाने, मग कडक शब्दात चंदनाला देवाशीषचा प्रस्ताव स्वीकारायला सांगितलं, पण चंदना काही तयार झाली नाही. तिला मारपीट करूनही काम झालं नाही. लग्नाला चंदनाची हरकत होती. एक कुणीतरी पुरुष उघड्या अंगाने तिच्या बिछान्यात येऊन झोपणार, त्यानंतर 'काहीबाही' करणार, याची नुसती कल्पना करणंही चंदनाच्या दृष्टीने अशक्य होतं. त्या 'काहीबाही' करण्याला इतर मुली तयार असल्या, तरी चंदनाला मात्र ते मान्य नव्हतं. एरवीही तिला कुणी नकटा चकमा पुरुष आवडत नसे - मग भले तो राजा का असेना! चंदनाचं या पटापट प्रेमात पडण्याचं आणि चटाचट त्यातून बाहेर येण्याचं मला नवल वाटे. माझं तर मुळात कुणावर चटकन प्रेमही बसत नसे.

छोटोदाच्या विनंतीवरून चंदनाने त्याच्या हसन मन्सूर या बालपणीच्या मित्राला पत्र लिहिलं. हळूहळू तो चंदनाचा पहिल्या क्रमांकाचा पत्रमित्र झाला. चंदना पत्रातून त्याला 'हसन' संबोधन वापरी. 'ना सजनी ना जानी जानी से आसिबे ना' (सजणी, तो येणार नाही हे मला माहीत आहे) हे गाणं ऐकून त्यातील 'सजनी' हे नाव तिने स्वत:च्या नावाला जोडून घेतलं. चंदना हे नाव तिला आवडत नसे, चकमा तर नाहीच. पण ते स्वत:चंच नाव असल्याने ती ते सोडू शकत नव्हती. हसनची सुंदर सुंदर पत्रं वाचून चंदना 'सजनी हसन' असं नाव कागदावर लिहून वारंवार पाही -

दिसायला वाईट दिसत नाही हे नाव. जाफर इकबाल देखणा असला, तरी त्याच्या पत्रातल्या शुद्धलेखनाच्या आणि भाषेच्या चुकांना ती रोज रोज क्षमा करू शकत नव्हती. चंदना हसनच्या प्रेमात मग्न झाली. हसन ज्याप्रमाणे काव्यमय भाषेत अरण्य आणि समुद्राबद्दल लिही, अपरिचित बेटावर हरवून जाण्याबद्दल लिही, त्याप्रमाणे चंदनाही रंगीत आकाशात पिसाप्रमाणे उडत-उडत आपल्या स्वप्नांबद्दल लिही. चंदना हसनला काय लिहीत असे आणि हसन तिला काय लिहीत असे हे सारं ती मला वाचून दाखवीत असे. चंदना आणि माझ्यामध्ये काहीच गुपित नसे. चंदना ज्याला पत्र लिहीत असे, त्याला प्रत्यक्ष भेटण्याची तिची इच्छा नसे. तिला शब्द आणि स्वप्नं यांच्याशी खेळायला आवडे, त्याप्रमाणे ती खेळे. हसनचं सुंदर हसणं पाहिल्यावर हृदयात काहीतरी होई, हे मी चंदनाला सांगितलं. हसन देखणा आहे, अगदी लहानपणीच मला वाटे की, जगात हसनपेक्षा देखणं कुणीही नाही हेही सांगितलं. चंदना माझं बोलणं लक्ष देऊन ऐके. ऐकता ऐकता दूर अरण्यात ती हसनचा हात धरून फिरत असल्याची कल्पना करे. चंदनाची पत्रं वाचून प्रेमाने जवळजवळ वेडा होऊन हसन एके दिवशी चंदनाला भेटण्यासाठी ढाक्याहून मयमनसिंहला आला. पण भेट कशी काय होणार? हसन भेटायला आलाय हे ऐकूनच चंदना एखाद्या गोगलगायीप्रमाणे आकुंचित झाली. हसन प्रत्यक्ष आल्याने चंदनाची मग्नता नष्ट झाली. रूक्ष वास्तव चंदनाला उदास करून टाकी. छोटोदाच्या आग्रहामुळे मी चंदनाला 'काहीही करून हसनला एकदा भेट' असं सांगितलं. ती भेटायला तयार झाल्यावर छोटोदा आम्हाला दोघींना घेऊन फन-फेअरमध्ये गेला. बरोबर गीताही होती. बर्मा-कोरिया फिरून आता ती मयमनसिंहला स्थिर झाली होती. फन-फेअरला जाण्याचा मूळ हेतू होता हसनची चंदनाशी अनौपचारिक भेट घडवून देणं. फन-फेअरमध्ये मौत का कुंआ होता, दुकानं होती, 'हाऊजी' नावाचा जुगार होता. गीताला तो जुगार खेळावासा वाटला. दादा आम्हाला घेऊन त्या तंबूत गेला. तिथे बाकी सगळे पुरुषच होते. गीताने जुगारात पंचाहत्तर रुपये जिंकले. गीता आनंदाने नाचू लागली. हॉटेलमध्ये जाऊन आम्ही खाण्यात त्यापैकी बरेच पैसे उडवले. चंदनाला पाहिल्यावर हसनची नजर तिच्यावरून हटेना. चंदनाने मात्र एकदाच त्याच्याकडे कटाक्ष टाकून नजर दुसरीकडे वळवली. हसनच्या दोनेक प्रश्नांची उत्तरं तिने फक्त 'हो' किंवा 'नाही' अशी दिली. 'ठीक आहेस?' 'हो.' 'प्रकृती ठीक?' 'हो.' 'अभ्यास ठीक चाललाय?' 'नाही.' 'इथून काही विकत घेणार?' 'नाही.' चंदनाला लाजत हसत असलेली बघून सगळ्यांना वाटलं, की चंदनाला हसन खूप आवडला. प्रेमात पडलेली मुलगी अशीच लाजत असते. चंदनाने पूर्ण वेळ माझा हात हातात धरला होता. वारंवार तिच्या हाताचा दाब मला जाणवत होता. मी अंदाज केला, जणू तिला म्हणायचंय, 'बघ, बघ, हसनचे डोळे किती सुंदर आहेत! त्याचं हसणं बघ, इतकं

सुंदर दुसरा कुणी हसतो का? कसा खिशात हात घालून चालतोय! मेले गं!' त्या रात्री धुळीच्या लोटांमुळे चंदनाच्या चेहऱ्यावरचे भाव नीट बघता आले नाहीत. दुसऱ्या दिवशी उत्सुकतेने मी तिची प्रतिक्रिया ऐकण्यासाठी तिच्याजवळ गेले. म्हणाले, 'तुला तर आधीच सांगितलं होतं हसन खूप सुंदर आहे, बघितलंस ना?'

चंदना खदखदून हसली.

'सांग! लगेच सांग!' मी म्हणाले.

'काय सांगू?'

'हसन कसा वाटला ते सांग!'

'हट्! म्हातारडा कुठला! अगं, ढेरी आहे त्याला!'

हसन बाद! मी स्वत:ही नंतर हसनला नीट पाहिलं, खरंच, त्याला ढेरी होती. चंदनाने माझे डोळे उघडले. मला स्पष्ट जाणवलं, आम्हाला सगळे आवडतात आणि कुणीच आवडत नाही. आम्हाला प्रेमात पडायचं आहे आणि नाहीसुद्धा! प्रेम काय असतं याबद्दल आम्हाला माहीत होतं, त्याबद्दल आम्ही वाचलं होतं, पाहिलं होतं, पण स्वत:च्या जीवनात आम्हाला ते सहन होत होतं आणि नव्हतंही. आवडणं - न आवडणं अशा दोलायमान अवस्थेत आम्ही झुलत होतो - मी आणि चंदना.

एकदा तास बुडवून, रखवालदाराची नजर चुकवून, मैदानाच्या कडेच्या एका काटेरी झुडुपाआडून आम्ही कॉलेजबाहेर रस्त्यावर आलो. बाहेर तर आलो, आता जायचं कुठे? बाहेर टळटळीत निर्जन दुपार. चंदनाने पार्कमध्ये जाण्याचा विचार मांडला. पार्कचं नाव काढल्याबरोबर मी घाबरले. पार्कमध्ये गेल्यावर पुन्हा मवाल्यांच्या टोळक्यांच्या हाती सापडलो, तर? चंदना मला हात धरून पुढे ओढू लागली. मला चालतं करायला, चंचल-चपल करायला तिचा स्पर्शच पुरेसा होता. चंदनाच्या साहसाच्या पंखावर बसून, मवाल्यांच्या टोळक्याची भीती विसरून आम्ही लेडीज पार्कमध्ये गेलो. पिंपळाच्या झाडाखाली पाय पसरून बसलो. समोरून ब्रह्मपुत्रा नदीच्या लाटांवरून येणारा गारवा आम्हाला सुखवीत होता. चंदनाने एका नावेला बोलावलं, नावाड्याला बाजूला बसवून ती स्वत:च नाव वल्हवू लागली. वल्ह्यांचा तो छलात् छलात् असा आवाज मला शास्त्रीय संगीतासारखा वाटू लागला. मी पाण्यात पाय बुडवून आकाशातला मेघांचा आणि उन्हाचा खेळ पाहात राहिले. पाहाता-पाहाता आणि नावेतून फिरता-फिरता संध्याकाळ होत आली. संध्याकाशाचे रंग केवळ आकाशातच विखुरलेले नव्हते, तर ते रंग किरणांच्या रूपाने आमच्या अंगावर पण पडले होते. मलाही चंदनाप्रमाणे आपण नाव वल्हवावी असं वाटू लागलं. आयुष्यभर असंच नौकेत बसून फिरावं, संगीताच्या तालावर नौका डुलत राहावी, कुठेही पोहोचू नये, अशीच कायम तरंगत राहावी असं वाटू लागलं. आपल्याला दोन पंखही फुटावेत असं वाटू लागलं. आकाशभर आपण उडत जावं,

त्या रंगांच्या अगदी जवळ जावं. आणि हळूहळू त्या रंगांमध्ये मिसळून जावं असं वाटू लागलं. वाटलं, चंदनाला विचारावं, 'चंदना, तुला कधी आपण पक्षी व्हावं असं वाटतं का गं?' तिलाही नक्कीच पक्षी व्हावंसं वाटत असणार, कारण तिच्या इच्छा माझ्या इच्छांप्रमाणेच असत. तरी मला वाटे, चंदनाला जे करावंसं वाटे ते ती बरेचदा करून टाकी, सगळ्यांना चकित करून टाकी. एखादे दिवशी ती खरोखर उडत उडत सूर्यास्ताच्या वेळी आकाशात विखुरलेल्या रंगांच्या जवळ जाऊ शकेल. ब्रह्मपुत्राच्या पाण्यामधून आम्हाला बाहेर यावंसं वाटत नव्हतं, पण परत यावंच लागलं. त्यापेक्षा आम्हा दोघींना एखाद्या निर्जन बेटावर नेऊन टाकलं असतं, तर आम्ही सुखाच्या समुद्रात तरंगत राहिलो असतो.

मी आणि चंदना कॉलेजच्या आवारात आमचं वेगळं जग घेऊन इतर मुलींपासून अलिप्त अशा राहात असू. अर्थात कधीकधी त्यांच्या गप्पाटप्पांमध्येही डोकावत असू. एकदा असंच, तास नसताना मुलींच्या एका घोळक्यात बसून त्यांच्या गप्पा ऐकत होतो - कुठल्या मुलीचं कधी लग्न होणार आहे, कुणाला कधी 'बघायला' येणार आहेत, बघायला येणाऱ्या मुलाचं नाव-गाव, तो काय करतो अशा गप्पा. मी आणि चंदना ओठांच्या कोपऱ्यातून या गप्पांना हसत होतो. आमचं असं हसणं कुठल्याच मुलीला आवडलं नाही. एकीने विचारलंच, 'का गं, हसताय कशासाठी?'

'त्या घाणेरड्या गोष्टीबद्दल तुम्ही बोलताय, म्हणून हसतोय.'

'घाणेरडी गोष्ट? लग्न ही घाणेरडी गोष्ट आहे?' त्या मुलींना आश्चर्यच वाटलेलं दिसलं. जणू मी आणि चंदना माणसं नव्हतो, परग्रहावरून आलो होतो.

'घाणेरडं कसं काय?' एकीने संतापून विचारलं.

'घाणेरडं नाही तर काय?' चंदना म्हणाली.

'वा गं! जणू तुमचं कधी लग्नच होणार नाही!'

'झालं तर ना! आम्ही केलं तर लग्न होणार ना! करतंय कोण लग्न!' मी म्हणाले.

चंदना म्हणाली, 'फू:! लग्न करायला काय मी वेडी आहे काय? वेडे आणि मूर्ख सोडून कुणीही लग्न करीत नाहीत.'

'कधीच लग्न करणार नाही' ही आमची घोषणा ऐकून मुलींनी विचारलं, 'लग्न न करण्याचं कारण काय?'

'लग्न करण्यामागं तरी काय कारण असतं? सांगा ना!'

'संसार होईल. संसाराची तर गरज असते.'

'संसाराची काय गरज? संसार झाला नाही तर काय माणूस जगत नाही?'

'पोरंबाळं होतील!'

'नाही झाली पोरंबाळं तर काय बिघडतं?'

‘खाऊ कोण घालील? पैसे कोण देईल?’

‘शिक्षण पूर्ण करून नोकरी करीन. पैसे मिळवीन. प्रवास करीन. मौजमजा करीन. मनात येईल ते करीन.’

‘असं कधी होतं का?’

‘होणार नाही कसं? नक्कीच होईल. इच्छा असली की सगळं होतं.’

आम्ही तिथून निघून आलो. सगळ्याजणी आमच्याकडे डोळे विस्फारून एकटक पाहात होत्या हे मला जाणवलं. चंदना माझा हात हातात घेऊन आमच्या नेहमीच्या झाडाकडे चालता-चालता म्हणाली, ‘मागं बघू नकोस.’ आम्ही दोघी अशाच प्रकारे फिरत असू - कधी हात हातात घेऊन, कधी एकमेकींच्या खांद्यावर हात टाकून, कधी कमरेभोवती हात गुंफून; मैत्रिणी अशाच फिरतात. पण कॉलेजमधल्या मुलींच्या मते आमच्या हावभावांमध्ये, मान वर करून चालण्यामध्ये अदृश्य असा एक अहंकार होता.

चंदनाला आणि मला आता प्रेमापेक्षा कविता मोठी वाटू लागली. आम्ही रोज कथा, कविता लिहू लागलो. पण मी काहीही लिहिलं, तरी ते मला चंदनाच्या लिखाणापुढे फिकं वाटे. तिचं लेखन फुलांनी लगडलेली वेल असे, तर माझं लेखन निष्पर्ण झाड! तिच्या सौंदर्याने व गुणांनी मी इतकी मुग्ध झालेली होते, की तिच्याबद्दल मला थोडी जरी ईर्षा वाटली, तरी ती लगेच नष्ट होऊन जात असे. आम्ही चिपाचसच्या सदस्या नव्हतो, कुठल्याही सभा-समारंभांना जात नव्हतो, आम्ही जणू तशा गोष्टींसाठी नव्हतोच, आमचं जगच वेगळं होतं. आम्ही निवांतपणे, निरुद्वेगपणे शब्दांच्या निरंजन खेळात मग्न होऊन जात असू. मोर्चे, राजकारण यातलं आम्हाला काहीही कळत नसे. माझं असं जोरात कवितालेखन चालू असताना छोटोदा एके दिवशी शफिकुल इस्लामला घेऊन घरी आला. डोळ्यांवर जाड काचांचा चष्मा, शरीरापेक्षा डोकं मोठं, डोक्यावरचे केस तारांसारखे कडक, दोन वर्षे अंघोळ केली नसावी आणि कपडेही बदललेले नसावेत असा एकूण अवतार, ग्रामीण हेल काढीत मोठ्यानं बोलणं असा हा शफिकुल इस्लाम.

मला पाहिल्याबरोबर तो म्हणाला, ‘तू तर प्रसिद्ध झालीस. मी एक लघुनियतकालिक काढीत असतो. त्याच्यासाठी एक कविता दे ना!’ त्याच्या विनंतीवरून एका संध्याकाळी एक नवीन कविता लिहिली, तिचं नाव होतं ‘मुक्त विहंग.’ ‘खिडकी उघडा, मी जाईन, आकाशभर उडेन’ असा त्या कवितेचा भाव होता. आई व्हरांड्यात बसून कधीकधी ‘आमि मुक्त बलाका / मेले दिई पाखा / ओई दूर आकाशे’ हे गाणं म्हणत असे. ते ऐकताना असंच वाटे. दोन आठवड्यांनी शफिकुलचं लघु-नियतकालिक प्रकाशित झालं, त्यात माझी कविता होती. पद्मराग मणीसुद्धा कविता लिहीत असे. ती अधूनमधून छोटोदा आणि गीताला भेटायला आमच्या घरी येत असे. दृष्ट

लागण्यासारख्या सुंदर पद्मराग मणीशी माझी लांबून काही वेळा नजरानजर, थोडं हसणं, एकदोन शब्द बोलणं झालं होतं. शफिकुलचं लघु-नियतकालिक आल्यानंतर हळूहळू अनेक लघुनियतकालिकं माझ्या घरी येऊ लागली. शहरातल्या कवींशी गप्पा मारून छोटोदा नाना प्रकारची लघु-नियतकालिकं घेऊन घरी येऊ लागला. नेहमीच तो माझ्या मागे तगादा लावी, 'दे गं 'बांग्ला दर्पण'साठी एक कविता!' मी कविता लिहून देई, ती प्रकाशित होई. कधी म्हणे, 'चंदू मस्तानला (म्हणजे चंदनाला) सांग एक कविता द्यायला!' चंदनाही छोटोदाकडे आपल्या कविता देई, त्या प्रकाशित होत राहात. एकदा सकाळीच चंदना सायकलवर बसून आमच्या घरी आली होती. तेव्हापासून छोटोदा तिला 'चंदू मस्तान' म्हणे. चंदनालाही याचा राग येत नसे. दैनिक 'जहान'कडूनही मला आणि चंदनाला कविता पाठविण्यासाठी छोटोदामार्फत सांगण्यात आलं. कवितेच्या पार्थिव जगात तोच माझा आणि चंदनाचा प्रवेश. आमच्या कवितांच्या वह्या शब्दांनी भरभरून वाहात. चित्राली - पूर्वाणी आता आम्हाला गौण वाटू लागली. त्यांच्यामध्ये लिहिणं तर होतच नसे, ती साप्ताहिकं विकत घेणंही होत नसे. विचित्रात व्यक्तिगत जाहिराती देण्याची चुकूनही आठवण येत नसे. जाहिरातींचा विषय निघाला की चंदना म्हणे, 'जाहिरातींमध्ये संकटच असतं. 'चाळीस वर्षे वयाची वीरांगना' हे शब्द तिथे छपाईच्या चुकीमुळे 'बेचाळीस वर्षाची वारांगना' होऊन जातात. त्यामुळे जाहिराती देणं आता बंद. पाठवायचं झालं, तर आपण त्यांच्या रविवारच्या साहित्य विभागासाठी कविता पाठवू.'

कॉलेजात पहिल्या वर्षाच्या शेवटी एक परीक्षा असे. देवनाथ पंडित घरी येऊन, शिकवताना मला बुक्के-थपडा मारून, आपल्या मनाची इच्छा पूर्ण करून निघून जात. चंदनाला तो त्रास नव्हता. ती आनंदात होती. अभ्यासाबद्दल तिला कायमच अनासक्ती असे. मलाही वाटली असती, पण बाबांच्या धाकामुळे अनासक्ती वाटून चाललं नसतं. बाबांच्या इच्छेमुळे मला इंग्लिश माध्यमातून शिकावं लागत होतं. छोटोदासुद्धा इंग्लिश माध्यमातून शिकला होता. त्याची काही पुस्तकं घरात होती. तीच झटकून, पुसून माझ्या टेबलावर रचून ठेवली होती. परीक्षेच्या आधी देवनाथबाबूंनी बाबांना सांगितलं, 'हिला बंगाली माध्यमातून शिकू द्या. इंग्लिश माध्यम तिला पेलवणार नाही.' इंग्रजी माध्यम रद्द करून बंगाली माध्यमातली पुस्तकं आणली. आता घाई करून त्या पुस्तकांचा अभ्यास पूर्ण करावा लागणार होता. कारण परीक्षा जवळ आली होती. का कुणास माहीत, पण परीक्षेच्या आधी देवनाथ पंडित अवेळीच येऊन मला काही प्रश्नांची तयारी करायला सांगून गेले. म्हणाले, 'या प्रश्नांची उत्तरं चांगली तयार करून ठेव.' परीक्षेत अगदी तेच प्रश्न आले होते. मी त्यांची तयारी केलेलीच होती. परीक्षा झाली, निकाल लागला, मी पहिली आले. कॉलेजमध्ये माझं नाव झालं. प्राचार्या मला आपल्या केबिनमध्ये बोलावून म्हणाल्या, 'कॉलेजला तुझा अभिमान

आहे. चांगला अभ्यास करीत राहा, फायनल परीक्षेत खूप चांगले गुण मिळाले पाहिजेत.' ही बातमी ऐकूनही बाबा माझ्यावर खूप प्रसन्न नव्हते. घरी माझ्या नावाने अनेक पत्रं येतात हे त्यांच्या लक्षात आलं होतं. त्यांनी दादाला विचारलं, 'नासरिनला ही पत्रं कोण लिहितं?'

'पेन फ्रेंडस्.'

'पेनफ्रेंड म्हणजे काय?'

दादा निरागस आवाजात म्हणाला, 'पत्रातून मैत्री.'

'पत्रातून मैत्री म्हणजे?'

दादाने काहीच उत्तर दिलं नाही.

'काय लिहितात पत्रात?' बाबांनी आश्चर्याने विचारलं.

'काय माहीत? मला तरी माहीत नाही.'

'माहीत नाही म्हणजे?'

'मला तर ती काही पत्रं दाखवीत नाही.'

'का दाखवीत नाही? काय असतं पत्रांमध्ये?'

दादा गप्प.

'कुणाला पत्रं लिहिते ती?'

'माहीत नाही.'

'ही पोरगी कुणाला पत्रं लिहिते, काय लिहिते, कशासाठी लिहिते हे आपल्याला माहीत नको?'

'तसं काही नाही. फक्त साधी मैत्री.'

बाबांचा वाढत चाललेला संताप कमी करण्याचा दादाने प्रयत्न केला, पण त्यात त्याला यश आलं नाही. बाबांचा आवाज चढतच गेला.

'साधी मैत्री म्हणजे काय?'

दादा शांतपणे भिंतीकडे बघत राहिला, जणू हा प्रश्न त्याने ऐकलाच नसावा.

'मुलींशी की पुरुषांशी? कुणाशी?'

'दोन्ही प्रकारचे पेनफ्रेंड असतात.'

'ती काय पुरुषांशी मैत्री करते की काय?'

दादाने काहीच उत्तर न दिल्याने त्यांनी आणखी संतापून विचारलं, 'स्वत:चं लग्न ठरवतेय की काय ती?'

'नाही. लग्न नाही.'

'मग कशासाठी पत्रं लिहिते?'

'अशीच!'

'अशीच म्हणजे?'

‘उगाचच लिहिते.’

‘उगाचच का लिहिते? कशासाठी लिहिते? काय गरज आहे उगाचच पत्रं लिहिण्याची?’

‘नाही. कुठल्याही गरजेमुळे लिहीत नाही ती.’

‘गरज नाही तर मग लिहिते कशाला?’

‘माहीत नाही.’

‘का माहीत नाही?’

दादाकडे खाऊ की गिळू अशा नजरेने पाहात बाबा प्रश्न विचारीत राहिले. प्रश्नांच्या या अत्याचारातून सुटका करून घेण्यासाठी दादाने लघवीचं निमित्त सांगितलं आणि तो बाथरूममध्ये जाऊन बसून राहिला. बाबांनी आपला चष्मा वारंवार काढून - घालून, व्हरांड्यात संतापाने येरझारा घालून मग माझ्या टेबलपाशी येऊन माझी वह्यापुस्तकं तपासायला सुरुवात केली. प्रत्येक पुस्तक, प्रत्येक वही, टेबलाजवळ पडलेला प्रत्येक कागदाचा तुकडा, एवढंच काय बिछान्याच्या चादरीखाली, उशीखाली, पांघरुणाखाली काही सापडतं का म्हणून शोधलं.

या घटनेनंतर माझी पत्रं घरी येणं बंद होऊन गेलं. सगळी पत्रं बाबांच्या दवाखान्याच्या पत्त्यावर जात. बाबांनी तसं पोस्टमनला सांगून ठेवलं होतं. छोटोदा बाबांच्या दवाखान्यात गेला असताना बाबा बाजारात गेले होते, तेव्हा त्याने बाबांचं ड्रॉवर उघडलं. त्यात त्याला आमच्या घरच्या पत्त्यावर मला आलेली अनेक पत्रं दिसली. घरी आल्यावर त्याने मला ही खबर सांगितली. तेव्हा मला एकच वाटलं, की हे चुकीचं आहे, अन्यायाचं आहे. बाबा एक बाबा असल्यामुळे त्यांना हा अन्याय वाटत नव्हता, पण पोस्टमनने ही चूक, हा अन्याय का करावा? ही समस्या कुणापुढे सांगून काही उपयोग होणार नाही, हे माहीत असूनही मी ‘विचित्रा’ साप्ताहिकाला एक पत्र लिहून ही गोष्ट मांडली. वाचकांच्या पत्रात माझं हे पत्र प्रकाशित झालं - ‘अवकाश’, आमलापाडा या माझ्या घरच्या पत्त्यावर पाठवली गेलेली पत्रं ‘आरोग्य वितान’, ६९, रामबाबू रोड या पत्त्यावर जातात, डाक विभागाची ही मोठी चूक आहे असं मी पत्रात लिहिलं होतं. पत्र प्रकाशित झाल्यावर दोन दिवसांनी मला शोधीत टपाल खात्याचे एक अधिकारी आमच्या घरी आले. ते एका रजिस्टरमध्ये माझा आरोप लिहून घ्यायला आले होते, पण ते स्वत:चाच आरोप सांगू लागले. त्यांचा आरोप माझ्या आरोपासंदर्भात होता. ते म्हणाले, ‘तुमची पत्रं कुठल्याही अपरिचित अशा दुष्ट प्रवृत्तीच्या व्यक्तीकडे जात नाहीत, तुमच्या वडिलांकडेच जातात. ‘अवकाश’चे मालक आणि ‘आरोग्य वितान’चे मालक ही एकच व्यक्ती आहे; त्यामुळे त्या मालकांच्या आदेशावरून एका पत्त्यावरची पत्रं दुसऱ्या पत्त्यावर जाऊ शकतात.’ यावर मी म्हणाले, ‘पण पत्रं तर काही माझ्या बाबांच्या नावाने येत नाहीत, ती माझ्या

नावाने येतात. पोस्टमास्तरला मी तर काही सांगितलेलं नाही माझी पत्रं 'अवकाश'च्या पत्त्यावर न देता 'आरोग्य वितान'च्या पत्त्यावर द्यायला!'

'पण कुठेही दिली, तरी ते तुमचे बाबा आहेत ना!'

मी हळुवार आवाजात त्यांची चूक दुरुस्त केली, 'हो, ते आहेत माझे बाबा, पण ते म्हणजे काही मी नव्हे. मी आणि माझे बाबा या दोन वेगवेगळ्या व्यक्ती आहेत.' ते अधिकारी निघून गेले. माझी समस्या सुटली नाहीच. छोटोदाने आपल्या एका मित्राच्या स्टेशनरीच्या दुकानाचा पत्ता मला वापरायला देऊन मला या अडचणीतून बाहेर पडायला मदत केली. मी माझ्या पत्रमित्रांना हा नवीन पत्ता कळवला. छोटोदाने मला प्रामाणिक पोस्टमनप्रमाणे मदत केली. छोटोदाशी माझं खूप चांगलं जमे. आम्ही 'विचित्रा'च्या ईद विशेषांकातल्या कथा-कादंबऱ्या एकत्र वाचीत असू - म्हणजे मी मोठ्याने वाची, छोटोदा ऐके. कथासंग्रहसुद्धा आम्ही याच प्रकारे वाचीत असू. काही काही पुस्तकं छोटोदाला आवडत नसत, ती मी एकटीने वाची. निहाररंजन गुप्त, फाल्गुनी मुखोपाध्याय, निमाई भट्टाचार्य, बिमल मित्र, जरासंध हे मी पूर्वीच वाचले होते. रवीन्द्रनाथ, नजरूल यांचंही बरंचसं साहित्य वाचून झालं होतं. मायकेल, जीवनानन्दसुद्धा वाचून झाले होते. विभूतिभूषण, माणिक बंद्योपाध्यायसुद्धा! शक्ती, सुनील, शमसुर रहमान, अल महमूद यांच्यापासून सुरू करून अलीकडच्या निर्मलेन्दु गुण यांची तोपर्यंत जी पुस्तकं प्रकाशित झाली होती, ती सगळी मी वाचली होती. मला सतत नवीन पुस्तकं हवी असत. मी त्यांच्या शोधातच असे. कॉलेजमधून घरी येण्याच्या वाटेवर असलेल्या पुस्तकांच्या दुकानांमध्ये जाऊन मी पुस्तकं शोधी. कथांची, लेखांची, वेगवेगळ्या प्रकारची पुस्तकं मला आकर्षित करीत, पण ती विकत घेण्याइतके पैसे माझ्याजवळ नसत. या अवस्थेतूनही छोटोदाने मला बाहेर काढलं, मला नवीन मार्ग सुचवला. एकदा संध्याकाळी तो मला सार्वजनिक वाचनालयात घेऊन गेला. वाचनालयात प्रवेश केल्याबरोबर तिथल्या शांततेने मला जणू आलिंगन दिलं. हॉलमध्ये जमिनीपासून छतापर्यंत शेल्फमध्ये पुस्तकंच पुस्तकं! चोहीकडे पुस्तकं. मध्ये वाचण्यासाठी टेबल. टाचणी पडली, तरी आवाज येईल अशी शांतता. दोनेकजण मन लावून वाचताहेत. मंदिरासारख्या या पुस्तकांच्या खोलीत बसून दिवसभर वाचीत राहावं, असं वाटलं. आज जर इथली सगळी पुस्तकं घरी घेऊन जाता आली तर! त्याच दिवशी वाचनालयाची सभासद होऊन दोन्ही हातात जितकी पुस्तकं आणता येतील, तितकी पुस्तकं मी घेऊन आले. पुस्तकं माझ्याकडून चंदनाकडे आणि चंदनाकडून पुन्हा माझ्याकडे अशी फिरत राहिली. सैयल वलीउल्लाह, शौकत उस्मान, हसन अजीजूल हे लेखक वाचून संपल्यावर सतीनाथ भादुडी, नरेन मित्र, जगदीश गुप्त यांची पुस्तकं वाचली. ती परत केल्यावर आणखी पुस्तकं आणली. आम्ही दोघीजणी अधाशाप्रमाणे पुस्तकं वाचीत राहिलो,

जणू त्या लायब्ररीच्या पुस्तकांवर आम्हाला सक्तीची परीक्षाच द्यायची आहे!

परीक्षा जवळ आली होती. उच्च माध्यमिक शालान्त परीक्षा. देवनाथ पंडित आठवड्यातून तीन दिवसांऐवजी पाच दिवस येऊ लागले. ते काही मला शिकवायला येत नसत. मारून-धोपटून वळण लावायला येत असत. बाबांच्याप्रमाणे त्यांचीही नजर लहानसहान चिटोऱ्यांकडे जात असे. एका पत्रमित्राला मी लिहिलेलं अपूर्ण पत्र एकदा टपकन गणिताच्या पुस्तकातून खाली पडलं. मी ते पत्र दूर सरकवण्याच्या आधीच झटकन देवनाथ पंडितांनी उचललं, पूर्ण वाचून काढलं आणि आपल्या शर्टच्या खिशात ठेवून दिलं. हे काय! ते तर अगदी बाबांसारखंच वागायला लागले आहेत! आता हे काय माझ्या पाठीत छड्या मारणार की काय? थोड्या थोड्या वेळाने ते आपल्या शर्टचा खिसा चाचपून पाहात - ते पत्र सुरक्षित आहे ना, हे पाहाण्यासाठी! ते पत्र आपल्या खिशात आहे हे जाणवून त्यांना जणू एक प्रकारचा आनंदच होत होता. देवनाथ पंडित आता डुलत होते - डावीकडे-उजवीकडे, पुढे-मागे. त्यांचं मन उत्तेजित झालेलं होतं. त्यांनी मला जी गणितं सोडवायला दिली होती, ती माझी सोडवून झाली होती. त्यांच्यामध्ये एकही चूक नव्हती. अचानक त्यांनी भौतिकशास्त्राचं पुस्तक उघडून अवघड - अवघड प्रश्न विचारायला सुरुवात केली, त्या सगळ्यांचीही मी, कुणाच्या कृपेने कोण जाणे, बरोबर उत्तरं दिली. रसायनशास्त्रावरच्या प्रश्नांनाही अचूक उत्तरं दिली. यानंतर गणित, भौतिकशास्त्र आणि रसायनशास्त्राची पुस्तकं बाजूला सरकवून त्यांनी खाडकन माझ्या मुस्कटात मारली. का? काहीही कारण नव्हतं. म्हणाले, 'मी गणितं करायला दिली होती काल, ती केलीस का?'

'केलीत ना!'

'केलीत तर मग दाखवत का नाहीस? लक्ष कुठे आहे तुझं?'

त्या पत्राबद्दल मला शिक्षा देण्यासाठी त्यांनी ही संधी शोधली. मी गणिताची वही त्यांच्यासमोर उघडून धरली. त्यानंतरही पाठीवर अचानक थप्पड! अगदी आतल्या फुफ्फुसांपर्यंत आघात पोचला.

'गणितं करताना मार्जिन सोडायला आणखी किती वेळा सांगावं लागणार?'

मार्जिन सोडायला आता पहिल्यांदाच सांगितलं त्यांनी. याआधी कधीच सांगितलं नव्हतं. असो. आता ते मुख्य मुद्द्यावर आले.

'पत्र कुणाला लिहीत होतीस?'

'कुठलं पत्र?'

यावेळी दुसऱ्या गालावर थप्पड पडली.

'कुठलं पत्र माहीत नाही? हे पत्र!'

खिशातून त्यांनी मी अर्ध लिहिलेलं पत्र काढलं.

'हा जुबेल कोण? कुठे राहातो? काय करतो?'

'ढाक्यात राहातो. काय करतो माहीत नाही.'

'माहीत नाही? खोटं बोलतेस?'

देवनाथ पंडितांसमोर खोटं बोलण्याइतकं धाडस माझ्यात नव्हतं. देवनाथ पंडित आपला विशाल देह, केळीच्या फांद्यांसारखे लांब हात आणि केळ्यांसारखी मांसल बोटं घेऊन समोर बसले होते आणि मी मेलेल्या गवताच्या पात्यासारखी त्यांच्या पायाजवळ बसले होते. पत्राचे फाडून तुकडे तुकडे करून, ते माझ्या तोंडावर फेकून संतापाने धुमसत ते बाहेर गेले. देवनाथ पंडितांच्या थपडा, बाबांच्या धमक्या, आईची फणफण, छोटोदाची उदासीनता, गीताचा रुसवा, दादाची दादागिरी या सगळ्यांत मी एकटी बसून राही. पुस्तकांत डोकं घालून बसे. परीक्षा जवळ आलेली माहीत होतं, पण छोटोदाकडे त्याचे मित्र भेटायला येत. ज्योतिर्मय दत्तांचा मुलगा बबुवा दत्त, 'तकबीर' मासिकाच्या संपादकांचा देखणा मुलगा तफसीर अहमद, 'लेडी किलर' म्हणून प्रख्यात असलेल्या साहेब क्वार्टरमध्ये राहाणाऱ्या डी.सीं.चा मुलगा सोहान - मी ज्याला पाही, त्या तरुणाच्या प्रेमात पडे. मनातल्या मनात त्याच्या मनातल्या गोष्टी ऐके. वाटे, ते मला म्हणताहेत, 'माझं तुझ्यावर खूप प्रेम आहे.' पण यांच्यापैकी कुणीही माझ्याकडे ढुंकूनही बघत नसे. आपण पृथ्वीवरची सर्वात कुरूप मुलगी आहोत असं मला वाटत राही.

'चित्राली', 'पूर्वाणी' बंद झालं, त्याप्रमाणे पत्रमित्रांना पत्र लिहिणंसुद्धा हळूहळू कमी होत गेलं. फक्त काही चांगल्या, सुंदर अक्षरांतल्या आणि काव्यमय भाषेतल्या पत्रांनाच मी उत्तरं देई. प्रकौशल विद्यापीठातला शेवटच्या वर्षात शिकत असलेला विद्यार्थी, कमरूल हसन सलीम खूप सुंदर पत्रं लिही - जणू आकाशापलीकडून तो स्वप्नांच्या गोष्टी सांगतो आहे. सलीमची पत्रं मी निवडून बाजूला ठेवी, समुद्र न पाहिलेली मी त्याला जणू समुद्रापलीकडून पत्रं लिहीत राही. आम्ही दोघे जणू दुसऱ्याच एका जगात एकमेकांसमोर बसून स्वप्नांच्या गोष्टी बोलतो आहोत. त्या स्वप्नांच्या जगात कुणीही माणूस नसे. घरं-इमारती नसत, असे फक्त आकाश आणि समुद्र. समुद्रकिनारी नाना रंगांची फुलं, फुलपाखरं, संपूर्ण आकाशभर केवळ सप्तवर्ण रंग, मेघ आणि सुंदर शेपटीचे पक्षी. हे असंच चालू राहिलं असतं, पण एके दिवशी अचानक कॉलेज-गेटजवळ एक भला जाडजूड तरुण येऊन समोर उभा राहिला. माझ्या डोक्यावरच्या केसांची पचपचीत तेल लावून वेणी घातलेली, मी नक्कीच खूप चमत्कारिक दिसत असणार. समोर उभ्या दोन तरुणांपैकी एकजण होता सलीम. त्याने जवळ येऊन स्वत:ची ओळख करून दिल्यावर मी चटकन दूर जाऊन एक रिक्षा केली आणि धडधडत्या छातीने घरी परतले. सलीमने ढाक्याला परतल्यावर पत्र लिहिलं, की तो आपल्या एका मित्राकडे मयमनसिंहला आला होता. माझी भेट झाली तर बरं होईल म्हणूनच मित्राला घेऊन तो माझी वाट पाहात कॉलेज-गेटजवळ उभा

राहिला होता. मी काहीच बोलले नाही त्यामुळे निराश होऊन परत गेला. शब्दांत धाडस दाखवणारी माझ्यातली मुलगी म्हणाली, त्यात काय एवढं, चला, एकदा भेटू. कुठं? ती एक समस्या होती खरी. स्टेशनरोडच्या ताजमहल हॉटेलमध्ये शहरातले कवी जमत असत. अर्थात कुठलीही तरुणी तिथं एकटी जात नसे, तसा प्रश्नच निर्माण होत नसे. तिथेच आपण भेटू असं मी सलीमला कळवलं. छोटोदा एका संध्याकाळी मला आणि गीताला घेऊन त्या हॉटेलमध्ये गेला होता. छोटोदाबरोबर आम्ही दोघी महिला असल्यामुळे आम्हाला पडद्यामागे जागा देण्यात आली. तसाच नियम होता. तिथले लोक वारंवार डोकावून आमच्याकडे पाहात होते.

माझं पत्र मिळाल्यावर सलीमने तो मयमनसिंहला कधी येणार आहे हे कळवलं. त्या दिवशी साजशृंगार करून, चंदनाच्या वाढदिवसाला जाते असं घरी सांगून मी बाहेर पडले. हॉटेलच्या दरवाजात सलीम उभा होता. हृदयाची धडधड मोठ्या मुश्किलीने थांबवून मी हॉटेलमध्ये प्रवेश केला, पडद्यामागच्या केबिनमध्ये आम्ही बसलो. मी जरी सलीमच्या समोर बसले, दोन चहाची ऑर्डर दिली, तरी त्याच्या डोळ्यांत पाहिलं नाही. त्याच्या काही प्रश्नांना हो, हूं, नाही आणि दोनेक वाक्यं सोडून काही उत्तरं दिली नाहीत. फक्त मौनातच काय बोलायचं ते बोलले. हेसुद्धा चहा होईपर्यंतच. चहा पिऊन झाल्यावर मी निघण्यासाठी चुळबूळ करू लागले. चहा तर संपला, आता काय? आता उठून जाण्याशिवाय आणखी काय करू शकत होते? 'जाते' हा शब्द ओठांपर्यंत येई आणि जाई. माझ्या कुठल्यातरी एका पत्रात अहल्या हा शब्द होता. त्यामुळे की काय कोण जाणे, अचानक सलीमने विचारलं, 'अहल्या शब्दाचा अर्थ काय माहिती आहे?'

मी गप्पच राहिले.

सलीम हसून म्हणाला, 'नग्न, नागडी.'

'जाते' हा शब्द ओठांपर्यंत येऊन परत जात होता, तो आता मी उच्चारला. 'जाते' म्हणून मी तडकाफडकी निघून आले. सलीम तिथेच हताश होऊन बसून राहिला.

छोटोदा त्याच दिवशी बातमी घेऊन आला, 'का गं, तू ताजमहलमध्ये गेली होतीस म्हणे?'

'कुणी सांगितलं तुला?'

'कुठल्यातरी पोराशी बोलत होतीस म्हणे? गावभर पसरलीय बातमी. मर्यादा ओलांडून चालली आहेस तू!'

मी सीमा ओलांडली हे लक्षात आलं माझ्या. पण आपण मूर्ख आहोत असं वाटत राहिलं. का बोलू शकले नाही मी सलीमशी? तिथून तडकाफडकी निघून येण्यातून काय सुचवायचं होतं मला? आपण असलीतसली मुलगी नाही, उगाच

पोरांबरोबर गप्पा मारीत बसणारी नाही असं सुचवायचं होतं का? मी सभ्य घराण्यातली मुलगी आहे, म्हणून तरुणांना टाळते असं सुचवायचं होतं का? सलीमला भेटायचं होतं ते तो इतक्या दूर ढाक्याहून आला म्हणून, नाहीतर मी इतक्या दूर गेले नसते, असंच ना? की त्याचा तो 'नागडी' हा शब्द ऐकून किळस आली मला? दुसऱ्या दिवशी एका पाकिटात दोन रुपये आणि पत्र पाठवलं मी सलीमला, 'मला खूप वाईट वाटलं, चहाचे पैसे द्यायचे विसरूनच गेले, हे घे ते पैसे!' मी फुकट खाणारी नाही हे दाखवण्यासाठीच. एरवी दोन रुपये ही सलीमसाठी काही मोठी रक्कम मुळीच नव्हती. अगदी मयमनसिंहहून पैसे पाठवावेत इतकी तर नक्कीच नव्हती!

भेटीनंतर सलीमच्या पत्रातला आवेग अधिकच वाढला. समुद्राला आणखीच भरती आली. मी माघार घेतली, कारण सलीमचे ओठ हे ओठ वाटत नव्हते, जणू पूर्ण नाही, तरी अर्धी तंदूर रोटी आहेत असं वाटत होतं. मी सलीमला पत्रं लिहिणं कमी केलं. त्यानेही एके दिवशी मला पत्र लिहिणं बंद करून टाकलं. खूप दिवसांनी अचानक स्वित्झर्लंडहून लिहिलेलं सलीमचं एक पत्र आलं, 'कधी स्वित्झर्लंडला आलीस, तर झुरिखला ये. झुरिख खूप सुंदर शहर आहे.' इ. इ. मी सलीमलाच नव्हे, अनेकांना पत्र लिहिणं कमी केलं होतं. पण पत्र लिहिणं कमी करण्यापूर्वी पत्र लिहिणारा प्रत्येकजण मला राजपुत्र वाटे. रूपाने, गुणांनी अव्वल नंबरचा वाटे. हाताच्या बोटांवर मोजण्याइतके पत्रमित्र शिल्लक राहिले होते, पण कुणाशीही मैत्रीपेक्षा अधिक वेगळे संबंध प्रस्थापित झाले नव्हते. त्यांच्यापैकी कुणीही मयमनसिंहला मला भेटायला येण्याची इच्छा व्यक्त करीत नव्हतं.

अशा मित्रांपैकीच एकाला रात्रीचा अभ्यास आणि जेवण आटोपल्यावर 'तू कसा आहेस? मी ठीक आहे.' असं साधंसुधं पत्र लिहिता-लिहिता मी बाबांच्या बिछान्यात झोपून गेले. बाबा आल्याचा आवाज ऐकून मी अर्धवट झोपेतच बाबांच्या बिछान्यातून उठून माझ्या बिछान्यावर अंग टाकलं. मी अर्धवट लिहिलेलं ते पत्र बाबांच्या बिछान्यात तसंच पडून राहिलं. बाबांनी मध्यरात्री मला झोपेतून उठवून धक्का देऊन जमिनीवर पाडलं आणि आपल्या बुटाने मला मारायला सुरुवात केली - कशाबद्दल, मी काय चूक केली हे न सांगता. बाबा संतापाने इतके वेडेपिसे का झाले हे माझ्या समजण्यापलीकडचं होतं. 'काय केलं मी? काय झालं?' हे माझे अस्पष्ट आवाजातले प्रश्न बाबांच्या गरजण्यामध्ये हरवून गेले. बाबा जणू पूर्णपणे राक्षस होऊन गेले होते. माझे केस धरून त्यांनी माझं डोकं भिंतीवर आपटलं आणि पुन्हा बुटाने माझ्या पाठीवर, मानेवर, डोक्यावर, छातीवर, तोंडावर मारू लागले. त्यांना आवरण्यासाठी पुढे आलेल्या आईला दूर ढकलून ते मला मारीतच राहिले. त्यांच्या हातापायातलं त्राण संपल्यावर ते थांबले. आईने मला जमिनीवरून उठवून बिछान्यावर झोपवलं. म्हणाली, 'काही कळतं की नाही माणसाला? डोक्यावर मारल्यावर डोक्याला काही

झालं तर? असं मारण्यापेक्षा एकदम जिवानिशी का नाही मारून टाकीत? मग तर सारीच कटकट संपून जाईल!'

रात्रभर माझ्याजवळ बसून, इस्त्रीखाली कापडाची घडी गरम करून आई माझं सारं अंग शेकीत राहिली. माझ्या डोळ्यांत आता झोप नव्हती, पण एक थेंब पाणीही नव्हतं. माझ्या लक्षात आलं, की बाबांच्या बिछान्यात पडून राहिलेलं ते पत्र हेच त्यांच्या संतापण्याचं कारण आहे. बाबांनी मारून-मारून माझी कातडी सोलून काढली असती, तरीही मुला-मुलींची मैत्री होऊ शकते, मुलांशी नातेसंबंध किंवा प्रेमाचा संबंध यांच्या व्यतिरिक्त फक्त मित्रत्वाचंही नातं असू शकतं - मुली-मुलींमध्ये किंवा मुला-मुलांमध्ये जसं असतं, तसंच - ही माझी धारणा काही नाहीशी झाली नसती.

माझा पत्ता आता छोटोदाच्या मित्राच्या स्टेशनरीच्या दुकानाचा नव्हता, तर तो पोस्ट बॉक्स नं. सहा असा होता. आपली पत्रं स्टेशनरीच्या दुकानातून गहाळ होताहेत अशी शंका आल्याने छोटोदाने पोस्ट ऑफिसमध्ये एक बॉक्स घेतला होता, तोच मी आणि छोटोदा वापरू लागलो. 'विचित्रा'कडून मला 'व्यक्तिगत विज्ञापन' देण्याची विनंती करणारं पत्र आलं. त्या विनंतीमुळे मला आनंद झाला, पण आता पुन्हा त्या मार्गाने जाण्याची माझी इच्छा नव्हती. मी जाहिरातींचं ते जग विसरले असले, तरी इतर लोक मात्र मला विसरले नव्हते. मला उद्देशून जाहिरातीच्या पानावर व्यक्तिगत जाहिराती येत. नवीन वर्षाच्या सुरुवातीला, नामकरणाच्या वेळी (फिश-पॉण्डप्रमाणे) मलासुद्धा काही नावं लोकांनी दिली होती. कुणी नाव दिलं होतं 'सुगंधी गुलाब', कुणी म्हटलं होतं 'गुलाब नव्हे, गुलाबाचा काटा.' माझ्याबद्दल प्रेम आणि घृणा - दोन्हीही भाव त्या जाहिरातींमधून व्यक्त झाले होते. अर्थात जाहिरात देणाऱ्या लोकांपैकी एकाशीही माझी व्यक्तिगत ओळख नव्हती. माझ्या पत्त्यावर अनेक पत्रं येत. बऱ्याच पत्रांमधून पत्रमैत्री करण्याची विनंती असे. काही अंध प्रेमीही भेटले. कॉलेजमध्ये माझ्यापेक्षा एक वर्ग खाली शिकणारी शाहीन नावाची मुलगी रोज फुलं घेऊन माझी वाट पाहात उभी असे. फुलांबरोबर चिठ्ठीही असे. ती मला देवी समजे. शाहीन खूप लाजरी होती. खाली मान घालून, खाली बघत ती माझ्यासमोर येऊन उभी राही. मी आपली गप्पच - तिला काय माहीत की, तिची ही देवी तिच्यापेक्षाही लाजरी आहे! चट्टग्रामहून पाहाडी कुमार नावाचा एक श्रीमंत धनकुबेर सुंदर, मोठमोठ्या अक्षरांत, सुगंधी निळ्या कागदांवर मला पत्रं लिही. पाहाडी कुमारने पाठवलेल्या भेटवस्तूंचं पार्सल पोस्टमन आमच्या घरच्या पत्त्यावर देऊन गेला, त्यावेळी चंदना माझ्याकडे आलेली होती. ते रजिस्टर्ड पार्सल असल्याने, माझ्या हातात देऊन माझी सही घ्यायची असल्याने पोस्टमन 'आरोग्य वितान'ऐवजी आमच्या घरी ते घेऊन आला होता. मोठ्या पाकिटात छोटं पाकीट, छोट्या पाकिटात

आणखी छोटं पाकीट, त्याच्या आत आणखी एक - शेवटच्या पाकिटातून मी भेटवस्तू बाहेर काढल्याबरोबर चंदना झट्कन दूर सरकली आणि ओरडली, 'फेकून दे ते!'

'का बरं? काय झालं?'

'फेक! फेक! लग्गेच फेक!'

'काय आहे हे?'

'हरामखोर कुत्रा! घाणेरडी वस्तू पाठवतो! फेक!'

मी मूढासारखी बसून राहिले. पाकिटात काय वस्तू असावी याचं मला कुतूहल होतं. चंदनाने माझा हात त्या वस्तूवरून दूर सरकवला. ती वस्तू खाली पडली.

'काय आहे हे?'

माझे डोळे एकदा त्या वस्तूकडे, एकदा चंदनाकडे वळले. चंदनाला किळस आलेली दिसत होती.

'समजलं नाही तुला?'

'नाही! काय आहे हे?'

'अगं, पँटी आहे ती! लग्गेच फेकून ये बाहेर!'

पळत जाऊन मी पाकिटासहित ती भेटवस्तू उकिरड्यावर फेकली. मलासुद्धा हळूहळू किळस यायला लागली. चंदना तर दूर जाऊन खरोखर उलटी करून आली.

चंदनाला असंच होई. 'कामना', 'वासना', 'श्रीमती', या नावांच्या पोर्नो मासिकांबद्दल ती म्हणाली, 'अगं, एकदा वाचली आणि उलटी झाली मला. त्यानंतर साबणाने हात धुतले मी. तेच हात जेवण्याच्या वेळी पुन्हा तोंडात जाऊ नयेत असं वाटलं, म्हणून नीट धुतले. नंतर कधीही त्या मासिकांना मी हात लावला नाही. आपण ज्या जीवनाचं स्वप्न पाहातो, त्या जीवनात कधीही नग्नता नसते.' पुरुषाचं शरीर चंदनाला फार घाणेरडं वाटे. पण प्रेमावर मात्र तिची गाढ श्रद्धा होती.

चंदनाने प्लॅटॉनिक लव्ह - उदात्त प्रेमाबद्दल बोलायला सुरुवात केली. मी विचारलं, 'ते कसं असतं?'

'ते असतं 'लव्ह', प्रेम - ज्याच्यामध्ये जंगलीपणा नसतो, घाणेरडेपणा नसतो.'

चंदनाच्या उज्ज्वल डोळ्यांकडे मी पाहात राहिले.

‘सेंजुती’ - माझं लघुनियतकालिक

मला अचानक एकटं सोडून उच्च माध्यमिक परीक्षेनंतर चंदना निघून गेली - म्हणजे, तिचे वडील तिला कुमिल्ला गावी घेऊन गेले. ती कुमिल्लाला जाण्याआधी दादाने मला आणि चंदनाला ढाका बोर्डातून प्रमाणपत्र आणण्यासाठी ढाक्याला नेलं होतं. सकाळी जाऊन संध्याकाळी परत घरी. तिथे एका चायनीज रेस्तोरांमध्ये जेवण्यासाठी नेल्यावर दादा म्हणाला, ‘काय चंदना, अगं तुम्ही डोळे आणि कान उघडे का ठेवत नाही?’

‘का? काय पाहिलं नाही आम्ही? काय ऐकलं नाही?’

‘माझ्यासाठी एखादी सुंदर मुलगी नाही बघणार? दोन वर्षं कॉलेजमध्ये शिकलात!’

‘आम्हाला तर मुलांकडं बघायलाच वेळ पुरत नाही, मग मुलींकडं कधी बघणार?’ चंदना हसत म्हणाली. नात्याबाहेरील पुरुषांपैकी चंदना माझ्या दादाशी सर्वात अधिक मोकळेपणाने बोले. चकमा राजा देवाशीषची आठवण काढून, चक् चक् करीत दादा दुःखाने म्हणाला, ‘चंदना, तू जी चूक केली आहेस, तिचा नंतर पश्चात्ताप होईल तुला! एका राजाला नकार दिलास तू!’

चंदना जोरात हसली.

पण दादाचं दुःख संपलं नव्हतं. ‘रांगामाटीला गेल्यावर आम्ही चांगले राजाचे पाहुणे म्हणून राहू शकलो असतो! ती संधी तू घालवलीस!’

चंदना आताही हसली.

रांगामाटीच्या आठवणी सांगताना ती देवाशीषपेक्षा चिराग अलीबद्दल जास्त बोले. रांगामाटीला एक पहारेकरी होता. त्याचं नाव होतं चिराग अली. चिराग अली म्हणे, ‘मी दिवसाही जळतो आणि रात्रीही जळतो.’ थोड्या वेळानंतर चंदना गंभीरपणे म्हणाली, ‘पण चिराग अली अलीकडे कमी जळतो, कारण त्याची नोकरी गेली.’

आम्ही ढाक्यात अगदी थोडा वेळ होतो, तरी मयमनसिंहच्या ओळखीच्या वातावरणातून जरा बाहेर आल्याने मला आणि चंदनाला खूप बरं वाटलं. चंदना कुमिल्लाला जाण्यापूर्वी मी तिला म्हटले होते, 'तू जाऊ नकोस. तू गेल्यावर मी जगणार कशी?' चंदनाचाही तोच प्रश्न होता. आमच्या या प्रश्नाचं उत्तर कुणाकडेच नव्हतं. चंदना आपल्या बाबांना म्हणाली, 'मी मयमनसिंह सोडून दुसरीकडे येणार नाही. इथेच तस्लिमाच्या घरी राहून पुढचं शिक्षण घेईन.' पण चंदनाचे बाबा याला तयार झाले नाहीत. जाण्याच्या दिवशी चंदनाचे डोळे रडून रडून लाल झाले होते. ती माझ्या कानांत म्हणाली, 'तू बघ - मी एके दिवशी पळून येईन तुझ्याकडे. आपण दोघी आयुष्यभर बरोबर राहू.' कुमिल्लाहून दर दोन-तीन दिवसांनी ती मला पत्रं लिही. मोठमोठी पत्रं. रोजच्या चांगल्या-वाईट घटना कळवी. तिच्या मन:स्थितीबद्दल लिही. तिच्या घराजवळ गुलमोहराचं झाड फुललं होतं, ते पाहून तिला माझी आठवण येई. मयमनसिंहमधले दिवस पुन्हा परत मिळावेत असं तिला वाटे. चंदनाचं जाणं हे मला 'जाणं' वाटलं नाही. ती परत येण्यासाठीच परगावी गेली आहे असं वाटे. ती काही कायमची, आयुष्यभरासाठी परगावी गेलेली नाही, आमची परत भेट होईल, पुन्हा आम्ही आनंदाच्या झोक्यावर झोके घेऊ, पुन्हा नावेत बसून चंदना नाव वल्हवील, मी आकाशाचे रंग पाहीन. आम्ही दोघी दूर निघून जाऊ - जिथं कुठलंही पाप नाही, हिंसा नाही, घृणा नाही, निष्ठुरता - निर्ममता नाही, विषमता नाही, रोग नाही, मृत्यू नाही, शोक नाही अशा देशात! जिथे शुभ्रतेचा सुगंध घेत घेत आम्ही सुंदरासमवेत वास करू, प्रेम कधीही आमच्याजवळून दूर जाणार नाही.

चंदनाने आपली अवस्था वर्णन करताना लिहिलं, 'मला इथं बरं वाटत नाही. जणू मला हद्दपार करण्यात आलं आहे. आवडणं, प्रेम - हे सारे शब्द जुनेपुराणे वाटू लागले आहेत. मी तुला हे समजावून सांगू शकत नाही. वाटतं, मी मी राहिले नाहीये. आज दिवसभर मन उदास आहे. थोड्याशा वाऱ्याने महॉगनी वृक्षाची पानं झडून पडतात, तेव्हा वाटतं, एखाद्या जीन्स जॅकेट घातलेल्या मुलाच्या पाठीवर डोकं ठेवून होंडावर बसून दूर कुठंतरी फिरायला जावं. अर्थात हे माझ्यासाठी पुरं न होणारं, केवळ खोटं स्वप्न आहे हे मला पक्कं माहीत आहे. खरं तर मला काय झालं आहे हे मी तुला सांगू शकणार नाही. मी फक्त तडफडते आहे. तू माझ्या इतकी जवळची, पण तरीही मी तुला सांगू शकणार नाही. हाय रे मन! मन नावाची ही वस्तू माझा सतत विश्वासघात करते. हे द्वंद्व का, हा संताप कुणाविरुद्ध हेसुद्धा मला समजत नाहीय. मला माझाच राग येतोय की काय? माझं आता माझ्यावर प्रेम राहिलं नाही की काय?.... निळ्या डोळ्यांच्या एखाद्या ग्रीक तरुणाने, अपोलोने माझ्यावर प्रेम व्यक्त करावं असं वाटतं.... मला कशातच आनंद वाटत नाही. माझ्या मनात सगळं उलटंपालटं होऊन गेलंय. हे एकसुरी जीवन आता बरं वाटत नाही. मी काय म्हणतेय

ते समजतंय का? नाही? तू जवळ असावीस असं मला वाटतं. मला फक्त तूच हवी आहेस. किती दिवस झाले तुझं दर्शन नाही. हे जग, हे मायेचे बंधन सोडून चल एकतारा घेऊन, आपण बाऊल फकिरांसारखं फिरू. तू वैष्णव आणि मी वैष्णवी होईन. एकताऱ्यावर आपण बाऊलगीतं म्हणू - 'पाखि छटफटाइया मरे, शिकल छिंडिते ना पारे, खांचा भांगिते ना पारे, पाखि छटफटाइया मरे' (पक्षी तडफडून मरतो आहे, त्याला साखळीचं बंधन तोडता येत नाहीय, पिंजरा तोडून बाहेर येता येत नाहीय).'

चंदनाला मोठमोठी पत्रं लिहिण्याव्यतिरिक्त गच्चीवर, घराच्या कोपऱ्यात, व्हरांड्यात, मैदानातल्या गवतावर, झाडाखाली सावलीत बसून तेव्हा माझ्याकडून एकच गोष्ट होत असे - ती म्हणजे कविता लिहिणं. देशातल्या वेगवेगळ्या शहरांतून मला कवितेची नियतकालिकं येत. पश्चिम बंगालच्याही वेगवेगळ्या भागांमधून कवितेची लघुनियतकालिकं येत राहात. ही नियतकालिकं एक प्रकारच्या साखळीसारखीच असत. मी लघुनियतकालिकांना, ढाक्याहून प्रकाशित होणाऱ्या साप्ताहिकांना माझ्या कविता पाठवी. कुठं ना कुठं काही ना काही छापून येत राही. एके दिवशी माझ्या मनात आलं, आपणही एक कवितेचं लघुनियतकालिक प्रकाशित करू शकू. हा विचार मनात आला, तेव्हा संध्याकाळचा अंधार उतरू लागला होता. शेजारच्या डॉली पालच्या घरातून उलू ध्वनीचा आवाज कानी आला. काय नाव द्यावं बरं आपल्या लघुनियतकालिकाला? मला काही दोन-तीन दिवस विचार करावा लागला नाही. मन म्हणालं, 'सेंजुती' - सांजवात! हो. सेंजुती, म्हणजे सांजवात हेच नाव देऊ आपल्या लघुनियतकालिकाला. चंदनाला कविता मागितल्याबरोबर तिने कविता पाठवल्या. माझ्या शाळेतल्या बंगालीच्या शिक्षिका सुरैया बेगम मला नियमितपणे पत्रं लिहीत, त्यांच्याकडून एक नवी कविता मागून घेतली आणि छोटोदाला सांगून शहरातल्या काही कवींच्या कविता आणवून 'सेंजुती'चं हस्तलिखित तयार केलं. शेवटच्या पानावर काही बातम्या दिल्या - साहित्यक्षेत्रातल्या, साहित्यिकांच्या. कुठलं लघुनियतकालिक कोण प्रकाशित करतं आहे, त्याचा पत्ता, ते लघुनियतकालिक चांगलं आहे की साधारण, तसं असण्याचं कारण - अशा बातम्या. दादा म्हणाला, 'माझी एक कविता छाप. त्याच्या कवितेच्या वहीतून मला सर्वात चांगली वाटलेली एक कविता घेतली. दादा पुढे म्हणाला, 'माझी बातमीसुद्धा दे - असं लिही की, 'पाता' नियतकालिकाचे संपादक फैजुल कबीर नोमान यांचा पहिला कवितासंग्रह 'पारापार' लवकरच प्रकाशित होत आहे. तेही लिहिलं. दादा खूश झाला. पण मांजराच्या गळ्यात घंटा बांधायची वेळ आली - यासाठी पैसे कोण देणार, प्रेसमध्ये कोण जाणार, सेंजुती कोण छापून आणणार? 'पारापार' नावाचं कुठलंही पुस्तक लिहायला दादाने सुरुवात केली नव्हती, पण तरीही त्याच्या विनंतीवरून मी बातमी

दिल्यामुळेच बहुधा, तो म्हणाला, 'ठीक आहे, मी तुझ्या 'सेंजुती'च्या छपाईचा खर्च देतो. माझ्या 'पाता' या मासिकाच्या कामामुळे प्रेसचे सगळे लोक माझ्या ओळखीचे आहेत,' मी रोज दादाजवळ भुणभुण करी, 'दादा, ए दादा, तू म्हणालास ना 'सेंजुती' छापून देतो, दे ना!'

'धीर धर. धीर धर.'

'आता आणखी किती दिवस धीर धरू?'

'आणखी धीर धर. आणखी थोडा.'

'किती दिवस?'

'आणखी थोडे दिवस.'

धीर धरणं मला शक्य होत नव्हतं. मी दिवसेंदिवस अधीर होत होते. अखेर छोटोदाच्या हाती हस्तलिखित दिलं. बाजारच्या एका छापखान्यात ते हस्तलिखित देऊन आल्यावर मी छोटोदामागे टुमणं लावलं, 'कधी होणार छापून?'

'थोडा उशीर लागेल.'

'किती उशीर?'

'पुढच्या महिन्यात छापून होईल!'

'बाप रे! इतका उशीर?'

'अगं प्रेसला दुसरी काही कामं नसतात की काय?'

'मला एकदा घेऊन जा छापखान्यात.'

'तुला कशाला नेऊ? मीच छापून घेऊन येईन.'

छापखान्यात जायच्या माझ्या इच्छेचा गळा दाबीत दादा म्हणाला, 'छापखान्यात कशाला जायचंय तुला?'

'कशी छपाई करतात ते बघायचंय मला.'

'मुली प्रेसमध्ये जात नाहीत.'

'का जात नाहीत?'

'जात नाहीत.'

'त्यामागे काय कारण आहे?'

'मुलींनी प्रेसमध्ये जायचं नसतं.'

'का जायचं नसतं? गेलं तर काय होतं?'

'गैरसोय होते.'

'काय गैरसोय होते? माणसं चक्रावतात?'

'नाही, चक्रावत नाहीत बहुधा, पण हसतात!'

'कशासाठी हसतात? यात हसण्यासारखं काय आहे? मी मासिकाचं संपादन करते. मी का प्रेसमध्ये जायचं नाही?'

'संपादन घरी बसून करता येतं. पुरुषांसारखं प्रेसमध्ये जायची गरज नाही.'

दादा माझ्या उत्साहाला आवरू शकला नाही. मी अखेर छोटोदाबरोबर प्रेसमध्ये गेलेच. तिथे अक्षर जुळवणारे कारागीर अक्षरांचे खिळे जुळवीत होते. त्यांना कोणत्या कप्प्यात कोणतं अक्षर आहे हे कसं कळत होतं कोण जाणे! त्यांचं काम बघत दिवसभर तिथेच बसून राहावं असं मला वाटलं. छपाईच्या यंत्रावर बिडीबंडलाची कव्हर्स, अगरबत्तीच्या पुड्यांची कव्हर्स, मलमाच्या बाटल्यांवरची कव्हर्स, लग्नपत्रिका, निवडणुकीची पोस्टर्स छापली जात होती. 'सेंजुती'चं हस्तलिखित पाहून हा काहीतरी वेगळाच मामला आहे हे जाणवून प्रेसचे मालक हरेकृष्ण साहा जरा वेगळ्या प्रकारचं हसू हसले. 'लवकर छापून देतो' असं म्हणाले. प्रत्येक फॉर्म दोनशे रुपये. पण फक्त तेवढाच खर्च नव्हता. कागद विकत घ्यायलाही पैसे हवे होते. घरी परत आल्यावर घरातली सगळी वर्तमानपत्रांची, मासिकांची रद्दी विकली. थोडे पैसे आईकडूनही मिळाले. इकडून-तिकडून आणखीही थोडे जमवले. ते सगळे पैसे घेऊन छोटोदाबरोबर हरेकृष्ण साहांच्या छापखान्याशेजारच्याच कागदाच्या दुकानातून माझ्या पसंतीचा कागद विकत घेतला आणि तो छापखान्यात देऊन आले. त्यानंतर छोटोदाने प्रुफं घरी आणली आणि ती कशी पाहायची ते शिकवलं. तो स्वत: नियतकालिकाचं काम करीत होता, त्यामुळे त्याला ते माहीत होतं. छपाईच्या पैशांसाठी मी दादावर भरोसा ठेवला होता. एकरकमी पैसे मिळाले नाहीत, तरी हप्त्या-हप्त्याने पैसे मिळाले.

पिवळ्या रंगाच्या कागदावर छापलेल्या 'सेंजुती'च्या पाचशे प्रती घरी आल्या, त्या दिवशी 'सेंजुती'च्या रंगरूपाने मी हरखून गेले होते. मी 'सेंजुती'च्या पानांच्या घड्या घालून, पिना मारून बाजूला ठेवत होते, तेवढ्यात बाबा घरात शिरल्याचा आवाज आल्याने सगळा पसारा मी खाटेखाली दडवला. खाटेखालीही बाबांची नजर गेली. यास्मिनच्या मते बाबांची नजर ही ससाण्याची नजर होती. कुणालाही घरात काही लपवणं शक्य नव्हतं. घरात काय चाललंय हे त्यांना ते घरात फार वेळ थांबत नसले, तरी कळत असे. बाबांचा हेर म्हणून कोण काम करीत असे याचं अनुमान करणं अवघड होतं. आईला बोलावून त्यांनी विचारलं, 'काय चाललंय हे? अभ्यास बाजूला ठेवून काय करतेय मुलगी?'

आई शांतपणे म्हणाली, 'कोण जाणे काय करतेय - कवितेचं मासिक छापतेय म्हणे.'

'आता हे कवितेचं मासिक काय प्रकार आहे?'

'कविता लिहिते. मासिक छापतेय.'

'कवितांच्या मासिकाने काय होणार? तिला अभ्यास करायला सांगत नाहीस? मेडिकलच्या परीक्षेत कशी पास होणार? कविता लिहून पास होणार?'

आईच्या मनावर ताण आला.

‘पैसे कुठून मिळाले तिला?’ बाबांनी विचारलं.

आईने नीरसपणे सांगितलं, ‘नोमानने दिले.’

‘नोमानने का दिले?’

‘तिने मागितले, त्याने दिले.’

‘मागितल्याबरोबर द्यायचे असतात का पैसे?’

‘धाकट्या बहिणीचा हट्ट म्हणून दिले.‘

‘यात नोमानचा फायदा काय?’

‘सगळ्या गोष्टीत आपण फायदा थोडाच बघतो? चांगलं वाटतं म्हणून कविता लिहिते. नोमानसुद्धा कवितेचं मासिक छापायचा की! आता नासरिन छापतेय.’

‘मी रात्रंदिवस कष्ट करून त्यांना खाऊ घालतोय, ते त्यांनी असले फालतू उद्योग करावेत यासाठी?’

आई म्हणाली, ‘हे मला कशाला विचारता? पोरीला विचारा!’

बाबांनी मला काही विचारलं नाही. त्यांनी धरलं दादाला - ‘का रे, ती वेडी झाली म्हणून तूही वेडा झालास का? तू उत्तेजन देतोस काय तिला मासिक काढायला?’

दादा पडत्या आवाजात म्हणाला, ‘मी नाही उत्तेजन दिलं.’

‘पैसे कशासाठी दिलेस?’

‘फार नाही दिले.’

‘पण दिलेस ना? तू पैसे दिल्याशिवाय ती हा उद्योग करू शकली असती का?’

दादा अभिमानाने म्हणाला, ‘नाही.’

‘कविता लिहून काय मिळतं आयुष्यात? काही मिळतं?’

‘नाही.’

‘मग लिहिते कशाला?’

‘अशीच.’

‘कविता जेवू घालते का?’

दादाने नकारार्थी मान हलवली, ‘नाही.’

‘कपडे देते का?’

‘नाही देत.’

‘घर देते?’

‘नाही.’

‘वीज देते?’

‘नाही.’

दादा मान खाली घालून दबक्या आवाजात उत्तरं देत राहिला.

‘गावात फिरून माणसांचं जीवन पाहातोस. कुणी फक्त कविता लिहून घर

बांधलेलं पाहिलंस?'

'नाही.'

'कुणीही चांगला माणूस फालतू कामात वेळ घालवतो?'

'नाही.'

'वेडे सोडून इतर कुणी कविता लिहितं?'

दादाने या प्रश्नाचं काहीच उत्तर दिलं नाही. बाबांनी आणखी दोनदा हाच प्रश्न विचारला. दादाला निरुत्तर करून, आपल्या बुटांचा आवाज करीत ते बाहेर गेले.

बाबांनी तोंडाला कुलूप लावलं. घरातल्या इतर सगळ्यांशी ते बोलत, फक्त माझ्याशी मात्र अबोला. बाबांनी अबोला धरला याचा अर्थ त्यांच्याकडून पैसे मिळणं बंद. माझं आता कॉलेजही नव्हतं, म्हणून रिक्षाभाड्यासाठी पैशांची गरजही पडणार नव्हती. त्यामुळे आता बाबांचे तांबारलेले डोळे, दात खाणं, शिवीगाळ आणि 'अभ्यास कर' असा आदेश यांना तोंड द्यावं लागणार नाही या विचाराने मनाला थोडं बरंच वाटलं. बाबांचा स्वभावच असा होता - अचानक ते बोलणं बंद करीत. अनेक दिवस एखाद्याशी अबोला धरीत. घरातले नोकर-मोलकरीण यांच्याशिवाय बाकी सगळ्यांशी ते आळीपाळीने अबोला धरीत. जेव्हा बोलणं सुरू करीत, तेव्हा ते स्वत:च्या बाजूनेच सुरू करीत म्हणून बोलणं सुरू होई. तोंडाचं कुलूप ते आपल्या इच्छेप्रमाणे लावीत, इच्छेप्रमाणे काढीत - किल्ली त्यांच्या खिशात! अनेकदा असंही होई की बाबांनी एखाद्याशी का अबोला धरला आहे, हे शोधून काढणं आम्हा सर्वांनाच अवघड वाटे. त्यांच्या अबोल्याचं कारणच समजत नसे. अर्थात माझ्याशी अबोला धरण्याचं कारण होतं 'सेंजुती'. माझ्याशी अबोला धरल्याला आठवडा उलटल्यावर त्यांनी मला पत्रं लिहायला सुरुवात केली. पत्रं आणून देई 'आरोग्य वितान'चा कर्मचारी सलाम. या सलामला आई त्याच्या पूर्ण नावानेच हाक मारी. 'सलाम' हे अल्लाहच्या नव्व्याण्णव नावांपैकी एक नाव आहे. कुणालाही थेट 'अल्लाह'च्या नावाने हाक मारायची नसते, त्याला अब्दुस किंवा अब्दुल जोडलं की नावाचा अर्थ होतो अल्लाहचा गुलाम. सगळी माणसं ही अल्लाहची गुलाम असल्याने आई सलामला अब्दुस सलाम म्हणजे अल्लाहचा गुलाम अशीच हाक मारी. अब्दुस सलाम मला पत्र देऊन गेल्यावर आई मला प्रत्येक पत्र मोठ्याने वाचून दाखवायला सांगे. मी पत्र मोठ्याने वाची आणि फक्त आईच नव्हे, तर घरातले सगळेजण ते ऐकत. दहा-बारा पानांचं पत्र. वडिलांचं म्हणणं न ऐकण्याच्या फाजीलपणाचं वर्णन करून पत्राची सुरुवात. पराकोटीची निराशा आणि दु:ख यांनी पत्राचा शेवट, मध्ये नीतीचा उपदेश. शेवट रीतीप्रमाणे, इति, तुझा अभागी बाप. ते पत्र मी वाची खरी, पण प्रवेश परीक्षेसाठी अभ्यास करण्याचा काहीच प्रयत्न करीत नसे. कारण मला अभ्यास करावासाच वाटत नसे. बाबा मला 'लिहीत-वाचीत जा' असं सांगत, पण माझं

लिहिणंवाचणं हे त्यांना अभिप्रेत असलेल्या लिहिण्या-वाचण्यापेक्षा वेगळं होतं, पण चालू होतं.

कवींच्या आणि वेगवेगळ्या लघुनियतकालिकांच्या पत्त्यांवर 'सेंजुती'चा अंक पाठवल्यावर काही दिवसांनी बरीच पत्रं येऊ लागली, पत्रांबरोबर कवितासुद्धा! मी कविता वाचे, त्यांचे शुद्धलेखन तपासे आणि पुढच्या अंकात छापण्यासाठी फाईलला लावी. 'सेंजुती' मी त्रैमासिक केलं होतं, पण वाटे, की उद्याच अंक छापावा. तीन महिन्यांची दीर्घ प्रतीक्षा सहन होत नव्हती. मला येत असलेली प्रचंड पत्रं पाहून मला ऐकू येईल अशा आवाजात बाबांनी आईला विचारलं, 'इकडंतिकडं पत्रमैत्री करणं बंद केलं नाही की काय अद्याप?' इकडं-तिकडं पत्रमैत्री बंद झाली होती खरी; पण इकडंतिकडं कविता पाठवणं बंद झालं नव्हतं, ते चालूच होतं. व्हरांड्यातल्या टेबलावर पडलेला 'सेंजुती'चा एक अंक बाबांनी एके दिवशी हळूच उचलला. दुपारी जेवणं झाल्यावर बिछान्यावर पडल्या पडल्या त्यांनी 'सेंजुती'मधल्या सगळ्या कविता वाचल्या. वाचून झाल्यावर तो अंक खिशात टाकूनच ते बाहेर पडले. आता यानंतर काय होणार याचा अंदाज करणं मला शक्य नव्हतं. रात्री त्यांनी आईला आपल्या खोलीत बोलावून, जवळ बसवून, 'सेंजुती' मधली एक कविता ऐकवली आणि म्हणाले, 'बघ, इथं कवी म्हणतोय, कागद ही माती आहे, लेखणी ही कुदळ आहे. अगदी बरोबर म्हटलंय ना? कवीलोक स्वत:च स्वत:ची कबर खोदीत असतात, ही गोष्ट एक कवीच सांगतोय!'

पत्राचं कुठलंच उत्तर बाबांना मिळत नसे. निराश चेहऱ्याने ते घरी येत आणि निराश चेहऱ्यानेच बाहेर जात. माझ्या उंच, गौरवर्णीय, कुरळ्या केसांच्या, उत्तमकुमार या नटासारख्या दिसणाऱ्या बाबांच्या मनात किती शिव्याशाप साठलेले असतील आणि बाहेर पडू पाहात असतील, पण ते त्यांनी नीतिविचारांमुळे दाबून ठेवले असतील, असं वाटत असे. अबोला धरणं हीसुद्धा त्यांची एक नीतीच होती. पत्रांच्या आघाताने मी कोसळून पडत नाही हे पाहिल्यावर त्यांनी नंतर जे काम केलं, ते अभिनवच होतं. आपल्या खोलीच्या दरवाजावर एक कागद चिकटवून त्यावर त्यांनी लिहिलं,

'मी आणखी सहन करू शकत नाही हा अन्याय
हेच का कपाळी होते माझ्या, हाय!
मुलांनी माझ्या सोडलंय ताळतंत्र
रडतो आहे मी मनात अहोरात्र!'

हे वाचून मी बाबांच्या खोलीच्या लाल-निळ्या खिडकीच्या लाल काचेवर एक कागद चिकटवून आले. त्यावर मी लिहिलं होतं -

''काय केला मी अन्याय असा?

बसून तर असते मी रात्रंदिवस
घरातच, जात नाही कोठेही
दाराबाहेर टाकीत नाही एक पाऊलही.'

बाबा घरी आल्यावर मी माझ्या खोलीतच बसून राहिले. त्यांची काय प्रतिक्रिया येते यासाठी कान उघडे ठेवले, पण काही फायदा झाला नाही. बाबा गुपचूप येऊन गुपचूप निघून गेले. ते बाहेर गेल्यावर खिडकीवरच्या कागदाची अवस्था पाहायला गेल्यावर दिसलं, की त्या कागदाशेजारी आणखी एक कागद चिकटवला आहे, त्यावर लिहिलं होतं -

'घरात बसून राहिले म्हणजे चांगले असणे थोडेच?
सगळी खबर समजते मला
काय काय होते घरात याची.
छंदामध्ये व्यर्थ घालवीत असता वेळ
नाही तुम्हाला कुठलीच भीती
इकडेतिकडे पत्रमैत्री करून होत नाही काही काम
अभ्यास केल्याशिवाय जीवनात उभे राहाता येत नाही ठाम.'

बाबांचं हे लेखन वाचून मी पुन्हा एकदा कागदावर मोठ्या अक्षरात काही ओळी लिहिल्या. त्या ओळी लिहीत असताना यास्मिनही पाहात होती. मी लिहिलं -

'हे तर माहीतच आहे, माहीत नाही असे नाही
पण एक गोष्ट मात्र मला मान्य नाही,
मुलांना मारल्याने वळण लागते,
हे कधीच पटत नाही,
जेव्हा मुलीला मारल्यावर ती रडते,
तेव्हा बापाला का सुख वाटते?'

बाबा संध्याकाळ होण्याच्या आधीच घरी परत आले. आल्याबरोबर कुणालाही हाक न मारता आपल्या खोलीत गेले. तिथे तासभर वेळ काढून, बाहेर येऊन आईला पाणी मागितलं आणि बाजारातून काही आणायचंय का याची चौकशी करून परत गेले. मी घाबरून माझ्या खोलीतच दडून बसले होते. माझ्या या नव्या पद्याचा काय परिणाम होईल याने मनात धाकधूक होत होती. बाबा बाहेर गेल्यावर मी त्यांच्या खोलीत गेले. यावेळी जांभळ्या काचेवर त्यांनी लिहिलं होतं -

'मर्मावर आघात करून गेले आत्मजेचे क्रन्दन
पित्यालाच माहीत असते कन्येशी त्याच्या आत्म्याचे बंधन.
पिता आज आहे, उद्या जाईल मरून
म्हणूनच देऊ पाहातो तो कन्येला भरभरून

शिक्षण, आणि दाखवू पाहातो सत्याचा पथ -
ज्या मार्गावर चालल्याने सारे 'चांगलं' म्हणतील, हेच पित्याचं मत!'

या प्रकाराने मला खूपच उत्तेजित केलं. घरातले सगळेजण खिडकीच्या काचेवर चिकटवलेल्या पद्यरचना वाचून जात. दादाने दिलेल्या लाल डायरीत कविता लिहिणं सोडून खिडकीच्या काचेवरच्या या पद्य-पद्य खेळात मी रंगून गेले.

'रवीन्द्रनाथ वाचून सत्य सापडत नाही की काय?
काजी नजरूल यांना कुणी दूर सारील काय?
आणि सुकान्त? तो तर दुर्दान्त!
कविता म्हणजे काय असत्याचा पथ?
तसं असेल, तर त्या मार्गावर जाणार नाही,
कुणाचंही दुःख वाढवणार नाही.
मी खूप क्षुद्र व्यक्ती आहे,
एवढंच मला माहीत आहे
मला नाही हाव हिऱ्या-मोत्यांच्या माळांची,
केवळ एक इच्छा आहे 'सांजवात' लावण्याची.'

एका खिडकीवरची जागा संपल्यावर दुसऱ्या खिडकीच्या काचेवर कविता चिकटवली. ही कविता वाचून आई म्हणाली, 'मी खूप क्षुद्र व्यक्ती आहे' हे वाक्य खोडून टाक.'

'ते खोडून काय लिहू?'

'लिही - "मी खूप बुद्धिमान व्यक्ती आहे." असं!'

ती ओळ काही खोडता आली नाही, कारण बाबांच्या पावलांची चाहूल ऐकू आली. बाबा आजकाल वारंवार घरी येऊन डोकावू लागले होते. प्रातर्विधीला जायचे तर असेच, पण एक ग्लास पाणी पिण्यासाठीही नतून बाजारातून आमलापाडाला येत. हेतू अर्थातच कविता. कधी-कधी असंही होई, की कविता लिहून गेल्यावर अर्ध्याच तासाने ते परत येत आणि खिडकीवर नवीन कविता चिकटवलीय का ते पाहून जात. आमची नजरानजर होत नसे. ते मला टाळीत, मीही त्यांना टाळी. अबोल्याच्या काळात एकमेकांशी नजरानजरही होऊ द्यायची नाही हा नियम होता आणि बाबांनीच शिकवलेला होता.

'रविबाबू कविता लिहीत निवांतपणे
ते होते जमीनदार, त्यांना होते काय उणे?
विद्यार्थीदशेत कविता लिहिणे शोभते का?
मी अभागी, संसार चालवतो मोठ्या कष्टाने
याचे फळ काय मिळते मला?

बापाचा विचार मुले थोडा तरी करतात का?
त्यांच्या हावभावावरून तसे काही दिसत नाही मला.
किती सांगितले माणसांसारखी माणसे व्हा,
पण कानी आल्याचे दिसत नाही काहीही लक्षण.
गेलेला वेळ परत नाही येणार,
बाप मेल्यावर मदतीला कुणी नाही येणार.
वारंवार सांगत असतो ही गोष्ट, आताही सांगतो,
फालतू गोष्टी केल्याने जीवन होईल नष्ट
इतरांना काही वाटणार नाही, बापालाच होतील कष्ट!'

ही पद्यरचना लिहायला बाबांनी बराच वेळ घेतला. सलामला खोदून खोदून विचारल्यावर समजलं, की बाबा कागद-पेन घेऊन आजकाल आरोग्य-वितानात डोकं खाजवीत बसलेले असतात. पेशंटस् वेटिंग रूममध्ये बसून राहातात. बाबा डोकं खाजवतात, लिहितात, खोडतात, परत लिहितात. मग बाहेर येऊन पेशंटस्ना आणखी थोडा वेळ थांबायला सांगून ते दवाखान्याबाहेर जातात - म्हणजेच घरी खिडकीवर पद्यरचना चिकटवायला जातात.

हे लेखन वाचून आई म्हणाली, 'हूं:! हा संसार चालवायला काय कष्ट पडतात का? आठवड्यातून एक दिवस बाजार करतात. त्या बाईच्या घरी तर रोज मासे-मटण जातं. पैसे काही कमी कमवत नाही तुझा बाप. तुला कधी काही दिलंय? तू हट्टाने मागितलेली वस्तू कधी दिलीय त्याने?'

मी आईच्या प्रेरणेने लिहिलं -
कधी होतो एवढा खर्च संसारात?
अनेकदा तर राहातो आम्ही अर्धपोटीच.
ईद आली तरी कधी नवे कपडे मिळत नाहीत
मनात किती दाटून आलंय, शब्द पण फुटत नाहीत.
सारीकडच्या मुली कशा बोलत असतात निर्भयतेने
आम्ही मात्र घरात राहातो थरथरत भीतीने.
तरी मनात आशा आहे लपून
बाबांची माया मिळाली तर चुका साऱ्या सुधारू,
इतक्या मोठ्या होऊ की आकाश कवेत घेऊ
दिगन्ताच्या पार आम्ही एके दिवशी जाऊ!'

हे वाचून आई म्हणाली, 'दिगन्ताच्या पार जाण्याची गोष्ट का लिहिलीस?' दादाने मोठ्याने वाचलं आणि म्हणाला, 'छान लिहिलंस!' यानंतर मात्र बाबांनी आणखी काही लिहिलं नाही. कवितेतलं जीवन आणि प्रत्यक्षातलं जीवन यात मोठा

फरक असतो हे एके दिवशी बाबांची 'नासरिन!' ही ओरडून मारलेली हाक ऐकल्यावर लक्षात आलं. पूर्वीप्रमाणेच दात खात त्यांनी विचारलं, 'काय चाललं होतं?'

मी निरुत्तर.

'दिवसभर गप्पा मारून प्रगती होईल?'

निरुत्तर.

'मेडिकल प्रवेश परीक्षेत तुझ्यासारखी गाढवी पास होणं शक्य नाही, हे समजत नाही?'

निरुत्तर.

'कविता लिहितेस? कविता काय तू एकटीच लिहू शकतेस? सगळे लिहू शकतात. आपल्या मोलकरणीला विचार, तीसुद्धा लिहू शकते.'

गाढवीच्या तोंडून शब्द फुटतात, 'पण तिला तर लिहिता येत नाही.'

'न का येईना! तोंडाने तर सांगू शकेल ना? लालन फकिराने तोंडीच आपली कविता म्हटली ना? हाछन राजानेसुद्धा म्हटली ना?'

निरुत्तर.

मी शेवटची चेतावणी देतोय, मेडिकलला तुला प्रवेश मिळाला नाही, तर इथलं तुझं जेवण बंद! ढाका विद्यापीठाची प्रवेश परीक्षा कधी आहे हे माहीत आहे?'

निरुत्तर.

'आर्किटेक्चरची प्रवेश परीक्षा पुढच्या महिन्यात आहे. ढाक्याला जाऊन परीक्षा द्यावी लागेल. आत्ताच गणिताच्या अभ्यासाला बस. परीक्षेत पास झाली नाहीस, तर नशिबात काय आहे याची कल्पना करायचा प्रयत्न कर.'

बाबांचा उपदेश गुपचूप ऐकून घेऊन मी मान खाली घालून त्यांच्या खोलीतून बाहेर पडले आणि गणिताचा अभ्यास नव्हे, आनंदोत्सव सुरू केला. ढाक्याला जाण्याचा आनंद. अजून सात दिवसांनी ढाक्याला जायचं होतं.

आर्किटेक्चरची प्रवेश परीक्षा द्यायला बाबांनी स्वत:च मला सांगितलं, यापेक्षा अधिक मला काय हवं होतं? ढाका विद्यापीठात बंगाली विभागात प्रवेश घ्यायची इच्छा व्यक्त केली असती, तर त्यांनी मला ढाक्याला जाण्याची ही संधीसुद्धा दिली नसती. एम.ए. काहहार यांचा मुलगा फरहाद बाबांना म्हणाला होता, 'आर्किटेक्चर चांगला विषय आहे.' त्यामुळेच बाबा मला आर्किटेक्चरची प्रवेश परीक्षा देण्यासाठी पाठवायला तयार झाले. फरहाद प्रकौशल विद्यापीठाच्या शेवटच्या वर्षाला अनेकदा बसला होता. परीक्षा आली, की त्याला उलट्या-जुलाब सुरू होत. दरवर्षी परीक्षेच्या आधी डॉक्टर येऊन त्याला औषधं देऊन जात. तो परीक्षा देई, पण कधीच पास होत नसे. पास न का होईना, त्याच्या सांगण्याला तर महत्त्व होतं! फरहाद म्हणे, 'स्थापत्यशास्त्र हा चांगला विषय आहे. नुसता चांगलाच नव्हे, तर डॉक्टरीपेक्षा

चांगला विषय आहे.' तो याच्या समर्थनार्थ म्हणे, 'डॉक्टर मुलीशी डॉक्टर झालेल्या मुलाशिवाय कुणी लग्न करीत नाही.' पण फरहादचा कुठलाच मुद्दा बाबांना पटत नसे. डॉक्टरीपेक्षा चांगला विषय पृथ्वीवर दुसरा नाही - मग तो मुलीसाठी असो किंवा मुलासाठी असो - असं बाबांचं ठाम मत होतं. हातवारे करून फरहाद दादाला सांगून गेला होता, 'अरे मियां, आर्किटेक्ट घरी बसून काम करू शकतो, बाहेर जावंसुद्धा लागत नाही. एखाद्या मोठ्या आसामीच्या घराचं डिझाईन करून दिलं, समजा एखाद्या गव्हर्नमेंटच्या बिल्डिंगचं किंवा समजा संसद भवनाचं डिझाईन करून दिलं, तर कोटी रुपये घरबसल्या मिळतात - मग वर्षभर तुम्ही काहीही केलं नाही तरी चालतं!' आर्किटेक्चर हा चांगला विषय आहे असं छोटोदासुद्धा म्हणे. 'अरे आपला रफिक तिथंच शिकतोय ना!' रफिक शिकतोय म्हणून तो विषय चांगला, अन्यथा तो विषय चांगला नाही, असं छोटोदाचं गणित. छोटोदा इतक्या ठामपणे हे सांगे, की जणू आर्किटेक्चर या विषयाची त्याला अगदी पूर्णपणे माहिती आहे. प्रवेश घेण्याआधी सात दिवस क्लासला जावं लागे. हे क्लास शेवटच्या वर्षाचे विद्यार्थी घेत. त्याचे मित्र मला 'इव्हन फ्री कोचिंग' देऊ शकतील. आर्किटेक्चरला प्रवेश घेण्यासाठी ज्याची तयारी करायला हवी, तो विषय म्हणजे गणित. माझ्या टेबलावर लघुनियतकालिकांचा ढीग होता. गणिताचं पुस्तक सापडणं शक्य नाही, हे मला जाणवलं. गणिताच्या वह्यासुद्धा घरात असतीलच, असं वाटत नव्हतं. त्या रद्दीत विकून, त्यांच्या पैशांनी मी 'सेंजुती'साठी कागद विकत घेतला होता.

मी लवकरच आर्किटेक्ट होणार आहे, हे मी चंदनाला कळवलं. चंदना ढाका विद्यापीठात बंगाली साहित्य शिकण्यासाठी प्रवेश परीक्षा देणार होती. आम्ही दोघी ढाक्यात एकमेकींबरोबर राहू, मुक्त पाखरांसारख्या उडू, दोन्ही डोळ्यांनी जीवन पाहू, दोन्ही पायांनी पळू, बघायच्या राहून गेलेल्या उंचावरच्या गोष्टी बघू. स्वप्ननगरीच्या पायऱ्या आता आमच्या पायांच्या आवाक्यात आल्या होत्या. आमच्या पंखांमध्ये आनंद भरला होता.

सेंजुतीच्या दुसऱ्या अंकासाठी चंदनाने 'तारुण्य : एक मोहन नदी' या नावाची कविता पाठवली.

'माझ्या चोहीकडे आहे अमित तारुण्य
खेळताहेत काही देखणे तरुण
वादळ उठतं द्रौपदीच्या हृदयात
उन्मत्त सजीवतेत अविराम
ते तरुण जातात लुटले, लुटलं जातं त्यांचं सर्वस्व...'

खिडकीत बसून चंदना फक्त गुलमोहर किंवा मेहॉगनी झाडाची पानं झडतानाच

नव्हे, तर देखणे तरुणही पाहात असे. त्यांच्यापैकी एकाला ती भेटूनही आली होती. त्या भेटीचं, डोळ्यांमधल्या लालसेचं, हृदयातल्या भावनांचं तिने तपशीलवार वर्णनही केलं होतं. त्या देखण्या तरुणाला स्पर्श करावासा वाटत होता, पण चंदनाने आपले हात दूर सरकवले. तिला फक्त डोळ्यांत डोळे घालून पाहाणंच बरं वाटे, त्याचीच आठवण ती नंतर सतत काढत असे. मला वाटे, प्रेमासारखी सुंदर गोष्ट जगात दुसरी नाही. प्रेमाच्या गोष्टी मी तन्मयतेने ऐके. कल्पनेत एक राजकुमार पक्ष्यावर बसून उडत येई. 'ही माझी प्रेम करण्याची वेळ आहे / मी माझ्या इच्छेनुसार आणू शकते प्रेमाचा पूर...' मी स्वत:सुद्धा अशा कविता लिहीत होते.

रुद्र मुहम्मद शदिदुल्लाह नावाच्या, ढाक्याच्या एका उदयोन्मुख कवीने सेंजुतीसाठी कविता पाठवल्या. 'बाजे' हा शब्द त्याने 'बाँजे' असा लिहिला होता. तो चंद्रबिंदू काढून त्याची 'तामाटे राखाल तुई' (ताम्रवर्ण गुराखी तू) ही कविता मी नंतरच्या अंकासाठी निवडली.

'बासरी काही वारंवार वाजत नाही, बासरी फक्त एकदाच वाजते
हे ताम्रवर्णी गुराख्या, तुझी बासरी का वाजत नाही?
वाजते तुझी नि:संगता, वाजते तनू, व्यथित स्वप्न
गहन सुरासारखे वाजतात तुझे दिवस नि रात्र
पण बासरी का वाजत नाही?

कवितेबरोबरच रुद्रने पत्रही पाठवलं होतं. लाल शाईने लिहिलेलं पत्र. 'सेंजुती'च्या संपादिकेला भेटण्याची त्याची इच्छा होती आणि तिला 'तू' असं संबोधण्याचीही इच्छा होती, कारण 'आपण' हे संबोधन त्याला मुळीच आवडत नव्हतं. सेंजुतीचा रंग पिवळा का असं त्याने विचारलं होतं. सांजवातीची ज्योत पिवळी असते, म्हणून पिवळा, एवढं सोपं उत्तर होतं. पुढच्या पत्रात त्याने माझ्यासाठी 'तू' हे संबोधन वापरलं होतं, जणू तो माझ्या खूप जवळचा कुणी होता. पत्रातून माणसांना आपलंसं करून घेणं हा माझा स्वभाव होता, त्यामुळे मलाही आश्चर्य वाटलं नाही.

'सेंजुती'साठी कविता आमच्या बांग्लादेशमधून येत, तशाच पश्चिम बंगालमधूनही येत. अगदी शहरं, गावं, वाड्या अशा ठिकाणांहूनही येत. कोलकात्याहून अभिजित घोष, निर्मल बसाक, चैताली चट्टोपाध्याय, जीवन सरकार असे अनेक कवी कविता पाठवीत. मी कवीचं नाव पाहून नव्हे, तर कवितेची गुणवत्ता पाहून कविता छापी. कविता चांगली असली, की मग तो कवी नवीन असला, अगदी एखाद्या कोपऱ्यातल्या वाडी-वस्तीवर राहाणारा असला, तरी त्याची पर्वा न करता ती कविता छापी. कवी लिहिताना शुद्धलेखनाची काळजी घेत नाहीत, प्रमाणभाषेत लिहीत नाहीत हे माझ्या लक्षात येऊ लागलं होतं. ते उच्चाराप्रमाणे लेखन करीत. चंदना 'एक' हा शब्द बंगालीतील उच्चाराप्रमाणे 'अ्याक' असा लिही. मीसुद्धा उच्चाराप्रमाणे लेखन करी,

शुद्धलेखनाच्या नियमांप्रमाणे नव्हे. निर्मल बसाक तर कवितेत कुठलंही विरामचिन्ह वापरीत नसे. रुद्र 'ण' ऐवजी 'न' लिही. प्राण, कारण हे शब्द तो प्रान, कारन असे लिही. ते शब्द मला खटकत. तरीही या बदलांचे मी 'सेंजुती'मध्ये स्वागतच करी. भाषा काही स्थिर जलाशयासारखी नसते, ती वाहत्या झऱ्यासारखी असते. 'सेंजुती'च्या 'इत्यादी इत्यादी' विभागात मी लघुनियतकालिकाबद्दलच्या बातम्या देई. त्यांचे पत्तेही देई. जे 'सेंजुती' वाचतील, त्यांना इतरही वीस-पंचवीस लघुनियतकालिकांशी संपर्क साधता यावा, यासाठी. कुठे कुठे कवितेसंदर्भात कार्यक्रम झाले, कोण काय लिहितं आहे, कुणाचं कुठलं पुस्तक प्रकाशित झालं आहे - या बातम्याही संकलित करून प्रकाशित करी. सेंजुतीची घोषणा होती, 'फक्त कविताप्रेमींसाठीच सेंजुती आहे. सेंजुतीच्या प्रकाशात काव्यजगतातली सगळी काजळी नष्ट होऊन जाईल. सेंजुती नेहमी सत्य आणि सुंदर असेल. सेंजुतीचे मूल्य फक्त पंचाहत्तर पैसे.' पण सगळेचजण काही पंचाहत्तर पैसे देऊन सेंजुती विकत घेत होते असं नाही. जाहिराती नसलेलं नियतकालिक स्वत:चे पैसे खर्च करून मी जे कुणी कविता लिहीत किंवा कवितेचं नियतकालिक प्रकाशित करीत, अशांना पाठवी. पाठवण्यासाठी पोस्टेजही काही कमी खर्च होत नसे. सेंजुतीच्या माध्यमातून मी साधारण वाचकांना 'कविता वाचा, कवितेची नियतकालिकं विकत घ्या, कवितासंग्रह विकत घ्या.' अशी विनंती करीत असे. साऱ्या जगाला कवितेचं जग बनवल्याशिवाय मला समाधान वाटणार नव्हतं. कवितेने मला खरोखर झपाटलं होतं. कविता माझी अहोरात्र जिवलग मैत्रीण होती.

'घरात कुणी नाही, चंदन आणि फुलं हातात घेऊन मी कवितेच्या पूजेला बसलो आहे,

रुसून दिवसभर निष्कर्म्यासारखा बसून राहातो अहेतुक,
दरवाजात थांबून कृतघ्न शब्द डोळे मिचकावीत, हसत अपमान करतात,
दुधी चांदण्यात बसून असतात निंदक आणि टीकाकार...'

सरळ गद्यात लिहिलेल्या अभिजितच्या दीर्घ कविता वाचता-वाचता मात्रावृत्त - अक्षरवृत्त यांच्यापासून मी कालप्रवाहात दूर दूर वाहात जाई.

रुद्रने त्याचा नुकताच प्रकाशित झालेला 'उपद्रुत उपकूल' (अस्वस्थ किनारा') हा कवितासंग्रह पाठवला होता. मी त्यातल्या कविता मोठ्या आवाजात वाची, बरोबर यास्मिनलाही वाचण्यासाठी बोलावून आणी. आमच्या घराच्या वातावरणात रुद्रच्या कवितेचे शब्द, कवितेचा गंध दरवळत असे आणि आमच्या तोंडी कविता असत, मनात कविता घोळत असत.

'आज मला वाऱ्यामध्ये प्रेताचा वास येतोय,
आज मी मातीमध्ये मृत्यूचं नागडं तांडव पाहातोय,
तन्द्रेमध्ये ऐकतोय मी बलात्कारित स्त्रीचे कातर चीत्कार

हा देश विसरून गेलाय की काय ती दुःस्वप्नांची रात्र,
तो रक्ताक्त काळ?
वाऱ्यातून प्रेतांचा वास तरंगतो आहे
मातीवर पडले आहेत रक्ताचे डाग.
या रक्त माखलेल्या मातीचा ललाटाला स्पर्श करून
एके दिवशी ज्यांनी छाती बांधली होती,
जीर्ण जीवनाच्या पुंजामध्ये ते शोधतात निषिद्ध अंधार
आज ते प्रकाशहीन पिंजऱ्यात, जागे आहेत रात्रीच्या गुहेत.
राष्ट्रध्वज आज धरला आहे त्याच जुन्या ससाण्याने
रक्ताच्या कफनात गुंडाळलेल्या ज्या व्यक्तीला
खाल्लं आहे कुत्र्यांनी, खाल्लं आहे गिधाडांनी,
ती आहे माझीच आई, तो आहे माझाच भाऊ,
ते आहेत माझेच वडील.
स्वतंत्रता - माझे आत्मीय गमावून मिळवलेली एकमेव आत्मीय,
स्वतंत्रता - माझ्या प्रिय माणसांच्या रक्ताने विकत घेतलेलं अमोल पीक.
बलात्कारित बहिणीची साडीच आहे आमच्या रक्तरंजित देशाचा राष्ट्रध्वज.'

रुद्रच्या कवितेने मला झोपेतून जागं केलं, उभं केलं. बेचैन होऊन व्हरांड्यात फेऱ्या मारायला लावलं. त्याच्या अशा सत्य कथनाने, अशा दृढ आणि बलिष्ठ वक्तव्याने मला आकर्षित केलं. रुद्रची कविता मोठ्या आवाजात, सभागृहात जमलेल्या लोकांसमोर वाचून दाखवण्यासारखी होती. सभेत, मैदानात वाचून दाखवण्यासारखी होती. कवितावाचन करणं ही माझ्यासाठी काही अगदीच नवीन गोष्ट नव्हती. दादाच्या बालपणी आईने ही कला दादाला शिकवली होती. माझ्या मोठेपणी मी या कलेची तालीम घेतली होती दादाकडून आणि मी कवितावाचन कसं करावं हे यास्मिनला शिकवू लागले. यास्मिनने शाळेच्या कवितावाचन स्पर्धेमध्ये, एवढंच नव्हे, मयमनसिंह जिल्ह्याच्या साहित्य आणि सांस्कृतिक उत्सवातल्या कवितावाचन स्पर्धेत भाग घेतला. एकाच दिवशी कवितावाचनाबद्दल तीन-तीन पुरस्कार घेऊन आली ती. मयमनसिंहच्या डिस्ट्रिक्ट मॅजिस्ट्रेटच्या हस्ते रवीन्द्ररचनावली, गीतवितान, नजरुल यांची संचिता, रवीन्द्रनाथांची संचयिता घेऊन घरी आली. गीतवितान उघडून तिने एकटीनेच गाणी गायला सुरुवात केली. ती खूप सुंदर गाई. ते ऐकून मी वारंवार म्हणे, 'तुला एक हार्मोनियम असता तर खूप चांगलं झालं असतं.' दादाचं व्हायोलिन तुटलं होतं. छोटोदाने आपलं गिटार विकून गीताला साडी आणून दिली होती. बाबांना गाणं बजावणं आवडत नव्हतं. बाबांच्याकडे यास्मिनसाठी हार्मोनियमची मागणी करणं म्हणजे गालावर दोन थपडा खाण्याची व्यवस्था करणं होतं. गायन करण्याचं

स्वप्न यास्मिनला तात्पुरतं बाजूला ठेवावं लागलं. त्यापेक्षा कविता वाचणं चांगलं. कवितावाचन करण्यासाठी कुठल्याही वाद्याची गरज भासत नाही.

माझ्या डोक्यात सेंजुती आणि मनात कविता असतानाच दादा मला आर्किटेक्चरच्या प्रवेश परीक्षेसाठी ढाक्याला घेऊन गेला. प्रकौशल विद्यापीठात तो मला छोटोदाचा मित्र रफीक याच्या होस्टेल रूमवर घेऊन गेला - परीक्षेत काय प्रश्न येतात, त्यांची उत्तरं कशी लिहायची याची रफीकने मला कल्पना द्यावी, यासाठी. रफीक उदासपणे हसून म्हणाला, 'उद्या परीक्षा आहे आणि आज काय कल्पना देणार?' तरीही मला बसवून कागदावर पेन्सिलने एक सरळ रेषा काढायला लावली, एक वर्तुळ काढायला सांगितलं. त्यानंतर म्हणाला, 'या खोलीचं चित्र काढ.' मी ते काढून दाखवल्यावर म्हणाला, 'हिचा हात तर चांगलाच आहे.' मी दुसऱ्या दिवशी परीक्षा द्यायला गेले. ज्या आकृत्या काढायला सांगितल्या होत्या त्या काढल्या; पण सोडवायला सांगितलेल्या दहा गणितांपैकी एकही गणित सोडवणं मला शक्य झालं नाही. कसं शक्य होणार - मी गणिताची नव्हे, तर कवितेची काळजी करीत होते ना! दोन तास वेळ होता, पण मी एका तासातच परीक्षा-हॉलमधून बाहेर येऊन दादाला निष्प्राण आवाजात सांगून टाकलं, 'मी काही या परीक्षेत पास होणार नाही.' आश्चर्य म्हणजे काही दिवसांनंतर बातमी मिळाली, की तोंडी परीक्षेसाठी ज्यांची निवड झाली आहे, अशा विद्यार्थी-विद्यार्थिनींच्या यादीत माझं नाव आहे. तोंडी परीक्षा देण्यासाठी ढाक्याला जावं लागणार, म्हणून मी सुटकेस भरली. पण माझी यात्रा भंग करीत बाबा म्हणाले, 'ढाक्याला जायची गरज नाही.'

का? ढाक्याला जायची गरज का नाही? ढाक्याला गेल्याशिवाय तर काही तोंडी परीक्षा देता येणार नाही आणि तोंडी परीक्षा दिली नाही तर आर्किटेक्चरमध्ये प्रवेश होणार नाही. मी बाबांसमोर माझे प्रश्न घेऊन स्तंभित बसून राहिले.

बाबा गंभीर आवाजात म्हणाले, 'आर्किटेक्चर शिकायची गरज नाही.'

माझ्या स्वप्नांचं स्थापत्य अचानक असं कोसळलं. मी दुःखाने उदास बसून राहिले.

आर्किटेक्चर शिकायची गरज नव्हती, कारण मला मेडिकलचं शिक्षण घ्यायचं होतं. माझं नाव लागलं होतं मेडिकलला प्रवेश मिळालेल्यांच्या यादीत!

नि:संगतेचा संग

बाबा घरात जे नियम लागू करीत, ते वर्षानुवर्षे तसेच चालू राहात असत, असे नाही. दोरी त्यांच्या हाती असे. त्यांची इच्छा होईल, तेव्हा ते ती ढिली सोडीत; इच्छा होई तेव्हा घट्ट करीत. त्यांनी घेतलेले काही-काही कठीण निर्णय ते एखाद्या दिवशी अचानक रद्द करीत. मला आता पत्रमित्रांची पत्रं येत नसल्याने त्यांनी नव्या पोस्टमनला पुन्हा पत्रं त्यांच्याकडे पाठवण्याची सूचना केली नाही. पोस्टमन पूर्वीप्रमाणेच घरी पत्रं देऊ लागला होता. स्वयंपाकघरातल्या बंद कपाटाचं कुलूप उघडून सगळं मोजून-मापून देणंसुद्धा त्यांनी बंद केलं होतं. स्वयंपाकासाठी सामान देण्यासाठी बाजारातून वारंवार घरी येणं त्यांना गैरसोयीचं वाटू लागलं, त्यामुळे ते कपाट आता उघडंच राहू लागलं. आई पूर्वीसारखीच संसारात बुडून गेली. जरीची आई निघून गेल्यावर तिने आजोळच्या मागच्या बाजूला असलेल्या वस्तीतून मलिकाला आणलं होतं. ती मलिकासुद्धा एक महिन्याच्या आत निघून गेली. दोन दिवस तिला इकडं-तिकडं शोधून, शेवटी आईने आमच्या मोहल्ल्यात भीक मागणाऱ्या हलिमालाच धरून आणलं. हलिमा तिच्या आईसह घरात राहू लागली. काहीतरी निमित्ताने रस्त्यातल्या एका भंगार-रद्दीवाल्याशी हलिमाची भेट झाली. तो माणूस तिच्याशी लग्न करणार होता म्हणून तिला खूप आनंद झाला. आईने तिला एक रंगीत साडी दिली आणि रद्दीवाल्या जावयाला दिली एक नवीन लुंगी. लग्न झाल्यावर हलिमा आनंदाने निघून गेली. हलिमाची आई आमच्या घरी एकटीच राहिली. ती कायम तापाने व खोकल्याने आजारी असे. घरातलं सगळं काम एकटीनेच करणं तिला शक्य होईना. जेव्हा खोकल्याबरोबर तिच्या तोंडातून रक्तही पडू लागलं, तेव्हा आईने स्वत: तिला दवाखान्यात ठेवलं. दोन आठवडे पूर्ण व्हायच्या आतच हलिमा पुन्हा आमच्या घरी आली. 'काय झालं?' 'जावई जेवायला देत नाही.'

हलिमा पूर्वीप्रमाणेच धुणी-भांडी करू लागली, घर पुसू लागली. राहून राहून ती म्हणे, 'त्याच्या त्रासामुळं रात्रभर झोप यायची नाही!' 'कुठला त्रास?' मी विचारलं.

'रात्री झोपेत तो "रद्दीऽ, डबे ऽ, बाटल्या ऽऽ" असं ओरडत उठायचा. दिवसभर रस्त्यावर फिरून आरोळ्या द्यायचा ना, रात्री झोपेतही आपण रस्त्यातच आरोळ्या देत फिरतोय असं त्याला वाटायचं.'

याच हलिमाने पुन्हा काही दिवसांनी रस्त्यात भेटलेल्या दुसऱ्या एका फेरीवाल्याशी लग्न केलं आणि आमचं घर सोडलं.

आमच्या घरी अशा गरीब लोकांचं येणं आणि जाणं पाहाण्याची मला सवयच होऊन गेली. कोण आलं, कोण गेलं, कुठं गेलं यावर पुढे फार चर्चा होत नसे. कामाला माणूस असलं म्हणजे आईला थोडा आराम असे; नसलं, तर तिला कष्ट पडत. हे सारं आईच पाहात असे. कामाला कुणी माणूस असो वा नसो, आमच्या आरामात कधीही अडथळा येत नसे. म्हणूनच कामासाठी माणूस मिळवण्यासंदर्भात आमच्यापेक्षा आईचा उत्साह नेहमीच अधिक असे.

एकदा गुडघ्यापर्यंत लुंगी आणि अंगात फाटका बनियन असा एक माणूस आमच्या अंगणात आला. वयाने तरुण. त्याला बघितल्याबरोबर तो डाकू असावा असं वाटलं, कारण त्याच्या हातात कोयता होता.

'काय पाहिजे?' मी खिडकीतून ओरडून विचारलं.

'काम करवून घेणार?'

'कुठलं काम?'

'कोयत्याचं काम!'

मी पळत जाऊन आईला सांगितलं, 'एक डाकू आलाय. तो कोयत्याचं काम करतो म्हणे. कोयत्याचं काम म्हणजे समजलं ना? कोयत्याने खून करायचं काम!'

आई मसाला वाटीत होती. म्हणाली, 'थांबायला सांग त्याला.'

मी काही त्या माणसापुढे गेले नाही. आई काम बाजूला ठेवून अंगणात गेली. त्या माणसाला घरात आणून, पत्र्याच्या खोलीमागं वाढलेलं गचपण त्याच्याकडून साफ करवून घेऊन, तिने त्याला वरण-भात-माशाचं कालवण असं जेवायला घातलं. आईला कुठलीच भीती नव्हती. आमच्या घरात अनेक चोऱ्या होऊनही आईला बाहेरचा कुणी माणूस चोर वाटत नसे. तो माणूस जेवत असताना आईने त्याला विचारलं, 'काय हो दादा, तुम्हाला एखादी मुलगी नाही का? बारा-तेरा वर्षे वयाची?' तरुण महिलेला कामाला ठेवताना आईला भीती वाटे. म्हणून तिला जास्तीत जास्त बारा-तेरा वर्षांची मुलगी हवी असे किंवा मग चाळिशीतली स्त्री.

तो माणूस म्हणाला, 'ताई, मला एकच मुलगा आहे. मुलगी नाही.'

'वय काय आहे त्याचं?'

त्याला मुलाचं वय सांगता आलं नाही. उभे राहून, पोटाजवळ डावा हात आणून त्याने मुलाची उंची दाखवली, 'माझ्या पोटाइतपत उंच आहे मुलगा.'

'माझ्याकडं कामाला घेऊन या. छोटीमोठी कामं तर नक्कीच करता येतील त्याला!'

तो माणूस दुसऱ्या दिवशी नजरुलला घेऊन आला. नजरुल खाऊन-पिऊन इथे राहील. कोयत्याचं काम करण्यासाठी या भागात आल्यावर त्याचा बाप त्याला भेटू शकेल असं ठरलं. तो माणूस आला, की प्रत्येक वेळी आई त्याला जेवायला घाली. तो आनंदाने आपल्या मुलाला भेटून परत जाई. नजरुल जवळ-जवळ दोन वर्षे आमच्या घरी होता. दोन वर्षांनंतर एके दिवशी तो पळून गेला. त्यानंतर दोन महिन्यांनी त्याच्या वडिलांनीच त्याला पुन्हा आमच्या घरी आणून सोडलं. रात्री सगळी कामं पूर्ण करून तो आमच्या खोलीत येऊन लोकनाट्यातल्या राजाचा अभिनय करी - एकटाच. आम्ही त्याच्या प्रेक्षक आणि श्रोते. मधूनमधून तो आमचे हात धरून आम्हाला राणी होण्यासाठी, त्याच्यासमोर उभं राहायला सांगे, मग असेनात का आमच्या भूमिका बिनसंवादाच्या! मी विचारी, 'काय रे नजरुल, मोठा झाल्यावर कोण होणार? लोकनाट्यात राजाची भूमिका करणार?' नजरुल चमकत्या डोळ्यांनी म्हणे, 'हो!' आधी-आधी नजरुलला स्वयंपाक करता येत नसे, कपडेही धुता येत नसत. नंतर तो सगळं शिकला. तो जेव्हा आपल्या वडिलांच्या छातीइतका उंच झाला, तेव्हा त्याला कोयत्याच्या कामासाठी त्याचे वडील घेऊन गेले. जाण्याच्या दिवशी आईने तिच्या पदराच्या गाठीत आणि बिछान्याखाली एकूण जेवढी चिल्लर होती, ती सारी - एकूण बारा रुपये - नजरुलच्या बाबांच्या हाती दिली.

घरी कुणीच मोलकरीण किंवा नोकर नसल्यास आई आपल्या माहेरच्या पिछाडीला असलेल्या वस्तीत जाई; तिथं कुणी मिळालं नाही तर ब्रह्मपुत्राच्या बेटावर जाई - त्या बेटावर गरीब माणसं राहात. त्यांच्यापैकी कुणी ना कुणी आईला सापडे. कुणीच मिळालं नाही, तर आई दारात भीक मागायला आलेल्यांकडून काही काम करवून घेऊन त्यांना जेवायला देई. अगदी कुणीच मिळालं नाही, तर बाबा नान्दाईल गावाहून कुणाला तरी पाठवायला सांगत. ती व्यक्ती बहुधा बाबांच्या नात्यातली असे. दूरच्या नव्हे, जवळच्याच नात्यातली. त्यांच्या बहिणीची मुलगी. बाबांच्या धाकट्या दोन बहिणींची लग्नं नान्दाईलच्या दोन शेतकऱ्यांशी झाली होती. आजारपणात या आत्या आमच्याकडे येऊन, डॉक्टर भावाला प्रकृती दाखवून औषधं घेऊन जात असत. आत्यांची मुलं मोठी झाली होती, ती एकेकटीच येत - आर्थिक मदत मागायला. दोन दिवस आमच्या घरी राहून जात. बाबा त्यांच्याकडे शेतीची चौकशी करून, त्यांना उपदेश आणि पैसे - दोन्हीही देत. उपवर झालेल्या आपल्या मुली घेऊन आत्या घरी येत. त्यांना वर सापडलेला असे, पण त्याला नोकरी हवी असे. खेड्यात राहून त्याला

शेती करायची नसे, शहरात मुलीचा मामा राहातो, त्या मामाने नोकरी शोधून दिली, तर लगेच लग्न करीन - अशी मुलाची मागणी असे. बाबा त्यांना नोकरी शोधून देत. पण नवरा मारझोड करतो म्हणून गाऱ्हाणं घेऊन मुली आल्या, की बाबा म्हणत, 'करेना का! नोकरीच्या पगारातून दोनदा जर नवरा जेवायला देत असेल, तर गुमान नवऱ्याचा संसार कर!' आणि मुलींना परत पाठवीत. कधीकधी मुलीचा नवरा तिला घटस्फोट देऊन दुसरं लग्न करी. बाबांनी आपल्या सुफी नावाच्या भाचीच्या नवऱ्याला कॅडेट कॉलेजमध्ये बुकबाईंडरची नोकरी मिळवून दिली होती. सुफीला एक गोरीपान मुलगी झाली. त्यानंतर सुफीच्या नवऱ्याने सुफीला मारून घराबाहेर काढलं आणि दुसरं लग्न केलं. सुफी बाबांकडे आली आणि त्यांच्या पायाशी बसून रडली. बाबा म्हणाले, 'जा, सवतीच्या घरी पडतील ती कामं करून जग!' सुफी सवतीच्या घरात बरेच दिवस राहिली, शेवटी नवरा खायला देत नाही म्हणून माहेरी परत आली. तिथून तिला आत्याने आमच्या घरी आणून सोडलं. बाहेरचे लोक सुफीला आमच्या घरातली मोलकरीण समजत. घरातले लोकही 'ही मोलकरीण नाही' असं सांगत नसत. सुफी ही आमची आतेबहीण आहे हे आम्हीसुद्धा कधी कधी विसरून जात असू. कारण सुफी घरात एखाद्या मोलकरणीसारखंच राबत असे. मोलकरणीला ईदच्या वेळी जे कपडे मिळत, तेच सुफीलाही मिळत. एखाद्या मोलकरणीप्रमाणे तिलाही उरलंसुरलं, उष्टं असं खायला मिळे.

भाताची कापणी झाल्यावर नान्दाईलहून नातेवाईक काही-ना-काही घेऊन येत. तांदळाच्या पिठाचा केकसारखा गोड पदार्थ आणीत, तो दादाला खूप आवडे. कधी कधी मोठ्या पातेल्यात जिवंत शिंगु, मागुर मासे आणीत. असं कुणी काही आणलं की आईला आनंद होई. माशांचं कालवण बनवून जेवायला वाढताना ती म्हणे, 'मासे खूप ताजे होते हं!' कुणी काही तिखट पदार्थ आणले, की दादा त्यातले अर्धे एकटाच खाऊन टाकी. बाबांच्या थोरल्या बहिणीची परिस्थिती चांगली होती. ती नान्दाईलच्या काशीरामपूर गावी राहात असे. खूप जमीन होती तिची. मुलं-मुली शिकत होती. मधला मुलगा रशीद शहरातल्या कॉलेजमध्ये शिकवत होता. तो राहायला आमच्याच घरी असे. आमच्या घरी राहून बाबांच्या अनेक नातेवाइकांनी शिक्षण घेतलं होतं. आपल्या भावांच्या मुलांनी शिक्षण घ्यावं याबद्दल बाबांना जेवढी आपुलकी होती, तेवढी बहिणींच्या मुलांबद्दल नव्हती. नोकरी शोधण्यासाठी, उपचार घेण्यासाठी, आजारावर शिक्षण घेण्यासाठी लोक सतत आमच्याकडे येतच राहात. त्यांना पत्र्याच्या खोलीत जागा दिली जाई. त्या खोलीत गावाकडून आलेल्या माणसांसाठी लांबलचक बिछाना अंथरलेला असे. आपला नवरा आणि मुलं यांच्याबरोबरच नवऱ्याच्या नातेवाइकांनाही जेवायला वाढण्याची जबाबदारी आईवर असे. आई ही जबाबदारी चोख पार पाडीत असे. गावाकडून भरदुपारी अचानक कुणी पाहुणा आला,

तर त्यालासुद्धा चांगलं जेवण मिळे. आई एखाद्या जादुगारिणीसारखीच होती. एक कोंबडी कापून त्याचं कालवण बनवून घरातल्या सगळ्यांना दोन्ही वेळा खाऊ घाली, शिवाय दुसऱ्या दिवशी सकाळीसुद्धा त्यातलं थोडं कालवण शिल्लक असेच. बीफ स्वस्त मिळे, म्हणून बाबा बरेचदा बीफ खरेदी करून घरी पाठवीत. त्यात हाडं जास्त आणि मांस कमी. पण आम्ही कसंबसं चालवून घेत असू. कोंबडीचं मटण चवीला चांगलं लागत असे, पण त्याची किंमतही जास्त असे. मला कोंबडी खावीशी वाटत असली, तरी कोंबडी कापणं मात्र जिवावर येत असे. डोकं कापलेल्या कोंबडीचं धड अंगणभर उड्या मारी, तेव्हा ते मला बघवत नसे. दादाला मात्र ते दृश्य पाहाण्यात मजा वाटे. मी अनेकदा आईला म्हणे, 'आपल्या जिभेच्या चोचल्यासाठी कोंबडीला प्राण द्यावे लागले!' आई म्हणे, 'अल्लाने कोंबडी माणसाच्या खाण्यासाठीच बनवली आहे, त्यामुळे ती कापल्याने काहीही गुन्हा होत नाही.' असं आई म्हणे खरं, पण चार महिने आमच्या अंगणात वाढलेल्या, फिरलेल्या एका पांढऱ्या कोंबडीवर आईचा फार जीव होता. आई तिला 'झुमझुमी' या नावाने हाक मारी. ती दिसेल त्याला चावायला लागली म्हणून तिला मारायचं ठरलं, तेव्हा आई म्हणाली, 'पाळलेल्या कोंबडीला मारणं योग्य नाही.' अखेर झुमझुमीला कापलंच, पण तिला कापण्याआधी आई बुरखा घालून आपल्या माहेरी निघून गेली. ते दृश्य तिला बघायचं नव्हतं. झुमझुमीने आपल्याला शाप दिला आहे असं तिला सतत वाटत राही.

ढाक्याला राहून आलेल्या, बर्मा, कोरिया फिरून आलेल्या गीताकडे आम्ही नवलाईनं बघत असलो, तरी ती आपली सून आहे, हे आई विसरत नसे. तिला वाटे, संसाराची थोडी जबाबदारी सुनेकडे सोपवली, म्हणजे आपल्याला थोडी विश्रांती मिळेल. आईला असं वाटणं योग्यच होतं; पण गीता मात्र स्वयंपाकघराच्या सावलीलाही उभी राहात नसे. पूर्वीपेक्षा गीताचा स्मार्टनेस आता आणखीच वाढला होता. चालताना तिच्या उंच टाचांच्या सँडल्सचा आवाज पूर्वीपेक्षा मोठा येई. तिने मानेपर्यंत केस कापून घेतले होते. भुवया पूर्णपणे कापून टाकून त्यांच्या जागी आयब्रो पेन्सिलने धनुष्याकार भुवया रंगवीत असे. ओठांना लाल-गुलाबी लिपस्टिक लावी, पापण्यांनाही साडीच्या रंगाप्रमाणे मॅचिंग रंग लावी - निळी साडी नेसली असेल तर निळा रंग, गुलाबी असेल तर गुलाबी. पूर्वीपेक्षा सुंदर आणि रंगीत साड्या नेसे. पूर्वीपेक्षा अधिक बाहेर फिरायला जाई. मी आणि यास्मिन पूर्वीप्रमाणेच थोड्या विस्मयाने, थोड्या मुग्धपणे, थोड्या ईर्षेने गीताकडे पाहात असू. आईच्या आरशाच्या टेबलच्या वर छोटोदाने तीन बल्ब लावून दिले होते. त्या प्रखर प्रकाशात गीता आरशात गोऱ्या रंगाची वाटे. मेक् अप केल्यावर तर अगदी सजवलेल्या दुर्गामूर्तीसारखी वाटे. फक्त गीताला दहाऐवजी दोन हात होते, एवढाच फरक. सवड मिळाली की गीता आम्हाला ढाक्याच्या गोष्टी सांगे. राहिजा खानमच्या तीन मुला-मुलींच्या गोष्टी.

ऐकता-ऐकता त्या मुला-मुलींचे स्वभाव आमच्या ओळखीचे होऊन जात. जेव्हा ती बर्मा आणि कोरियाच्या गोष्टी सांगे, तेव्हा वाटे, बर्मा आणि कोरिया जणू आमच्या आमलापाडाच्या शेजारच्या गल्लीतच आहेत. आई पूर्वीप्रमाणेच स्वयंपाक करून सर्वांना खाऊ घाली. 'अफरोजा ऊठ, काही खाऊन घे' अशा आईच्या हाका राहून-राहून ऐकू येत. छोटोदा आता काही शिक्षण घेणार नाही हे स्पष्ट झाल्यानं बाबांनी त्याला 'आरोग्य विताना'त बसण्याचा सल्ला दिला. महिन्याला अडीचशे रुपये देऊ केले. छोटोदाने आनंदाने ही नोकरी स्वीकारली. ही नोकरी स्वीकारल्यावर छोटोदाचं दादाच्या औषधांवर हात मारणं जवळजवळ पूर्णपणे बंद झालं. तो उत्साहाने जगू लागला. संध्याकाळी तो आपल्या मित्रांबरोबर गप्पा मारण्यासाठी गोलपुकुरपाडच्या बाजूला जाई. तो फाटकाबाहेर पडल्याचा आवाज आल्याबरोबर गीता अंगणात असलेल्या दुसऱ्या फाटकाच्या छिद्राला डोळा लावून उभी राही. त्या छिद्राला डोळा लावल्याबरोबर समोर डॉली पालचं घर दिसे. छोटोदाची नजर डॉलीच्या घराकडे वळते की नाही यावर गीता नजर ठेवी. डॉली पाल लग्न होऊन, दोन मुलांची आई होऊन, घटस्फोट होऊन पुन्हा आपल्या माहेरी आली होती. छोटोदा आता डॉली पालकडे बघत नसे, पण तरीही बर्मा-कोरियाहून आलेल्या गीताच्या मनातला संशय काही जात नव्हता. गीताच्या सगळ्याच गोष्टींबद्दल, अगदी तिच्या या छिद्रातून पाहाण्याबद्दलही आम्हाला कुतूहल वाटे. गीता मोलकरणीला ज्या शिव्या देई, त्यांच्यापैकी बऱ्याचशा शिव्या आम्ही यापूर्वी ऐकलेल्या नव्हत्या, त्यांचा अर्थही आम्हाला माहीत नव्हता. तरीही त्यांच्यापैकी काही शिव्या यास्मिन वापरू लागली.

या घरात गीताचे लाड काही कमी होत नव्हते. ईदच्या वेळी दादाने गीताला सिल्कची साडी विकत घेतली, आईसाठी सुती. आईला केशरी किंवा लाल रंगाची साडी आवडे, दादाने आणली काठांची पांढरी साडी. दादा म्हणे, 'पांढऱ्या साडीतच आई ही आई वाटते.' आईला कुठलीही साडी आणली, की आई ती घडी मोडण्यासाठी मला किंवा यास्मिनला देई. आम्ही एकदा ती साडी नेसल्यावर मग आई वापरी. आईला चणचण असे, पण चणचणीची जाणीव नसे. दोन दिवस साडी नेसल्यावर, गावाकडून कुणी येऊन स्वत:च्या अडचणींचा पाढा वाचला, की आई नवी साडी तिला देऊन टाकी. गीताकडून रजिया बेगमच्या अनेक गोष्टी आईने ऐकल्या. गीताच्या मावशीशी रजिया बेगमची खूप मैत्री होती. गीताच्या या मावशीचं नाव होतं - हेना. ही मावशी एके काळी आमच्या घरी येऊन मला आणि यास्मिनला शिकवी. नतून बाजारच्या एका अनाथालयात रजिया बेगम मेट्रन म्हणून काम करी. त्याच अनाथालयात गीताची हेनामावशीही नोकरी करी. रजिया बेगमच्या गोष्टी ऐकल्यावर आई संतापाने वेडीपिशी होई. बाबा घरी आल्यावर आई कडू तोंड करून बसून राही. बाबांनी राग दाखवला की आईही राग दाखवी. एकदा बाबांनी आईला याबद्दल

बिछान्याखालून चाबूक काढून मारलं होतं आणि रक्तबंबाळ करून अंगणात ढकलून दिलं होतं. गळा कापलेल्या कोंबडीप्रमाणे चीत्कार करीत आई अंगणात फिरत होती, आईच्या अंगातून रक्त येत होतं. झाडावरचे कावळे घाबरून 'काव-काव' आवाज करीत तिथून उडून दूर गेले. हे रानटी दृश्य पाहायला आम्ही बाहेर गेलो नाही. खोलीचा दरवाजा बंद करून मी आणि यास्मिन बसून होतो. बाबांच्या हातून चाबूक काढून घेण्याची शक्ती किंवा साहस आमच्या अंगी नव्हतं. आम्ही जणू दगडा-सारख्या होऊन गेलो होतो. बाबा घरातून बाहेर निघून गेल्यावर पाच मिनिटांनी छोटोदा घरी आला. आई अंगणात पडून कण्हते आहे हे पाहून तो पळतच घराबाहेर गेला, तो थेट आरोग्य वितानात. टेबलावर ठेवलेली, 'डॉक्टर' लिहिलेली त्रिकोणी लाकडी पट्टी उचलून 'माझ्या आईला का मारलंस? आज तुला मारूनच टाकतो!' असं म्हणून तो बाबांच्या अंगावर धावला. त्याचा आरडाओरडा ऐकून सगळा नतून बाजार तिथे गोळा झाला. पाचजणांनी छोटोदाला आवरलं. घटना फक्त एवढीच. बाबांच्या कपाळावर एक छोटं टेंगूळ आलं, यापेक्षा जास्त काही झालं नाही. छोटोदाला बाबांना रक्तबंबाळ करायची इच्छा होती, पण ती इच्छा पूर्ण न होताच त्याला शांत व्हावं लागलं.

इकडं अंगणातल्या चिखल-मातीतून उठून आई शांत आवाजात गीताला म्हणाली, 'चल अफरोजा, एका ठिकाणी जायचंय, चल.' रक्ताने माखलेल्या साडीवरच बुरखा घालून आई गीताला घेऊन बाहेर गेली. कोर्टात जाऊन खरोखर तलाकनाम्यावर सही करून घरी आली. माझ्या आणि यास्मिनच्या डोक्यावरून हात फिरवीत म्हणाली, 'तुम्ही नीट राहा. माणसाची आई मरते ना? मी मरून गेले असंच समजा. तुम्हाला बाबा आहेत, भाऊ आहेत. ते तुम्हाला सुखात ठेवतील. तुम्ही नीट अभ्यास करीत जा.' नंतर आपलं सगळं सामान एका गाठोड्यात बांधून आई आपल्या माहेरी निघून गेली. आई निघून जाण्याआधीच बाबांचं गीताशी चांगलं जमू लागलं होतं. बाबा गीताला बाजूला बोलावून घरात काय चाललंय, काय नाही याची सगळी खबरबात काढीत. बाबांची ही नेहमीची सवय होती. ते नेहमी गुप्त बातम्या काढण्यासाठी घरात एक हेर नेमीत. नोकर-मोलकरणीच बहुधा बाबांचे हेर म्हणून काम करीत. यावेळी मात्र बाबांची हेर कुणी मोलकरीण नव्हती, तर खूप वरच्या दर्जाची, बुद्धिमान व्यक्ती होती.

आई घरात नाही, हे ती ज्या दिवशी गेली त्या दिवशी जाणवलं नाही. उलट आई निघून गेल्यामुळे घरात धिंगाणा घालायला पूर्वीपेक्षा अधिक स्वातंत्र्य मिळालं म्हणून एक प्रकारे आनंदच झाला होता. काही दिवसांनी मात्र आई घरात नाही याची अगदी तीव्र जाणीव झाली. माझं अंग चोळून अंघोळ घालायला, जवळ बसून जेवू घालायला, वेणी घालून द्यायला कुणी नाही हे जाणवू लागलं. कपडे मळले, तरी

त्यांच्याकडे पाहायला कुणी नव्हतं. जेवले की नाही याची कुणी चौकशी करीत नव्हतं. कुणी संध्याकाळी गाणी ऐकवत नव्हतं. मला भूक लागली आहे, हे मला जाणवण्याआधी आईला जाणवायचं, मला जेवू घालण्यासाठी ती बेचैन व्हायची. आता मला भूक लागो किंवा न लागो, कुणाचं काही जात नव्हतं. आई निघून गेल्यावर संसाराची व्यवस्था पाहायला बाबांनी नान्दाईलहून त्यांचा धाकटा भाऊ मतिन याच्या बायकोला आणलं. ती रंगानं अगदी काळीकुट्ट होती. मतिन बी.डी.आर. खात्यात राजशाहीमध्ये नोकरी करीत असतानाच त्यांनी लग्न केलं होतं. काही महिन्यांपूर्वी त्यांची बायको पाहून तोंड लपवून हसलो होतो. म्हटलो होतो, 'अगदी एखादी मोलकरीण वाटतेय!' तिच्याजवळ कुणीही गेलं नव्हतं, पण आई मात्र तिच्याशी छान सुखदु:खाच्या गप्पा मारीत बसली होती, जणू ती आईची अनेक दिवसांपासूनची मैत्रीण आहे. आम्ही तोंड लपवून हसत होतो हे पाहून आई आमच्याकडे वळून म्हणाली, 'ती मेसमध्ये काम करायची, म्हणून काय झालं, अगदी साधी आहे ती. सरळ स्वभावाची आहे.' अशी साधी माणसं, मग तो रस्त्यावरचा फकीर असो की मोलकरीण असो, आईला आवडत असत. मतिनची बायको आमच्या घरी स्वयंपाक करी, सगळ्यांना जेऊ घाली. पण शेवटी आई ती आईच! आईप्रमाणे दुसऱ्या कुणाची माया आमच्यासाठी कशाला उचंबळून येणार? आई आम्हाला जेवायला वाढताना कुठली-कुठली लोकगीतं म्हणे. खूप लोकगीतं येत तिला. ती सगळी लोकगीतं लिहून ठेवावीत असं मला वाटे. ती चांगल्या मूडमध्ये असल्यावर 'दीदार', 'सबार ऊपर', 'हारानो सूर', 'सागरिका', 'बैजू बावरा', 'दीप ज्वेले जाई' या चित्रपटांतले संवादही तोंडपाठ म्हणून दाखवी. आता मात्र आई नसल्याने रात्रंदिवस घर सुनं-सुनं वाटे.

यास्मिन शाळेतून आल्यावर ओरडे, 'भूक लागलीय, भात कुठंय?' मतिनची बायको म्हणे, 'भात नाही.' 'भात नाही म्हणजे? शाळेतून आल्यावर भात मिळाला नाही असं कधीच झालं नाही!' आई आम्ही शाळेतून आल्याबरोबर भात वाढीत असे. यास्मिन आरडाओरडा करून घर डोक्यावर घेई. मतिनच्या बायकोकडून संसार चालवण्याचं काम होणार नाही हे लक्षात आल्यावर बाबांनी ती जबाबदारी गीताकडे सोपवली. छोटोदाबरोबर बाबांची जी बाचाबाची झाली होती, ती आपोआप मिटली होती, जणू कधीच त्यांच्यामध्ये काही भांडण झालं नव्हतं, कधीच छोटोदाने त्यांच्या कपाळावर ती पट्टी मारली नव्हती. गीता आज्ञा देई, मतिनची बायको आणि अमीना त्याचं निमूटपणे पालन करीत. दिवस असेच चालले होते. पण मला आणि यास्मिनला काही बरं वाटत नव्हतं. गीता आमच्याबरोबर गच्चीवर पळापळ करी. घरात तिने नृत्याचे क्लास सुरू केले होते. आम्हाला ती सिनेमाला घेऊन जात असे, पण काहीतरी चुकल्या-चुकल्यासारखं वाटे. बाबा रोज घरी आल्याबरोबर गीताला

आपल्या खोलीत बोलवीत, बहुधा घरात काय चाललं आहे याबद्दल विचारीत, आमच्याबद्दल विचारीत. काही अघटित वगैरे घडलं का याबद्दल विचारीत. सगळं काही ठीक चाललं आहे, सगळे नीट वागताहेत असं सांगून गीता बाबांना आश्वस्त करी. बाबांनी बंदी घातलेली असूनही एका दुपारी मी यास्मिनला म्हटले, 'चल, नानीकडे जाऊन आईला भेटून येऊ.' यास्मिन आनंदाने तयार झाली. भीती बाजूला ठेवून, रिक्षा करून आम्ही दोघी जेव्हा नानीच्या घरी पोचलो, तेव्हा आईने धावत येऊन आम्हाला पोटाशी धरलं आणि ती हुंदके देऊन रडायला लागली.

'तोंडं अशी कोमेजलेली का गं पोरींनो, जेवत नाही?'

आम्ही माना हलवल्या, 'जेवतो.'

आईने आम्हाला जवळ बसवून काय जेवता, कोण स्वयंपाक करतं, कोण कपडे धुतं, कोण बिछाना घालतं असं सारं विचारून घेतलं. तेल न लावल्याने जटा झालेल्या आमच्या केसांना तेल लावून, विंचरून, नीट वेण्या घालून दिल्या. बाजूला नेऊन बाबा काही म्हणतात का हे विचारलं. आम्ही नकारार्थी मान हलवली. बाबा नेहमी आम्हाला म्हणत, 'ती त्रास देणारी बाई घरात नाही, आता स्वत:चं जेवण स्वत:च वाढून घ्या, स्वत:ची कामं स्वत:च करा', पण आम्ही ते आईला सांगितलं नाही. आई म्हणाली, ती ठीक आहे, नानांनी (तिच्या वडिलांनी) तिला साडी विकत घेऊन दिली आहे. इथं खाण्यापिण्याची काहीही आबाळ होत नाही. घरातल्या सगळ्यांची आईवर खूप माया आहे. आई वारंवार म्हणत होती, या काही दिवसांत मी आणि यास्मिन खूप वाळून गेलो होतो. आईच्या डोळ्यांतून अश्रू वाहू लागले, त्यांनी तिचे गाल आणि छाती भिजून गेली.

'माझी आठवण येते तुम्हाला? आई-आई म्हणून रडता तुम्ही?'

मी आणि यास्मिनने एकमेकींकडे पाहिलं. 'रडत नाही' सांगितलं तर आईला वाईट वाटेल, म्हणून आम्ही काही बोललो नाही. आम्हाला छातीशी धरून आई म्हणाली, 'रडत जाऊ नका, रडू आलं तर तुम्ही गीताबरोबर गप्पा मारा, अन्ताक्षरीचा खेळ खेळा, इथून पुढं आता रडत जाऊ नका.'

मी मान हलवली. 'अच्छा!'

'नोमान-कमाल का आले नाहीत? त्यांना सांग यायला.'

मान हलवली. 'अच्छा.'

आईने आणखीही बारीक-सारीक चौकशा केल्या.

'स्वयंपाक कसा होतो?'

'चांगला होत नाही.'

'का चांगला होत नाही? मतिनची बायको काही वाईट बनवत नाही.'

'तिखट करते खूप.'

'तिखट कमी घाल म्हणून सांग.'

'भाजीत केस निघतात.'

'भाजी नीट धुवून घ्यायला सांग तिला.'

'अच्छा!'

'आई, तू आता कधीच घरी येणार नाहीस?' मी रडू दाबून विचारलं.

नानी म्हणाली, 'आता कशाला येईल? स्वत: मोठी हो. मग आईला आपल्या घरी घेऊन जा. त्या घरी ईदून आता येणार नाही.'

आई म्हणाली, 'नोमानची तर परिस्थिती चांगली आहे. त्याने जर वेगळं घर घेतलं, तर येईन मी त्याच्याकडे.'

बराच वेळ अंगणाकडे उदास नजरेने पाहात राहिल्यानंतर आई म्हणाली, 'बघ हं पोरी, तुझा बाप त्या रजिया बेगमला घरी घेऊन यायचा! तसं काही म्हणाला का गं, रजिया बेगमला घरी घेऊन येईन - असं काही?'

मी मान हलवली - 'नाही.'

'तुझा बाप घरीच जेवतो ना?'

'हो.'

'त्याला स्वयंपाक आवडतो?'

'माहीत नाही.'

'त्याबद्दल काही म्हणतो?'

'नाही.'

आई निस्तेज चेहऱ्याने बसून राहिली. तिच्या डोळ्यांभोवती काळी वर्तुळं दिसू लागली होती. गालांवर अश्रूंच्या खुणा. आम्ही जेव्हा निघालो, तेव्ही ती उभी राहिली - एखाद्या वाळलेल्या गुलाबाच्या फुलासारखी, साध्या स्पर्शाने झडून जाईल अशी.

संसाराची जबाबदारी गीताकडे होती - म्हणजे मोलकरीण कामचुकारपणा करीत नाही ना हे पाहाणं, भांडी घासणं, कपडे धुणं, घर पुसून घेणं ही कामं त्यांना देऊन करवून घेणं. काय स्वयंपाक करायचा हे सांगणं. गीता आणि बाबा यांच्यामध्ये जेव्हा सख्य होतं, तेव्हाच एके दिवशी गीताचा धाकटा भाऊ शिशिर मित्र (घरातलं नाव टुलू) आला आणि बहिणीला भेटून गेला. त्यानंतर नेहमीच तो बहिणीला भेटायला येई. गीता त्याला आपल्या खोलीत बोलावून काही-ना-काही खायला देई आणि कुजबुजत्या आवाजात त्याच्याशी बोले. टुलूच्या घरी येण्याची खबर मी आणि यास्मिनने गुप्तच ठेवली. गीताने मुसलमानाशी लग्न केल्याने ती आता मुसलमान झाली आहे, तिचा आता कुठल्याही हिंदू घराशी संबंध राहू शकत नाही, असा एक अलिखित नियम आमच्या घरात लागू झाला होता. गीता जेव्हा छोटोदाला आपल्या घरी घेऊन जाई, तेव्हा ती गोष्ट आमच्या घरात सांगत नसे. टुलूच्या येण्याची गोष्टही

अशीच गुप्त ठेवली जाई.

दादा नानीच्या घरी आईला भेटायला जाऊन, नानीच्या हातचं चवदार जेवण खाऊन, तिच्या पानाच्या डब्यातलं पान खाऊन, तोंड लाल करून घरी आला. छोटोदासुद्धा संध्याकाळी गीताला बरोबर घेऊन मित्रांच्या घरून गीताच्या घरी जाऊन, मग आजोळी जाऊन आईला भेटून आला. मी दोघांनाही विचारलं, 'आईला का घेऊन आला नाहीत?'

दोघांनीही याचं काहीच उत्तर दिलं नाही. ते आपले आनंदात होते. आई घरात नाही ही गोष्ट त्यांना खटकत नव्हती.

दादाने एक मोटरसायकल विकत आणली. लाल रंगाची एकशे दहा सी.सी. होंडा - पण त्याला ती चालवता येत नव्हती. व्हरांड्यात ठेवलेली होंडा तो दिवसातून दोनदा साफ करी. जेव्हा तो घरात असे, तेव्हा होंडावर बसून, मोठ्या आवाजात इंजिन सुरू करे आणि खोलीतल्या खोलीतच अर्धा हात पुढे जाई, अर्धा हात मागे जाई आणि वारंवार होंडाच्या आरशात आपलं तोंड पाही. आमच्या घरी आलेलं हे पहिलंच स्वयंचलित वाहन होतं. बाबांना अचानक 'आकन्द लॉज'च्या आकन्दची जुनी कार विकत घ्यावीशी वाटली, त्यांनी ॲडव्हान्स म्हणून पन्नास हजार रुपये देऊनही टाकले. मनातल्या मनात आम्ही सारेजण ती फॉक्सवॅगन चालवू लागलो. पण इंजिनमध्ये काहीतरी दोष दिसल्याने बाबांनी ती कार विकत घेतली नाही. त्यांना ॲडव्हान्सचे पैसेही परत मिळाले नाहीत. तसा नियम नव्हता म्हणे! होंडा विकत घेतल्यावर बाबासुद्धा तिची काळजी घेऊ लागले. व्हरांड्याचा दरवाजा नेहमी बंद ठेवत कुणी ती होंडा चोरी करू नये म्हणून ते स्वत:च्या हातांनी रात्री दरवाजाला आतून कुलूप लावू लागले. अद्याप रस्त्यावर न चालवलेली ती होंडा छोटोदाने बाहेर काढली आणि मला मागे बसायला सांगितलं. छोटोदाने त्याआधी कधीही मोटरसायकल चालवली नव्हती. ईश्वरगंजला बाबांच्या हॉस्पिटलची जीप चालवायला शिकला होता, तेवढाच अनुभव. होंडा अर्धा मैल अंतरात तीस वेळा थांबली. रस्त्यावरच्या माणसांनी थांबून थांबून तीस वेळा आमच्याकडे पाहिलं. एक मुलगी होंडावर डबलसीट बसलीय, ही पाहाण्यासारखी गोष्ट होती. या शहरात तो कुतूहलाचा विषय होत असे. पण या शहरात नितू स्वत: मोटरसायकल चालवी. ती विद्यामयी हायस्कूलची विद्यार्थिनी होती. रोज मितू या आपल्या धाकट्या बहिणीला घेऊन ती मोटरसायकलवरून शाळेला जाई. सगळ्या शहराला याचं नवल वाटे. मधूनमधून मला नितू व्हावंसं वाटे. कुणाचीही पर्वा न करता शहराच्या रस्त्यावरून मोटरसायकल चालवावी असं वाटे. यास्मिन नितू आणि मितूबद्दल सांगे, तेव्हा मी ते कौतुकाने ऐके.

दादाने होंडा चालवणं शिकून घेतलं आणि तो शहरात आणि आसपासच्या

गावांत कंपनीच्या कामासाठी होंडावर फिरू लागला. एकदा तो मला म्हणाला, 'चल, तुला गावाबाहेरचे डोंगर दाखवून आणतो,' आणि मला होंडावर डबलसीट घेतलं. मला खूप आनंद झाला. ब्रह्मपुत्राच्या किनाऱ्यापाशी येऊन थांबल्याबरोबर आकाशभर काळे ढग दाटून आले. जणू सूर्य जळून जाऊन त्याची राख झाली होती आणि जळालेल्या सूर्यातून काळा धूर येत होता. पाऊस सुरू झाला. त्या पावसातच एका प्रवासी वाहून नेणाऱ्या नौकेत आम्ही दादाची होंडा घेऊन चढून बसलो. पावसात असं नौकेतून जाणं धोकादायक होतं म्हणून आम्हाला मरणाची भीती वाटत होती. नौकाबुडीत आज आपल्याला प्राण गमवावे लागणार हे माहीत असूनही आयुष्यात प्रथमच आलेली पहाड पाहाण्याची संधी मी मुळीच सोडली नाही. शंभूगंजला पोचल्यावर, बाजारचा कोलाहल पार करून होंडा निर्जनतेच्या दिशेने धावत निघाली. वाऱ्याने माझे केस उडत होते, कुर्ता उडत होता. जणू हे मी आणि दादा नव्हेत, दोन फुलपाखरं उडत चालली होती. जितक्या दूर नजर जात होती, तिथपर्यंत कुठेच वस्ती नव्हती. फक्त सपाट माळ आणि भाताची शेतं. मी मोकळ्या आवाजात गाणी गात होते, पाठ असलेल्या कविता म्हणत होते. दादा पोटभर खऱ्या-खोट्या गोष्टी सांगत होता. दादा लहानपणी मला खूप गोष्टी सांगत असे. खूप गोष्टी माहीत होत्या त्याला. तो जुन्याच गोष्टी परत सांगू लागला, की मी बेचैन होत असे. त्याच्याकडे नवीन गोष्ट सांगण्याचा हट्ट धरीत असे. एके दिवशी त्याने खूप मोठी गोष्ट सांगतो म्हणून आम्हाला हाक मारली. जेवण करून, पांघरूण घेऊन गोष्ट ऐकण्याचं वातावरण तयार करून आम्ही अंथरुणावर पडलो. दादाने गोष्ट सांगणं सुरू केलं, 'अचिनपूर नावाच्या एका गावात अलाउद्दीन नावाचा एक लाकूडतोड्या होता. एके दिवशी दुपारी जेवण करून, नवीन लुंगी नेसून, खांद्यावर एक गमछा घेऊन अलाउद्दीन घराबाहेर पडला. समोर प्रचंड मोठा माळ पसरलेला होता, कुठंच काही दिसत नव्हतं. त्या माळावरून अलाउद्दीन आपला चालला होता. चालता चालता चालता चालता चालता चालता चालता चालता चालता चालता ....'

'पुढं?'

'पुढं म्हणजे काय?'

'त्यानंतर काय झालं? तो कुठं पोचला?'

'अद्याप कुठंच पोचलेला नाही. तो चालतोच आहे. चालता चालता चालता चालता चालता चालता ...'

अलाउद्दीन एखाद्या नदीच्या काठी पोचला की, एखाद्या वडाच्या झाडाजवळ पोचला हे ऐकण्यासाठी मी उत्सुक होते. पण ते काही मला समजलं नाही, कारण त्या रात्री दादा 'चालता चालता' या शब्दांशिवाय आणखी काही बोललाच नाही. दुसऱ्या दिवशी झोपेतून उठल्याबरोबर त्याला विचारलं, 'त्यानंतर काय झालं?

अलाउद्दीन कुठं गेला?' दादा म्हणाला, 'अजून तो चालतोच आहे.'

'अजून चालतोच आहे?'

'हो, अजून चालतोच आहे.'

'तो कुठे जाणार?'

'ते तुला नंतर समजेल. आधी त्याला जाऊ तर दे.'

आठवडा उलटल्यानंतरही दादा म्हणाला, 'अजून तो जातोच आहे.' तो कधी पोचणार, कुठं जाऊन पोचणार, काय होणार यातलं दादाने काहीही सांगितलं नाही. नवीन एखादी गोष्टसुद्धा सुरू केली नाही. कारण एक गोष्ट तर तो सांगत होताच. एक महिन्यानंतरसुद्धा दादा म्हणाला, 'अजूनही अलाउद्दीन जातोच आहे.' मी आणि यास्मिन खूप विचारात पडलो, 'तुला काय वाटतं? अलाउद्दीनचं शेवटी काय होणार?' यास्मिनला खात्रीने वाटत होतं, की भुकेमुळे अलाउद्दीन वाटेतच मरून जाईल. दादाला काय वाटत होतं हे तो कधीच सांगत नसे. दादाच्या अलाउद्दीनचं चालणं कधीच संपलं नाही. दादाकडून नंतर कुठलीही गोष्ट आम्ही ऐकली नाही. दादाबरोबर होंडावरून जाताना मला वाटलं, आमचा हा रस्ताही कधीच संपू नये. ताराकांदा, फुलपूर ही गावं मागे टाकून पक्का रस्ता, कच्चा रस्ता पार करून आम्ही कंस नदीच्या समोर आलो. खूप खळाळून वाहाणारी नदी. जणू आत्ता दोन्ही तट त्या प्रवाहामुळे भंगून नदीच्या पोटात जातील, असं वाटत होतं. दोन नावांवर डेकसारख्या फळ्या टाकल्या होत्या. त्यांच्यावर बस, ट्रक चढवीत आणि दोरीने ओढून नदीपार नेत. नदी पार करता करता दादाने मला भरती, ओहोटी, लगी ओढणे यांच्याबद्दल सांगितलं. नदी आणि नाव यांच्याबद्दल बरीच माहिती दिली. कंस नदी पार करून पुन्हा आम्ही वाऱ्याच्या वेगाने पुढे निघालो. भातशेतं, रस्त्याच्या आजूबाजूला वाळायला ठेवलेलं धान, पक्ष्यांचं धान खाणं, शेतकऱ्यांच्या झोपड्या, असं करीत करीत आम्ही हालुवा घाट पार केला. पुढे आणखी गारो बायकांचं धानाची कापणी करणं, पाठीवर छोटी बाळं बांधून चालत जाणं बघत बघत - जयरामकुरा गावी एका सुंदर दवाखान्यासमोर येऊन थांबलो. दादा ऑस्ट्रेलियन डॉक्टर नील पाल्कर यांच्याशी बोलला, त्यांना औषधं दिली. मी तेव्हा दवाखान्याच्या व्हरांड्यात उभी राहून डोंगर पाहात होते. डोंगराच्या दुसऱ्या बाजूला भारत... बांग्लादेशातून ढग तरंगत तरंगत भारताकडे जात होते. पक्षी तिकडून इकडे उडत येत होते. मी दादाला म्हटलं, 'डोंगर पार करून पलीकडे जाता आलं तर!' दादा म्हणाला, 'नाही, तसं जाता येणार नाही, तो दुसरा देश आहे.' डोंगराला टेकून पहुडला होता दुसरा देश - भारत. मला वाटलं, भारताच्या हृदयाची धडधड ऐकू येते आहे, त्याच्या श्वासांचा आवाज ऐकू येतो आहे. भारत इतक्या जवळ आहे की वाटत होतं, त्याच्या कानात काहीतरी बोलावं. 'का रे फाळणी झाली? तू का आमच्यासाठी परका आहेस?' डोंगर पाहून परतताना

दादा थांबत-थांबत अनेकजणांशी बोलला. दोन फार्मसीज्मध्ये थांबला. तिथं आम्हाला चहा-मिठाई देण्यात आली. दिवसभर मी काही खाल्लेलं नव्हतं, पण भूक मुळीच जाणवली नाही. फार्मसीतल्या एका माणसाने आम्हाला त्याच्या घरी आपल्या बायको-मुलांशी ओळख करून देण्यासाठी नेलं. मी त्याच्या बायकोशी चांगल्या गप्पा मारल्या. एवढंच काय, त्याच्या छोट्या मुलाला कडेवर घेऊन त्याचं नाव विचारलं. तिथून परतताना, रस्त्यात दादा मला म्हणाला, 'वा! तू एरवी इतरांशी कधी बोलत नाहीस. आज बरी बोललीस?'

मी हसून म्हणाले, 'सकाळी डेल कार्नेगीच्या पुस्तकातली काही पानं वाचली, बहुधा त्यामुळेच.'

दादा मोठ्याने हसला. आम्ही पुन्हा वाऱ्यावर उडू लागलो.

मी दादाला एकदा विचारलं, 'दादा, तू सगळ्यांशी इतकं चांगलं वागतोस, हसत-हसत बोलतोस, निशिबाबूंच्या बरोबर, डोक्यावर हॅट आणि गळ्यात स्टेथोस्कोप अडकवून मातीच्या रस्त्यावरून सायकलवर जाणाऱ्या खेड्यातल्या डॉक्टरशी - तू काय डेल कार्नेगी पाठ केलायस का?'

दादाने खूप हसून उत्तर दिलं, 'डेल कार्नेगी तर मला भेटायला आला होता. माझं लाईफ बघून गेल्यावरच त्याने आपलं उपदेशपर पुस्तक लिहिलं.'

रस्त्याच्या कडेला झोपड्यांमध्ये छोटी छोटी हॉटेलं होती. त्यामध्ये लहान कपात चहा मिळत असे. चहा प्यावासा वाटल्याने तिथे चहा प्यायला गेल्यावर दादा म्हणाला, 'चहा पीत जाऊ नकोस, चहा पिण्याची सवय चांगली नाही. चहा प्यालीस, तर क्षय होईल. कपात चहा तसाच ठेवला तर कप कसा होतो पाहिलंस ना? खूप प्रयत्न करूनही कपावरचे डाग जात नाहीत. चहा प्याल्यावर तुझ्या जठरात असेच डाग पडतील. तुझं हृदय चहाच्या कपासारखं होऊन जाईल, त्याला छिद्रं पडतील.'

आई घरी आलं घातलेला, बिनदुधाचा चहा देई. खेड्यातल्या या दूध घातलेल्या, शिळा वास येत असलेल्या चहाला तिच्या चहाची सर येत नव्हती. तरीही त्या झोपडीवजा दुकानातला चहा मी अगदी आनंदाने प्याले, कारण तो बाहेरचा होता. बाहेरच्या गोष्टींचं मला आकर्षण वाटे. सरसूच्या फुलांनी बहरलेली गावातली पिवळी शेतं आणि बाजारातली झोपडीवजा दुकानं पाहाताना मला आनंद वाटे. ब्रह्मपुत्र पार करताना आकाशातल्या ढगांचे सुंदर रंग पाहाताना नाव बुडून मरून जाण्याची भीती नष्ट होई. मी घरी पोचले, तेव्हा सगळं अंग धुळीनं भरलं होतं. केसांमध्ये धूळ जाऊन त्यांच्या जटा झाल्या होत्या. यास्मिन म्हणाली, 'तू भुतासारखी दिसते आहेस.' मी कुणी का दिसत असेना, या प्रवासाने मला खूप आनंद दिला. रात्री बाबा दादाला रागवत होते, 'तुला अक्कल आहे असं वाटत होतं. या मुलीला घेऊन तू मोटरसायकलवर

बाहेर गेलास, लोक काय म्हणतील?'

रात्री बिछान्यावर पडून, छताकडे पाहात मी यास्मिनला म्हणाले, 'समज मी एक डोंगर आहे, माझ्या शरीराचा अर्धा भाग भारत आहे, अर्धा बांग्ला देश. माझा डावा हात उजवीकडे जाऊ शकणार नाही आणि उजवा हात डावीकडे जाऊ शकणार नाही. पण तू जर पक्षी झालीस, तर माझ्यावरून जाऊ शकशील. पक्ष्यांचं स्वातंत्र्य हे माणसांच्या स्वातंत्र्यापेक्षा अधिक असतं.'

आम्ही आईला भेटायला आजोळी गेलो होतो ही बातमी बाबांना समजली. बाबा मला म्हणाले, 'फार पाय फुटलेत काय तुला! परत तिकडं गेलीस असं समजलं, तर तंगडी तोडून टाकीन!' बाबांच्या धमकीचा काहीच परिणाम झाला नाही. मी आईला भेटायला आजोळी नानीच्या घरी जातच राहिले. आईला मी म्हणे, 'आई, चल घरी.' नानी म्हणे, 'तू म्हटल्याबरोबर येईल होय आई? नोमान-कमाल यांना पाठव, तुझ्या बापाला पाठव! तुझा बाप येऊन घेऊन गेला, तर येईल ती.' कोमेजलेल्या चेहऱ्याने आई म्हणे, 'तिचा बाप येईल होय? दोन्ही पोरींची परवड बघूनसुद्धा तोंड बंद करून बसलाय. त्या रजिया बेगमला जर घरी घेऊन आला, तर बाकीच्यांचं सोडा, या दोन्ही पोरींना खूप त्रास होईल!'

आजोळी जाण्या-येण्याच्या मार्गावर मला 'अजीज प्रिंटर्स' नावाचा एक छापखाना दिसला. रिक्षा थांबवून, त्या छापखान्यात जाऊन डेमी साईज प्रत्येक फॉर्म छपाईचा खर्च किती येईल याची चौकशी करून आले. त्यानंतर दादाकडून पैसे घेऊन, कागद विकत घेऊन, ते छापखान्यात देऊन तिथे बसूनच सेंजुतीच्या दुसऱ्या अंकाची प्रुफं तपासली. मुहम्मद अजीज नावाचे गृहस्थ त्या छापखान्याचे मालक होते. दादा त्यांना ओळखीत होता. तोही मधून-मधून छपाईचं काम कुठपर्यंत आलंय हे बघून येई. एके दिवशी छपाईचा बाकीचा खर्च देऊन दादा सेंजुती घरी घेऊन आला. यावेळी सेंजुती पांढऱ्या कागदावर छापला होता. एक प्रत हातात घेऊन दादा म्हणाला, 'छे, छपाई काही चांगली नाही झाली. इथून पुढं जमान प्रेसमध्ये छापून घेत जा. जमान हा सगळ्यात चांगला प्रेस आहे. माझं 'पाता' हे नियतकालिक मी जमानमधूनच छापून घेत होतो. दादा जेव्हा त्याच्या एकेकाळच्या 'पाता'च्या आठवणी सांगे, तेव्हा त्याचे डोळे आनंदाने चमकत. दादा आणि त्याचे मित्र मिळून 'पाता' नावाचं जे साहित्यिक नियतकालिक प्रकाशित करीत, ते खरोखर खूप सुंदर होतं. त्या मासिकाचं लेटरहेड, पावतीपुस्तकं, सदस्य होण्याचे फॉर्म हे खूप छान छापलेले होते. दादाने आठवण म्हणून 'पाता'ची सगळी कागदपत्रं जपून ठेवली होती. अधूनमधून तो ती कागदपत्रं बाहेर काढी, त्यांच्यावरची धूळ झटकी आणि म्हणे, 'बघ, माझं हे मासिक मी पुन्हा सुरू करीन.' जे तिघेजण 'पाता' छापीत, त्यातील एकजण होता शीलाचा भाऊ. शीलावर दादाचं प्रेम बसल्यावर चिकन फरहादने दादाचं तोंड पाहाणं बंद केलं होतं.

दुसरा होता मेहबूब. तो मनोरुग्ण झाला होता आणि आता मनोरुग्णालयात साखळ्या बांधलेल्या अवस्थेत होता. दादा आता 'पाता' हे नाव मासिकासाठी वापरू शकणार नव्हता, कारण तो संयुक्त संपादक होता. 'पाता'चा काही तो एकमेव मालक नव्हता. खरा संपादक होता फरहाद. दादा म्हणे, 'फरहाद काहीही करीत नसे, सगळं काम मीच करीत असे!' त्यामुळे त्याला बरं वाटत असे खरं, पण 'पाता' नाव वापरण्याचा अधिकार काही मिळत नसे. दादा पुन्हा 'पाता' नावाने मासिक प्रकाशित करायचा विचार करीत आहे हे समजल्यावर फरहादने त्याला कळवलं, 'असं केलंस तर तुला कोर्टात खेचीन!'

मी जेव्हा 'सेंजुती'मध्ये मग्न होते, तेव्हा घरात एक भयंकर घटना घडली. यास्मीनला छोटे पंख फुटले. पंख फुटणं भयंकर नव्हतं, त्यामुळे जे घडलं, ते भयानक होतं. पक्षी होण्याची यास्मिनची इच्छा ही भारत-बांग्ला देश सीमा ओलांडण्यासाठी नव्हती, तर आपल्यावरच्या बंधनातून एक दिवस अत्यंत गुप्तपणे उडून जाण्यासाठी होती. आमच्या मोहल्ल्यातला यास्मिनचा समवयस्क, देखणा मुलगा बादल हा यास्मिन शाळेत जाताना रस्त्यात उभा राहात असे. तो एके दिवशी धाडस करून पुढे आला आणि यास्मिनशी बोलला. रस्त्यात आणखी गप्पा मारल्या तर कुणी ना कुणी पाहातं आणि अफवा पसरवतं, म्हणून दुसऱ्या दिवशी त्याने यास्मिनला बोटॅनिकल गार्डनमध्ये यायला सांगितलं. बंधनातून बाहेर पडण्याची यास्मिनला एवढी तीव्र इच्छा होती, की ती शाळा सुटल्यावर रिक्षाने थेट बोटॅनिकल गार्डनमध्ये गेली. बादल आपल्या एका काकाला घेऊन तिथे गेला होता. तो काका, बादल आणि यास्मिन बोटॅनिकल गार्डनमध्ये फिरत होते, झाडंझुडुपं पाहात होते, वेगवेगळ्या रंगांची फुलं पाहात होते, पण त्यांना पाहून मोहल्ल्यातला एक मुलगा बाबांना खबर देण्यासाठी पळाला हे काही त्यांनी पाहिलं नाही. खबर मिळाल्याबरोबर बाबा ताबडतोब गार्डनमध्ये गेले. त्यांना धरून घेऊन आले. बादलला त्याचे केस मुठीत धरून ओढीत आणून, हात-पाय दोरखंडाने बांधून संध्याकाळभर बाबांनी त्याला चाबकाने मारलं. बादलच्या किंकाळ्यांनी सारा मोहल्ला कापत होता, पण बाबांनी पर्वा केली नाही. अर्धमेल्या बादलला त्यांनी घराबाहेर काढलं, तेही पोलिसांच्या हाती देण्यासाठी. त्याच दिवशी त्यांनी मुलीच्या अपहरणाची केस केली, बादलला कमरेला दोरखंड बांधून पोलीस घेऊन गेले. जेलमधून परत आल्यावर बादलचे बाबा समीरण दत्त कुटुंबासहित मोहल्ला सोडून गेले. फक्त बादललाच नाही, तर यास्मिनलासुद्धा दार बंद करून बाबांनी त्याच चाबकाने मारलं. तिच्या सगळ्या अंगावर चाबकाने मारल्याचे काळेनिळे वळ उठले होते. अगदी एक इंचही मोकळा राहिला नव्हता तिच्या अंगाचा. तिला ताप चढला. डोक्यावरचे केस मुठीमुठीने झडू लागले. या घटनेनंतर यास्मिन शाळेतून आल्यावर एकटीच उदास अशी घरात बसून राही. शाळेत तिच्या वर्गातल्या मुली तिला सतत

विचारीत, ‘तू कुणातरी पोराबरोबर पळून गेली होतीस ना गं?’ मला मयमनसिंह खूप मोठं शहर वाटे, पण लोक जेव्हा परनिंदेच्या गोष्टी बोलताना ‘रजब अलीची धाकटी मुलगी एका पोराबरोबर पळून गेली होती, हा: हा: ही: ही:’ म्हणत आणि ते आमच्याही कानी येई, तेव्हा वाटे हे शहर फार छोटं आहे. माणसांचं मनही फार छोटं आहे. बाबांनी जर त्या दिवशी ते कांड केलं नसतं, यास्मिन गार्डनमधून घरी परत आली असती, ‘शाळेतून यायला उशीर का झाला?’ विचारल्यावर म्हणाली असती, ‘रिंकूच्या घरी गेले होते.’ रिंकू तिची मैत्रीण, शाळा सुटल्यावर मैत्रिणीच्या घरी जाणं काही अपराध नव्हता. त्या दिवशी यास्मिनचं कुतूहल बादलबद्दल जेवढं होतं, त्याहीपेक्षा अधिक गार्डनबद्दल होतं. ते गार्डन एकदा पाहिल्यावर तिचं गार्डनबद्दलचं कुतूहल बहुधा कमी झालं असतं. मर्यादा ओलांडून गुपचूप बाहेर जाण्याचा आनंद तिने मनातल्या मनात ठेवला असता. मग कुणीही ‘पोराबरोबर पळून जाण्याबद्दल’ तिला टोमणे मारले नसते. यास्मिनला स्वत:बद्दल इतकं अपराधी वाटलं नसतं, सगळ्यांच्या नजरा टाळून ती अशी स्वत:ला लपवीत राहिली नसती.

गीताने टुलूला पिशवीत काहीतरी दिलं होतं. छोटी खबर. ही खबर बाबांच्या कानी पोहोचली. बाबांनी घरात खूप आरडाओरडा केला. अमिनाला त्यांनी विचारलं, ‘काय दिलं गं? काय दिलं?’

‘कोण जाणे, तांदूळ-बिंदूळ दिले असतील.’

‘टुलू कधीपासून येतो?’

‘बऱ्याच दिवसांपासून येतो.’

‘आल्यावर काय करतो?’

‘हेच - गप्पा मारतो.’

‘कुणाशी?’

‘त्याच्या बहिणीशीच.’

बाबा जेव्हा गंभीरपणे काही विचार करीत, तेव्हा झटक्यात चष्मा काढीत. मान खाली घालून बसून राहात. डोळे क्षणात लाल होत. व्हरांड्यात येरझारा घालीत. हात मागे बांधीत. कधी कमरेवर ठेवत. अधूनमधून डोक्यावरचे दाट कुरळे केस मागे सारीत. खुर्चीवर बसलेले असले, की खुर्ची जोरात मागे सरकवून उठत, पुन्हा बसत. बाबांना या अवस्थेत पाहिल्यावर घरातल्या सगळ्यांचं एकच काम : वाट पाहाणं; कारण लवकरच मोठा स्फोट होणार असे. पण यावेळी काही स्फोट झालाच नाही. ते शांतपणे दादाला आपल्या खोलीत बोलावून म्हणाले, ‘जा, तुझ्या आईला घेऊन ये.’

आम्ही जेव्हा आईला आणायला गेलो, तेव्हा आईला काही धक्का बसला नाही, जणू ती वाटच पाहात होती. आईच्या कोमेजलेल्या चेहऱ्यावर हसू उमललं - आई

आपला आनंद लपवून ठेवू शकत नसे. तिच्या डोळ्यांत, ओठांवर, गालांवर आनंदाचे रेणू चमकत होते.

घरात आईची उपस्थिती बाबांनी डोळ्यांच्या कोपऱ्यातून पाहिली, पण काही म्हणाले नाहीत. पण आईने बाबांचं जेवण टेबलवर नेऊन ठेवलं. बाबांनी ज्या प्रकारे घर चालवायला सांगितलं होतं, त्या पद्धतीने, किंबहुना पूर्वीपेक्षा अधिक कौशल्याने ती घर चालवू लागली. घर-अंगण अगदी चकचकीत केलं. बाबांची खोलीही स्वच्छ केली. सगळे कपडे धुतले. बिछान्यावरच्या चादरी धुवून स्वच्छ केल्या. रात्री बाबा परत येण्यापूर्वीच त्यांचा बिछाना मच्छरदाणी टांगून तयार ठेवलेला असे. आमच्या वेण्या घालायला सुरुवात केली. भूक लागण्याआधीच आम्हाला जेवू घालू लागली. पाणी मागितल्याबरोबर पाणी देवू लागली. न मागताच शहाळ्याचं पाणी, बेलाचं सरबत, पेरू, आंबे, डाळिंबं देऊ लागली. आईच्या उपस्थितीने आम्हा सर्वांना आराम वाटत राहिला.

चिकित्साविद्या

मेडिकलच्या प्रवेशासाठी त्या वर्षी कुठलीच परीक्षा घेण्यात आली नाही. मॅट्रिक आणि इंटरमिजिएट परीक्षेचे गुण पाहूनच प्रवेश देण्यात आला. ज्यांना एकूण बाराशे मार्कांपेक्षा अधिक मार्क्स होते, त्यांना प्रवेश देण्यात आला. मला दोन्ही परीक्षांमध्ये बाराशेपेक्षा थोडे अधिक गुण होते. मयमनसिंहला मी पहिली पसंती दिली असली, तरी माझे एकूण गुण तेराशे-चौदाशे नसल्यामुळे माझी पसंती डावलून मला सिलेट मेडिकल कॉलेज देण्यात आलं. बाबांनी लगेच सगळी तयारी केली. वेगवेगळ्या अर्जांवर त्यांनी माझ्या सह्या घेतल्या, दादाला तयार व्हायला सांगितलं. दादा मला घेऊन रात्रीच्या ट्रेनमध्ये बसला. आखाउडा स्टेशनवर सकाळी ट्रेन थांबली. तिथून ट्रेन बदलून आम्हाला सिलेटला जाणाऱ्या ट्रेनमध्ये बसायचं होतं. स्टेशनवर पाणीवाला, बिडीवाला, खारे दाणेवाला, चिवडेवाला, केळीवाला, पानवाला, बिस्किटवाला अशा फेरीवाल्यांच्या गर्दीत मी हरवून गेले. दादाने मला ओढीत ओढीत महिलांच्या प्रतीक्षालयात नेऊन बसवलं. तिथं काही बुरखेवाल्या, काही बुरखा नसलेल्या महिला, मुलं, विष्ठा, मूत, ओकाऱ्या या सगळ्यांच्या मध्ये इस्त्रीच्या सलवार कुर्त्यामधली मी बसून राहिले. आखाउडा स्टेशनहून सिलेटला जाणारी ट्रेन आली. ट्रेनमध्ये लुंगीवाले, पायजमावाले, पँटवाले, उघडे, अनवाणी, बूटवाले, सुटकेस, ट्रंक, पिशव्या घेतलेले लोक चढत होते. मी मुलगी म्हणून मला बसायला जागा देण्यात आली. मला परपुरुषाचा स्पर्श होऊ नये, म्हणून मुलीचा भाऊ या नात्याने दादानेही स्वत:साठी माझ्याशेजारी कशीबशी जागा तयार करून घेतली. सेकंड क्लासमध्ये चढलेले थर्ड क्लास लोक सीट न मिळाल्याने खालीच बसले होते. कुणासमोर पिशव्या होत्या. दरवाजातून गरम हवा येत होती. कोपऱ्यात काही बायका गर्दी करून बसल्या होत्या. त्यांनी नाकात नथी घातलेल्या होत्या. त्यांची तोंडं मात्र

बंद होती. पुरुष मात्र गप्पा मारत होते. प्रयत्न करूनही त्यांतला एक शब्दही मला समजत नव्हता.

'दादा, कुठल्या भाषेत बोलताहेत हे?' मी विचारलं.

'सिलेटी भाषा आहे ती. सिलेटी लोकांशिवाय कुणाच्या बापालाही ती समजणं शक्य नाही!' असं म्हणून, घासाघीस करून एक पुडी तिखट शेंगदाणे घेऊन मन लावून खाऊ लागला. गर्दी, उकाडा आणि आरडाओरडा असूनही आपण नवीन शहरात चाललो आहोत म्हणून मला आनंदच होत होता. खिडकीतून दूरचं एक मैदान दाखवून दादा मला म्हणाला, 'ते मैदान आहे ना, त्या मैदानापलीकडेच भारत आहे.' मला वाटलं, पळत पळत ते मैदान पार करून जावं आणि भारत कसा आहे ते बघावं. भारताचं आकाश कसं आहे ते बघावं. ट्रेन डोंगराजवळून, झऱ्याच्या पाण्यात भिजत भिजत, चहाच्या मळ्यांच्या कडेने, अंधाऱ्या अरण्याला पार करीत चालली होती. मी खिडकीबाहेर हात काढला, बोटांना मागे जाणाऱ्या झाडांच्या पानांचा स्पर्श होत होता.

नवीन शहरात प्रवेश केल्यावर माझ्या मनात आनंदाचं कारंजं उडू लागलं. हे मयमनसिंह नाही, दुसरं एक गाव आहे, त्याचं वेगळंच नाव आहे, हे स्वत:ला पटवण्यासाठी मी वारंवार दुकानांच्या पाट्या वाचू लागले. स्टेशन रोड, सिलेट. पुरानो बाजार, सिलेट. दर्गा रोड, सिलेट. दादा या शहरात पूर्वी आला होता, त्यामुळे त्याला या शहरातले रीतिरिवाज माहीत होते. इथल्या रिक्षावाल्यांना 'ड्रायव्हर' म्हणून हाक मारावी लागे. 'रिक्षावाला' म्हटलं, तर ते चिडत. एका रिक्षात बसून आम्ही शहरात प्रवेश केला. एका छोट्या हॉटेलमध्ये अत्यंत तिखट जेवण जेवून दुसऱ्या एका हॉटेलमध्ये झोपायला गेलो. आयुष्यात पहिल्यांदाच मी एखाद्या हॉटेलमध्ये झोपले. दादा बिनघोर झोपला. शेजारच्या खोलीतून की व्हरांड्यातून येणाऱ्या बोलण्याच्या आणि हसण्याच्या कर्कश आवाजामुळे मी घाबरून हात-पाय पोटाशी घेतले. मी कापऱ्या स्वरात दादाला दबल्या आवाजात, मोठ्या आवाजात हाका मारीत राहिले, पण दादा काही जागा झाला नाही. शेजारच्या खोलीतले लोक दरवाजा फोडून आमच्या खोलीत येतील आणि मला मारून टाकतील अशी मला भीती वाटत होती. मी उडी मारून दादाच्या कॉटवर गेले आणि त्याला धक्का मारून जागं केलं. अर्धवट झोपेतच तो 'काय झालं?' म्हणून कूस बदलून परत झोपी गेला. मी धडधडत्या छातीने दादाच्याच बिछान्याच्या एका बाजूला अंगाचं मुटकुळं करून पडले, पण रात्रभर झोप आली नाही. पहाटेचा प्रकाश खोलीत आल्यावर, खोलीबाहेरचे बोलण्याचे आवाज थांबल्यावर माझ्या छातीतलं धडधडणं थांबलं.

'तू रात्री घाबरली होतीस का?'

'हो.'

'हट्! त्यात काय एवढं घाबरायचं!'

सकाळी मेडिकल कॉलेजमध्ये प्रवेश घेऊन, तिथून मयमनसिंह कॉलेजमध्ये बदली मिळावी म्हणून अर्ज देऊन आम्ही ट्रेन पकडली. ट्रेन रात्रभर अंधारात धावत होती आणि माझं अंग रात्रभर भीतीने थरथरत होतं.

सिलेटहून परत आल्यावर सफेद टेट्रॉनचं कापड विकत घेऊन बाबांनी माझ्यासाठी दोन एप्रन शिवून घेतले. घरापासून दोन दिवस प्रवासाच्या अंतरावर नाही, घराजवळचं कॉलेज. रिक्षावाला तरुण असला तर पंधरा मिनिटांत, म्हातारा असला तर पंचवीस मिनिटांत तिथं पोचता येई. सिलेटहून मला बदली कॉलेज मिळालं मयमनसिंहचं कॉलेज. नियमाप्रमाणे एप्रन घालून कॉलेजला जाई. एप्रनच्या आत सलवार-कुर्ता. ओढणी घ्यायची झंझट नाही. एप्रनच्या आत ओढणी घेतलीय की नाही हे कुणी विचारीत नसे. याचा मला खूप आनंद वाटे. ओढणीचं बंधन नव्हतं. कॉलेजमधल्या प्रत्येक विद्यार्थी-विद्यार्थिनीला एप्रन घालावा लागे, मग त्याने किंवा तिने कुठलाही पोशाख घातलेला असो. एप्रनला कॉलर असे, खिसा असे, कमरेला बेल्ट असे - तो घातल्यावर मला छान वाटे. कॉलेजमध्ये सगळेच अनोळखी. बऱ्याच जणांचं घर ढाक्यात होतं, ते इथे होस्टेलमध्ये राहात होते. मी आणि फक्त दोनेकजण या शहरातले. मी फक्त मुलींसाठीच्या शाळेत शिक्षण घेतलेलं, मुलं पाहाण्याची सवय नव्हती आणि इथं वर्गात, कॉरिडॉरमध्ये, मैदानात, जिन्यात - सगळीकडं वेगवेगळ्या नजरांच्या मुलांसमोरून मला वावरावं लागत होतं. मनातून थोडी धाकधूकच वाटे. पाय जणू उठायला तयार नसत. नवीनच प्रवेश घेतलेल्या आम्हा विद्यार्थी-विद्यार्थिनींना प्रथमच ज्या कक्षात नेण्यात आलं, त्यावर लिहिलं होतं 'शव-विच्छेदन कक्ष'. त्या खोलीत गेल्याबरोबर जो दुर्गंध आला, त्याने नाक दाबावंसं वाटलं, उलटी येईल असं वाटू लागलं. मी नाक-तोंड दाबून घेतलं, पण श्वास रोखून ठेवायलाही काही मर्यादा असते. त्यानंतर ती दुर्गंधी पुन्हा नाकातून अगदी पोटापर्यंत गेली. टेबलावर प्रेतं ठेवलेली होती. त्या टेबलाभोवती एप्रन घातलेले विद्यार्थी-विद्यार्थिनी उभे होते, फक्त उभे नव्हे तर त्या प्रेतांवर झुकलेले होते. जणू त्या प्रेतांना सोनचाफ्याचा सुगंध येत होता, तो घेत होते. ही प्राणहीन शरीरं एकेकाळी हसत, रडत, कुणावर तरी प्रेम करीत. बोटाला सुई टोचली की चीत्कार करीत आणि आता त्यांना कापलं जातंय. छातीवरचं मांस काढून आतलं हृदय बाहेर काढलं जातंय, पण त्यांना त्याची काहीच जाणीव होत नाहीये. शिरांमधून थंड मृत्यू उतरत, माझ्या सगळ्या शरीरात पसरत राहिला. एके दिवशी आपण सगळे एकेक करीत मरून जाऊ, मरून एक प्रकारची अनुभूतिहीन वस्तू बनून जाऊ. मी वेगाने त्या खोलीतून बाहेर आले. माझ्याबरोबर, अंगाला अंग घाशीत मृत्यूही आला. मी कॉरिडॉरमध्ये फिरू लागले, संगे मृत्यूही फिरू लागला. बाहेर नीलगिरीच्या झाडाखाली बसले, मृत्यूही बसला.

दुसऱ्या दिवशी वर्गातल्या सगळ्या मुला-मुलींचे चार गट करण्यात आले. डोकं, छाती, हात, पाय आणि ओटीपोट. माझ्या वाट्याला ओटीपोट आलं किंवा ओटीपोटाच्या वाट्याला मी आले. बस्स! आता प्रेतं कापून-कापून ओटीपोटाचा अभ्यास करा, ओटीपोटाच्या आत जे-जे आहे, ते ट्रेमध्ये घेऊन, बरोबरच्यांसह एक निवांत कोपरा निवडा, एकजण कनिंगहॅमचं पुस्तक वाचील, एकजण ऐकेल, एकजण समजून घेईल, आणखी एकजण प्रश्न करील, एकजण उत्तर देईल, एकजण शंका विचारील. असं गटाने अभ्यास करणं इतरांना जमत असलं, तरी मला जमत नसे. होस्टेलच्या मुला-मुलींनी अभ्यासासाठी कायमचे मित्र निवडले होते, मी मात्र एकटीच असे. घरून रिक्षाने एकटी येई, कॉलेज सुटल्यावर एकटी घरी जाई, एकटीच अभ्यास करी. बाबांनी जाडजूड अशी काही पुस्तकं विकत आणून दिली होती, त्यांच्यामध्ये मोठमोठी रंगीत चित्रं होती. मी पानं उलटत जेव्हा पुस्तकातली चित्रं पाही, तेव्हा यास्मिन विस्फारलेल्या डोळ्यांनी बघत राही. वाचायला गेलं, तर साठ टक्के भाग डोक्यात शिरत नसे, पंधरा टक्के भाग डोक्यात शिरून पुन्हा बाहेर निघून जाई, पंचवीस टक्के भाग डोक्यावरून जाई. ग्रेचं ॲनॉटॉमीचं पुस्तक पाहून सर्वात अधिक आनंद झाला आईला. आईला या सगळ्या पुस्तकांची नावं आधीच माहीत होती. बाबा जेव्हा डॉक्टरी शिकत, तेव्हा तीच त्यांची पुस्तकं नीट लावून ठेवीत असे, त्यांना हवं ते पुस्तक काढून देत असे. बाबांच्या काळात पुस्तकं इतकी मोठमोठी नव्हती, माझ्या काळात सगळ्या पुस्तकांचं आकारमान प्रचंड वाढलं होतं. मी जेव्हा पुस्तकं घेऊन बसलेली असे, मग अभ्यास करीत असो किंवा नसो, आई लिंबाचं सरबत, नाहीतर चिवडा, नाहीतर आलं घातलेला चहा गुपचूप टेबलावर ठेवून जाई. घरात माझे खूपच लाड होत. कॉलेजला जाण्याआधी आई माझे केस विंचरून देई, कपड्यांना आणि एप्रनला इस्तरी करून देई, सँडल्स पायाजवळ आणून ठेवी. पण कॉलेजमध्ये गेल्यावर माझी अवस्था अगदी करुण होऊन जात असे. मला विचारलेल्या प्रश्नांची उत्तरं देता येत नसत. शवविच्छेदनही करता येत नसे. ढाक्याच्या मुलींनी होस्टेलमध्ये राहून मैत्रिणी निवडल्या होत्या. त्या गटा-गटांनी फिरत, हसत, प्राध्यापकांच्या प्रश्नांना उत्तरे देत. माझ्या दुर्दशेतून सुजितकुमार अपू नावाच्या एका चष्मेवाल्या, गाल आत गेलेल्या, केसांना पचपचीत तेल लावणाऱ्या मुलाने बाहेर काढलं. तो म्हणाला, 'चल, आपण एकत्र अभ्यास करू. तुझ्या घराजवळच माझं घर आहे. संध्याकाळी येऊ?' अपूबरोबर मी ओटीपोटाचा अभ्यास करायला सुरुवात केली. पहिल्याच दिवशी जननेंद्रियाचा अभ्यास करावा लागला. कनिंगहॅमच्या पुस्तकातलं एक बेशरम जननेंद्रिय समोर घेऊन आम्हाला बसावं लागलं. अपू जननेंद्रियाचा कुठला स्नायू कुठपर्यंत जातो, रक्तवाहिन्या कुठून कुठे जातात याचं सविस्तर वर्णन करू लागला. आई आमच्यासाठी चहाबिस्किटं घेऊन

आली. बाबा रात्री घरी परतल्यावर आरामखुर्चीत बसले आणि मला हाक मारून म्हणाले, 'कसला अभ्यास करतेयस बघू! पुस्तक आण बरं इकडं!' मी बाबांसमोर कनिंगहॅमचं जननेंद्रिय ठेवून म्हणाले, 'सध्या वर्गात हे शिकवताहेत, त्याचाच अभ्यास करतेय.' बाबा थोडे अवघडल्यासारखे झाले खरे, पण इंग्रजीचा आश्रय घेऊन, जननेंद्रियाबद्दल एक-दोन वाक्यं बोलून त्यांनी विषय बदलला. कॉलेजमधून परतल्यावर संध्याकाळी अपू अभ्यासाला येई. जननेंद्रियाच्या तपशीलवार वर्णनात अपू रमला असताना त्याला थांबवून मी विषय बदलला.

मी त्याला म्हणाले, 'आपण कॉलेजमध्ये एक साहित्य पत्रिका सुरू करायची का?' अपूचे काका प्रणव साहा शहरातले प्रसिद्ध छडाकार होते. ('छडा' म्हणजे बंगालीतील, यमकं असलेली छोटी कविता, मराठीतल्या 'चारोळ्यां'सारखी.) अपू स्वत:सुद्धा छडा लिहीत असे. माझा प्रस्ताव ऐकून त्याने आनंदाने उडीच मारली. झालं, एकत्र अभ्यास करणं थांबवून आम्ही साहित्यचर्चा सुरू केली. कॉलेजात कविता, कथा, छडा लिहिलेल्या साहित्य पत्रिका टांगलेल्या मी पाहिल्या होत्या. आपणही अशीच एक भित्तिपत्रिका काढावी असं मला वाटलं. परीक्षा येण्यापूर्वी जसं अभ्यासात लक्ष घाली, तसंच आता 'कृशाणू' (अग्नी) या भित्तिपत्रिकेत लक्ष घातलं. पण कॉलेजमध्ये ही पत्रिका टांगणार कोण? अपूचा एक छडा मी पत्रिकेसाठी घेतला होता, त्यामुळे त्याला इतकं बरं वाटलं की, एके दिवशी तो आठला कॉलेज असताना साडेसातलाच कॉलेजमध्ये जाऊन भिंतीवर 'कृशाणू' लावून आला. विद्यार्थी-विद्यार्थिनी कॉरिडॉरमधून जाताना पत्रिकेसमोर थांबून तिच्यातील लेखन वाचीत, हे मी दुरून पाहात असे. कॉलेजमध्ये सांस्कृतिक सप्ताह सुरू झाला. आमची भित्तिपत्रिकाही आम्ही स्पर्धेत दाखल करायचं ठरवलं. मी अपूला वर्गातल्या मुला-मुलींकडून लेखन गोळा करायला सांगितलं. हळू-हळू काही लेखन हाती आलं. त्यावरच जरा संपादकीय संस्कार करून, बाबांच्या खिशातून हळूच पैसे काढून घेऊन, कागद, पेन, रंग, ब्रश विकत आणून 'अमृत' नावाची आणखी एक भित्तिपत्रिका तयार करण्यासाठी बसले. बैठकीच्या खोलीत रात्रभर बसून 'अमृत'चं काम केलं. आता घरात मला सात खून माफ होते, कारण 'मुलगी डॉक्टरकी शिकतेय, कविता बिविता लिहायचा छंद आहे, असू द्या; एके दिवशी जाईल हा पोरकटपणा' असं आता घरच्यांचं मत होतं.

पण माझा पोरकटपणा काही गेला नाही. अपू रेल्वेने नेत्रकोना गावी आपल्या घरी जाणार होता. रेल्वेचं मला खूप आकर्षण वाटे. म्हणून माझ्या नवीनच झालेल्या मैत्रिणींबरोबर मी अपूबरोबर नेत्रकोनाला जायचा प्लॅन केला. आपण संध्याकाळीच परत येऊ असं अपू म्हणाला. कॉलेजमधून घरी न येता आम्ही रेल्वे स्टेशनवर जाऊन ट्रेनमध्ये बसलो, कोळशाचा धूर सोडीत गाडी निघाली. नेत्रकोनाला उतरून, अपूच्या घरी खाणंपिणं करून, तिथली नदी, मैदानं इत्यादी पाहून मयमनसिंहला जाण्यासाठी

आम्ही रेल्वे स्टेशनवर आलो. मोहनगंजला जाणाऱ्या गाड्या येत होत्या, पण मयमनसिंहला जाणारी गाडी काही येत नव्हती. संध्याकाळ झाली. अंधार वाढू लागला. आता घरी काय चाललं असेल याचा विचारही करवेना. होस्टेलमध्ये राहाणाऱ्या मुलींचा निश्चिंतपणा पाहून, आपल्यालाही त्यांच्यासारखं स्वतंत्र जीवन जगता यावं असं मला वाटलं. अखेर गाडी आली आणि अगदी संथपणे रात्री दहाच्या सुमाराला मयमनसिंहला पोचली. संपूर्ण मार्गभर मी घरी सांगण्यासाठी सबबी तयार करीत होते, पण त्यातली एकही सयुक्तिक वाटत नव्हती. शेवटी इतरजण माझ्या मदतीसाठी आले. अपू मला घरी सोडवायला येईल व सांगेल की तो मला आणि इतर काहींना नेत्रकोना गावी फिरायला म्हणून घेऊन गेला होता आणि यात सगळा दोष त्याचाच होता. पण हे उत्तर मला समाधानकारक वाटत नव्हतं. शेवटी मी सगळ्यांनाच माझ्या घरी घेऊन आले. माझ्या सगळ्या मैत्रिणींचा जथा दाखवून म्हणाले, 'यासुद्धा होत्या माझ्याबरोबर.' मी एकट्या पुरुषाबरोबर मजा करायला गेले नव्हते, तर आठ-दहा मुलींना घेऊन पिकनिकला गेले होते, रेल्वे लेट झाल्यानेच उशीर झाला. अपू बरोबर होता ते बरंच झालं... आईने समजून घेतलं. मी वाचले. सुदैवाने बाबा तोवर घरी परतले नव्हते. परतलेले असते, तरी त्यांनी काही फार मोठा हंगामा केला नसता, कारण त्याच रात्री त्यांना आपल्या आईच्या निधनाची बातमी समजली होती.

माझी ही आजी अधूनमधून बडोदादांबरोबर आमच्याकडे येत असे. ती रंगानं काळी, पण दिसायला सुंदर होती. नाक, डोळे, चेहरा रेखीव होता. आईचा समज असा होता की, ही आजी काही बाबांची सख्खी आई नव्हती. आजीची थोरली बहीण ही बाबांची आणि बाबांच्या थोरल्या बहिणीची सख्खी आई होती. मी याबद्दल बडोदादा, आजी, थोरली आत्या यांना प्रश्न विचारला, पण कुणीच त्याचं उत्तर दिलं नाही. सख्खी आई नसली, तरी या आईबद्दल बाबांना खूप आदर वाटे. ते तिला साड्या-कपडे पाठवीत, आजारपणात औषधं पाठवीत. ती अगदीच बिछान्याला खिळल्यावर स्वत: मदारीनगरला जाऊन तिला भेटून येत. यावेळी त्यांनी आजीच्या चाळीसाव्याला मदारीनगरला जायचं ठरवलं. त्यांनी डोळे नाचवीत मला आणि यास्मिनला विचारलं, 'काय, येणार का कंट्रीसाईडला?' मला तर खूपच आनंद झाला. मी आणि यास्मिन कधीच गावाकडच्या घरी गेलो नव्हतो. दादा आणि छोटोदा युद्धाच्या काळात गेले होते. दादाचा कॅमेरा घेऊन आम्ही बाबांच्या बरोबर सकाळीच गावाकडे निघालो. नाव, बस, रिक्षा, पायपीट या सगळ्या धकाधकीनंतर घरी पोचलो. पण धकाधकीचा त्रास वाटला नाही. घराबाहेर फिरू शकण्याचा आनंद त्यापेक्षा काही कमी नव्हता. दुपारी खूप लोक जेवायला आले होते. गावातले गरीब लोक, बाबांचे गरीब नातेवाईक, सगळ्यांना अंगणात बसवून केळीच्या पानावर जेवण

देण्यात आलं. बाबांनी स्वत: सगळ्यांना वाढलं. मी कॅमेऱ्याने बाबांचे वेगवेगळ्या पोझेसमधले फोटो काढले. आम्हाला बघायला गावातले स्त्री-पुरुष, लहान मुलं घरात जमा झाली. शहरातून आलेला कुठलाही प्राणी म्हणजे त्यांच्यासाठी एक मोठी नवलाची गोष्ट असे. घरातल्या सगळ्या खोल्या वेतांनी तयार केलेल्या, वरती कौलं, जमीन मातीची. बडोदादांच्या मोठ्या खोलीच्या चारी बाजूंना इमान अली, रियाजउद्दीन, अब्दुल मतीन यांच्या खोल्या उभारल्या होत्या. ते आपल्या बायकामुलांबरोबर खाऊन पिऊन सुखी होते. बडोदादांच्या खोलीत एक मोठा पेटारा होता. त्यावर बिछाना अंथरून ते झोपत. दिवसभर बसून मासे धरायची जाळी विणत. त्यांची नजर तीक्ष्ण होती, पण आजारपण आलं तरी ते शहरात येऊन आमच्याकडे मुक्काम करीत नसत. त्यांना आग्रह करूनही आजकाल शहरात आणता येत नसे. या वयात आपलं घर सोडून कुठेही जावंसं त्यांना वाटत नसे. बाबांनी क्षितिजापर्यंत पसरलेली हिरवीगार जमीन आम्हाला दाखवली. ती सारी त्यांनी स्वत: विकत घेतली होती. एवढी जमीन, एवढी गाईगुरं, घरात इतकं धान्य भरलेलं, पण कुणाच्याही राहणीमध्ये समृद्धी दिसत नव्हती. तिथले आमचे नातेवाईक मदारीनगरच्या बाजारात मिळणारी स्वस्त निळी लुंगी वापरीत. घरातल्या तक्तपोशीवर झोपत. वांग्याचं भरीत आणि पाणीदार वरणाबरोबर भात खाऊन दारात बसून हुक्का ओढीत. डोक्यावर जणू काळजीचं मणभर ओझं असल्यासारखे त्यांचे चेहरे. त्यांच्या बायकाही जाड्याभरड्या सुती साड्या वापरीत आणि आहे त्या वयापेक्षा मोठ्या दिसत. पंधराची मुलगी पंचवीसची वाटे, पंचवीस वर्षे वयाची स्त्री पन्नास वर्षे वयाची वाटे. तरी गावातल्या इतर घरांपेक्षा या घरातल्या लोकांना पैसेवाले समजले जाई. शेतीच्या उत्पन्नातून मिळालेले पैसे ते जीवन जगण्यासाठी वापरत नसत, तर नवीन जमीन विकत घेण्यासाठी आणि याच्या-त्याच्याविरुद्ध कोर्टात दावे करण्यासाठी राखून ठेवीत. या घरासाठी बाबा म्हणजे ईश्वर होते. त्या घरातले लोक बाबांच्या पैशांमुळेच धनवान झाले होते, यक्षराज कुबेर झाले होते. बाबांच्या आज्ञेप्रमाणे त्यांचे व्यवहार चालत. कुणाच्या मुलाला शाळेत घालायचं, कुणाच्या मुलीसाठी वरसंशोधन करायचं - हे सारं बाबाच सांगत. शाळेची फीसुद्धा बाबा देत, लग्नाचा खर्चसुद्धा! गावातली शाळा संपल्यावर रियाजउद्दीनच्या मुलाला शहरात शाळेत घालीन असं त्यांनी सांगितलं होतं. शहरातल्या शाळेत शिकणार म्हणजे आमच्या घराच्या पत्र्याच्या खोलीत त्याची राहाण्याची सोय होणार. रियाजउद्दीनचा मोठा मुलगा सिराज जेव्हा आमच्या घरी राहून शहरातल्या शाळेत शिकत होता, तेव्हा त्याने एका दुपारी नऊ-दहा वर्षे वयाच्या यास्मिनला नागडं केलं होतं. झुनूमावशी आमच्याकडे आली होती. तिने अंगणातून फिरताना पत्र्याच्या खोलीकडे पाहिलं, तर तिला हे नग्नदृश्य दिसलं. हे समजल्याबरोबर बाबांनी घरी येऊन सिराजला आणि यास्मिनला चांगला चोप दिला आणि सिराजला त्याच दिवशी

घरातून हाकलून दिलं. सिराज गावात दुसरीकडे भाड्याने जागा घेऊन तिथे राहू लागला. मॅट्रिक झाल्यावर आता कॉलेजमध्ये शिकत होता. आजीच्या चाळिसाव्याला तो आज गावाकडच्या घरी आला होता, पण त्या घटनेला इतकी वर्षं उलटल्यानंतरही त्याला माझ्या बाबांच्या समोर येण्याचं धाडस नव्हतं. घराच्या शेजारीच असलेल्या आजीच्या कबरीजवळ बाबांनी एक झाड लावलं आणि आम्हाला बरोबर घेऊन ते संध्याकाळी शहरात परत आले. मार्गात त्यांनी त्यांच्या गतजीवनातल्या, असह्य दारिद्र्याबद्दल आम्हाला सांगितलं. ते कुठून कुठे येऊन पोचले ते आम्हाला समजून घ्यायला सांगितलं. म्हणाले, आम्हीही नेहमी उच्च ध्येय ठेवावं, शिक्षणात प्रगती करून मोठं व्हावं, माणसासारखं माणूस व्हावं. वेळ उगाच आळसात आणि ऐषआरामात घालवू नये.

इकडे कॉलेजमध्ये विविध राजकीय पक्षांच्या विद्यार्थी संघटनांनी (छात्रलीग, छात्रयुनियन, जासद-छात्रलीग व छात्रदल यांनी) ढाक्याहून गायकांना आणून उत्तमोत्तम कार्यक्रम करून आम्हाला जिंकून घेतलं. कॉलेजमध्ये नवीन प्रवेश घेतलेल्या विद्यार्थ्यांच्या स्वागतासाठी हे कार्यक्रम होते. त्यांना 'नवीन वरण' कार्यक्रम म्हणत. एकापेक्षा एक सरस कार्यक्रम करण्याची त्यांच्यामध्ये स्पर्धाच होती. एका पक्षाने खुर्शीद आलमला आणलं, तर दुसऱ्या पक्षाने फिरदौस वाहिदला. फक्त गाण्याचे कार्यक्रमच नाहीत, तर मोठमोठी राजकीय भाषणं देण्यासाठीही ढाक्याहून राजकीय नेत्यांना आणलं. मन्ना जासदच्या कार्यक्रमात येऊन महमुदुर रहमान यांनी सुमारे दोन तास भाषण केलं, ते मी तन्मयतेने ऐकलं. कुठल्याही पक्षाच्या नेत्याचं कुठलंही भाषण मी मुग्ध होऊन ऐके. इतके चांगले चांगले नेते असताना आपला देश झिया उर रहमानसारख्या एका सेनाधिकाऱ्याच्या सत्तेखाली का आहे यावर विचार करी. पुन्हा विद्यार्थी संघटनांची भाषणं ऐकून वाटे, आपल्या देशातील व्यवस्था एकंदर ठीकच आहे. यापेक्षा अधिक चांगली कुठलीही व्यवस्था नाही. हे कार्यक्रम संपल्याबरोबर कॉलेजमध्ये निवडणुकांचं वातावरण आलं. विद्यार्थी-संसदेच्या निवडणुका होणार होत्या. वेगवेगळे उमेदवार मतं देण्याची विनंती करीत. प्रत्येकाला मी मान हलवून तुम्हालाच मत देईन असं म्हणे. मतांसाठी किंवा इतर कुठल्याही कारणांनी नेहमी माझ्या घरी मुलं येत – हा प्रकार माझ्यासाठी एकदम नवीनच होता.

प्रथम वर्षाचे वर्ग निवांतपणे चालत, त्यामुळे 'सेंजुती'चा तिसरा अंक काढण्याच्या तयारीला लागले. माझा वेळ कॉलेजपेक्षा जमान प्रिंटर्समध्ये अधिक जाऊ लागला. पूर्वीपेक्षा सेंजुतीचा हा अंक चांगला जाडजूड होता. या अंकात एक गोष्ट उल्लेखनीय होती. पहिल्या पानावरचा 'संपादिका : तसलिमा नासरिन' हा उल्लेख शेवटच्या पानाच्या शेवटी छोट्या टाईपमध्ये गेला होता. 'सेंजुती'चा अंक संपूर्ण वाचल्यावर दादा शेवटी थांबून म्हणाला, 'छपाईची चूक झालीय. 'संपादिका' ऐवजी 'संपादक'

असं छापलं गेलंय.'

हसून म्हणाले, 'ही चूक नाही. मी मुद्दामच तसं लिहिलं होतं.'

'का बरं? तू काय मुलगा आहेस का?'

'मुलगा कशी असेन?'

'तुझा काय लिंगावर विश्वास नाही का?'

'आहे तर!'

'व्याकरणात पुल्लिंग - स्त्रीलिंग असा प्रकार असतो, माहीत आहे ना?'

'माहीत आहे. पण संपादिका, प्रकाशिका असा इका-टिका प्रकार मला आवडत नाही. मुलगी किंवा मुलगा, दोघेही संपादक असू शकतात. शब्दांमध्ये असा उगीचच कारण नसताना लिंगभेद करणं मला नको वाटतं. कविता लिहिणाऱ्या मुलीला मी कवीच म्हणेन, महिला कवी नाही.'

सेंजुती खाली ठेवीत दादा म्हणाला, 'लोक तुला वेडी म्हणतील.'

वर्गात माझी ज्यांच्याशी ओळख झाली होती, अशा मुलींना मी म्हटले, 'चला, आपण ''शताब्दी चक्र'' नावाच्या एका साहित्य मंडळाची सुरुवात करू या.' काहीजणी तयार झाल्या. चला, वर्गणी गोळा करा, नुसत्या उत्साहाने काही काम होत नाही. एक छोटीशी समिती तयार केल्यावर मी म्हटले, काहीतरी करायला हवं. 'अमृत' या भित्तिपत्रिकेला द्वितीय पुरस्कार मिळाल्याने शताब्दीच्या वतीने एक कविता-पत्रिका प्रकाशित करावी, असं मला वाटलं. मनात आल्याबरोबर मी कामाला लागले. ज्यांचं बंगाली शुद्धलेखन चांगलं होतं, अशांना मी कविता लिहा असं सांगू लागले. 'कविता तर काही येत नाही.' 'येईल - येईल! जीवन हीच एक कविता आहे ना! जीवन जगता, पण लिहीत नाही!' ज्या कविता मिळाल्या, त्यांच्यावर संपादकीय संस्कार करून कविता पत्रिका तयार करून, स्वत:च लिफा प्रिंटर्समधून छापून आणली. हा छापखाना छोटोदाच्या मित्राचा होता. तो कमी दरात छपाई करून देई. पत्रिकेचं नाव ठेवलं 'रोद' (ऊन्ह). 'रोद' प्रकाशित झाल्यावर अपू माझ्याकडे दोन पानं दीर्घ असा एक 'छडा' (कविता) घेऊन आला आणि म्हणाला, 'शताब्दी'च्या वतीने एक छडापत्रिका प्रकाशित झाली तर चांगलंच होईल. त्यानुसार 'झनझन' नावाची एक छडापत्रिकाही काही दिवसांत प्रकाशित केली. पण अपूचा छडा कापून निम्मा करावा लागला. कारण इतकी प्रदीर्घ कविता छापून मोठं मासिक काढण्याइतके पैसे नव्हते. माझ्या शिष्यवृत्तीचे पैसे मी शताब्दी संस्थेसाठी खर्च करी, सभासद नियमित वर्गणी देत नसत. तरीही कच्च्या कविता पक्क्यासारख्या करून मासिक प्रकाशित करण्याचा माझा उत्साह काही कमी झाला नव्हता.

त्यात मला नाटकाचाही नवीन छंद लागला. छोटोदा तेव्हा अर्धी रात्र आणि पाऊण दिवस नाटक करणाऱ्यांच्याबरोबर घालवीत असे. 'मयमनसिंह थिएटर' ही

संस्था शहरात नवीन-नवीन नाटकं करीत असे. छोटोदा मला अधूनमधून नाटकांच्या तालमी पाहायला नेई. जेव्हा माझ्या डोक्यात नाटकाचा किडा वळवळत होता, तेव्हा माझी वर्गमैत्रीण इशिता पार्थ हिच्या ट्रंकेतून 'खुल जा सिमसिम'प्रमाणे समरेश बसू यांचं 'आवर्त' हे नाटक बाहेर पडलं. हे नाटक कॉलेजमधल्या मुलामुलींकडून झालं नसतं, त्यासाठी चांगल्या अभिनेत्यांची गरज होती. मी नाटकाची संहिता घेऊन घरी आले आणि छोटोदाला म्हणाले, हे नाटक 'मयमनसिंह थिएटर'ला करण्यासाठी दे. मी ते नाटक वाचलं, वाचता वाचता त्यातल्या पुरुष आणि स्त्रीपात्रांच्या भूमिका संस्थेतले कोणते अभिनेते-अभिनेत्री करू शकतील याची कल्पना केली. विशाल मंचावरून पडदा सरकत जातो, मंचावर अंधुक प्रकाश आहे. खोलीतून बाहेर येऊन गीता (गीताच मोंग्ला या मुलाच्या आईच्या भूमिकेत शोभेल असं वाटलं) हाक मारते, 'मोंग्ला, एऽ मोंग्ला!' थिएटरच्या कलाकारांनी ते नाटक आनंदाने स्वीकारलं, तालमी सुरू झाल्या. मी तालमी बघायला जाऊ लागले आणि त्या नाटकात आकंठ बुडाले, सूचना करू लागले - 'उं हूं - असं नव्हे, थोडं मागे जा, डोकं खाजवीत खाजवीत बोला, कारण मोंग्लाचे बाबा आता गोंधळलेल्या अवस्थेत आहेत, संवादात ग्रामीण हेल जरा अधिक हवेत.' हे ऐकून मीच जणू नाटकाची दिग्दर्शिका आहे, असं एखाद्याला वाटलं असतं. एके दिवशी थिएटरच्या बहुतेक नाटकांचा दिग्दर्शक फरीद अहमद म्हणाला, 'दिग्दर्शन तूच करते आहेस असं दिसतंय, मग ऑफिशियली तूच होऊन जा ना या नाटकाची दिग्दर्शिका!'

'मी?'

'हो, तूच.'

मी संकोचाने तोंड लपवीत म्हणाले, 'वेड लागलंय का? मला तर दिग्दर्शनाचा काहीच अनुभव नाहीय. आयुष्यात हेच पहिलं नाटक!'

टेलिव्हिजनवरची नाटकं पाहून, छोटोदाबरोबर शहरातल्या थिएटरमधली काही नाटकं पाहून आणि काही नाटकांची पुस्तकं वाचून दिग्दर्शन कला शिकता येते हे मला माहीत नव्हतं. पण जेव्हा खरोखरच माझ्यावर दिग्दर्शनाची जबाबदारी पडली, तेव्हा छोटोदाने पार्थलाही बोलवायला सांगितलं. पार्थ खूप उत्साहाने दिग्दर्शनात रमला. रोज रात्री मयमनसिंह थिएटरच्या पडक्या इमारतीत तालीम होई. खेड्यातल्या एका गरीब कुटुंबाची गोष्ट. गीता नायिकेच्या भूमिकेत होती. अर्थात मंचावर ती पहिल्यांदाच नायिकेच्या भूमिकेत येत होती असं नाही. याआधीही तिने विविध संस्थांच्या वतीने 'नकशि कांथार मेये', 'चंडालिका', 'चित्रांगदा' या नृत्यनाटिकांमधून नायिकेच्या भूमिका केल्या होत्या. नायकाच्या भूमिकेत मयमनसिंह थिएटरमध्ये नवीनच सामील झालेल्या सोहान या गायक तरुणाला घेण्यात आलं. मोंग्ला या पात्राच्या अभिनयासाठी एका लहान मुलाला निवडण्यात आलं. सगळ्यांच्यामध्ये

खूपच उत्साह होता. दिवस-रात्रीच्या कुठल्याही वेळी तालीम करण्यासाठी ते एका पायावर तयार असत. पार्थ रात्री तालीम संपल्यावर होस्टेलवर परत जाई, कधी-कधी माझ्या घरीही रात्र काढी. 'आवर्त'चे प्रयोग टाऊनहॉलमध्ये सुरू झाले. नेपथ्यकारांनी खूप सुंदर नेपथ्यरचना केली होती. कुडाची झोपडी, झाडं, अंगणात मासे धरायचं जाळं - हे सर्व बघून मी आनंदी झाले. सलग तीन रात्री प्रयोग होते. लोक तिकिटं विकत घेऊन नाटक पाहायला आले. तीनशे आसनांची व्यवस्था असलेला हॉल हळूहळू पूर्ण भरला. जणू पापणी लवण्याच्या आत एवढी मोठी घटना घडली. मयमनसिंह थिएटर हा शहरातला नामवंत नाट्यसंघ होता आणि त्याचं सर्वांत चांगलं आणि यशस्वी नाटक होतं 'आवर्त'. नाटकाच्या पोस्टरवर 'आवर्त'च्या दोन दिग्दर्शकांची नावं छापली होती - इशिता हुसेन पार्थ आणि तसलिमा नासरिन.

नाटक अनेक दिवस असंच चालू राहिलं असतं, पण गीताला ढाक्याहून बोलावणं आलं. टेलिव्हिजनवर एका नृत्याच्या कार्यक्रमासाठी तिला राहिजा खानमने बोलावलं होतं. आवश्यकता वाटली की राहिजा खानम गीताला ढाक्याला कार्यक्रमासाठी बोलावीत. गीताही आनंदाने जाई. टेलिव्हिजनवर गीताचं नृत्य असलं की, घरचे सगळे बसून तिचं नृत्य पाहात असू. आई आता गीताला नर्तकी म्हणून हिणवीत नसे. गीताचं वागणं रहस्यमय होतं. आत्ता मनमोकळेपणाने बोलत असेल, तर काही वेळाने एकदम घुम्म्यासारखी वागेल. गीता रंगमंचावर खूप चांगला अभिनय करी - कोण जाणे प्रत्यक्ष जीवनातही ती अभिनयच करीत होती की काय! गीताच्या जीवनातलं बरंच काही तिच्या ट्रंकमध्ये लपलेलं होतं. त्यात नाना प्रकारच्या वस्तू होत्या, लपवून ठेवण्यासारख्या अनेक वस्तू. ती घराबाहेर जाताना ट्रंकला कुलूप लावून जाई. त्या ट्रंकमध्ये काय काय ठेवलेलं आहे हे बघायची मला खूप इच्छा होई. माझ्याकडे मात्र लपवून ठेवण्यासारखं काहीच नव्हतं. सगळंच खुलं असे. आपल्या स्वत:चं असं काही लपवून ठेवण्यासारखं, गोपनीय असावं असं मला वाटे. छोटोदाचं गीताशी प्रेम किंवा लग्न होण्याआधी त्याच्याबरोबर मी गीताच्या घरी गेले होते, तेव्हा तिची ती ट्रंक तिच्या बिछान्याच्या उशीजवळच ठेवलेली मी पाहिली होती. लग्नानंतर तिने माहेरहून तिचं जणू गुप्तधन असल्यासारखी ती ट्रंक तेवढी सासरी आणली होती. एके दिवशी त्या ट्रंकला कुलूप नसलेलं पाहून मी ती उघडून पाहिली - त्यात छोटोदाने लिहिलेलं तीस-चाळीस पानांचं पत्र, छोटे छोटे दागिने, पैशांची थैली, पण मला आकर्षित केलं त्यातल्या ब्रेसियर्सनी. मी वयाची सतरा वर्षे पूर्ण केली होती, पण अद्याप कधीही ब्रेसियर घालून पाहिली नव्हती. आईसुद्धा आपल्या ब्रेसियर्स नेहमी लपवून ठेवी. कुणाच्या नजरेस पडणार नाही अशा ठिकाणी वाळायला टाकी. जणू ब्रेसियर ही अत्यंत निषिद्ध वस्तू असावी. कुणी पाहू नये म्हणून मी यास्मिनला बोलावून घेतलं आणि तिला ब्रेसियर दाखवून म्हणाले, 'जा

बरं, बाजारातून ही अशी वस्तू घेऊन ये - रिक्षा करून जा आणि रिक्षा करून ये.' मी तिच्या हाती पैसे दिले आणि ती आल्याबरोबर ती वस्तू कुणाच्याही नजरेला पडण्याआधी आपण लपवावी, म्हणून मी व्हरांड्यात बसून राहिले. त्याच संध्याकाळी यास्मिनने विकत आणलेली ब्रेसियर घालून मी गुपचूप बसून राहिले. निषिद्ध गोष्टींबद्दल आनंद वाटत असतो, तशीच एक प्रकारची अनामिक भीतीही वाटत असते. आपल्या आसपास कुणी येऊ नये, मी एक नवीन वस्त्र घातलंय हे ओळखू नये असं मला वाटत होतं. पण छोटोदाशी माझी इतकी गट्टी होती, की घरी परतल्याबरोबर त्याने मोठमोठ्याने हाका मारून मला जवळ बोलावलं आणि एखादं गोष्टीचं पुस्तक वाचून दाखव असं म्हणाला. मी वाचे आणि तो जेवताना, विश्रांती घेताना ऐके. मला अगदी अवघडल्यासारखं झालं होतं. वारंवार कुर्ता खांद्याच्यावर ओढत होते - कुणाच्याही नजरेला त्या निषिद्ध वस्त्राचा पट्टा पडू नये, यासाठी. तेवढ्यात छोटोदाने जवळ येऊन पाठीवर थाप मारली आणि म्हणाला, 'का गं काय झालं तुला, अशी एकटी एकटी का बसलीयेस?'

त्याने पाठीवर जी थाप मारली, तिच्यामुळे नको त्या संकटाला बोलावणं मिळालंच. छोटोदा प्रचंड हसून म्हणाला, 'का गं, तू ब्रेसियर घातलीस होय आज!'

त्याने घरातल्या सगळ्यांना ओरडून सांगितलं, 'नासरिनने ब्रेसियर घातलीय.'

ब्रेसियर घातल्याला पंधरा मिनिटंही झाली नव्हती, एवढ्यात मी काय घातलंय हे घरातल्या सगळ्यांना समजलं. मी टेबलाकडे तोंड करून बसले, माझं डोकं पुस्तकावर झुकलेलं, गुप्त गोष्ट गुप्त न राहिल्याच्या दुःखाने डोळ्यांतून अश्रू ओघळून पुस्तकाची पानं भिजू लागली. आई जवळ येऊन माझ्या डोक्यावर हात फिरवीत म्हणाली, 'ब्रेसियर घालावीशी वाटली, तर मला नाही सांगायचं? मी तुला तुझ्या साईजची विकत आणून दिली असती.'

माझा चेहरा, कपाळ, मान लाजेने गरम झाले. ब्रेसियरची घटना स्वाभाविक झाल्यावर आई म्हणाली की, लग्नानंतर दोन वर्षांनी जेव्हा तिने पहिल्यांदा ब्रेसियर घातली, तेव्हा बाबा इतके संतापले की, त्यांनी ती ब्रेसियर फाडून फेकून दिली आणि रागावले, 'वाईट बायकांसारखी ब्रेसियर घालतेस? फॅशन करतेस?' ही गोष्ट घालणं म्हणजे रंगढंग करणं, फॅशन करणं असंच अनेकांना वाटे. ग्रामीण महिला तर आयुष्यभरात कधीही ब्रेसियर वापरीत नाहीत. बाबा ग्रामीण भागातले, त्यामुळे त्यांना असं वस्त्र बायका घालत हे बघण्याची सवय नव्हती.

कॉलेजमधलं एक ठिकाण मला आकर्षित करी - ते म्हणजे कॉलेज कँटीन. मला कँटीनमध्ये जाऊन इतर सगळ्या मुलांप्रमाणे चहा पीत-पीत गप्पा माराव्याशा वाटत. पण इच्छा झाली, तरी आत जाण्याचं धाडस होत नसे. हारुन रशीद हा 'उपकंठ' मासिकाचा संपादक आणि माझा आवडता कवी मला भेटण्यासाठी

ढाक्याहून मयमनसिंहला येऊन याच कँटीनमध्ये माझी वाट पाहात होता, पण कँटीनच्या आत जाण्याचं, असह्य सुंदरासमोर उभं राहाण्याचं मला धाडस झालं नाही. द्विधा मनोवस्थेत मी उभी असताना एक गोड चेहऱ्याचा तरुण माझ्यासमोरून कँटीनबाहेर गेला, पण मागून त्याला हाक मारण्याचंही धाडस मला झालं नाही. स्वत:ची ही असहायता मी मनातल्या मनात कुरवाळी. आपण भित्र्या, नारी आहोत असं मला स्वत:बद्दल वाटे. फक्त मुलंच कँटीनमध्ये जातात हे मला माहीत होतं. छानपैकी वर्ग बुडवून किंवा दोन तासांच्या मधल्या वेळेत किंवा वर्ग नसेल तर ती कँटीनमध्ये जात. वेळ मिळाला की मुली काही वेळ होस्टेलमध्ये काढून येत. नाहीतर गट करून अभ्यास करण्यासाठी निवांत ठिकाणी जात. मुली क्वचितच कँटीनमध्ये जात, त्याही वरच्या वर्गांमधल्या, आपल्या मित्रांबरोबर, नाहीतर मैत्रिणींचा गट करून. मला कँटीनमध्ये जाण्याची इच्छा होई, मुलांप्रमाणे वाटेल तेव्हा कँटीनमध्ये जाऊन चहाची ऑर्डर द्यावी, चहा आल्यावर पायावर पाय टाकून आरामात चहा घ्यावा असं वाटे. एकटीला हे धाडस होत नसल्याने मी मैत्रीण शोधीत राहिले. वर्गातल्या कुठल्याही मुलीला विचारलं, की ती पाय मागे घेई. अखेर हालिदा राजी झाली. ती दिसायला सुंदर होती. तिचं ढाक्याच्या इंदिरा रोडवर घर होतं आणि ती शुद्ध बंगालीत बोलत असे. तिला घेऊन कँटीनमध्ये गेल्यावर दिसलं, सगळ्या मुलांचे डोळे जणू आम्हाला गिळताहेत - पहिल्या वर्गाच्या मुली असून आम्ही बेधडकपणे त्यांच्या अड्ड्यात शिरलो होतो. आमच्या धाडसाचं अनुमान करून त्यांनी मोठ्या आवाजात बोलायला सुरुवात केली. तीच सुरुवात होती. नंतर, हबिबुल्लाहशी मैत्री झाल्यावर तर कँटीन माझी नेहमीची जागा होऊन गेली. हबिबुल्लाहसुद्धा ढाक्याचा, एक वर्ष पुढं शिकणारा. तो अनेक दिवस माझ्याकडे डोळ्यांच्या कोपऱ्यातून पाही. अखेर एक दिवस समोर येऊन म्हणाला, त्याला माझा मित्र होण्याची इच्छा आहे. मी म्हटलं ठीक आहे. अगदी अरे-तुरे मध्ये बोलू आपण. मी दुसऱ्याच दिवशी त्याला 'तू' संबोधन वापरलं. अटीप्रमाणे त्यालाही मला 'तू' म्हणावं लागलं. त्यानंतर हबिबुल्लाह कायम माझ्या मागेमागेच असे. वर्गात जाताना, बाहेर येताना तो माझी वाट पाहात थांबलेला दिसे.

'का रे, तुला क्लास नाही?'

'आहे.'

'मग वर्गात जा.'

'छे! चांगलं नाही वाटत. नाही जात क्लासमध्ये.'

'काय करणार मग?'

'चल, चहा घेऊ.'

'मला तर क्लास आहे.'

'हाई सरांचाच क्लास ना? तो नाही केला तरी चालेल!'

'असं म्हणतोस?'

'अगं चल तर!'

मला आधीच उल्हास, त्यात फाल्गुनमास! कँटीनमध्ये जाऊन बसले. चहा-समोसा आला, हबिबुल्लाहचे मित्र आले, गप्पा ॲनॉटॉमीपासून सुरू होऊन राजकारणापाशी येऊन संपल्या. आम्ही अगदी ऐटीत कॉलेजच्या आवारात फिरू लागलो. दोन तासांच्या मधल्या वेळात किंवा अनावश्यक तास बुडवून जिथे मी असे, तिथेच हबिबुल्लाहसुद्धा असे. तो संध्याकाळी माझ्या घरीसुद्धा येऊ लागला. बाबा घरी आले की, तो उभं राहून 'सलाम आलेकुम् सर!' म्हणे. बाबा गंभीर चेहऱ्याने आतल्या खोलीत जात. आत जाऊन त्यांनी आईला विचारलं, 'हा कोण?' आई म्हणाली, 'तस्लिमाचा मित्र!' बाबा कॉलेजमध्ये प्राध्यापकही असल्याने इथे त्यांचा निरुपाय होता. कॉलेजमधल्या कुठल्याही विद्यार्थ्याला रागावून घरातून हाकलून देणं त्यांना शक्य होत नसे.

कॉलेजमध्ये खेळाचा मोसम सुरू झाला. कॅरम आणि बुद्धिबळ हे खेळ खेळायला मी सुरुवात केली. त्यांच्या स्पर्धांमध्येही स्पर्धक म्हणून नाव नोंदवलं. कॅरममध्ये मी हरले. जिंकण्याचं काही कारणच नव्हतं, खूप पूर्वी आजोळी कधीतरी खेळले होते आणि बुद्धिबळात गेल्या वर्षीच्या चॅम्पियन असलेल्या एका निष्णात बुद्धिबळपटूला हरवून पुढे जाता जाता अखेर धीर न राहिल्याने खेळ सोडून देऊन 'रनर्स अप्' झाले. गॅलरीच्या क्लासेसमध्येही मला धीर राहात नसे. शिक्षक काय म्हणताहेत किंवा म्हणू पाहाताहेत, ते ऐंशी टक्के समजत नसे. वर्गातून बाहेर जाण्याचं प्रमाण इथे खूप होतं - हे मी पूर्वी शाळा-कॉलेजात पाहिलं नव्हतं. वर्गात बसायचं नसेल तर प्रॉक्सी देऊन मागच्या दरवाजाने बाहेर पडा! मी बाहेर पडायला सुरुवात केली, तोपर्यंत मुली समोरच्या रांगेत बुडाला डिंक लावून बसल्यासारख्या बसत आणि शिक्षकांचे प्रत्येक वाक्य भक्तिभावाने ऐकत. फक्त उनाड मुलंच बाहेर जात. मीसुद्धा उनाडच गणली जाऊ लागले. पण मुलगा नव्हे, मुलगी. बाहेर जाण्याचं हे स्वातंत्र्य मी एंजॉय करू लागले. मुनिमुन्निसा कॉलेजमध्ये असताना रखवालदार आम्हाला दुपारी पाचच्या आधी बाहेर पडू देत नसे. इथं तसं जाचक बंधन नव्हतं. इच्छा असली तर वर्गात बसले, नाहीतर नाही. सकाळी आठ किंवा नऊलाच कॉलेजमध्ये आलं पाहिजे असा नियम नव्हता. हे लक्षात आल्यावर कधी कधी मी दुपारी घराबाहेर पडे. आई नवल वाटून विचारी, 'अशा भलत्याच वेळी कुठं निघालीस?'

'कॉलेजमध्ये.'

‘आता कॉलेज असतं का पुन्हा?’

‘क्लास आहे.’

‘तुझं कॉलेज तर सकाळी आठला असतं ना?’

‘हो, पण त्याचं काय एवढं? आठचा क्लास मी केला नाही.’

‘आता कॉलेजमध्ये जाऊन काय करणार?’

‘दीड वाजताचा क्लास करायला चाललेय.’

‘वाट्टेल तेव्हा जाऊन तर चालत नाही!’

‘तुझी दौड शाळेपर्यंतच, तुला हे नाही समजणार!’

इच्छा असेल तेव्हा वर्गात जा, इच्छा नसेल तर प्रॉक्सी देऊन बाहेर जा हा नियम मला खूप आवडला. कॉलेजमध्ये प्रॉक्सी शब्दाचं चलन खूप होतं. वर्गात हजर असलंच पाहिजे असं बंधन नव्हतं, पण विशिष्ट दिवसांची हजेरी नसेल तर परीक्षेला बसता येत नसे. मित्र-मैत्रिणी खोटी हजेरी लावत. प्रत्येक तासाला नाव पुकारल्यावर ‘येस सर’ म्हटलं की झालं. मान खाली घालून ‘येस सर’ म्हणून वर्गात हजर असलेला मित्र गैरहजर मित्राला मदत करीत असे. हा वर्गात हजर असलेला मित्र जेव्हा गैरहजर असेल, तेव्हा आधीचा त्याचा मित्र वर्गात हजर राहून त्याला मदत करी.

‘सेंजुती’च्या चौथ्या अंकाची जुळवाजुळव सुरू केली. कोलकात्याहून पत्रं, कविता, मासिकं, पुस्तकं येत. निर्मल बसाकनी ‘समयेर खेलना’ आणि अभिजित घोषनी ‘निःसंग’ हे कवितासंग्रह पाठवले. त्यांची काव्यनियतकालिकं ‘सैनिकेर डायरी’ आणि ‘इन्द्राणी’ नियमित मिळत. मोहिनीमोहन गंगोपाध्याय, क्षितीश सांतरा, चित्रभानू सरकार, शान्ती राय, विप्लव भट्टाचार्य, वीरेन्द्रकुमार देव, प्रणव मुखोपाध्याय यांनी कविता पाठवल्या. बांग्लादेशाच्या विविध भागांमधून कविता येतच असत. आलमगीर रेजा चौधुरी, अहमद अजीज, खालिद एहसान, जहांगीर फिरोज, मिनार मन्सूर, मोहन रायहान, रवीन्द्रनाथ अधिकारी, रमेश राय, हारुन रशीद, सज्जाद हुसेन अशा अनेकांचं लेखन मी स्वीकारलं. चंदनाची ‘हार्दिक रायफल’ नावाची कविता आली. माझ्या कवितेला मी नाव दिलं ‘बूर्झ्वा कष्टांनी येऊन केला माझ्या हृदयावर बलात्कार.’ दोन्ही बंगालमधल्या साहित्यपत्रिका रोज दहा-बारा तरी येत. त्या मी बातम्या देण्यासाठी जपून ठेवी. ‘सेंजुती’तली दहा पानं या बातम्यांनीच व्यापलेली असत. मी छोटोदाला सांगितलं की, चौथ्या अंकासाठी आता जाहिरातींची गरज आहे. हा अंक पुस्तकाच्या आकारात काढतेय. छोटोदाने पीपल्स टेलर्स आणि टिपटॉप कन्फेक्शनरीज्च्या दोन जाहिराती मिळवल्या. बेंगाल एंटरप्राईजच्या लोगोसहित शेवटच्या पानावर एक जाहिरात देण्याची व्यवस्था धन याने केली. अंक पुस्तकाच्या आकाराचा निघणार खरा, पण मुखपृष्ठ कोण करणार? छोटोदाचा चित्रकार मित्र

अलक राय परगावी गेला होता. मग मीच एका स्त्रीच्या चेहऱ्याचं रेखाटन केलं आणि ब्लॉक करण्यासाठी छोटोदाकडे दिलं. मग तगादा सुरू केला, 'इतका वेळ का लागतोय ब्लॉक करायला, लगेच आणून दे!' मला उशीर मुळीच सहन होत नसे. एखादी गोष्ट करावीशी वाटली, की आजच करावी असं वाटे. आईचाही स्वभाव असाच अधीरपणाचा होता. छोटोदा मला म्हणे, 'तुझ्या अंगी धीर नाही.' जमान प्रिंटर्समधले लोकही असंच म्हणत. पण मला मात्र वाटे मी अधीर नाही, लोकच उशीर करताहेत, पाच मिनिटांत होणाऱ्या कामासाठी ते पाच दिवस लावताहेत. कविता लिहून होतानाही ती लगेच लिहून व्हावी असं वाटे. एखादी कविता पूर्ण करायला उशीर होऊ लागला की वाटे, या कवितेनं मला जखडून टाकलंय. कोंडमारा झाल्यासारखं वाटे. एका कवितेनंतर दुसरी कविता सुरू करणं चांगलं वाटे, पण एकच कविता रात्रंदिवस लिहीत राहणं मला शक्य होत नसे. लिहिलेल्या कवितेवर संस्कार करणंही आवडत नसे. जे लिहिलं ते लिहिलं. मी एकाजणाचं धैर्य पाहिलं होतं - ते बडोमामांच्या सासऱ्यांचं. बुटके, गोरे, हिमालयाच्या गुहेतून आलेल्या एखाद्या संन्याशासारखे दिसत. आपली पत्नी मरण पावल्यावर त्यांनी 'विरह यातना' नावाची कविता लिहिली होती आणि ती दादाच्या 'पाता' मासिकात छापायला दिली होती. तीनशे एकेचाळीस शब्दांच्या त्या कवितेतल्या दोनशे सहासष्ट शब्दांत जोडाक्षरं होती किंवा रफार होते. ही कविता लिहायला त्यांना एक वर्ष लागलं. दादाने 'पाता'मध्ये ती छापल्यावर दुसऱ्या अंकासाठी त्यांनी तीच कविता थोड्या दुरुस्त्या करून छापण्यासाठी दिली. दुसऱ्या अंकात सुधारित कविता छापल्यावर तिसऱ्या अंकासाठी ते पुन्हा त्याच कवितेत तिसऱ्यांदा दुरुस्त्या करून घेऊन आले आणि ती छापण्यासाठी सकाळ-संध्याकाळ दादाला आग्रह करू लागले. एक वेळ अशी आली, की फाटकाजवळ त्यांचा चेहरा दिसला, की दादा तासाभरासाठी बाथरूममध्ये जाऊन लपू लागला.

कॉलेजमधले तास संपले की, मी बरेचदा थेट घरी न येता जमान प्रिंटर्स या छापखान्यात जात असे. छापखान्याला लागूनच एक उंच भिंतीने घेरलेलं घर होतं. ते होतं खुर्शीद खानचं घर. त्यांची मुलं होती मन, धन आणि जन. धनचा मोठा भाऊ मन दादाचा 'पाता'च्या काळातला मित्र. नंतर छापखान्याची धुरा गेली धनच्या हाती. तो अगदी मोकळ्या आणि थट्टेखोर स्वभावाचा होता. मी छापखान्यात गेल्याबरोबर तो मला आपल्या केबिनमध्ये बोलावून बसायला सांगे, चहा मागवी, गप्पा करी. खुर्शीद खान हे पूर्व पाकिस्तानचे गव्हर्नर मुनायम खान यांचे धाकटे बंधू. मुस्लिम लीग पक्षाचे. पण धनकडे पाहून तो राजकारणाशी निगडित असेल असं वाटत नसे. तो कुठल्याही विषयावर अस्खलितपणे गप्पा मारू शके. मी मुख्यत: ऐकण्याचं काम करी. धन अधून-मधून म्हणे, 'तुम्ही साहित्य लिहिता, पण तोंडातून काही शब्दच

फुटत नाही तुमच्या - हे कसं काय? बऱ्याच लेखक-कवींना तर मी त्यांच्या वाचाळपणामुळे टाळतो.' मी गुपचूप स्मित करी आणि धनच्या गप्पा ऐकून, तयार झाली असतील तेवढी प्रुफं घेऊन घरी येई आणि ती तपासून दुसऱ्या दिवशी देऊन येई. छापखान्यातल्या कर्मचाऱ्यांशीही माझा स्नेह जुळला. मी छापखान्यात गेल्यावर ते स्नेहाने विचारीत, 'काय आपा (ताई), कशा आहात?' धन नसला, तरी ते मला बसायला सांगून चहा मागवीत. मी जवळून त्यांचं काम पाही, छपाईचं मशीन कसं चालवतात हे शिकून घेऊन स्वतःच्या हाताने चालवी. कामगार माझे प्रयत्न पाहून हसत. छपाईची शाई माझ्याही अंगाला लागे. ज्या दिवशी 'सेंजुती'चा अंक छापून झाला, त्या दिवशी अंकाचे गठ्ठे रिक्षात ठेवण्याआधी धनला छपाईचं बिल देण्यासाठी गेल्यावर तो म्हणाला, 'तुमच्याकडं पैसे फार झालेत वाटतं! जा, जा. ते काही रुपये घेतले नाहीत, तर मी काही भुकेने मरणार नाही!' 'सेंजुती'चा चौथा अंक प्रकाशित झाला. मुखपृष्ठ पांढरं, आतले कागद हिरवे. मुखपृष्ठाचे जे जादा कागद उरले होते, त्यांचं मी लेटरपॅड करून आणलं. वरती उजव्या कोपऱ्यात 'तसलिमा नासरिन, 'अवकाश', १८, टी.एन.राय रोड, आमलापाडा आवासिक इलाका, मयमनसिंह.' असा माझा नावासहित पत्ता छापला होता.

'सेंजुती'चा अंक सगळीकडे पाठवून झाल्यावर मी पुन्हा बेचैन झाले. काहीतरी केल्याशिवाय चालणार कसं? 'शताब्दी चक्र'च्या सभासदांना बोलावून म्हणाले, 'चला, आता एक कार्यक्रम करू या, 'नवीन-वरण अनुष्ठान' - नवीन विद्यार्थ्यांच्या स्वागताचा कार्यक्रम. कॉलेजमध्ये नवीन प्रवेश घेतलेल्या विद्यार्थ्यांचं स्वागत. काय असेल कार्यक्रमात? सारं असेल - नृत्य असेल, गायन असेल, कविता असेल, नाटक असेल. सभासदांमध्ये कामाची वाटणी केली - रंगमंच सजवणं, माईक भाड्याने आणणं, निमंत्रण पत्रिका छापणं, त्या वाटणं. सगळेजण प्रचंड उत्साहाने कामाला लागले. अनुपम महमूद टिपूने रंगमंच सजवण्याची जबाबदारी घेतली. त्याचं अक्षर आणि चित्रकला चांगली होती. तो सिनेपत्रिकांमध्ये लेखनही करी. माझ्याबरोबर मुनिमुन्निसामध्ये शिकणारी उज्ज्वला साहा चांगलं गायन करी. तिला कार्यक्रमाच्या आरंभीचं गीत गायला सांगितलं. कार्यक्रमाची रंगीत तालीम सुरू झाली. कुणी नाटकाची, कुणी कवितावाचनाची, कुणी गाण्याची रंगीत तालीम करू लागले. छात्र संसदेच्या अध्यक्षांनी मला बोलावून सांगितलं, 'छात्र संसदेच्या आधी कुठलीही समिती ''नवीन वरण'' उत्सव करू शकणार नाही. आधी आम्ही कार्यक्रम करू, नंतर इतरांनी करावा.' एवढ्या क्षुद्र संसदेला भिण्याचं काही कारण नव्हतं. विचार-विनिमयानंतर मी याला तयार झाले. दुसऱ्या 'नवीन वरण' कार्यक्रमाची जबाबदारी शताब्दीची, असं ठरलं. कार्यक्रमासाठी आमंत्रण पत्रिका छापून आणल्या. ॲनॉटॉमीचे प्राध्यापक हारुण अहमद यांना मी अध्यक्षपद स्वीकारण्याची विनंती केली. ते लगेच

‘हो’ म्हणाले. तेही कविता लिहीत. ‘कार्यक्रमात मी एक कविताही वाचीन’ असंही म्हणाले. निर्मलेन्दु गुण हे आजकाल शहरातच असतात असं ऐकलं. त्यांच्या पत्नी नीरा लाहिडी या माझ्या वरच्या वर्गात शिकत, त्यांनी कॉलेजजवळच घर भाड्याने घेतलं होतं. मी त्यांना घरी भेटायला गेले, आमंत्रणपत्रिका त्यांच्या हाती देऊन, कार्यक्रमात कवितावाचन करायची विनंती करून निघून आले. निर्मलेन्दु गुण असल्यावर ढाक्याहून कवी बोलावण्याची काहीही गरज नव्हती. नाटकासाठी छोटोदाचे मित्र फरीद अहमद यांना धरलं. त्यांनी कार्यक्रमात एकपात्री नाटक करायचं मान्य केलं. माझ्या मनात धाकधूक होत होती - प्रेक्षक येतील की नाही असं वाटत होतं. पण खूप प्रेक्षक आले, कार्यक्रम छान झाला. कुणी म्हणालं, कविता कमी असायला हव्या होत्या, नाटक शेवटी न ठेवता मध्ये ठेवलं असतं तर बरं झालं असतं. काही काही जण खूप उत्तेजित झाले होते. ‘शताब्दी’चा पुढचा कार्यक्रम कधी आहे?’ असं विचारीत होते. पुढचा कार्यक्रम कधी ते मलाही माहीत नव्हतं, पण मी उधाण वाऱ्यात, शरदातल्या मेघाप्रमाणे उज्ज्वलाने गायिलेल्या ‘आनन्दधारा बहिछे भुवने’ गीताच्या सुरांमध्ये तरंगत होते.

ढाक्याहून गीताने छोटोदाला पत्र लिहिलं ढाक्याला येण्याबद्दल. छोटोदाचा म्हणे कुठेतरी नोकरीसाठी इंटरव्ह्यू होता. छोटोदा तडकाफडकी ढाक्याला गेला आणि सात दिवसांनी घरी परतला. इंटरव्ह्यूनंतर त्याला नोकरी मिळाली होती. अमानुल्लाह चौधुरींच्या मदतीने ही नोकरी मिळाली होती. त्यांनी विमान कंपनीच्या अधिकाऱ्यांना शिफारस केली नसती तर ही नोकरी मिळाली नसती. छोटोदा ‘चौधुरींसारखा माणूस नाही’ अशी त्यांची स्तुती करीत होता. ‘बांग्लादेश विमान’ या विमान कंपनीत स्टुअर्डचं प्रशिक्षण घेण्यासाठी तो आता ढाक्याला जाणार होता. तिथे घर भाड्याने घेणार होता, तिथेच राहाणार होता. ‘येतो अवकाश, येतो आई-बाबा, येतो दादा, येतो तस्लिमा - यास्मिन!’ येतो म्हणताना दादाला वाईट वाटत नव्हतं, पण मला मात्र ‘येतो’ हा त्याचा शब्द ऐकल्यावर खूप वाईट वाटलं. जणू आपल्या छातीवरून शेकडो घोडे धावताहेत असं वाटलं. ‘येतो’ हा शब्द ऐकल्यावर मला वाटलं, मी जणू एका प्रचंड रणरणत्या वाळवंटात उभी आहे, कुठेच कुणी नाही, फक्त एकटी मीच. मला एक घोट पाणी हवं आहे, झाडाच्या सावलीत बसायचं आहे. कुणीतरी माणूस पाहावसं वाटतंय, पण कुणीच दिसत नाही, काहीच मिळत नाही. छोटोदाच्या चेहऱ्यावर मात्र आता हसू फुललं होतं. तो स्टुअर्ड-माहात्म्य सतत वर्णन करीत होता.

आईने बाबांना सांगितलं, ‘कमालला नोकरी मिळाली.’

‘नोकरी मिळाली कशी त्याला? तो तर अशिक्षित आहे. शिक्षण पुरं केलं नाही त्याने!’ बाबा म्हणाले.

'शिक्षण त्याच्या नशिबात नाही. लहान वयात लग्न केलं, आता संसार करायचाय त्याला. त्याने प्रयत्न तर खूप केले, पण अभ्यासात त्याचं मनच लागलं नाही.'

'कसली नोकरी मिळाली?' बाबांनी विचारलं.

'विमानातल्या क्रूची. खूप चांगली नोकरी आहे म्हणे. परदेशी वगैरे जायला मिळेल.'

'हाय रे माझं नशीब!' बाबा नि:श्वास सोडून म्हणाले, 'एका मुलाला डॉक्टर करायचं होतं, त्याला चान्स मिळाला नाही. विद्यापीठात मास्टर्स डिग्री घ्यायला गेला, पण परीक्षा न देताच घरी परत आला. आणखी एक मुलगा मॅट्रिकमध्ये स्टार मिळवलेला, त्याने शिक्षण सोडून आता वेटरची नोकरी धरली. प्लेनमधले प्रवासी हागणार, मुतणार, ओकाऱ्या करणार आणि माझा मुलगा ते साफ करणार. ही नोकरी करण्यासाठीच का मी त्याला पाच शिक्षक ठेवून शिकवलं? ठीक आहे, डॉक्टर रजब अली, लोकांनी विचारलं, तुमची दोन मुलं काय करतात, तर सांगावं लागणार - एक मुलगा जमिनीवर फिरतो, दुसरा आकाशात उडतो!'

छोटोदाची माझी खूप गट्टी असताना छोटोदा मला सोडून चालला होता - चंदनाशी माझी गाढ मैत्री असताना तीही मला सोडून गेली होती. मी आपली जिथे होते तिथेच राहिले. छोटोदाने वचन दिलं की, तो वारंवार मयमनसिंहला येईल, मला नेहमी ढाक्याला फिरायला नेईल. ढाक्याला जायची सोय झाली हे जाणूनही माझं दु:ख काही कमी होईना. मी आईसारखी मोठ्या आवाजात रडत नसेन, पण मनातल्या मनात रडत होते. छोटोदाशी माझी गट्टी जुळण्याचं कारण म्हणजे साहित्य. दादाचं साहित्याचं ज्ञान फक्त रवीन्द्रनाथ आणि नज़रुल यांच्यापर्यंतच मर्यादित होतं; पण साहित्य, नाटक, संगीत या क्षेत्रांमध्ये सतत संचार असल्यामुळे म्हणा किंवा इतर काही कारणांमुळे म्हणा, छोटोदाचं साहित्यज्ञान विस्तृत झालं होतं. म्हणूनच त्याच्या सहवासात मला अधिक आनंद होई. विटेच्या जाडीएवढ्या आकाराच्या कादंबऱ्या आम्ही दोघांनी मिळून वाचल्या होत्या - मी मोठ्याने वाची, छोटोदा ऐके; छोटोदा वाची, मी ऐके. आता मी श्रोताही गमावणार होते आणि वाचणाराही. छोटोदाबरोबर नृत्य-गायन-नाटकांच्या कार्यक्रमांना जायच्या संधीही गमावणार होते. छोटोदाला मात्र काहीच गमावल्याचा खेद नव्हता, उलट काहीतरी मिळाल्याचा आनंदच होता. त्याला ढाक्याला चांगली नोकरी मिळणार होती, वेगळा संसार करता येणार होता. आजवर अनिश्चिततेत राहिल्यानंतर आता त्याला निश्चितपणा मिळणार होता, निश्चिती मिळणार होती.

हबिबुल्लाहप्रमाणे आणखी एकजणाने एके दिवशी माझी वाट अडवली, पण मित्र होण्यासाठी नव्हे, अन्य उद्देशाने. कॉलेजच्या आवारातच, श्यामगंज भागातल्या उच्चारांत तो म्हणाला की, तो शफिफुल इस्लामचा भाऊ आहे. भावाप्रमाणे तोही कविता लिहितो, कॉलेजच्या नवीन छात्र-संसदेच्या निवडणुकीसाठी उभा आहे,

मीसुद्धा उभं राहावं अशी त्याची इच्छा आहे.

'मी?'

'हो, तुम्हीच!'

'पण मी काही राजकारण करीत नाही.'

'राजकारणाचा काही प्रश्नच नाही. तुम्ही साहित्य सदस्यपदासाठी उभ्या राहा. कॉलेज मासिकाच्या संपादनाची जबाबदारी घ्या, फंक्शन्स वगैरे करा - हेच सारं. तुम्ही त्यासाठी योग्य आहात.'

'मतं मागावी लागणार ना - मला ते जमणार नाही.'

'तुम्हाला मतं मागावी लागणार नाहीत - तुम्ही मतं न मागताही निवडून याल. अरे, मी डोळे मिटून सांगतो, आपलं संपूर्ण पॅनेल निवडून येणार.'

'मतं नाही का मागावी लागणार?'

'नाही, मुळीच नाही.'

'ठीक आहे.'

मी आवारातूनच घरी जाण्यासाठी रिक्षा केली. मागे हेलीमचं हास्य झळकत राहिलं. काळा चेहरा, पांढरे दात.

दुसऱ्या दिवशी हबिबुल्लाहने मला थांबवलं. म्हणाला, 'तू बी.एन.पी.त गेलीस हे माहीत नव्हतं मला!' त्याच्या चेहऱ्यावर संशय दिसत होता.

'कुणी सांगितलं मी बी.एन.पी.मध्ये गेले?'

'सगळे बोलताहेत.'

'सगळे म्हणजे कोण?'

'सगळे कोण माहीत नाही तुला? तू बी.एन.पी.च्या वतीने निवडणुकीला उभी राहाते आहेस, खरं की नाही?'

'ते होय! हो, खरं आहे. पण मी कुठल्याही राजकीय पक्षात गेलेली नाहीय.'

'बी.एन.पी. सारखा वाईट राजकीय पक्ष दुसरा नाही बघ! विद्यार्थी सत्ताधारी पक्षात जातात, त्यांच्याकडून सवलती मिळवायचा प्रयत्न करतात.'

'कुठल्या सवलती?'

'दुसऱ्या कुठल्या? परीक्षेत उत्तीर्ण होण्याच्या! तू आजच बी.एन.पी.तून नाव मागं घे. उभं राहायचं असेल तर जा.स.द.च्या वतीने उभी राहा निवडणुकीला!'

हबिबुल्लाह स्वत: जासद-छात्रलीगचा होता. हबिबुल्लाहचा घनिष्ठ मित्र ताहमिद, तोही जासदचा, तो पळत आला. हबिबुल्लाह म्हणालाही होता की, मी कुठल्याही पक्षाची नसले, तरी जासदच्या वतीने साहित्य सदस्य का, साहित्य संपादकाच्या पदासाठी उभी राहाणार का, खालच्या वर्गातल्या मुलामुलींना फक्त सभासदच करून घेतलं जात असलं, तरी माझ्या बाबतीत जासद उदार होईल. ताहमिदने जासद

पक्षामधल्या विद्यार्थ्यांची एक यादी दाखवली आणि म्हणाला, 'हे सगळे स्टँड केलेले विद्यार्थी आणि बी.एन.पी.चे अनिस रफीक? चार-पाच वर्षांपासून एकाच वर्गात आहेत. जासद मध्ये जाणं म्हणजे बहिष्कृत होणं. छात्रलीगमध्येसुद्धा नापास झालेल्या विद्यार्थ्यांचीच गर्दी होती. चांगले विद्यार्थी-विद्यार्थिनी जासद-छात्रलीग किंवा छात्र युनियनमध्ये जातात किंवा कुठल्याच पक्षात जात नाहीत.

मी त्याच दिवशी हेलीमला शोधून काढलं आणि म्हणाले, 'माझं नाव खोडून टाक, मी निवडणुकीत उभी राहाणार नाही.'

'का? काय झालं?'

'मला राजकारणातलं काहीच कळत नाही. मुलं म्हणतात मी बी.एन.पी.ची आहे म्हणून.'

'मूर्ख आहात तुम्ही! जासदच्या पोरांनी तुमचं डोकं फिरवलंय. बी.एन.पी.त प्रवेश घेऊ नका. पण बी.एन.पी.च्या वतीने उभ्या आहात, कारण यावेळी बी. एन. पी. जिंकणार आहे. तुम्ही कॉलेजच्या भल्यासाठी उभ्या आहात, पार्टीच्या स्वार्थासाठी नव्हे. ही साधी गोष्ट कशी समजत नाही तुम्हाला? आणि आता जर तुम्ही छात्रलीग किंवा जासदतर्फे उभ्या राहणार असाल, तर जिंकण्याचा काही प्रश्नच येत नाही!'

मी गप्प बसून राहिले. माझ्या तोंडून शब्द फुटेना. मी जर 'नाही' म्हटले, तर हेलीमला वाईट वाटेल हे मला कळत होतं. कुणाचंही मन दुखवायला मला बरं वाटत नसे. मी हेलीमच्या दृष्टिकोनातून स्वत:कडे पाहू लागले.

'त्याशिवाय लीफलेट छापून झाली आहेत. आता कुठल्याही प्रकारे काही रद्द करणं शक्य नाही. नाहीतर स्कँडल होईल.'

मला आणखीच गप्प व्हावं लागलं. रफिक चौधुरी आणि अनिसुर रहमान हे छात्रदलाचे दोन मोठे नेते माझ्या घरी जाऊन गोड गोड शब्दांत समजावून आले की, माझं निवडणुकीसाठी उभं राहाणं म्हणजे राजकारण करणं नाही, तर कॉलेजची साहित्यसेवा करणं आहे.

नवीन निवडणुकांचा मोसम सुरू झाला. कॉलेजच्या सगळ्या भिंतींवर पोस्टर्स लागली. स्टेजवरून आवेशपूर्ण भाषणं, वर्गात बेंचेसवरती लीफलेटस्, विविध दलांचे उमेदवार एकामागून एक असे वर्गात, कॉरिडॉरमध्ये, कँटिनमध्ये भेटत होते, हसतमुखाने बोलत होते, मतं मागत होते. प्रत्येक दलाच्या प्रत्येक उमेदवाराला मत द्यावं असं मला वाटत होतं. छात्रदलाचा अध्यक्ष अनिसुर रहमान मला चहा पाजल्यानंतर हसून म्हणाला, 'चला, निवडणूक प्रचाराला!'

'शक्य नाही.'

मी - पार्टीची मुलगी! इतरही जण असंच म्हणत होते. मला ही पदवी अकारण चिकटली होती. ते काहीही असलं, तरी निवडणुकीच्या दिवशी कॉलेजमध्ये जाऊन

छात्र युनियन, छात्रलीग आणि जासदच्या मला योग्य वाटणाऱ्या चांगल्या उमेदवारांना विविध पदांसाठी मतं देऊन घरी आले. दुसऱ्या दिवशी समजलं की, छात्रदलाचं म्हणजे अनीस रफिकचं सगळं पॅनेल जिंकलं होतं. गेल्या वर्षी छात्रलीग विजयी झालं होतं. या वर्षी छात्रदल. आता काय काम? ढाक्याला जायला हवं, देशाच्या अध्यक्षांना भेटायला हवं.

मी उदास होते. ढाक्याला जायचंय म्हटल्यावर उल्हास वाटला. सगळेजण एकत्र बसमधून ढाक्याला गेलो. त्याच बसने परतही येणार होतो. रुद्रशी भेट होण्याच्या उत्तेजनेने ढाका मला भारून टाकी. जियाउर रहमानशी भेट झाल्यावर हेलीमने मला रात्री छोटोदाच्या घरी सोडलं. मुहम्मदपूरच्या आजम रोडवर एका एकमजली घरात छोटोदा राही. ते घर त्याने फकरुलमामाबरोबर भाड्याने घेतलं होतं. फकरुलमामा ढाक्यात ग्राफिक आर्टस्‌चं शिक्षण घेत छोटी नोकरी करीत होते. छोटोदाचा संसार पाहून मला चांगलंही वाटलं आणि वाईटही वाटलं. छोटोदा मयमनसिंहमधलं घर सोडून इतक्या दूर राहातो म्हणून दुःख झालं आणि चांगली नोकरी मिळण्याचं त्याचं स्वप्न पूर्ण झालं म्हणून बरं वाटलं. नोकरी त्याला खूपच चांगली वाटत होती. हिच्यासारखी चांगली नोकरी दुसरी कुठलीही नाही असं तो म्हणे. तो वारंवार विदेशी जाऊ शकेल, पैसाही चांगला मिळेल. मला तो दुसऱ्या दिवशी दातांच्या डॉक्टरकडे घेऊन गेला. डॉक्टर त्याचा मित्रच होता. या मित्राने माझा एक दात काढला, मला त्यामुळे खूप वेदना झाल्या. दातांची छोटोदा पहिल्यापासून काळजी घेत असे. त्याला जेव्हा शाळेत पहिल्यांदा कंपासबॉक्स मिळाली, तेव्हा तो कंपासच्या टोकाने माझ्या दातांच्या फटी साफ करून देत असे. म्हणे, दात स्वच्छ ठेवले नाहीत, तर पडून जातील. छोटोदाच्या दबावामुळे माझा चांगला दात काढून टाकण्याची दाताच्या डॉक्टरला प्रेरणा मिळाली. 'किडका दात असण्यापेक्षा तो काढून टाकलेला चांगला,' छोटोदा म्हणाला. काढून टाकलेल्या दाताच्या ठिकाणी कापसाचा बोळा दाबून घरी परतले. ढाक्याला येऊनही रुद्रला भेटता येणार नाही याचंच दुःख मला दाताच्या वेदनेपेक्षा अधिक होत होतं.

ढाक्याहून मयमनसिंहला येऊन घरातल्या सगळ्यांना मी मोठ्या आवाजात सांगितलं, 'जियाउर रहमानशी शेकहँड करून आले, माझ्या हाताचं फ्रॅक्चर झालं असतं इतक्या जोराने हात दाबला त्यांनी.'

'लष्करातला माणूस ना! अंगात जोर असणारच!' आई म्हणाली.

मी मनातल्या मनात विचार केला, खरोखर, जोर नक्कीच जास्त आहे त्यांच्यात. म्हणूनच तर ते जोर दाखवून सत्तेवर आले. वायुदलात त्यांच्याबद्दल असंतोष वाढत चालला होता. कुठल्याही क्षणी क्यू होऊ शकेल याची कल्पना आल्याने त्यांनी विचार न करता वायुदलातल्या हजारो लोकांना मारून टाकलं. बिळात लपून

राहिलेल्या स्वातंत्र्याच्या शत्रूंचं पुनर्वसन केलं. शाह अजीजसारख्या देशाच्या शत्रूला पंतप्रधान केलं. धर्माधिष्ठित राजकारण या देशात निषिद्ध होतं, ती बंदी त्यांनी उठवली. आता बिळातून बाहेर आलेले साप पुन्हा दंश करतील म्हणून १९७१ साली पाकिस्तानी सैन्याच्या वतीने त्यांनी लाखो बंगाली मारले होते, तसेच आजही मारले. राज्यघटनेला आपल्या बापाचा माल समजून तिला इस्लामी स्वरूप दिलं. कुराणपठनाचा आरंभ करताना आरंभी 'बिस्मिल्लाहिर्रहमान इर्रहीम' म्हणजे 'अल्लाच्या नावाने आरंभ करतो' हे शब्द उच्चारावे लागतात, ते शब्द त्यांनी देशाच्या राज्यघटनेच्या आरंभी जोडले. देशातल्या हिंदू, बौद्ध, ख्रिश्चन अशा इतर सर्व धर्मांच्या नागरिकांना त्यांनी जोड्याने मारलं असतं, तरी त्यांचा इतका मोठा अपमान झाला नसता. राज्यघटनेमधून धर्मनिरपेक्षता एका फुंकरीने त्यांनी उडवून लावली. त्यांचा जोर तर जास्त होताच. मी बाथरूममध्ये जाऊन हात साबण लावून धुतला, तो काळा स्पर्श माझ्या हातावरून पुसला जावा, धुतला जावा, यासाठी!

रुद्र मयमनसिंहला मला भेटायला आला आणि म्हणाला, 'तुझं वागणं तर मला काहीच समजत नाही. तू बी.एन.पी.च्या वतीने निवडणुकीला उभी राहिलीस म्हणे? मला आधी का कळवलं नाहीस?'

'नाही कळवलं खरं.'

'का कळवलं नाहीस?'

'सगळ्या गोष्टी कळवायलाच हव्यात का?'

'कळवायला नकोत?'

'नाही. मला तसं वाटत नाही.'

'ठीक आहे, तुला वाटेल ते कर. तू मान-सन्मान काही ठेवला नाहीस.'

निवडणुकीची गडबड संपल्यावर वर्ग पूर्ण जोमाने सुरू झाले. एकीकडे मेलेली माणसं कापावी लागत, तर दुसरीकडे ट्रेमध्ये फॉर्मेलिनमध्ये ठेवलेल्या हृदयाचा संपूर्ण अभ्यास करावा लागे. शवविच्छेदन करून घरी येऊन जेवायला बसे, तेव्हाही हाताला तो वास असेच - संपूर्ण साबण वापरून हात धुतला, तरी हाताचा वास जात नसे. हळूहळू त्या वासाची सवय होऊन गेली. एके दिवशी तर जेवण संपत आल्यावर लक्षात आलं, की हाताच्या कडेला मेलेल्या माणसाचं थोडं मांस चिकटलेलं आहे - त्या दिवशी जेवणाआधी हात धुवायलाच मी विसरले होते आणि एके दिवशी खिशात घालून मी हृदय घरी अभ्यासासाठी आणलं, तेव्हा घरच्या सगळ्यांनी ते नाक-तोंड दाबून, विस्फारलेल्या डोळ्यांनी पाहिलं. मी छानपैकी ते हृदय टेबलावर ठेवून कनिंगहॅमचं पुस्तक उघडून अभ्यास करायला सुरुवात केली. त्यांनाही दाखवलं - हे असतं एट्रियम आणि हे असतं व्हेंट्रिकल. इथून रक्त वरून खाली येतं, त्यानंतर खालून ते वर जातं, साऱ्या शरीरात फिरतं. आईच्या डोळ्यांमध्ये अपार आनंद.

'माझी मुलगी आता डॉक्टर झाली, आता मला काही चिंता नाही, माझ्यावर आता माझी मुलगीच उपचार करील.' आई म्हणाली.

दादाने विचारलं, 'हे हार्ट पुरुषाचं आहे की स्त्रीचं?'

'ते काही माहीत नाही.'

'दिसायला तर छोटं दिसतंय, एखाद्या स्त्रीचं असावं असं वाटतं.'

'स्त्रीचं हृदय छोटं असतं असं कुणी सांगितलं तुला?'

'थोडं वेगळं असणार ना!'

'नाही. वेगळं नसतं.'

यास्मिन सुरक्षित अंतरावरून त्या हृदयाकडे पाहात म्हणाली, 'बुबू, यालाच हृदय म्हणतात का?'

'हृदय म्हणतात खरं, पण हे हृद्‌पिण्ड आहे, हृदय नव्हे. हृद्‌पिण्डाचं काम असतं रक्त पंप करणं, सगळ्या शरीराला रक्तपुरवठा करणं.'

'मग हृदय कोणतं?'

यास्मिन अविश्वासाच्या नजरेने पिण्डाकडे पाहात राहिली.

हबिबुल्लाहबरोबर मी मोकळेपणाने तासन्‌तास कुठल्याही विषयावर गप्पा मारत असे. एक सहज-स्वच्छंद संपर्क तयार करून मुला-मुलींमध्ये मैत्री होऊ शकते आणि ती काही फक्त पत्रांच्या माध्यमातूनच नव्हे, हे सिद्ध केल्याने मला आनंद झाला. हबिबुल्लाहचं आमच्या घरी वारंवार येणं आता घरच्यांच्या सवयीचं झालं. आमचं नातं पुढं पती-पत्नींमध्ये परावर्तित होईल अशा विचाराने आईला जरा बरं वाटत होतं. तेव्हा आईची ती खोटी कल्पना पुसून काढीत मी तिला म्हणाले, 'हबिबुल्लाह हा माझा मित्र आहे. फक्त मित्र, दुसरा कुणीही नाही. चंदनाशी जशी माझी मैत्री आहे, अगदी तशीच मैत्री, समजलं?' माझ्या उत्तराने आईला बरं वाटलेलं दिसलं नाही. हबिबुल्लाह दिसायला चांगला आहे. स्वभावाने नम्र आणि सभ्य आहे, आम्ही दोघेही डॉक्टर होणार, यापेक्षा चांगलं स्थळ मिळणार नाही अशा आशयाच्या गोष्टी आई माझ्याजवळ नाही, तरी कुजबुजत घरातील इतरांजवळ बोलत असे. हे माझ्या कानावर आल्यावर मी आईला रागावून तसं बोलणं थांबवायला लावलं. माझ्या आणि हबिबुल्लाहमध्ये फक्त निर्मळ मैत्री होती याबद्दल संशय नव्हता, हबिबुल्लाहसुद्धा तसाच होता. त्याच्याबरोबर एकाच रिक्षात बसून कुठेही जाता-येताना मला कसलीही भीती वाटत नसे. त्याच्याबरोबर रिक्षात बसणं हे दादा, यास्मिन किंवा चंदनाबरोबर रिक्षात बसण्यासारखंच होतं. रुद्रबरोबर माझा संपर्क तयार झाला आहे हे हबिबुल्लाहला माहीत होतं. सवड मिळाली की, मी त्याला रुद्रच्या कविता वाचून दाखवी. पण एके दिवशी संध्याकाळी माझ्याकडे येऊन हबिबुल्लाहने मला 'तुम्ही' संबोधून बोलायला सुरुवात केली आणि मी आश्चर्यचकितच झाले. 'तू' हे संबोधन त्याला बरं वाटत

नव्हतं. का बरं वाटत नव्हतं या प्रश्नाला त्याने काहीच उत्तर दिलं नाही, फक्त संकोचाने हसला. त्या हसण्याचा अर्थ काय आहे हे मला समजेना. त्या हसण्याने मी बेचैन झाले, थोडी भीतीही वाटली. मी त्याच्यासमोरून उठले आणि बेडरूममध्ये अंधार करून, विषण्ण मनाने पडून राहिले. हबिबुल्लाह बैठकीच्या खोलीतच बसून राहिला. त्याने एक लांबलचक पत्र लिहून ते यास्मिनच्या हाती दिले. यास्मिनने दिवा लावला आणि ते पत्र मला वाचायला देऊन गेली. त्याने इंग्रजीत लिहिलेल्या पत्राचा आशय असा - 'आपल्यामधली ही सुंदर मैत्री कुठल्याही क्षणी हरवून जाऊ शकते, पण आपण जर कायमच्या संपर्कात आलो, तर ती हरवून जाणार नाही, नष्ट होणार नाही. मी स्वत: विचार करून पाहिला, स्वत:ला खूपदा प्रश्न विचारून पाहिले, उत्तर एकच; माझं तुझ्यावर प्रेम आहे. मैत्रीच्या वरची ही पायरी, हा संपर्क जोडता येईल का?' पत्र वाचून मला स्वप्नभंगाची वेदना झाली. अपमान आणि शरम यांनी मला ग्रासून टाकलं. मी निग्रहाने ती वेदना दाबून टाकून संतापाने बैठकीच्या खोलीत आले. त्या चिठ्ठीचे फाडून तुकडे तुकडे गेले आणि ते हबिबुल्लाहच्या तोंडावर फेकून ओरडले, 'आत्ताच्या आत्ता निघून जा इथून - लग्गेच! परत तोंड दाखवू नकोस तुझं!'

हबिबुल्लाह, नम्र, सभ्य, देखणा, डॉक्टर होऊ घातलेला, हिऱ्याच्या तुकड्यासारखा मुलगा. बराच वेळ एकटा सुन्न उभा राहिला आणि बाहेर पडला. त्यानंतर कॉलेजमध्ये अनेकदा त्याने माझ्याशी बोलण्याचा प्रयत्न केला, पण मी त्याला संधी दिली नाही. अनेकदा त्याने माझ्या घराची कडी वाजवली, पण मी दरवाजा उघडला नाही.

छडा लिहून नाव मिळवलेला अबू हसन शहरियार हासुद्धा माझ्याबरोबरच मेडिकल कॉलेजमध्ये शिकत होता. त्याने एके दिवशी माझ्या नकळत माझ्या एप्रनच्या खिशात मृत माणसाच्या मांसाचा एक तुकडा आणि एक चिठोरं टाकलं. चिठोऱ्यावर छडा (चारोळी कविता). शहरियारच्या या वागण्याने मी खूप संतापले. साहित्याच्या क्षेत्रातली एखादी व्यक्ती इतकी खालच्या पातळीवर जाऊ शकते असं मला तोवर वाटत नव्हतं. हा खालच्या पातळीवरचा मुलगा एके दिवशी प्रेतं कापण्याची किळस येऊन डॉक्टरकी शिकणं सोडून देऊन ढाक्याला निघून गेला. तो वाईट असो किंवा कसाही असो, त्यामुळे डॉक्टरकी शिकण्याव्यतिरिक्तही दुसरीकडे, दुसऱ्या शाखेचं शिक्षण घेण्यासाठी जाता येतं याची मला खात्री पटली; पण बाबा जिवंत असेपर्यंत मला ते शक्य होणार नाही, हे मी चांगलं जाणून होते. ढाका विद्यापीठात बंगाली साहित्याचं शिक्षण घेण्याचं चंदनाचं स्वप्न तिचे वडील सुव्रत चकमा यांच्यामुळे पूर्ण झालं नाही. विद्यापीठात प्रवेश घेण्यासाठी ती जेव्हा आवश्यक कागदपत्रं गोळा करीत होती, तेव्हा तिचं मॅट्रिकचं मार्कशीट मी आमच्या शाळेतून मिळवून तिला पाठवलं होतं. चंदनाने या महिन्यात विद्यापीठात प्रवेश घेतला नाही, तरी पुढच्या महिन्यात घेईल अशी बातमी असताना, तिच्या वडिलांनी स्वत:चं स्वप्न

पूर्ण करण्यासाठी अनुसूचित जमातींच्या कोट्यातून तिला चट्टोग्राम मेडिकल कॉलेजमध्ये डॉक्टरकी शिकण्यासाठी घातलं. तिने चट्टोग्रामहून पत्रात लिहिलं होतं, तिला प्रेतं कापणं मुळीच आवडत नाही. कुमिल्लातल्या एका देखण्या तरुणाच्या प्रस्तावाचा ती गंभीरपणे विचार करतेय, तो तरुण तिला पत्रे लिहीतच होता. चंदनाशिवाय तो 'जगू शकणार नाही' अशी पत्रं. प्रेताची दुर्गंधी असह्य झाल्याने जीवनाचा गंध छातीत भरून घेण्यासाठी चंदनाही एके दिवशी निर्णय घेऊन चट्टोग्राम सोडून कुमिल्लाला निघून गेली. कुमिल्लाहून अचानक तिने कळवलं की, तिने त्या 'जगू शकणार नाही'शी लग्न केलं आहे. याऐवजी चंदना मरून गेली अशी बातमी असती, तरी माझा विश्वास बसला असता. इतर कुणी का लग्न करीना, चंदनाने लग्न करावं हे मला पटतच नव्हतं. यापेक्षा वाईट बातमी असूच शकत नव्हती. एकाकीपणाच्या केसाळ हातांनी माझा गळा असा जोरात दाबून धरला, की माझा श्वास बंद होऊ लागला. मी पळत गच्चीवर जाऊन सगळ्यांच्या नजरेपासून दूर एकटी बसले. चंदनाच्या बाबतीत माझं आकाशभर स्वप्न होतं, त्या स्वप्नावर सारं जग कोसळताना मला दिसलं. त्या ढिगाऱ्यावर मी रित्या हातांनी एकटीच उभी होते. एकटी, इतकी एकटी की, अचानक स्वत:चं असं अस्तित्वच जाणवेनासं झालं. डोक्यावर दवाचे थेंब आणि अंधार उतरू लागला, तरीही!

एक महिन्यानंतर चंदनाचे बाबा डॉक्टर सुब्रत चकमा यांचं एक पत्र आलं - ते त्यांनी मलाच लिहिलेलं होतं - चंदनाने त्यांचा जो अपमान केला होता, त्याचा सूड ते कसाही करून घेणार होते. चंदनाला जगू देण्याची त्यांची मुळीच इच्छा नव्हती. मी दोन दिवस भीतीच्या दडपणाखाली काढून सुब्रत चकमांना लिहिलं, त्यांनी चंदनाला माफ करावं. तिने चूक केली आहे, पण कधी ना कधी तिला आपली चूक लक्षात येईल. सुब्रत चकमांनी माझ्या पत्राचं काहीच उत्तर दिलं नाही. पण पुन्हा एक महिन्यानंतर त्यांचं पत्र मिळालं. त्यांनी मला चंदनाच्या श्राद्धासाठी रांगामाटीला बोलावलं होतं. आपल्या मुलीचं श्राद्ध करणार होते ते. स्वत: बौद्ध असून चंदनाने मुस्लिम मुलाशी लग्न केलं होतं आणि धर्म बुडवला होता, म्हणून तिचे बाबा आता तिला आपली मुलगी मानीत नव्हते; त्यांच्या लेखी ती मेली होती. सुब्रत चकमांचा हा भयानक निर्णय ऐकून मला चंदनाबद्दल खूप माया वाटली. स्वत:ची सगळी शक्ती पणाला लावून तिला त्या देखण्या दुर्वृत्त मुलाच्या तावडीतून सोडवून आणावं, असं वाटलं. मन म्हणू लागलं, चंदना सुरक्षित नाही. तिला त्रास होत आहे, ती रडते आहे. मलाही दिवसभर प्रेतांचा वास आणि फॉरमॅलिनच्या दर्पात मोठमोठ्या पुस्तकांचा अभ्यास करणं आवडत नव्हतं. कॉलेजमध्ये 'वाईट विद्यार्थिनी' म्हणून माझं नाव व्हायला वेळ लागला नाही.

बेचैन मनोवस्थेतच मी कॉलेजमध्ये जाई आणि घरी परत येई. एके दिवशी

कॉलेजच्या प्राचार्यांनी, म्हणजेच मोफख्खारुल इस्लाम यांनी मला आपल्या केबिनमध्ये बोलावलं आणि गंभीर चेहरा करून, एका पाकिटातून एक टाईप केलेलं पत्र बाहेर काढलं. ते पत्र मला माहीत होतं, कारण त्या पत्राची एक प्रत काही दिवसांपूर्वीच मला मिळाली होती.

'तू तर डॉक्टर रजब अलींची मुलगी, हो ना?'

माझ्या तोंडून शब्द फुटला नाही. मी होकारार्थी मान हलवली.

माझ्या नि:शब्द चेहऱ्याकडे, भीती आणि संकोचाने खाली वळलेल्या डोळ्यांकडे पाहात, आपला आवाज जास्तीत जास्त कर्कश करीत मोफख्खारुल इस्लामनी विचारलं, 'तुझ्या भावाचं नाव नोमान आहे?'

मी मान हलवली.

'आणखी एका भावाचं नाव कमाल आहे?'

यावेळीही मान हलवली.

'कमालच्या बायकोचं नाव गीता आहे?'

यावेळीही मान.

तुझ्या धाकट्या बहिणीचं नाव यास्मिन?'

मान.

मान मोफख्खारुलनीही हलवली. याचा अर्थ हातातल्या पत्रातला तपशील त्यांनी तपासून पाहिला, तो बरोबर होता. ते पत्र मी आधीच वाचलंय हे त्यांना माहीत नव्हतं. अब्दुर रहमान चिश्ती नावाच्या एका माथेफिरू माणसाने स्वत:च या पत्राची एक प्रत मला पाठवली होती. तो मला पान-पानभर मोठी पत्रं लिहीत असे. काही काळ छंदातून आमची पत्रमैत्री होती. त्या सगळ्या मोठमोठ्या पत्रांमध्ये परीकथांपासून तर थेट आंतरराष्ट्रीय व्यापारधोरणाबद्दल अवघड-अवघड लेख असत. त्यातला बराचसा भाग माझ्याकडून वाचून होत नसे. त्या माणसाने अचानक एके दिवशी माझ्यापाशी प्रेम व्यक्त केल्यावर मी त्याला पत्रं लिहिणं बंद करून टाकलं. त्यानंतरच ही धमकी आली होती - 'तू प्रतिसाद दिला नाहीस, तर मी तुझं नुकसान करीन. मयमनसिंह मेडिकल कॉलेजच्या प्राचार्यांना थेट पत्र लिहून कळवीन की, तुमच्या कुटुंबातल्या सगळ्यांची चारित्र्यं खराब आहेत, तुम्ही सारे बदचलन आहात. तुझे बाबा सुनेबरोबर झोपतात, तुझी बहीण याच्या-त्याच्याबरोबर झोपत फिरते, अशी. शिवाय मी तर होतेच. माझ्याबद्दलही पत्रात लिहिलं होतं की, मी चिश्तीबरोबरच नव्हे, तर त्याच्या सगळ्या मित्रांबरोबरही झोपले आहे. माझ्या दोघा भावांबद्दलही असंच लिहिलं होतं. बाई बघितली की, ते तिच्यावर झडप घालतात, तिला झोपवतात इत्यादी इत्यादी. फक्त झोपाझोपीच्या गोष्टी. मी निष्कर्ष काढला, की या सगळ्या गोष्टींवर आमच्या प्राचार्यांचा पूर्ण विश्वास बसला आहे.

मी मोठा नि:श्वास टाकून म्हणाले, 'हे पत्र खोटं आहे. या पत्रातला मजकूर मला माहीत आहे. चिश्ती नावाच्या माणसाने हे पत्र लिहिलं आहे. मी त्याच्या प्रेमाला प्रतिसाद दिला नाही, म्हणून त्याने हा सूड घेतला आहे.'

माननीय प्राचार्यांच्या चेहऱ्यावर माझ्याबद्दल घृणा दिसत होती. ओठांच्या कोपऱ्यांशी वाकडं हसू.

'तू स्वत:ला फार धूर्त समजतेस, नाही का?' त्यांनी विचारलं.

मी उत्तर दिलं नाही.

'तुला काय वाटलं, मला काही समजत नाही?'

मी निरुत्तर.

'तुझ्यासारख्या वाईट मुलीला मी या कॉलेजमध्ये ठेवणार नाही. टी. सी. देऊन टाकीन. लवकरच.'

आता मात्र मी आपादमस्तक शहारले. समोरची प्राचार्यांची केबिन, प्राचार्य, ते पत्र - सारं माझ्याभोवती गरगर फिरू लागलं. मी सांगितलेलं सत्य प्राचार्यांनी मान्य केलं नव्हतं, तर एका फालतू पत्रावर विश्वास ठेवला होता. त्या पत्राखाली कुणाचीही सही नव्हती. कुणी लिहिलंय त्याचं नावही नव्हतं. ज्या पत्राच्या लेखकाला प्राचार्य ओळखीत नव्हते, त्याचं सांगणं त्यांना खरं वाटत होतं आणि जिला ते ओळखीत होते, तिचं सांगणं त्यांना खरं वाटत नव्हतं. प्राचार्यांच्या केबिनमधून बाहेर आल्यावर मला कुणाशीही बोलता येईना, डोळ्यांतलं पाणी थांबवता येईना. नंतरच्या तासांना न बसता मी सरळ घरी आले. भिंतीकडे तोंड करून झोपून राहिले. यास्मिन आल्यावर तिला हा सारा प्रसंग सांगितला. मोफख्खारूल इस्लाम यांची मुलगी शारमिन यास्मिनच्याच वर्गात विद्यामयी हायस्कूलमध्ये शिकत होती. शारमिनकडून तिच्या घरातल्या सगळ्यांची नावं विचारून घेणं, त्यानंतर एक पत्र लिहिणं खूप सोपं होतं. चारित्र्यावर शिंतोडे उडवणं खूप सोपं होतं. ते पत्र मयमनसिंह मेडिकल कॉलेजच्या प्राचार्यांच्या पत्त्यावर पाठवणं खूप सोपं होतं. त्यामुळे किमान खोटं पत्र किती खोटं असू शकतं याचा धडा त्यांना मिळाला असता. त्यांना धडा शिकवण्यासाठी फक्त हातच नव्हेत, तर मनही शिवशिवत होतं. पण नावं मिळवल्यावर इच्छा असूनही पत्र काही मला लिहिता येईना. मला तसलं पत्र लिहावंसं वाटेना. कुत्र्याचं काम कुत्र्याने केलं होतं, चावा घेतला होता... असं म्हणून मी लिहायला घेतलेलं पत्र फाडून टाकलं.

मी कॉलेजमध्ये जात असले तरी वर्गात मन लागत नसे. कॉरिडॉरमधून जाताना मोफख्खारुल इस्लाम समोर आले, तरी समोर जणू कुणीच आलेलं नाही, अशा प्रकारे त्यांच्याकडे दुर्लक्ष करून मी पुढे जाई. साधारणपणे एखादे प्राध्यापक समोर आल्यास हात वर करून नमस्कार करावा लागे. हा नियम मला कधीच आवडला

नाही. मी नमस्कार करणं टाळीतच असे. त्यामुळे शिष्टाचार नसलेली, अभद्र मुलगी म्हणून माझी अपकीर्ती झाली होती. त्या अपकीर्तीचीही पर्वा करीत नाही म्हणून कॉलेजमध्ये एक हास्यास्पद प्राणी म्हणून मला सगळे ओळखू लागले होते. परीक्षेत पास व्हायचं असेल तर नमस्कार केल्याशिवाय उपाय नाही अशी कुजबुज कॉलेजमध्ये ऐकू येई. मी त्या कुजबुजीकडे लक्ष देत नसे. आवश्यक त्या तासांना बसून मी घरी निघून येई. पुस्तकांच्या दुकानात जाऊन राजकारण, समाजशास्त्र, साहित्य या विषयांवरची पुस्तकं विकत घेऊन येई. संध्याकाळी यास्मिनला घेऊन फिरायला जाई, सार्वजनिक वाचनालयात चांगल्या चांगल्या कार्यक्रमांना जाई. सतत काही-ना-काही कार्यक्रम असतच. कुठंही जायचं नसेल तर पद्मरागमणीच्या घरी जाऊन कवितेबद्दल गप्पा करी. नाहीतर नाटकघर लेनमध्ये राहाणाऱ्या शाळेतल्या महबूब नावाच्या मैत्रिणीकडे जाऊन, तिच्या अंगणात बसून चहा-चिवडा खात घरगुती गप्पा करी. नाहीतर आजोळी जाऊन बालपणची भातुकलीची खेळणी, तिथलं पुकूर या बालपणीच्या जगातून फिरून येई. आई म्हणे, 'या दोघी मुली एकट्या-एकट्या बाहेर जातात, लोक काय म्हणतील?'

'बोलू दे त्यांच्या तोंडाला येईल ते!'

'तुझं धाडस फार वाढलंय बरं का!'

'वाईट तर काही करीत नाही ना?'

'तुझ्या बापाला समजलं तर? तंगडी तोडून घराबाहेर काढील तुला तो!'

'तोडू दे तंगडी!' म्हणून मी आईसमोरून दूर जाई. आईची ही भुणभुण मला फार बेचैन करी.

चंदना आता पूर्वीसारखी वारंवार पत्र लिहीत नसे. ती जी पत्रं लिही, त्यात तिच्या सासरच्या गोष्टी असत. चंदना आता पूर्वीसारखी स्वप्नांच्या गोष्टी सांगत नसे, कविताही लिहीत नसे. ती खूप बदलून गेली होती.

थोडीशी मैत्री झालेली वर्गातली मुलं-मुली माझ्या घरी गप्पा मारायला, जेवायला येत. ढाक्याहून इथे आलेल्या, होस्टेलमध्ये राहून शिकणाऱ्या या मुला-मुलींना घरगुती वातावरणात जावंसं वाटे. आईच्या हातच्या जेवणासारखं जेवण जेवावंसं वाटे. माझा वेळ त्यांच्याबरोबर छान जाई.

मला कविताही लिहाव्याशा वाटत, सेंजुतीचा नवा अंक काढावासा वाटे. एकदा माझ्याकडची अगणित साहित्यिक मासिकं आणि सेंजुतीसाठी आलेल्या कविता पाहून बाबा म्हणाले, 'हिची लक्षणं पाहाता ही दहा वर्षांत तरी मेडिकल पास होईल की नाही याची शंकाच वाटते!'

मुलगी पाहणे

नोकरी लागल्यापासून दादाने घराचा चेहरामोहरा हळूहळू सुधारायला सुरुवात केली होती. बैठकीच्या खोलीतला वेताचा सोफा काढून टाकून तिथे नरम गादीचा, लाकडी सोफा बसवला होता. चार पाय असलेला एक टेलिव्हिजन विकत आणून बसवला. विशाल अशा हेडबोर्डसहित एक मोठा सागाच्या लाकडाचा पलंग तयार करून आणला. हेडबोर्डवर द्राक्षाच्या वेलाखाली एक दांपत्य नग्न झोपलं आहे असं चित्र कोरलेलं होतं. हेडबोर्डच्या दोन्ही बाजूंना नक्षी कोरलेले ड्रॉवर्स होते. घरात एकेक नवीन वस्तू येत होती आणि आम्ही त्या वस्तूंकडे नवलाईने बघत होतो. सिंहाचे पाय असलेलं, दहा जण बसून जेवतील असं डायनिंग टेबल आणलं. भांडीकुंडी ठेवण्यासाठी एक कपाट आणलं. तेसुद्धा मोठं, समोर काच असलेलं. त्या सामानामुळे घरात वावरायची जागा मात्र कमी झाली. दादा अभिमानाने म्हणाला, 'हे सगळं फर्निचर सागवानी लाकडाचं आणि मी सांगितलेल्या डिझाईनप्रमाणे केलेलं आहे.' घरी येणारे लोक दादाने आणलेलं सामान पाहून चकित होऊन जात. इतकं सुंदर फर्निचर त्यांनी इतरत्र कुठेच पाहिलेलं नसे. स्वत: डिझाईन करून दादाने हिरव्या रंगाचं एक स्टीलचं कपाटही बनवून घेतलं. असं कपाट इतर कुणाकडेच नव्हतं याचाच दादाला मोठा आनंद झाला होता, तो सार्थच होता.

दादाने बैठकीच्या खोलीसमोरच्या खोलीत आपलं ऑफिस थाटलं. तिथे एक ड्रॉवरवालं टेबल ठेवलं, फायसन्स कंपनीची सगळी कागदपत्रं, औषधांची बॅग - सारं त्या टेबलवर नीट सजवून ठेवलं.

हे सारं सामान आणण्याचं मूळ कारण म्हणजे दादाला आता लग्न करायचं होतं. बायको येईल, तिला एक चांगला, म्हणजे रेडिमेड संसार मिळावा, असं त्याला वाटत होतं. त्याने किमती काचसामान आणून कपाटात सजवून ठेवलं, त्याची किल्ली

त्याच्या खिशात.

आमचे नातेवाईक दादाने सजवलेलं घर पाहून म्हणत, 'नोमानने तर बाकी सगळं आणलंय, आता फक्त बायको आणली की झालं!'

लग्न करायचं म्हणून काही वर्षांपासून दादा मुली पाहात गावोगावी फिरत होता, पण एकही मुलगी त्याला पसंत पडत नव्हती. विविध घरांमधून मागणी असे किंवा मागणी पाठवली जात असे, मग दादा कुणा नातेवाइकाला किंवा मित्राला घेऊन मुलगी पाहून येई. जाण्याच्या प्रत्येक वेळी प्रचंड तयारी करी. पूर्ण तासभर, एक अख्खा साबण खर्च करून अंघोळ करी. अंघोळ झाल्यावर प्रचंड बेसूर आवाजात गाणं म्हणत चेहऱ्यावर पॉंडस् क्रीम आणि पावडर लावी, सगळ्या अंगाला अत्तर लावी. एरवी दादा अत्तर फार कंजूषपणे वापरी. घरात फक्त तोच एकटा अत्तर वापरणारा. बाहेर जाण्याआधी कधी त्याला विचारलं, 'दादा, थोडा सेंट देतोस?' तर पहिल्यांदा म्हणे, 'नाही.' खूपच मागे लागल्यावर 'कुठे चाललीस? का चाललीस?' असे अनेक प्रश्न विचारी. उत्तरांनी समाधान झाल्यावर तो आपल्या खोलीतून कुलपात ठेवलेली अत्तराची बाटली आणी व म्हणे, 'हे आहे आर्थेमेटिक' किंवा 'हे आहे इंटिमेट, मेड इन फ्रान्स.' 'मेड इन' तर तो म्हणेच, नंतर एखादा थेंब दिला-न-दिल्यासारखा करी आणि तरी म्हणे, 'बाप रे, खूपच पडलं की!'

'किती पडलं ते मला तर दिसलंसुद्धा नाही!'

'अगं, तेवढ्याचीच किंमत दोनशे रुपये असते!'

दादा घरी नसल्यावर तो अत्तर कुठं लपवून ठेवतो हे मी शोधायचा प्रयत्न करी, पण सापडत नसे. प्रत्येक वेळी तो नवीन जागी अत्तराची कुपी लपवी - मांजरी जशी आपल्या पिलांना मानेला दातांत धरून उचलते आणि त्यांची जागा बदलते, त्याप्रमाणे दादाही अत्तराच्या कुपीची जागा बदली. तर, बराच वेळ घेऊन साजशृंगार केल्यावर आरशासमोर उभा राहून तो वेगवेगळ्या पोझेस घेऊन स्वत:चं प्रतिबिंब पाही. आम्हाला विचारी, 'काय, सुंदर दिसतोय ना मी?' आम्ही एका सुरात म्हणत असू, 'वा! सुंदरच!' दादा खरोखर देखणा दिसे. दाट काळे केस, सरळ आणि टोकदार नाक, मोठमोठे डोळे, मोठमोठ्या पापण्या - सुंदरच दिसे दादा. चकचकीत पॉलिश केलेले बूट, सूट-टाय घालून दादा हसतमुखाने मुलगी पाहायला घराबाहेर पडे आणि प्रत्येक वेळी तोंड उदास करून घरी येई. प्रत्येकवेळी खिशातली सोन्याची अंगठी खिशातच राही, कुणाला देणं होत नसे.

'काय दादा, मुलगी कशी होती दिसायला?' मी विचारी.

'अगं धत्!' दादा तोंड वाकडं करून म्हणे.

प्रत्येक वेळी तो घरातल्या सगळ्यांना बैठकखान्यात बसवून पाहून आलेल्या मुलीचं तपशीलवार वर्णन करी.

बाबांनी एकदा आपल्या एका ओळखीच्या गृहस्थांच्या मुलीला पाहून येण्यासाठी दादाला पाठवलं. दादा तिला पाहूनही आला. बाबा घरी आल्यावर दादाला समोर बसवून म्हणाले, 'काय, पसंत पडली मुलगी?'

दादा चेहरा वाकडा करत म्हणाला, 'नाही.'

'का बरं? मुलगी तर सुशिक्षित आहे.'

'हो, सुशिक्षित आहे.'

'बी. ए. पास झालीय.'

'हो, झालीय.'

'मुलगी गोरी आहे ना?'

'हो. गोरी आहे.'

'केस लांब आहेत ना?'

'हो.'

'मुलगी फार बुटकी नाही ना?'

'नाही.'

'तिचे वडील वकील आहेत.'

'हो.'

'बार कौन्सिलचे अध्यक्ष होते ते बराच काळ.'

'हो.'

'घराणं चांगलं आहे.'

'हो.'

'मुलीचा एक आतेभाऊ तर लंडनला असतो.'

'हो.'

'तिथं वडीलमाणसं कोण-कोण होती?'

'मुलीचे भाऊ होते, वडील होते.'

'मोठा भाऊ की छोटा भाऊ?'

'मोठा भाऊ.'

'मोठ्या भावाने तर काही दिवसांपूर्वीच लग्न केलंय. खूप मोठ्या माणसाच्या मुलीशी लग्न केलंय. मुलीचे वडील जिल्हा न्यायाधीश होते.'

'हो.'

'त्यांची आर्थिक स्थिती तर नक्कीच चांगली आहे.'

'हो, चांगली आहे. ड्रॉईंगरूममध्ये किमती सोफे-बिफे आहेत.'

'टी.व्ही. तर आहे ना?'

'हो.'

‘खायला काय दिलं?’

‘तीन प्रकारच्या मिठाया दिल्या, चहा दिला.’

‘मुलीचं वागणं-बोलणं कसं आहे?’

‘चांगलं आहे.’

‘सुसंस्कृत आहे ना?’

‘हो. सुसंस्कृत आहे.’

‘मुलगी स्वभावाने शांत आहे ना?’

‘हो.’

‘मग पसंत का पडली नाही?’

‘सगळं ठीक होतं, पण...’

‘पण काय?’

‘ओठ....’

‘ओठ काय?’

‘तिचा खालचा ओठ चपटा नाही, उंच आहे. असे ओठ असलेल्या मुली मला मुळीच बघवत नाहीत.’

‘हूं.’

दादासाठी चपट्या ओठांच्या मुली पाहाणं सुरू झालं. एका मुलीची माहिती मिळाली - तिचं घर टांगाईलला आहे, बहिणीचं घर मयमनसिंहमध्ये, आमच्या मोहल्ल्यातच आहे. मुलीला टांगाईलहून बहिणीच्या घरी आणण्यात आलं. मुलगी पाहाण्याची तारीख ठरवण्यात आली. दादा नेहमीप्रमाणे सजून-धजून, मला आणि यास्मिनला बरोबर घेऊन त्या घरी गेला. मुलीच्या बहिणीने दरवाजा उघडून आम्हाला आत बसवलं. काही इकडच्या-तिकडच्या गोष्टीही केल्या - उदाहरणार्थ, ‘तुम्ही या वर्षी मेडिकल कॉलेजमध्ये प्रवेश घेतलाय ना?’

‘तुमचं नाव काय?’

‘यास्मिन! माझ्या वहिनीचं नावही यास्मिन आहे.’

‘माझी मुलगीसुद्धा विद्यामयी हायस्कूलमध्ये शिकते, आज ती तिच्या मामाकडे गेलीय.’

‘अलीकडे उकडतंही खूप, त्यात रात्री वीज जाते.’

‘अच्छा, काय घेणार तुम्ही, चहा की सरबत?’

या अनावश्यक गप्पांमध्ये एक आवश्यक घटना घडली. ट्रेमध्ये चहा-बिस्किटं घेऊन डानोने खोलीत प्रवेश केला. आम्ही तिघेही तिच्याकडे टक लावून पाहू लागलो. डानो अवघडल्यासारखी हसली आणि एका खुर्चीत बसली. चहा घेता-घेता गप्पा चालू होत्या.

'टांगाईलचं बिन्दुवासिनी कॉलेज आता पूर्वीसारखं राहिलं नाही. एके काळी किती नाव होतं त्या कॉलेजचं!'

'मिठाईवाल्यांनी चमचमचा आकार किती कमी केलाय आणि किंमतही वाढवलीय!'

'डानो खूप कामसू मुलगी आहे. आमच्या घरी आली की, तीच सगळं काम करते.'

'घर स्वच्छ करणं, स्वयंपाकपाणी - सगळं ती करते, शिवाय तिला बागकामाची आवड आहे. स्वत:चे कपडे ती स्वत: शिवते, शिंप्याकडे देत नाही.'

'टांगाईलला कादेर सिद्दिकीचं घर आहे ना, त्याच्याजवळच नाथबाबूंचं घर आहे, तिथं मी महिन्यातून एकदा जाते.'

घरातून बाहेर पडल्याबरोबर मी दादाला विचारलं, 'काय, पसंत पडली?'

आम्ही दादाच्या चेहऱ्याकडे पाहात होतो.

'डोळे सुंदर आहेत.' यास्मिन म्हणाली.

'ओठ तर चपटेच आहेत.' मी म्हणाले.

दादा तोंड वाकडं करून म्हणाला, 'फारच चपटे आहेत.'

घरी आम्ही सांगितलं, 'ओठ फारच चपटे आहेत म्हणून डानोही दादाला पसंत नाही.'

काही महिन्यांनंतर बातमी आली, डानोचं लग्न टांगाईलचा प्रख्यात मुक्तियोद्धा कादेर सिद्दिकी याच्याशी झालं.

हे ऐकून मी दादाला म्हणाले, 'हीसुद्धा गेली! तू डानोशी लग्न केलं असतंस तरी चाललं असतं!'

दादा म्हणाला, 'बरं झालं तिच्याशी लग्न केलं नाही ते. तिचं आणि कादेर सिद्दिकीचं नक्कीच प्रेमबिम असणार.'

एरवीही एखाद्या सुंदर मुलीचं लग्न झाल्याची बातमी ऐकून दादाला वाईट वाटे. तो हाय, हाय करी. जणू हाताच्या टप्प्यातून एक सुंदर पाखरू उडून गेलं आहे. दिलरुबाचं लग्न झाल्यावर दादा जवळजवळ रडकुंडीला आल्यासारख्या आवाजात म्हणाला, 'ती अगदी शीलाची ट्रू कॉपी होती.'

'लग्न होऊन गेलं ना तिचं! आता काय फायदा..'

'हूं....'

'तिची एक बहीण आहे ना? लता? लतासुद्धा सुंदर होती.'

'होती काय म्हणतोस? अजूनही सुंदरच आहे.'

'अच्छा, लताला प्रस्ताव पाठवता येईल का?'

'पण ती तर तुझ्यापेक्षा कितीतरी लहान आहे.'

'हो, खरं आहे.'

'आणि लतावर दुसऱ्या कुणाचंतरी प्रेमही आहे असं ऐकते.'

'मग सोडून दे!'

मयमनसिंहमध्ये जेवढ्या म्हणून सुंदर उपवर तरुणी होत्या, त्या सगळ्या दादाने एक-एकदा पाहिल्या होत्या, पण त्यांच्यापैकी कुणीच त्याला पसंत पडली नव्हती. आता झुनूमावशी म्हणाली, 'चल, तुला ढाक्याच्या मुली दाखवते. एक सुंदर मुलगी आहे, अलीकडेच ढाका विद्यापीठात प्रवेश घेतलाय तिने.'

'तिचं घर कुमिल्लाला आहे, वडील कॉलेजमध्ये प्रोफेसर आहेत.' झुनूमावशीने आणखी माहिती दिली. 'मुलगी माझी खूप भक्त आहे, नेहमी झुनूमावशी, झुनूमावशी करीत असते. रोकेया हॉलमध्ये, माझ्या शेजारच्याच रूममध्ये राहाते.'

'ती सुंदर आहे की नाही ते सांग!' दादाने विचारलं.

'खूप सुंदर आहे.'

दादाचा पाय वेगाने उजवी-डावीकडे हलू लागला.

'ओठ चपटे आहेत ना?'

'हो, चपटे आहेत.'

'जास्त चपटे नाहीत ना?'

'नाहीत, जास्त चपटे नाहीत.'

शेवटी असं ठरलं, की ढाक्याच्या न्यू मार्केटमध्ये एका आईस्क्रीमच्या दुकानात लव्हली आणि तिची एक मैत्रीण थांबेल आणि दादाने दुरून पाहावं. दादाला ती आवडली, तर पुढची बोलणी करावीत. दादाने ढाक्याला जाऊन न्यू मार्केटमध्ये ठरल्याप्रमाणे लांबून मुलगी पाहिली, आइस्क्रीमच्या दुकानात. नंतर, 'मुलीचे डोळे तिरळे वाटतात' असं झुनूमावशीला सांगून दादा मयमनसिंहला परत आला.

टांगाईल, जमालपूर, नेत्रकोना अशा मयमनसिंहच्या आसपासच्या सगळ्या शहरांमध्ये दादा मुलगी पाहायला म्हणून गेला होता आणि चेहरा उदास करून परत आला होता. आता सिलेट! मुलगी पाहायला सिलेटला जायचं ठरलं. दादाबरोबर नोकरी करणाऱ्या एका मित्राकडून हा प्रस्ताव आला होता. 'मीसुद्धा सिलेटला येणार' असा मी हट्ट धरला. हट्टामुळे काम झालं. दादा मला बरोबर घेऊन सिलेटला रवाना झाला. साऱ्या प्रवासात ट्रेनमध्ये तो म्हणत होता, 'सिलेटच्या मुली खरंच खूप सुंदर असतात.'

मी म्हणाले, 'फोटोत तर मुली सुंदरच दिसतात.'

'हो. वाटतात खऱ्या. फोटोत सगळे दोष दिसत नाहीत.'

आम्ही सिलेटला जाऊन दर्गा रोडवर फाइसन्स कंपनीचे सुपरवायझर मुनीर अहमद यांच्या घरी रात्री मुक्काम केला. समोर बाग असलेलं मोठ्ठं घर. दुसऱ्या दिवशी मी म्हणाले, 'चल दादा, शहर बघून येऊ!'

पण दादाचा काही तेव्हा शहर पाहाण्याचा मूड नव्हता. मुलीचा फोटो वारंवार खिशातून काढून उन्हात धरून बघे. मलाही बघायला देऊन विचारलं, 'तुला काय वाटतं, जरा पुन्हा नीट बघ बरं!'

मी म्हणाले, 'बघितलाय की अनेक वेळा!'

'परत पाहा. पुन्हा पुन्हा पाहिल्यावर काहीतरी लक्षात येतं.'

'धत्! सिलेटला काय आपण घरात बसून राहाण्यासाठी आलो होय? चल ना जरा फिरायला जाऊ!'

'तुला धीर जरा कमीच आहे नासरिन!' दादा बेजार होऊन म्हणाला.

'इतका लांब प्रवास करून आलो, सगळ्या अंगावर धुरळा - अंघोळ बिंघोळ करायचीय की नाही?' पुन्हा दादाच.

'काय होईल अंघोळ नाही केली तर? आल्यावर करू.'

'नाक-बिक ठीकच आहे, नाही का?' दादा पुन्हा फोटोकडे बघत म्हणाला.

मी खिडकीत बसून बाहेरचं दृश्य जितकं दिसत होतं, तितकं बघत राहिले. मला जर एकटीलाच शहर पाहाण्यासाठी बाहेर पडता आलं असतं तर? रिक्षा करून एकटीलाच जर सगळं शहर फिरून बघता आलं असतं तर?

दुसऱ्या दिवशी मुलगी पाहाण्याचा कार्यक्रम झाला. मुलीचे वडील पोलीस ऑफिसर. मुलगी बी. ए. पास.

'सगळं ठीक आहे. गोरी-गोरीपान मुलगी, पण ... समोरचे दोन दात जरा पुढे आलेले.' बस! मुलगी नापसंत करून दादा मला घेऊन शाहजलालचा दर्गा बघायला घेऊन गेला. मजार (समाधी) बघायची मला इच्छा नव्हती. त्यापेक्षा रिक्षात बसून सगळ्या शहरभर फिरत शहराचं रंग-रूप पाहाणं मला अधिक आवडलं असतं.

मजाराच्या ठिकाणी हजारो लोकांची गर्दी होती. पुकुराच्या काठी उभे राहून लोक काळ्या-काळ्या माशांना खाण्यासाठी खाद्य टाकीत होते. मासे खाद्य तोंडात घेऊन पुन्हा पाण्याखाली जात होते. 'वा!' दादा म्हणाला, 'माणसं इथं माशांना का खाऊ घालतात माहीत आहे? या माशांना खाऊ घातलं ना, की हजरत शाहजलाल स्वत: अल्लाकडे माशांना खाऊ घालणाऱ्यांना स्वर्गात पाठवण्याची शिफारस करतात.'

त्यानंतर दादाने आपले बूट काढून ते माझ्या हातात दिले आणि म्हणाला, 'बूट घेऊन तू इथेच उभी राहा, मी मजाराच्या आत जाऊन पाहून येतो. शहाजलालांची कबर आहे तिथे.'

'मलाही घेऊन चल की!'

'नाही, तिथं महिलांना येण्यासाठी बंदी आहे.'

त्या उंच कबर असलेल्या ठिकाणी दादा एकटाच गेला, मी त्या खोलीकडे बघत, आश्चर्यानं विचार करू लागले, स्त्रिया तिथं गेल्या तर गैरसोय कुठं होते,

कुणाची होते!

ट्रेनने मयमनसिंहला परतताना मी दादाला म्हणाले, 'तर सिलेटची मुलगीही तुला पसंत पडली नाहीच!'

दादा म्हणाला, 'एरवी सिलेटच्या मुली सुंदरच असतात.'

'तर मग ही मुलगी का पसंत पडली नाही?'

'पसंत पडली होती.'

'पण तिचे दात वर आलेत म्हणालास ते?'

'अगं तिचे दात नाही म्हटलो मी!'

'मग कुणाचे?'

'मुनीच्या भावाच्या बायकोचे!'

'म्हणतोस काय?'

'ओठ पाहिलेस? तसेच ओठ पाहिजे होते मला!'

'तिच्याशी तू लग्न करणार?' मी आश्चर्याने विचारलं.

'तिच्याशी कसं काय लग्न करणार? तिचं तर आधीच लग्न झालेलं आहे!'

बराच वेळ उदास नजरेने खिडकीबाहेर पाहिल्यावर दादा म्हणाला, 'ओठाच्या वरचा तीळ पाहिलास?'

'कुणाच्या ओठाच्या वरचा?'

'मुनीच्या भावाच्या बायकोच्या.'

'तू तर पोलीस ऑफिसरच्या मुलीला पाहाण्यासाठी आला होतास. तिचा तीळ असेल तर सांग. तिच्याही गालावर एक तीळ आहे.'

'मी काही तिच्या गालावरचा तीळ पाहिला नाही. दात पुढे आलेल्या मुलीकडे फार वेळ पाहाता येत नाही, डोळ्यांना त्रास होतो.'

नावांच्या बाबतीतही दादाला अशीच एक आसक्ती होती.

एकदा एका मुलीला त्याने प्रस्ताव पाठवला, कारण तिचं नाव होतं नीलांजना. तिला पाहाण्यासाठी दादा व्याकुळ झाला होता.

'ही मुलगी कुरूप असणं शक्यच नाही.'

'ती सुंदर आहे हे कसं समजलं?'

'जिचं नाव इतकं सुंदर आहे, ती कुरूप असणं शक्यच नाही.'

अर्थात नीलांजनाला पाहून आल्यावर दादा दिवसभर छी छी छी करीत होता. माजेदा नावाची एक मुलगी दिसायला खूप सुंदर असूनही दादाने केवळ तिच्या नावामुळे नापसंत केली, पाहायला जाणं तर सोडूनच द्या! तो म्हणाला, ' "माजेदा" नाव ऐकल्याबरोबर मला मळमळल्यासारखं होतं. इतक्या फालतू नावाची मुलगी सुंदर असणं शक्यच नाही!'

आम्ही घरातल्या लोकांनी दादाच्या लग्नाची आशा जवळजवळ सोडूनच दिली होती. पण एकाने आशा सोडली नव्हती - स्वत: दादाने. देशातल्या सर्वांत सुंदर मुलीशी आपण लवकरच लग्न करू अशी त्याला खात्री होती.

त्याला ही खात्री होती म्हणूनच तो अगदी आनंदात जगत होता. त्याने नवा टेपरेकॉर्डर विकत आणला. आधीचा टेपरेकॉर्डर होता 'मेड इन रशिया'. तो त्याला एका स्पर्धेत दुसरं पारितोषिक म्हणून मिळाला होता. तो घरातून चोरीला गेला, म्हणून दादाने हा नवीन आणला. हा होता मेड इन जर्मनी. पूर्वी हेमंतकुमार, मन्ना डे, संध्या, सतीनाथ हे दादाचे आवडते गायक-गायिका होते. नवीन टेपरेकॉर्डर आणल्यावर दादाने ढाक्याहून निवड करून कॅसेटस् आणल्या. यावेळी फिरोजा खानमने गायलेली नजरुल इस्लामची गीतं आणली. फिरोजाच्या प्रेमात तो पागल होऊन गेला. सतत तिची गाणी ऐके. कधी टेपरेकॉर्डरचा आवाज वाढवून आम्हाला जवळ बोलवी. स्वत: फिरोजाबरोबर बेसुऱ्या आवाजात गात राही आणि अधूनमधून 'आहा! आहा!' करी.

दादाने व्ही. सी. आर. भाड्याने आणायला सुरुवात केली, तेव्हा त्याचं गाण्याचं वेड थोडं कमी झालं. नियमितपणे एक-दोन रात्रींसाठी व्ही. सी. आर. भाड्याने आणून बाजारात उपलब्ध असलेल्या हिंदी चित्रपटांच्या व्हिडीओ कॅसेटस् बघणं दादाने सुरू केलं. हिंदी चित्रपटांचं वेड लागल्याने दादाने अखेर व्ही.सी.आर. विकतच आणला आणि रात्रंदिवस त्यावर चित्रपट बघणं सुरू केलं. सुरुवाती सुरुवातीला मीही बघत बसे. पण नंतर नंतर चित्रपटातल्या चुका लक्षात येऊन नवल वाटू लागलं - धर्मेन्द्रसाठी एवढ्या मोठ्या वैराण मैदानात कोण घोडा ठेवून गेलं? आधी तर काही तिथं घोडा नव्हता! हेमा मालिनी अचानक उड्या मारीत का गाऊ लागली? कुणी असं रस्त्यात नाचत नाचत गाणं म्हणतं का? पण माझ्या या कॉमेंटस् कुणी ऐकतच नसे, इतके ते चित्रपट पाहाण्यात मग्न असत. हाणामारीचे चित्रपट मला आवडत नसत. पण दादा मात्र अगदी न कंटाळता तसले चित्रपटही सलग बसून पाहात असे. चांगले, तर्कसंगत कथा असलेले चित्रपट मात्र मी पाहात असे. अमिताभ-रेखा मला आवडू लागले. त्यांच्यापेक्षाही अधिक आवडू लागले नसीरुद्दीन शाह, शबाना आजमी आणि स्मिता पाटील. माझ्या आवडीबद्दल नापसंती दाखवून एके दिवशी दादा मला म्हणाला, 'इथून पुढं असले चित्रपट आणीत जाऊ नकोस. झोपडपट्टीतलं जीवन तर आपण रोजच पाहातो, ते पुन्हा पडद्यावर पाहाण्यात काही अर्थ नाही. कुठल्याही दिग्दर्शकाचे, कुठल्याही कथेवरचे, कुठल्याही कलाकाराचे कुठलेही चित्रपट बघता-बघता दादा शेवटी एका चित्रपटाच्या जाळ्यात एखाद्या माशासारखा अडकून पडला. तो चित्रपट म्हणजे 'मोगले आझम'. मोगले आझमच्या प्रेमाने तो अगदी वेडा झाला. आमच्या घरात मोगले आझम नॉनस्टॉप चालू लागला. दादा त्यातले संवाद घरभर

तोंडपाठ म्हणत फिरू लागला. घरातल्या सगळ्यांना त्याने हा चित्रपट एकापेक्षा अधिक वेळा दाखवला. आजोळहून नानी, हाशेममामा, पारुलमामी, एवढंच काय, टुटूमामा आणि शराफमामालाही बोलावून आणून दाखवला. हाशेममामा जुन्या चित्रपटांचे फार भक्त. लहानपणी पाहिलेल्या हिंदी-उर्दू चित्रपटांतली गाणी ते अद्यापही सवड मिळाली की गुणगुणत. फक्त फजलीमावशीला मात्र दादा टी.व्ही. किंवा व्ही.सी.आर. समोर खूप प्रयत्न करूनही बसवू शकला नाही. 'गुन्हा' होईल, म्हणून फजलीमावशी टी.व्ही.कडे बघतसुद्धा नसे. आईला मात्र तसं वाटत नसे. चित्रपट असला, की ती 'गुन्हा' हा शब्द विसरून जाई. 'मोगले आझम' बघण्याचा लोभ ती आवरू शकली नाही, म्हणून नमाजनंतर तिने या 'गुन्ह्या'साठी अल्लाची क्षमा मागून टाकली. अल्ला आपल्या चुकलेल्या भक्तांना क्षमा करतो असा आईचा विश्वास होता.

घरी कुणी पाहुणा आला, की दादाने चहा-बिस्किटांऐवजी 'मोगले आझम'ने त्याचं आतिथ्य करायला सुरुवात केली.

हृदयाचे किनारे

रुद्रबरोबर आयुष्यभर साथ देण्याच्या आणाभाका झाल्या होत्या, तरीही त्याच्याशी माझी प्रत्यक्ष भेट झालेली नव्हती. पत्रांतूनच ओळख, पत्रांतूनच प्रेम, पत्रांतूनच सगळं! निव्वळ खेळ म्हणून ह्या गोष्टी घडल्या होत्या. रुद्रने कळवलं, अश्विन महिन्यातल्या २९ तारखेला त्याचा वाढदिवस आहे.

'वाढदिवसानिमित्त काय पाहिजे सांग. तू जे मागशील, ते देईन तुला.'

'जे पाहिजे ते देणं तुला खरंच शक्य होईल?'

'होईल की!'

'होणार नाही हे मला माहीत आहे.'

'मागून तर बघ ना!'

रुद्र म्हणाला, त्याचं मागणं खूप कठीण, कष्टदायक आणि दु:साध्य असं आहे.

नंतरच्या पत्रात त्याचा प्रश्न, 'जे पाहिजे ते तू खरंच देऊ शकशील?'

मीही लिहिलं, 'वा! देणार नाही कसं? देणार म्हटलं, म्हणजे देणारच.' माझा अहंकार आता नाकाच्या शेंड्यावर येऊन बसला होता.

'मला जर तूच हवी असशील तर?'

'असं काय? ठीक आहे. मी स्वत:ला देऊन टाकलं तुला!'

माझं प्रेम होतं रुद्रच्या कवितेवर, त्याच्या शब्दांवर, त्याच्या पत्रातल्या अक्षरांवर. त्यांच्यामागच्या माणसाला मी ओळखत नव्हते, त्याला कधी पाहिलंही नव्हतं, पण कल्पना केली होती की, हा माणूस देखणा आहे. तो कधीही खोटं बोलत नाही, माणसांशी कधीही अन्यायकारक वागत नाही, तो स्वभावानं उदार आहे. तो कुठल्याही स्त्रीकडे वाईट नजरेने पाहात नाही इत्यादी अनेक गुण त्याच्या अंगी आहेत. 'मी तुला भेटायला मयमनसिंहला येतो आहे' असं जेव्हा रुद्रने कळवलं, तेव्हा माझा घसा

वारंवार कोरडा पडू लागला, मला वारंवार थंड पाणी प्यावं असं वाटू लागलं. आता, भेट कुठं होणार? मसूदच्या घरी. मसूदही कविता लिही. तसा तो गायनाच्या क्षेत्रामधला, छोटोदाच्या मित्रपरिवारातला एकजण. त्याच्याशी रुद्रची ढाक्यात ओळख झाली होती. रुद्र त्याच्या घरीच उतरणार होता. मला सकाळी अकरा वाजता तिथं जायचं होतं. सकाळी सात वाजल्यापासून मी घड्याळ पाहात होते. घड्याळाचा काटा जसजसा अकराच्या दिशेने पुढे सरकत होता, तसतशी माझ्या छातीतली धडधड अधिक वाढत होती, वेग घेत होती.

डोळ्यांवर गॉगल घातलेला, शर्ट-पायजमा असा वेश, मी तोवर ओढणी वापरीत नव्हते. कॉलेजच्या युनिफॉर्ममधली लाल ओढणी सोडून दुसरी कुठलीही ओढणी घरी नव्हती. चंदनाप्रमाणेच ओढणीवर माझा खूप राग असल्याने ओढणी वापरण्याचं वय झालं असलं, तरी मी घरातही ओढणी वापरीत नसे, बाहेर जातानाही ओढणी घेत नसे. आईला 'आजोळी जाते' असं सांगून मी मसूदच्या घरी गेले. जेव्हा एक दाढीवाला, लांब केस असलेला, लुंगी घातलेला तरुण तिथे येऊन म्हणाला, 'मी रुद्र', तेव्हा माझ्या छातीची धडधड अचानक थांबली. प्रेमिकाशी पहिली भेट लुंगीत! रुद्र दिसायला तेव्हा खेड्यातून आलेल्या रियाजुद्दिनच्या मेहुण्यासारखा कुणीतरी दिसत होता. मी गॉगलआडून त्याच्याकडे पाहिलं.

'गॉगल काढ, मला तुझे डोळे दिसत नाहीयेत!'

पत्रव्यवहारामध्ये हजारदा ज्याच्याशी आयुष्यभर साथ देण्याच्या आणाभाका घेतल्या, त्याचं समोरासमोर बसल्यावरचं हे पहिलं वाक्य.

रुद्रच्या जड आवाजाने मी चमकले. गॉगल काढला, पण रुद्रकडे पाहाण्याऐवजी मी मसूदच्या घरातल्या वस्तूंकडे पाहात राहिले.

निःशब्दपणे.

'काय झालं? बोलत का नाहीस?'

मी पायाची बोटं जमिनीवर रगडू लागले. डाव्या हाताच्या बोटांच्या नखांकडे पाहात राहिले. रुद्रकडे पाहात नसले, तरी तो माझ्याकडे पाहातोय हे मला जाणवत होतं. माझे केस, डोळे, नाक, हनुवटी - सारं पाहातोय. अशा अवघडलेल्या वातावरणात मसूद चहा-बिस्किटं घेऊन खोलीत आला. मी चहाचा कप, सोफ्याचा रंग उडत चाललेला हात, शोकेसमधली बाहुली आणि अधूनमधून मसूदकडे पाहात चहा संपल्याबरोबर उठून उभी राहिले.

'काय झालं? एवढी बेचैन का?' रुद्र म्हणाला. त्याच गंभीर आवाजात.

माझी नजर तेव्हा खिडकीकडे होती. झाडाच्या पानांवर सूर्यप्रकाश पडला होता. पानं वाऱ्याने हलत होती. पुकुराच्या पाण्यावरही सूर्यप्रकाश पडला होता. पाण्यावर अधून-मधून किडे बसल्याने तरंग उठत होते.

रुद्रही उठून उभा राहिला. हळूहळू तो माझ्या दिशेने पुढे येऊ लागला. त्याच्याकडे एक सेकंदभर पाहिल्यावर समजलं की, तो माझ्यापेक्षा दोन वीत बुटका आहे. जहांगीर नावाच्या आपल्या एका बुटक्या मित्राशी भांडण झाल्यापासून दादा म्हणे, 'बुटके लोक म्हणजे खुदाचे दुश्मन!' रुद्र बुटका तर होताच, त्यात त्याला दाढी-मिशाही होत्या. मिशा पाहिल्या की मला घृणा वाटे, दाढी पाहिल्यावर तर अधिकच!

संकोचाने की भीतीने, मी थोडी सरकून बाजूला उभी राहिले.

रुद्र म्हणाला, 'एवढ्यात निघालीस - का बरं?'

मी गप्पच. तोंडातून शब्द निघत नव्हता.

'पत्रातून तर खूप बोलतेस. आता का गप्प आहेस?'

मी अजूनही गप्पच.

'अवघड आहे! तू मुकी आहेस की काय?'

मुकी मुलगी मसूदच्या घरातून बाहेर पडली, निघून गेली.

जाण्याआधी, दरवाजात थांबून, 'उद्या येणार ना?' या प्रश्नाला फक्त मान हलवून होकारार्थी उत्तर दिलं.

दुसऱ्या दिवशीही गेले. दुसऱ्या दिवशीही त्याच्याकडे डोळे वर करून पाहिलं नाही. मला अवघडल्यासारखं वाटत होतं, लाजही वाटत होती. मी स्वत:ला वारंवार म्हणत होते, 'काहीतरी बोल मुली, बोल, तो तुझा प्रेमिक आहे. त्याचं सगळं काही तुला माहीत आहे. त्याचा 'उपद्रुत उपकूल' कवितासंग्रह तुझा वाचून पाठ झाला आहे, आता दोन-तीन वाक्यं तरी बोल!' पण मी बोलू शकले नाही. गप्पच राहिले.

रुद्र निघून गेला. ढाक्याहून त्याने पत्र लिहिलं, की त्याने कधीच अशी लाजरी मुलगी पाहिली नव्हती.

या लाजऱ्या मुलीने उत्तरादाखल बारा पानांचं पत्र पाठवलं. माझं असंच होतं - लिहायला सांगा, मग माझ्यासारखं बोलघेवडं वाचाळ कुणी नसेल. जवळ या, मी अशी गप्प होऊन जाईन, की पाहाणाऱ्याला वाटेल, पत्र नक्कीच दुसऱ्या कुणातरी व्यक्तीने लिहिलं असावं. मलाही अधूनमधून वाटतं, लेखन करणारी मी आणि प्रत्यक्षातली मी अशा दोन वेगवेगळ्या व्यक्ती आहेत. एकजण पंख पसरून आकाशात उडते, तर दुसरी जमिनीवर, अंधाऱ्या बंद खोलीत बसलेली आहे. तिचे पाय, एवढंच काय, मेंदूसुद्धा साखळीने बांधून ठेवला आहे.

रुद्र त्यानंतर आणखी दोन वेळा मयमनसिंहला आला. मसूदच्या दोन-तीन मित्रांबरोबर त्याची चांगली गट्टी जमली. या शहरात त्याचा वेळ छान जात असे. रुद्रशी भेट झाल्यावर मात्र माझी तीच अवस्था होत असे - इतक्या भेटींनंतरही छातीचं धडधडणं मुळीच कमी झालं नव्हतं. मैत्रिणींबरोबर, भावांबरोबर मी मस्त गप्पा

मारू शके; पण प्रेमिक समोर आला, की अंग, हात-पाय थंड पडत. तोंडाला कुलूप, चावी अदृश्य!

रुद्र मयमनसिंहला येत तर असे, पण भेट होणार कुठं, आम्ही दोघं बसणार कुठं? मसूदच्या घरी त्याच्या भावांनी हरकत घेतली, या घरात इथून पुढं आम्ही बसायचं नाही. शहरातल्या रस्त्यांवर बरोबर फिरलो, तर ओळखीचं कुणी पाहण्याची आणि बाबांच्या कानावर जाण्याची शक्यता - म्हणजे सर्वनाश! मग कुठे जाणार? शाळेतल्या मैत्रिणी नादिरा आणि महबूबा यांच्या घरी गेलो. त्यांनी चहा-बिस्किटं दिली, पण कुजबुजत्या आवाजात म्हणाल्या, की 'हा कोण माणूस?' म्हणून घरातले लोक विचारतात. तेव्हा तर प्रेम करणंच अशालीन मानत. त्यामुळे माझ्या वयाच्या मुलीने आपल्या प्रियकराला बरोबर घेऊन कुणाच्या घरी जाणं हे सुद्धा अशालीनच मानत, असभ्य मानत. मुलगी मोठी झाली की आईबाबांनी वरसंशोधन करून मुलीला बोहल्यावर चढवायचं. मुलीने बिचारीने आधी कधीही न पाहिलेल्या माणसाला पती मानून संसार करायला सासरी जायचं. या नियमाबाहेर जाऊन मुली प्रेम करीत नसत असं नाही, पण ते गुप्तपणे, इतकं गुप्तपणे की, कुणालाही ते कळत नसे. पण दोन जणांना हे सांगायला माझी हरकत नव्हती - चंदना आणि रुद्र. चंदनाला मी सारं कळवलं, रुद्रलाही चंदनाबद्दल सांगितलं. दोघांनाही एकमेकांना पत्र लिहायला सांगितलं. दोघांमध्ये पत्रव्यवहार सुरू झाला. रुद्रला मी लिहिलेल्या पत्रांमध्ये चंदनाचा अनेकदा उल्लेख असे. चंदना माझी किती जवळची मैत्रीण आहे, हे रुद्रला माहीत होतं. अधूनमधून तो रुसून लिही, 'फक्त चंदना चंदना चंदना! तुला तर एक मैत्रीण असली तरी चालतं, माझी जागा कुठं आहे आहे तुझ्या जीवनात!' रुद्रला घेऊन कुठे जाण्यासाठी, बसण्यासाठी जागा न मिळाल्याने मी एकदा त्याला घेऊन माझ्या आजोळी फिरायला गेले. नानीने आम्हाला चहा दिला आणि हसत रुद्रला म्हणाली, 'ही मुलगी पाहिजे असेल, तर आधी प्रतिष्ठित व्हायला पाहिजे, समजलं?' मी लाजेनं नजर खाली वळवली. पण आजोळी जे शक्य होतं, ते आमच्या घरी शक्य नव्हतं. रुद्रला घेऊन या घरी त्या घरी, नाना घरी नेण्याचा विचार मी करी, पण स्वत:च्या घरी नेण्याचा विचार मात्र करू शकत नसे. त्यामुळे पार्कमध्ये बसून राहा, बोटॅनिकल गार्डनमध्ये जाऊन बसा, झाडाच्या सावलीत बसून गप्पा करा असं माझं चाले. बोटॅनिकल गार्डन शहरापासून थोडं दूर, कृषी विद्यापीठाजवळ, तिथे ब्रह्मपुत्राच्या पात्राकडे तोंड करून गवतावर बसत असू. नौकांकडे पाहात मी रुद्रच्या असंख्य प्रश्नांना हो किंवा नाही मध्ये उत्तरं देत असे. बागेत फिरायला आलेले लोक आश्चर्याने आमच्याकडे पाहात.

मेडिकल कॉलेजमध्ये प्रवेश घेतल्यानंतर एका नियमित जागेची व्यवस्था झाली - कॉलेज कँटीन. कँटीनमध्ये पहिल्या दिवशी हबिबुल्लाहला घेऊन रुद्रला भेटायला

गेले होते. हबिबुल्लाह आणि चंदना यांच्यामध्ये मला कुठलाच फरक वाटत नसल्याने रुद्रच्या समोर बसून मी जी काही वाक्यं बोलले, ती हबिबुल्लाहच्या बरोबरच. चहाच्या कपातल्या चहाच्या रंगाकडे पाहात रुद्रने विचारलं, 'तास संपला?'

'संपला.'

'आणखी तास आहेत?'

'आहेत.'

'त्यांना बसावं लागणार का?'

'हो.'

'हो म्हणजे काय? नाही बसलं तर चालणार नाही?'

'चालेल.'

वर्ग बुडवून रुद्रबरोबर बसून राहिले. दुपारनंतर कँपस रिकामा झाला, कँटीन बंद झालं. मैदानात गवतावर बसून किंवा कॉलेजच्या पायऱ्यांवर बसून आमच्या प्रेमाच्या गप्पा सुरू झाल्या त्या अशा :

'पत्रं वेळेवर मिळतात ना?'

'मिळतात.'

'मला रोज पत्र लिहीत जा, समजलं?'

'अच्छा!'

'कविता लिहितेस?'

'हेच, अर्धीएक.'

'जमलं तर मात्रावृत्तांत लिहीत जा.'

'अक्षरवृत्तं सोपी वाटतात, मात्रावृत्तं अवघड वाटतात.'

'लिहिता-लिहिता जमेल. सुरुवातीला अक्षरवृत्तांतच लिहीत जा.'

'आठ - चार - सहा?'

'तसंही करू शकतेस किंवा आठ - चार - दोन, सहा - चार - दोन, अर्थात सहा - चार - दोन केलं तर मात्रावृत्ताचा छंद येतो.'

'उपद्रुत उपकूलमधल्या तर बऱ्याचशा कविता अक्षरवृत्तांमध्ये आहेत, नाही?'

'हो.'

'मी तर लिहिते आणि अक्षरं मोजते, अशी झंझट वाटते..'

'झंझट कसली, ऐकल्यावर समजतं की. कान देऊन ऐकत जा..'

'अधूनमधून वाटतं, आपल्याला कविताच जमणार नाहीत.'

'जमतील जमतील, लिहीत राहा. तुझी कवितांची वही उद्या मला दाखवायला आण.'

'कविता काही चांगल्या जमलेल्या नाहीत. नंतर दाखवीन.'

‘आण तर खरं! मी जे सांगतो ते ऐक. अच्छा, एक विचारू?’

‘काय?’

‘तू मला कुठलंही संबोधन का वापरत नाहीस?’

‘कसं?’

‘तू मला रुद्रही म्हणत नाहीस, ‘तू’सुद्धा म्हणत नाहीस.’

‘म्हणते तर!’

‘कधी म्हणतेस?’

‘पत्रांत.’

‘पण ते पत्रात झालं. पत्र म्हणजे काही जीवन नाही. मला समोर असताना का हाक मारीत नाहीस?’

माझा चेहरा शरमेने लाल झाला. प्रत्येक वेळी रुद्रला भेटण्यापूर्वी मी आरशासमोर उभी राहून ‘रुद्र, तू, रुद्र, तू’ म्हणण्याची रंगीत तालीम करी. ‘रुद्र, तू काय खाणार सांग. रुद्र, तू आजच परत जाणार का?’ अशा वाक्यांचा सराव करी. पण तो समोर आल्यावर, मुख्य रंगमंचावरच, सगळी तालीम पालथी पडे. प्राणपणाने प्रयत्न करूनही मला बोलताना रुद्रसाठी संबोधन वापरता येत नसे.

‘तुला मी इतका दूरचा का वाटतो? मला थोडासाही स्पर्श करू देत नाहीस. कितीदा म्हटलं, हात हातात दे. देत नाहीस. एवढी भीती कसली वाटते तुला? मी काय वाघबिघ वाटतो की काय तुला?’

रुद्र काही वाघबिघ नाही हे माहीत होतं मला. रुद्र एकोणीसशे सत्तरच्या दशकातला एक उज्ज्वल भविष्य असलेला तरुण होता. सत्तरचं दशक म्हणजे युद्धाचं, मोडतोडीचं दशक. सत्तरचं दशक म्हणजे कवितेचं दशक, कवितेत प्रेताचा गंध, चीत्कार, प्रतिवाद. रुद्रने त्याच्या कवितांमध्ये या दशकाचं चित्र समर्थपणे रेखाटलं होतं. तो जेव्हा त्याच्या ढाक्यातल्या जीवनाचं वर्णन करी, तेव्हा मी मुग्ध होऊन ते ऐके. त्याचं ते जीवन प्रत्यक्ष पाहाण्याची मला खूप इच्छा होई. पोलिसांच्या गोळीबारामुळे जखमी झालेल्या निरपराध माणसांसाठी मोर्चा काढावा असं वाटे, प्रतिकाराची पोस्टर्स भिंतीवर चिकटवावीत असं वाटे. वाटे, रुद्रप्रमाणे आपणही टी.एस.सी.च्या मैदानात बसून चहा घेता घेता लकी आखन्दची गाणी ऐकावीत. ढाका विद्यापीठाच्या आवारात दुपारभर चिवडा खात-खात साहित्याच्या चर्चेत रमावं. महिला समितीत सलीम अल दीनचं नाटक चालू आहे, ते पाहावं. सतत कविसंमेलनं चालू असतात, त्यांच्यामध्ये भाग घ्यावा. इतरांच्या कविता ऐकाव्यात. रुद्र माझ्या कवितेच्या रोपाला जणू पाणी घाली किंवा कवितेच्या स्फोटक दारूला काडी लावी. एक न पाहिलेले, अपरिचित असे उबदार जीवन बघण्याची खूप ओढ वाटे. न भागलेली तहान घेऊन मला संध्याकाळी उठून घरी जावं लागे. उशीर का झाला याचं

कारण सांगावं लागे. खोटं बोलावं लागे. वर्ग संपल्यानंतर मुलींच्या होस्टेलमध्ये थांबले होते असं सांगावं लागे. खोटं बोलताना माझा आवाज कापे, डोळे जमिनीकडे किंवा पुस्तकात पाहात असत. ढाक्यात रुद्रचं ते जगणंही नंतर मी पाहिलं. बेहिशेबी, बेपर्वा, उद्दाम, उधाण जीवन. विद्यापीठाच्या मैदानात, टी.एस.सी.च्या आवारात, चहा-सिगरेट पिता-पिता किती प्रकारच्या माणसांशी रुद्र बोलत असे! राजकारणाच्या, साहित्याच्या गप्पा. खो-खो करून हसे. आपल्या मित्रांशी त्याने माझी ओळख करून दिली. त्याचे मित्र एकतर कवी, किंवा कथाकार, किंवा गायक, किंवा नायक. तेव्हाही मी अनोळखी कुणाशी न बोलणारी लाजाळूची वेल होते. शरीराने अगदी हडकुळी, बारीक केस असलेली मुलगी. रुद्रच्या जगण्याकडे मी अत्यंत आश्चर्याने बघत असे. अतिशय मुक्त असं जगणं. कुठं गेला होता, काय करीत होता, घरी परतायला उशीर का झाला याचं त्याला स्पष्टीकरण द्यावं लागत नव्हतं. रुद्रबरोबर घालवण्यासाठी ढाक्यातही मला मर्यादितच वेळ असे. झुनूमावशी मला फक्त एक किंवा दीड तास बाहेर जाऊ देई. रुद्रला भेटायला जाते हे माहीत असल्यानेच जाऊ देई. झुनूमावशी स्वत:च्या प्रेमाची गोष्ट मला मोकळेपणाने सांगे. माझ्या प्रेमाची गोष्ट सांगतानाही मला द्विधा वाटत नसे. ती यासाठी मला मुळीच रागावत नसे किंवा शिक्षा करीत नसे. खूप पूर्वीच बडोमामाच्या घरातून झुनूमावशी विद्यापीठाच्या 'रोकेया हॉल' या विद्यार्थिनींच्या होस्टेलमध्ये राहायला आली होती. तिचं प्रेम होतं विद्यापीठातून परीक्षा पास होऊन विद्यापीठातल्याच एका ऑफिसमध्ये नोकरी करणाऱ्या मतिउर रहमान नावाच्या बारिसालच्या एका तरुणावर. त्याला भेटायला जाताना झुनूमावशी मलाही बरोबर नेत असे. सुऱ्हावर्दी उद्यानातल्या गवतावर बसून ती त्याच्याशी आपल्या घरच्या लोकांबद्दल गप्पा करी. त्या ऐकताना इतकी ओळखीची झुनूमावशी मला खूप अनोळखी वाटे. त्या गप्पा ऐकून कुणालाही वाटलं असतं की झुनूमावशीचे सगळे नातेवाईक प्रचंड श्रीमंत आहेत. सगळे लक्षाधीश-कोट्यधीश आहेत. झुनूमावशीजवळ बसून मी तिच्या प्रियकराच्या डोळ्यांकडे पाहात राही. झुनूमावशीचं सगळंच मला खूप चांगलं वाटे – ती एकटीच तिला हवं तिथे जाई, सुट्टी मिळाल्यावर एकटीच ढाक्याहून मयमनसिंहला जाई. एरवी ती बुद्धिमान होती, पण तिच्या प्रियकराशी बोलत असताना मला ती खूप बावळट वाटे. अगदी एखाद्या छोट्या मुलीसारखी होऊन जाई ती. मी तर बावळट होतेच, पण झुनूमावशी माझ्यापेक्षाही बावळट वाटे. एकदा ट्रेनने ढाक्याहून मयमनसिंहला येताना तिची भेट स्मृतिमय बंद्योपाध्याय नावाच्या एका कथाकाराशी झाली. त्यांच्यामध्ये गप्पा झाल्या आणि झुनूमावशी थेट त्या कथाकाराला आमच्या घरीच घेऊन आली. त्याला चहा-बिस्किटं दिली. स्मृतिमयसमोरसुद्धा झुनूमावशी खूप बावळट वाटत होती. त्याच्याशी बोलताना झुनूमावशीच्या चेहऱ्यावर सलज्ज स्मित होतं, जणू स्मृतिमय हा तिचा

अनेक वर्षांपासूनचा प्रेमिक असावा. झुनूमावशी मयमनसिंहला आल्यावर संपूर्ण दिवस आमच्याबरोबर घालवून संध्याकाळी ढाक्याला परत जाई. माझ्या हट्टामुळे ती आईची परवानगी घेऊन एक-दोन दिवसांसाठी मला ढाक्याला घेऊन जाई आणि माझी तहान भागण्याआधीच पुन्हा आईकडे सोपवून जाई. मला झुनूमावशीबरोबर जाऊ द्यायला कुणी हरकत घेत नसे. झुनूमावशीने विद्यापीठातली सर्वोच्च पदवी घेतलेली असल्याने बाबाही तिच्याशी आदराने बोलत.

रुद्रच्या समोर मी बोलण्यातून प्रेम व्यक्त केलेलं नसलं, तरी पत्रांमधून मात्र माझं प्रेम अगदी काठोकाठ भरून वाहात असे. रुद्रची इच्छा होती, की मी त्याला दररोज पत्र लिहावं. तो स्वत:सुद्धा मला दररोज पत्र लिही. एखाद्या दिवशी मी पत्र लिहू शकले नाही, की रुद्र खूप उत्कंठेने लिही, 'काय झालंय काय तुला, मला विसरलीस की काय?' नाही, मी रुद्रला विसरू शकत नव्हते. रुद्रला असा संशय होता, की माझे बाबा लवकरच माझं जबरदस्तीने लग्न लावून देतील. मी त्याला स्पष्टपणे कळवलं की, बाबा असं कधीही करणार नाहीत. एकवेळ ते माझा खून करून मला ब्रह्मपुत्राच्या पात्रात फेकून देतील, पण मी डॉक्टर होण्याआधी ते माझ्या लग्नाबद्दल कुणालाही एक शब्दही उच्चारू देणार नाहीत. रुद्र मात्र संशयाच्या छायेत दिवस काढू लागला. मोंग्ला आणि मिठेखाली इथं बराचसा वेळ काढून तो ढाक्याला परत गेला. ढाक्याहून एक-दोन दिवसांसाठी मयमनसिंहला आला. आम्ही पूर्वीप्रमाणे फारसं काही न बोलता एकमेकांसमोर बसून राहिलो. रुद्र एके दिवशी म्हणाला, 'चल, लग्न करू.'

'लग्न?'

'हो - लग्न!'

मला हसू आलं. 'चल मंगळावर जाऊ' किंवा 'चल समुद्रात उडी घेऊन मरू' याच्यासारखा काहीतरी अजब प्रस्ताव ऐकल्यासारखं वाटलं मला त्याचा प्रस्ताव ऐकून. मला हसू आवरेचना. रुद्र भुवया आकुंचित करून म्हणाला, 'काय झालं हसायला?'

'हसू येतंय!'

'हसू का येतंय?'

'येतं.'

'आपण काय लग्न करणार नाही की काय?'

'लग्नाचा विषय येतो कशासाठी?'

'का बरं येऊ नये?'

'वेडा आहेस की काय?'

'वेडा कशासाठी होऊ?'

'वेड लागल्याशिवाय का कुणी लग्न-बिग्न करतं?'

'फालतू काहीतरी बोलू नकोस!'

'मी काही फालतू बोलले?'

'हो, फालतूच बोललीस!'

रुद्र विषण्ण होऊन बसून राहिला. त्या विषण्णतेनं मलाही वेढून टाकलं. बराच वेळ मी नखं कुरतडीत राहिले. बराच वेळ उगाचच पुस्तकांच्या पानावरून नजर फिरवीत राहिले. आवाजात विषाद दाटून आला.

'बाबा मारून टाकतील.'

'चल, दोघेजण जाऊन तुझ्या बाबांशी बोलू.' रुद्र गंभीर आवाजात म्हणाला.

आता मात्र मला मोठ्याने हसू आलं.

'हसतेस?'

मला आणखीच हसू येऊ लागलं. कुठल्याही विचित्र दृश्याची कल्पना मी करू शकत होते. पण मी आणि रुद्र बाबांच्या समोर उभे राहिलो आहोत आणि 'आम्ही लग्न करणार आहोत, परवानगी द्या' असं काहीतरी म्हणत आहोत - अशा दृश्यांची मी कल्पनाही करू शकत नव्हते. मी विमनस्कपणे गवत उपटीत राहिले.

'का, तू हसतेस का, ते सांग. तू कधीच लग्नाचा विचार करणार नाहीस का?'

'एवढ्यातच लग्न कशासाठी? मी डॉक्टरकीची परीक्षा पास होईन, त्यानंतर पाहाता येईल.' माझं उदासीन उत्तर. थंड आवाजात.

'त्याला तर खूप उशीर आहे.' रुद्रच्या आवाजात उत्कंठा.

'मग काय झालं उशीर झाला तर?'

रुद्रला उशीर सहन होत नव्हता. त्याला कुठलीही गोष्ट ताबडतोब करून टाकायची असे. लगेच लग्न करून संसार करायचं स्वप्नही त्याने पाहून टाकलंय. रुद्रकडे पाहाताना मला वाटत राहिलं, या माणसाला मी ओळखीत नाही. खूप दूरचा माणूस आहे हा. मी पत्रात कळवलं, 'आधी परीक्षा द्या, एम.ए. पास व्हा. त्यानंतर लग्नाचा विचार करा, एवढ्यात कसली घाई आहे?' यावर रुद्रने लिहिलं, 'परीक्षा देणं न देणं मला सारखंच वाटतं. या सगळ्या फालतू डिग्र्या मिळवण्यात मला कुठलाही उत्साह नाही.' त्याला उत्साह नसला, तरी माझ्या घरच्या लोकांना आहे हे मला माहीत होतं आणि एम.ए. पास झालेल्या कुठल्याही मुलाला मुळात माझ्यासाठी योग्य मानलं जाईल, याची मला खात्री नव्हती. त्यात पुन्हा रुद्र होता कवी! कवींना जेवायला मिळायची भ्रांत असते, कवी म्हणजे वाया गेलेले लोक असतात असं बाबांचं पक्कं मत होतं. रुद्र स्वत:चा परिचय 'मी कवी आहे' असा करून देत असे. तो कधीही कुठलीही नोकरी-बिकरी करणार नव्हता. त्यामुळे विद्यापीठाची परीक्षा पास करण्याचा प्रश्नच नव्हता.

'नाही, पण...'

'पण काय?'

बाबांच्या भीतीने माझे प्राण कंठाशी आलेले. बाबांचा स्वभाव कसा आहे हे रुद्रला समजावून सांगणं मला शक्य होत नव्हतं.

बाबा मयमनसिंह मेडिकल कॉलेजात ज्यूरिसप्रुडेन्स डिपार्टमेंटमध्ये असिस्टंट प्रोफेसर होते. इतर कुणी प्राध्यापक त्या विभागात नसेल, तेव्हा तेच त्या विभागाचे सर्वेसर्वा असत. मी सकाळी बरेचदा बाबांच्याबरोबर रिक्षाने कॉलेजला जाई. अर्ध्या रस्त्यापर्यंत ते उदारपणे मला उपदेश करीत. 'पहिल्याच प्रयत्नात मेडिकल पास होता येईल, अशा प्रकारे अभ्यास कर.' परीक्षेत तारकाखचित मार्कस् न मिळाल्यास घरातून बाहेर हाकलून देईन असं ते म्हणत नसत हे नशीब! एकदा मेडिकलमध्ये प्रवेश घेतला म्हणजे कधी ना कधी डॉक्टर होऊन बाहेर पडेन याची त्यांना खात्री होती, त्यामुळे ते बरेच निश्चिंत दिसत. मेडिकलची परीक्षा पास होणं हीच मुळात मोठी गोष्ट असते, चांगल्या विद्यार्थी-विद्यार्थिनींनाही हे नेहमीच जमतं, असं नाही. ॲनॉटॉमी, फिजिओलॉजीमधल्या मला अत्यंत अवघड वाटणाऱ्या भागांवर प्रश्न विचारले, की बाबा इतक्या सहजपणे तो भाग समजावून सांगत, की त्या मुद्द्याचं लगेच आकलन होई. त्यांना ज्याचं उत्तर माहीत नाही असा एकही प्रश्न नव्हता. ते अजूनही रात्री जागरण करून अभ्यास करीत. ज्या दिवशी त्यांचे तास असत, त्याच्या आधीच्या दिवशी ते रात्री दोनपर्यंत अभ्यास करीत आणि मगच झोपायला जात. एकेकाळी ते लिटन मेडिकल स्कूलमध्ये ॲनॉटॉमी शिकवीत. ते स्कूल कधीच बंद झालं होतं. आता त्याचं 'स्कूल' ऐवजी 'कॉलेज' झालं होतं. त्याला लागूनच मोठं हॉस्पिटल होतं, मोठं कँपस होतं आणि तिथल्या प्राध्यापकांपैकी बरेचजण, बाबा म्हणत, त्यांचे विद्यार्थी होते. कॉलेजमध्ये मला माझ्या नावाने ओळखण्यापेक्षा बरेचदा 'रजबअली सरांची मुलगी' म्हणून ओळखत, याचा मला एक प्रकारचा आनंदच होई.

अवघड आणि गुंतागुंतीच्या चिकित्साशास्त्राचा गुंता उलगडून दाखवणारे बाबा मला खूप आपले वाटत. हे बाबांचं एक नवीनच रूप होतं. ते घरी आल्याबरोबर मला जवळ बोलावीत. आपल्याबरोबर घेऊन जेवायला बसत. जेवता-जेवता गप्पा मारीत. मी काही नवीन शिकले की नाही ते विचारीत. जर मी 'नाही, नवीन काहीच शिकवलं नाही' म्हटले, तरी मुळीच बेचैन होत नसत, उलट स्वत:च अभ्यासातील एखाद्या नव्या मुद्याची सुरुवात करीत. उदाहरणार्थ, लिव्हर. मी झटकन म्हणे, 'लिव्हरचं मला काहीच समजलं नाही.' ते हसून, मला जवळ बसवून, माझा हात आपल्या छातीवर ठेवून, लिव्हर दिसायला कसं असतं, लिव्हर कुठे असतं, लिव्हरचं काय काम असतं, लिव्हरची कुठली कुठली आजारपणं असतात, त्यांच्यावर कोणती औषधं आहेत हे सारं गोष्ट सांगितल्याप्रमाणे सांगत. मी 'लिव्हरचं मला काहीच समजलं

नाही' असं म्हटल्यावर ते संतापले नव्हते. 'का समजलं नाही, पुस्तक पहिल्या पानापासून शेवटच्या पानापर्यंत पाठ करून टाक' असं म्हणाले नव्हते. माझ्या अभ्यासाबद्दल काळजी न करणारं बाबांचं हे रूप मी पूर्वी कधी पाहिलं नव्हतं. मी सतत टेबलाशी अभ्यास करीत बसावं, असाही आग्रह ते आता करीत नसत. मी कुणाशी गप्पा मारीत बसले किंवा अभ्यास करता करता झोपी गेले, तरी बाबा आता संतापत नसत. आता त्यांचं लक्ष यास्मिनकडे होतं. तिला झोपेतून उठवणं, मान धरून अभ्यासाला बसवणं, खेळणं बंद करायला सांगणं, थोर लोकांचे विचार ऐकवणं इत्यादी गोष्टींवर त्यांनी लक्ष एकटवलं होतं. तिला मॅट्रिकमध्ये तारकाखचित गुण न मिळाल्यास घराबाहेर हाकलून देण्याची धमकी त्यांनी दिली होती. माझ्याबद्दल बाबांची निश्चितता पाहून मी छोटोबाजारमधल्या 'सुरतरंग' या वाद्यांच्या दुकानातून एक गिटार विकत आणलं आणि त्याच्या तारांशी खेळायला सुरुवात केली. टुंग् टांग् करता करता एके दिवशी आपल्याला गिटारवर गाणी वाजवता येतील, असं स्वप्न पाहू लागले.

शहरात शहादत हुसेन खान हिलू हे चांगले गिटारवादक म्हणून प्रसिद्ध होते. सांस्कृतिक क्षेत्रात हिलूंचा वावर असे. त्यांना गुरू मानणारेसुद्धा अनेकजण होते. रुद्रशी ओळख झाल्यावर ते रुद्रचेही गुरू झाले. मोहम्मद अली मिनार नावाच्या एका नवीन कथाकाराला घेऊन रुद्र एकदा मयमनसिंहला आला होता. तो मिनारही हिलूंचा शिष्य झाला - अशी संमोहनशक्ती होती हिलूंमध्ये. गीता, छोटोदा आणि दादाशीही हिलूंची मैत्री होती. मी एके दिवशी त्यांच्या भल्यामोठ्या घरी गेले आणि त्यांना मला गिटार शिकवण्याची विनंती केली. ते कुणालाही गिटार शिकवत नसत असं ऐकलं होतं. गीता म्हणाली होती, मुलींकडे तर ते पाहातसुद्धा नसत. तेच हिलू मला गिटार शिकवायला तयार झाले. मला त्याचा किती फायदा झाला हे तेव्हा लक्षात आलं नाही. मात्र अशक्य गोष्ट शक्य केल्यावर जो आनंद होतो, तो आनंद मला झाला. आठवड्यातून तीन संध्याकाळी ते मला गिटार शिकवायला येत. ते आल्यावर इतर गृहशिक्षकांना ज्याप्रमाणे चहा-बिस्किटं दिली जात, त्याप्रमाणे त्यांनाही दिली जात. आईसुद्धा हिलूंना ओळखी. त्यांचे मोठे भाऊ हाशेममामांचे मित्र होते. हिलू मला 'उदारा, मुदारा, तारा' इत्यादी शिकवून आईच्या हातचा चहा आणि पायस घेऊन निघून जात. एके दिवशी दादा त्यांना घरात भेटला. हिलूला पाहिल्याबरोबर त्याचा चेहरा पांढराफटक पडला. पांढऱ्याफटक चेहऱ्यावर दादाने कसंबसं हसू आणलं. हिलू परत गेल्यावर त्याच्या चेहऱ्यावरचं हसू मावळलं आणि त्यानं विचारलं, 'हिलूला सांगितलंस कशाला गिटार शिकवायला?'

'का बरं? काय झालं?'

काय झालं हे दादाने सांगितलं नाही. फक्त जिभेने 'चक् चक्' असा नापसंतीदर्शक

आवाज काढला.

महिन्यानंतर मी एका पाकिटात दोनशे रुपये घालून ते हिलूंना मानधन म्हणून देण्यासाठी गेले.

त्यांनी विचारलं, 'हे काय?'

'पैसे.'

'कशासाठी?'

पैसे कशासाठी हे हिलूंना अर्थातच माहीत होतं. ओठांवर हसू आणून त्यांनी विचारलं, 'तुला गिटार शिकवतो म्हणून तू मला पगार देतेस काय?'

मी गप्पच राहिले. हिलूंनी पैसे घेतले नाहीत. अनेकदा विनंती करूनही घेतले नाहीत. हिलू सधन घरातले आहेत, त्यांना पैशांची गरज नाही हे मला माहीत होतं. पण मोफत शिकणं मला मानवणारं नव्हतं. आपले संध्याकाळचे कार्यक्रम सोडून हिलू मला शिकवायला येत, याबद्दल मला त्यांच्याबद्दल खूप आदर वाटत होता. यातच एके दिवशी अचानक संध्याकाळी घरी आलेल्या बाबांनी बैठकीच्या खोलीत हिलू मला गिटार शिकवताहेत हे पाहिलं. हे दृश्य पाहून ते जणू एखादं भूत पाहिल्यासारखे चमकले. बाबांना पाहिल्याबरोबर हिलूंनी उभे राहून त्यांना सलाम केला. त्याचं प्रत्युत्तर म्हणून बाबांनी त्यांच्याकडे एक संतप्त कटाक्ष टाकला. आतल्या खोलीत जाऊन बाबांनी संतप्त आवाजात मला हाक मारली. त्यांच्यासमोर मी उभी राहिले. माझ्या छातीत धडधडू लागले.

'हिलू कशासाठी येतो?'

'मला गिटार शिकवतात ते.'

'गिटार शिकलीस तर हात तोडून टाकीन तुझा, हरामजादी! आत्ताच्या आत्ता हाकल त्याला! बदमाश, माझ्या घरात यायचं धाडस करतो?'

हा संवाद नक्कीच हिलूंना ऐकू जात होता. माझी तर बाहेरचा श्वास बाहेर, आतला श्वास आत अशी अवस्था झाली. नाही नाही. हे दु:स्वप्न आहे. बाबा काहीही बोलत नाहीयेत, हिलू त्या खोलीत हतबुद्ध होऊन उभे, त्यांच्या कानी मालकंस रागाच्या सुरांशिवाय कुठलाही आवाज जात नाहीये, हे मी स्वत:ला प्राणपणाने समजावण्याचा प्रयत्न करीत होते. काहीही अघटित घडलेलं नाही, हे केवळ माझं दु:स्वप्न आहे असं स्वत:ला सांगत होते. मी स्थिर उभी होते, माझ्या डोळ्यांसमोर अंधार पसरलेला. माझं डोकं गॅसच्या फुग्यासारखं मला सोडून आकाशात उडून चाललं होतं, ढगांमध्ये अदृश्य होऊन जाण्यासाठी. मी अगदी शक्तिहीन झाले होते. दगडाखाली दबून गेलेल्या पिवळ्या गवतासारखं माझं शरीर मृतप्राय झालं होतं. त्या रात्री हिलूंचा अपमान करून त्यांना बाबांनी हाकलून दिलं होतं. त्यानंतर ते घरभर आरडाओरडा करीत राहिले होते.

'या हिलूला कोण ओळखत नाही? शहरातला बदनाम गुंड! ए नोमान! नोमान!' दादाला ओरडून जवळ बोलावून संतापाने विचारलं, 'हिलू आपल्या घरी येतो हे तुला माहीत होतं?'

दादाने अशी मान हलवली, की तिचा अर्थ 'हो' किंवा 'नाही' यापैकी काहीही घेता यावा.

बाबांचा संताप शांत करण्यासाठी आई त्यांना म्हणाली, 'हिलू इथं काही गुंडगिरी करायला येत नव्हता!'

आईच्या बोलण्याकडं बाबांनी लक्षही दिलं नाही. त्यांचा संताप काही शांत झाला नाही. मी मात्र रात्रभर छताकडे पाहात राहिले - माझ्या डोळ्यांतून अश्रूंच्या रूपाने बाबांबद्दल घृणा आणि राग बाहेर येत होता. आई निःश्वास टाकीत बिछान्यावर, माझ्याशेजारी येऊन बसली.

'असला कसला संताप तुझ्या बापाचा! काही कळत नाही! यामुळं माणसं शाप देतील! ज्यांना ते रागावले, ज्यांचा अपमान केला, ते त्यांना शाप देणारच! त्यांचा तळतळाट लागणारच!'

माझं गिटार शिकणं कायमचं बंद झालं. गिटार घराच्या एका कोपऱ्यात पडून राहिली. हळूहळू तिच्यावर धूळ जमली. जाळी-जळमटं जमा झाली. खूप वेळ विचार केला, की एकदा हिलूंसमोर जाऊन, हात जोडून माफी मागावी, पण इतकं छोटं तोंड घेऊन इतक्या मोठ्या माणसापुढं उभं राहाण्याचा मला संकोच वाटला.

या घटनेनंतर काही दिवसांनीच मितू आली. घर सजवा, घर सजवा अशी गडबड सुरू झाली. सारं घर पूर्णपणे स्वच्छ करण्यात आलं, सजवण्यात आलं. दादाच्या कंपनीच्या मोठ्या अधिकाऱ्याची मुलगी होती मितू. मयमनसिंह मेडिकल कॉलेजमध्ये प्रवेश घेणार होती ती. होस्टेलची व्यवस्था होईपर्यंत आमच्याच घरी राहाणार होती. गाडीतून आपल्या आई-बाबांसह ज्या दिवशी मितू आली, त्याच दिवशी तिने घरातल्या सगळ्यांशी गट्टी जमवली. गालांवर व्रण, ओठांवर हसू, कुरळे केस, गोरा वर्ण - अशी मितू. मी तिच्यापेक्षा एक वर्गाने पुढे शिकत होते, तरी मोकळेपणाने तिने मला तू म्हणायला सुरुवात केली. यास्मिनला म्हणाली, 'तू सुद्धा मला 'तू'च म्हण.' मितूसाठी घरातली सगळ्यात चांगली खोली, म्हणजे दादाची खोली देण्यात आली. मितू चुणचुणीत, बोलघेवडी मुलगी होती. तिची आईसुद्धा तशीच - जणू आमची जन्मोजन्मीची ओळख होती. मितूसारखं बोलणं मला जमत नसे. बोलायला गेलं की सगळा गोंधळ होई. मी फक्त गुपचूप सारं पाहात राही, ऐकत राही. मला मितूसारखं सफाईदार इंग्रजी बोलता येत नव्हतं. इतक्या झटकन इतरांना आपलंसं करण्याची कलाही मला येत नव्हती. मितूला आमच्याकडे ठेवून तिचे आईबाबा ढाक्याला परत गेले. मितूने कॉलेजमध्ये प्रवेश घेतला. घरचे

सगळेच चोवीस तास तिच्या सेवेत हजर असत. मितूला कधीही काहीही लागलं, की लगेच ती वस्तू तिला दिली जाई. मितूला अंघोळ करायचीय? पळा पळा, बाथरूममध्ये पाणी आहे की नाही ते पाहा, नसेल तर दोन बादल्या पाणी तिथे नेऊन द्या. घरातला सगळ्यात चांगला टॉवेल, साबण तिच्या हातात द्या. मितूला आता जेवायचंय - सर्वात चांगलं ताट तिला द्या, मटन माशांचे सर्वात चांगले तुकडे तिला द्या. मितूला टी.व्ही पाहायचाय? सोफ्यावरली सर्वात चांगली जागा तिला द्या. मितूला झोपायचंय? बिछाना साफ करून मच्छरदाणी लावून द्या. ती झोपली असेल तर शांतता ठेवा. बाबासुद्धा मितूच्या सेवेत मागे नव्हते. मितूसाठी ते उत्तम मासे-मटन घरी पाठवीत. इंग्रजी बोलणारी, शर्ट-पँट घालणारी मुलगी रोज रात्री टी.व्ही.वर इंग्रजी सिनेमे पाही, इंग्रजी पुस्तकं वाची, इंग्रजी गाणी ऐके. घरातल्या मुलीसारखीच घरात राही, पण ती खूप बाहेरची मुलगी वाटे. गट्टी असली, तरी आमच्यापेक्षा ती खूपच वेगळी वाटे. आमच्यामध्ये खूप फरक राहून जाई. श्रीमंताच्या मुलीशी माझी मैत्री होत नसे. तिच्याशी काय बोलावं हेसुद्धा मला समजत नसे. तिच्या गप्पा असत फॅशनबद्दल, विदेश प्रवासाबद्दल, विदेशी संस्कृतीबद्दल - त्या गप्पा मी अज्ञानी श्रोत्याप्रमाणे ऐके. शाळेतल्या, चष्मा घालणाऱ्या, मोठ्या लोकांच्या पद्धतीने बोलणाऱ्या मोठ्या घरच्या आसमा अहमदशीसुद्धा माझी कधी घनिष्ठ मैत्री होऊ शकली नाही.

दरम्यान, झुनूमावशीने त्या बारिसालच्या तरुणाशी लग्न केलं होतं. त्याला घेऊन ती मयमनसिंहला आली. त्यांना बघण्यासाठी मी आजोळी गेले. तिथे सगळे हळू आवाजात बोलत होते. आजी वेगवेगळे पदार्थ करीत होती. झुनूमावशी या खोलीतून त्या खोलीत धावपळ करीत होती आणि तिचा नवरा नवीन चादर टाकलेल्या बिछान्यावर नवीकोरी लुंगी आणि नवा पांढरा शर्ट घालून, निस्तेज चेहऱ्याने बसला होता. तो जेव्हा आमच्या घरी आला, तेव्हा जरा त्याच्या चेहऱ्यावरचा निस्तेजपणा गेला. बाबांनाही तो आवडला. झुनूमावशीच्या बहिणीचा (म्हणजेच माझ्या आईचा) पती डॉक्टर, तोही मेडिकल कॉलेजमधला प्रोफेसर - डॉक्टर! तो बारिसाली एकटक बाबांकडे पाहात म्हणाला, 'खरे नातेवाईक तर आपणच आहात.' झुनूमावशी परत गेल्यावर आई म्हणाली, 'झुनू एवढं महत्त्व का देते नवऱ्याला? ती स्वत: एम.ए. झालेली आहे, ती स्वत: मोठी नोकरी करील. तिने कशाला नवऱ्याचं इतकं ऐकावं?'

आईला संधी मिळाली नाही म्हणून ती शिकू शकली नाही. अधूनमधून वाटे, संधी मिळाली तरी कुणी कधी तिची अवहेलना करून ती संधी घालवतं. विद्यापीठाच्या पटावर विद्यार्थी म्हणून रुद्रचं नाव आहे, पण तेवढ्यापुरतंच. तो तासांना बसत नव्हता, परीक्षेलाही बसत नव्हता. मी त्याला किमान मास्टर्स डिग्री तरी पास हो असं म्हणे, त्याच्या हितासाठीच म्हणे. हे त्याच्याकडून होणार नाही, कारण तो स्पष्ट म्हणे की, या सगळ्या ॲकॅडेमिक क्वालिफिकेशन्सची तो मुळीच पर्वा करीत नाही. तो

आयुष्यभर कविता लिहिणार आहे - कविता हीच त्याची नशा, कविता हाच त्याचा पेशा, कविता हेच त्याचं सारं काही. रुद्र ट्रेनने पाच तास प्रवास करून मयमनसिंहला येई. बसनेही तेवढाच वेळ लागे. एकदा ट्रेनमध्ये गर्दीत उभ्या राहिलेल्या निर्मलेंदु गुण याच्याशी भेट झाल्यावर रुद्रने त्यालाच धरलं. गुणचं घर हे आम्हा दोघांचं भेटण्याचं एक नवीन ठिकाण बनलं. पण दुसऱ्याच्या घरी तरी किती वेळ बसणार? त्यांच्या घरातही काही मतभेद असणार, भांडणं असणार! म्हणून चला, रिक्षा करून फिरू या! शहरातल्या कुणी आम्हाला पाहू नये, म्हणून आम्ही दोन वेगवेगळ्या रिक्षा केल्या. शहरापासून दूर गेल्यावर एक रिक्षा सोडून देऊन दोघेजण एका रिक्षात जवळजवळ बसलो. रुद्रच्या स्पर्शाने माझं सर्वांग पुलकित झालं. शहराबाहेर मुक्तागाछा या ठिकाणी गेलो. रिक्षा हळूहळू, झाडांच्या रांगांमधून, छोट्या-छोट्या नदीवरचे छोटे-छोटे पूल पार करीत इथं आली होती. आसपास हिरवीगार शेतं होती, छोट्या छोट्या डबक्यांजवळ नागडी लहान मुलं खेळत होती, रस्त्यावर हडकुळ्या गायी उभ्या होत्या. माझं चुंबन घेण्याच्या रुद्रच्या प्रयत्नांना मी लाजेनं विरोध करीत होते. मुक्तागाछाला आम्ही तिथल्या जमीनदाराच्या ओसाड वाड्याच्या अंगणात फिरलो. तिथं फिरण्यात काही भीती नव्हती, कारण आम्हाला ओळखून गाजावाजा करील, असं कोणीही तिथं नव्हतं.

त्या खेपेला रुद्र ढाक्याला परत गेल्यानंतर सात दिवस उलटले असतील. मी कॉलेजमध्ये वर्गात शिरत होते, तेवढ्यात वरच्या वर्गातल्या एका मुलीने मला थांबवून निरोप दिला, 'मीरा लाहिडीने तुला ताबडतोब तिच्या घरी जायला सांगितलंय.'

मी लगेच गुणच्या घरी गेले.

तिथे, गुणच्या बैठकीच्या खोलीत रुद्र बसलेला आहे असं दिसलं. त्याला पाहून माझं मन आनंदाने नाचू लागलं. त्याला पाहून मला असंच होई, मन नाचू लागे.

'अचानक?' मी विचारलं.

'हो, अचानकच. पत्र लिहून कळवायला वेळ मिळाला नाही.'

'असं!'

यानंतर आम्ही दोघे नि:शब्दपणे एकमेकांसमोर बसलो. आसपास फक्त रुद्रच्या स्टार सिगारेटचा धूर.

आपल्या खांद्यावरच्या काळ्या पिशवीतून एक कागद बाहेर काढून रुद्र मला म्हणाला, 'या कागदावर तुझी सही करून दे.'

'कसला कागद आहे हा?'

'नंतर सांगेन. आधी सही कर.'

'का?'

'जास्त बोलू नकोस.'

'कागद कसला आहे?'

मी प्रश्न विचारला खरा, पण मला खात्री होती की, रुद्र एखाद्या निवेदनावर किंवा नवीन कवी-संघटनेच्या सदस्यतेच्या फॉर्मवर माझी सही मागतो आहे. माझ्या डोळ्यांमध्ये पहाटेचा स्निग्ध प्रकाश होता. माझे ओठ जणू फडफडत होते.

तो कागद घेण्यासाठी हात पुढे केल्यावर रुद्रने कागद मागे घेतला. मी द्विधावस्थेत सापडले. गोंधळले.

'कसला कागद आहे हा? वाचल्याशिवाय तर काही मी सही करणार नाही!'

रुद्रची गढूळ नजर माझ्या नजरेत मिसळली.

'लग्नाचा कागद.' रुद्रचा आवाज जड होता. फाटलेला होता.

माझ्या कानांमध्ये घणघण आवाज होऊ लागला.

'लग्नाचा कागद?'

'हो, लग्नाचा कागद.'

'का?'

'का म्हणजे?'

'लग्नाचा कागद कशासाठी?'

'कशासाठी ते समजत नाही?'

'नाही.'

'सही करणार आहेस की नाही ते सांग.'

'नवल आहे! असं, या पद्धतीने कशाला लग्न करीन मी?'

'म्हणजे तू सही करणार नाहीस तर?'

'काय लिहिलं आहे ते पाहू!'

मी तो कागद हातात घेतल्याबरोबर रुद्र म्हणाला, 'वहिनी येताहेत, लपव!'

'लपवायचा कशासाठी?'

'त्यांच्या लक्षात येईल ना, हा लग्नाचा कागद आहे हे!'

'कसं काय?'

'अगं लक्षात येईल म्हटलं तर!'

'मग त्यात काय नुकसान आहे?'

'आहे. नुकसान आहे.'

'काय नुकसान आहे? सांगा बरं.'

रुद्रने तो कागद माझ्या हातातून ओढून घेतला. कठोर आवाजात म्हणाला, 'तू सही करणार की नाही हे सांग - 'हो' किंवा 'नाही'मध्ये उत्तर दे.'

'हे काय नवल? अचानक लग्नाची गोष्ट कशासाठी आली?'

'आली.'

'कुणी काढली?'

'मी.'

'मी काही म्हणाले नव्हते मी लग्न करीन म्हणून.'

'मी म्हणतोय.'

'एका हाताने टाळी वाजते?'

'सही करणार?'

'नाही.'

कागद बॅगेत ठेवून रुद्र उठला. म्हणाला, 'ठीक आहे. निघतो.'

विस्मयाने माझं जग अंधुक झालं. 'कुठं?'

'ढाक्याला.'

'आत्ताच?'

'हो.'

'का, काय झालं?'

'थांबण्याचं काहीच कारण नाही. प्रयोजन नाही.'

'कारण नाही? प्रयोजन नाही?'

रुद्र थंड आवाजात म्हणाला, 'नाही!'

'कागदावर सही केली नाही म्हणून सगळं प्रयोजन संपलं?'

काहीही उत्तर न देता दरवाजा खाडकन उघडून रुद्र बाहेर पडला. तो बाहेर जातो आहे. जातो आहे. प्रेमाने ओसंडून वाहणारं माझं हृदय तो पायांनी तुडवून जातो आहे. तो खरोखरच निघून चालला आहे. मागे मी एकटीच उरले आहे. रुद्र मागे वळून पाहात नाहीय. मी आता त्याची कुणी नाही. तो परत येणार नाही.

तीव्र अशा एका वेदनेने मला उठवून व्हरांड्यात नेलं, त्याच्या मागे नेलं, त्याच्या निघून जाण्याला दोन्ही हातांनी थांबवलं.

'बघू, तो कागद बघू बरं!'

'का?'

'का म्हणजे? सही करते!'

रुद्रने बॅगेतून तो कागद बाहेर काढून दिला.

व्हरांड्यात उभी राहून, त्या कागदावर काय लिहिलेलं आहे हे न पाहाता, न वाचता मी लगेच सही केली आणि तो कागद रुद्रच्या हातात देऊन, क्षणात उजळून निघालेल्या त्याच्या डोळ्यांमध्ये माझी वेदनेत बुडालेली नजर मिसळून मी म्हणाले, 'या सहीचं इतकं मोल आहे हे आधी मी समजू शकले नाही. केली सही. आता खूश ना? निघते.'

मी वेगाने गुणच्या घराचं अंगण पार करून रस्त्यावर आले.

मागून रुद्र हाक मारीत होता, 'ऐक, थांब जरा!'

मी मागे वळले नाही.

रिक्षा करून सरळ कॉलेजमध्ये गेले. नंतरचे तास खूप मन लावून केले.

तेव्हाही मला नीट कळलं नव्हतं; की थोड्या रुसव्यात, थोड्या तिरीमिरीत केलेल्या त्या सहीने माझं लग्न लावून दिलंय. तेव्हाही मी रुद्रला 'रुद्र' म्हणून हाक मारीत नव्हते. 'तुम्ही' म्हणून संबोधीत नव्हते. तोवर आम्ही एकमेकांचं चुंबनही घेतलेलं नव्हतं. स्पर्श म्हणाल, तर फक्त हाताच्या बोटांचा. तेव्हा मी नुकतीच एकोणीस वर्षे वयाची झाली होते.

उबदार जीवन

त्या कागदावर सही घेऊन गेल्यावर दोन महिन्यांनी रुद्रने मला पत्र लिहिलं, 'पत्नी' संबोधून. ते संबोधन वाचून माझं अंग शहारून उठलं - किती अद्भुत आणि अपरिचित असं हे संबोधन! म्हणजे आता मी कुणाचीतरी पत्नी आहे! म्हणजे त्या सहीने खरोखर माझं लग्न होऊन गेलं की काय? अविश्वसनीयच! कधी मी कल्पनाही केली नव्हती मी की माझं लग्न हे अशा प्रकारे होईल! जानेवारीच्या सव्वीस तारखेला मी त्या कागदावर सही केली आणि तो कागद वकिलाकडे देऊन आल्यावर वकिलाने खाली सही केली आणि शिक्का मारला एकोणतीस तारखेला. मी विचार केला, एकोणतीस तारखेला मी काय करीत होते - दिवसभर रुद्रचा विचार करीत होते का? नाही, वेळ नव्हता, प्रेतं कापीत होते. एक छोटी परीक्षा होती, खूप अभ्यास करावा लागला होता. परीक्षा झाल्यावर घरी आल्यानंतर नेहमीप्रमाणेच टी.व्ही. पाहिला. भावा-बहिणींबरोबर मस्ती केली. इतर दिवसांप्रमाणेच कविता वाचल्या, गाणी ऐकली, जेवण करून झोपले. रुद्रचं पत्र मिळाल्यावर मी कितीही स्वत:ला बजावलं, 'हे बघ, तू आता अविवाहित नाहीस, कायदेशीरपणे एका पुरुषाची पत्नी झाली आहेस. लग्न झाल्यावर तर पत्नीच व्हावं लागतं - असाच तर नियम आहे. मग तुझी इच्छा असो वा नसो. कागदावरच्या त्या सहीमुळे तुझं लग्न झालं आहे.' तरी त्यावर माझा विश्वास बसत नव्हता. मी आता पूर्वीची मी नाही, मी आता नानी, आई, फजलीमावशी, झुनूमावशी यांच्यासारखी विवाहिता आहे. चंदनाही विवाहिता. लग्नानंतर चंदनाने लिहिलं होतं, 'मी आता एक भयशून्य व्यक्ती आहे. जीवनाची बाजी लावून स्वप्नाच्या हाताला स्पर्श केला आहे. मी खूप गंभीरपणे स्वप्न पाहायला लागले आहे आता. जीवन तर एकच आहे. मी चूक केली नाही. मी आता हात पुढे केला की रक्तवर्ण गुलाबाला स्पर्श करू शकते.' विवाहित चंदनाचा आवेग, इच्छा करूनही

माझ्या मनात संचारत नव्हता. पुरुषाचा स्पर्श स्त्रीच्या शरीरात कशा प्रकारचं कंपन निर्माण करतो आणि ते कंपन कुठल्या प्रकारची तृष्णा जागवतं हे माझ्या समजण्याच्या पलीकडे होतं. कॉलेजमध्ये जे पुरुष मित्र होते, ते केवळ मित्र होते, चंदनासारखे. मी कुणाही पुरुषाचं आजवर चुंबन घेतलेलं नव्हतं किंवा कुणाही पुरुषाने माझं चुंबन घेतलं नव्हतं. कुणाहीसाठी शरीरात कुठल्याही प्रकारची तृष्णा जागी झाली नव्हती. मला फक्त एकाच प्रकारची तृष्णा माहीत होती - पाण्याची, चहाची किंवा उन्हाळ्यात लिंबू-सरबताची.

'पत्नी' संबोधून मला लिहिलेलं रुद्रचं दुसरं पत्र बाबांच्या हाती पडलं. पोस्टमन घरी पत्र देऊन गेला आणि ते नेमकं बाबांच्या हातात पडलं. बाबांना दुसऱ्यांची पत्रं वाचण्याची खोड असल्याने त्यांनी ते वाचलं. आपल्या मुलीला कुणीतरी 'पत्नी' म्हटलं आहे, हे त्यांनी चष्मा घालून, चष्मा काढून, हरप्रकारे पाहिलं. घरभर त्यांच्या येरझारा सुरू झाल्या. वारंवार ते चष्मा काढू लागले, खुर्चीवरून उठू लागले, घरातून बाहेर गेले, पेशंटस् पाहाण्यात मन लागेना, म्हणून पुन्हा घरी परतले. आता आईला बोलावलं. मुला-मुलींबद्दल काही काळजी वाटत असेल, अशा वेळी ते आईला बोलावीत किंवा पाहुणे येणार असतील, अशा वेळी. 'कुठं गेलीस ईदून, इकडं ये बरं!' बाबा हिशेब देत - किती जण येणार आहेत, कितीजणांसाठी स्वयंपाक करावा लागेल, काय काय स्वयंपाक करावा लागेल. आई हे लक्ष देऊन ऐके, कारण अशा वेळी तिला आपण खूप महत्त्वाच्या आहोत असं वाटे. या संसारात आपली गरज आहे, हे जाणवून एक विचित्रसा आनंद तिला घामाप्रमाणे लपेटून राही. यावेळी हाक मारल्यावर आई हतबुद्ध होऊन समोर उभी राहिल्यावर बाबांनी विचारलं, 'नासरिनला 'बायको' म्हणून कोण हाक मारतं हे माहीत आहे का? कुणाचं एवढं धाडस की तिला 'पत्नी' म्हणावं?'

'कोण जाणे, मला तर यातलं काही माहीत नाही.'

'कुणा मुलाशी संबंध आहेत का तिचे?'

'असं तर काही पाहिलं नाही मी. हबिबुल्लाहला तर तिनेच घरातून हाकलून दिलं. तसा दुसरा कुणी मुलगाही आता घरी येत नाही. कुणाशी तिचे संबंध असतील असं वाटत नाही.'

'मग कोण पोरगा तिला 'पत्नी' म्हणून पत्र लिहितो?'

'ते तर काही माहीत नाही.'

'लक्ष तर काही ठेवत नाहीस. करतेस काय दिवसभर घरात? पोरगी काय करतेय, काय करीत नाही याच्यावर लक्ष ठेवीत नसशील तर फायदा काय? मी घराची बाऊंड्री वॉल उंच करून घेतली. बाहेरच्या पोट्ट्यासोट्ट्यांनी आपल्या मुलींकडे पाहू नये यासाठी ही व्यवस्था केली. आता कुठला कोण हा पोरगा, सरळ

तिला 'बायको' म्हणतोय!'

'पत्र लिहिते हे माहिती आहे. मासिक छापते. इकडं-तिकडं पत्रं लिहावी लागतात असं म्हणते.'

'हे काही कुठल्या मासिकाचं पत्र नाही. हे जरा वेगळंच पत्र आहे.'

मी कॉलेजमधून घरी आले. एरवी आई पळत जाऊन स्वयंपाकघरातून माझ्यासाठी जेवणाचं ताट घेऊन येई. त्या दिवशी ती मुळीच हलली नाही.

'काय, भात कुठंय?'

'स्वयंपाकघरातल्या पातेल्यात आहे.' आई म्हणाली.

आमेनाही हलेना की चालेना. अतिशय संथ गतीने तिने भात वाढून आणला. त्याबरोबर वरण.

'का? वरणभात का? मासे-मटन नाही?'

'रोज मासे-मटनाची गरज नाही.' आई कोरड्या आवाजात म्हणाली.

'मासे-मटनाशिवाय भात खाता येतो का?'

मी दोन घास घाऊन, ताट बाजूला सारून उठून ओरडले, 'पाणी कुठंय?'

आई म्हणाली, 'आहे नळाला.'

'पाणी नळाला आहे हे तर मलाही माहीत आहे, पण देणार कोण?'

कोण देणार मला पाणी? मी आणखी आरडाओरडा केल्यावर गजेन्द्रगामिनी आमेनानेच एक ग्लास पाणी आणून दिलं. घरात वेगळीच शांतता होती. सन्नाटा होता. काहीतरी झालंय असं जाणवलं. काय झालं ते आईने थोड्याच वेळात सांगितलं. मी एक पुस्तक घेऊन बिछान्यावर पहुडले, तेव्हा आई जवळ आली आणि गंभीरपणे म्हणाली, 'हा रुद्र कोण आहे?'

'रुद्र?'

'हो. रुद्र!'

'का बरं?'

'तो तुला बायको का म्हणतो?'

माझ्या अंगावर कुणी गार पाण्याचा हबका मारल्यासारखं वाटलं. वर पंखा फिरत असूनही मला घाम आला. दिवसाचा प्रकाश अमावस्येच्या रात्रीसारखा वाटू लागला.

'का, बोलत का नाहीस? कोण आहे हा रुद्र?'

रुद्र कोण हे सांगण्याची गरज नव्हती. त्याचं पत्र कुणाच्या हातात पडलं, आईच्या की आणखी कुणाच्या, हेच समजायला हवं होतं. बाबांच्या हाती पडलं असेल तर संपलंच! आयुष्यच संपलं! आज वरणभात मिळाला, उद्या कदाचित काहीच मिळणार नाही. थोडी नरम होऊन आई स्वत:च म्हणाली, 'पत्र बाबांच्या हाती

पडलं.' हे समजल्यावर मी उदासपणे पडून राहिले. रात्री घरातले सगळे झोपी गेल्यावर भुतासारखी उठून रुद्रला पत्र लिहिलं की, मला 'पत्नी' संबोधून इथून पुढे एकही पत्र लिहू नकोस. रुद्रला मला अशाच प्रकारे पत्रं लिहावी लागत. घरात कुणी नसल्यावर किंवा सगळे झोपी गेल्यावर. नाहीतर कुणीही मी काय लिहिते आहे हे वाकून पाही, जणू मी काय लिहिते आहे हे पाहाण्याचा घरात सगळ्यांना अधिकार आहे! मी लपवायला गेले, की त्यांची उत्सुकता अधिकच वाढे.

रोज सकाळी बाबा बाहेर जाण्याच्या आधी मला आणि यास्मिनला त्यांच्याकडून शाळा-कॉलेजात जाण्यासाठी रिक्षाभाड्याचे पैसे मागून घ्यावे लागत. बाबा मोजून पैसे देऊन जात. दुसऱ्या दिवशी सकाळ झाली, बाबांची अंघोळ झाली, नाश्ता झाला, पण एरवीप्रमाणे त्यांच्यासमोर जाऊन रिक्षाभाडं मागण्याचं धाडस माझ्यात राहिलं नव्हतं. स्वत:चं अस्तित्व हेच मला एक मोठं ओझं वाटू लागलं. मी जर अदृश्यच होऊन गेले असते तर! मला कुणीही पाहू शकलं नसतं. टी.व्ही.वर 'इनव्हिजिबल मॅन' सीरियल पाहिल्यापासून अधूनमधून अदृश्य होण्याची आवश्यकता मला पटू लागली. यास्मिन सहजपणे बाबांकडून पैसे घेऊन आली. बाबांच्या समोर जाणं टाळण्यासाठी मी गुपचूप माझ्या खोलीत बसून राहिले. बाहेर जाण्यापूर्वी, व्हरांड्यात थांबून, सर्वांनी ऐकावं या उद्देशाने बाबा मोठ्यांदा आईला म्हणाले, 'तिचं शिक्षण बंद. तिला कॉलेजमध्ये जायची गरज नाही आता. सगळं बंद. तिचं खाणंपिणं बंद करून टाक. जेवण देऊ नकोस तिला.'

बाबा निघून गेले. मी दहा वाजेपर्यंत पोस्टमनची वाट पाहून, रुद्रचं काहीही पत्र नाही याची खात्री झाल्यावर आईच्या बिछान्याखालून पैसे घेऊन कॉलेजला गेले. सकाळी आठपासून तास सुरू होत. कॉलेज जर असं चुकवलं, तर भविष्यात माझे बाराच काय, तेरा वाजतील हे मला माहीत होतं. दुसऱ्या दिवशीही तीच तऱ्हा. एका दिवसानंतर बाबांचा राग शांत होईल असं वाटलं होतं. पण तो कमी झाल्याचं काहीही लक्षण दिसत नव्हतं. दुसऱ्या दिवशी दादापुढे हात पसरून रिक्षाभाड्याचे पैसे घेऊन कॉलेजला जावं लागलं. बाबा निर्विकार होते. मी या घरातली एकजण आहे, हे ते जणू विसरून गेले होते. आई उठता-बसता मला रागावत होती. आईला बाबांनी जे सांगितलं होतं, त्याप्रमाणे ती वागत होती. आई अशीच भोळी होती. कुणी काही सांगितलं, की त्यावर विश्वास ठेवणारी. कुणी तिला सांगितलं, 'अहो, अळवाच्या झाडावरून पडून एकजण मरून गेला!' तर आई म्हणेल, 'अरेरे! मरून गेला होय?' ती मग इतरांना सांगत सुटेल, 'ऐकलं का, अहो, अळवाच्या झाडावरून पडून एकजण मरूनच गेला बघा!' अळवाच्या झाडावरून पडून कुणी मरत नाही आणि अळवाच्या झाडावर कुणी चढूही शकत नाही असा आई थोडाही विचार करणार नाही. आई सगळ्यांच्या सगळ्या गोष्टींवर विश्वास ठेवी.

रुद्रने माझ्यासाठी 'पत्नी' हे संबोधन वापरणं बंद केलं. पण माझी पत्रं गहाळ होत आहेत, हे माझ्या लक्षात आलं. शेवटी मला डालियाला शरण जावं लागलं. डालिया ही खुलनाहून आलेली मुलगी. होस्टेलवर राहाणारी, दिवसभर अभ्यास करणारी. 'तुझ्या होस्टेलच्या पत्त्यावर माझी पत्रं आली तर चालतील का, डालिया?' मी विचारलं. 'चालतील की!' डालिया म्हणाली. डालिया कविता लिहीत असे. स्वत:हून 'शताब्दी'ची सभासदही झाली होती. तसं नसतं तर यासाठी ती झटकन तयार झाली असती की नाही कोण जाणे! बहुधा अनेक प्रश्न विचारले असते.

रुद्र पुन्हा चार महिन्यांनंतर मयमनसिंहला आला. कॉलेज कँटीनमध्ये बसलेल्या रुद्रला भेटायला मी डालियाला बरोबर घेऊन गेले. खरं तर जेव्हा जेव्हा मी त्याला भेटायला जाई, तेव्हा बरेचदा कुणाला ना कुणाला सोबत घेऊनच जाई - हालिदाला किंवा मंदिराला किंवा डालियाला. रुद्रसमोर एकटीनं बसल्यावर मला काहीच बोलता येत नसे. आम्ही केवळ एकमेकांसमोर गप्प बसून राहात असू. तो बरेचदा म्हणत असे, 'एकटी येऊ शकत नाहीस?' मी एकटी येऊ शकत नाही, हेसुद्धा मला सांगता येत नसे. कुणीतरी बरोबर असलं, म्हणजे त्या 'कुणीतरी'बरोबर सफाईदारपणे बोलून मला एकप्रकारे रुद्रला दाखवता येई, की मी बोलू शकत नाही असं नाही, मी बोलू शकते. माझं शब्दभांडार अगदीच कमी नाही. अर्थात मी बोलत असे ते बहुतेक डॉक्टरी विद्येबद्दलच. रुद्रला तेव्हा नीरव श्रोता व्हावं लागे. संधी मिळाली की रुद्र म्हणे, 'यावेळी तुझ्या बाबांकडे विषय काढ.' मी मोठ्याने हसे. त्याचा हा प्रस्ताव खरोखर हास्यास्पदच असे. '(लग्नासाठी) पाच वर्षे वाट पाहाण्याशिवाय दुसरा काहीच उपाय नाही. डॉक्टर झाल्यानंतर जर बाबांना काही सांगणं शक्य झालं, तर सांगेन, त्याच्या आधी काही प्रश्नच येत नाही.' असं मी त्याला सांगे. यावर रुद्र उदास होऊन बसून राही. तो वारंवार मला समजावण्याचा प्रयत्न करी, की सुरुवातीला आई-बाबा थोडे रागावतीलच, पण नंतर सारं ठीक होऊन जाईल. नंतर कशानेही काहीही ठीक होणार नाही, हे रुद्रला समजावण्याचा मी प्रयत्न करी. त्याला सांगे, की माझं हे शिक्षणच कायमचं बंद होऊन जाईल, अर्ध्यातच. रुद्र तोंड एवढंसं करून निघून गेल्यानंतर मी त्याला समजावण्यासाठी पत्र लिही, 'पाच वर्षं आत्ता बघता-बघता निघून जातील, उगाच विचार करू नको.' रुद्र लिही, 'पाच वर्षं म्हणजे खरोखर काही मोठा अवधी नाही. तो पाहाता-पाहाताच निघून जाईल. पण माझ्यासाठी पाच वर्षं म्हणजे खूप खूप दिवस आहेत, अनेक अनेक वर्षं आहेत. मी तुला नीट समजावून सांगू शकणार नाही. तुझं सगळं मला समजतं, तरीही सांगतो, सगळं काही समजू शकत असूनही सांगतो, तू थोडं समजून घेण्याचा प्रयत्न कर. मानसिक त्रास कशासाठी? माझ्या काळ्या भूतकाळाकडे पाहिल्यावर तू समजू शकशील. मला हा त्रास का होतो हे समजू शकशील. तुला मी समजावून सांगू शकत नाही. तुला

माहीत नाही, मला कुणीही मित्र नाही. माझे अनेक शुभाकांक्षी, अनुरागी, नातेवाईक आहेत, त्यांच्यापैकी कुणीही मला समजून घेऊ शकत नाही. मला आता तुझी गरज आहे, फक्त तुझी. आधारहीन हृदयाला मी अधिक दिवस ठीक राखू शकणार नाही.' रुद्रच्या काळ्या भूतकाळाबद्दल मला काहीच माहीत नव्हतं. 'काळा भूतकाळ'मधून त्याला काय सांगायचं होतं ते मला नीट समजत नव्हतं. मी त्याचा अर्थ घेतला - निरुद्देश भटकत राहाणे, अभ्यास न करणे, परीक्षा न देणे. रुद्रला मी माझ्या रोजच्या जीवनातल्या गोष्टी, माझ्या स्वप्नांच्या गोष्टी लिहून पाठवी. रुद्रने लिहिलं, 'तुझ्या स्वप्नांशी माझ्या स्वप्नांचा मेळ मुळीच बसत नाही. तुझी स्वप्नं अत्यंत शुभ्र, मुलायम फुलांसारखी आहेत, तर माझी स्वप्नं एकदम दगडासारखी आहेत. जीवनाला मी अत्यंत निर्मम नजरेने पाहातो. इतकी निर्ममता चांगली नाही, पण माझं असंच होतं. शुभ्रतेची आणि हिरवाईची स्वप्नं तुझी असोत आणि ग्लानीची, निर्ममतेची स्वप्नं माझी असोत. चांगलं आणि वाईट हे दोन्ही घटक मिळूनच तर जीवन तयार होतं. आपण अशी वाटणी करून घेऊ, कसं?' माणूस असुंदराची स्वप्नं कशी पाहू शकतो हे मला समजत नसे. असुंदराबरोबर तर माझं नित्याचं उठणं बसणं होतं, म्हणून मी स्वप्नं पाही ती सुंदराची. रुद्रला कसंही करून परीक्षा दे असं मी लिहिलं. तो एम.ए. पास झाला, तर पुढे कदाचित घरात कधीतरी त्याचा विषय काढता येईल. पण रुद्र म्हणे, 'मी सावध व्हायला हवं. किशोरवय संपण्याच्या बरोबरच मी खूप हळूहळू माझी जीवनपद्धती, माझा विश्वास एका विशेष ध्येयाकडे परिवर्तित केला आहे. ज्याला ॲकॅडेमिक करिअर म्हणतात, ते जवळजवळ संपूर्ण उद्ध्वस्त करून टाकलं - हो, बरंचसं जाणूनबुजूनच, मुद्दामच! माझ्या या समाजातल्या, या जीवनातल्या अनेक चांगल्या-वाईट गोष्टी, अनेक घृणास्पद गोष्टी, अविश्वास, प्रतारणा आणि अनेक विश्वास आणि प्रेम मी पाहिलं आहे. बहुधा आयुष्यभर असंच जळत-जळत पाहीन. देहात असाध्य आजाराचे जंतू घेऊन मी पाहीन, किती यातना देण्याची त्यांची क्षमता आहे! माझ्या घराच्या अंगणात कदाचित कधीच रातराणीची फुलं फुलणार नाहीत, बहुधा माझ्या टेबलावर फुलदाणीऐवजी एक मोठा मातीचा ॲश ट्रे असेल. माझी प्रिय वस्तू असेल एखाद्या मृत मुक्तियोद्ध्याचं हेल्मेट किंवा एखाद्या माणसाची कवटी. नक्कीच कुठंतरी काहीतरी चुकतंय - मी इतक्या फुलांची, पक्ष्यांची आणि सुखांची स्वप्नं तर काही पाहात नाही. तू का पाहातेस? मी तर दोन श्रमिक आणि कार्यमग्न माणसांची स्वप्नं पाहातो. त्यांना दिवसा, रात्री खूपच कमी फुरसत मिळते.'

रुद्रची पत्रं आता घरी येत नसल्यामुळे कुणीतरी वेड्या कवीने कुठल्याशा आवेगात मला कधीतरी 'पत्नी' म्हणून संबोधलं होतं, बेट्याचं दुःसाहस आता कमी झालंय असा विचार करून घरचे सगळे शांत झाले, ती घटना दबली गेली. घटना दबली जाण्याचं आणखी एक कारण म्हणजे कुणीतरी मला 'पत्नी' म्हणून खरोखर

संबोधू शकतो, मी खरोखर कुणाचीतरी पत्नी होऊ शकते अशी कल्पना करणं घरातल्या कुणालाच शक्य नव्हतं. शिवाय मी वेळेवर कॉलेजातून घरी परत येत होते, मला कधीही कुठलाही 'संशयास्पद उशीर' होत नव्हता. बहुतेक वेळ मी ॲनॉटॉमी आणि फिजिऑलॉजीच्या पुस्तकांत डोकं घालून बसलेली असे. त्यामुळे बाबा, आई आणि दादा यांचं माझ्याकडे संशयानं बघणं बंद झालं. बाबा मला रागावत नसत, कारण माझी परीक्षा जवळ आली होती. परीक्षेचं नाव फर्स्ट प्रोफेशनल, संक्षेपात फर्स्ट प्रोफ. मेडिकलच्या तीन परीक्षा होतात, दुसऱ्या वर्षातून तिसऱ्या वर्षात जाण्याच्या परीक्षेला म्हणतात फर्स्ट प्रोफ, तिसऱ्यातून चौथ्या वर्षात जाण्याच्या परीक्षेला सेकंड प्रोफ आणि चौथ्या वर्षातून पाचव्या वर्षात जाण्याच्या परीक्षेला म्हणतात थर्ड प्रोफ. पाचव्या वर्षाची परीक्षा ही फायनल परीक्षा असते. तिच्यानंतर डॉक्टर. एक वर्षाचं प्रशिक्षण. त्यानंतर नोकरी. प्रशिक्षणाच्या वेळी भत्ता मिळे, तोही वाईट नसे. नोकरी केल्यास पगारही चांगला मिळे, पण ही नोकरी बदलीची असे, सरकारच्या इच्छेप्रमाणे बदली होई. त्यात स्वत:ची इच्छा म्हणून काही नसे, अर्थात वशिला असला, तर हवी तिथे बदली करून घेता येई किंवा झालेली बदली रद्द करून घेता येई.

फर्स्ट प्रोफमध्ये आपण पास होऊ असं मला वाटत नव्हतं. आजवर घरी येऊन शिक्षक शिकवीत होते. मेडिकलला कुणीच गृहशिक्षक नव्हते, तसा नियमही नव्हता. मला स्वत:लाच अभ्यास करावा लागणार होता. स्वत: अभ्यास करून समजून घेण्याची सवय मला कमी होती. त्यामुळे मनाला चिंता कुरतडीत होती. त्यात माध्यम इंग्रजी. बंगालीत चिकित्साविद्येचं एकही पुस्तक नव्हतं. त्यामुळे इंग्रजीत अभ्यास करण्याशिवाय पर्याय नव्हता. पण सुदैवाने हे इंग्रजी साहित्य नव्हतं. मेडिकलमध्ये इंग्रजी लिहिताना किंवा बोलताना व्याकरणाची किंवा स्पेलिंगची चूक झाल्यास नुकसान नव्हतं, पण शरीराच्या डोक्यापासून पायापर्यंत कुठं काय आहे, त्याचं कार्य काय याची पक्की माहिती असणं आवश्यक असे. त्यात कुठल्याही प्रकारची क्षमा नसे. या सगळ्यांचं वर्णन इंग्रजीत लिहिताना किंवा बोलताना व्याकरणाची चिंता कुणी करीतही नसे. मला वाटे, फ्रान्स, स्पेन, इटाली किंवा रशिया या देशांची भाषा इंग्रजी नाही, त्या देशांमध्ये तिथले विद्यार्थी आपल्या स्वत:च्या भाषेत चिकित्साविद्या शिकतात, मग आपल्याकडे बंगालीत चिकित्साविद्येची पुस्तकं का नाहीत? परक्या भाषेत एखादी विद्या शिकण्यापेक्षा ती आपल्या मातृभाषेत शिकली, तर ती विद्या चांगली अवगत होते असा माझा विश्वास होता. पण माझ्या या विश्वासाला कुणी महत्त्व देत नव्हतं. एका परक्या भाषेवर निर्भर होऊन सगळे ही विद्या शिकतात. अभ्यासाच्या दबावामुळे माझं अवांतर वाचन, 'सेंजुती'च्या नव्या अंकाची तयारी आणि रविवारच्या पेपरची पुरवणी वाचणं या साऱ्या गोष्टींकडे लक्ष द्यायला मला

वेळच मिळेना. पुस्तकं वाचून पाठ करून मी प्रश्नांची मोठमोठी उत्तरं वहीत लिहीत असताना बाबा म्हणाले, 'लेखी परीक्षेत कुणी नापास होत नाही, नापास होतं ते तोंडी परीक्षेत. बाहेरगावाहून एक्स्टर्नल एक्झामिनर येतात, एका जरी प्रश्नाचं उत्तर चुकलं, तरी फेल!' आपण काही या परीक्षेत पास होणार नाही असं मला ठामपणे वाटत होतं. लिहायला सांगितलं तर कसंतरी लिहू शकेन, अर्थात इथं भाषेचा फुलोरा दाखवायला मुळीच वाव नव्हता. जर 'पॅनक्रियासची पोझिशन काय?' असा प्रश्न असेल, तर 'शरदऋतूतील आकाशामधल्या कापसाच्या पुंजक्यासारख्या दिसणाऱ्या मेघांमधून एक छोटा मेघ दोन हातांच्या ओंजळीत घेतल्यावर जसा दिसतो, तसंच पॅनक्रियास दिसतं, ते शरीरात कुठे लपलेलं असतं कोण जाणे! ते शोधूनही सापडत नाही, त्याला विसरताही येत नाही. अन्नाशय असतो लहान आतड्याच्या जवळ, प्लीहेच्या खाली, हृद्पिंडापासून खूप दूरही नसतो, हृदयाचा धुक् धुक् आवाज त्यालाही मोहित करतो...' असं लिहून चालणार नाही, त्या प्रश्नाचं उत्तर लिहावं लागेल, 'पॅनक्रियास इज् ॲन एलाँगेटेड ऑर्‌गन, लोकेटेड ॲट द बॅक ऑफ द ॲब्डोमेन, बिहाईंड द स्टमक, द राईट साईड ऑफ द ऑर्गन लाइज इन द कर्व्ह ऑफ डिओडनम, लेफ्ट साईड एक्स्टेंडस् स्लाईटली अपवर्डस बिहाइंड द स्प्लीन, इट इज मेड ऑफ टू टाईपस् ऑफ टिश्यूज, एक्सोक्राइन ॲंड ॲंडोक्राइन.' इथे पाल्हाळ लावायला कुठेही वाव नाही. जितकं मुद्देसूद लिहाल, तितके अधिक गुण मिळतील आणि गुणांची पर्वा केली नाही, तर फार तर चांगला कसाई होता येईल, पण चांगला डॉक्टर काही होता येणार नाही. प्राध्यापकांशी वाद घातला, तर जन्मात तुम्ही पास होणार नाही. त्यांना कुठेही पाहिलं, की 'अस्सलाम आलेकुम' म्हणायला हवं. हे 'अस्सलाम आलेकुम' मला मुळीच येत नसे. अरबी भाषेत नमस्कार करण्याव्यतिरिक्त इतर काहीच उपाय नाहीत का? बंगालीत ते करता येतं, 'काय, कसं काय? ठीक आहात ना?' किंवा 'नमस्कार!' 'नमस्कार' हा शब्द बंगाली हिंदूंची खासगी मालमत्ता होऊन गेलाय. ज्याला कुठलाच धर्म नाही, असा एकही शब्द नाही का? नाही! याला काही उपायही नाही. मी असहाय बसून राही. माझं असंच होई. स्मितहास्य हेच संभाषण, हीच शुभेच्छा! मी आणखी एक उपाय शोधून काढला. कॉरिडॉरमधून प्राध्यापक जात असतील, तर मी असा आविर्भाव करीत शेजारून जाई, जणू मी बाहेर पाहाते आहे, जणू प्राध्यापकांना मी पाहिलचं नाही. पाहिलं असतं, तर 'अस्सलाम आलेकुम' म्हटलेच असते. घरी यास्मिनला विचारलं, 'तुला 'अस्सलाम आलेकुम' म्हणताना अवघडल्यासारखं नाही होत?' यास्मिन निःसंकोचपणे म्हणाली, तिला नाही अवघडल्यासारखं होत. मग मलाच असं का होतं? मी आईला विचारलं, 'या 'अस्सलाम आलेकुम'चा अर्थ काय?' आई म्हणाली, 'आपणांवर शांतीचा वर्षाव होवो.' कुठून वर्षाव होणार? आकाशातून? आई थोडा विचार करून

म्हणाली, 'अल्ला वर्षाव करील.' म्हणजे आकाशातूनच, कारण अल्ला आकाशातच राहातो. आई माझ्या आकाशाबद्दलच्या धारणेला हरकत घेऊ शकली नाही. थोड्या वेळाने आई म्हणाली, 'अल्ला काय फक्त आकाशातच राहातो? तो सर्वत्र असतो.' अल्लाबद्दल बोलताना आई साधारणपणे पुस्तकातली भाषा वापरी. अवघड अवघड शब्द. अल्लाबद्दल बोलत नसती, तर आईने 'सर्वत्र' ऐवजी 'सगळीकडे' हा शब्द वापरला असता. अल्ला हा आईलासुद्धा बहुधा अवघड प्रकार वाटत असावा. आकाशातून पाण्याशिवाय सुख किंवा शांतीचा कधीही वर्षाव होताना मी पाहिला नाही. त्यामुळे अरबी वाक्याचा कुठलाही अनुवाद होत असला, तरी तो मला पटत नव्हता. सलाम करण्याची सवय नसल्याने मला बेशिस्त, असभ्य अशा साऱ्या पदव्या मिळाल्या होत्या.

रात्री जागून अभ्यास करावा लागे, कारण, बाबा म्हणत, परीक्षा आता अगदी जवळ आली आहे. परीक्षा जवळ आल्याने बाबांनी त्यांचं आधीचं रूप धारण केलं. ते उपदेश करताना म्हणू लागले, 'मेडिकलचा अभ्यास दिवसातून चोवीस तास केल्याशिवाय पूर्ण होत नाही. रात्री जागून अभ्यास कर. झोप आली, तर डोळ्यांत सरसूचं तेल घाल.' परीक्षा जसजशी जवळ येऊ लागली, तसतशी माझी झोप वाढू लागली, भीतीबरोबर झोपही वाढू लागली. बाबा अगदी पहाटेच उठून पंखा बंद करून ट्यूब लावीत. उकाड्याने आणि उजेडाने झोप मोडे. संतापलेल्या डोक्याने बिछाना सोडावा लागे. एका रात्री बाबांनी सरसूच्या तेलाची बाटली विकत आणून माझ्या टेबलावर ठेवली - झोप आली, तर डोळ्यांत घालायला.

बाबा घरात नसतील, तेव्हा मी ते तेल मुरमुऱ्यांना लावून खाऊ लागले आणि रात्री दहाच्या आतच झोपून जाऊ लागले. मला झोपलेली पाहून बाबा आरडाओरडा करून घर डोक्यावर घेत, 'अरे, परीक्षा तीन दिवसांवर आलीय आणि ही नाकात तेल घालून झोपली की काय?' बाबांना वाटे, बाबांनी आणलेलं सरसूचं तेल डोळ्यांत घालण्याऐवजी मी नाकात घातलंय. मला रात्री जागावं लागे. मी रात्री अभ्यास करीत असताना बाबा सोबत म्हणून माझ्याजवळ बसत. मी भुताच्या, चोराच्या किंवा एकटेपणाच्या भीतीने पुन्हा मच्छरदाणीत जाईन असं त्यांना वाटे. आई फ्लास्क भरून चहा टेबलावर ठेवून जाई आणि मला समोर फक्त प्राध्यापकांचे लाल-लाल डोळे दिसत.

लेखी परीक्षा पार पडली, आता तोंडी. बाबा म्हणाले, 'तुमच्या हारुन सरांना एकदा जेवायला घरी बोलवायला हवे.' बाबांचा हेतू स्पष्ट होता, खातिर करणे. त्यामुळे मी तोंडी परीक्षा पास होईन, असं त्यांना वाटत होतं. हारुन अहमद सहकुटुंब आमच्या घरी आले. आईने दिवसभर स्वयंपाक केला; स्वयंपाकघरातून तिने खाद्यपदार्थ आणि प्लेटस् तयार करून दिल्या. मी, दादा आणि यास्मिन यांनी त्या प्लेटस्

बैठकीच्या खोलीत डायनिंग टेबलवर ठेवल्या. हारुन अहमद जेवले. त्यांनी गप्पा मारल्या. गप्पा सगळ्या कवितेबद्दल होत्या. ते कविता लिहीत, मी त्यांच्या कविता कुठंतरी छापून आणल्या तर बरं होईल, असं त्यांचं म्हणणं होतं. आपल्या दस्ता दस्ता कविता त्यांनी आणल्याही होत्या. मी त्यांच्यावरून एकदा नजर फिरवून पाहिली. सगळ्या कविता 'मम जीवनी तव आगमन' पासून शेवटी 'ठेवितो मी अंधारी प्रस्थान' अशा होत्या. हारुन अहमद बाबांचे विद्यार्थी होते. बाबांचे अनेक विद्यार्थी प्राध्यापक झाले होते. बाबा अद्याप पूर्ण प्राध्यापक झाले नव्हते, सहायकच होते. 'कसा काय होणार? तुमच्यासाठी पैसा कमवता कमवता कुठलीही मोठी परीक्षा देता आली नाही, नाहीतर विद्यार्थी म्हणून मी चांगलाच होतो.' बाबा खरोखर चांगले विद्यार्थी होते. ते मेडिकल शिकायला आले, तेव्हा त्यांच्याकडे पुस्तकं विकत घेण्यासाठी पैसे नव्हते. मग त्यांनी दुसऱ्या एका विद्यार्थ्याशी समझोता केला, की तो विद्यार्थी झोपी गेल्यावर, रात्री दहानंतर बाबा त्याच्या पुस्तकांवरून अभ्यास करीत आणि सकाळी ती पुस्तकं त्याला परत देत. रात्री जागरण करून बाबा सकाळी कॉलेजला जात. अशा उसन्या पुस्तकांवर जागरण करून, अभ्यास करून बाबांना परीक्षेत सर्वात अधिक गुण मिळत.

बाबांच्याइतकी मी बुद्धिमान नव्हते. तोंडी परीक्षेत हारुन अहमद मला अवघड प्रश्न विचारू शकले असते, पण आम्ही त्यांची खातिर केल्याने त्यांनी तसं केलं नाही. दुसऱ्या कॉलेजमधून जे परीक्षक आले होते, ते कठीण प्रश्नांच्या बाजूला गेल्यास हारुन अहमद युक्तीने मला त्या प्रश्नाचं उत्तर काय असू शकेल याची कल्पना देण्याचा प्रयत्न करीत. टेबलावर ठेवलेल्या हाडांना इतर परीक्षकांनी हात लावण्यापूर्वीच हारुन अहमद यांनी फिमर नावाचं सोपं हाड माझ्या दिशेने सरकवलं. ते हातात घेऊन त्याच्या कुठल्या भागाला काय म्हणतात, कुठल्या जागी कुठल्या पेशी असतात, कुठल्या पेशींना कोणती रक्तवाहिनी रक्तपुरवठा करते, कुठले स्नायू कुठे जातात अशा प्रश्नांची उत्तरं द्यावी लागत. फिजिओलॉजीच्या परीक्षेतही खातिर केल्याचा उपयोग झाला. या परीक्षेमध्ये नशीबचं महत्त्वाचं असतं. कुणाच्या नशिबी अवघड प्रश्न येतात, तर कुणाच्या नशिबी सोपे प्रश्न येतात. हे बरंचसं परीक्षकाच्या मूडवर अवलंबून असतं. परीक्षक जेव्हा दुपारच्या जेवणानंतर चहाचे घुटके घेत-घेत, खुर्चीत आरामशीरपणे रेलून प्रश्न विचारतात, तेव्हा ते सोपे प्रश्न विचारतात. असो. थोडा अभ्यास केल्यामुळे, थोडी खातिर केल्यामुळे, मी फर्स्ट प्रोफ परीक्षा पास झाले.

सुट्टीत छोटोदा बायकोला घेऊन मयमनसिंहला येई. बहुतेक वेळा ईद आणि दुर्गापूजेच्या सुट्टीतच येई. बारा महिन्यांत तेरा सण असत. सगळ्या सणांना सुट्टी मिळत नसे. तेव्हा रजा मिळे, तेव्हा येई. गीता ईदच्या सणाला येई, दुर्गापूजेलाही येई. आमच्या घरात ईद आणि दुर्गापूजेपेक्षा मोठा उत्सव म्हणजे छोटोदाचा घरी

आगमन-उत्सव. छोटोदा घरी आला की, घरी खरोखर उत्सव सुरू होई. आई लगबगीने स्वयंपाकघरात जाई. मुलासाठी पुलाव, कुर्मा करी. स्वयंपाक करून मुलाला आणि सुनेला समोर बसवून पोटभर जेवू घाली. छोटोदाच्या आणि गीताच्या ताटात मटनाचे मोठे तुकडे वाढी. छोटोदाच्या डोक्यावरून हात फिरवीत-फिरवीत म्हणे, 'नीट जेवत जा रे बाबा! नोकरीत किती त्रास असेल कोण जाणे!'

'अगं नाही गं आई! आरामाची नोकरी आहे. पगारही चांगला मिळतो. डोमेस्टिक फ्लाईटस् संपल्या, आता इंटरनॅशनल फ्लाईटस् सुरू केल्या आहेत.'

आईला हे डोमेस्टिक - इंटरनॅशनल काही समजतच नसे. तिला वाटे, आपल्या मुलाला हवं तसं खायला मिळत नसेल, ताजी भाजी मिळत नसेल, नीट झोपायला मिळत नसेल, फिरायला मिळत नसेल.

'अरब देशात गेलो होतो आई. मक्केला जाऊन काबा शरीफ बघून आलो.'

अरब देशात जाणं इतकं सोपं आहे याची आई कल्पनाच करू शकत नसे.

'उफ्! इतका उकाडा! अर्थात गाडीत ए.सी. असल्यावर त्रास नसतो.'

छोटोदा अरब देशांबद्दल जे बोले, ते आई मनापासून ऐके. आईच्या कल्पनेतल्या अरबांशी छोटोदाने वर्णन केलेल्या अरबांचा मेळ मुळीच बसत नसे, हे आईच्या चेहऱ्यावरूनच कळे. छोटोदा आरोग्य वितानात बाबांना भेटून शहरात फिरायला जाई. आपल्या निवडक मित्रांना शोधी. संध्याकाळी गीताला बरोबर घेऊन बाहेर जाई. तो बहुधा गीताच्या माहेरी जात असावा. दुर्गापूजेला गीता आपल्या माहेरी जाते हे घरी सगळ्यांनाच माहीत होतं. कुणाचा तिला विरोध नसे. पण आपण माहेरी जात आहोत हे ती कधीही सांगत नसे.

छोटोदा जग पाहात होता आणि आम्हाला त्याच्या गोष्टी सांगत होता.

'ॲम्स्टरडॅमपासून समुद्र खूप उंचावर आहे.'

'काय म्हणतोस? मग शहर पाण्याखाली बुडून जात नाही?'

'बंधारा बांधलाय. त्यामुळे शहर बुडत नाही.'

'आणि लंडन?'

'लंडन तर खूप मोठं आहे.'

'ब्रिटिश म्युझियम पाहिलंस?'

'हो. पाहिलं.'

'पिकॅडली सर्कसला गेला होतास?'

'हो.'

'पॅरिसला गेला होतास?'

'हो.'

'आयफेल टॉवर पाहिलास?'

छोटोदा आयफेल टॉवरइतका उंच वाटे. त्याच्या अगदी जवळ बसलेली असूनही तो खूप दूरचा वाटे. आपल्या हाताच्या टप्प्यातला वाटत नसे. सकाळ-संध्याकाळ करुण चेहऱ्याने 'दे गं, दे गं, जरा दोन रुपये दे गं!' म्हणत हात पुढे करणारा छोटोदा अधिक जवळचा वाटे. आता छोटोदा खूप गडबडीत असे, आता त्याच्याकडे पैसेही चांगले असत. घरी आल्याबरोबर म्हणे, 'आज नाहीतर उद्याच परत जावं लागणार, फ्लाईट आहे.' छोटोदाशेजारी आळसावलेल्या दुपारी एका बिछान्यावर पडल्या-पडल्या राजकारण आणि साहित्यावरच्या गप्पा करण्याचे दिवस संपले होते. 'छोटोदा, मयमनसिंहला आला आहेस, तर तुझ्या नाटकातल्या मित्रांना भेटलास?'

'अगं नाही गं, वेळ कुठंय?'

'नजरूल, रुहुल, शफीक यांना भेटलास?'

'वेळ कुठंय?'

'बांग्लार दर्पण पेपरच्या ऑफिसात गेला होतास? मंजूभाईला भेटणार नाहीस?'

'वेळ असता तर गेलो असतो!'

आधी-आधी जेव्हा तो मयमनसिंहला येई, तेव्हा त्याचं मित्रांना भेटणं संपता संपत नसे. पूर्वीप्रमाणे अड्ड्यावर जाऊन बसे. आता मात्र 'वेळ नाही, वेळ नाही.' कधी जर तो गोलपुकुर पाडाच्या बाजूला गेला, की जुन्या मित्रांना खूप आनंद होई. त्यांच्यामध्ये काहीच बदल झालेला नव्हता. ते अजूनही गप्पांचा अड्डा रंगवीत, फक्त छोटोदाच आता बदलला होता. छोटोदाच्या ओठांत आता विदेशी सिगारेट असे. एकेकाळी तो मित्रांकडून मागून देशी स्टार सिगारेट ओढी.

'काय रे कमाल, या सिग्रेटचं नाव काय रे?'

'कार्टिये.'

'वा, वा! कमाल आता फिल्टरवाली सिग्रेट ओढतो! दे ना, जरा बघू तुझी विदेशी सिग्रेट कशी आहे ते!'

छोटोदाकडे सगळा गोलपुकुर डोळे विस्फारून पाही. छोटोदा खिशातून सिगारेट काढून मित्रांना देई. अर्थात घरी आल्यावर छोटोदा तोंड धुवून आधी सिगारेटचा वास काढून टाकी. आई-बाबांसमोर तो सिगारेट ओढीत नसे, सिगारेट ओढीत असल्याचा पुरावाही ठेवीत नसे. छोटोदाच्या पायात विदेशी बूट असत, अंगात नवे कपडे, त्याचे स्वतःचे! रिकामटेकड्या मित्रांपासून छोटोदाचं अंतर वाढत गेलं आणि तो गीताच्या आणखी जवळ आला.

छोट्या ईदला छोटोदाने आमच्यासाठी नाना प्रकारच्या भेटवस्तू आणल्या. दुबईहून एक लिपस्टिक, एक शँपू आणला. कोलकात्याहून माझ्यासाठी आणि यास्मिनसाठी मॅचिंग थ्री पीस. आईसाठी जायनामाज, जपमाळ आणली. बाबांनी मात्र

त्यांच्यासाठी आणलेल्या वस्तूला स्पर्शसुद्धा केला नाही. बाबांसाठी चकाचक करणारे बूट आणले होते. म्हणाला, 'मेड इन इटाली.' इटालीत तयार झाले असले म्हणून काय झालं, बाबांनी स्पष्ट सांगितलं, मला बुटांची गरज नाही. बुटांकडे विस्फारलेल्या डोळ्यांनी पाहात दादा म्हणाला, 'अगदी माझ्या मापाचे आहेत हे बूट.' ते बूट दादाने वापरायला घेतले. आईसाठी एक टांगाइलची सुती साडी गीतानेच तिच्या हाती दिली, 'आई, ही घ्या तुमच्यासाठी ईदची साडी आणलीय.' आमच्या भेटवस्तूही गीतानेच आमच्या हाती दिल्या, जणू त्या तिने स्वत: कमावलेल्या पैशांतून विकत आणल्या होत्या! खरं तर छोटोदाच त्या वस्तू गीताकडे देऊन म्हणे, 'गीता, तू कुणा-कुणासाठी काय आणलंस ते दे बघू! आता छोटोदाने सांगितल्याबरोबर गीता बॅग उघडीत नसे. तिला जेव्हा वाटेल, तेव्हाच उघडे. नाहीतर बॅग तशीच परत ढाक्याला घेऊन जाई.

गीता सुंदर सुंदर साड्या घाली, अंगभर सोन्याचे दागिने. ते दागिने छोटोदाने सौदी अरेबियाहून आणलेले. गीताचा थाट वाढला होता, छोटोदाचाही वाढला होता. संध्याकाळ झाली, की 'जुन्या मित्रांच्या घरी जातो' असं सांगून तो गीताला घेऊन बाहेर पडे. यास्मिन म्हणे, 'खरं तर ते गीताच्या माहेरी चालले आहेत. तिथल्या लोकांसाठी बऱ्याच वस्तू आणल्यात त्याने.'

आई म्हणे, 'माझा मुलगा सुखात असला, म्हणजे झालं!'

थोडं थांबून ती म्हणे, 'आईचं सुख म्हणून एक वाक्प्रचार आहे ना, कमालने आपल्या हातांनी ती साडी मला दिली असती, तर बरं वाटलं असतं. कमालच त्या वस्तू विकत आणतो, पण गीताच्या हातून देतो.'

छोटोदा सुखी आहे असं दिसे. ते पाहून मलाही आनंद वाटे. मी माझा बिछाना छोटोदा आणि गीतासाठी सोडून देई. बऱ्याच रात्रीपर्यंत त्या बिछान्यावर आमचं पत्ते खेळणं चाले. एका बाजूला मी आणि यास्मिन, तर दुसऱ्या बाजूला छोटोदा आणि गीता. आई मध्यरात्री आमच्या खेळामध्ये येऊन म्हणे, 'बाबा कमाल, तू रात्री नीट जेवला नाहीस, आता थोडा भात आणि मटन आणलंय, खाऊन घे.'

'वेडी झालीस का? द्यायचा असेल तर चहा दे!'

आई धावत पळत, इतक्या रात्री चहा करण्यासाठी स्वयंपाकघरात जाई.

मी मोठ्या आवाजात म्हणे, 'आई, मलाही एक कप!'

यास्मिन म्हणे, 'माझ्यासाठीपण!'

आम्ही आल्याचा चहा घेत घेत पत्ते खेळत असू. आई मच्छरदाणीमध्ये, अंगावर बसलेले डास उडवीत-उडवीत विचार करी, 'उद्या सकाळी उठल्याबरोबर नाश्त्यासाठी मटन आणि पराठे करायचे आहेत, कमालला मटन-पराठे खूप आवडतात.'

परीक्षा संपल्यामुळे मी छोटोदाजवळ 'तुझ्याबरोबर ढाक्याला येते' असा हट्ट

धरून ढाक्याला फिरायला आले. आता तो मुहम्मदपूरच्या घरात राहात नव्हता. सेगुन बगीचा भागात राहत खान यांच्या घराच्या वरच्या मजल्यावरचा एक फ्लॅट त्याने भाड्याने घेतला होता. गीताच्या तोंडून पूर्वी जशा चौधुरींच्या घरातल्या गोष्टी ऐकू येत, तशा आता येत नव्हत्या. आता राहत खान आणि नीनामामीच्या गोष्टी. अपू, तपू, कान्ता, शुभ्र या लहान मुलामुलींच्या गोष्टी. मुहम्मदपूरच्या घरात असताना तिचं नृत्य-गायनाच्या क्षेत्रातल्या लोकांशी सतत उठणं-बसणं असे, त्यांच्याबद्दलही ती आता बोलत नसे. छोटोदाने फकरुलमामाबरोबर घर भाड्याने घेतलं होतं - दोघंजण अर्धं अर्धं भाडं देत. छोटोदा प्रवासात असल्यावर गीताला घरी एकटीने राहावं लागणार नाही, फकरुलमामा असतीलच, अशीही सोय त्याने पाहिली होती. पण तीन महिन्यांनंतर गीता म्हणाली, मी एकटीच राहू शकते, माझी काळजी घ्यायला मी समर्थ आहे. त्यामुळे फकरुलमामांना त्या जागेतून गाशा गुंडाळावा लागला. गीता म्हणाली, ‘मी स्वत:सुद्धा नोकरी करणार. तिलाही नोकरी मिळाली. फार मोठी नोकरी नव्हती, विमान कंपनीच्या ऑफिसमध्ये रिसेप्शनिस्ट. ती रोज या नोकरीला सजून-धजून जात असे. अद्यापही ती नोकरी करीत होती. गीता मला आपल्या ऑफिसमध्ये घेऊन गेली. तिथल्या कर्मचाऱ्यांशी माझी ‘या माझ्या नणंद’ म्हणून तिनं ओळख करून दिली. तिथे उगाच बसून राहाणं मला बरं वाटेना. रुद्रला भेटण्यासाठी माझं मन तडफडत होतं. मयमनसिंहहूनच त्याला पत्र लिहिलं होतं की, सकाळी अकराच्या सुमाराला त्याने रोकेया हॉलसमोर यावं. गीता मला तुला अमुक ठिकाणी घेऊन जाते, तमुक ठिकाणी घेऊन जाते असं म्हणत असताना मी तिची क्षमा मागून ‘मला झुनूमावशीला आवश्यक कामासाठी भेटायला जायचंय’ म्हणून रिक्षा केली.

‘परत कधी येशील?’

‘थोड्या वेळात येतेच.’

मी असं म्हटलं कारण रुद्रशी भेट झाली नाही, तर मला थोड्या वेळात परत यावंच लागणार होतं. त्याची भेट होणं हे पूर्णपणे नशिबावर अवलंबून होतं. तो मुळात ढाक्यात आहे, की अचानक गावाकडे निघून गेला आहे हे कुणाला माहीत होतं?

‘थोड्याच वेळात म्हणजे किती वेळात?’

‘अर्ध्या तासात. फारतर एक तासात.’

‘ऑफिसमध्येच परत ये. मी आज लवकर सुट्टी घेईन.’

अर्धा तास उशिरा जाऊनसुद्धा दिसलं, की रुद्र वाट पाहातो आहे. मला घेऊन रुद्र फिरायला निघाला. हूड नसलेल्या रिक्षातून रुद्रबरोबर फिरताना मला इतकं चांगलं वाटे! वेळ संपूच नये असं वाटे. पण वेळ संपत चालला होता. रुद्र मला त्याच्या दोन मैत्रिणींच्या घरी घेऊन गेला आणि चहा-बिस्किटं खाता खाता आमच्या गप्पा

रंगल्या. एका तासाच्या ठिकाणी चार तास झाले. गीताचं ऑफिस सुटलं होतं. मला आता घरी जायला हवं होतं. मला गीताच्या समोर उभं राहावं लागलं नाही, कारण ती आपल्या खोलीचा दरवाजा बंद करून झोपली होती. मी रात्री एकटीच झोपले. मला कुणी जेवण्यासाठीही बोलावलं नाही, कुणी माझ्याशी गप्पा करण्यासाठीही आलं नाही. गीताच्या बंद दरवाजापाशी उभी राहून मी दोन वेळा हाका मारल्या, पण तिने दरवाजा उघडला नाही. दुसऱ्या दिवशीही मला रुद्रला भेटायला जायचं होतं. मी बाहेर निघाले आहे हे गीताला सांगायला गेल्यावर तिने थंडपणे विचारलं, 'कुठे जाणार?' 'आजही झुनूमावशीने बोलावलंय' असं मी सांगितलं. मला खोटं बोलावंसं वाटत नव्हतं, पण तिच्या अभिभावकीय आचरणामुळे माझा घसा कोरडा पडला, नाईलाजाने बोलावं लागलं. दुसऱ्या दिवशीही तिने विचारलं, 'काल तर भेटली होतीस, आज परत कशासाठी?'

'आज विद्यापीठाच्या रजिस्ट्रारच्या ऑफिसमधून माझा रिझल्ट मिळणार आहे. जायला हवं.'

'मी तुला घेऊन जाते ना तिथं!'

'झुनूमावशीच्या ओळखीचा माणूस आहे, तो मला ऑफिसमधून रिझल्ट पाहण्याची व्यवस्था करू शकेल.'

'माणसं काय माझ्या ओळखीची नाहीत का?'

'तिने एवढं सांगितलंय, मला जायलाच हवं. ती माझी वाट पाहात असेल.'

दुसऱ्या दिवशीही गीताने विचारलं, 'कधी परत येणार?' दुसऱ्या दिवशीही मी सांगितलं, 'उशीर होणार नाही, आज ताबडतोब परत येईन.' गीताने आज मला बरोबर घेऊन फिरण्यासाठी ऑफिसमधून रजा घेतली होती. त्यामुळे ती म्हणाली, 'ठीक आहे, पण दुपारच्या आत परत ये.' रुद्र विद्यापीठाच्या लायब्ररीच्या व्हरांड्यात माझी वाट पाहात होता, मी तिथे पोचल्याबरोबर मला रिक्षातून आपल्या बासाबोच्या घरी घेऊन गेला. साध्यासुध्या खोलीत एक बिछाना अंथरलेला होता. मी त्यावर बसून खोलीतल्या वस्तू आणि वह्यापुस्तकं पाहात होते. रुद्रने शेजारी बसून मला घट्ट मिठीत घेतलं आणि ओठांचं चुंबन घेतलं. ओठांवरून चुंबनं खाली छातीच्या दिशेने उतरली, आपल्या शरीराच्या भाराखाली त्याने मला बिछान्यावर झोपवलं. त्याचे ओठ छातीच्या आणखी खाली उतरू लागले. मी त्याच्या अंगाखाली रगडले जात होते. त्याचा हात माझ्या पायजम्याच्या नाडीशी गेल्याबरोबर मी त्याला ढकलून दूर सरकले. बिछान्यावरून खाली उडी घेतली. भीतीने माझं शरीर थंडावलं. मी म्हणाले, 'आता निघते.' माझे ओठ जड झाले होते. आरशात स्वत:चा चेहरा मला ओळखू येत नव्हता. सुजून जणू ढोल झाले होते माझे ओठ. रुद्र पालथा होऊन झोपून राहिला, माझ्याशी काहीही बोलेना. बराचवेळ तसाच पडून राहिला. मी विचारलं,

'काय झालं, असं झोपून राहाण्याचं कारण काय?' मी वारंवार त्याला म्हणत होते, 'मला उशीर होतोय, मला जायला पाहिजे.' तसाच बराच वेळ पडून राहिल्यावर रुद्र बाथरूममध्ये गेला. बऱ्याच वेळानंतर बाथरूममधून आल्यावर म्हणाला, 'मी झोपलो होतो, कारण माझ्या ओटीपोटात दुखत होतं.'

'दुखत होतं? का बरं?'

रुद्रने काहीच उत्तर दिलं नाही. माझ्या आवाजात वेदना दाटून आली. 'नियमित खाणंपिणं ठेवलं नाही, की ॲसिडिटी होते. नियमित जेवलं पाहिजे. स्टमक जर एम्प्टी राहिलं, तर जे ॲसिड सिक्रेशन होतं, ते कुठलंही अन्न न मिळाल्याने स्टमकलाच खाऊ लागतं. त्यामुळे पोटात अल्सर होतो. त्याला पेप्टीक अल्सर असं म्हणतात. ॲन्टासिड औषध घेतल्यावर तो बरा होतो.'

'राहू दे तुझी डॉक्टरी विद्या, चल.'

रुद्र मला बरोबर घेऊन बाहेर पडला. त्याच्या कुणा मित्राकडं जाण्यासाठी.

'शक्य नाही, मला आता घरी, सेगुन बगीचात गेलं पाहिजे.'

'लगेच जायला एवढं काय आहे तिथे?'

'जायला पाहिजे. काल उशीर झाला परतायला म्हणून वहिनी रागावली होती. आज ती मला घेऊन फिरायला जाणार आहे.'

रागावलेल्या रुद्रने संध्याकाळच्या सुमाराला मला सेगुन बगीचात आणून सोडलं. घरी परतल्यावर गीताशी बोलायला गेले तर दिसलं, की ती तोंड फिरवून घेतेय. मी बैठकीच्या खोलीत एकटीच बसून राहिले. गीता माझ्याशी एक शब्दही बोलत नव्हती. संध्याकाळी छोटोदाने घरी परतल्यावर व्ही.सी.आर.वर एक हिंदी सिनेमा लावला आणि तो गीता, गीता अशा हाका मारू लागला, पण गीता काही येईना. शेवटी छोटोदाने सिनेमा पाहाणं बंद करून, गीताच्या उशाशी बसून तिच्या अंगावर हात फिरवीत 'गीता, ए गीता, गीता, गीता' असा जप सुरू केला. गीता माझ्याशी अशा प्रकारे पूर्वी कधीही वागली नव्हती. छोटोदाने गीताला डायनिंग टेबलवर जेवायला बोलावलं, पण गीता आली नाही. गीता येत नाही हे पाहिल्यावर छोटोदाही जेवला नाही. मला वाटू लागलं, की या घरात माझी उपस्थितीच नकोशी आहे. अपमानाची भावना माझं मन कुरतडू लागली. मी रुद्रला नकार देऊ शकत नव्हते आणि घरच्यांनाही दुःखी करू शकत नव्हते. माझं मन प्रचंड द्विधावस्थेत सापडलेलं होतं - मी कुठल्या बाजूला जावं, काही कळत नव्हतं. दुसऱ्या दिवशी सकाळीच मी छोटोदाला म्हटले, 'मी जाते परत मयमनसिंहला.' छोटोदा म्हणाला, 'आणखी काही दिवस राहा ना!' मी श्वास रोखून म्हणाले, 'माझं कॉलेज सुरू होणार आहे.' छोटोदाने ट्रेनने मला मयमनसिंहला आणून सोडलं. मी एकटीच जाते असं म्हटलं होतं, पण तरीही तो स्वतः माझ्याबरोबर आला. संपूर्ण रस्ताभर मी खिडकीवर चेहरा टेकवून

रुद्रचा विचार करीत होते. रुद्र नक्कीच त्याच्या बासाबोच्या घरी माझी वाट पाहात असणार. मी येत नाही हे जाणवल्यावर नक्कीच त्याला खूप दु:ख होईल. रुद्रच्या दु:खाचा विचार करून मला इतकं वाईट वाटू लागलं, की वारंवार माझे डोळे भरून येऊ लागले. घरी परतल्यावर मी रुद्रला मला परतणं भाग पडल्याचं पत्र लिहिलं. लिहिलं, परतण्याशिवाय मला दुसरा पर्यायच नव्हता. दुसरं काही करण्यासारखंच नव्हतं.'

रुद्रने लिहिलं, 'तुला दुसरं काही करण्यासारखं नव्हतं - हाच तुझा दोष आहे. का तुला दुसरं काही करण्यासारखं नव्हतं? का तुझ्या इच्छा-अनिच्छेचं काही मूल्य नसतं? तू वारंवार का विसरतेस की तू कुणा एकाच्या खूप जवळची व्यक्ती आहेस? का विसरतेस की आणखी एका जीवनाशी तुझं जीवन बांधलं गेलेलं आहे? तू का विसरतेस की तू एकाजणाची पत्नी आहेस? कमालने तुला राहाण्याची विनंती केली होती. घरूनही आणखी बरेच दिवस ढाक्याला राहाण्याची तुला परवानगी होती. असं असतानाही तुला परत जाणं भाग पडलं यावर मी कसा विश्वास ठेवू? तुझा काहीच दोष नाही यावर कसा काय मला विश्वास ठेवायला सांगतेस? तुझ्या इच्छा-अनिच्छेला महत्त्व नसावं इतकी तू वयाने लहान आहेस का? कुक्कुलं बाळ आहेस का? आज राहाण्या-न राहाण्याच्या बाबतीत तुझी इच्छा-अनिच्छा तू दाखवू शकत नाहीस, मग तुझं त्यांनी परत लग्न लावून द्यायचं ठरवलं, तरी तू 'यात माझा काही दोष नाही' असं मला लिहिशील का? आश्चर्य आहे! स्वत:ची इच्छा तू का ठामपणे व्यक्त करू शकत नाहीस? माझ्या रागावण्याने वा न रागावण्याने तुझं काहीच नुकसान होत नाही. त्या दिवशी दुपारी तू ते दाखवून दिलंस. इतक्या जवळ आल्यानंतरही तू अद्याप मूर्खाप्रमाणे दोघांच्या संपर्कामध्ये हार-जीतीचा विचार करतेस? तुला कधी समज येणार? मी कधीही पतीचा अधिकार जबरदस्तीने मिळवू पाहिला नाही, आताही मिळवण्याची माझी इच्छा नाही आणि म्हणूनच तू स्वत:च आपली जबाबदारी ओळखावीस यासाठी तुला संधी दिली. किती प्रकारे तुला समजावून सांगितलंय! पण तुला वाटतं की पत्नीची जबाबदारी पार पाडणं म्हणजे पराजित होणं! जरा दहा जोडप्यांचं निरीक्षण करून पाहा बरं! मी तर कधीच तू तसं वागावंस अशी इच्छा केली नाही. मला तू पूर्णपणे स्वतंत्र व्यक्ती म्हणून हवी आहेस. तुला सामाजिक बंधनांच्या आणि पुरुषाच्या गुलामीवरती ठेवावं, असं मला वाटत आलं आहे. पण म्हणून तू आपली जबाबदारी का घेणार नाहीस? लग्नानंतर आठ महिने उलटले, तरी तुझा संकोच जात नाहीय! अजूनही तू उगाच जिद्दीपणा करून स्वाभाविक जगणं नाकारते आहेस. लग्नाच्या दिवशीचं तुझं वागणं मी आयुष्यात कधी विसरू शकणार नाही.'

'जीवनाचे काही नियम असतात, काही बंधनं असतात. ती कधीही नाकारून

चालत नाही. तुझी अडचण मला समजते. तुला कुणीही इतकं समजून घेत नाही. आणि मी तुला समजून घेतो म्हणूनच पहिल्यापासून तुला खूप विचारपूर्वक स्वीकारण्याचा प्रयत्न केला आहे. मला जितकं कळलंय ते तुलाही समजावण्याचा मी प्रयत्न केला आहे. नाहीतर २६/१ नंतर आपला संबंधच संपला असता. तुझ्या भावना मी जाणतो म्हणूनच मी त्यांची अमर्यादा करीत नाही. पण त्या भावनांनी जर माझी अमर्यादा केली, तर? त्यांनी माझी अमर्यादा करू नये, ही जबाबदारी तुझी आहे. हे सारं लिहावं लागेल असं कधीही वाटलं नव्हतं. तू समजून घेशील असं नेहमी वाटत आलं आहे आणि समजून घ्यायला शिकल्यावर उगाच बावळटासारखं वागणार नाहीस.'

'जर तू माझी फक्त प्रेमिका असतीस, पत्नी नसतीस, तर तुझं निघून जाणं बहुधा इतकं माझ्या मनाला लागलं नसतं. तेव्हा केवळ हृदयाला लागलं असतं, पण आता स्वाभिमानालाही लागलं आहे.'

'तू स्वत:शी अशी प्रतारणा का करतेस? स्वत:च्या इच्छेशी कुणी प्रतारणा करतं?'

रुद्रचं पत्र वाचून मला खूप वाईट वाटलं. इतकं वाईट वाटलं की मी त्याला लिहिलं, 'मी तुम्हाला आवडत नसेन, माझं बावळट वागणं तुम्हाला इतकं मनाला लागत असेल, तर मग आणखी द्विधा का होता? तुम्हाला आवडतील अशा मुलींची काही कमतरता नाही! त्या नक्कीच माझ्यासारख्या मूर्ख, भावनाप्रधान नसतात. असयुक्तिक हट्ट करून स्वत:चं स्वाभाविक जीवन त्या नष्ट करीत नाहीत. जीवनाचे नियम आणि शृंखला, बंधनं मान्य करतात. त्या मूर्खाप्रमाणे जय-पराजयाचे विचार करीत नाहीत, स्त्रीच्या जबाबदाऱ्या उत्तमपणे पार पाडतात, लग्नाला आठ महिने पूर्ण होण्याच्या खूप आधीच त्यांचा संकोच निघून जाईल. त्यांच्यातल्या एखादीला पसंत करून टाका. तुमच्या सुखाला मी हरकत घेणार नाही, लहानपणापासून मी काही फार सुखात वाढलेली नाही – कुठल्याही दु:खाला सहजपणे स्वीकारायला मी शिकले आहे.'

'स्वत:च्या सुखासाठी तुम्ही मला सोडून दुसऱ्या कोणाबरोबर आयुष्य सुरू केल्याची घटना कानावर आल्यास मला आश्चर्य वाटणार नाही. मी कधीही तुमच्या सुखाच्या मार्गात अडथळा आणणार नाही. या असह्य जीवनातून तुम्हाला मुक्त व्हायचं असेल, तर मुक्त व्हा. मी काहीही म्हणणार नाही. मी तुम्हाला कधीही दोष देणार नाही. माझी अक्षमता माझीच राहील. माझं एकाकीपण हे माझंच राहील. जीवन आणखी आहे तरी किती दिवसांचं? पाहाता-पाहाता संपून जाईल. अचानक एके दिवशी मी मरून जाईन. कुठल्याही पुरुषाला तृप्त करण्याचं सामर्थ्य माझ्यात नाही हे आता मला समजलं आहे. दांपत्यजीवन सुखी करण्याची क्षमता माझ्यामध्ये खरोखरच नाही. मी पूर्णपणे बेअक्कल आहे. तुम्ही मला क्षमा करा. तुम्हाला असं पत्र

लिहावं लागेल असं कधीही वाटलं नव्हतं, पण मूर्खाप्रमाणे या जीवनापासून मी सुखाची अपेक्षा केली, कितीतरी अजब स्वप्नं पाहिली, पण वास्तवाने मला दाखवलं की जीवनाची सीमा एवढी विशाल नाही. उलट काही मिळवायचं असेल, तर त्यापेक्षा लाखपट गमवावं लागतं. हे पाहून माझा श्वास रुद्ध होतो. पण मी मात्र गमावण्याविनाच मिळवण्याची इच्छा ठेवली होती. म्हणूनच मी स्वत:च हरवून गेले. म्हणूनच तर लग्नानंतर वर्ष पूर्ण होण्याच्या आत मला हे कष्टदायक पत्र लिहावं लागतं आहे. माझ्या अक्षमतेसाठी तुम्ही मला क्षमा करा. तुमच्या उदारतेला मी कधीही विसरणार नाही.'

माझं पत्र मिळाल्यावर रुद्रने मला लिहिलं, 'तुझ्या सगळ्या अक्षमतांसहित तू जीवनभर माझ्या सोबत राहाशील. जवळजवळ तीन वर्षांपासून मी तीळ तीळ करून जी शृंखला परत आणली आहे तिला तू नष्ट करू शकणार नाहीस. माझी शृंखला आणि स्थिरता आता तुझ्यात आहे. पुरेसं झालं आहे, तू पुरेसं केलं आहेस - हा सारा वेडेपणा आता चालणार नाही. मी तुझ्या सुखाच्या मार्गात कधीच अडचण होऊन उभी राहाणार नाही, हे वाक्य पुन्हा हजार वेळा स्वत:ला ऐकव. जेव्हा तू मला उद्देशून हे वाक्य म्हणतेस, अगदी तेव्हाच तू माझ्या जीवनात सुखाच्या मार्गात उभी राहातेस. दुसऱ्यांदा तू मला हे वाक्य ऐकवू नकोस. तुझ्या जीवनाची सगळी जबाबदारी माझ्यावर आहे. त्याच्या चांगल्या-वाईटाचा विचार तुला करावा लागणार नाही. ही गोष्ट तू का विसरतेस? आणि ऐक - कधीही मला त्रास देऊ नकोस. मी काही खूप चांगला नाही आणि याचं कारण तू आहेस.' छोटंसं पत्र होतं, पण निर्मळ असा एक आनंद मला दिवसभर वाटत राहिला. माझं रुद्रवर प्रेम आहे हे मला खूप चांगलं माहीत होतं. रुद्र त्याच्या बासाबोच्या घरात माझं चुंबन घेण्याबरोबरच 'आणखी काही' करू इच्छित होता, त्या 'आणखी काही'ची भीती मला आपादमस्तक घेरून राही. हे सारं मी रुद्रला समजावू शकत नव्हते.

शुभविवाह

शीला आपली मुलगी बिनी हिला घेऊन चट्टोग्रामहून मयमनसिंहला फिरायला आली. शीला आल्याची बातमी मिळाल्यावर दादा बेचैन झाला. शहरातल्या काचिझूली भागातलं घर विकून शीलाची आई आणि भावंडं गफरगावच्या घरी राहायला गेली होती. गफरगावला जाण्याच्या मार्गावर शीला मयमनसिंहला थांबली होती - नीलमशीही भेट झाली, जन्मगावही पाहून झालं. पण गावात अचानक तिची दादाशी भेट झाली. दादाशी भेट व्हावी असं शीलाला वाटत होतं म्हणूनच त्यांची भेट झाली. ती भेट म्हणजे अचानक एकमेकांसमोर येऊन उभं ठाकणं, मनात शेकडो गोष्टी बोलायच्या असूनसुद्धा एकही गोष्ट बोलता न येणं. ते पाहाणं म्हणजे डोळ्यांतलं पाणी लपवण्यासाठी उजवीकडे किंवा डावीकडे पाहाणं. शीलाला दादाने घरी येण्याचं आमंत्रण दिलं. स्वत: बाजारात जाऊन चार प्रकारचे मासे आणि शीलाला मासे आवडत नसतील तर त्याबरोबर बकऱ्याचं मांस, चिकन, एवढंच काय कबुतराचं मांसही आणलं. आईने दिवसभर राबून स्वयंपाक केला. संध्याकाळी बिनीला बरोबर घेऊन शीला आमच्या घरी आली. शीला अगदी पूर्वीसारखीच होती. पूर्वीसारखाच चेहरा, पूर्वीसारखेच डोळे, डोळ्यांतलं हसू, फक्त गालांवर काही काळे डाग पडलेले. सगळ्यांशी हसतमुखाने गप्पा मारल्या शीलाने. तिच्या डोक्यावरून हात फिरवून आईने विचारलं, 'ठीक आहेस ना शीला! किती दिवसांनंतर भेटलीस! तुझी मुलगी बिनी सुंदर आहे!' जेवताना शीला वारंवार म्हणत होती, 'काय गरज होती या सगळ्याची?' शीलाच्या ताटात मासे-मटन वाढता-वाढता आई म्हणत होती, 'नोमानने एवढं प्रेमानं आणलंय, खा ना!' जेवणानंतर बिनीला अंगणात खेळायला पाठवून दादाच्या खोलीत बसून आपल्या दु:खी जीवनाच्या गोष्टी तिने त्याला सांगितल्या. स्वत:च्या डोळ्यांतले अश्रू पुसता-पुसता दादा शीलाचे डोळेही पुसत

होता. शीला परत गेल्यावर दादा उदासपणे बिछान्यावर पडून राहिला, नजर खिडकीबाहेर. वारंवार त्याच्या डोळ्यांत पाणी येत होतं. अशा प्रकारे अनेक दिवस उदास मन:स्थितीत काढल्यावर तो घरात सर्वांना म्हणाला, आता कुणीही माझ्यासाठी मुलगी पाहात फिरू नका. मी लग्न न करण्याचा निर्णय घेतलाय. सगळेच थक्क! थक्क झालेल्या आम्हा सगळ्यांना आठवड्यानंतर तो म्हणाला, लग्न करायचं झालं तर तो शीलाशी लग्न करील. शीलाशी लग्न? सगळेजण आणखी थक्क झाले. विवाहित आणि मुलं असलेल्या शीलाशी दादा कसं काय लग्न करणार? शीला लवकरच घटस्फोट घेईल, मग तो लग्न करून तिला घरी घेऊन येईल. बिनी आहे तर वाईट काय, ती शीलाचीच मुलगी आहे. दादा मोठमोठी पत्रं लिहू लागला शीलाला. पत्रं नीलमकडे देऊन येई, नीलम आपल्या पत्रांच्या पाकिटांत दादाची पत्रं घालून ती शीलाकडे पोस्टाने चट्टोग्रामला पाठवी.

एके दिवशी खूप सकाळीच नीलम घरी आली. दादा सारी रात्र जागरण करून, नीलम यायच्या आधीच कपडे-बिपडे घालून तयार होता. दोघेजण चट्टोग्रामला शीलाकडे गेले. कुणामध्येही दादाला अडवण्याइतकं सामर्थ्य नव्हतं.

चट्टोग्रामला एक आठवडा राहून दादा परतला. हा एक पूर्णपणे नवीनच दादा होता. तो आता खिडकीबाहेर बघत उदासपणे पडून राहात नसे. शीलाव्यतिरिक्त अन्य कुणा मुलीशी आता तो लग्न करणार होता. चट्टोग्रामला नक्की काय झालं, हे त्याने घरी कुणालाच सांगितलं नाही. कुणी विचारलं, तर तिथल्या समुद्रकिनारी एका खडकावर बसलेले स्वत:चे काही फोटो दाखवी आणि म्हणे, 'चट्टोग्राम काही वाईट नाही, चांगलंच आहे.'

दादाच्या मित्रांची लग्नंच काय, त्यांना मुलंबाळंही झाली होती. एवढंच काय, जो आदुभाई फरहाद इंजिनिअरिंग पास झाल्याशिवाय लग्न करणार नाही असं म्हटला होता, त्यानेही इंजिनिअरिंगची परीक्षा पास झाल्यावर लग्न करून टाकलं होतं. दादाला तर काही कुठली परीक्षा द्यायची नव्हती. बऱ्याच काळपासून तो नोकरी करीत होता, अजूनही जर त्याने लग्न केलं नाही, तर मग नंतर कधीतरी लग्न करण्याची आशाच सोडावी लागेल. दादा दर आठवड्याला मुली पाहात होता, पण त्यातली कुठलीही मुलगी त्याला पसंत पडत नव्हती. फाइसन्स कंपनीचा नवीन प्रतिनिधी फजलुल करीम हा दादापेक्षा चारेक वर्षांनी लहान होता. या शहरात नवीनच येऊन इथल्या आचारविचारांशी परिचित होण्याआधीच त्याने लग्न केलं - त्याची बायको होती यास्मिनच्या वर्गातली एक मुलगी. फजलुल करीमची बायको पाहून आल्यावर दादा यास्मिनला धमकीच्या स्वरात म्हणाला, 'तुझ्या वर्गात इतकी सुंदर मुलगी होती, हे मला आधी का नाही सांगितलंस?'

'मुली तर आहेतच, पण तुझ्यासारख्या म्हाताऱ्याशी लग्न करतील काय माझ्या

वर्गातल्या मुली?'

'काही वर्षांनी लहान असणं फार महत्त्वाचं नाही!'

'यास्मिनच्या वर्गातल्या मुली तुझ्यापेक्षा पंधरा वर्षांनी लहान आहेत, दादा!' मी म्हणाले.

'मग तुझ्या वर्गातली एखादी मुलगी पाहा ना!'

'मेडिकलची मुलगी?'

'नाही, मेडिकलच्या मुलीशी लग्न करता येणार नाही.'

'का?'

'ती काही वर्षांनंतर डॉक्टर होईल. स्वत:चंच खरं करेल, माझं ऐकणार नाही.'

'तुमचं सगळं ऐकणारीच कशाला हवी?'

'अगं मला तिच्यापेक्षा वरचढ असायला हवं ना! ती माझं ऐकणार नसेल तर मला चालणार नाही.'

'ओ! तुला तर डॉक्टरला 'सर' म्हणावं लागतं! मेडिकलच्या मुली औषध कंपनीच्या प्रतिनिधीशी लग्न करीत नाहीत. तेव्हा ते स्वप्न सोडून दे.'

'मेडिकल तर बादच! मेडिकलला सुंदर मुली जात नाहीत.'

दादाला आपल्या आज्ञेत राहाणारी मुलगी हवी होती. ती एम.ए. पास असलेली चालणार नाही, कारण दादा एम.ए. झालेला नाही. दादापेक्षा अधिक शिकलेली मुलगी असेल, तर संकटच! दादाने माझ्या शाळेतल्या किंवा मुनिमुन्निसा कॉलेजमधल्या जुन्या मैत्रिणींबद्दल विचारलं.

'त्यांच्यापैकी कुणीच सुंदर नव्हती का?'

मी म्हणाले, 'ममता होती, पण तिचं तर लग्न होऊन गेलं!'

'आणखी एक ममता होती ना तुझ्या शाळेत - बाघमारला राहात होती. हुशार होती, सुंदर होती.'

'हीच तर खरी अडचण आहे. सुंदर मुली शाळेत असतानाच त्यांची लग्नं होऊन जातात. आय.ए., बी.ए. पास होऊनही ज्यांची लग्नं झालेली नसतात, अशा मुली दिसायला काहीतरीच असतात. दात पुढं आलेले, नाहीतर ओठ उंच, काहीतरी दोष असतोच!'

आई म्हणाली, 'नोमान, तू किती तरी सुंदर-सुंदर मुली पाहिल्यास - पण एकही तुला पसंत पडली नाही. शेवटी कोण आहे तुझ्या नशिबात कोण जाणे!'

आता नशिबाची गोष्ट काढल्यावर दादाने शर्ट-पँट काढून लुंगी घातली आणि व्हरांड्यातल्या खुर्चीत बसून अंग खाजवीत म्हणाला, 'सुंदर मुलगी मिळाली नाही तर लग्नच करणार नाही इन्शाल्लाह! साधारण दिसणाऱ्या मुलीशी लग्न करण्यापेक्षा जन्मभर अविवाहित राहिलेलं चांगलं!'

'सेबनीला पाहून आला होतास - किती सुंदर मुलगी, पण तुला पसंत पडली नाही. खूप नमाजी मुलगी होती, पर्दा पाळणारी, अदबीने वागणारी, बी. ए. झालेली मुलगी होती ती!'

'फार नमाजी चांगली नसते मा!' दादा हसून म्हणाला.

'तिच्याशी लग्न केलं नाहीस ते चांगलंच केलंस. आईच्या बुरख्याचा त्रास होतोय. घरात दोन-दोन बुरखावाल्या झाल्यावर झंझटच झाली असती!' मी चिमटा काढला.

आई रागावली, 'तोंड सांभाळून बोल, नासरिन!'

आईचं रागावणं माझ्या कानात शिरलं नाही, कारण मी मुनिमुन्निसामधल्या मुलींचे चेहेरे आठवीत होते. कोण बरं दिसायला सुंदर होतं? मी म्हणाले, 'मुनिमुन्निसा कॉलेजात आर्टसला एक सुंदर मुलगी शिकत असे. ती नफीसाची मैत्रीण होती.'

'नफीसा कोण?'

'नफीसा माझ्याबरोबर शाळेतही होती, कॉलेजमध्येही होती.'

'ती नफीसा होय? बुटकी? तुझ्या मैत्रिणीच ना सगळ्या! एक तर चंदना चकमाशी मैत्री केलीस - नकटी चकमा! तुझी चॉईस बघून मला तर - आता काय म्हणू?'

नफीसाला दादा ओळखीत होता. ती आमच्या घरीही आली होती. तिचा थोरला भाऊसुद्धा कधीकाळी दादाबरोबर कॉलेजमध्ये त्याच्या वर्गात शिकत होता. आता तो चांगला स्थिर झाला होता, ढाक्यात नोकरी-बिकरी करीत होता.

'नफीसाने तर मेडिकलला प्रवेश घेतला.' मी म्हणाले.

'मग सुंदर मुली कोण होत्या, ते सांग!'

'एकजण आहे - तिचं नाव हसीना. मुनिमुन्निसामध्ये आर्टसला होती. फारसं बोलणं झालं नाही तिच्याशी, पण नफीसाशी तिची खूप गट्टी होती.'

ही मुलगी पाहायची, असं दादाने ठरवलं.

नफीसाकडून हसीनाचा एक फोटो आणून मी दादाला दाखवला. दादा म्हणाला, 'या मुलीला पाहायला जाईन मी. बस्, मुलगी पाहाण्याचा कार्यक्रम ठरला. दादा मुलगी पाहून आला आणि म्हणाला, 'चालेल.'

'चालेल म्हणजे? लग्न करणार तिच्याशी?'

'दिसायला अगदी खूप सुंदर आहे असं नाही, पण लग्न करीन मी.'

दादाच्या तोंडून 'लग्न करीन मी' हे वाक्य ऐकून आम्हाला आश्चर्य वाटलं. आनंदही वाटला. दादाने मुलगी पसंत केली हे ऐकून बाबा म्हणाले, 'त्या मुलीचे वडील काय करतात, त्यांची परिस्थिती कशी आहे, भाऊ काय करतात - या सगळ्यांची चौकशी केल्याशिवाय लग्नासाठी उड्या मारून कसं चालेल?'

हसीना आपल्या बहिणीच्या घरी राहून शिकत होती. तिच्या बहिणीचा नवरा रेल्वे स्कूलमध्ये शिक्षक होता. त्या रेल्वे स्कूलमध्ये हसीना लहानपणी शिकत असे. नफीसाही. मुनिमुन्निसामध्ये हसीना आर्टसला तर नफीसा सायन्सला होती, माझ्याबरोबर. नफीसानेच एकदा माझी हसीनाशी ओळख करून दिली होती. विज्ञानाच्या विद्यार्थिनींचा कलाशाखेच्या विद्यार्थिनींशी फारसा संपर्क नसे. हसीनाशीही फारशा भेटी होत नसत. तीच मोठ्या डोळ्यांची हसीना आता माझ्या दादाची बायको होणार - वा! मला जी माहिती नव्हती ती नफीसाकडून समजली - हसीनाचे वडील हयात नव्हते, आई होती. काही भाऊ होते, काही बहिणीसुद्धा. यापेक्षा जास्त माहिती मी घरी देऊ शकले नाही. दादाने आणखी माहिती काढली आणि सांगितलं, फूलपूर शहरापासून दहा मैलांवरच्या अर्जुनखिला गावी मुलीची आई राहाते. एक भाऊ फूलपूरमध्ये नोकरी करतो. दुसरा भाऊ मयमनसिंहमध्ये नोकरी करतो. फार मोठी नाही, पण नोकरी आहे. खाऊनपिऊन सुखी आहे. आणखी एक भाऊ नुसता घरी बसून असतो. हसीना ज्या थोरल्या बहिणीच्या घरी राहात असे, तिचं नाव कुसुम. कुसुमला दोन मुलं आहेत. नवऱ्याला सोडून ती एका विवाहित पुरुषाबरोबर पळून गेली. त्याच्याशी लग्नही केलं. दुसरी बहीण परवीन - तिला लहानपणीच तिच्या आत्याला दत्तक दिलं आहे. ती आत्यालाच 'आई' म्हणून हाक मारते. परवीनचे थोरले दीर होते अमानुल्लाह चौधुरी - त्यांच्या वशिल्यानेच छोटोदाला नोकरी मिळाली होती. ही सारी माहिती बाबांना काही आवडली नाही. मुलगी सुंदर आहे, बी. ए. शिकते आहे, हे ऐकूनही त्यांचा चेहरा खुलला नाही. मुलीचे बाप-भाऊ श्रीमंत नाहीत, त्यांना नाव नाही, हरकत नाही, पण मुलीची थोरली बहीण आपल्या नवऱ्याला सोडून दुसऱ्या माणसाबरोबर पळून गेली आहे, ही गोष्ट बाबांना खटकत राहिली. ही गोष्ट दादालाही खटकली होतीच; पण सुंदर मुलींचा दुष्काळ पाहाता, ही मुलगी नाकारली, तर पृथ्वीवर सुंदर अशी एकही मुलगी शिल्लक राहाणार नाही, अशी त्याला शंका वाटत होती.

दादाने लग्न करीन तर याच मुलीशी, मग माझ्या नशिबी काहीही येवो, असा निश्चय केला. आई रात्रंदिवस बाबांना म्हणत राहिली, 'त्याच्या लग्नाला मान्यता द्या, आता जर नोमानचं लग्न झालं नाही, तर जन्मात कधी होणार नाही!' बाबांना कसंबसं तयार केल्यावरच दादा तारीख ठरवायला बसला. डिसेंबरच्या चार तारखेला लग्न. खाणंपिणं विसरून त्याने धावत-पळत खरेदीला सुरुवात केली. घराची जी सजावट शिल्लक होती, ती पूर्ण करून टाकली. लग्नसमारंभात घालण्यासाठी त्याने माझ्यासाठी पिवळ्या रंगाची साडी घेतली, यास्मिनसाठी निळ्या रंगाची आणि गीतासाठी हिरव्या रंगाची. हळदीसमारंभाच्या वेळी घालण्यासाठी सर्वांना लाल काठाच्या पिवळ्या साड्या घेतल्या. सजवलेल्या सुपापासून सुरू करून, वधूसाठी साडी, सौंदर्यप्रसाधन आणि वधूच्या आई, नानी, दादी सर्वांसाठी साड्या घेतल्या. अर्थात या सगळ्यांचा

खर्च बाबांनी दिला. बाबा हे वरपिता असल्यामुळे लग्नाचा सगळा खर्च प्रथेप्रमाणे त्यांनीच करायचा होता. हौसमौजेच्या वस्तूंचा खर्च दादाने केला. उदाहरणार्थ, बउभात समारंभाचं सुंदर निमंत्रणपत्र तयार करण्यासाठी त्याने निमंत्रण-काव्य लिहून आणलं. एका लाल डबीत मखमलीच्या कापडावर ते निमंत्रण स्क्रिन प्रिंट करून आणलं. त्या आमंत्रणाला दोन्ही बाजूंना रुप्याच्या काड्या होत्या. निमंत्रण राजा-बादशहांनी पाठवलेलं फर्मान असावं, तसं दिसत होतं. दादाने आपली खोली राजाच्या खोलीप्रमाणे सजवायचं ठरवलं. पलंग सजवण्यासाठी त्याने शहरातल्या उत्तम कलाकारांना सांगून ठेवलं. हजारो गुलाब आणि जाईच्या फुलांनी पलंग सजवायचा होता. फाटकापासून तर बेडरूमपर्यंत लाल कार्पेट अंथरायची होती. बाबांच्याकडून मोठी रक्कम घेऊन दादाने ढाक्याहून वधूसाठी लाल बनारसी साडी आणि बरेच सोन्याचे दागिने विकत आणले. लग्नाच्या खरेदीतच महिना उलटला.

हळदी समारंभाच्या दिवशी आम्ही - म्हणजे मी, झुनूमावशी, यास्मिन, छोटोदा, गीता फूलपूरच्या अर्जुनखिला गावात जाऊन हसीनाला हळद लावून आलो. सजवलेल्या सुपात हसीनासाठी पिवळी साडी आणि चेहऱ्यावर लावायचे सात रंग नेले होते. सुपामागे बत्तीस प्रकारच्या मिठाईचा पुडा. दुसऱ्या दिवशी दादालाही हळद लावली. दादा व्हरांड्यात चटईवर बसला होता. नातेवाइकांनी दादाला हळद लावली. ती चटई चार जणांनी धरून अंथरायची असे. मी तिचं एक टोक धरलं, तेवढ्यात झुनूमावशीने धावत येऊन माझ्या हातातून ते टोक काढून घेतलं आणि म्हणाली, ‘तू हे धरायचं नाहीस.’

‘का धरायचं नाही?’

‘कारण आहे. नंतर सांगेन.’

मी चटई सोडून घरात उदास होऊन बसले. नंतर झुनूमावशी म्हणाली, ‘तुझी पाळी चालू आहे ना, म्हणून!’

‘कोण म्हणतं माझी पाळी चालू आहे? तसं काही नाही!’

‘असं होय? मला वाटलं की चालू आहे!’

‘चालू असती तर काय झालं असतं?’

‘त्यावेळी शरीर पवित्र नसतं. लग्नाच्या वेळी पवित्र हातांनी सगळ्या वस्तू धरायच्या असतात. शुभकार्याच्या वेळी अशुभ गोष्टी दूर ठेवायच्या असतात.’

‘असं होय!’

मी आईला विचारलं, ‘आई, तसं असलं म्हणजे त्या चटईला हात लावायचा नसतो का?’

आई म्हणाली, ‘नापाक शरीराने स्पर्श न केलेलाच चांगला.’

‘आणि केला स्पर्श तर?’

आईने याचं उत्तर दिलं नाही. ती खूप कामात होती. झुनूमावशी म्हणाली, 'अमंगल होतं.' म्हणजे काय होतं या माझ्या प्रश्नाला उत्तर मिळालं नाही. आमच्या घरामागे जीवनचं घर होतं. जीवनच्या लग्नाच्या वेळी पाहिलं होतं की, चटईखाली (तिला 'शीतलपाटी' म्हणतात) जीवनच्या आईने पान-सुपारी ठेवली होती. पान-सुपारीचं प्रयोजन काय ते मला समजलं नव्हतं. जीवनच्या लग्नातले सगळेच विधी मी पाहिले होते. वरासमोर आरसा धरून विचारण्यात आलं होतं 'काय बघतोस?' आरशात जीवनचा सुंदर चेहरा दिसत होता. जीवनच्या तोंडून शब्द फुटत नव्हता. एकजण त्याला म्हणालं, 'चंद्रमुख' असं म्हण. अशीच प्रथा होती म्हणे. या प्रथा मला अद्‌भुत वाटत. डॉली पालच्या बहिणीच्या लग्नाला गेले होते. तिथे होमाच्या चार बाजूंना केळीचे चार खुंट रोवले होते. त्या खुंटांभोवती वधू-वरांना सात फेरे घालावे लागले. दिवसभर उपवास केलेल्या वधूने थकलेल्या शरीराने फेरे घातले होते. हळदी समारंभाच्या दिवशी जीवनच्या अंगावर रंग टाकण्याचा खेळ झाला. तो खेळ सुरू झाल्याबरोबर मी घरी पळून आले, कारण रंग खेळताना जी धावाधाव आणि जबरदस्ती होते, ती मला आवडत नाही. त्याचप्रमाणे महबूबाच्या बहिणीच्या हळदी समारंभाच्या वेळी वराचा एक मित्र मला रंग लावायला सरसावला होता, तेव्हाही मी झटकन त्या घरातून बाहेर पडले होते. कारण रंग टाकण्याच्या निमित्ताने मला स्पर्श करणं हा त्याचा मुख्य हेतू होता हे मला जाणवलं. माझ्या निघून जाण्याचं महबूबाला आश्चर्य वाटलं होतं.

दादाच्या हळदी समारंभाच्या वेळी घरच्या सगळ्या महिलांनी पिवळ्या साड्या नेसल्या. घरी येणाऱ्या सगळ्याजणी पिवळ्या साड्या नेसून आल्या. फक्त नानी तेवढी पांढरी साडी नेसून आली आणि दादाच्या चेहऱ्याला हळद लावून म्हणाली, 'सुखी राहा, अशी प्रार्थना करते.' नानीच्या आणि आईच्या दृष्टीने सुखाचं मोल खूप होतं. छोटोदा दूर असला तरी सुखात आहे असा विचार करून आईने छोटोदा अनुपस्थित असल्याची खंत सुसह्य करून घेतली. सगळं घर जणू पिवळ्या रंगात रंगून गेलं. पिवळ्या साड्यांनी, मिठायांनी, आनंदाने. आजोळचे सारे आले. सगळ्यांनी दादाला हळद लावली. हसीनाच्या घरच्या सगळ्यांनी येऊन दादाच्या गालावर आणि कपाळावर हळद लावली. दादा खूप छान दिसत होता. हसीनाचे नातेवाईक पोटभर पुलाव आणि मटन खाऊन परत गेले. ते जर सासुरवाडीचे लोक नसते, तर दादाने नक्कीच त्यांना 'जंगली' म्हणून शिवी दिली असती.

त्यानंतर तर लग्नाची धामधूम. घराच्या फाटकासमोर पानाफुलांचं एक सुंदर प्रवेशद्वार तयार करण्यात आलं. बाबांच्या मित्राची गाडी घेऊन बाबा, आम्ही छोटी मंडळी, दादाचे मित्र - सारे अर्जुनखिलाला गेलो. दादा संकोचून तोंड रुमालाने झाकून बसला. डोक्यावर टोपर (मुकुट), अंगात पांढऱ्या रंगाची शेरवानी, पांढरा पायजमा,

पांढरे जोडे. बाहेर शामियान्यात बसून तो काजीला 'कबूल' असे म्हणाला, तर घरात बसलेली हसीनाही काजीला 'कबूल' म्हणाली. अर्थात वधूला 'अमुक गृहस्थाच्या अमुक मुलाबरोबर अमुक रुपये देनमोहर विवाह करायला तू तयार आहेस का?' या काजीच्या प्रश्नाला लगेच 'कबूल' असं उत्तर देणं शोभत नाही, काही वेळ रडावं लागतं, रडून थकल्यावर आई आणि मावशीने सांगितल्यावर 'कबूल' म्हणावं लागतं. 'कबूल' म्हणायला हसीनाने फार वेळ घेतला नाही. हसीनाचं 'कबूल' म्हणणं म्हणजे विवाहविधी पूर्ण होणं. आता निरोप घेण्याची वेळ. हसीनाच्या आईने बाबांच्या हाती मुलीला सोपवलं. मी चकित होऊन सारा प्रकार पाहात होते. लग्नातले सगळे विधी इतक्या जवळून यापूर्वी कधी मी पाहिले नव्हते. फुलांनी सजवलेल्या गाडीत दादा आपल्या बायकोला घेऊन बसला. दोन्ही बाजूंना मी आणि यास्मिन. मागच्या गाडीत वरपक्षाचं वऱ्हाड. दादाने सगळा कार्यक्रम आधीच आखून ठेवला होता. त्यानुसार गाडी घराजवळ पोचल्यावर वधुवरांचा गृहप्रवेश शानदारपणे करण्यासाठी आम्ही गाडीतून उतरून पळत घरात गेलो. वधूवरांवर पुष्पवर्षाव करण्यासाठी! हातात फुलांच्या पाकळ्या ठेवलेली सुपं घेऊन, लाल कार्पेटच्या कडेला उभ्या राहून आम्ही वधुवरांवर पुष्पवर्षाव केला. इकडे बाबा वधूचं स्वागत करण्यासाठी माणूस शोधीत होते. आई खुल्या दरवाजाजवळ वधुवरांचं स्वागत करण्यासाठी उभी होती. दिवसभर घरात बसून ती या क्षणाची वाट पाहात होती. आईशेजारी बाबांच्या मित्राची बायको उभी होती. आईला दरवाजासमोरून 'तू बाजूला हो, दूर जा, दूर जा' म्हणत बाबांनी दूर सरकवलं. एम.ए. काहारचा धाकटा भाऊ अब्दुल मोमिनच्या बायकोला हसून म्हणाले, 'भाभी, आपण या आणि माझ्या मुलाचं आणि सुनेचं स्वागत करा. आई मागे राहिली, धनी अब्दुल मोमिनची दागिन्यांनी सजलेली बायको दारात उभी राहिली आणि तिने दादाच्या आणि डोक्यावरून लाल घुंघट घेतलेल्या हसीनाच्या गळ्यात हार घालून त्यांचं स्वागत केलं. झुनूमावशी हे पाहून अवाक झाली आणि म्हणाली, 'आश्चर्य! घरात आई असताना दुसऱ्या व्यक्तीनं वधुवरांचं स्वागत केलं!' झुनूमावशी तिथून दूर गेली. दादाने घेऊन दिलेली साडी नेसून, गृहप्रवेश विधीच्या प्रसंगी गर्दीत, मागे उभी राहून आई आपल्या मुलाच्या आणि त्याच्या पत्नीच्या सुखी जीवनासाठी प्रार्थना करत होती.

दादाची सजवलेली खोली, बिछान्यावर पसरलेल्या लाल गुलाबाच्या पाकळ्या, त्यांच्यामध्ये लाल बनारसी घातलेली वधू बसली. दादा इकडे-तिकडे करीत होता. दादा दिसायला पूर्वीसारखाच होता, पण मी विचार करीत होते, हा आता पूर्वीचा दादा नाही, हा विवाहित दादा आहे. दादाच्या ओठांवर एक वेगळंच हसू होतं. रात्री सोफ्यावर बसून तो पाय हलवीत होता. तेव्हा बाबा नेहमीप्रमाणे म्हणाले, 'खूप रात्र झालीय, जाऊन झोप आता.' दादा आपल्या खोलीत झोपायला जाणार, कालच्या

रात्री तो एकटा झोपला होता, आज त्याच्या बिछान्यात होती हसीना - जिच्याशी त्याचा परिचय झाला नव्हता, प्रेम झालं नव्हतं. मी विचार करीत होते, काय बोलतील आपापसात ते दोघेजण? जर वधूमध्ये त्याला काही दोष आढळला, तर रात्रीच तो बाहेर येऊन सोफ्यावर बसून राहील की काय? बऱ्याच रात्रीपर्यंत या कुतूहलामुळे मला झोप आली नाही.

सकाळी त्याच्या खोलीतून दादा आधी बाहेर आला, पाठोपाठ हसीना. दादाच्या चेहऱ्यावर संकोच दिसत होता, तर हसीनाच्या चेहऱ्यावर निर्लज्ज हसू. घरातल्या सगळ्यांचे डोळे त्या दोघांच्या चेहऱ्याकडे लागले होते.

छोटोदा डोळे नाचवीत म्हणाला, 'काय वहिनी, रात्री नथनी उतरवली का?'

हसीना हसून म्हणाली, 'नाही, काहीच झालं नाही!'

मी विचारलं, 'नथनी का उतरवायची असते?'

हसीना माझ्या पाठीत धपाटा मारीत म्हणाली, 'लग्नाच्या रात्री उतरवायची असते.'

'का उतरवायची असते?'

'माहीत नाही?'

'नाही ना!'

'ते होणं म्हणजे नथनी उतरवणं!'

' "ते" म्हणजे काय?'

हसीना जोरात हसली.

आपण खूप बावळट आहोत असं मला वाटलं. हसीना खूप सहजपणे वावरू लागली. छोटोदा वयाने तिच्यापेक्षा मोठा असूनही त्याला छानपैकी नावाने हाक मारू लागली. गीतालाही. सहजपणे 'तुम्ही' म्हणू लागली. ती थोरली वहिनी म्हणूनच दादापेक्षा जे छोटे, त्यांना छोटे म्हणून वागवू लागली असणार. मी अवाक् होऊन हसीनाकडे पाहू लागले - मुनिमुन्निसा कॉलेजमध्ये शिकणारी हीच मुलगी - हिला कॉलेजच्या आवारात दुरून फिरताना पाहात असे, नफीसाचा हात धरून.

अनुची आई - आमची नवी मोलकरीण - बादलीत पाणी घेऊन फरशी पुसायला आली, तिला मी विचारलं, 'बघितली नवी नवरी?'

'नवरीच्या अंगावर मांस दिसत नाही.'

ते बरोबरच होतं. हसीना अगदी सडपातळ होती, माझ्यासारखीच.

'आणि नवरीने तर सकाळी अंघोळही केली नाही, कपडेही बदलले नाहीत.'

'का? या थंडीच्या दिवसात कुणी गार पाण्याने अंघोळ करतं का?'

'पण सकाळी उठल्याबरोबर अंघोळ करून, कपडे बदलून मग घरात वावरायचं असतं!'

‘का? दुपारी अंघोळ केली तर चालत नाही? आणि कपडे नाही धुतले तर चालत नाही?’

अनूची आई नकारार्थी मान हलवून, ठामपणे म्हणाली, ‘नाही.’

मला कुतूहलाने ग्रासून टाकलं. हसीनाला मी विचारलं, ‘का बरं अंघोळ करायची असते आणि कपडे धुवायचे असतात?’

‘अगं, ‘‘ते’’ झाल्यावर करायचं असतं हे.’

‘पण ‘‘ते’’ म्हणजे काय?’

हसीना आताही जोरात हसली. ‘‘ते’’ म्हणजे काय हे मला समजलं नाही.

हसीना आणि मी एकाच कॉलेजमध्ये शिकलेल्या असलो, तरी ती मला मैत्रिणीप्रमाणे वाटली नाही. दादाची बायकोच वाटत राहिली.

दोन दिवसांनंतर ‘बउभात’ कार्यक्रम होता. यात नवी सून सासरच्या सर्व लोकांना प्रथमच जेवायला वाढते. दादाने सकाळपासून टेपरेकॉर्डरवर बिस्मिल्ला खानच्या सनईची कॅसेट लावली. दिवसभर ती कॅसेट त्याने वाजवत ठेवली. देखण्या दादाने भारी सूट घातला होता, पायात ‘मेड इन इटाली’ विदेशी बूट घातले होते. मैदानात विशाल शामियान्यात टेबल खुर्च्या मांडल्या होत्या. आतल्या अंगणातही. पत्र्याच्या खोलीजवळ स्वयंपाकी मोठे खड्डे करून प्रचंड पातेल्यांमध्ये मोठमोठ्या पळ्या हलवीत पुलाव आणि मटन शिजवत होते. हसीना बउभात कार्यक्रमासाठी आणलेली साडी नेसून, मान खाली घालून बिछान्यावर बसली होती. पाहुणे भेटवस्तू घेऊन येत होते. पाहुणे म्हणजे नातेवाईक, दादाचे मित्र, बाबांचे मित्र, छोटोदाचे मित्र, माझ्या आणि यास्मिनच्या काही मैत्रिणी. एकजण आहेरवस्तूंची आणि त्या देणाऱ्या व्यक्तींची नावं लिहीत होता आणि आहेरात आलेल्या वस्तू एका कोपऱ्यात ठेवीत होता. पाहुणे नव्या नवरीचा चेहरा बघून एकेक करीत जेवायला जात होते - पुरुषलोक मैदानातल्या शामियान्यात, तर महिला अंगणात. दुपारपासून संध्याकाळपर्यंत असंच चाललं होतं. त्या गर्दीत मला गुदमरल्यासारखं होत होतं. रात्री गर्दी कमी झाली. मग आम्ही आहेराचे बॉक्सेस उघडले. काचेच्या वस्तू, पितळेची भांडी, घड्याळ, साड्या, सोन्याचे दागिने इत्यादी आहेरांनी खोली भरून गेली. दादाने सगळे दागिने आपल्या खोलीत नेऊन ठेवले.

महिना उलटल्यावर हसीना माझ्याकडे तिची एक समस्या घेऊन आली. ती समस्या माझ्याशिवाय इतर कुणालाही सांगता येणार नव्हती. समस्या काय होती? माझ्यातल्या डॉक्टरने कान टवकारले.

‘लग्नानंतर सुरुवाती-सुरुवातीला मला जे मिळत होतं, ते आजकाल मिळत नाहीय, म्हणजे पती-पत्नीच्या मीलनाच्या वेळी जे मिळत होतं, ते ....’

‘मीलन’ शब्द ऐकून माझे कान लाल झाले. ते शक्य तितके बदामी करीत मी

म्हणाले, ' 'ते' म्हणजे काय?'

'एक प्रकारची तृप्ती.'

'आधी मिळत होती, आता मिळत नाही. का?'

'तेच तर विचारतेय मी, का मिळत नाही?'

'इंटरकोर्स झाल्यावर तर मेल ऑर्गनमधून, म्हणजे टेस्टिसच्या मागच्या बाजूच्या कॉयेल्ड ट्यूब एपिडिडाईमिसमधून व्हास डिफरन्स होऊन स्पर्म ब्लॅडरच्या वरून, ब्लॅडरच्या मागे सेमिनल व्हेसिकल ग्लँडमध्ये जातात, सेमिनल व्हेसिकलमध्ये ते सेमिनल फ्लुइडमध्ये मिक्स होऊन सिमेन तयार करून स्पर्म युरेथ्रावाटे पास करतात.'

मी एक पेन घेऊन एका कागदावर आकृती काढून स्पर्मस्‌ची गती-प्रकृती हसीनाला समजावून सांगितली. हे टेस्टिस, हे सेमिनल व्हेसिकल, व्हास डिफरेन्स, हे युरिनरी ब्लॅडर, हे प्रोस्टेट, त्यानंतर बाणाचं चिन्ह काढलं युरेथ्राच्या दिशेने.

हसीना म्हणाली, 'ते आलं लक्षात, पण मी तृप्तीबद्दल म्हणतेय, ती का मिळत नाही?'

माझ्या हातातलं पेन एकदा गालांवर, एकदा हनुवटीवर, एकदा केसांत!

'इजॅक्युलेशन होतं का?'

हसीनाला हळू आवाजात बोलताच येत नव्हतं, म्हणून मी खोलीचं दार आतून लावून घेतलं, बाहेर कुणी ऐकू नये म्हणून.

'इजॅक्युलेशन काय असतं?'

'सिमेन सेक्रेशन.'

'सिमेन काय असतं?'

'म्हणजे? सिमेन माहीत नाही? मेल ऑर्गनमधून जे सिक्रेशन होतं, त्याला सिमेन म्हणतात.'

'हो, ते होतं.'

'मग तर मला काही अडचण दिसत नाही.'

हसीना हताशपणे निःश्वास टाकून निघून गेली. डॉक्टरीची पुस्तकं चाळून हसीनाच्या प्रश्नाचं कुठं काही उत्तर सापडतं का हे पाहिलं. 'शारीरिक संबंध' याबद्दल पुस्तकात जितकी माहिती होती, तितकी रात्रभर जागून वाचली आणि दुसऱ्या दिवशी बिन पैशाची डॉक्टरकी करण्यासाठी - म्हणजेच उपदेश देण्यासाठी - तिला हाक मारली. हसीना उपदेश घेण्यासाठी पळतच आली. संकोच बाजूला ठेवून, मी जणू दादाची बहीण नाही, हसीनाची नणंद नाही, तर केवळ एक डॉक्टर आहे, अशा भूमिकेतून तिला विचारलं, 'अच्छा, तुझ्या नवऱ्याचं इजॅक्युशलेन होतं ना?'

'होतं की! का होणार नाही?'

'तुझं व्हॅजॅइनल सिक्रेशन होतं?'

'व्हॅजॅइनल सिक्रेशन म्हणजे काय?'

'म्हणजे तुझ्या व्हॅजिनेतून काही बाहेर येतं का?'

'हो, ते येतं.'

'प्रिमॅच्युअर इजॅक्युलेशन होतं का? म्हणजे इरेक्शन झाल्याबरोबर सिमेन बाहेर पडतं का?'

'नाही, नाही, तसं काही होत नाही. बराच वेळ लागतो त्याला. उलट आधीपेक्षा जास्तच. पण तृप्ती मिळत नाही.'

'तुला डिसपेरिनिया आहे का? म्हणजे, कॅप्युलेशनच्या वेळी वेदना होतात का?'

'नाही.'

'व्हॅजायनिसमुस आहे का? मसल स्पास्म अधिक होण्यामुळे तसं होतं किंवा हायपोथायरोडिजम् असेल, तर सेक्शुअल डिसफंक्शन होऊ शकतं.'

'ते तर काही मला माहीत नाही, सगळं आधीप्रमाणेच आहे, पण या दोन आठवड्यांपासून ही समस्या जाणवतेय.'

'हे बघ, हायपोथेलॅमस नावाचा एक भाग असतो आपल्या शरीरात. तो ब्रेनच्या थर्ड व्हेन्ट्रिकलच्या लोअर पार्टमध्ये असतो. या हायपोथेलॅमसशी पिच्युरिटी ग्लँडचं कनेक्शन असतं. असू दे. तुला संक्षेपात सांगते - गोनाडोटूपिन रिलीजिंग हार्मोन हायपोथेलॅमसमधून येऊन पिच्युरिटी ग्लँडला स्टिम्युलेट करून ल्यूटिनाईझिंग हार्मोन आणि फॉलिकल स्टिम्युलेटिंग हार्मोन सेमिनिफेरस टिब्यूल्सच्या सेलला स्टिम्युलेट करते. या प्रकारे स्पर्म डेव्हलप होतात. या सगळ्यांपैकी कुठल्याही फंक्शनमध्ये जर अॅब्नॉरमॅलिटी दिसून आली, तर सेक्शुअल डिस्फंक्शन होतं.'

'डिस्फंक्शन मुळीच नाही. सगळी फंक्शन्स ठीक आहेत.'

'मग अडचण कुठं आहे?'

'मीलनाच्या वेळच्या फिलिंग्ज होतात, पण एका क्षणी जी तृप्ती वाटते, ती मिळत नाही!'

'त्यांच्यात फरक काय?'

'मीलनाच्या वेळी एक प्रकारचं सुख वाटतं आणि 'त्या' वेळी दुसऱ्या प्रकारचं मीलन होणं आणि 'ते' जाणवणं ही एकच गोष्ट नाही.'

'तू ज्या तृप्तीबद्दल बोलते आहेस, ते तुझ्या पार्टनरला मिळतं का?'

'अगं, त्याला तर मिळतंच!'

'त्याला मिळतं तर मग तुला का मिळत नाही?'

'त्याला मिळणं आणि मला मिळणं या वेगळ्या गोष्टी आहेत.'

'असं कसं? हा तर दोघांमधला प्रकार असतो ना?'

'पण एक नाही हे सांगितलं ना!'

'असं कसं काय? इरेक्शन होतं, व्हॅजायनल सिक्रेशनही ठीक आहे. म्हणजे हार्मोन्सच्या ॲक्टिव्हिटिज बरोबर आहेत. प्रिमॅच्युअर इजॅक्युलेशन होत नाही. मग तर मला यात काही समस्या दिसत नाही.'

'समस्या आहे. कुठंतरी नक्कीच समस्या आहे. ती नाही, तर मला 'ते' का मिळत नाही?'

यावेळीही पुस्तकं चाळून काही शोधणं शक्य झालं नाही.

हसीना आशा सोडून म्हणाली, 'मला एखाद्या गायनॅक डॉक्टरकडे घेऊन चल.'

हसीनाला मी गायनाकॉलॉजीचे प्राध्यापक आणि डॉक्टर अन्वरूल अजीम यांच्याकडे घेऊन गेले. ती डॉक्टरांशी बराच वेळ एकट्यानेच बोलली. चेहऱ्यावर समस्या सुटल्याच्या समाधानाचं हसू घेऊन बाहेर आली.

मी विचारलं, 'काय म्हणाले डॉक्टर?'

हसीना हसली आणि रहस्याच्या तळ्यात बुडी मारून म्हणाली, 'तुला नाही समजणार!'

सूरतहाल रिपोर्ट

माझे मेडिकलच्या तिसऱ्या वर्षाचे वर्ग सुरू झाले. या वर्षीचे विषय तेवढे अवघड नव्हते. फार्माकॉलॉजी आणि ज्युरिसप्रूडन्स. पण त्यांच्याबरोबरच सर्जरी, मेडिसिन आणि गायनाकॉलॉजीचे तासही होत. केवळ तासच नव्हेत, प्रत्यक्ष अनुभवातून शिकणं, प्रत्यक्ष पाहून, स्पर्श करून शिकणं. आऊट पेशंट डिपार्टमेंटमधले रोगी पाहायला जावं लागे. नाक, कान, घसा, दात, सेक्स, चर्म अशा विविध विभागांचाही सखोल अभ्यास करावा लागे. फक्त थिअरीच्या ज्ञानाचा फारसा उपयोग नसे, प्रॅक्टिकल ज्ञानच महत्त्वाचं होतं. मेडिकल कॉलेजची प्रयोगशाळा म्हणजे हॉस्पिटल. या प्रयोगशाळेतल्या वस्तू म्हणजे माणसं - शवविच्छेदन कक्षातली मृत माणसं नव्हेत, जिवंत माणसं, तुमच्या-माझ्यासारखी माणसं. रांगेत कॉटवर झोपलेली. कॉट मिळाली नाही तर जमिनीवर झोपलेली माणसं. कण्हत, विव्हळत, किंचाळत असलेली. हाता-पायांना सलाईन, तोंडाला ऑक्सिजन, डोक्याच्या बाजूनं उंच केलेल्या बिछान्यावर डोळे उलटे करून पडलेली माणसं. त्यांच्याजवळ जाऊन विचारावं लागे, काय दुखतंय. तुम्हाला कधीपासून हा त्रास आहे, कशा प्रकारचा त्रास आहे, कधी सुरू झाला हा त्रास, पूर्वी असा काही त्रास होता का, नात्यातल्या कुणाला असा त्रास आहे का, या त्रासाशिवाय आणखी काही त्रास आहे का, पूर्वी कधी होता का इत्यादी इत्यादी. हे सारं लिहून घेतल्यावर जिथे त्रास होतो, तो शरीराचा भाग कसा दिसतो हे पाहावं लागे, तिथे हाताने स्पर्श करावा लागे. स्पर्श करायचेही नियम असत. सगळ्या बोटांच्या टोकांनी दाबीत-दाबीत एका टोकाकडून दुसऱ्या टोकापर्यंत जायचं. हा कुठल्या प्रकारचा त्रास आहे हे ठरवायचं, याचा आकार एखाद्या बटाट्यासारखा आहे की टरबुजासारखा, तो गोळा इकडे-तिकडे हलतो आहे की, दगडासारखा स्थिर आहे हे पाहायचं. हाताने दाबताना एक डोळा पोटाकडे आणि एक

डोळा रोग्याच्या डोळ्यांकडे ठेवावा लागे. रोगी वेदनेमुळे डोळे बारीक करतो की काय हे पाहावं लागे, कुठून त्या बटाट्याची किंवा टरबुजाची निर्मिती झाली हे पाहाण्यासाठी मला पोट सगळीकडे दाबून पाहावे लागे. उजवीकडे दाबून लिव्हर, पोटाच्या दोन्ही बाजूंना किडनी. त्यानंतर डावा हात पोटावर ठेवून त्या हातावर उजव्या हाताचं बोट मारून पाहावं लागे - कसा आवाज येतो, हा पाण्याचा आवाज आहे की लाकडावर किंवा दगडावर मारल्यासारखा आवाज येतोय? यानंतर खिशातून स्टेथास्कोप बाहेर काढून कसा आवाज येतोय हे कानाने ऐकावं लागे. पोटातून भुरूत् भुरूत् आवाज येत असेल तर समजायचं की, आतडी ठीक काम करीत आहेत. आवाज नाही आला तर समजायचं की, कुठेतरी त्या कामात अडथळा आला आहे. मग या आजाराचं नाव इंटेस्टिनल ॲब्स्ट्रक्शन आहे की काय? बटाट्यासारखा जो गोळा आहे, तो आतडी गोळा होऊन झालेला गोळा आहे, की आतड्यात मल जमा होऊन झालेला गोळा आहे, की जंत आहेत हे ठरवावं लागे. फक्त असं लिहून प्रश्नचिन्ह देऊन निदान लिहिणं चालत नसे. रोग्याला डोक्यापासून पायापर्यंत तपासावं लागे. मज्जासंस्थेचं काम ठीक चाललंय का, रोग्याचे आतले सगळे अवयव आणि प्रणाली ठीक काम करताहेत की नाही, फुफ्फुसाचं काम ठीक चाललंय की नाही, हे सारं पाहावं लागे. बोट दुखतंय म्हणून एखादा रोगी आला, तरी त्याला वरून खालपर्यंत तपासावं लागे. सर्जरी बहिर्विभागामध्ये सर्जरीच्या वर्गात पहिल्यांदाच गेले, तेव्हा दिसलं की लुंगी काढलेला एक रोगी बेडवर झोपलेला आहे. बहिर्विभागाचे डॉक्टर त्या माणसाच्या निम्नांगाचं ज्ञान आम्हाला देणार होते. रोगाचं नाव हायड्रोसिल. पुरुषाच्या जननेंद्रियाच्या खालील थैलीत पाणी साठून ती भोपळ्यासारखी मोठी होते. त्या रोग्याला हायड्रोसिलच झाला होता. माझी नजर वारंवार दुसरीकडे वळत होती, बहुधा त्यामुळेच प्राध्यापकांनी मलाच त्या इंद्रियाला स्पर्श करून पाहाण्यासाठी बोलावलं. मी एक पाऊल पुढे जात होते, तर दोन पावलं मागे सरकत होते. पण त्यातून सुटका नव्हती. मला त्या भोपळ्याला स्पर्श करावाच लागणार होता. ती थैली दोन्ही हातांत धरून, दाबून, ती नरम वाटतेय की कडक हे मला सांगावं लागलं. त्यानंतर तिच्यावर हात ठेवून, त्यावर बोटाने आघात करून, 'ढुप्पुस ढुप्पुस' आवाज ऐकून आत पाणी आहे, असं मी सांगितलं. तीस-पस्तीस वर्षे वयाचा तो रोगी संकोचाने आपलं शरीर इकडे तिकडे सरकवीत होता. एक मुलगी आपल्या जननेंद्रियाला हात लावतेय ही गोष्ट त्याला अवघडल्यासारखं वाटायला लावणारीच होती. पण त्याचा काही इलाज नव्हता. डॉक्टरांसमोर किंवा भावी डॉक्टरांसमोर लाजण्याचं काही कारण नसतं. त्वचा आणि गुप्तरोग बहिर्विभागात येणाऱ्या रोग्यांनाही संकोच न बाळगता आपल्या आयुष्यातल्या गुप्त गोष्टी आम्हाला सांगाव्याच लागत. रोग्यांच्याकडून माहिती कशी काढायची हे गुप्तरोग विभागातल्या डॉक्टरांनी आम्हाला शिकवलं होतं. लिंगावरती जखम असलेला

रोगी आला की डॉक्टरने विचारायचं, 'काय, बाहेरच्या कुणा बाईशी संबंध केला होता का?' रोगी आधी म्हणेल, 'नाही, कधीच नाही.' तो फक्त आपल्या बायकोशी संबंध ठेवतो आणि बायको नसेल तर संबंधाचा प्रश्नच येत नाही. यानंतर, खरं न बोलल्यास उपचार करता येणार नाहीत असं सांगितल्यावर रोगी बराच वेळ घेतो, डोकं खाजवतो, गंभीर होतो आणि मोठा श्वास घेऊन, मान खाली घालून कबुली देतो, की त्याला वेश्यांकडे जायची सवय आहे. डॉक्टर आम्हाला म्हणत, लिहा, हिस्ट्री ऑफ एक्सपोजर आहे. रक्ताची व्ही. डी. आर. एल. करण्यासाठी पाठवून द्या. असं लिहून दिल्यावर रोगी कागद हातात घेऊन निघून जाई. तपासणीचा रिपोर्ट आल्यावर औषधं लिहून द्यावी लागत. गुप्तरोग बहिर्विभागात बसून आम्हाला 'संबंध' हा शब्द आत्मसात करावा लागला. हे सगळे रोगी आम्ही दुरून पाहात असू. त्यांना स्पर्श करायचा नसे. संसर्गजन्य वस्तूला आणि संसर्गजन्य रोग असलेल्या व्यक्तीला कधीही स्पर्श करायचा नसे. त्यामुळे त्या रोग्याची हवासुद्धा शरीराला लागू नये अशा सुरक्षित अंतरावर आम्हाला उभं राहावं लागे. अशा रोग्याच्या शरीराला स्पर्श करायचा झाला तर हातात ग्लोव्हज् घालीत असू. सिफिलिस, गनोरिया या गुप्तरोगांचे पेशंटस् दिसायला बीभत्स असत, त्यांची नजर जणू कोल्ह्याची असे. बघितल्याबरोबर समजे की, या पेशंटच्या जननेंद्रियावरची जखम ही सिफिलिसची जखम आहे. घरी पत्नी आहे असे लोक जेव्हा उपचारासाठी येत, तेव्हा डॉक्टर त्यांना सांगत, पुढच्या वेळी येताना बायकोला घेऊन या. ते लोक वचन देत, पण बरेचसे पेशंटस् दुसऱ्या वेळी पत्नीला बरोबर घेऊन येत नसत. ते शपथ घेऊन सांगत, 'जन्मात परत वेश्यांकडे जाणार नाही.' पण एक रोगी दुसऱ्यांदा सिफिलिसची जखम घेऊन आला होता. त्याच्या घरच्या निष्पाप पत्नीचा विचार मनात येऊन मला अशा रोग्यांचा संताप येई. मी डॉक्टरना एकदा म्हटलंसुद्धा, 'यांना जेलमध्ये नाही का पाठवता येणार? अशा रोग्यांच्या पत्नींना नक्कीच उपचार न झाल्याने न्यूरोसिफिलिस होत असणार.' पण माझं ऐकणार कोण? डॉक्टरचं काम फक्त डॉक्टरकी करणं. सिफिलिसच्या कधी-कधी स्त्री पेशंटस्ही येत. हा रोग त्यांना पतीच्या संसर्गामुळे झालेला असे. त्यांना तर झालेला असेच, पण त्यांच्या कडेवरच्या लहान मुलांचं रक्त तपासल्यावर त्याचाही रिपोर्ट व्ही. डी. आर. एल. पॉझिटिव्ह असा येई. अशा महिलांवर उपचार करताना मी त्यांना बजावून सल्ला देई, 'तुमच्या बदमाश नवऱ्याबरोबर आता राहू नका. त्याला तुम्ही घटस्फोट द्या!' त्या माझा सल्ला कितपत मान्य करीत ते काही मला समजत नसे. पण असा सल्ला दिल्याशिवाय मला राहावत नसे.

माझे बाबा ज्युरिस्प्रूडन्स विभागाचे प्रमुख होते. ते आमचे वर्ग घेत. सकाळी त्यांचा तास असेल, तर बाबा आणि मी एकाच रिक्षाने कॉलेजमध्ये जात असू. ते हजेरी घेत, तेव्हा इतरांप्रमाणे मी बाबांना 'येस सर' म्हणे. बाबा खूप छान शिकवीत.

पण बाबांचे इतर सहकारी प्राध्यापक शिकवायला येत, तेव्हा वर्गात विद्यार्थ्यांची संख्या अगदी बोटांवर मोजण्याइतकी असे. बाबा विषय खूप सोपा करून, हसतखेळत शिकवीत. काहीजण अर्थात म्हणत, ते 'खूप कडक' आहेत. परीक्षेच्या वेळी म्हणत, इंटर्नल परीक्षेच्या वेळी ते खूप चांगले आहेत. स्वत:च्या कॉलेजच्या विद्यार्थी-विद्यार्थिनींना पास करवण्याची व्यवस्था करतात, पण 'एक्स्टर्नल' परीक्षक म्हणून ते खूप कडक होते. तेव्हा ते रजब अली राहात नसत, 'गजब अली' होत. आपल्या पहिल्याच तासाला बाबा म्हणाले, 'फोरेन्सिक मेडिसिन' विषयात नापास होण्यासारखी लज्जास्पद गोष्ट दुसरी नाही. तुम्ही सर्जरीत फेल झालात, मेडिसिनमध्ये फेल झालात, तर आम्ही काही म्हणणार नाही. कठीण विषय आहेत ते. त्यात नापास होणं समजू शकतं. पण डोक्यात छटाकभर अक्कल असेल, तर कुणीही फोरेन्सिक मेडिसिनमध्ये नापास होत नाही.' शिक्षक रजब अलींच्या केबिनमध्ये गेल्यावर ते निर्मळ हसून माझं स्वागत करीत. बेल वाजवून प्यूनला माझ्यासाठी चहा आणायला सांगत. कोणत्या विषयांचे तास झाले, कुठल्या शिक्षकाने काय शिकवलं याची चौकशी करीत. माझ्याही अभ्यासातल्या अनेक डिफिकल्टीज् असत. त्या मी त्यांना विचारी. या वयातही बाबांची अभ्यास करायची सवय गेली नव्हती. ॲनॉटॉमीपासून सर्जरीपर्यंत सर्व विषयांवरची पुस्तकं ते जवळ ठेवीत. वेळ मिळाला की वाचीत. मेडिसिनच्या कुठल्याही विषयावरील प्रश्नाचं उत्तर ते सोप्या भाषेत सविस्तर देऊ शकत. शिक्षक म्हणून बाबांचा मला अभिमान वाटे. पोस्टमार्टेम पाहायला आम्हा विद्यार्थी-विद्यार्थिनींना सूर्यकान्त हॉस्पिटलच्या पोस्टमार्टेम विभागात जावं लागे. तिथे डोंब प्रेताचं विच्छेदन करीत असे आणि बाबा जवळ उभे राहून प्रेताच्या शरीराच्या आतल्या आणि बाहेरच्या कशा-कशाची तपासणी करावी लागते, मृत्यूचं कारण कसं शोधावं लागतं हे आम्हाला समजावून सांगत. आम्ही नाकाला रुमाल लावून ते सडून फुगलेलं प्रेत पाहात असू, बाबांना आणि डोंबाला मात्र रुमालाची गरज भासत नसे. डोंब पाहिल्यावर मला खलीलुल्लाची आठवण होई. तो असाच डोंब होता. प्रेत कापून तो प्रेताचं काळीज खाई. ही बातमी सगळीकडे पसरल्यावर आया आपल्या मुलांना भुताऐवजी खलीलुल्लाची भीती दाखवू लागल्या होत्या.

वर्गातल्या मुली जेव्हा 'रजब अली सर किती चांगले आहेत!' असं म्हणत, तेव्हा मला आनंद होई. जेव्हा बाबा कॉलेजच्या आवारात भेटत, तेव्हा आम्ही एकमेकांशी छान बोलत असू. घरी हिंस्त्र वाघासारखे असलेले बाबा कॉलेजमध्ये अगदी नम्र गृहस्थ असत, हसतमुखाने वावरत. मृत्यू कुठल्या कारणाने झाला हे कसं ओळखावं हे शिकवीत. अपघात, खून की आत्महत्या की नैसर्गिक मृत्यू हे कसं ओळखावं हे शिकवीत. मग त्या संदर्भात कोणकोणत्या प्रकारची शस्त्रं असतात, कुठल्या शस्त्राची धार कशी असते, कुठल्या शस्त्राचा वार कसा असतो, त्याने कशा

प्रकारची जखम होते, बुलेटने पडलेलं छिद्र कसं असतं, हे सारं शिकवीत. एकदा पंचवीस वर्षे वयाच्या एका स्त्रीचं पोस्ट मार्टेम ते दाखवीत होते. खून की आत्महत्या हे तिच्या बाबतीत ठरवायचं होतं. दहा-पंधरा दिवसांपूर्वी मृत झालेल्या त्या स्त्रीची छाती डोंबाने कापली. बाबा त्या दुर्गंधी येणाऱ्या शवावर वाकून, ते पुढून मागून पाहून निरीक्षण करून म्हणाले, की, हिचा खून झाला आहे. कसा काय खून? खूप सोपं. डोक्याच्या मागे वार झाला होता. बाबांनी त्याची खूण दाखवली. स्वत:च्या डोक्याच्या मागे कुणी कोयत्याने असा वार करू शकत नाही, म्हणून ही आत्महत्या असूच शकत नाही. आणखी एका स्त्रीबद्दलही, तिने गळफास घेऊन आत्महत्या केली असं सांगण्यात आलं होतं. बाबांनी प्रेताच्या हात, पाय, पोट, छाती यांच्यावर नखाचे व्रण पाहून सांगितलं की हिचा खून करून नंतर तिला गळ्यास फास लावून टांगलं होतं. आम्हाला याचा 'सूरतहाल रिपोर्ट' लिहावा लागे. हळूहळू माझी या विषयातली जिज्ञासा आणि कुतूहल वाढू लागलं, पण बाबांनी मला त्या संदर्भात उत्तेजन दिलं नाही. म्हणाले, 'ज्याचा पुढं उपयोग होईल, त्याचाच अभ्यास कर. सर्जरी, मेडिसिन, गायनाकॉलॉजीचा अभ्यास कर.' माझ्या मनात मात्र त्या दोन स्त्रियांचा विचार येई - कुणी त्या स्त्रीच्या डोक्यात कोयता मारला असेल? कुणी त्या निष्पाप ग्रामीण मुलीला खून करून झाडाला टांगलं असेल? दरवाजावर 'विभागीय प्रधान' (Head of the Department) लिहिलेल्या बाबांच्या केबिनमध्ये डोकावल्यावर अधूनमधून अल्पवयीन मुली तिथे बसलेल्या दिसत. बाबा एकेकीला पडद्याआड बोलावून त्यांना तपाशीत. त्या निघून गेल्यावर 'या मुली कशासाठी आल्या होत्या? काय तपासायला?' असं विचारल्यावर बाबा म्हणत, 'रेप केस.' बाबा पूर्वीपेक्षा माझ्याशी बऱ्याच सहजपणे बोलू लागले होते. खूप सहजपणे ते माझ्याशी शरीर आणि लैंगिकता या विषयांवर डॉक्टरकीच्या भाषेत बोलत, अर्थात इंग्रजीची मदत घेऊन. मला त्यांना विचारावंसं वाटे, कुणी या मुलींवर बलात्कार केला? पण अशा प्रश्नांची ते उत्तरं देत नसत, कारण ते सगळे कोर्टकचेरीचे विषय होते, डॉक्टरकीचे नव्हेत.

बाबा नेहमीच अशा मामल्यांचे साक्षीदार म्हणून कोर्टात जात. बरेचदा बाबांना शोधीत अनोळखी लोक आमच्या घरी येत. 'हे कोण?' आई म्हणे, 'तुझे बाबा साक्ष देतात ना, पोस्ट मार्टेमच्या संदर्भात येतात हे लोक.'

माझी उत्सुकता खूप वाढे. पोस्ट मार्टेमच्या संदर्भात लोक बाबांकडे कशासाठी येतात, व्हरांड्यात बसून बाबांशी हळू आवाजात ते काय बोलतात हे आपल्याला कळावं असं वाटे. अनोळखी माणसं आमच्या घरी नाना प्रकारच्या वस्तू पोचवून देत. हेसुद्धा माझ्या लक्षात आलं. एकदा, दुपारी बाबा घरी नसताना एक लुंगी घातलेला, मिशावाला माणूस येऊन म्हणाला, 'डॉक्टरसाहेब आहेत?'

'नाहीत.'

'अच्छा, माझ्या पुकुरातले हे चार मासे ठेवा.' असं म्हणून, चार मोठे 'रुई' जातीचे मासे माझ्या हातात ठेवून तो अनोळखी माणूस निघून गेला.

मी आनंदाने ते मासे घेऊन पळत पळत स्वयंपाकघरात गेले, 'आई, धर! एक माणूस हे मासे देऊन गेला.'

'कुणी दिले? त्याला ओळखतेस तू?'

'नाही.'

'मग का घेतलेस?'

'वा! त्याने दिले म्हणून!'

'दिले की लगेच घ्यायचे असतात?'

'का बरं? काय झालं? बाबांचे पेशंटस्सुद्धा अधूनमधून देऊन जातात की!'

'इथून पुढं असे मासे-बिसे घेत जाऊ नकोस. शंभरदा कुणी विनवलं तरी नको म्हणत जा.'

आईच्या चेहऱ्यावर भीती दिसत होती. त्या माशांपासून दोन हात दूर सरकून ती म्हणाली, 'हे मासे खाणं ठीक होणार नाही.'

'का बरं?'

'पोस्ट मार्टेमचे रिपोर्ट बदलण्यासाठी विनंती करायला येतात हे लोक.'

माझ्या डोक्यात अनेक विचारांचं मोहोळ उठलं.

'कोणत्या बाजूचे लोक येतात? गुन्हा करणारे की निर्दोष?'

'ते काही माहीत नाही मला.'

आई काही गोष्टी माझ्यापासून लपवते आहे का? नसावी, कारण आईचा तसा स्वभाव नाही.

'जे निर्दोष आहेत, त्यांनी आनंदाने काही दिलं तर वाईट नाही,' आई हळूहळू पाण्याच्या नळाकडे जात म्हणाली, 'दोन्हीही बाजूचे लोक येतात.'

'बाबा खोटा रिपोर्ट देतात?'

'ते मला काय माहीत? मी काय कोर्टात थोडीच जाते?'

अखेर त्या माशांचं कालवण केलं, पण आई त्याला शिवलीही नाही. बाबा जेवायला बसल्यावर, ताटात माशांचे मोठमोठे तुकडे घेऊन म्हणाले, 'मासे कुठं मिळाले?'

आई म्हणाली, 'एक माणूस येऊन देऊन गेला.'

हे ऐकल्यावर खाकरून गळा आणखी साफ करून बाबा म्हणाले, 'माशांच्या कालवणात कोथिंबीर घातली नसती, तर ते आणखी चवदार झालं असतं.'

तेव्हाही मला वाटलं, आत्महत्येच्या बाजूचे लोक लाच देऊन बाबांना खुनाऐवजी 'आत्महत्या' असं लिहून द्यायला सांगतात की काय? बाबा खूप लाच घेतात का?

बाबा असं खोटेपण करतील यावर माझा मुळीच विश्वास बसत नव्हता.

पण शराफमामा एके दिवशी आईने फाटकी साडी घातलेली पाहून म्हणाले, 'अशी फकीरणीसारखी राहातेस तू! आणि तिकडं दुल्हाभाई तर दाबून पैसे कमवताहेत! मी बघितलं, एकजण त्यांना नोटांची गड्डी देऊन गेला. पोस्ट मार्टेम करतात ना ते! आतापर्यंत तर त्यांच्याकडं पैशांचा डोंगर झाला असेल - अन् तुला एक साडी घेऊन देत नाहीत?'

मी म्हणाले, 'पोस्ट मार्टेम रिपोर्ट खोटा लिहिता येत नाही शराफमामा, उगाच बाबांना दोष देऊ नका!'

शराफमामा हसून म्हणाले, 'अगं, डॉक्टरलोक ही नोकरी मिळण्यासाठी लाच देतात! पोस्ट मार्टेम करणं म्हणजे कोट्यधीश होणं! डॉक्टरच्या लेखणीच्या एका फटकाऱ्यात माणसाचं जीवन-मरण असतं!'

'लाच कोण देतं?'

'दोन्ही बाजूंचे लोक देतात. आरोपीही देतात, फिर्यादीही देतात. दुल्हाभाईंनी तर सगळं नांदाईल विकत घेऊन टाकलंय!'

बाबांच्याबद्दल मला घृणा वाटायला लागली. जो माणूस दिवसभर सगळ्या विचारवंतांची वाक्य सांगत फिरत असतो आणि आपल्या मुलांना मोठं करण्यासाठी त्यानं कुठलंही काम करायचं बाकी ठेवलेलं नाही, तो वादी-प्रतिवादी अशा दोघांच्याकडून पैसे घेऊन कोर्टात साक्ष देतो.

मी दादाला विचारलं, 'दादा, तुला याबद्दल काही माहीत आहे?'

दादा म्हणाला, 'उगाच फालतू बोलणं ऐकत जाऊ नकोस. बाबा लाच घेत नाहीत.'

'लाच घेत नाहीत हे तुला कसं माहीत? त्या दिवशी तो माणूस मासे देऊन गेला, तीसुद्धा लाचच होती.'

'कुठले मासे? रूई मासे! वा: काय चवदार होते! ते तळले असते तर आणखी चांगले लागले असते!'

बाबांचं लाच घेणं - न घेणं हे मला एक रहस्यच वाटू लागलं. इतक्या जवळचं माणूस, एकाच घरात राहाणारं, पण बाबा मला खूप दूरची व्यक्ती वाटू लागले. खरं तर बाबांचं मला काहीच समजत नसे. माहीत आहे किंवा माहीत होतं असं म्हणून अधूनमधून मी चूक करीत असे. बाबा कधी कुणाला जवळ करतील, कधी दूर सारतील हे मलाच काय, घरातल्या कुणालाही सांगता येत नसे - अगदी आईलासुद्धा नाही. आई समजा कधी नीटनेटकी साडी नेसून, पान खाऊन ओठ लाल करून, गोड हसत बाबांसमोर गेली, तर ते तिला झिडकारून लावीत. अनेकदा असं होई - आईने बाबांचे कपडे धुवून, घड्या करून कपाटात ठेवले, दिवसभर राबून घर धुवून स्वच्छ

करून, पुसून घेऊन, दारंखिडक्या उघडून, सगळ्या घरात प्रकाश आणि वारा येऊ देऊन खाट भिंतीच्या कोपऱ्यातून सरकवून खिडकीजवळ ठेवली, तिच्यावर चादर अंथरली आणि बाबा आल्यावर कौतुक करतील म्हणून अपेक्षा केली, की नेमके बाबा आल्यावर संतापत - 'कुणी माझ्या खोलीची मांडणी बदलली?' असं ओरडून खाट पहिल्या जागी सरकवीत, जोरजोराने दारंखिडक्या बंद करीत, बिछान्यावरची चादर ओढीत.

'माझी खोली मी जशी ठेवतो, तशीच राहिली पाहिजे!'

आई हे सारं पाहून नि:श्वास टाकी. आईचं काहीच बाबांना आवडत नसे.

कधीकधी आई संतापून याला-त्याला शिव्या देत असे, अशा वेळी बाबा हळुवार आवाजात तिला हाक मारीत, 'इदून, जरा इकडं ये बरं, मी काय म्हणतो ते ऐक!' इदूनची तेव्हा कुणाचंच काही म्हणणं ऐकण्याची इच्छा नसे. बाबा आणखी हळुवार आवाजात हाका मारीत, 'इदून, इदून!'

कधी अचानक घरी आल्यावर बाबांना दिसे, की मी अभ्यास करतेय आणि यास्मिन धुळीत खेळतेय. त्यांना बघून यास्मिन एकदम खेळणं थांबवी आणि मी आपली निश्चिंत असे, की बाबा आता जवळ येऊन माझ्या डोक्यावरून कौतुकाने हात फिरवतील. पण बाबा माझ्यावरच दात खाऊन ओरडत, 'पुस्तकाकडं नुस्तं गाढवासारखं पाहात राहून काही होत नाही, जे वाचते आहेस, ते डोक्यात शिरलं पाहिजे!' आणि यास्मिनला म्हणत, 'मिठाई खाणार बेटी? तुझ्यासाठी आत्ता मिठाई पाठवून देतो!'

रहस्याच्या धुक्याने वेढलेले बाबा दूरच राहून जात, त्यांच्या मनाचा थांग काही मला लागत नसे. बाबांच्या लग्नाचा प्रकारही रहस्यमय होता. आई म्हणे, 'लोक म्हणतात की, तुझ्या बाबांनी रजिया बेगमशी लग्न केलंय.' बाबा मला कधीही रजिया बेगमला घरी आणून 'ही माझी बायको आहे' असं म्हणाले नाहीत. शिवाय बाबा कधीही रात्री दुसरीकडे राहिले नाहीत, अर्थात् मयमनसिंहमध्ये असताना. कसं समजणार?

आईला मी म्हणाले, 'आई, तू म्हणतेस की बाबांनी दुसरं लग्न केलंय, पण बाबा तर त्या रजिया बेगमच्या घरी कधीच राहात नाहीत!'

'रात्री ते या घरात राहातात, कारण ते या घरात राहिले नाहीत, तर चोरी होते. जितक्या वेळा या घरात चोऱ्या झालेल्या आहेत, तेव्हा तुझे बाबा घरी नव्हते. चोरांना हाकलण्यासाठी तुझे बाबा रात्री घरी येतात.'

'मग रजिया बेगमच्या घरातून चोरांना कोण हाकलतं?'

आई हसून म्हणाली, 'त्या बाईला बघितल्यावर चोरच घाबरून पळून जातात!'

बाबांच्या रहस्याचा मी जितका विचार करी, तितकं त्यांच्या खोलीइतकंच अंधारलेलं रहस्य आपल्याला समजावं असं वाटे. आईची छोटी छोटी सुखं आणि

दु:खं खूप ओळखीची होती. आईच्या हसण्या-रागावण्याची कारणं इतकी स्पष्ट होती, की आई जणू सहज वाचता येणारं उघडं पुस्तक होतं. आईबद्दल मला कुतूहल वाटत नसे. कुतूहल वाटे, ते बाबांच्याबद्दल. आईचं प्रेम न मागताही मिळत असे, तर बाबांचं प्रेम हवं असेल तर साधना करावी लागे. त्यानंतरही ते मिळेलच याची खात्री नसे. तो एक प्रकारचा जुगारच वाटे. आईची अपार माया डोळ्यांना दिसत नाही, बाबांचं दोन क्षणांचं हळुवार आवाजातलं बोलणं दिवसभर मन प्रसन्न करून टाकी. आई म्हणे, 'मुलींचा बापाकडे जरा जास्तच ओढा असतो.'

मी विचारी, 'मग मुलांचा आईकडे जास्त ओढा असतो का?'

आईकडे आजकाल या प्रश्नाचं उत्तर नव्हतं.

छोटोदा बायकोला घेऊन या घरी आला, की तिच्याबरोबर आपल्या खोलीत झोपून राही किंवा तिला घेऊन बाहेर जाई. आईला खूप वाटे, छोटोदाला जवळ बसवून त्याच्याशी बोलावं, पण त्याला वेळ नसे. लग्नानंतर दादालाही वेळ मिळेनासा झाला.

बाबांनी मला मेडिकलच्या ज्या विषयांकडे जास्त लक्ष द्यायला सांगितलं होतं, त्यांचे तास रात्रीसुद्धा होत - हॉस्पिटलमध्ये. बाबा मला रोज संध्याकाळी सोडवीत आणि परतही घेऊन येत. त्यांचे पेशंटस् चेंबरमध्ये बसलेले असत, त्यांना तसंच ताटकळत ठेवून ते हे काम करण्यासाठी येत. रहस्यमय वागणुकीच्या आत झाकलेली बाबांची माया मला तेव्हा जाणवली. ते मला म्हणत, 'तू माझं स्वप्न पूर्ण केलं आहेस, माझं नाव राखलं आहेस, तुझा मला अभिमान वाटतो.' त्यांचं हे बोलणं ऐकून माझ्या मनातून त्यांच्याबद्दल लाच खाण्यामुळे वाटणाऱ्या घृणेचं किल्मिष निघून गेलं. मला त्यांच्याबद्दल माया वाटे. त्यांचे श्रम पाहून त्रास होत असे. त्रास होई, कारण एके दिवशी त्यांना सांगावं लागणार होतं, की मी कुणालाही न सांगता एका दाढीवाल्या माणसाशी लग्न केलं आहे. तो माणूस उंचीने माझ्यापेक्षा बुटका आहे. त्याने साधी एम.ए.ची परीक्षासुद्धा पास केलेली नाही. कविता लिहिणं हाच त्याचा पेशा आहे - या पेशात महिन्याला दोनशे रुपयेसुद्धा उत्पन्न त्याला मिळत नाही. कुठल्या कचऱ्याच्या ढिगाऱ्यावर टाकून देऊ मी बाबांचा मान-सन्मान, बाबांचा गौरव, बाबांचा अभिमान? मी अभ्यासात जितकं लक्ष घाली, तितकं ते बाबांच्या स्वप्नासाठी खत-पाणी होऊन त्यांचं स्वप्न मोठं होई, वृक्ष होई. तो वृक्ष जितका मोठा होई, तितकी मला भीती वाटे की, एके दिवशी स्वत:च्या हातांनी मला हा वृक्ष तोडून टाकायला लागणार! दादा किंवा छोटोदा - कुणीही बाबांना सुखी करू शकत नाहीत. त्यांना सुखी करू शकेन, अशी एकटी मीच आहे. पण या सुखाच्या डोक्यावर मागून एके दिवशी मला वार करावा लागणार, त्यांच्या मन:शांतीच्या गळ्याभोवती फास अडकवून तिला लटकवून द्यावं लागणार... हे काम मी कसं काय करणार! मला

स्वत:चाच खूप राग येई. बाबा जितकं माझ्यावर प्रेम करीत, तितकं माझं स्वत:वरचं प्रेम नष्ट होत जाई. रिक्षाने बरोबर कॉलेजमध्ये जाताना, जर बाबांना त्या दिवशी 'लिव्हर सिऱ्हॉसिस' शिकवायचं असेल, तर त्याबद्दल इतकं छान बोलत राहात, की रिक्षात बसून बाबांकडून माझं जे शिकणं होई, ते आणि तेवढं शिकणं पुस्तकं वाचून किंवा प्राध्यापकांची मोठमोठी लेक्चर्स ऐकूनही होत नसे. बाबांचे दोष मी दाट अंधाराच्या दिशेने फेकून देत राही, कोणी पाहू नये, म्हणून. बाबांशी बोलताना मी त्यांना 'बाबा' म्हणून हाक मारीत नसे, 'तुम्ही' किंवा 'आपण' यापैकी कुठलंही संबोधन वापरीत नसे, पण बाबाच मला माझे सर्वात जवळचे वाटत असत. संबोधन न वापरण्याचा माझा हा रोग मोठा विचित्रच म्हणायला हवा. मी सगळ्यांशी बोले, पण संबोधन न वापरता. ही सवय मोडण्याचा मी खूप प्रयत्न केला, पण ती मोडू शकले नाही. मोठी झाल्यावर मी अनेकदा विचार केला, मी का नातेवाइकांना संबोधन वापरू शकत नाही? नाना, नानी, मामा, माझ्या तिन्ही मावश्या, कुणासाठीही मी संबोधन का वापरू शकत नाही? मी लहान होते, तेव्हां ते मला रागावत, की माझे कान पिळीत, कदाचित मला मारीत म्हणून त्यांच्यावरच्या रागाने मी त्यांना संबोधन वापरून बोलत नसे आणि तीच मग सवय होऊन गेली का? मोठेपणी मग इच्छा असूनही मी त्यांना संबोधन वापरू शकत नसे. आईला, दादाला, छोटोदाला मी 'तू' म्हणून हाक मारी. बाबा कायमच खूप दूरचे वाटत. म्हणून त्यांच्यासाठी संबोधन वापरीत नसे. पण आजोळी वाढलेली मुलगी मी, फेलूमामा, छटकू यांच्यासाठी 'तुम्ही' हे संबोधन वापरी. पण हाशेममामा, शराफमामा यांच्याशी बोलताना संबोधन वापरीत नसे. बाकीच्या जवळच्या नातेवाइकांना मी का संबोधन वापरू शकत नसे? ते जवळ असूनही खूप दूरचे वाटत का?

अभ्यासाचे जे विषय महत्त्वाचे आहेत ते बाबांनी मला घोटवायला सांगितले होते. त्या विषयांच्या अभ्यासासाठी पुढे आणखी एक वर्ष पडलं होतं, म्हणून मी रुद्रवर लक्ष केंद्रित केलं. रुद्र ही माझ्या जीवनातली एक निषिद्ध घटना होती, तो माझ्या मनातला एक गुप्त, खासगी, अगदी स्वत:चा आनंद होता. रुद्रबद्दल मला इतकं तीव्र आकर्षण होतं, की त्याचं पत्र हाती घेतल्याबरोबर सुखाच्या झिणझिण्या माझ्या प्राणांत उठत. संपूर्ण दिवसभर छान वाटत राही. 'फिरे चाई स्वर्णग्राम' (स्वर्णग्राम परत हवं आहे) हा रुद्रचा दुसरा कवितासंग्रह - मुहम्मद नुरूल हुदा यांच्या 'द्राविड प्रकाशनी'ने प्रकाशित केलेला. 'द्राविड'कडून आणखीही पुस्तकं प्रकाशित झाली होती. रुद्रशी मुहम्मद नुरूल हुदांचे संबंध खूपच चांगले होते, म्हणून रुद्र आता बासाबोत नुरूल हुदांच्या घरात एक खोली भाड्याने घेऊन राहात होता. आधी तो सिद्धेश्वरी भागात एका मित्राच्या घरी राहात होता. ते सोडून फजलुल हक हॉलमध्ये आणि नंतर तो हॉल सोडून हुदांच्या घरात राहायला आला. सिद्धेश्वरीचं घर का सोडलं

त्याने? काजी रोझीमुळं सोडावं लागलं. काजी रोझी ही कवी सिकंदर अबू जाफरची बायको होती, ती रुद्रला डिस्टर्ब करीत असे म्हणे. रुद्रसारख्या प्रतिभावान तरुणाबद्दल त्या मध्यमवयीन काजी रोझीला बहुधा आकर्षण वाटू लागलं होतं, पण म्हणून रुद्रने ते घर का सोडावं? हा प्रकार काही माझ्या लक्षात आला नाही.

रुद्रचं हे पुस्तक आधीच्या पुस्तकापेक्षा आकाराने छोटं होतं. मुखपृष्ठावर एक हात, त्याच्या तळाशी वृक्षाची मुळं असं चित्र होतं. आत न्यूजप्रिंटच्या कागदावर कविता छापलेल्या होत्या. पुस्तकाची निर्मिती अगदीच दरिद्री, पण आतल्या कविता मात्र झोपलेल्याला जागं करणाऱ्या होत्या. त्या पुस्तकाचा कॉपीराईट माझ्या नावावर होता. ते पाहून मला आनंद वाटला. खरं तर कॉपीराईटला काहीच अर्थ नसतो. या देशातला कुठलाही लेखक कॉपीराईट आपल्या प्रिय व्यक्तीच्या नावाने लिहितो - याचा अर्थ त्या पुस्तकाचा प्रकाशक त्या कॉपीराईट होल्डरला पुस्तकविक्रीच्या काही टक्के रॉयल्टी देईलच असा नाही. असो. मला आनंद वाटला. मी घरी मोठ्या आवाजात रुद्रच्या कविता वाचे. त्या व्यासपीठावरून वाचाव्यात आणि शेकडो लोकांनी ऐकाव्यात असं मला वाटे. त्या लोकांनी प्रतिवादाची, विरोधाची भाषा शिकावी. मयमनसिंहच्या विविध कविसंमेलनांमध्ये मला नेहमीच कविता वाचनासाठी आमंत्रणं येत. अधूनमधून मी जाऊन तिथे कविता वाचून येई. रुद्रने कधीही माझं कवितावाचन ऐकलं नव्हतं. रुद्रचं कवितावाचन मात्र मी मयमनसिंहला एकवीस फेब्रुवारीच्या एका कार्यक्रमात ऐकलं होतं. रुद्र खूप चांगलं कवितावाचन करीत असे. अनेकदा विविध कार्यक्रमांत कवितावाचन करून आल्यावर रुद्र म्हणे, 'सर्वात चांगलं कवितावाचन केलं मी!' ऐकून मला चांगलं वाटे. पुस्तक छापून आल्यावर तो पोथी वाचन करीत फिरत होता. ग्रामीण लोक ज्याप्रमाणे एका विशिष्ट चालीत पोथी वाचतात, त्या पद्धतीने वाचण्यासाठी त्याने 'रास्तार कविता' (पथ कविता) लिहिल्याही होत्या. रुद्र दरिद्री, वंचित, पीडित, लांछित माणसांवरती कविता लिही. तो शासनकर्त्यांच्या, शोषण करणाऱ्यांच्या विरुद्धही कविता लिही. श्रमजीवी माणसांसाठी कविता लिही. रुद्रच्या जाणिवा मला उद्‌बुद्ध करीत.

'कल्पना करा तुम्ही चाललेले आहात, तुम्ही एकटेच....
तुमच्या हाताला बोटांसारखी मुळं आहेत, जणू ती बोटं
तुमच्या हाडांमध्ये संगीतासारखा ध्वनी, जणू ती मज्जा,
तुमच्या त्वचेवर आर्यांसारखा ताम्रवर्ण आहे
तुम्ही चाललेले आहात, कल्पना करा तुम्ही दोन हजार वर्षांपासून चालत जात आहात.
तुमच्या पित्याचा खुनी आहे एक आर्य माणूस
तुमच्या भावाची हत्या केली आहे एका मोगलाने

एका इंग्रजाने लुटलं आहे तुमचं सर्वस्व

तुम्ही चाललेले आहात, तुम्ही एकटेच, तुम्ही दोन हजार वर्षांपासून चालत आहात.

तुमच्या दक्षिणेकडे शवयात्रा, तुमच्या उत्तरेकडे मृत्युचिन्ह

तुमच्या पाठीमागे पराजय आणि पश्चात्ताप - तुमच्या समोर?

तुम्ही चाललेले आहात, नाही, नाही, तुम्ही एकटे नाहीत, तुम्ही आणि इतिहास

समजा ताम्रलिपीतून निघालं आहे तुमचं आरमार

समजा घराघरातून येताहेत हातमागांचे आवाज

ते ऐकत ऐकत तुम्ही जाताहात महुआच्या देशात

समजा लोकगीतांचा कार्यक्रम चालला आहे, समजा ती श्यामल तरुणी

तुमच्या वक्षाजवळ उभी आहे नतमुखाने, थरथरताहेत तिचे लाल अधर

तुम्ही चाललेले आहात, दोन हजार वर्षांपासून चालत आहात तुम्ही....

मी ते पुस्तक सुरुवातीपासून शेवटपर्यंत वाचलं. एकदा-दोनदा नव्हे, वारंवार. यास्मिन सुरेल आवाजात गात असे, त्याप्रमाणेच कवितासुद्धा चांगल्या वाचून दाखवीत असे. 'हाडेरओ घरखानि' (हाडांचंसुद्धा घर) ही कविता माझ्याबरोबर यास्मिनही मोठ्या आवाजात म्हणत असे -

'वेश्येवरसुद्धा विश्वास ठेवता येतो एकवेळ, पण
राजकारण्यांच्या धमन्यांमधून वहातं संधिसाधूपणाचं पाप
वेश्येवरसुद्धा विश्वास ठेवता येतो एकवेळ, पण
बुद्धिजीवी लोकांच्या रक्तात, स्नायूंमध्ये सचेतन अपराध
वेश्येवरसुद्धा विश्वास ठेवता येतो एकवेळ, पण
राष्ट्राच्या तरुण रक्तात पोसला जातोय साप
उद्दाम जीवन उलटं पडलं आहे माळावर कासवासारखं.

एकही शब्द नाही - कुणी बोलत नाही, एकही शब्द नाही - कुणी चालत नाही,
एकही शब्द नाही - कुणी टळत नाही, एकही शब्द नाही - कुणी जळत नाही
कुणी बोलत नाही, कुणी चालत नाही, कुणी ढळत नाही, कुणी जळत नाही.
जणू अंध, डोळे बंद, जणू लंगडा, हात बांधलेले,
प्रेमहीन, हृदय घृणाहीन, भयावह ऋण
मानेवर, फक्त धापा टाकणं, बोलताना चाचरणं -
पाण्यात हात मारतो, शोकाने कातरतो, तरी जळत नाही.
रक्त वाहील, सारं जाईल - तरी तोडणार नाही कारस्थानाचं जाळं?

हृदय फाटेल, जखमी होईल - जाळं तोडणार नाही कारस्थानाचं?

जंगल झुडूपांतून जथ्याजथ्यांनी येतं गनीमांचं दल,
हातात चमकतात हत्यारं. हातात तळपतो रोष, प्रतिशोध.
घेतील सूड रक्ताचा, घेतील ताबा तख्ताचा.
उतरतात वादळात - गेला जीव तरी पर्वा नाही
उठते गर्जना, करतात अर्जन महाक्षमतेचं,
दिवस येईलच, दिवस येईलच, दिवस समतेचा.'

समतेच्या दिवसासाठीही माझ्या मनात स्वप्न जन्मलं. आपलं पहिलं पुस्तक रुद्रने शेख मुजीबूर रहमान, कर्नल ताहेर आणि सिराज शिकदार यांना अर्पण केलं होतं. 'हाडांचंसुद्धा घर' या कवितेत त्याने लिहिलं, 'हजारो सिराज मरतात, हजारो मुजीब मरतात, हजारो ताहेर मरतात, जिवंत राहातात चमचे, पाय चाटणारी कुत्री, जिवंत राहातात वाळवीचे किडे, जिवंत राहातात साप.' मुजीब, ताहेर आणि सिराज शिकदार एका पक्षाचे लोक नव्हते. मुजीबला सर्वहारा पार्टीच्या सिराज शिकदारचा विरोध होता, त्याचा खूनही झाला, ते मुजीबचं कारस्थान होतं असं म्हणत. पण एक गोष्ट स्पष्ट होत गेली - रुद्र हा कुठल्याही मृत्यूच्या - खुनाच्या विरोधात होता. त्याने लिहिलं होतं, 'आता देशाच्या रक्तात पुन्हा उदय होवो ममतेचा, देशाच्या रक्तात पुन्हा येवो कठोर सत्यता.'

बरेच दिवस मी सेंजुती छापलं नव्हतं. पुन्हा छापायचं ठरवलं आणि कामाला लागले. पुन्हा रक्त उसळी मारू लागलं. रुद्र 'मानुषेर मानचित्र' (माणसाचा नकाशा) ही मालिका-कविता लिहीत होता. त्यामधल्या काही कविता आणि काही माझ्या कविता - फक्त दोघांच्या कवितांचा अंक. सेंजुतीचे आधीचे अंक, त्यासंदर्भातली कागदपत्रं, लघुनियतकालिकांचे अंक - सगळं कुठं पडलं होतं कुणास माहीत! साहित्यिक बातम्यांचं सदर यावेळच्या 'सेंजुती'मध्ये असणार नव्हतं, कारण मध्ये बराच मोठा खंड पडला होता. त्यामुळे कुठं कोण लघुनियतकालिक छापतंय, कुठल्या कविसंमेलनात काय चर्चा झाली, कुठे कुणाचे काव्यसंग्रह प्रकाशित झाले हे आता मला माहीत नव्हतं. वैद्यकविद्येने मला धक्का देऊन लघुनियतकालिकांच्या चळवळीतून बाहेर फेकलं होतं. वंगशक १३८८ च्या हेमन्त ऋतूत दोन वर्षांच्या दीर्घ कालावधीनंतर 'सेंजुती' प्रकाशित झालं. पुस्तकाच्या आकारात नव्हे, तर पूर्वीच्या जमाखर्चाच्या वहीच्या लांबट आकारात. त्याचं कारण म्हणजे माझ्या हाती तेवढे पैसे नव्हते. यावेळी दादाने काहीच पैसे खर्च केले नाहीत. त्याचा प्रश्नच येत नव्हता. रुद्रने मला लिहिलेली प्रेमपत्रं चोरून वाचल्यापासून दादाला रुद्र हे नावच सहन होत नव्हतं. त्याला हे सहन होत नाही याचा पुरावाही त्याच्या वर्तनातून

दिसला. माझ्या खोलीत येऊन, त्याने मला कविता लिहिण्यासाठी जी लाल डायरी दिली होती, ती आणि माझ्या कवितेच्या इतर वह्या एके दिवशी त्याने फाडून अंगणात पावसामुळे झालेल्या चिखलात फेकून दिल्या. मी त्याला अडवायला गेले, तर त्याने इतक्या जोराने माझ्या गालावर झापड मारली, की दोन दिवस गाल लाल झालेला होता. त्यामुळे मी स्वत:जवळचे पैसे खर्च केले. ते पैसे मेडिकल कॉलेजमध्ये मला मिळणाऱ्या स्कॉलरशिपचे होते. इंटरमिजिएटला चांगले गुण मिळाल्याने मला ही स्कॉलरशिप मिळत असे. कॉलेजमधली कुठलीही फी द्यावी लागत नसे, वर पैसेही मिळत. हे स्कॉलरशिपचे पैसे कधी मिळत, त्यांचं मी काय करणार, हे मी बाबांना सांगत नसे. मॅट्रिकमध्ये चांगले गुण मिळाल्याने इंटरमिजिएटला जी स्कॉलरशिप मिळाली होती, ती मला शहाण्या मुलीप्रमाणे बाबांच्या हातात द्यावी लागे. आता मात्र नाही. मला स्कॉलरशिपचे पैसे मिळाल्याचं मी घरातल्या इतरांना सांगे, फक्त बाबांना मात्र सांगत नसे. पैसे मिळाल्यावर 'सेंजुती'चा अंक छापायला दिला. खालेकला सांगून 'पीपल्स टेलर्स'ची एक जाहिरात मिळवली. जाहिरातीचे पैसे मिळवण्यासाठी पीपल्सकडे हेलपाटे मारण्यात रिक्षाभाड्याचा खर्च होत राहिला, खालेकशी भेट काही होईना. 'सेंजुती'ला विसरण्याचा खूप प्रयत्न केला, खरं तर ती स्वत:च्या इच्छेशी केलेली प्रतारणा होती. आर्थिक दैन्यामुळे एखाद्या कुष्ठरोग्याप्रमाणे आकसून न जाता प्रचंड प्रयत्नांनी अनंत सुंदराची प्राणप्रतिष्ठा केली. विक्षोभाची भाषा न शिकता, मुठी उंचावून विरोधाच्या घोषणा न देता जो कवी घाबरट कासवासारखा स्वत:ला संपूर्णपणे कवचात लपवून घेऊन स्वस्त आवेगाचं मद्य पिऊन काव्यक्षेत्रात बरळतो, अशा स्वार्थलोभी संधीसाधूला मी कचराकुंडी दाखवीन, 'सेंजुती' नव्हे. ज्या कवितांमध्ये श्रमजीवी माणसांच्या जीवनाचं साहसी भाषेत चित्रण केलेलं असेल, त्यांचं मी कितीही गंभीर आजारी असले, तरी मुद्रितशोधन करीन.' या उच्चारांत दंभ आहे, हे खरंय. माझी कविता खूप बदलली आहे हे माझ्या लक्षात आलं. रुद्रचं अनुकरण नव्हे, तर त्याच्या कवितेचा प्रखर प्रभाव माझ्या कवितेवर पडला होता. 'परानेर गल्प' (प्राणाची गोष्ट) शीर्षकाने माझ्या काही कविता या अंकात होत्या. त्यांच्यामध्ये श्रमजीवी माणसांचं क्रंदन, दरिद्री लोकांचा हाहाकार आणि धनवान शोषकांविरुद्ध तीव्र घृणा व्यक्त झाली होती. रुद्रच्या 'मानुषेर मानचित्र' मालिका कवितेत चौकीदारावर कविता होती -

वनातलं हरीण नाही, वाघ नाही, इतक्या रात्री जातोय चौकीदार
है, कोण चाललंय्? कोण चाललंय? गावातला वारा आहे निरुत्तर
कोण चाललंय? दुसरं कोण जाणार! दशमीच्या अंधारात एकटा-एकटा जातो
एकटा-एकटा चौकीदार अंधाराच्या वळणा-वळणावर स्वत:लाच विचारतो.

स्वत:लाच विचारतो 'कोण चाललंय? नाव काय तुझं? राहातोस कुठं?
किती पहारा देणार तू? किती रक्षण करणार तू जीवनाचं!
उचले, भामटे, चोर आणि जो चोर असतो दिवसाच्या प्रकाशात?
आणि जो चोर असतो देहाच्या आत, शरीराच्या अंधारात?

रात्रीच्या अंधारात शोधून तुला तो सापडेल, चौकीदारा, तो सापडेल?
जो चोर पहारा देतो, पहाऱ्याच्या नावाखाली करतो भयानक चोरी
चोरतो माणसाचा मेंदू, मांस, रक्त, हृदयातल्या भावना-कामना,
सापडेल तुला - जो चोर जीवनातून चोरतो पौर्णिमेची रात्र, तो?

जो तुझ्या जीवनातून चोरतो प्रकाशमय दिवसांचं स्वप्न,
जो चोरतो तुझ्या बाळाचं स्वास्थ्य, दूधभात, चोरतो बहिणीचं कुंकू,
सापडेल तुला - जो तुझ्या स्वास्थ्याची, शरीराची करतो चोरी?
मग कशासाठी हा पहारा? कशासाठी रात्रभर या आरोळ्या?

अंधाऱ्या पृथ्वीवर फक्त काही तारे, दूरची नक्षत्रं तेजाळतात
रातकिडे किरकिरतात, वारा आणतो जखमेतील पुवाचा वास
ताजी कबर खोदून कोल्हे बाहेर काढतात अर्धवट सडलेलं प्रेत
हैऽ, कोण चाललंय, कोण चाललंय... पृथ्वीच्या अंधारात चौकीदार चालतोय.

जीवन असंच चाललं होतं. थोडं रुद्रमध्ये, थोडं हॉस्पिटलमध्ये, पुस्तकांमध्ये, रोग्यांमध्ये, थोडं घरातल्या कोलाहलात आणि विषण्णतेमध्ये. तेवढ्यात एका बातमीने मला धक्का बसला - राष्ट्रपती झियाउर रहमान यांचा चट्टोग्रामच्या सर्किट हाऊसमध्ये खून झाला. खून केला होता चट्टोग्राम सेनादलाचे कमांडर मेजर जनरल मंजूर यांनी. पण मंजूरना यातून काहीच फायदा झाला नाही. त्यांच्यात मोठं सामर्थ्य नव्हतं. असतं, तर ते काहीतरी बनू शकले असते, पण तसं न होता दुसरंच घडलं - उपराष्ट्रपती अब्दुस सत्तार यांना राष्ट्रपतिपद स्वीकारावं लागलं. पण राष्ट्रपतिपद स्वीकारणं आणि देश चालवणं ही एकच गोष्ट नाही. वृद्धाला समोर करून मागून बंदूकधारी लष्करच देश चालवीत होतं. अशाने काय देश चालणार? देशात जणू रक्ताचे पाट वाहात होते. लक्षावधी माणसांच्या रक्ताच्या बदल्यात मिळवलेल्या स्वतंत्रतेच्या अंगावर सगळीकडे रक्ताचे डाग होते. तिच्या शरीराला केवळ मृत्यूचा गंध येत होता. बाबांना जर झियाउर रहमान यांचा 'सूरतहाल रिपोर्ट' - शवविच्छेदनाचा

रिपोर्ट द्यायचा असता, तर त्यांनी झियांच्या अंगावर किती बुलेटस् लागल्या, हे मोजलं असतं. कोणत्या प्रकारच्या बंदुकीतून कोणत्या प्रकारच्या बुलेटस् किती दूरच्या अंतरावरून किती वेळा फायर केल्या असाव्यात हे ते सांगू शकले असते. बाबांनी स्वत:चा शेरा लिहिला असता, 'ही सुइसाईड नाही, ही होमिसाइड आहे.' जर या देशाचा सूरतहाल रिपोर्ट लिहायचा झाला, तरी 'होमिसाइड' प्रकारचाच लिहिता येईल. अतिरेक्यांनी देशाच्या छातीवर नेम धरून गोळीबार केला, देशाच्या छातीची चाळणी झाली असं लिहिता येईल. छातीच्या बरगड्यांची फ्रॅक्चर्स झाली आहेत, शरीरामध्ये गोळ्या घुसल्या आहेत, हृदय थांबलं आहे खूप खूप काळपासून.

यानंतर पडद्याआड लपलेल्या सेनाधिकाऱ्यांनी लवकरच आपला चेहरा दाखवला. हा आणखी एक क्यू होता, कारस्थान होतं. देशात लष्करी शासन सुरू झालं. झियांच्या पावलावर पाऊल ठेवून इर्शादचा प्रवास सुरू झाला. एक सेना दुसऱ्या सेनेच्या पावलांवर पाऊल ठेवूनच चालते. मेजर जनरल मंजूर आणि त्यांच्या साथीदारांना फाशी दिली गेली. झियांनी ज्याप्रमाणे आपला पक्ष तयार करून हो-नाहीच्या माध्यमातून आपल्या बेकायदेशीर सत्ताग्रहणाला कायदेशीर करवून घेतलं होतं, त्याप्रमाणेच इर्शादनीही केलं. देशाच्या नशिबात प्रजासत्ताक राज्य, लोकशाही सुद्धा नव्हती! देशाबद्दल मला खूप माया, करुणा वाटू लागली, चिंता वाटू लागली. पक्ष बदलणारे नेते हे जो सत्तेवर येईल, त्याच्याकडे आकर्षित होतात. यांच्यासाठी 'चारित्र्यहीन'शिवाय मी दुसरं विशेषणच वापरू शकत नाही. दिवसेंदिवस माझ्या मनात एकच विश्वास दृढ होत गेला - राजकारण्यांच्या या चारित्र्यहीनतेमुळेच, दुर्बल चारित्र्यामुळेच लष्कराची बंदुकीच्या नळीच्या धाकाने देशावर ताबा मिळवण्याची हिंमत होते.

राजकारणाचे आणि काव्याचे विचार दूर सारून मला परीक्षेसाठी तयारी सुरू करावी लागली. मी परीक्षार्थी असल्यामुळे आता बाबा परीक्षक म्हणून काम करू शकणार नव्हते. ते परीक्षक म्हणून दुसऱ्या कॉलेजात गेले. आमच्या कॉलेजात सलिमुल्लाह मेडिकल कॉलेजमधले अबदुल्लाह नावाचे प्राध्यापक आपल्या सहकाऱ्यांसह इंटर्नल परीक्षक म्हणून आले. हे नवेच प्राध्यापक होते आणि त्यांच्या वर्गातले बरेच विद्यार्थी-विद्यार्थिनी प्रॉक्सी मारून त्यांच्या तासाला दांडी मारीत. ही बातमी ऐकून माझ्या वर्गातले विद्यार्थी-विद्यार्थिनी हाय-हाय करू लागले. मला बघितल्याबरोबर ते म्हणत, 'अरेरे! तुझ्यामुळे आम्हाला रजब अली सर मिळाले नाहीत.' रजब अली सर इंटर्नल परीक्षक म्हणून चांगले होते. आपल्या कॉलेजातल्या विद्यार्थी-विद्यार्थिनींना पास करण्यासाठी ते खूपच प्रयत्न करीत, हे कॉलेजातल्या सगळ्यांनाच माहीत होतं. पण नियम तर काही बदलता येत नव्हता. स्वत:चा मुलगा किंवा मुलगी परीक्षार्थी असल्यास वडील किंवा आई परीक्षक म्हणून काम करू शकत नव्हते. असंतुष्ट

विद्यार्थी-विद्यार्थिनींनी कडक इंटर्नल परीक्षकांसमोर भीतीने थरथरत तोंडी परीक्षा दिली. हा विषय अगदी गौण आणि सोपा असतो असं तेव्हा कुणालाच वाटलं नाही.

कागदावरची बायको

डालिया जहानच्या पत्त्यावर मला रुद्रची पत्रं नियमितपणे येत होती. कधी मोंग्ला किंवा मिठेखालीहून, तर कधी ढाक्याहून. रुद्रचं पत्र हातात घेतल्यावर हृदयात 'कुछ-कुछ' होत असल्याची जाणीव होई. ज्या दिवशी पत्र येई, त्या दिवसभर माझं मन निर्मळ आनंदाने भरून राही.

'तुझ्याशिवाय एक क्षणसुद्धा मला किती दु:सह वाटतो हे मी कुठल्याच प्रकारे तुला समजावून सांगू शकलो नाही. तुझ्याशिवाय माझे दिवस कसे विशृंखल आणि कशा प्रकारे असंयत आहेत हे तर तुला जणू समजूनच घ्यायचं नाहीय. अनेक समस्या आहेत हे मला ठाऊक आहे. या क्षणी तुला जवळ करायचं झाल्यास हजारो समस्यांना तोंड द्यावं लागणार. नंतरही या समस्या मला सोडणार नाहीत. म्हणून ज्या समस्येला कधी ना कधी तोंड द्यावं लागणार आहे, तिला आताच समोर आणलेलं योग्य. लपवाछपवी करून तर काही समस्या सोडवता येणार नाहीत. यासाठीच दादांना भेटण्याची माझी इच्छा होती. आपण लग्न केलं आहे हे त्यांना सांगायचं होतं, पण तू ऐकलं नाहीस. माझ्या दिवसांना आणि रात्रींना असंयम आणि अनियम यांच्यामध्ये सोडून देऊन तू खूप सुखात आहेस. तुझ्या या माझ्याबद्दल उदासीन राहून स्वत: सुखात राहाण्याची मला खूप ईर्ष्या वाटते. मला असं सुखी राहाणं कुठल्याही प्रकारे जमत नाही. स्वत:वर नियंत्रण ठेवणंही जमत नाही.

'आकाशात रोज मेघांप्रमाणे स्वप्नं जमतात, पण वृष्टी काही होत नाही. तुझ्याशिवाय दिवस उलटतात, रात्री उलटतात. तुझ्या स्पर्शावाचूनचा जणू हा वैराण माळ... किती दिवसांत तुझी भेट नाही! कितीतरी दिवसांत तुझे झुकलेले डोळे पाहिलेले नाहीत! तुझे डोळे जणू दाट धुक्यात बुडालेले, मेघाच्छन्न आणि खूप दूरचे! हे धुकं दूर करून कधी तुला स्पर्श करू शकेन? कधी अर्थ लागेल मला त्या

मेघांचा? तुझी वाट पाहण्यानं मी पार थकून गेलो आहे. पण वाट पाहणं काही संपत नाही. तुझा प्रिय स्पर्श नाही, रात्री किती थंडगार आणि क्लान्तिमय! या थंड अंधकारात तू उन्हाची ऊब घेऊन कधी येशील? आज मन थाऱ्यावर नाही, माझ्या मनात सारे क्लेश, एकाकीपणाची भावना भरून गेली आहे. हे क्लेश मी तुला शब्दांत समजावून सांगू शकत नाही. आज माझं मन ठीक नाही. खूप त्रास होतोय माझ्या मनाला.'

रुद्रचा त्रास समजून घेण्याचा मी प्रयत्न करीत होते. पण त्याची इच्छा पूर्ण करणं काही मला माझ्या बाजूने शक्य होत नव्हतं. नवऱ्याचा हक्क गाजवीत रुद्र मला म्हणे, 'लग्न केलंय असं तू आपल्या घरी सांग. स्वत:ला सांगता येत नसेल तर दुसऱ्या कुणाच्या तरी तोंडून सांग.' पण दुसऱ्याकडून सांगणंसुद्धा शक्य नाही, हे मी त्याला वारंवार सांगितलं. मी एका चालचलनहीन कवीशी लग्न केलं आहे, हे कुणाच्याही तोंडून सांगणं शक्य नव्हतं. रुद्रला वाटत होतं, की लग्न केल्याचं घरी सांगितल्यावर माझे बाबा थाटामाटात माझं लग्न रुद्रशी लावून देतील आणि त्यानंतर मी माझं घर सोडून रुद्रशी संसार करायला जाईन किंवा रुद्रच आमच्या घरी घरजावई म्हणून राहील किंवा मला जर घरातून हाकललं, तर मी होस्टेलमध्ये राहून शिक्षण चालू ठेवीन आणि सुट्टीत रुद्रकडे ढाक्याला जाईन किंवा या कॉलेजमधून बदली करवून घेऊन दुसऱ्या कॉलेजमध्ये जाईन - म्हणजे रुद्रशी संसारही करू शकेन आणि शिक्षणही चालू ठेवू शकेन असं, किंवा मग शिक्षण सोडून देईन. संसार करण्यासाठी रुद्र अधीर झालेला होता तरी मी काही अधीर झाले नव्हते. रुद्रच्या जीवनात मोठीच अनिश्चितता होती. त्यात आणखी एका अनिश्चिततेची भर घालायचं मला मुळीच धाडस होत नव्हतं.

रुद्र मला भेटायला मयमनसिंहला येई. एक दिवस ज्या दिवशी यायचं ठरलेलं होतं त्या दिवशी तो येऊ शकला नाही. मी बराच वेळ प्रेस क्लबच्या कँटीनमध्ये वाट पाहून हताश होऊन घरी परत आले. सांगितलेल्या तारखेला तो नेहमी येईच, असं नाही. पण कसंही करून त्याजवळच्याच दुसऱ्या एखाद्या तारखेला तो येई. कॉलेज कँटीनमध्ये चहा-सामोसे सोडून दुसरं काहीच मिळत नसे, शिवाय कॉलेज कँटीन हे फक्त कॉलेजच्या विद्यार्थी-विद्यार्थिनींसाठीच होतं. कँटीनमध्ये रुद्रकडे लोक आधी डोळ्यांच्या कोपऱ्यांतून पाहात, आता डोळे वटारून पाहू लागले. रुद्रची असद आणि अन्वरशी झालेली गट्टीसुद्धा लोकांना आवडत नसे. असद आणि अन्वर यांना मेडिकलचे वाईट आणि गुंड विद्यार्थी समजलं जाई. कॉलेजमध्ये झालेल्या कुठल्याही वाईट कामासाठी त्यांना जबाबदार धरलं जाई. ते दारू पितात अशीही बोलवा होती. रुद्रला कॉलेज कँटीनमध्ये पाहून एके दिवशी असद त्याच्याशी गप्पा मारायला आला. ते दोघेजण कॉलेजमध्ये एकाच वर्गात शिकत होते म्हणे - बस, झालं!

जमली पुन्हा त्यांची दोस्ती. त्या दोघांना विद्यार्थी-विद्यार्थिनी शक्यतो टाळून चालत. ते येताना दिसले, तर विशेषत: विद्यार्थिनी वाट बदलीत. पण ते दोघे रुद्रशी गट्टी झाल्यानंतर माझी विचारपूस करीत, 'काय नासरिन, कशी आहेस?' असं म्हणत ते दोघेही पुढं येत. मलासुद्धा हसून म्हणावं लागे, 'ठीक आहे!' हळूहळू माझ्या लक्षात आलं, की हे दोघेजण इतरांसाठी त्रासदायक असले, तरी माझ्यासाठी मात्र उपद्रवी नाहीत. रुद्र नसला, तरी कँटीनमध्ये बसून मी त्यांच्याबरोबर चहा घेई. असदच्या मनगटावर बँडेज किंवा अन्वरच्या कपाळावर जखमेची खूण असे, पण ते वाईट लोक आहेत असं कधीही मला वाटलं नाही; उलट इतरांपेक्षा बरेच खरेपणाने वागणारे आहेत असं जाणवलं. अधूनमधून ते छाती फुगवून म्हणत, 'कुणी तुला डिस्टर्ब केलं तर सांग आम्हाला, त्याचं थोबाड फोडून टाकू आम्ही!' असद आणि अन्वरबरोबर रुद्रचं गप्पा मारणं पाहून इतर विद्यार्थ्यांचे डोळे आणखीच मोठे होऊ लागले. चहा सामोसा खाऊन आमची दुपारची भूक भागत नसे, एका-ना-एका क्षणी तिथून उठावंच लागे. कॉलेजमध्ये येण्या-जाण्याच्या मार्गावर सी. के. घोष रोडवरच्या प्रेस क्लबच्या कँटीनचा शोध लावून आजकाल मी तिथेच रुद्रला भेटत असे. प्रेस क्लबमध्ये मिळणारी पिवळ्या रंगाची बिर्याणी खूप प्रसिद्ध होती. रामप्रसादबाबू निधन पावल्यानंतर त्यांचा फोटो कँटिनमध्ये लावून, त्याला हार घालून त्यांचा मुलगा हरिप्रसाद स्वत:च आता ती प्रख्यात बिर्याणी तयार करीत असे. दुपारी प्रचंड गर्दीत आम्ही ती खात असू. खाऊन बाकी सगळे निघून जात, आम्ही मात्र तिथेच बसून राहात असू, कारण आम्हाला जाण्यासाठी दुसरी जागाच नसे. प्रेस क्लबचे कर्मचारी आमच्याकडे डोळ्यांच्या कोपऱ्यातून पाहात. आम्ही जात नाही, एकामागून एक चहा घेऊनही तिथेच बसून आहोत हे त्यांच्या लक्षात येई. मी कुठेच एखादी रिकामी खोली पाहून ठेवलेली नाही म्हणून रुद्र कुरकुर करी, चेहरा वाईट करून बसे. कर्मचारी आम्हाला उठून जाण्यासाठी संकेत करीत, मोठमोठ्याने आवाज करीत. खुर्च्या टेबलांवर उलट्या करून ठेवीत. त्यामुळेही आम्ही उठलो नाही की, तोंडाने सांगत, 'कँटीन बंद झालंय!' आम्हाला कँटीनमधून बाहेर पडावं लागे, पण जाण्यासाठी कुठलीही दुसरी जागा नसे. गावभर आम्ही थोडी निर्जन जागा शोधीत फिरत असू, पण अशी जागा सापडत नसे. शेवटी मेडिकल कॉलेजचं आवार संध्याकाळी निर्जन होई, तेव्हा आम्ही तिथे जाऊन बसत असू. दहा वर्षे वयाचा एक अपंग मुलगा गुडघ्यांवर रांगत रांगत येऊन माझ्या शेजारी येऊन बसे. त्याच्याशी गप्पा मारणं मला जितकं सोपं वाटे, तितकं रुद्रशी बोलणं सहज-सोपं वाटत नसे. त्या मुलाचं नाव होत दुलाल. वडील गेलेले, आई होती, घरात गरिबी, स्वत: भीक मागून घर चालवी. दुलालला मी माझ्याकडे जे दोन-तीन रुपये असत, ते देई. जीवनाबद्दलच्या नाना प्रकारच्या गोष्टी मी रुद्रशी बोले. चंदनाच्या गोष्टी, चंदना ढाक्याला आपल्या

नणंदेकडे आली होती. तिला भेटून येते असं मी रुद्रला सांगितलं. त्याच्या हाती भेट म्हणून दादाने आपल्या लग्नात मला जी पिवळी साडी दिली होती, ती पाठवली. चंदनासाठी मला वाईट वाटणं, लग्नानंतर दादाचं बदलून जाणं, छोटोदा घरी नसल्यामुळे मला एकटं-एकटं वाटणं, अभ्यास नीट न होणं - इत्यादी गोष्टी हळू आवाजात थोड्या-थोड्या रुद्रला सांगे. रुद्र वारंवार माझ्या कमरेभोवती हात घालून जवळ ओढी, चुंबन घेऊ पाही. वारंवार त्याचे हात माझ्या छातीकडे जात. कुठूनही कुणीही पाहील, म्हणून मी त्याचे हात दूर सारी. शिवाय माझा स्वत:चा संकोचसुद्धा एक मोठीच अडचण ठरे. मी रुद्रच्या दोन्ही ओठांना बोटांनी स्पर्श करी. त्याच्या डोळ्यांवर बोटं ठेवी. रुद्रचा उबदार हात हाती घेऊन अनवाणी पायांनी चालावं, असं वाटे. हिरवळीवर अनवाणी पायांनी चालायला मला खूप आवडतं. गवताच्या पात्यांचा स्पर्श आणि दवबिंदूंची शीतलता पायांना हवीहवीशी वाटते. माझं संबोधन न वापरता बोलणं, लग्नानंतरही असं केवळ 'कोरडंच भेटणं' यामुळे रुद्र नाराज होऊन ढाक्याला परत गेला. 'रोज पत्र लिही' असं मात्र वारंवार बजावून गेला. 'रात्री दहा वाजल्यानंतर पत्र लिहीत जा. त्याच वेळी तो माझा विचार करील, मी त्याला पत्र लिहिते आहे असा विचार करील. मी त्याचा विचार करीत आहे असं समजेन.' असं सांगून गेला. रुद्र निघून गेल्यावर मी मोठी झोप काढी. मला असं झोपलेलं पाहून रुद्र येऊन गेला असावा असा यास्मिनला संशय येई. छोटोदाने मयमनसिंह सोडल्यावर यास्मिनशी हळूहळू माझी जवळीक वाढली. तिच्याशी माझं खूप सख्य होतं, अर्थात भांडणंही काही कमी होत नसत. माझ्यापेक्षा तिच्या अंगात अधिक बळ असल्याने मलाच शेवटी हार मानावी लागे. यास्मिनला मी मनातल्या साऱ्या गोष्टी सांगे, पण रुद्रच्या जितकी जवळ येत गेले, तितकी मी त्याच्याबाबतीत गप्प गप्प राहू लागले. रुद्रबद्दल मला वाटणाऱ्या प्रचंड आकर्षणाबद्दल यास्मिनशी बोलायलाही संकोच वाटे. वात्स्यायनाचं 'कामसूत्र' हे पुस्तक रुद्रने मला वाचायला दिलं होतं. ते वाचून तर झालं नाहीच, सगळा वेळ ते लपवण्यात जायचा. ते पुस्तक कुठं लपवलं म्हणजे यास्मिनच्या नजरेला पडणार नाही, याचीच खूप चिंता वाटे.

'तू व्यस्त माणूस आहेस, तुला रोज पत्र लिहायला सांगण्याइतकं साहस माझ्यात नाही.' असं म्हणून रोज मला पत्र लिहिण्याच्या कामातून मोकळीक हवी आहे तुला. पण तसं नाही. कितीही व्यस्त असलो, तरी रोज तुला लिहिण्याइतका वेळ माझ्याकडे आहे. जवळ असतो, तर रात्री जितका वेळ तुला देऊ शकलो असतो, त्यापेक्षा पत्र लिहायला खूप कमी वेळ लागतो. तू जवळ नाहीस, म्हणून मी रोजच तुला पत्र लिहू शकतो आणि लिहीन. इतकी रात्र म्हणजे काय? साडेदहा ही काय रात्र झाली? ती तर संध्याकाळ असते. रात्री जागण्याची सवय आत्तापासून केली नाहीस, तर नंतर अडचणीत सापडशील. कधीतरी निवांत अशी रात्र येईलच, तेव्हा

मग काय करणार? चंदनाला मी एक अक्षरही खोटं लिहिलं नाही, उलट खूप कमीच सांगितलंय. का, मी बोललो नाही तर तुला बोलता येत नाही? मी तोंड उघडलं नाही तर तुला तोंड उघडता येत नाही? संपर्काची सगळी जबाबदारी माझीच आहे का? सगळं आपण अर्ध-अर्ध वाटून घेतलं आहे. मग संपूर्ण जबाबदारी माझीच कशी काय? तू गाल फुगव, डोळे मोठे कर, मी माझा कौतुकाचा हात आखडून घेतो. प्रश्नच येत नाही. तुझा कौतुकाचा हात कधी पुढे येतो का? जो हात पुढे येत नाही तो मागे जाणारच कसा? मी तुझा रुसवा काढला नाही? तू न बोलावताही मी जवळ येत नाही? तू बोलली नाहीस, तरी मी बोललेलो नाही? तू चेहरा वर केला नाहीस, तर मी प्रेमाच्या स्पर्शाने तुझा चेहरा वर उचललेला नाही? तुझ्या डोळ्यांना प्रेमाने भिजवलं नाही? मग हे तुला का करता येत नाही? आजही मला रुसण्याची भाषा समजू शकत नाही. जी व्यक्ती सारं समजूनही न समजल्याचं ढोंग करते, तिला कोण समजावणार? आज अश्विन महिन्याची आठवी तिथी. आपला परिचय झाल्याला आज तीन वर्षं चार दिवस झाले. मला वाटतंय, हजार वर्षांपासून मी तुला ओळखतो आहे. हजार वर्षांपूर्वी आपली भेट झाली होती. जणू आपण अनंतकाळपासून एकमेकांना शोधीत फिरत होतो. एके दिवशी आपली भेट झाली आणि पहिल्या भेटीतच आपण एकमेकांना ओळखलं. कुठल्याही प्रस्तावनेची गरज भासली नाही. मनात जे चित्र होतं त्याच्याशी आपण ताडून पाहिलं एकमेकांना, आणि म्हणालो, 'हीच ती व्यक्ती! वेदनेच्या रंगाने जिचं आपण चित्र रेखाटलं, हृदयातल्या रक्ताने जिचं नाव लिहिलं, ती हीच व्यक्ती! आपण एकमेकांच्या हातांच्या तळव्यांवर एक शब्द लिहिला, 'मी', म्हणजेच, जिला तू स्वत:च्या मनात निर्माण केलं आहेस, तीच व्यक्ती 'मी' आहे.'

मयमनसिंहमध्ये एक निवांत खोली मिळत नव्हती, तशी खोली ढाक्यात आहे असं रुद्र वारंवार म्हणे. मला ढाक्याला यायला सांगे. पण ढाक्याला जाणं मला कसं शक्य होणार? एकटीनेच ट्रेनमध्ये चढून ढाक्याला जाणं बहुधा मला शक्य होईल, पण मला जाऊ कोण देणार? अखेर छोटोदा मयमनसिंहला आल्यावर मी त्याच्याजवळ 'मीसुद्धा ढाक्याला येणार' म्हणून हट्ट धरला. कशासाठी ढाक्याला? ढाक्याहून फर्स्ट प्रोफ परीक्षेचं सर्टिफिकेट आणायचंय. छोटोदाबरोबर ढाक्याला गेले आणि तिथे पोचल्याबरोबर 'विद्यापीठाच्या होस्टेलवर शाळेतल्या एका जुन्या मैत्रिणीला भेटायला जाते' असं सांगून बाहेर पडले. बाहेर पडल्याबरोबर थेट रुद्रच्या बासाबोच्या घरी गेले. आधीच तसं ठरवलं होतं. रुद्रच्या चेहऱ्यावर मात्र आनंद दिसला नाही. आनंदाने उड्या मारणं, डोळ्यांतून पाणी येणं या गोष्टी रुद्रकडून होत नसत. वरुन खालपर्यंत जणू एखादा ओंडका! जे काही होई ते त्याच्या मनात. ते कागदावर उतरून येई. रुद्रसुद्धा माझ्याबद्दल हेच म्हणे. मी पत्रामधूनच सहज-सुंदर आणि स्वाभाविक असते, प्रत्यक्ष नाही. समोर त्याच्याप्रमाणेच जणू लाकडाचा ओंडका. रुद्रने मला नेसण्यासाठी

एक साडी दिली - पांढऱ्या रंगावर छोटी-छोटी फुलं-पानं प्रिंट केलेली साडी, तिच्याबरोबर साया ब्लाऊज. साडी नेसून बाहेर जायचं होतं. ही साडी रुद्रची बहीण वीथी हिने निवडली होती. रुद्रने स्वत: पसंत करून कधीही माझ्यासाठी साडी विकत घेतली नव्हती. यापूर्वी एक हिरवी सुती साडी घेतली होती, ती विकत घेतानाही त्याने पसंत करण्यासाठी आपली मैत्रीण मुक्ती हिला बरोबर घेतलं होतं. रुद्रच्या वाढदिवशी मी जी काही भेटवस्तू त्याला देत असे, ती मी स्वत: पसंत करून विकत घेई. कुठल्या रंगाच्या शर्टसाठी कोणत्या रंगाची पँट चांगली दिसेल, हे स्वत:च ठरवी. रुद्र जेव्हा दुसऱ्या कुणाला माझ्यासाठी साडी पसंत करायला सांगे, तेव्हा माझ्या रंगाचा उल्लेख करी. 'सावळ्या रंगाच्या मुलीला कोणत्या रंगाची साडी शोभून दिसेल?' मुलींसाठी बहुधा मुलीच साड्यांची निवड चांगली करू शकतात. साडी निवडण्याचा मामला असल्यामुळेच की काय कोण जाणे, रुद्रने वीथीला आणि मुक्तीलाही आमच्या लग्नाची गोष्ट सांगितली होती. त्या रात्री साडी नेसायला सांगून तो मला एका चायनीज रेस्तोरांमध्ये घेऊन गेला. तिथे रात्रीचं जेवण करून आम्ही बासाबोला परत आलो. मुहम्मद नुरूल हुदाला त्याने आमच्या लग्नाची गोष्ट सांगितली - सांगावी लागली. रात्री माझं त्याच्या घरात राहाणं संशयास्पद वाटू नये, म्हणून. मी मात्र अद्याप कुणालाही आमच्या लग्नाची गोष्ट सांगितली नव्हती. रुद्रने सांगायला सुरुवात केली होती. याआधीही दोनेक मित्रांना त्याने सांगितलं होतं. त्यामुळे मला उद्वेग वाटतो हे माहीत असूनही सांगितलं होतं. त्या रात्री मला रुद्रबरोबर राहायला हवं - राहायलाच हवं, पण मला तर जायचं होतं. जायला हवं होतं, कारण 'तासाभरात परत येते' असं छोटोदाला सांगून आले होते. गोली मारो छोटोदाको! तू माझी बायको आहेस, हीच तुझी सर्वात महत्त्वाची ओळख आहे. पण ही ओळख घेऊन, मी जे जीवन जगत होते, ते जगता येणार नव्हतं. जगू शकशील. मग जर आज रात्री घरी गेले नाही, तर 'मी झुनूमावशीच्या घरी राहिले होते' असं सांगू का मी तिथं! त्याची काळजी करू नकोस, मी झुनूमावशीला सांगून मॅनेज करायला सांगतो. पण झुनूमावशी ऐकेल का? ऐकणार नाही कशी? आम्ही लग्न केलंय असं त्यांना सांगतो. असंभव! तू बस तुझं असंभव घेऊन, मला जे करायचंय ते मी करीन. आजची रात्र रुद्रबरोबर काढावी ही रुद्रची विनंती, मागणी, आदेश - सर्व काही होतं. रुद्र म्हणाला, 'आज रात्री मला तू संपूर्ण हवी आहेस. संपूर्ण म्हणजे? संपूर्ण म्हणजे संपूर्ण! काहीच शिल्लक ठेवणार नाही.' त्याच्या अर्थाचा अंदाज येऊन माझा आतल्या-आत थरकाप झाला. जसजसा वेळ जाऊ लागला, तसतशी ही थरथर वाढू लागली. रात्र जसजशी जवळ येऊ लागली, तशी माझ्या श्वासांची गती वाढली. मी स्वत:ला समजावू लागले, मी तर कुठलीही चुकीची गोष्ट करीत नाहीये. मी कायदेशीररीत्या लग्न झालेल्या माझ्या पतीबरोबर रात्र घालवणार आहे. माझ्या वयाची असून हसीना

जर ही गोष्ट करू शकते, तर मी का करू शकणार नाही? माझ्या वर्गातल्या मदिरा नावाच्या मुलीने वर्गातल्याच शौकत नावाच्या मुलाशी चोरून लग्न केलं होतं, बरेचजण म्हणत, की मदिरा चोरून शौकतच्या होस्टेलमधल्या खोलीवर जाते आणि रात्र घालवून येते. ती जर हे करू शकते, तर मी हे करू न शकायला काय कच्ची पोरगी थोडीच आहे?

अखेर रात्र झाली. बैठकीच्या खोलीत हुदा आणि त्यांच्या पत्नीशी रुद्रने 'ही माझी बायको' म्हणून माझी ओळख करून दिली. हुदाची छोटी मुलगी 'बायको' नामक माझ्याकडे अवाक होऊन पाहात होती. खूप रात्र झाली नव्हती, तरीही रुद्र म्हणाला, 'झोपायची वेळ झाली.' झोपण्यासाठी रुद्र मला त्याच्या खोलीत घेऊन गेला. शर्ट-पँट काढून, फक्त एक लुंगी गुंडाळून. मग दिवा बंद करून, खुर्चीत दगड होऊन बसलेल्या मला त्याने बिछान्यावर झोपवलं. मी स्वत:ला वारंवार म्हणत होते, 'तू लग्न केलं आहेस. लग्न केल्यावर नवऱ्याबरोबर झोपावं लागतं, मूर्ख पोरी! झोपावं लागतं! लग्नानंतर प्रत्येक मुलगी अशीच झोपते. संकोच झटकून टाक.' मी प्राणपणाने संकोच झटकत राहिले. खिडकीतून रस्त्यावरच्या खांबावरच्या दिव्याचा उजेड येत होता. तो चंद्रप्रकाश आहे असा मी विचार करू पाहात होते. रुद्रवर माझं प्रेम आहे. तो माझा पती आहे. माझ्या पतीबरोबर मी आज पहिली रात्र घालवणार आहे. आजच्या रात्री माझ्यामध्ये कुठलंही अवघडलेपण राहू नये. 'अवघडलेपण राहू देऊ नकोस' असं मी स्वत:ला त्या दिवशी सकाळपासून म्हणत असले, तरी रुद्रला 'रुद्र' म्हणणं, 'तुम्ही' म्हणणं मला दिवसभरात शक्य झालं नाही. रुद्रकडे पाठ करून मी हातपाय पोटाशी घेऊन जडवत पडून राहिले. मला रुद्रने आपल्याजवळ ओढलं. मी नव्हे, माझं शरीर रुद्रच्या त्या आलिंगनात पडून राहिलं. छातीवर घट्ट आडवे धरलेले माझेच दोन हात मी दूर सारू शकत नव्हते, पण रुद्रने ते दूर केले. त्याने आपल्या अंगच्या बळाने माझे दोन हात माझ्या छातीवरून दूर केले. आपणामध्ये कुठलंही कंपन व्हावं असं मला वाटत नव्हतं, पण माझी इच्छा असूनही मी आतलं कंपन थांबवू शकत नव्हते, त्या कंपनामुळे संचारित झालेल्या साऱ्या शरीराचं कंपन थांबवू शकत नव्हते. रुद्रने माझ्या ओठांचं कडकडून चुंबन घेतलं. माझे दोन्ही ओठ सुजले आहेत, जड झाले आहेत हे मला जाणवलं. माझी इच्छा नव्हती, पण माझे दोन्ही हात रुद्रला दूर सारू पाहात होते, दूर ढकलू पाहात होते. रुद्र एका हाताने माझ्या ब्लाऊजची बटनं काढीत होता, दुसऱ्या हाताने त्याने माझा त्याला ढकलू पाहाणारा हात घट्ट धरून ठेवला होता. बटनं काढलेल्या ब्लाऊजच्या आत रुद्रने आपलं तोंड खुपसलं, आपल्या जिभेने तो माझे दोन्ही स्तन चाटू लागला, चोखू लागला. मी विस्कटलेल्या साडीत रुद्रच्या बंधनात तडफडत होते. रुद्र आपल्या दोन पायांनी माझे दोन पाय एकमेकांपासून दूर सरकवू लागला. माझा एक पाय दुसऱ्या पायाच्या जितका जवळ

जाऊ पाही, तितका रुद्र आपली सगळी शक्ती लावून तो पाय दूर करू पाही. तुझ्या नवऱ्याला तुझे दोन पाय जसे हवे आहेत तसे कर, पोरी, तसे ठेवावे लागतात, हा नियम आहे. रुद्र जे करतो आहे, ते सारं समजून-उमजूनच करतो आहे, सगळे नवरे हेच करतात, असं करावं लागतं - असं मी स्वत:ला सांगत राहिले. असं सांगत मी माझ्या शरीरामधून उसळणाऱ्या प्रतिकाराच्या शक्तीला संपूर्ण शक्तीनिशी निस्तेज केलं - स्वत:ला अवश पडू शकावं, म्हणून. डोळे घट्ट मिटून, मिटलेल्या डोळ्यांवर दोन्ही हात ठेवून मी पडून राहिले - जणू ही काही मी नाही, हे माझं शरीर नाही, जणू मी माझ्या घरी माझ्या खोलीत झोपलेली आहे आणि इथं जो काही अश्लील प्रकार चालला आहे, त्याच्याशी माझा काहीही संबंध नाही. माझ्या शरीरावर काहीही घडत नाहीय, ही दुसरी कुणीतरी मुलगी आहे, हे दुसऱ्या कुणाचं तरी शरीर आहे, असा मी विचार करू लागले. यानंतर रुद्र माझ्या संपूर्ण शरीरावर चढला, यावेळी माझे फक्त डोळेच बंद नव्हते, माझा श्वाससुद्धा जणू बंद होऊन गेला. अवश, असहाय शरीराचे दोन पायसुद्धा जवळ येऊ पाहात होते. माझ्या दोन पायांना रुद्रने आपल्या दोन पायांनी दाबून मांड्यांच्या संधिस्थळी आणखी कशानं तरी दाब दिला. मी श्वास बंद केलेल्या अवस्थेत त्या दाबाला नवऱ्याने दिलेला स्वाभाविक दाब समजायचा प्रयत्न केला, पण तसं काही समजू शकले नाही आणि माझी इच्छा नसतानाही माझ्या तोंडातून एक आर्त चीत्कार बाहेर पडला. रुद्रने दोन्ही हातांनी माझं तोंड दाबून धरलं. तोंड दाबून धरलं, पण खालच्या बाजूचा दाब काही कमी केला नाही. प्रचंड वेदनेने मी कण्हू लागले. वरचा आणि खालचा असा सगळा दाब सहन करण्याची माझी क्षमता संपली. रुद्रचं लोहशरीर अनेक प्रयत्नांतीही माझ्या शरीरात प्रवेश करू शकत नव्हतं. रात्रभर रुद्र अनेक प्रकारे माझ्या शरीरात प्रवेश करण्याचा प्रयत्न करीत होता, प्रत्येक वेळी मी प्रचंड वेदनेने 'आई गं! बाबा रे!' असं कण्हत होते. माझ्या चीत्कारानंतर रुद्र प्रत्येकवेळी आपला दाब आणखीन वाढवीत होता आणि मी चीत्कारत होते. ती भयावह रात्र संपल्यावर थकलेल्या शरीरावरची साडी बदलून मी सलवार-कमीज घातलं आणि म्हणाले, 'मी जाते.' माझ्या झुकलेल्या चेहऱ्याला, डोळ्यांना, माझ्या पराजित, अक्षम शरीराला मला दूर न्यायचं होतं. त्याचबरोबर मनाला अपराधाची जाणीवही बोचत होती. रुद्र हा मला रुद्रच वाटत होता, पती वाटत नव्हता. सेगुन बगीचाला जाताना रस्त्यात तो फक्त एकच वाक्य बोलला, 'रात्री ते नाटक केलं नसतंस तरी चाललं असतं!' संपूर्ण रस्ताभर आणखी काहीच बोलला नाही. मीही काहीच बोलले नाही. मी गुपचूप बसून रात्रीच्या घटनेचा विचार करीत होते, त्यापेक्षा आम्ही रात्रभर गप्पा मारू शकलो असतो तर .... त्यापेक्षा कविता वाचीत-वाचीत, फक्त दोनएक चिमटे, दोनेक निर्मळ चुंबनं - याच्यात आमचा वेळ गेला असता तर!

सकाळी सेगुन बगीचात परतून छोटोदाला मी कापऱ्या आवाजात म्हणाले, 'रुकेया हॉलवर झुनूमावशीच्या खोलीवर होते.'

'झुनूमावशी तर काही आता तिथे राहात नाही. लग्न झाल्यावर विद्यापीठातच जागा भाड्याने घेऊन दोघे नवरा-बायको तिथे राहातात.' छोटोदा म्हणाला.

'काल होती.'

'म्हणजे अजून ती रूम सोडली नाही की काय?'

'नाही.'

'असं? तू मैत्रिणीला भेटायला गेली होतीस ना? भेट झाली?'

'हो.'

'नाव काय तिचं?'

'नादिरा.'

'नादिरा? ती रामकृष्ण मिशन रोडवर राहाणारी ना?'

'हो.'

'ती आता जहांगीरनगरला गेलीय असं तू म्हणाली होतीस ना?'

'काल आसमाला भेटायला आली होती रुकेया हॉलवर. तिथेच थांबली.'

'आसमा कोण? हाशिमुद्दीनची मुलगी ना?'

'हो.'

'ती ढाका विद्यापीठात शिकते?'

'हो.'

'तुझं सर्टिफिकेट आणायचं होतं ना?'

'हो. आणलं.'

आणखी गप्पा न मारता, कापणाऱ्या आवाजाला विश्रांती देण्यासाठी मी घरात आडवी झाले आणि दुःस्वप्नासारख्या रात्रीचा विचार करू लागले. कालच्या रात्रीचा. रुद्र म्हणाला, मी 'नाटक' केलं. ते नाटक थोडंच होतं? संतापाने, रुसव्याने मी आवाज न करता रडत राहिले. सगळ्या शरीरात वेदना होत होत्या - जणू आत्ताच मी वाघाच्या गुहेतून परतले आहे. चालताना मांड्यांच्या संधिस्थानी वेदना होत. लघवी करायला गेले, तर वेदना होत आणि एक थेंब-दोन थेंब अशी लघवी होई. छाती जणू छाती नव्हती, दोन मणांचे दगड होते. चुंबनाच्या लाल खुणा हुळहुळत होत्या, तिथं स्पर्श करवत नव्हता. 'एक रात्र आपण बरोबर घालवायची' असं रुद्र मला त्या कागदावर मी सही केल्यापासून म्हणत होता. सही करण्यापूर्वीही त्याने काही कमी वेळा चावे घेतले नव्हते. चुंबनं घ्यायला माझ्यावर ओणवा होई, छातीवर

हात ठेवायला पाही, मी कसाबसा स्वत:चा बचाव करून घेई. तो धसमुसळेपणा करणार याचा अंदाज आल्याने मी मसूदच्या घरी येणार नाही असं सांगितलं होतं. तेव्हाचा राग आणि रुसवा त्याने काही कमी वेळा मला दाखवला नव्हता. रुद्रला रात्रीचं महत्त्व एवढं का वाटत होतं हे काही मला समजलं नाही. मी त्याला बरेचदा म्हटलं होतं, 'आयुष्यातल्या सगळ्या रात्री पडलेल्याच आहेत पुढे, जरा वाट बघ!' वाट पाहाण्याची जी वेदना असते, तीसुद्धा एकप्रकारचं सुख देते. पण नाही, रुद्र वाट पाहाणारा नव्हता. वाट पाहाण्यात कुठलंच सुख नाही असं तो म्हणे. मी म्हणे, 'चल, प्रेम करू या,' तर रुद्र म्हणे, 'चल, झोपू. झोपायला जाऊ या!' रुद्र अधाशासारखा खा-खा करी. त्याला आजच हवं असे, आत्ता हवं असे. आत्ताच मिळालं नाही तर चालणार नाही. मयमनसिंहला आल्यावर एखादी निवांत खोली मिळवण्यासाठी वेड्यासारखं करी. अशी निवांत खोली मिळणं शक्य नाही हे समजल्यावर तो रुसवा धरी. फक्त रुसवा नव्हे, रागही करी. एक रात्र त्याला माझ्याबरोबर घालवायचीच असे. अखेर एक रात्र त्याने माझ्याबरोबर घालवली, एखाद्या वाईट स्वप्नासारखी एक रात्र! मी कधीही स्वत:च्या जीवनाचा अशा प्रकारे विचार केला नव्हता. मलासुद्धा अभिमान आहे, मलासुद्धा राग येऊ शकतो. मला वाटलं, रुद्रला फेकून द्यावं, पण फेकायला जाताना दिसलं, माझे दोन्ही हात अचल झाले आहेत, मी जणू अपंग आहे. केवळ त्या कागदामुळे मी हरले आहे. माझ्या त्या सहीने मला बांधून टाकलं आहे. लग्नाच्या त्या करारावर मी सही केली होती! की रुद्रवर माझं प्रेम होतं? मी विचार करू लागले. विचार काही माझ्या डोक्यातून जात नव्हते.

छोटोदाशी केलेल्या खोटारडेपणावरही विचार करीत होते. झुनूमावशीशी भेट झाल्यानंतर माझ्या शाळेतल्या मैत्रिणीशी खूप दिवसांनंतर गप्पा मारताना मध्यरात्र झाली असेल, म्हणून झुनूमावशीच्या जुन्या खोलीत मी बाकीची रात्र झोपली असेन, असा छोटोदाने विचार केला असेल. छोटोदाला काय वाटलं असेल कोण जाणे, पण मला आणखी कुठल्याही 'मैत्रिणी'ला भेटण्यासाठी एकटीला बाहेर जाऊ न देता, तो स्वत: मला विद्यापीठात सर्टिफिकेट आणण्यासाठी रजिस्ट्रार ऑफिसमध्ये घेऊन गेला आणि दोन दिवसांनी मला मयमनसिंहला पोचवून परत गेला.

रुद्र नंतर म्हणाला, की मी त्याच्यावर संपूर्णपणे विश्वास ठेवीत नाही. हे ऐकून मला वाईट वाटलं. मी त्याला म्हणाले, 'माझा त्याच्यावर विश्वास - संपूर्ण विश्वास आहे म्हणूनच तर मी त्याच्यावर प्रेम करते. प्रेम करायचं असेल तर सर्वात आवश्यक गोष्ट म्हणजे विश्वास. या विश्वासाला थोडा जरी तडा गेला, तर फारतर एखादी व्यक्ती चांगली वाटते, पण तिच्यावर प्रेम बसत नाही. रुद्रने लिहिलं होतं, 'सगळं काही मला जबरदस्तीनेच घ्यावं लागणार इतका मी अभागी आहे का? सगळं काही मला

जबरदस्तीने वसूल करावं लागणार का? जबरदस्तीनं जितकं घेतलं जातं, जितकं घेणं शोभनीय आहे, ते मी घेतलं आहे. जी गोष्ट मला फक्त एकट्यालाच मिळायला हवी, ती कधीच मिळाली नाही, तरी मी ती जबरदस्तीने घेणार नाही. विश्वास आणि प्रेम यांच्याबद्दल मी कधीच प्रश्न विचारीत नाही. 'संपूर्ण विश्वास' या शब्दांतून मला दुसरं काही सांगायचं होतं, ते न समजण्याचं तर काही कारणच नाही.'

या घटनेनंतर दीड वर्षांपर्यंत रुद्रने लिहिलं, 'बउसोना, यावेळी काय झालं सांगू? तुला साडी नेसलेली पाहून प्रथम वाटलं जणू मी आज पहिल्यांदाच तुला पाहातोय. तू जणू दुसरीच कुणी आहेस, दुसरीच कुणी व्यक्ती, एक नवीन व्यक्ती. गेल्या बऱ्याच काळपासून विविध प्रकारे तू मला चांगली वाटली आहेस, पण हे जणू त्यापेक्षा वेगळंच होतं. अगदी वेगळ्याच प्रकारे चांगलं वाटणं. वाटलं, जणू या वेळीच आपल्या प्रेमाला सुरुवात झाली आहे. जणू आतापर्यंत फक्त रंगीत तालीम चालू होती, आज एकदम रंगमंचावर आलो आहोत.'

या दीड वर्षात दर दोन-तीन महिन्यांनी रुद्र मला भेटायला मयमनसिंहला येत असे. मी त्याच्यासाठी संबोधन वापरीत नाही यामुळे रागावून काही महिने त्याने मला संबोधन नसलेली पत्रं लिहिली. प्रेस क्लबच्या कँटीनमध्ये आम्ही भेटत असू. कँटीनमधून जेव्हा उठावं लागे, तेव्हा निवांत बसून गप्पा मारण्यासाठी पूर्वीप्रमाणे आम्ही शांत जागा शोधीत असू आणि नेहमीच अशी जागा सापडणं मला अवघड असे. रुद्रच्या विनंतीवरून एकदा मी साडी नेसून त्याला भेटायला गेले. मला नीट प्रकारे साडी नेसता येत नव्हती, यास्मिनच्या मदतीने आईची एक साडी नेसून, 'मैत्रिणीच्या वाढदिवसाला जाते' असं सांगून मी घराबाहेर पडले. त्या दिवशी निवांत जागा सापडली आणि रुद्रला दोन-तीन चुंबनं घेण्याची, छातीवर हात ठेवण्याची संधी मिळाली. त्या भेटीनंतरच त्याने वरचं ते पत्र लिहिलं.

'मनातल्या मनात हसते आहेस, ना?

'खरंच, शेवटी वाटलं, की आत्ताच आपलं प्रेम सुरू झालं आहे. जणू आजवर आपण फक्त एकमेकांना स्पर्श करीत होतो. आज आपल्याला एकमेकांच्या शरीराची ऊब मिळाली. एकमेकांच्या हृदयाचं स्पंदन ऐकू आलं. आजच्या इतकं, कधीच इतकं तृप्त वाटलं नव्हतं. तू हळूहळू सहज होते आहेस, स्पष्ट होते आहेस. मी जणू एका अपरिचित जगाला ओळखू शकतो आहे. मी तर आजवर तुझ्या याच सहज होण्याची वाट पाहात होतो. तू आणखी, आणखी अधिक सहज होशील. आपल्यासारखं इतकं सुंदर प्रेमाचं घर इतर कुणाचंही नसेल - तू पाहा! आता उगाच तोंड फिरवू नकोस. पाहा, माझ्या डोळ्यांकडे पाहा. त्यात एवढं लाज वाटण्यासारखं काय आहे? तू तर मला कितीतरी दिवसांपासून ओळखत आहेस. या डोळ्यांना, भुवयांना, कपाळाला, चेहऱ्याला, या शरीराला तू कितीतरी वेळा स्पर्श केलेला आहेस!

कितीतरी वेळा आपण एकमेकांना वेगळं असं ओळखू शकलेलो नाही. एकमेकांत इतके एकरूप झालो होतो. मग? मग एवढी लाज कशासाठी? ओठांनी स्पर्श कर - कर ना!'

'हळूहळू मी स्वत:वर ताबा मिळवला आहे. मला जर असं थोडं प्रेम दिलंस, तर मी तुला हवा त्याप्रमाणे होईन किंवा तू मला हवी तशी होशील. खरं तर प्रेम म्हणजे बहुधा दोन मनांना एक मन बनवून टाकणं. वाटतं, चौकात उभं राहून, ओरडून सर्वांना सांगावं - ऐका हो ऐका, मला माझ्या प्रेमाचं माणूस मिळालं आहे, मला एका हृदयातून प्रतिसाद मिळाला आहे!'

'नीट रहा, चांगली रहा, सोनी माझी! चांगली रहा, प्राणप्रिये! प्रेम प्रेम प्रेम.' तुझा, रुद्र.

सगळे बदलले

'अवकाश' या आमच्या घराचा चेहरामोहरा खूप बदलून गेला होता. यास्मिन मॅट्रिक पास झाली होती. फर्स्ट क्लासमध्ये. रसायनशास्त्रात तिला लेटर मिळालं होतं. या लेटरमुळे घरात तिला माझ्यापेक्षा 'बेटर ट्रिटमेंट' मिळत होती. तिलासुद्धा डॉक्टरकी शिकवायचं स्वप्न बाबा पाहात होते. 'आनंदमोहन'मध्ये तिच्या प्रवेशाला बाबांनी विरोध केला नाही. यास्मिन जणू अचानकच खूप मोठी झाली होती. पूर्वीसारखी छोटी मुलगी राहिली नव्हती. आम्ही दोघी बहिणी बरोबर कुठे गेलो, तर यास्मिनला न ओळखणारे बरेचसे लोक तिलाच माझी मोठी बहीण समजत. मी ज्या वयात घराबाहेर जाताना ओढणी घ्यायला सुरुवात केली, त्याच्यापेक्षा आधीच यास्मिनला ओढणी घ्यायला सुरुवात करावी लागली. छातीचा आकार वाढल्याने ती माझ्याप्रमाणेच कुबड काढून चालू लागली - ओढणी न घेण्याचा हा दंडच होता जणू! आई तिच्या कुबड काढलेल्या पाठीवर धपाटा मारून म्हणे, 'सरळ हो! ओढणी घालून ये आणि सरळ होऊन चाल. तू आता मोठी झालीस. मग ओढणी घेण्यात लाज कुठली?' वयाने ती माझ्यापेक्षा मोठी वाटत असे, पण दोघींमध्ये सुंदर कोण हा प्रश्न आला, की माझं पारडं जड होई. यास्मिनला आपला चेहरा, वयापेक्षा मोठी वाटणारी शरीरयष्टी यांच्याबद्दल मनातून खंत वाटे; पण डोळ्यांची तुलना केली, तर ती जर हरीण असेल, तर मी हत्ती. तिच्या दाट काळ्या केसांपुढे माझे केस अगदीच पातळ होते. पण छोटं नाक, छोटी हनुवटी, पातळ ओठ यांच्याबद्दल यास्मिनला सतत खंत वाटत असे. तिच्या मनात नकळत एक प्रकारची ईर्ष्या जागृत झाली. मला तिच्याबद्दल कुठलीच ईर्ष्या वाटत नसे; उलट तिला बाहेरच्या सगळ्या प्रलोभनांपासून, खोटेपणापासून दूर ठेवावं असं वाटे. मी जे दुःख बाबांना देत होते, तसं कुठलंही दुःख तिने बाबांना द्यावं असं मला मुळीच वाटत नव्हतं. माझ्या

पापण्यांवर स्वप्नांची फुलपाखरं येऊन बसत - यास्मिन मेडिकल कॉलेजमध्ये शिकेल, मी जितकी मोठी डॉक्टर होईन, त्यापेक्षाही मोठी डॉक्टर होईल यास्मिन. डॉक्टरी पास होऊन हबिबुल्लाहसारख्या एखाद्या देखण्या डॉक्टरशी ती लग्न करील. त्यामुळे कदाचित मी आई-बाबांना दिलेलं दु:ख थोडं कमी होईल. यास्मिनच्या ईर्ष्येने मी दु:खी होई. ती मनाने माझ्यापासून दूर होते आहे हे मला जाणवू लागलं. माझ्या अवतीभोवती असणारी यास्मिन आता दादाच्या बायकोच्या अवतीभोवती अधिक असे. कॉलेजमध्ये जाई-येई, बाकीचा वेळ दादाच्या बायकोशी हास्यविनोद करीत घालवी. मी तिला तिच्या अभ्यासाची प्रगती विचारायला गेले, की माझ्याकडं अशा नजरेने पाही, की मी जणू तिची सर्वात मोठी शत्रू आहे! छोटोदा आता मयमनसिंहच्या घरात नसे. साहित्य-संस्कृती क्षेत्राशी माझा आता पूर्वीसारखा संपर्क राहिला नाही. पूर्वी छोटोदाबरोबर मी नृत्य-गायन, कविता, नाटक अशा कार्यक्रमांना बाबांना चोरून आणि आईला अर्धी मनवून जात असे, आता तेही बंद झालं. छोटोदाही आता बदलला. या घरात आता त्याला मानाने वागवलं जाई. त्याच्याबद्दल बोलताना आता 'वाया गेलेला' हे शब्द कुणीही वापरीत नसे. आता शहरातल्या सांस्कृतिक क्षेत्रात कुठं काय चाललंय याबद्दल त्याला उत्सुकता नसे. दादा घरी असून नसल्यासारखाच. या घरातल्या माणसांपैकी सगळ्यात अधिक कोण बदललं असेल, तर दादा. तोही आता साहित्य संस्कृतीबद्दल विचार करीत नसे. 'सेंजुती'चा विषय निघाला, की आता तो, 'चल, मी छापून देतो' असं म्हणत नसे. घरातल्या इतर कुणाबद्दलही तो चिंता करीत नसे. गाणं ऐकणं, फोटो काढणं, महागडी अत्तरं वापरणं हेसुद्धा आता त्याने कमी केलं होतं. तो आता बायकोसाठी साड्या आणि दागिने विकत घेण्यात गुंतलेला असे. बरेचदा साडी विकत आणल्यावर तो ती आम्हाला दाखवी आणि 'कशी आहे साडी?' असं विचारी. आम्ही म्हणत असू, 'खूप चांगली आहे. तुझ्या बायकोला शोभून दिसेल.' बायकोच्या नातेवाइकांकडे निमंत्रणावरून जेवायला जाण्यातही तो व्यस्त होता. घरातही आता बरेचसे पाहुणे हे हसीनाची बहीण, बहिणीचा नवरा, भाऊ, वहिनी असे असत. नातेवाइकांमध्ये कोण चांगलं, कोण वाईट, कोण फार बोलतं, कोण कमी बोलतं, कोण दिसायला सुंदर आहे, कोण नाही, कुणाकडे किती संपत्ती आहे, कोण गरीब आहे या विषयांवर चर्चा करणं त्याला अधिक आवडे. हसीनाची अंगकाठी म्हणजे अंग कमी, काठी जास्त! फारच सडपातळ. आई रोज चांगला स्वयंपाक करून तिला खाऊ घाली. हसीना दादाबरोबर नेहमी संध्याकाळी फिरायला जाई, बाकीचा वेळ चेहऱ्याला हळद लावून दुपारी व्हरांड्यात बसून राही. अंघोळ करण्यात बराच वेळ घालवे, पाच-सहा वेळा खाई आणि झोपे. पण ती घरातली नवीनच व्यक्ती असल्याने आमचा उत्साह कमी होत नव्हता. विशेषत: यास्मिनचा. यास्मिन हसीनाला लगटूनच राही, एवढंच काय, हसीनाचा ब्लाऊज

काढून तिचे स्तन मुठीत घेऊन एखाद्या दूध पिणाऱ्या शिशूसारखी झोपून राही. हे पाहून शरमेने दूर सरून मी लांबूनच हसीनाला म्हणाले, 'लाज वाटत नाही तुम्हाला?' ती म्हणाली, 'आता लग्न होऊन गेल्यावर लाज राहाते का कधी?' आईचं सुद्धा लग्न झालं होतं, पण ती कधीही स्तन उघडे ठेवीत नसे. गीतानेसुद्धा कधीच उघडे ठेवले नाहीत. अर्थात गीताला स्तन असे नव्हतेच, ती पॅडिंगची ब्रेसिअर वापरी. हसीनाला साडीसुद्धा नीट नेसता येत नसे, मेक-अपसुद्धा करता येत नसे, म्हणून ती फिरायला जाण्याआधी यास्मिन तिला साडी नेसवून देई. गीताचं साडी नेसणं पाहून ही गोष्ट ती चांगली शिकली होती. यास्मिन हसीनाचा मेक-अपसुद्धा करून देई - हे पण ती गीताकडूनच शिकली होती. हसीनाला मी सुरुवाती-सुरुवातीला 'हसीना' म्हणूनच हाक मारीत असे, पण तिला हे बरं वाटत नसे. ती म्हणे, 'मला ''वहिनी'' म्हण.' यास्मिन तिला वहिनी म्हणे. तिच्याबरोबर यास्मिन तिच्या नातेवाइकांकडेही फिरायला जाई. म्हणजेच बौदी (म्हणजेच वहिनी) साडी आणायला जाणार असेल, तर यास्मिन तिच्याबरोबर साडी पसंत करून द्यायला जाई. बौदी चप्पल आणायला गेली, की यास्मिन बाजारातली सगळ्यात भारी चप्पल दादाला बौदीसाठी विकत घ्यायला सांगे. आपल्या एका ओळखीच्या मुलीला 'वहिनी' म्हणणं मला शक्य होत नसे. 'हसीना' अशी हाक मारायला तिने हरकत घेतल्यावर मी तिला 'हसीना' म्हणणं बंद केलं. 'ऐका', 'अहो, दादाच्या पत्नी, ऐका' अशा पद्धतीने मी तिच्याशी बोले. 'हसीना' नाव दादाला मुळीच आवडत नसे. तो 'हसीना मुमताज' या तिच्या नावातून 'हसीना' गाळून, तिला 'मुमू' म्हणून हाक मारी. दादा आता आईसाठी, माझ्यासाठी किंवा यास्मिनसाठी कुठलीही वस्तू विकत घेण्याचा विचार करीत नसे. ईद आली की हसीनासाठी बाजारातली सर्वात महाग साडी विकत आणी. आईने एका साडीसाठी वारंवार विनंती केल्यावर लोकलाजेस्तव तो ईदच्या अगदी आदल्या रात्री एखादी स्वस्त सुती साडी विकत आणी. दादाच्या या साडी आणण्यामागे आता पूर्वीसारखा जिव्हाळा राहिलेला नाही हे आईला जाणवे. आम्हालाही हे जाणवे. मला आणि यास्मिनला तो लोकलाजेस्तवसुद्धा काही देत नसे. याबद्दल आम्ही कुठलीही तक्रार करीत नसू की प्रश्न विचारीत नसू. कारण दादाला आता बायको आली, तो तिलाच सारं देणार असं आम्ही आता गृहीत धरलं होतं. त्याच्या बायकोला सुखी पाहून आम्हाला चांगलं वाटे. तिच्या चेहऱ्यावर हसू फुटल्यावर दादाच्याही चेहऱ्यावर हसू फुटे. दादाच्या खिशातून आम्हाला आता पैसे काढता येत नसत. छोटोदा निघून गेल्यावर मी आणि यास्मिनने ते काम आमच्या जबाबदारीवर बरेच दिवस चालवलं होतं. आता त्याच्या खोलीत त्याच्या बायकोचा पहारा असे. दादाच्या हातातून दोन पैसेसुद्धा घरातल्या दुसऱ्यासाठी हसीना खर्च होऊ देत नसे. दादाच्या पैशांना, दादाच्या वस्तूंना हसीना आपले स्वतःचे पैसे आणि स्वतःच्या वस्तू समजे. आमच्या

काचेच्या भांड्यांमधून दादाने विकत घेतलेली काचेची भांडी अलग करून दुसरीकडे हलवताना ती म्हणाली, 'आमची भांडी वेगळी ठेवायला हवीत. ती वापरली जाता कामा नयेत.' दादाने विकत घेतलेल्या फ्रीजमध्ये अनूची आई पूर्वीप्रमाणेच पाण्याची बाटली ठेवायला गेली, तर तिला थांबवून हसीना म्हणाली, 'आमच्या फ्रीजला हात लावण्यापूर्वी आधी मला विचारीत जा.' स्वत:च्या हाताने फ्रीज पुसता पुसता ती म्हणे, 'खरं तर फ्रीज एकाच जणाने हँडल केलेला चांगला, इतक्या लोकांनी त्याला हात लावला तर आमचा फ्रीज लवकर कामातून जाईल!' हसीनाचा 'आमचा' हा शब्द ऐकून वाटे, जणू या घरात दोन गट पडले आहेत - एका गटात आम्ही; म्हणजे मी, बाबा, आई, यास्मिन आणि दुसऱ्या गटात दादा आणि हसीना. रियाजुद्दीनचा मुलगा जयनाल पत्र्याच्या खोलीत राहात असे, शहरातल्या शाळेत शिकत असे. जयनाल दिसला की हसीना म्हणे, 'ए पोरा, एक ग्लास पाणी दे बरं!' किंवा 'ए पोरा, पळत जाऊन रिक्षा घेऊन ये, जा!' जयनाल पाणी देई, रिक्षा आणून देई. हसीना साडी नेसताना जयनाल आसपास असला की ती म्हणे, 'ए पोरा, जरा माझी चप्पल पुसून दे!' जयनाल हसीनाच्या पायांशी बसून फडक्याने तिची चप्पल पुसून देई. आई एके दिवशी हसीनाला म्हणाली, 'जयनालला अशी कामं सांगत जाऊ नकोस बौमा. जयनाल काही आपला नोकर नाहीय, तो नोमानचा सख्खा चुलतभाऊ आहे. हसीना कर्कश आवाजात म्हणाली, 'त्याला सांगू नको तर कुणाला सांगू? एक मोलकरीण आहे, ती तर कायम स्वयंपाकघरातच असते - कधी सापडतच नाही!'

'अनूची आई तर दिवसभर काम करते!'

'इकडं माझं काम करायला वेळ मिळत नाही एवढं काय काम करते ती?'

'अनूच्या आईला सांगत जा ना काय पाहिजे ते. ती काय नाही म्हणते का?'

यानंतर हसीनाने अर्जुनखिला गावाहून तिच्या चपला पुसण्यासाठी, अंघोळीचं पाणी काढण्यासाठी, अंघोळीआधी तिचा टॉवेल आणि साबण बाथरूममध्ये ठेवण्यासाठी फुलेरा नावाची एक मुलगी आणली. एका घरात, एका चुलीवर सगळ्यांचं खाणं बनवलं जात असलं, तरी हळूहळू दोन संसार तयार झाले. हसीनाचा आवाज केवळ कर्कशच नव्हता, तर वरच्या पट्टीतलाही होता असं आमच्या लक्षात आलं. या घरात केवळ बाबांचाच आवाज एवढ्या वरच्या पट्टीत जाऊ शकत होता.

हसीनाचं असं घरी बसून राहाणं न आवडल्याने बाबांनी तिला शिक्षिका प्रशिक्षण कॉलेजमध्ये घातलं. वह्या-पुस्तकं-पेन आणून दिली, तिच्या खोलीत अभ्यासाचं टेबल लावून दिलं. लग्नानंतर अभ्यासाची कटकट नाही म्हणून हसीना मजेत होती. दादाचंही काही म्हणणं नव्हतं, हरकत नव्हती, पण बाबांची मात्र हरकत होती. आपल्या मुलींना ते ज्याप्रमाणे मनापासून अभ्यास करायचा सल्ला देत, त्याप्रमाणे ते सुनेलाही देऊ लागले. थोर व्यक्तींच्या सुविचारांचा वर्षाव आता हसीनावर होऊ

लागला, जणू ती बाबांची आणखी एक मुलगी होती. पण तिला एक सवलत होती, बाबांच्या थपडा, वेत आणि चाबूक तिला पाहावे लागत नसत. आईसुद्धा आम्हाला जसं प्रेमाने खाऊ घाली, तशीच हसीनालासुद्धा खाऊ घाली, पण इथेही हसीनाला एक सुविधा मिळे. आई अधूनमधून आम्हाला रागावे, शिव्या देई, हसीनाला मात्र रागावत नसे किंवा शिव्याही देत नसे. घरातली सगळी माणसं जणू हसीनाच्या सेवेसाठीच होती. सर्वात अधिक तिची सेवा करी दादा. मधुचंद्राचं उद्यापन करायला तो तिला घेऊन कॉक्सबाजारला जाऊन आला - रेल्वेने नव्हे, विमानाने! समुद्रकिनारी ते मोठ्या हॉटेलमध्ये राहिले, मऊ बिछान्यावर झोपले. हॉटेलमधले लोक दिवसातून तीनदा खोलीत खायला आणून देत. हसीना सुखात आहे हे जाणवे. इतक्या सुखाची कल्पना तिने लग्नापूर्वी केली असेल असं मला वाटत नाही.

जीवन बदलत होतं. एके काळी स्वयंपाकघरात चुलीजवळ आम्ही पाटावर बसून जेवत असू. पाटावरून नंतर झोपण्याच्या खोलीत चटईवर बसून, नंतर डायनिंग रूममध्ये साध्यासुध्या टेबलखुर्चीवर बसून, हळूहळू टेबल मोठं झालं, आणखी गुळगुळीत झालं, खुर्च्यांच्या पाठी उंच झाल्या. वेतांचे सोफे जाऊन लाकडी सोफे आले. गॅसबत्तीच्या जागी विजेचे दिवे आले, हातपंख्याच्या ऐवजी विजेवरचे पंखे आले, ॲल्युमिनियमच्या थाळ्यांऐवजी चिनीमातीच्या थाळ्या आल्या. आधी आम्ही कोळशाची भुकटी करून तिने बोटांनी दात घाशीत असू, मग लिंबाच्या काडीने, मग आली टूथपेस्ट. पाळीच्या वेळी घेण्यासाठी पूर्वी जुन्या साडीचे तुकडे वापरीत असू, आता सॅनिटरी नॅपकिन्स आले. नाना प्रकारची यंत्रं घरात आली. आधी रेडिओ होता, मग आला टीव्ही - सुरुवातीला ब्लॅक ॲण्ड व्हाईट, मग रंगीत. नाटक - सिनेमा पाहायला आता घराबाहेर पडावं लागत नाही, घरात बसूनच पाहाता येतं. नाच-गाणंही बटन दाबल्याबरोबर पाहाता येतं. क्रिकेट-फुटबॉलच्या मॅचेसही घरबसल्या टीव्हीवर पाहाता येतात. फोटो काढायला आता स्टुडिओत जावं लागत नाही, घरच्या कॅमेऱ्यावर हव्या त्या पोझेसमध्ये, वाटेल तितके फोटो काढता येतात. जीवन खूप बदललं. हळू-हळू जीवन असं बदलत चाललं आहे. पुढे आल्यावर फारसं मागे वळून पाहात नाही; जणू मागचं जीवन हे विसरून जाण्यासाठीच आहे. फक्त एकच गोष्ट पूर्वीसारखीच राहिलीय - घरी तीन वेळा स्वयंपाक होई, अजूनही होतो. मातीच्या चुलीत अंगणातला पालापाचोळा टाकून चूल पेटवा, चूल वारंवार विझे, जितक्या वेळा विझे, तितक्या वेळा फुंकणीने फुंकून पुन्हा पेटवा, डोळ्यांत धूर जाणार, केसांत धूर जाणार, आई त्या धुरात दिसेनाशी होणार, धूर गेल्यावर आई दिसे - तिच्या गालांवर काजळी, हातावर काजळी, कपाळावर काजळी. काजळीने विद्रूप झालेल्या आईला पाहून मला किंवा घरातल्या कुणालाच नवल वाटत नसे, कारण आई अशीच, आईला याच स्वरूपात पाहात आलो होतो आम्ही सगळे. चुलीजवळ

बसून, धुराच्या काजळीने माखलेली आई स्वयंपाक करणार. भूक लागण्याआधीच आई प्रत्येकाच्या ताटात जेवण वाढणार. आई यासाठीच तर आहे. जीवन बदलत चाललं होतं. पण आईची मातीची चूल बदलत नाहीय. चुलीजवळ बसून, चुलीत पालापाचोळा पेटवून, फुंकणीने फुंकर मारणाऱ्या आईला जन्मापासूनच पाहात आले आहे, त्यात कुठलाच बदल झाला नाही.

गीताच्या बाळंतपणाची तारीख जवळ आली होती. छोटोदाने कळवलं की, आईने लवकर ढाक्याला यावं. आई बसने ढाक्याला गेली, बरोबर छोटी-छोटी दुपटी आणि बाळासाठी पातळ कापडाची झबली घेऊन गेली. चमेलीबागमधल्या डॉ. टी. ए. चौधुरींच्या दवाखान्यात सतरा जूनला गीताने नऊ पौंड वजनाच्या एका मुलाला जन्म दिला. दवाखान्यातून आल्यावर ती विश्रांती घेऊ लागली आणि पोटावर डाग घालवण्याचं मलम लावू लागली. आई स्वयंपाक करून गीताला खाऊ घाली, तिचं अंघोळीचं पाणी गरम करून देई. अंगाला मालिश करून देई, बाळाला गीताच्या मांडीवर ठेवून विनंती करी, 'बाळाला अंगावरचं दूध पाजायचा प्रयत्न कर, अफरोजा. आईचं दूध बाळाला खूप चांगलं असतं.' गीताने आधीही प्रयत्न केला होता, पण तिला दूधच येत नसे. हे तर असेच. खूप काळजी घेऊन बाळाला खाऊ घालणं, न्हाऊ घालणं, झोपवणं, दुपटी बदलणं ही कामं आई करीत असे. गीताची आई, मावशी, भाऊ-बहिणी सारी बाळाला पाहायला येऊन आठवडाभर राहून गेली. भांगात लाल सिंदूर भरलेल्या, शंखाच्या बांगड्या घातलेल्या गीताच्या आईशी माझी आई हसून गप्पा करी, स्वत:ला समजवी, हिंदू असली म्हणून काय झालं, बाळाची तर ती नानी (मातुल आजी) आहे, तिलाही बाळ पाहाण्याचा हक्क आहे. आई एकटीच बाळाचं करी, बाळाच्या आईचं करी, बाळाच्या मामा-मावशी-आजी यांचं आतिथ्य करी. तीन महिने असंच चाललं. तीन महिन्यांनंतर बाळाला त्याच्या आई-बाबांच्या हाती देऊन आई म्हणाली, 'आता तुमच्या बाळाला तुम्ही सांभाळा, मी मयमनसिंहला जाते.' आई जेव्हा आपली बॅग भरत होती, तेव्हा गीताने दीर्घ विश्रांतीतून उठत घोषणा केली, की ती पुन्हा नोकरी करायला जाणार, घरी बसून राहाणं तिला बरं वाटत नाही.

'मग बाळाकडे कोण पाहाणार?'

गीता अलिप्तपणे म्हणाली, 'मला काय ठाऊक? तुमचं बाळ, तुम्हीच पाहा!'

छोटोदा काही न बोलता बसून राहिला. गीता जर नोकरीला गेली, तर बाळ कुणाजवळ राहाणार?

'एखादी मोलकरीण ठेवा. ती बाळाला सांभाळेल.' गीता निरासक्तपणे म्हणाली.

छोटोदा गीताच्या उशाशी बसून, तिच्या केसांतून हात फिरवीत सारी दुपारभर 'गीता, अगं गीता, गीता, गीता' करीत राहिला. मग गीताच्या कानात बराचवेळ

काहीतरी कुजबुजला, तिचं चुंबन घेण्याचा प्रयत्न केला. संध्याकाळी गीताने साडी नेसली आणि ती छोटोदाबरोबर बाहेर गेली. आईसाठी एक साडी घेऊन परत आली. आईच्या हातात साडी देऊन म्हणाली, 'बाळासाठी खूप श्रम केलेत, ही घ्या साडी.'

छोटोदा म्हणाला, 'साडी गीताने निवडलीय. टांगाईलची बेस्ट साडी.'

साडी हातात घेऊन, 'खूप छान साडी आहे' म्हणून बिछान्यावर ठेवून आई म्हणाली, 'बाबा कमाल, उद्या मला बसमध्ये बसवून देणार ना?'

'कुठं जाणार?'

'मयमनसिंहला.'

'तू मयमनसिंहला गेल्यावर बाळ कुणाजवळ राहाणार? गीता तर उद्यापासून ऑफिसला जाणार.'

थकलेली आई म्हणाली, 'मी तर खूप दिवस राहिले. आता जाते.'

'मग बाळाला तुम्ही घेऊन जा आई. मयमनसिंहला घेऊन जा.'

हा प्रस्ताव ऐकून आई चमकलीच. हे कसं काय होणार? हा किती दिवसांचा मामला आहे? किती दिवसांचा हे छोटोदा सांगत नव्हता, गीताही सांगत नव्हती. गीताचं स्पष्ट म्हणणं होतं, की कुठल्याही परिस्थितीत ती नोकरी करणारच. बाळासाठी नोकरी सोडणार नाही. आता आईने जर इथं राहून बाळाला सांभाळलं तर ठीकच, नाहीतर मग त्याला मयमनसिंहला घेऊन जावं.

दुसऱ्या दिवशी आई बाळाला घेऊन मयमनसिंहला आली. गीताच्या चेहऱ्यावर हसू फुललं.

आई जेव्हा बाळाला घेऊन घरी आली, तेव्हा आईच्या जागरणाने ओढलेल्या चेहऱ्याकडे कुणाचीच नजर जात नव्हती. नजर वळत होती तीट लावलेल्या, सुंदर दिसणाऱ्या बाळाकडे. आमच्या घरात आम्ही इतकं छोटं बाळ कधी पाहिलंच नव्हतं, म्हणून मी आणि यास्मिन बाळाला कडेवर घेण्यासाठी उत्सुक असू. त्याला घेणं सोपी गोष्ट नव्हती - अंघोळ करून, स्वच्छ कपडे घातल्यावरच त्याला घेता येई. हे बाळ आमच्यासारखं धुळीत - चिखलात मोठं होण्याचं नशीब घेऊन आलं नव्हतं. त्याच्यासाठीच्या सगळ्या वस्तू आणि अद्याप खेळण्याचं वय झालेलं नसूनही खेळणीसुद्धा विदेशातून आणलेली होती. छोटोदा छाती फुगवून म्हणे, 'जॉन्सन बेबी लोशन आणि पावडर लंडनच्या मदर केअरमधून आणली आहे, दूध सिंगापूरहून आणतो आणि कपडे दुबईहून.'

बाळाला बाबांच्या खोलीत, बाबांच्या बिछान्यावर ठेवलं होतं. बाबांनी स्वत:साठी दुसरी खाट आपल्या खोलीत टाकली होती. खोलीच्या बंद खिडक्या उघडण्यात आल्या. बाबांना गरज नसली, तरी बाळाला प्रकाशाची आणि वाऱ्याची गरज होती. बाबांची खोली धुवून-पुसून चकचकीत करून खोलीत बाळाच्या खाण्याचा सरंजाम

आईने एका टेबलावर रचून ठेवला. मोसंबीचा रस काढायचं यंत्र, भात-भाजी-मासे-मटन बारीक करायचं यंत्र, विदेशी दुधाचा वाडगा, विदेशी फीडर, विदेशी वाटी-चमचा. बाळाची खेळणी आणि कपडे कपाटात ठेवले गेले. बाळाला रोज चिकन सूप देण्यासाठी बाबांनी बारा कोंबडीची पिल्लं विकत घेऊन पाठवली. पहिल्या नातवासाठी बाबा अगदी दाता हरिश्चंद्र झाले.

दादाची लाडकी मुमू डोळे मोठमोठे करून बाळाच्या विदेशी वस्तू पाही. विदेशी वस्तूंचं आईला कुठलंही अप्रूप नव्हतं. किती दूर गेलं म्हणजे विदेश येतो हेसुद्धा तिला ठीक माहीत नव्हतं. असेल कदाचित विदेश फार थोर, सात समुद्र तेरा नद्या पार करून तिथे जाता येत असेल, पण विदेशी सिल्कचे कपडे दूर ठेवून आई बाळाला देशी सुती कपडे घाली. उकाडा असलेल्या देशात सुती कपडेच आरामदायक असतात. सेरेलॅक फेरेलॅक्स वगैरे विदेशी पावडरींऐवजी ती स्वत:च्या हाताने ताजे टोमॅटो, गाजर, पालक शिजवून कुस्करून बाळाला भरवी. पाकीटबंद फळांच्या रसाऐवजी बाजारातल्या ताज्या फळांचा रस काढून त्याला पाजी. पावडरच्या दुधाने बाळाचं पोट बिघडतं असं आईचं मत होतं. ब्रह्मपुत्रेच्या पलीकडच्या तीरावर जाऊन तिने स्वत: भागीरथीच्या आईला नातवासाठी रोज गायीचं दूध घालायला सांगितलं. ती दुसऱ्या दिवशीपासून रोज अर्धा शेर दूध देऊन जाऊ लागली. घरी बाळ एखाद्या राजाच्या मुलासारखं मोठं होऊ लागलं. आईची झोप गेली, बाबांचीही बरीचशी गेली. माझी आणि यास्मिनची झोप हराम झाली नाही, तरी दिवसातला बराचसा वेळ आम्ही बाळाला खेळवण्यात घालवीत होतो. छान चाललं होतं, पण बाळाला एका नावाची गरज होती ना! नुसतं, 'मोणिटा, सोनाटा, बाबुटा' असं किती दिवस म्हणणार? बाबांनी आकिका (नामकरण) समारंभाचं आयोजन केलं. आम्ही आपापल्या मित्रमैत्रिणींना आमंत्रणं दिली, छोटोदा आणि गीतालाही निमंत्रण दिलं. आकिकाच्या दिवशी एक मोठा सांड कापला, बावर्ची बोलावला, बेलाच्या झाडाच्या तळाशी मोठा खड्डा करून, मोठमोठ्या पातेल्यांमध्ये पुलाव बनवला. खूप थाटात कार्यक्रम झाला. बाबांनी शर्टच्या खिशातून एक कागद बाहेर काढून बाळाचं नाव वाचलं.

'डाकनाम (हाक मारायचं नाव) आहे सुहृद आणि खरं नाव आहे अलीमुल रेजा.'

'काय? अलीमुल रेजा?' यास्मिन आणि मी एकमेकींच्या तोंडाकडे पाहू लागलो. आमचे ओठ, नाक, भुवया वाकड्या झाल्या.

'अलीमुल रेजा हे काय नाव झालं? आजकाल अरबी नावं कुणी ठेवतं का?'

बाबा कडक सुरात म्हणाले, 'ठेवतं.'

बाळाचं एखादं सुंदर बंगाली नाव ठेवावं अशी माझी इच्छा होती. त्याचं नाव हृदय ठेवावं, 'हृदय समुद्र.' पण नामकरणासारख्या मोठ्या क्षेत्रात माझ्या इच्छेला

काहीच मोल नव्हतं. आई म्हणाली, 'कुठल्यातरी पीराकडून अलीमुल रेजा नाव आणलंय.'

'कोणता पीर?'

'रजिया बेगमचा पीर. तुझा तावीजसुद्धा त्याच बाईकडून आणला.'

दोन महिन्यांनंतर छोटोदा गीताला घेऊन सुहृदला पाहायला आला. सुहृदसाठी बऱ्याचशा विदेशी वस्तू ठेवून, सुहृदला कडेवर घेऊन वेगवेगळ्या पोझेसमध्ये फोटो काढून घेऊन संध्याकाळीच ढाक्याला परत गेला. अर्थात गीताच्या माहेरी जाऊन मग गेला. सुहृद आईच्या अंगाखांद्यावर मोठा होत होता. आई रात्रंदिवस त्याच्यासाठी काम करीत असे. तिला अंघोळीला - जेवणाला वेळ नसे. साडी विस्कटलेली, केस न विंचरलेले. सुहृदच्या कामासाठी नर्गिस नावाच्या एका मुलीला कामावर ठेवलं होतं. नर्गिस सुहृदची भांडी घासे, पिण्याचं पाणी गरम करी, त्याचे कपडे धुवी. तरीही आईला क्षणभरसुद्धा विश्रांती नसे. आई घेत असलेल्या काळजीमुळे सुहृद चांगला गुबगुबीत होत चालला होता. कॅलेंडरवरच्या ग्लॅक्सो कंपनीच्या बाळांपेक्षाही तो सुंदर दिसू लागला होता. 'मा-मा' म्हणण्याआधी तो 'दा-दा, दा-दू' बोलायला शिकला. घरात सुहृदचे चाललेले लाड हसीना डोळ्यांच्या कोपऱ्यातून पाही. दादाही. लाडात मोठं होत असतानाही सुहृदला एक आजार झाला. लघवी करताना तो खूप जोरात रडे. डॉक्टर म्हणाले, 'ऑपरेशन करावं लागेल.' सुहृदला घेऊन मी आणि बाबा हॉस्पिटलमध्ये गेलो. घरात आई काळजीने खूप रडत होती. ऑपरेशन थिएटर सुहृदच्या रडण्याच्या आवाजाने भरून गेलं होतं. बाहेर थांबलेल्या आमच्या डोळ्यतही पाणी आलं. पुढच्या महिन्यात छोटोदा आणि गीता आल्यावर सुहृदच्या आजारपणाबद्दल ऐकून त्यांच्याही डोळ्यांत पाणी येईल असं मला वाटलं होतं. पण, त्याला सुहृदच्या वेदनांबद्दल सांगताना मला मध्येच थांबवून तो म्हणाला, 'चांगलं झालं, तो मुसलमान झाला.' एवढंच. एकदाही तो 'अरेरे!' म्हणाला नाही. मी जड आवाजात म्हणाले, 'ही सुन्नत नव्हती, फाइमॉसिस झाल्यावर हे ऑपरेशन करावं लागतं.'

'चला, पत्ते खेळू.' छोटोदा मला आणि गीताला हातांनी धरून बेडरूमकडे नेत म्हणाला.

आम्ही पत्ते खेळत असताना आई शेजारच्या खोलीत सुहृदला अंगाई गात झोपवीत होती. त्याला झोप येत नव्हती. ताप आल्याने तो रडत होता. आई कपाळावर पाण्याची पट्टी ठेवीत होती. मी आणि यास्मिन खेळ सोडून उठलो. बाबांना निरोप पाठविला. त्यांनी घरी येऊन सुहृदचा ताप पाहिला. त्याच्यासाठी औषध आणायला ते लगेच फार्मसीकडे गेले. मी छोटोदा आणि गीताला म्हणाले, 'सुहृदचं अंग तापाने गरम झालंय.' गीता कपाळाला आठ्या घालून म्हणाली, 'ताप आला कसा काय? काही शिळंपाकं खाऊ घातलं की काय त्याला?'

‘शिळं? वेडी झालीस का? आई दुधाची बाटलीसुद्धा उकळत्या पाण्यात सात वेळा धुवून घेते.’

गीता डोळे मोठे करून म्हणाली, ‘सात वेळा?’ जणू एखादी गोष्ट सात वेळा धुतली जाते, हे ती आयुष्यात पहिल्यांदाच ऐकत होती. पण आई असंच करी. बाळाचं पोट बिघडू नये, त्याला ताप येऊ नये यासाठी आई ही काळजी घेई.

‘जा, सुहृदजवळ जा ना जरा, जा, बघून ये त्याला!’ मी गीताला म्हणाले. गीता पत्ते फेकून सुहृदजवळ बसायला गेली खरी, पण नंतर दोनच मिनिटात तिथे झोपून गेली. शेवटी तिला दुसऱ्या बिछान्यात येऊन झोपावं लागलं. आई रात्रभर सुहृदला घेऊन जागत राहिली.

सुहृद आमच्या घरात येऊन तीन महिने झाल्यावर हसीनाला हॉस्पिटलमध्ये जावं लागलं - तिला दिवस गेले होते. दादाचे मित्र डॉक्टर होते. बाबांचे मित्र प्राध्यापक होते. हॉस्पिटलमध्ये सगळ्या सोयीसुविधा होत्या. बाळ झाल्यावर, उंदरासारख्या त्या छोट्या बाळासाठी हॉस्पिटलमधल्या सगळ्या डॉक्टरांना दादाने केवळ मिठाईच वाटली नाही, तर बिर्याणीची पार्टीही दिली. मी वर्गातल्या मित्र-मैत्रिणींना घेऊन बिर्याणी खाऊन आले. उंदराला घेऊन हसीना घरी आली. सुहृदची जशी काळजी घेतली जाई, तशी काळजी आपल्या बाळाची घेण्याची व्यवस्था हसीनाने केली. अर्जुनखिला गावाहून बाळाची काळजी घेण्यासाठी एक मोलकरीण मुलगी आणली. ती नव्या बाळाला मांडीवर घेई, त्याचे कपडे धुवी. आता घरात चार मोलकरणी झाल्या. सुहृद आणि नवीन बाळ शुभो यांच्यासाठी नर्गिस आणि झर्ना, मोठ्यांची कामं करण्यासाठी अनुची आई आणि सुफी. आणखी एकजण फुलेरा हिला हसीनाच्या व्यक्तिगत कामांसाठी अर्जुनखिलाहून आणलं होतं. बाबा एके दिवशी घरातली माणसं मोजायला बसले. मोजल्यानंतर म्हणाले, ‘इतक्या जणांचं खाणं फक्त एकाला कमवावं लागतं. लोकांना काढून टाका.’

‘कुणाला काढून टाकायला सांगताहेत तुझे बाबा? झर्नाला की काय?’ हसीनाने विचारलं.

दादा म्हणाला, ‘झर्नाबद्दल म्हणाले नाहीत.’

‘झर्नाला आणण्यापूर्वी तर काही बाबांनी माणसं मोजली नव्हती.’

‘बाबा नेहमीच माणसं मोजतात.’

‘नर्गिस आल्यावर मोजली होती?’

‘बरोबर! तेव्हा काही मोजली नव्हती!’

‘जरा जग समजून घ्यायचा प्रयत्न करा!’

‘मला काय जग समजत नाही की काय?’

‘नाही. मुळीच समजत नाही. समजत असतं तर तुम्ही तोंड उघडून काहीतरी

बोलू शकला असता, सुहृदच काही त्यांचा एकुलता एक नातू नाही. सुहृदसाठी जे केलं जातं, त्याच्या किती भाग शुभोसाठी केलं जातं? माझ्याकडे हिशेब आहे.'

दादा गप्प बसला. बहुधा जग समजून घेत असावा.

कर्कश आवाज वरच्या पट्टीत गेला.

'जा, बाळाला पावडर लागेल, पावडर घेऊन या.'

'म्हणतेस काय मुमू. कालच आणली होती ना पावडर?'

'फालतू पावडर होती ती. जॉनसन घेऊन या.'

'बाजारात जी जॉनसन बेबी पावडर मिळते, ती नकली असते. तिच्यात मैदा घातलेला असतो. तिब्बत पावडरच चांगली.'

'नवल आहे! शुभोसाठी देशी वस्तू वापरणार की काय? डोकं फिरलंय काय तुमचं? दुसऱ्या बाळाचे लाड बघताय ना शेजारी? त्याच्यासाठी एक तरी देशी वस्तू वापरतात का?'

'कमालसारखा विदेशी गेलो असतो, तर विदेशी वस्तू आणल्या असत्या. त्या दिवशी पॉयझन सेंट विकत घेतला, मेड इन फ्रान्स, तर त्या बाटलीत नूरानी अत्तर भरलेलं होतं. हे फेरीवाले रिकाम्या बाटल्या विकत न्यायला येतात ना, ते या बाटल्या जिंजिराला विकतात, तिथे तर सगळा दोन नंबरचा माल, ठाऊक आहे?'

अर्धी संपलेली जॉन्सन पावडरची एक डबी हसीनाला देऊन आई म्हणाली, 'माझी चार मुलं देशी पावडर लावून मोठी झाली. त्यांची त्वचा पाहून मोहल्ल्यातली माणसं म्हणत, यांची त्वचा इतकी चांगली आहे, काय लावता त्यासाठी?'

हसीनाने ती पावडरची डबी घेतली नाही, कारण ती पूर्ण भरलेली नव्हती. आई तिला म्हणाली, यावेळी छोटोदा आल्यावर त्याला शुभोसाठी विदेशी पावडर आणायला सांगेनच. या घटनेच्या दिवशीच यास्मिन कॉलेजहून आली आणि झर्नाला जवळ पाहून म्हणाली, 'एक ग्लास पाणी दे गं झर्ना!'

झर्ना इकडे-तिकडे वावरत राहिली, पण पाणी काही दिलं नाही.

'का गं, पाणी नाही आणलंस?'

'मी बाळाच्या कामासाठी आहे. दुसरी कामं करू नकोस असं मामीने सांगितलंय. तुमच्यासाठी नर्गिस आहे, तिला सांगा.'

मोठ्यांची कामं करण्यासाठी आता दोघींच्या जागी फक्त एकजणच. बाबांचा माणसं कमी करण्याचा आग्रह कमी होईना, अनूची आई स्वेच्छेने निघून गेली - असं निघून जाणं काही अस्वाभाविक नव्हतं. एक व्यक्ती गेली, की दुसरी हजर होई. आता नर्गिसला लहानांची कामं पूर्ण करून मग मोठ्यांची कामं करावी लागत. भर संध्याकाळी नर्गिस खोली पुसत होती, तेरा वर्षांचं वय, ओठ सुकलेले, त्वचा सुकलेली, अंगाला एखाद्या बकरीच्या वासासारखा वास येत असलेला. खोली पुसणं

थांबवून नर्गिसने यास्मिनला पाणी आणून दिलं. यास्मिनने विचारलं, ‘का गं नर्गिस, अंघोळ केली नाहीस की काय?’

‘केली की.’

जेवणाची, अंघोळीची चौकशी केली की ती लाजेने मान खाली झुकवी.

‘काय ग नर्गिस, जेवलीस का?’

‘हे काय, आता खोली पुसून झाली की जेवीन.’

‘संध्याकाळ होऊन गेली, अन् तुझं दुपारचं जेवण अजून झालं नाही? भूक लागत नाही तुला?’ मी विचारलं.

‘नाही, भूक लागत नाही. खाल्लंय की!’

‘कधी खाल्लंस?

‘सकाळी नाश्ता केला की!’

‘रोज संध्याकाळनंतर दुपारचं जेवण जेवतेस?’

‘नाही, नाही, हे काय म्हणता ताई! कपडे धुवायचे होते ना, त्यामुळे आज जरा उशीर झाला.’

मला नर्गिसची दया आली. चुलीजवळ दूध गरम करीत असलेली, उकाड्याने अंगाला घाम येत असलेली आई मी रागावल्यानं आणखी चिडली.

‘आई, तू नर्गिसला अंघोळीला, जेवायला वेळ देत नाहीस की काय?’

आई संतापून म्हणाली, ‘ती कधी जेवते, कधी अंघोळ करते हे सारं तुला माहीत असतं काय? ती इतक्या संथपणे काम करते - एक बाटली धुवायला तिला दहा मिनिटं लागतात. ती स्वतःच म्हणाली - खोली पुसल्यानंतर जेवेन म्हणून.’

त्या संध्याकाळी नर्गिस काही जेवू शकली नाही. जेवायला तिला रात्रीचे बारा वाजले. तिच्यासाठी मला फार माया वाटू लागली. दुसऱ्या दिवशी ती स्वयंपाकघरात चपात्या लाटीत होती. माझी ‘चहा पाहिजे’ ही सूचना ऐकून ती माझ्यासाठी चहा घेऊन समोर येऊन उभी राहिल्याबरोबर तिच्या चेहऱ्याकडे पाहून मी चमकलेच - साऱ्या चेहऱ्यावर लाल पुटकुळ्या!

‘काय गं, काय झालं? देवी आल्या का?’

‘नाही, काहीही झालं नाही!’

‘मग चेहऱ्यावर या कसल्या पुटकुळ्या?’

‘नाही, काही नाही! नर्गिसने हसून हातांनी तोंड झाकून घेतलं.

तिचे हात बाजूला करून मी तिच्या चेहऱ्यावरच्या पुटकुळ्या पाहिल्या. चेहऱ्यावर शेकडो पुटकुळ्या. कसातरीच दिसत होता तिचा चेहरा. हातांवरही पुटकुळ्या होत्या. पायांवरही.

‘तुला तर देवी झाल्या आहेत.’

'नाही, देवी कशा होतील? हे काय म्हणताय ताई? दोनेक डास चावलेत!'

'डास इतके चावतात?'

सुहृदची दुपटी नर्गिसच्या हाती धुवायला देण्यासाठी आई आली होती, आता सुफी बाकीच्या चपात्या लाटणार.

'नर्गिसला एक मच्छरदाणी देता येईल का गं आई? तिच्या चेहऱ्याचं बघ काय झालंय डास चावल्याने!'

'मच्छरदाणी आहे की! लावीत का नाही?' आई शांतपणे म्हणाली.

'मच्छरदाणी लावते ना. तिच्या दोन-तीन छिद्रांतून डास येतात. एवढं काही नाही.' नर्गिसने पुन्हा हातातल्या कपड्यांच्या आड आपला चेहरा झाकून घेतला.

'फाटकी मच्छरदाणी तिला शिवून घ्यायला सांगितली होती. पण पोरगी फार आळशी ना!' आई म्हणाली.

फाटक्या सतरंजीवर त्या रात्री नर्गिस जेव्हा झोपली, तेव्हा रात्र बरीच झाली होती. मी तिला म्हटलं, 'मच्छरदाणी लावून झोप.' अर्धवट झोपेतच ती स्वयंपाकघरातून मच्छरदाणी घेऊन आली. नर्गिस ती फाटकी मच्छरदाणी टांगू लागली. एक दोरी एका खुर्चीला, दुसरी एका कडीला. मी मोजून पाहिली, तर त्या मच्छरदाणीला अठ्ठ्याण्णव छिद्रं होती. अशी मच्छरदाणी वापरणं आणि न वापरणं सारखंच!

नर्गिसच्या चेहऱ्यावर आणखी नवीन पुटकुळ्या. दुसऱ्या दिवशीही मी मच्छरदाणीचा विषय चालूच ठेवला.

आई सुहृदला दूध पाजीत होती. मी जवळ जाऊन, सुहृदच्या गालावर प्रेमाने हात फिरवीत म्हणाले, 'आई, त्या फाटक्या मच्छरदाणीशिवाय दुसरी मच्छरदाणी नाही का? नर्गिसचा चेहरा पाहिलास?'

'दुसरी एखादी मच्छरदाणी असती तर मी दिली नसती का? तुझा बाप काही विकत घेतो का? फाटक्या मच्छरदाण्याच मी शिवून वापरतेय. मी जर त्यांना म्हटले की, मोलकरणीसाठी मच्छरदाणी पाहिजे, तर मला उलटंपालटं काहीतरी बोलतील. सुहृदच्या बिछान्यासाठी नवी मच्छरदाणी विकत घेतलीय. आपल्याला तर या फाटक्या मच्छरदाण्याच वापराव्या लागणार.'

'मग माझ्या बिछान्यासाठी एक मच्छरदाणी पाहिजे असं सांग, मग नवी मी लावून माझी नर्गिसला देईन. सुफीलासुद्धा डास चावतात.'

'तुझ्या बापाला ओळखीत नाहीस तू! कधीच काही विकत घेणार नाही. पैसे तर सगळे पाठवून देतो. कालसुद्धा रियाजुद्दीन येऊन पैसे घेऊन गेला.'

सुहृद अचानक 'याक्' करून उठला - ओकारी.

आई वैतागली, 'पोटात काहीच राहात नाही त्याच्या. जे खाऊ घालते ते उलटून पडतं.'

आईने दुधाची बाटली दूर ठेवली. नर्गिस सूप घेऊन आली आणि हळुवार आवाजात म्हणाली, 'मावशी, सूप पाजणार बाळाला?'

'फेकून दे ते सूप! फायदा काय पाजून? सगळंच तर ओकून टाकतोय!'

आई तोंडाने काहीही म्हणाली, तरी पुन्हा दूध किंवा सूप पाजायला सुरुवात करणार हे मला ठाऊक होतं. पुन्हा उलटी केली तरी पुन्हा पाजणार. आई घेत असलेल्या काळजीमुळे सुहृद गुटगुटीत होत होता.

छोटोदा गीताला घेऊन ज्या दिवशी सुहृदला पाहायला आला, त्या दिवशी शहरात फिरून, गीताच्या माहेरी जाऊन संध्याकाळी घरी आल्यावर म्हणाला, 'उद्या जावं लागणार, परवा फ्लाईट आहे.'

'आल्याबरोबर जायचं जायचं म्हणतोस,' आई म्हणाली, 'बाळाला तर थोडंही मांडीवर घेतलं नाहीस!'

'येतच नाही माझ्याकडं, तर कसं घेणार?'

आई, बाबा, मी आणि यास्मिनशिवाय सुहृद इतर कुणाकडेही जात नसे. कारण आमचीच त्याला सवय होती. त्याचे स्वत:चे आई-वडील आले की तो त्यांच्यापासून तोंड फिरवून घेई. यावर छोटोदा काही म्हणत नसला, तरी गीता मात्र म्हणे, 'माझ्या पोटचा मुलगा असून माझ्याकडं येत नाही?'

आई हसून म्हणाली, 'तो सतत आम्हाला डोळ्यांसमोर पाहातो ना, म्हणून! तुम्ही वारंवार येत जा, म्हणजे तो तुम्हालाही ओळखायला लागेल!'

सकाळी छोटोदासाठी तुपातला पराठा आणि मटन करायला आई स्वयंपाकघरात गेली. छोटोदा घरी आल्यावर छान-छान पदार्थ केले जात. ज्या छोटोदाला बाबा हाकलून देणार होते, त्याच छोटोदाला आता ते 'माझा बाबा, माझा मुलगा,' म्हणून प्रेमाने जवळ बसवीत. जो छोटोदा चोरून दादाचे कपडे घाली, त्याच छोटोदाच्या अंगावरचे आताचे कपडे पाहून दादाचे डोळे विस्फारत, 'वा! किती सुंदर शर्ट आहे! माझ्यासाठी सुद्धा असा एक शर्ट आणून दे ना!' जो छोटोदा माझ्यासमोर एक-दोन रुपयांसाठी हात पसरी, तोच छोटोदा आता म्हणाला, 'काय गं, तुझ्या 'सेंजुती'ची खबर काय?'

'खबर काय असणार? छापायला पैसे नाहीत!'

'दे, तुझं हस्तलिखित दे. ढाक्याहून छापून आणून देतो.'

हस्तलिखित तयारच होतं. छोटोदा ते छापण्यासाठी ढाक्याला घेऊन गेला. या अंकात रुद्रच्या कविता तर होत्याच, 'आता यौवन आहे ज्यांचं, तसंच युद्धावर जायची त्यांची उत्तम वेळ' ही कविता लिहिणाऱ्या हेलाल हाफिज आणि पश्चिम बंगालमधल्या काही कवींच्या कविता होत्या. रुद्रचा कथाकार मित्र मैनुल अहसान साबेर याची एक कथा आणि माझी स्वत:ची कथा या अंकात होती, तसेच

आनंदमोहन कॉलेजातले बंगालीचे प्राध्यापक शरफुद्दीन अहमद यांचा कवितेवरचा एक लेख होता. यावेळी मुखपृष्ठ एका कलाकाराकडून करवून घेतलं होतं. छोटोदाच्या हाती हस्तलिखित देण्यापूर्वी घाईघाईने संपादकीय लिहून दिलं - 'अगदीच उदास होते. सत्य आणि सुंदर यांचा इतका दुष्काळ पडलाय देशात, की सृजनशील असं काही करायचं म्हटलं, तर एक पाऊल पुढं टाकलं तर दोन पावलं मागे घ्यावी लागतात. माझे बाबा म्हणतात, 'सेंजुती'च्या उद्योगात मी माझ्या भविष्याचे बारा वाजवते आहे. आई दु:खाने म्हणते, मुलगी वाया गेली. अगदीच निरुत्साही होते, पण एकाने सहकार्याचा हात पुढे केला. ज्याच्या लेखनातून मी कविता लिहिण्याची प्रेरणा घेतली, त्याने. हा सेंजुतीचा अंक त्यालाच अर्पण.'

हा अंक मी छोटोदाला अर्पण केला होता. त्याने 'सेंजुती'चा अंक छापून आणला. अर्थात अंक घरी यायला तीन महिने लागले. छोटोदा म्हणाला, 'त्या दाढीवाल्याच्या कविता काढून टाकल्या.'

रुद्रच्या कविता नसलेला सेंजुतीचा अंक पाहून मला वाईट वाटलं. पहिल्यांदा रुद्रच्या पत्त्यावर दहा प्रती पाठवल्या. त्या मिळाल्यावर त्याने आणखी पंचवीस प्रती मागवल्या. पंचवीस प्रतींनंतर आणखी प्रती मागून घेतल्या. मयमनसिंहमध्येही सेंजुतीचं वितरण झालं. स्टेशन रोडच्या न्यूज स्टँडसवर विक्री करायला दिल्यावर बरेच अंक विकलेही गेले. सेंजुतीच्या नव्या अंकाचं हस्तलिखित तयार करायची इच्छा होती, पण वेळ कुठं होता? अभ्यासाचा दबाव वाढला होता. बाबा म्हणाले, 'आजपासूनच जर फायनलच्या तयारीला लागली नाहीस, तर पास होणार नाहीस!' बाबा चुकीचं सांगत नव्हते. दर वर्षी शेवटच्या परीक्षेत विद्यार्थी-विद्यार्थिनी मोठ्या संख्येने नापास होत. दोन वेळा नापास होत, एवढंच काय, चार वेळासुद्धा होत. माझ्यापेक्षा एक वर्षाने पुढे शिकणाऱ्या राजिब नावाच्या विद्यार्थ्याला बाबांनी त्याच्या वह्या मला वाचायला द्यायला सांगितल्या. राजिब मेडिकलच्या सगळ्या परीक्षांमध्ये पहिला आलेला आणि शिक्षकांचा लाडका विद्यार्थी. त्याने आपल्या नोटस्च्या वह्यांचा ढीग मला आणून दिला. त्या वाचण्यात माझा वेळ जाऊ लागला.

नाना (आईचे वडील) बरेचदा दुपारी येत. व्हरांड्यातल्या खुर्चीत बसून ते अंगणातल्या उन्हाकडे पाहात राहात. आई व्हरांड्याच्या किंवा अंगणातल्या उन्हात पाट टाकून त्यांना अंघोळ घालायला बोलवीपर्यंत ते बसून राहात. संसार आणि सुहृदला सांभाळण्यात आईची दमछाक होई. तरीही नाना आल्यावर त्यांना उन्हात बसवून, त्यांच्या अंगाला मालिश करून, अंघोळ घालून, बाबांची एखादी धुतलेली लुंगी नेसायला देऊन आई त्यांना झोपायला सांगे. नाना एखाद्या छोट्या मुलासारखे झोपी जात. झोपेतून उठल्यावर आई त्यांना भात वाढी, भातानंतर पायस देई. नाना पायस खात असताना बाबा येत. आई थोडं संकोचून म्हणे, 'बाजान तर या घरी येत

नाहीत, आले तरी काही खात नाहीत. खूप आग्रह करून थोडं पायस खायला दिलंय.'

बाबा थंड आवाजात म्हणत, 'तू त्यांना पायस खाऊ घालतेस, पण त्यांना तर मधुमेह आहे!'

'थोडं खाल्ल्याने काही होत नाही. बाजानना गोड पदार्थ आवडतात.'

मी अभ्यासात. अभ्यासातून उठून बाथरूमला जाताना दिसलं, आई दरवाजा धरून बसली आहे.

'काय झालं? रक्त गेलं पाईल्सचं?'

'हो.'

आई तशीच उठून सुहृदची दुधाची बाटली गरम पाण्याने धुवायला लागे. त्याला आता राजकुमाराची गोष्ट सांगत ती दूध पाजणार. दूध पाजून झाल्यावर एका वनवासी राजकुमारीचं गाणं ऐकवत-ऐकवत झोपवणार. रात्री बाबा परत आल्यावर म्हणणार, 'पाईल्सवर काही उपाय नाही का? शरीरात जेवढं रक्त आहे, ते सारंच गेलं हो!'

बाबा उत्तर देणार नाहीत. एकदा माझ्या खोलीत डोकावून पाहून जातील - मी अभ्यास करतेय की प्रेमपत्र लिहितेय की कविता लिहितेय!

आई कातर आवाजात म्हणेल, 'मला थोडं दूध घ्यायला हवं. दिवसातून किमान एक केळं खायला पाहिजे. एक अंडं. असंच रक्त गेलं तर शरीरात काही राहाणार नाही. माझ्यासाठी पावशेर दूध घालायला सांगू भागीच्या आईला?'

बाबा याचं उत्तर देणार नाहीत.

सुहृद कोलांटी मारायला शिकला. आसपास आपली खेळणी घेऊन खेळायला शिकला. सुहृदच्या प्रत्येक प्रगतीबरोबर मला आणि यास्मिनला प्रचंड आनंद होई. त्याला घेण्यासाठी आम्ही एकमेकींशी स्पर्धाच करीत असू. त्याला कडेवर घेणं, फिरवणं, झोके देणं आम्हाला आवडे. व्हरांड्यातल्या झोक्यावर त्याला मांडीवर घेऊन मी झोके घेई.

दादा व्हरांड्यात बसून खुल्या आवाजात गाणं गात होता. 'हाडेर घरखानि चामडार छाउनि बांधे बांधे जोडा ऽऽ' (हाडांचं घर चामड्याच्या छावणीने बांधून जोडलंय.) टांगाईलच्या रस्त्यावर एका भिकाऱ्याचं गाणं ऐकून तो हे शिकला होता.

हसीना खोलीतून बाहेर येऊन त्याच्यावर खेकसली, 'गाण्याने काय होणार? शुभोला कोंबडी घेऊन या.'

गाणं थांबवून दादाने विचारलं, 'कोंबडी नाही?'

'नाही. शुभोसाठी कोंबडी नाही.'

'एखाद्या दिवशी नाही कोंबडी खाल्ली तर काही होणार नाही मुमू!'

हसीना आवाज चढवून, कावळ्यासारख्या कर्कशपणे म्हणाली, 'काही होणार

नाही म्हणजे? घरात तर आणखी एक बाळ आहे, त्याचे कसे लाड चाललेयत बघताय ना? तुमच्या बाळाचीच एवढी अवहेलना का? नातू काय एकच आहे? शुभो काय नातू नाही?'

'कोंबडी नाही कसं म्हणतेस? ती काय अंगणात कोंबडी फिरतेय!'

हसीनाच्या डोळ्यांतून जणू ठिणग्या पडू लागल्या.

'कोंबडीचं पिल्लू नाही.'

'ते पिंजऱ्यात आहे बघ कोंबडीचं पिल्लू. सांग कापायला.'

'ती सुहृदसाठी आहेत, हे तर चांगलं माहीत आहे तुम्हाला. तुमच्या मुलासाठी तर काही बाबा कोंबडीची पिल्लं विकत घेत नाहीत.'

आवाज ऐकून आई बाहेर येऊन म्हणाली, 'असं का म्हणतेस बौमा, प्रत्येक वेळी तुझे सासरे दोन्ही नातवांसाठी कोंबडी विकत घेतात. नेहमीच कोंबडीचं सूप बनवलं जातं. एकीचं सुहृदसाठी, एकीचं शुभोसाठी. तुझे सासरे तर दोन्ही नातवांसाठी दूध, अंडी सारं विकत घेतात. शुभ, सुहृद दोघेही नातूच आहेत!'

'दोघेही नातूच आहेत हे तर माहीत आहे. पण एका नातवाकडेच तर सगळ्यांचं लक्ष असतं. शुभोकडे कोण पाहातं?' हसीना म्हणाली.

'कोण पाहातं म्हणजे? असं काय उलटंपालटं बोलतेयस? सुहृदचे आईवडील जवळ नाहीत, म्हणून त्याच्याकडे लक्ष ठेवावं लागतं. शुभो तर त्याच्या आई-बाबांबरोबरच राहातो ना?'

हसीना खोलीत जाऊन, साडी बदलून, 'आई, मी परवीन ताईकडे जातेय, जरा शुभोकडे लक्ष ठेवा!' असं म्हणून, मागं न पाहाता तरातरा निघून गेली. आई एका हाताने सुहृदला आणि एका हाताने शुभोला सांभाळू लागली.

दादा उरलेलं गाणं गात बसला.

हसीना नेहमीच तिची बहीण परवीनच्या घरी जाई. कुसुमच्याही घरी जाई. कुसुमने रेल्वे स्कूलमध्ये हेडमास्टर असलेला आपला नवरा सोडून करीम नावाच्या एका विवाहित, पोरंबाळं असलेल्या माणसाशी लग्न केलं होतं. करीम आणि कुसुम दोघेही दिसायला टरबुजासारखे गोलमटोल होते.

हसीना संध्याकाळी परत आली. शुभोला त्याच्या आईकडे देऊन, सुहृदचं पावडर-तीट करून आई आपल्या माहेरी घेऊन गेली. बरेच दिवस ती माहेरी गेली नव्हती. व्हरांड्याला लागूनच माझी खोली होती. व्हरांड्यातलं सगळं बोलणं माझ्या कानी येई. यास्मिन व्हरांड्यात चालता-चालता म्हणाली, 'का गं वहिनी, शुभोच्या गुवाचं फडकं सकाळपासून व्हरांड्यात पडलंय, कुणी हलवीत का नाही ते तिथून?'

हसीना व्हरांड्यात खुर्चीत पायावर पाय टाकून बसली होती. ती म्हणाली, 'तू का नाही हलवीत?'

‘काय म्हणालीस?’

‘म्हणाले, तू का हलवीत नाहीस?’

‘मी कशाला हलवू?’

‘सुहृदची फडकी हलवीत नाहीस?’

‘हलवते.’

‘मग शुभोचं फडकं का हलवू शकत नाहीस?’

‘नाही हलवू शकत.’

‘हलवू शकत नाहीस कशी? हलवायला पाहिजे!’

‘नाही हलवणार.’

‘हलवायलाच पाहिजे.’

‘हलवायलाच पाहिजे कशासाठी? त्याच्या कामासाठी मुलगी आहे ना? झर्ना काय करते मग?’

‘सुहृदसाठी तर नर्गिस आहे. पण तरीसुद्धा तुम्ही सुहृदची फडकी हलवता. तुम्ही तर सुहृदचे नोकर आहात!’

‘हो. आहोत नोकर. सुहृदचे नोकर आहोत हे चांगलंच आहे.’

‘मग शुभोचे पण नोकर व्हा.’

‘कशासाठी होऊ?’

‘व्हायला पाहिजे.’

‘तू म्हणालीस म्हणून व्हायला पाहिजे?’

‘हो. मी म्हणाले म्हणून व्हायला पाहिजे!’

‘काय म्हणालीस?’

‘जे म्हणाले, ते म्हणाले. सुहृदचा गू खाता, शुभोचासुद्धा खायला पाहिजे.’

आता यास्मिनने लाथेने शुभोचं ते फडकं अंगणात उडवून लावलं. हसीना खुर्चीतून उडी मारून येऊन, यास्मिनचे केस ओढीत म्हणाली, ‘जा, ते फडकं उचलून आण!’ यास्मिनही हसीनाचे केस ओढून म्हणाली, ‘तू आण!’

मी भांडणाचे आवाज ऐकून, अभ्यास सोडून उठले. दरवाजातून ही हिसकाहिसकी पाहिल्याबरोबर यास्मिनला सोडवण्यासाठी धावले. तिघींची हिसकाहिसकी सुरू झाली. तेवढ्यात कुठूनतरी सुटा-बुटातल्या दादाने येऊन माझ्यावर आणि यास्मिनवर झडप घातली. यास्मिनचे केस मुठीत धरून, जोराने ओढून, जिथं शुभोचं फडकं पडलं होतं, तिथं दादाने तिला फेकलं. हसीना पळत गेली आणि पडलेल्या यास्मिनच्या तोंडावर, छातीवर, पाठीवर जोरजोरात बुक्के मारू लागली. स्वत:ला सोडवण्यापेक्षा यास्मिन हसीनाला त्या फडक्यावर पाडण्याचा प्रयत्न करीत होती. हसीनाने दोन्ही हातांनी तिचं तोंड त्या फडक्यावर दाबून धरलं. तोंड सरकवून

यास्मिनने हसीनाचे पाय धरले, ते पाय धरून तिला ओढायचे होते, ओढून हसीनाला पाडायचं होतं, पण पाडू शकत नव्हती. आता दादाने यास्मिनच्या मानेवर लाथा मारायला सुरुवात केली. तो तिच्या मानेवर, पाठीवर, नितंबावर, मांड्यांवर लाथा मारू लागला. यास्मिनचा हात हसीनाच्या पायांवरून सुटला. लाथा खाल्ल्याने उताण्या पडलेल्या यास्मिनच्या चेहऱ्यावर त्याने ते फडकं उलटं केलं. यास्मिनच्या तोंडाला शुभोचा गू लागला. हा लज्जास्पद प्रकार पाहून मी चमकलेच - हा आमचा दादाच यावर माझा विश्वास बसेना. याचवेळी शुभोसाठी आरोग्य वितानातून बाबांनी वेगळ्या पाठवलेल्या दहा कोंबड्या हातात घेऊन सलाम व्हरांड्यात येऊन उभा होता, अवाक् झालेला सलाम अंगणातलं ते लज्जास्पद दृश्य पाहात होता. मला आता नुसतं उभं राहून पाहाणं शक्य नव्हतं, मी यास्मिनला सोडवून आणण्यासाठी गेले, पण सोडवू शकले नाही. माझ्या पाठीवरही बुक्के बसू लागले, माझे केसही ओढले जाऊ लागले. यास्मिनच्या संपूर्ण शरीरावर तेव्हा दादा आणि हसीनाच्या जोरजोरात लाथा. यास्मिनला रडताही येईना. तिची दातखीळ बसली. मी असहाय होऊन यास्मिनशेजारी बसले. आम्हा दोघींची शरीरं धुळीने भरू लागली.

या घटनेनंतर मी दादा आणि हसीना यांच्याशी बोलणं बंद केलं.

आई घरी आल्यावर सारं ऐकून या खोलीतून त्या खोलीत फेऱ्या घालू लागली. फेऱ्या घालताना ती म्हणत होती, 'यांचं शरीर हिंसेने भरलेलं आहे. सुहृदला सहन करू शकत नाहीत हे. कधीतरी त्याला विष घालून मारून टाकतील हे!'

बाबा या घटनेबद्दल ऐकून काहीच म्हणाले नाहीत.

बाबा असे गप्प बसले हे पाहून आई संतापून म्हणाली, 'दोन मुलींना त्या मुलाने आपल्या बायकोच्यासाठी मारलं, हे ऐकूनही कुणी काही करीत नाही! यास्मिनला तर अगदी हलताही येत नाही. हाडं मोडेपर्यंत मारलं तिला! मी सुहृदला देऊन येते कमालकडे! तो यांना शत्रू वाटतो. त्याला आपण या घरात सांभाळतो हे त्यांना सहन होत नाही. तुम्ही रहा तुमचा मुलगा आणि मुलाच्या बायकोबरोबर. मी जाते निघून कुठंतरी. कसल्या मुलाला जन्म दिला रे खुदा मी!'

यावरही बाबा गप्पच असलेले पाहून आई ओरडली, 'नासरिन, यास्मिन, तुम्ही तुमच्यासाठी मुलं बघा आणि लग्न करून तडकाफडकी या घरातून निघून जा! हे लोक मलासुद्धा मारून लुळं करून टाकतील!'

आईच्या या बोलण्यावर कुणीच काही बोललं नाही.

ही घटना घडल्यावर सात दिवसांनी शांतपणे दादाने घरात सांगितलं की, त्याची बेगुडा गावाला बदली झाली आहे. बाबांनी दादाला बोलावून, जवळ बसवून विचारलं, 'बेगुडाला कशासाठी?'

'मला काय माहीत? कंपनीने बदली केली.' दादाचं उदास उत्तर.

'बेगुडा काय गाव आहे जाण्यासारखं? आहे काय बेगुडात?'

'महास्थान गड आहे.'

'महास्थान गडाचं तू काय करणार?'

'बेगुडाला दही छान मिळतं.'

'मग काय दह्याच्या लोभानं चाललाहेस तिथं?'

'बदली झाली म्हणून जातोय.'

'घर सोडून दूरदेशी कसं राहाणार, काय खाणार?'

दादा उठून गेला, बाबा बसूनच राहिले. आईने हाक मारली, 'जेवायला वाढलंय, खाऊन घ्या.'

पण बाबांना काही त्या रात्री जेवावंसं वाटलं नाही. ते दोन्ही हातांत डोकं धरून बसून राहिले.

दादाची बदली झाल्याने घरात सर्वात अधिक आनंद झाला तो हसीनाला. तिने अगदी मोजून मोजून काचेची भांडी, चमचे वगैरे बॉक्समध्ये भरले. फाटकासमोर खुर्ची टाकून, तिच्यावर पाय हलवत-हलवत बसून, घरात दादाचं जेवढं सामान होतं, ते सारं मोजून ट्रकमध्ये भरलं. टेलिव्हिजनसुद्धा!

दादा निघून गेल्यावर सगळ्या खोल्या अचानक रिकाम्या होऊन गेल्या. रंग उडालेला जुना वेताचा सोफा एका कोपऱ्यात पडलेला होता, काही जुन्या खुर्च्या राहिल्या होत्या, भिंतीवर चौकोनी डाग आणि काही वाकलेल्या तारा.

संध्याकाळी आई एकटीच व्हरांड्यात बसलेली दिसे. माझ्या खोलीत आवाज येई, तो वाऱ्याचा की आईच्या निःश्वासांचा, ते नीट कळत नसे. संध्याकाळी सगळ्या खोल्यांत दिवे लागत, आई मात्र एकटीच अंधारात बसून राही. तिच्या हातातली जपमाळ हलत राही. एकदा खोलीतून मी बाहेर येऊन पाय मोकळे करायला अंगणात फिरत होते.

'आई, बाहेर का बसून राहिलीस? आत जा ना!'

आई निःश्वास सोडून म्हणाली, 'नोमान रागावून घरातून निघून गेला! आपला मुलगा जर घरात राहात नसेल, तर घरात राहावंसं वाटतं का?'

'नोमान नोमान का करतेस? आम्ही दोघी आहोत ना? की आम्ही कुणीच नाही तुझ्या?'

'मुली तर लग्न झालं की, परक्यांच्या घरी निघून जातात.'

मी कटू स्वरात म्हणाले, 'आई, तुझी तर मुलंच परक्यांच्या घरी गेली गं! मुलीच तुझ्याजवळ राहिल्या आहेत!'

'मुली काय आज आहेत, उद्या नाहीत!' आई म्हणाली.

'तुझी मुलं तर आजसुद्धा नाहीत, उद्या तर नाहीतच!'

आई गप्प होऊन गेली.

व्हरांड्यात कपडे वाळत घालायच्या दोरीवर दोन हात ठेवून पुढेमागे झुलत झुलत अंगणातल्या अंधाराकडे पाहात मी म्हणाले, 'एवढं मुलं-मुलं करतेस, दोन्ही मुलं दूर निघून गेली!'

'हो, सगळी गेली गं! आता बायकोच त्यांना सर्वात जवळची वाटते. आई, बाप, भाऊ, बहीण कुणीही जवळचं वाटत नाही...' आई क्षीण आवाजात म्हणाली.

मी आत गेले. शीतल स्तब्धतेत बसून राहिले. यास्मिन आता फक्त झोपून असे. रोज कॉलेजमध्ये जाई, पण घरी अभ्यास करताना दिसत नसे. देवनाथ पंडितांना बाबांनी घरी येऊन तिला शिकवायला सांगितलं होतं, पण ते काही तयार झाले नाहीत, कारण त्यांची विद्यार्थिसंख्या इतकी होती, की कुणा एका विद्यार्थिनीसाठी इतका वेळ देणं त्यांना शक्य नव्हतं. ते ग्रुपमध्ये शिकवू शकत होते. यास्मिन देवनाथ पंडितांच्या घरी ग्रुपमध्ये शिकायला गेली. परत आल्यावर वह्या-पुस्तकं फेकून देऊन म्हणाली, 'काय शिकवतात काही समजतच नाही!' घरात पुस्तक घेऊन बसायचं नाव नाही. मी मोठ्याने म्हणे, 'यास्मिन, अभ्यासाला बस!' यास्मिन कूस बदलून झोपे. मी पुन्हा ओरडे, 'उठ, अभ्यासाला बस!' यास्मिन ओरडून माझं ओरडणं थांबवी. काय करायला हवं, काय नाही हे तिला चांगलं समजतं, कुणीही सांगायची गरज नाही. मलाही ती दूर ठेवी. आता माझी मैत्रीण झाली एक पांढरी मांजर. पांढरी मांजर माझी मैत्रीण. मैत्रीण पांढरी मांजर. मांजरच बरी. माणसापेक्षा हजारपट चांगली. मांजरीला मी छातीजवळ घेऊन बसून राही. या घरात भिंतीवरून मांजरं येत. संधी साधून स्वयंपाकघरात घुसून पातेल्यात तोंड घालीत. मांजरांना आई हाकलून देई. सगळी मांजरं चोरटी असतात, असं ती म्हणे. हाकलल्यावर जात, पण पुन्हा येत. ही पांढरी मांजर जेव्हा आली होती, तेव्हा तिलाही हाकललं होतं. फाटकाबाहेर नेऊन नालीत ढकललं होतं, पण ती स्वच्छ होऊन पुन्हा घरात आली. शेवटी तिला दूर बाजारात नेऊन गर्दीत नेऊन सोडलं, पण दुसऱ्या दिवशी पाहिलं, तर ती आमच्या अंगणात उन्हात झोपलेली दिसली. बाबा म्हणाले, 'हिला पोत्यात घालून नदीपलीकडे फेकून यायला पाहिजे.' तसंही केलं. सलामने तिला पोत्यात घालून, पोत्याचं तोंड दोरीने घट्ट बांधून, नावेतून ब्रह्मपुत्रेच्या पलीकडच्या तीरावर जाऊन ते पोतं तो तिथल्या झुडुपांत फेकून आला. आता ती मांजर पुन्हा कधीच घरी येणार नाही असं सगळ्यांना खात्रीने वाटत होतं. सात दिवस होऊन गेले, सारे त्या मांजरीला विसरून गेलो. पण अचानक दिसलं, की संध्याकाळी ती मांजर फाटकासमोर उभी आहे. मी 'ये, ये!' म्हटल्याबरोबर ती पळत माझ्याजवळ आली. तिला मी स्वयंपाकघरात नेलं आणि पातेल्याच्या तळाशी जो थोडा भात होता, तो दिला. अधाशासारखा तो भात खाऊन ती मांजर मी जिथे जाईन, तिथे माझ्या मागे मागे येऊ लागली. तेव्हापासून

मी तिला बाहेर सोडून देण्यासाठी कुणाकडेही दिलं नाही. ती घरातच राहिली. रात्री माझ्या बिछान्यात माझ्या पायांपाशी झोपे. मी खुर्चीवर बसले, की उडी मारून ती माझ्या मांडीवर बसे. मी जेवण करून ताटात मांजरीसाठी थोडं ठेवी. आईला चोरून माझ्या वाट्याचे माशाचे काही तुकडे मांजरीच्या भातात मिसळून देई. मांजरीला छातीशी धरून मी माझ्या खोलीत बसे. दुसऱ्या खोलीत, जी खोली एके काळी दादाची होती, यास्मिन अवेळी झोपलेली असे. झोपेतून उठून, जेवण करून ती पुन्हा झोपे - जणू झोपेसारखं पृथ्वीवर दुसरं सुख नाही. तिच्या मानेतली हाडं दुखत, पाठीची हाडं दुखत, गुडखे दुखत. दादा आणि हसीनाने तिला हे दुखणं दिलं होतं. यास्मिनला घेऊन मी हॉस्पिटलमधल्या डॉक्टरांकडे गेले. मेडिसिनचे प्रोफेसर प्रभाकर पुरकायस्थ यांना दाखवलं. ते तिच्या छातीवर स्टेथास्कोप लावून वारंवार स्तनावर दाब देत होते. यास्मिन प्रभाकरच्या केबिनमधून संतप्त होऊन बाहेर आली. नंतर तिच्या गुडघ्यांच्या वेदना इतक्या वाढल्या, की तिला उठता-बसता येईना. तिचे गुडघे दाखवायला मी दाढीवाल्या हारुनुर रशीद खान यांच्याकडे तिला घेऊन गेले. हे खान हाडांचे डॉक्टर होते, फक्त डॉक्टर नव्हे, तर कॉलेजच्या अस्थिविद्या विभागाचे प्रमुख होते. लांबलचक दाढी, डोक्यावर टोपी, अंगात पंजाबी शर्ट आणि पायजमा. कुठल्याही प्राध्यापकाला या वेशात पाहाण्याची मला सवय नव्हती. असो. वेश कसाही असला, तरी ते डॉक्टर म्हणून चांगले होते. ते मला ओळखीत, बाबांनाही ओळखीत. बाबा हॉस्पिटलमध्ये असताना या डॉक्टरांनी उशीखाली ठेवण्यासाठी एक ताईत आणून दिला होता. ते म्हणे आजार बरं करणारं औषध होतं! तर अल्ला रसूलवर श्रद्धा असणाऱ्या या डॉक्टरांनी यास्मिनला आपल्या रुग्ण तपासण्याच्या टेबलवर झोपवून पडदा ओढून घेऊन तिचे गुडघे दाबून पाहाता पाहाता हात गुडघ्यांवरून वर नेत नेत ओटीपोट - पोट दाबीत छातीपर्यंत नेले. छाती दाबून बाहेरून हृदयाचं किंवा फुफ्फुसाचं अस्तित्व पाहात होते की काय कोण जाणे! बाहेर आल्यावर यास्मिन मला फक्त म्हणाली, ‘मला आता कधीही कुठल्याही डॉक्टरकडे नेऊ नकोस. माझं दुखणं बरं होण्याची गरज नाही.’ मला अनेकदा वाटलं, हारुनुर रशीद खानना विचारावं, ‘माझ्या बहिणीचे फक्त गुडघे पाहायचे होते तुम्हाला, छाती तपासायची नव्हती. छातीत काय तपासायचं होतं?’ वाटे, प्रभाकर पुरकायस्थांना विचारावं, ‘तुम्हाला काही पार्किन्सन्सचा डिसीझ झालेला नाही - मग तुमचा हात छातीवर स्टेथास्कोप ठेवल्यावर वारंवार चकतीवरून सरकत का बरं होता?’ पण मी त्यांना असं विचारू शकले नाही. शब्द ओठांपर्यंत येत, पण बाहेर पडू शकत नसत.

आई तेव्हाही बाहेरच्या अंधारात बसलेली. तिच्या हातातली जपमाळ हलत नव्हती.

फूलशय्या

मी तलाव पाहिला होता, नदी पाहिली होती, पण समुद्र मात्र कधीच पाहिला नव्हता. दादा बायकोला घेऊन कॉक्सबाजारला मधुचंद्र करून आल्यावर त्याला विचारलं होतं, 'दादा रे, समुद्र कसा दिसतो?' दादा म्हणाला, 'प्रत्यक्ष पाहिल्याशिवाय समजणार नाही. समुद्र कसा असतो हे शब्दांत सांगता येणार नाही. समुद्रासमोर उभं राहून समुद्राचा अनुभव घ्यावा लागतो.' दादाला समुद्रापेक्षा जास्त कौतुक विमानाचं होतं. तो पहिल्यांदाच विमानात बसला होता. छोटोदा विमानाबद्दल बोलू लागला, की दादा आजवर तहानल्या डोळ्यांनी पाहात राहायचा. त्याच्या डोळ्यांतली ती तहान आता संपली होती. पण माझी मात्र संपली नव्हती. मला विमानापेक्षा समुद्र पाहाण्याची उत्सुकता अधिक होती.

समुद्रकिनारी काढलेले दादा आणि हसीनाचे फोटो पाहून, समुद्र प्रत्यक्ष न पाहाताच मी समुद्रावर तीन कविता लिहिल्या. न पाहिलेल्या समुद्राबद्दल मला प्रचंड उत्सुकता होती, तेव्हाच 'चला चला, समुद्र पाहू चला, सामान बांधा!' अशा हाका सुरू झाल्या. मेडिकलच्या चौथ्या वर्षात हीच एक चांगली गोष्ट होई - वर्गातल्या सगळ्या विद्यार्थी-विद्यार्थिनींना घेऊन कम्युनिटी मेडिसिनचे प्राध्यापक दूर कुठेतरी सहलीला जात. दूर म्हणजे देशाच्या माथ्यापासून थेट पायथ्यापर्यंत कुठेही. पायथ्याशी थुई थुई करतंय रुपेरी पाणी, त्या पाण्यात डुबक्या घ्या, पोहा. अर्थात सांगताना समुद्राकाठचं वातावरण अभ्यासायला चाललो आहोत असं सांगितलं, पण खरं तर हा हवापालटाचाच प्रकार होता. आजारी व्यक्तीला जशी हवापालटाची गरज असते, तशी भावी डॉक्टरांनाही असते. रात्रभर हॉस्पिटलच्या हवेत वावरण्यापासून थोडे दिवस सुट्टी मिळते.

मयमनसिंहहून ढाका, ढाक्याहून ट्रेनने चट्टोग्राम, चट्टोग्रामहून बसने कॉक्सबाजार.

कुणाही नातेवाइकाला बरोबर न घेता मी एकटी प्रथमच इतक्या दूरच्या गावी चालले होते. आईने वारंवार विचारलं, 'मास्तर असणार ना बरोबर?' ढाका दोन तासांच्या अंतरावर, ठीक आहे, ढाक्यात नातेवाईकही आहेत, पण चट्टोग्रामला तर ना मामा ना काका! मामा-काकांच्या सीमेबाहेर जाणार होते, म्हणूनच हृदयात जणू शंभर मोर पिसारा फुलवून नाचू लागले होते. बाबांनी मोकळ्या हाताने पैसे दिले होते. हायजीन टूरची वर्गणी तर दिलीच, वर आणखी पैसेही दिले. ट्रेनमधून आम्ही ढाक्याला पोचलो. सेगुनबगीचा सोडून छोटोदा आता नयापल्टन भागात राहायला गेला होता. तिथे एक रात्र राहून दुसऱ्या दिवशी सकाळी आठ वाजता कमलापूर रेल्वेस्टेशनला पोचायचं होतं. रात्री गीताकडे साडी मागितली, तर तिने कपाट उघडून लाल, निळा, पिवळा, हिरवा - सगळ्या रंगांच्या सिल्क, मलमलच्या साड्या समोर टाकल्या आणि म्हणाली, हव्या तेवढ्या घे. फ्लॅशची सोय असलेला एक कॅमेराही मिळाला. आणखी काय हवं होतं? मला अपेक्षेपेक्षा खूप मिळालं.

दुसऱ्या दिवशी ट्रेनमध्ये बसून कधी हुल्लड करीत, तर कधी उदासपणे खिडकीबाहेर पाहात चट्टोग्रामला पोचलो. चट्टोग्रामहून वनामधून नागमोडी रस्त्याने रबरांच्या झाडांच्या बागा पार करून जेव्हा कॉक्सबाजारला पोचलो, तेव्हा आमची उत्तेजना पराकोटीला पोचली होती. एक वेगळाच आवाज येत होता - जळास्थळाला व्यापणारा एक गंभीर आवाज - त्या आवाजाच्या दिशेनेच बस चालली होती. हा आवाज कुठून येतो आहे हे समजण्यासाठी मी चोहीकडे पाहू लागले. बसच्या खिडकीतून डोळे दुसरीकडे वळेनात. दूरवर काहीतरी पांढरं असं एकदा वर येत होतं, एकदा खाली जात होतं. माझी मैत्रीण सफिनाज खिडकीतून पाहून म्हणाली, 'तोच समुद्र आहे की काय?' समुद्र कधीच पाहिलेला नसल्यामुळे मला वाटलं, बसमधून उतरून पळत समुद्र पाहायला जावं, पण कोण मला जाऊ देणार पळत? आधी मोटेलमध्ये उतरा, फिरायला जाणं वगैरे त्यानंतर. मोटेलमध्ये दोन व्यक्तींसाठी असलेल्या खोलीत चार जणींना उतरवलं होतं. मी खोलीत सूटकेस ठेवून आधी त्या आवाजाच्या दिशेने पळाले. अंघोळ नाही, खाणं नाही, विश्रांती नाही. आधी मी समुद्र पाहाणार, त्यानंतर बाकीच्या गोष्टी. सफिनाज वेळापत्रक पाळणारी मुलगी - जेवणाच्या वेळी जेवण, अभ्यासाच्या वेळी अभ्यास, झोपायच्या वेळी झोप, पण तिलाही आमच्या उत्तेजनेत सामील व्हावं लागलं. त्या तीव्र गर्जनेकडे आम्ही चालत नाही, पळत गेलो. इतकं विशाल, इतकं अद्‌भुत, इतकं आश्चर्यकारक, नयनरम्य असं मी माझ्या आयुष्यात कधीही पाहिलं नव्हतं. विस्मयाने आणि अतीव आनंदाने मी स्तब्ध झाले. माझ्या तोंडून शब्द फुटत नव्हता. मी आजोळच्या छोट्या तलावाकाठी मोठी झाले. शहरातला त्रिकोणी तलाव आजोळच्या तलावापेक्षा दुप्पट मोठा होता. तो पाहाण्यासाठी मला काही वर्षं वाट पाहावी लागली होती. मोठी झाल्यावर ब्रह्मपुत्रा पाहिली होती.

तिचं पात्र पाहून वाटलं होतं, यापेक्षा विशाल असं पृथ्वीवर दुसरं काही नसावं. समुद्र माझ्या कल्पनेत होता. तो समुद्र प्रत्यक्षातल्या समुद्राच्या पासंगालाही पुरणारा नव्हता. माझ्या डोळ्यांतून पाणी वाहू लागलं. सूर्य समुद्रात बुडत होता. मी तन्मय होऊन समुद्राचा गाज ऐकत होते, भिजल्या डोळ्यांनी सूर्याचं अस्त होतांनाचं रूप पाहात होते. पूर्वीही मी अनेकदा सूर्यास्त पाहिले होते, पण असं रूप पूर्वी पाहिलं नव्हत सूर्यास्ताचं. निसर्गाच्या या सौंदर्याने मला घायाळ केलं, विमुग्ध केलं, विमूढ केलं. हळूहळू गटागटांनी मुलं-मुली येत होत्या, सूर्यास्ताकडे टक लावून पाहात होत्या. त्या ठिकाणाहून हलण्याची मला इच्छा होत नव्हती. रात्र झाल्यावर सफिनाजने मला ओढत मोटेलवर नेलं. म्हणाली, 'रात्री समुद्रकिनारा सुरक्षित नसतो.' सगळ्या मुली मोटेलमध्ये निघून गेल्या. मुलं मात्र 'पौर्णिमा बघू या' म्हणून बऱ्याच रात्रीपर्यंत किनाऱ्यावर थांबली. आपण मुलगा असायला हवं होतं असं मला खूप वाटलं. मोटेलच्या व्हरांड्यात चांदण्यात बसल्या-बसल्या मी एकटीच समुद्राचा गाज ऐकत राहिले. ये, ये, ये म्हणून समुद्र मला बोलावीत होता. पहाटे सूर्योदयाआधी उठून सूर्योदय पाहाण्यासाठी मी समुद्राकडे पळत गेले. मी लाल साडी नेसली होती. अनवाणीच होते. केस मोकळे सोडलेले. समुद्राची भरती मला जणू वाहून नेत होती, बुडवून टाकीत होती. सूर्य उगवला आणि माझ्या अंगावरच्या पाण्याच्या थेंबांची चुंबनं घेऊ लागला. गटागटांनी मुली आल्या, त्यांनाही मी पाण्यात खेळायला बोलावलं. दिवसभर आम्ही समुद्राच्या पाण्यात खेळलो. दुपारी झोपडीतल्या चहाच्या दुकानात दालचिनी घातलेला चहा घेत घेत सूर्यास्ताची वाट पाहात थांबलो.

नंतर शिक्षक आम्हाला चट्टोग्रामला घेऊन आले. चट्टोग्राम मेडिकल कॉलेजच्या लेडीज होस्टेलमध्ये मुलींची, तर जेन्टस् होस्टेलमध्ये मुलांची राहाण्याची सोय केली होती. हालिदा, सफिनाज, शिप्रा आणि आणखी काही मैत्रिणींबरोबर मी हिरव्या टेकडीखाली नागमोडी वळणाने वाहत गेलेल्या निळ्या पाण्याच्या फैज लेकच्या किनारी फिरले. हिरवळीवर बसून हंसांचं पंख पसरून उडणं पाहिलं. सगळंच मला इतकं छान, इतकं छान वाटत होतं की, रुद्रचं जवळ नसणं मला थोडं विषण्ण करून गेलं. रुद्र आला असता, तर त्याच्या हातात हात गुंफून हे लेकचं पाणी, हा पहाड, ही हिरवाई मनात साठवीत फिरता आलं असतं. मयमनसिंहहून निघण्याआधीच मी रुद्रला पत्र लिहून सहलीचा सगळा कार्यक्रम, सगळं वेळापत्रक कळवलं होतं. कॉक्सबाजारहून चट्टोग्रामला कधी परत येणार आहोत आणि तिथून कधी ढाक्याला जाणार आहोत हे सारं कळवलं होतं. इतका छान काळ याआधी माझ्या जीवनात आला नव्हता, त्यानेही तिथं यावं असं मी कळवलं होतं. 'कसंही करून येच' असं लिहिलं होतं. तो अनेक दिवसांपासून मिठेखालीत होता. मिठेखालीतून तो एक किंवा दोन आठवड्यांनी बाहेर पडेल असं त्याने कितीही सांगितलं, तरी दोन-तीन महिन्यांनंतरही

त्याला तिथून बाहेर पडणं जमलं नाही. ते गाव जणू त्याला बांधूनच घेई. तो तिथे गेला, की त्याची इच्छा असो वा नसो, तिथे अडकून पडे.

ज्या दिवशी आम्ही चट्टोग्रामहून ढाक्याला जाणार होतो, त्याच्या आधीच्या रात्री रुद्र आला. त्याच्याबरोबर त्याचा धाकटा भाऊ सैफुल होता. सैफुलने चट्टोग्राम मेडिकल कॉलेजच्या पहिल्या वर्गात नुकताच प्रवेश घेतला होता. त्या रात्री मी प्रथमच सैफुलला पाहिलं. बुटका, बारीक चणीचा हसतमुख मुलगा. त्याचे डोळे रुद्रच्या डोळ्यांसारखे मोठमोठे होते. स्वच्छ, शिस्तशीर वागणारा मुलगा. तो माझ्याशी अशा प्रकारे बोलत होता, की जणू तो मला अनेक वर्षांपासून ओळखतोय. त्याच्याबरोबर मी अगदी सहजपणे सहज झाले. त्या रात्री आम्ही तिघे रिक्षाने बाहेर पडून एका रेस्तोरांत जेव्हा रात्रीचं जेवण घेत होतो, तेव्हा माझी नजर रुद्रचे लाल झालेले डोळे, वाढलेले केस आणि दाढी यांच्यावर वारंवार अडखळत होती. सात दिवस त्याने अंघोळ केली नव्हती, झोपला नव्हता, जणू आत्ताच कुठल्यातरी गुहेमधून बाहेर आलाय. मी सात दिवसांपासून मयमनसिंहच्या बाहेर आहे - तो आधी का आला नाही, परत जाण्याच्या दिवशी काही क्षणांसाठीच का आला? आम्ही दोघं समुद्राच्या पाण्यात, भरतीच्या लाटांमध्ये किती छान खेळू शकलो असतो. पौर्णिमेच्या उत्तररात्री वाळूत पाय पसरून बसून लाटांवर चांदणं कसं नाचतं हे पाहू शकलो असतो. बाबांच्या नजरेची भीती नसलेल्या या चट्टोग्राम शहरात रिक्षाचं हूड काढून मी निश्चिंतपणे त्याच्याबरोबर भटकू शकले असते. रुसव्याच्या धुराने मला ग्रासून टाकलं. त्याच्यामधून मला रुद्रच्या आवाजाने स्पर्श केला, 'चट्टोग्रामहून उद्या मला ढाक्याला नव्हे, मोंगलाला जायचंय.' नवीन शहर पाहाण्याची मला नेहमीच इच्छा असे, पण मोंगलाला जाण्याच्या प्रस्तावाला मी नाही म्हटलं, कारण दलामधून शिक्षकांनी मला एकटीला बाहेर सोडलं नसतं. ढाक्यात आणखीही काही ठिकाणी टूर होती, ती पूर्ण करून सर्वांच्या बरोबरच मला नियमाप्रमाणे मयमनसिंहला परतायचं होतं. माझ्या या नकारामुळे रुद्रने तोंड वाकडं केलं. सैफुल म्हणाला, 'अहो जा ना बौदी (वहिनी), जरा फिरून या मोंगलामध्ये!' सैफुलच्या 'बौदी' या संबोधनामुळे मला जाणीव झाली की, मी कुणाचीतरी 'बौदी' म्हणजे वहिनी आहे आणि कुणाचीतरी वहिनी म्हणजे मी कुणाचीतरी पत्नी आहे. रात्री होस्टेलवर सफिनाज शेजारी झोपून मी या कुशीवरून त्या कुशीवर होत राहिले. कल्पनेच्या दोरीवरून बंद खोलीतून गच्चीवर गेले. गच्चीवरून आणखी वर आकाशात, दोन्ही हात पसरून उडत राहिले. वा - किती आनंद, किती आनंद! परत कधी मिळणार अशी सुट्टी! यापेक्षा मोठी संधी परत येणार आहे का, मग ही संधी का सोडायची? दुसऱ्या दिवशी रुद्रबरोबर जायचं म्हणून ट्रेनमध्ये चढून आवंढा गिळीत दोन शिक्षकांपैकी जे साधेसुधे होते त्यांना म्हणाले, 'मला आज खुलनाला जायचंय, खुलनाहून उद्याच ढाक्याला परत येईन. ढाक्याला

टूरमध्ये मी असेन.' पण शिक्षक साधेसुधे असोत की आणखी कसे असोत, ते मला कशाला जाऊ देतील? इतक्या साऱ्या भावी डॉक्टरांना चांगल्या पद्धतीने सहल घडवून सुखरूप परत आणण्याची जबाबदारी जर त्यांनी घेतलीय, तर ती ते नीटच पार पाडणार!

'कुणाबरोबर जाणार?'

कुणाबरोबर जाणार? याचं सहज उत्तर म्हणजे दाढीवाल्या माणसाकडे बोट दाखवून सांगणं, 'याच्याबरोबर.' यानंतरही प्रश्न येईल, 'तो कोण आहे? काय आहे?' त्याचंही उत्तर देता येईल, 'तो रुद्र आहे, कवी आहे.' यानंतर स्वाभाविकपणेच ते पुढचा साधासुधा प्रश्न विचारतील, 'तो तुमचा कोण लागतो?'

माझा उदास चेहरा पाहून माझी सुटका करायला शौकत आणि मदिरा पुढे आले. दोघांनी प्रेमविवाह केला होता. दलामधून पळून जाण्यातला आनंद त्यांना माहीत होता. शौकत माझ्या कानात म्हणाला, 'तुम्ही दोघांनी लग्न केलंय का ते सांगा, म्हणजे सरांना सांगता येईल नवऱ्याबरोबर चाललीय म्हणून; तसं नसेल तर ते सोडणार नाहीत.'

'नाही, हे सांगता येणार नाही. हे जर सरांनी माझ्या बाबांना सांगितलं तर वाटोळं होईल.' शौकत हसला, माझ्या द्विधा अवस्थेकडे पाहून म्हणाला, 'सरांना सांगतो, की ही गोपनीय गोष्ट आहे. आणखी कुणाला सांगू नका म्हणून.'

'जर सांगितलं तर?'

'अगं, तू दोन दिवसांनी ढाक्याला परत ये, सगळ्यांच्या बरोबर मयमनसिंहला परत जा, त्यात अडचण काय?'

शौकतने माझा खुलनाला जाण्याचा मार्ग मोकळा केला. हा अवैध पुरुषाबरोबर पळून जाण्याचा प्रकार नाही. तर वैध पुरुषाबरोबर जाण्याचा मामला आहे, हे त्याने शिक्षक कम पहारेकऱ्यांना समजावून सांगितलं आणि माझी मोठ्या अडचणीतून सुटका केली. मी रुद्रबरोबर रस्त्यावर उतरले. रस्त्यावरून ट्रेनमध्ये चढून ट्रेनने खुलन्याला आणि खुलन्याहून लाँचने मोंगलाला गेलो. सगळ्यांपासून पळून आल्याने मला फार एकटं वाटू लागलं. सगळ्यांबरोबर असताना आनंद होता, अचानक जणू तो विझून गेला. अचानक जणू एका संपर्काच्या बंधनाने येऊन मला बांधून टाकलं. मला एका कर्तव्याच्या विहिरीत टपकन एखाद्या बेडकाप्रमाणे फेकून दिलं.

रूपसा नदीतून लाँच मोंगलाला चालली होती. मी नवी नदी पाहात होते, नवीन - नवीन माणसं पाहात होते. मला बरं वाटायला लागलं. लाँचमध्ये चढल्यावर रुद्र म्हणाला, 'साडी बदलून घे.'

'साडी कशाला बदलायची? आहे ही चांगली आहे की!'

मी पांढरी सुती साडी नेसले होते. साडी नेसण्याची सवय नसली, तरी

समुद्रयात्रेच्या वेळी सगळ्या मुली साडी नेसतात, म्हणून साडी नेसण्याची ही संधी मिळाल्याने मलाही आनंद झाला होता.

'मी सांगतो ते कर!'

'का, या साडीत मी वाईट दिसते की काय?'

'हो. दिसतेस. बदल, लवकर बदल, घाट आला बघ!'

'साडी बदलायची फार गरज आहे का?'

'हो. फार गरज आहे.'

रुद्र फक्त कवितेचाच नव्हे, तर साडीचाही विचार करीत होता. सुती साडी त्याला आवडत नसे. 'सिल्कची साडी नेसायला हवी. सिल्कची साडी घालावीशी वाटत नाही!'

'का वाटत नाही?'

'नाही वाटत!'

'आश्चर्य आहे!'

'कुठल्याच साडीला इस्त्री नाही ना!'

'नसली तरी नेस!'

सिल्कची साडी नेसायला हवी. हिरवी किंवा निळी चालणार नाही. लाल रंगाची नेसायला हवी. समुद्रात भिजून साऱ्या साड्या चोळामोळा झाल्या होत्या. त्यांच्यामधूनच एक नेसावी लागली. मोंगला इथं दुपारच्या वेळी घाटावर पोचल्यावर दिसलं, की ते एक वैराण बंदर आहे. घाटाला फक्त काही पायऱ्या बांधलेल्या होत्या. गाव धड गावसुद्धा वाटत नव्हतं. माझ्या छातीत हू हू होऊ लागलं. सलग वस्ती पार करून रुद्रने एका दुमजली घरासमोर रिक्षा थांबवली आणि मला म्हणाला, 'आता शहाण्या मुलीसारखा डोक्यावरून पदर घे बरं!'

मी त्याची सूचना ऐकून चमकलेच.

'डोक्यावरून पदर? कशासाठी?'

'अगं घे ना!'

'मी कधीही पदर घेत नाही.'

'माहिती आहे मला, पण आता घे.'

'कशासाठी?'

'समजत कसं नाही तुला? तू या घरची सून आहेस!'

हे ऐकून अंग शहारलं. आनंद, बरीचशी लज्जा, बरंचसं भय मनात दाटून आलं. काय करावं हे समजेना. रुद्र म्हणाला, 'पायांना हात लावून सलाम करायला हवा.'

'नाही.'

'का?'

'मी कधीही तसलं काही करीत नाही.'

'करायला पाहिजे.'

'जमणार नाही मला. अशक्य!'

'तुला समजत कसं नाही? सलाम केला नाही तर वाईट दिसतं.'

'का वाईट दिसतं?'

'दिसतं.'

'का दिसतं? पायाला हात लावण्याचा अर्थ काय?'

'मोठ्यांच्या पायाला हात लावून सलाम करायचा असतो. तुला समजत कसं नाही? त्यात आता तू तर या घरची सून!'

'दिसू दे वाईट. मला नाही जमणार तसलं काही.'

'छी! काय वैताग आहे!'

'पायाला हात न लावता तोंडाने सलाम म्हटलं तर चालणार नाही?'

'नाही. चालणार नाही.'

माझ्या मनातला आनंद उडून गेला आणि अंगभर अवघडलेपण आलं. मी कुणाचेही पाय धरू शकत नाही. ईदच्या दिवशी नवीन कपडे घातल्यावर आई अजूनही म्हणे, 'जा, तुझ्या बाबांना सलाम करून ये.'

मी दरवाजात लाकडासारखी ताठ होऊन उभी राही. आई जितकं ढकली, तितकं शरीर दगडासारखं होई. 'ईदच्या दिवशी वडीलधाऱ्यांना सलाम करायचा असतो.' यातलं 'करायचा असतो' हे मला समजे, पण का करायचा असतो ते नीट समजत नसे. थोरले म्हणून मी तुम्हाला मानते, तुमच्यावर माझी श्रद्धा आहे, प्रेम आहे, हे पायांना हात लावून का बरं दाखवायला लागावं मला? श्रद्धा दाखवण्याचा दुसरा काही प्रकारच नाही का? मी अवाक् होऊन रुद्रकडे पाहात राहिले. धर्म न मानणारा, रीतिरिवाजांना महत्त्व न देणारा रुद्रसुद्धा पायांना हात लावून नमस्कार करण्याच्या प्रकाराला किती महत्त्व देतोय! इतक्या दूर एका वैराण बंदराच्या ठिकाणी आणून रुद्रने जणू माझी मान धरून मला त्याच्या आई-बाबांच्या पायांकडे ढकललं होतं. या गावी माझे कुणी नातेवाईक नव्हते, मैत्रिणी नव्हत्या, ओळखीचं कुणी नव्हतं एक रुद्र सोडून, पण हा रुद्रच मला खूप अनोळखी वाटू लागला. मी डोक्यावरून पदर घेतला होता. पाठीमागून रुद्रने मला एकदा ढकललं, दुसऱ्यांदा ढकललं, तिसऱ्यांदा ढकलल्यावर मी त्याच्या आईच्या पायांपाशी वाकले. सलाम कशा पद्धतीने करायचा असतो हेसुद्धा मला नीट माहीत नव्हतं. पायांना हात लावून दोन्ही हात छातीजवळ न्यायचे असतात, की कपाळाला लावायचे असतात, की ओठांना - मला गोंधळल्यासारखं झालं. पायांना स्पर्श केल्यावर माझे हात हातांच्या जागीच राहिले. रुद्रचे सगळे भाऊ-बहिणी एकेक करून माझ्याशी ओळख करून घ्यायला आले. त्या गर्दीत मला

आणखीच एकाकी वाटू लागलं - जणू या माणसांच्या गर्दीत आलेली मी कुणी वेगळीच प्राणी होते. रुद्रची धाकटी बहीण वीथी म्हणाली, 'काय दादा, तुझी बायको मुकी आहे की काय - बोलत का नाहीय?' काय बोलावं हे नीट कळेना. मी काय बोलणं योग्य आहे ही गोष्टही कळेना. मी जणू आकसून गेले.

रुद्रचे बाबा खोलीत आले. रुद्रपेक्षाही उंचीने ते कमी होते. माझ्याजवळ उभे राहिले असते तर माझ्या खांद्याला लागले असते. डोक्यावर टोपी, पंजाबी शर्ट - पायजमा असा वेश. मी कुजबुजत्या आवाजात रुद्रला विचारलं, 'ते डॉक्टर आहेत ना?'

'हो.'

'मग असा पोशाख का?'

'फार धार्मिक आहेत.'

'डॉक्टर असूनही धर्मावर विश्वास आहे?'

मी अवाक् होऊन पाहात राहिले. व्हरांड्यात पाटावर बसून त्यांनी पाण्याने वजू केलं. तोंड-हात-पाय धुतले. रुद्रच्या आईने त्यांना वजूने भिजलेले हात-तोंड पुसण्यासाठी टॉवेल दिला. घरात जानमाज (ज्यावर बसून नमाज पढतात, ते कापड) अंथरलेलं, ते नमाज पढणार होते. नमाज आटोपल्यावर रुद्र मला घेऊन जाणार त्याच्या बाबांसमोर. 'बाबा' हा प्रकार मला नेहमी भीतिदायक वाटतो. बेचैन येरझारा थांबवून रुद्र मला नमाज आटोपून, खुर्चीत बसून जपमाळ ओढणाऱ्या त्याच्या बाबांजवळ घेऊन गेला. मी साडीचा पदर बोटांना गुंडाळीत होते.

'अब्बा, ही माझी बायको!' मला म्हणाला, 'जा, अब्बांना सलाम कर.' मी लाजेने मान खाली घालून त्यांना सलाम केला. ते दाढीत बोटं फिरवीत म्हणाले, 'बस.'

'तुझ्या आई-बाबांची तब्येत ठीक आहे?'

माझ्या आई-बाबांना ते ओळखत नव्हते. त्यांची तब्येत कशी आहे असं त्यांनी का विचारलं हे मला समजत नव्हतं. क्षणात आई-बाबांचे चेहरे माझ्या डोळ्यांसमोर चमकून गेले. हायजीन टूरसाठी म्हणून गेलेली आपली मुलगी या क्षणी कुठं आहे हे त्यांना समजलं असतं, तर त्यांच्या तब्येतीचं काय झालं असतं कुणास माहीत? नक्कीच ती बिघडली असती.

'कुठल्या वर्षात शिकतेस तू?'

'चौथ्या वर्षात.'

'म्हणजे लवकरच डॉक्टर होणार. तुझं घर मयमनसिंहला आहे ना?'

'हो, मयमनसिंहला.'

'ते ढाक्याच्या उत्तरेला आहे की दक्षिणेला?'

‘उत्तरेला.’

‘मोंगलाला काही दिवस राहाणार ना?’

रुद्र म्हणाला, ‘हो, राहाणार.’

‘मग शहिदुल्लाह, तिला घेऊन मिठेखालीला जाणार का?’

‘बघतो.’

‘मिठेखालीला फिरून या.’

‘जेवण-बिवण झालंय?’

‘नाही.’

‘जा, जेवण करून विश्रांती घे, खूप लांबचा प्रवास करून आली आहेस.’

रुद्र मला घेऊन माडीवर गेला. अलीकडेच रंगरंगोटीचं काम झालेलं दिसत होतं, अद्याप काम पूर्ण झालेलं नव्हतं. या वरच्या मजल्याच्या बांधकामाबद्दल रुद्र म्हणाला, ‘कधीतरी हा वरचा मजला धाडकन कोसळणार, कारण घराचा पाया फार खोल नाहीय.’ हे ऐकून विटा, लाकूड, लोखंड यांच्याबरोबर चुना, वाळूप्रमाणे मीही उद्ध्वस्त झाले. माडीवरची एक खोली रुद्र आणि माझ्यासाठी ठेवण्यात आली होती. मोंगलाला आल्यावर रुद्र याच खोलीत राही. एक मध्यम आकाराची खाट, एक टेबल, टेबलाजवळ दोन खुर्च्या - एवढंच सामान होतं खोलीत. भिंतींना रंग दिलेला. फक्त एकच खिडकी. बाहेर पाहिलं तर काही झाडं आणि एका माडीचा मागचा भाग सोडल्यास काही दिसत नव्हतं.

संध्याकाळी रुद्र बाहेर गेला, एकटा. मी बरोबर येते म्हटले, तर तो म्हणाला, ‘या बंदरावरच्या घरातल्या बाईने असं बाहेर फिरणं योग्य नाही.’ ‘मग काय मी हे मोंगला बंदर, ही नवी जागा पाहायची नाही?’ ‘नाही, इथं पाहाण्यासारखं काहीही नाही. कामगारांच्या वस्तीशिवाय काहीही नाही.’ ‘मग मी कामगारांची वस्तीच पाहीन.’ ‘नाही. कामगार आपल्याकडे डोळे मोठे करून पाहतील, गिळून टाकतील.’ त्यापेक्षा मी रुद्रच्या भावाबहिणींशी गप्पा कराव्यात, असं त्यानं सुचवलं. पण त्यांच्याशी गप्पा तरी काय करणार? मी कुणालाही ओळखत नव्हते. मला खूप एकाकी वाटू लागलं. व्हरांड्यात उभी राहून समोर पाहिलं, तर फक्त पाणी आणि पाणी. अंगण पार केल्याबरोबर नदी. वीथीला म्हटले, ‘मी ती नदी पाहायला जाते.’ ‘नदी? नदी काय पाहायची? फक्त पाणी तर आहे!’ ‘पाणीच पाहीन.’ ‘पाणी पाहून काय करणार?’ वीथी हसली. मी पाण्याजवळ गेले, तर ती मला म्हणाली, ‘पाणी घाणेरडं आहे, पाण्यात हात घालू नका, पाय भिजवू नका.’ पाण्यासाठी आसुसलेली हंसी मी, हवेत तरंगू लागले. नदीकाठीच माझं घर, माझं सासर. हाताजवळ-पायाजवळ अगाध पाणी, नजर जाईल तिकडे पाणी. पण घरात मात्र पाण्याचा अभाव! बाहेरून एक मुलगा दोन-तीन बादल्या नदीचं पाणी देऊन जाई - त्या

पाण्यातच स्वयंपाक, प्रातर्विधी, अंघोळ, सारं आटपायचं. अंगाला मीठ लागल्यासारखं होणार, केस कडक लागणार, पण यावर उपाय नाही, कारण पाण्याची कमी! पाण्याच्या तिरावर राहून पाण्याची अशी कमी-कमी पाहून मला प्रचंड आश्चर्य वाटलं. पिण्याचं पाणीही बाहेरून येई. त्याला ते म्हणत, 'गोडं पाणी.' चवीला मुळीच गोड नाही, पण फार काटकसरीने वापरावं लागे ते - अगदी तहानेने घशाला कोरड पडली, तरच प्यायचं! गोडं पाणी या बंदरावर मिळत नाही, खुलना शहरातून इथं नावेतून पाणी येतं, त्यानेच बंदरावरच्या सगळ्यांना तहान भागवावी लागते. वीथी म्हणाली, 'खुलनाहून तर अलीकडं पाणी यायला लागलं. त्याच्याआधी पावसाचं पाणी प्यावं लागायचं.'

'पावसाचं पाणी?'

'मिठेखालीत तर आम्ही तेच पितो. अंगणात मोठमोठ्या कळशा ठेवतो, त्यात पावसाचं पाणी साठतं, तेच पितो.'

'ते पाणी पिता येतं?'

'येतं की!'

वीथी अचानक विषय बदलून म्हणाली, 'अच्छा वहिनी, तुम्ही दागिनेबिगिने काही आणले नाहीत? घरच्या सूनबाई, लोक काय म्हणतील पाहा बरं! उद्या संध्याकाळी माणसं येतील, सीमूचा वाढदिवस आहे ना! मी काही दागिने देते, ते घाला तेव्हा.'

संध्याकाळ संपून रात्र व्हायला लागली. मी वारंवार घड्याळ पाहू लागले, तडफडू लागले.

'तुझे दादा तर अजून परतले नाहीत!'

'एवढ्यात येणार नाही तो, एवढी काळजी करू नका. पुरुषमाणूस, बाहेर मित्र वगैरे असतात, रात्र होते यायला.'

'मित्र आहेत म्हणून काय इतकी रात्र करायची?'

'येईल, येईल. घरात बायको आहे, कितीही रात्र झाली तरी येईल घरी.' वीथी हसली. तिच्या हसण्यातून जणू मोती बरसले.

रात्री उशिरा रुद्र परतला. तो जेव्हा शर्ट-पॅण्ट काढून लुंगी नेसत होता, तेव्हा डोळ्यांच्या कोपऱ्यातून बिछान्याकडे पाहाताना माझी छाती धडधडू लागली. खूप वैधपणे या बिछान्यावर आम्हा दोघांना झोपायचं आहे. अखेर माझा झोपण्याचा दिवस आलाच. एक रात्र बरोबर घालवण्यासाठी रुद्र कधीपासून तळमळत होता, ती रात्र शेवटी आलीच! वैवाहिक जीवनाचा आम्हाला जणू जुना अनुभव असल्याप्रमाणे 'चल, झोपू' असं म्हणून रुद्र बिछान्यावर पडला.

'का गं, ये ना!'

'येते.'

येते, छातीचं धडधडणं थोडं थांबू दे, येते. घसा कोरडा पडलाय, एक ग्लास पाणी पिऊन येते. अधीर होऊ नकोस, मी येते. न येऊन करणार काय?

'का गं, बसून का आहेस? रात्र अशीच काढणार की काय?'

मला जायला हवं बिछान्यात, शरीर जात होतं भिंतीकडे. भिंतीला टेकवलेलं शरीर ओढून रुद्रने ते आपल्या मिठीत घेतलं. दोन्ही हातांनी घट्ट दाबून धरलं, जणू मी पळून चालले होते. पण पळून मी कुठं जाणार होते? मला तर जायला जागाच नव्हती. रुद्रच्या जवळ जाण्यासाठीच तर मनाची तयारी करीत होते. स्वत:ला शंभरदा समजावलं होतं, की रुद्र तुझा नवरा आहे, नवऱ्याबरोबर रात्र घालवायची ही संधी तू सोडू नकोस. तू आता बावीस वर्षे वयाची तरुणी आहेस, छोटी मुलगी नाहीस आणि सगळ्याच बायका जर आपल्या नवऱ्यांबरोबर झोपू शकतात, तर तू का झोपू शकणार नाहीस? निषिद्ध गोष्टीचा स्वाद घेण्याची माझीही मनात सुप्त इच्छा होतीच. रुद्रला मी संपूर्ण हवी होते. मी कधीच त्याला प्राण-मन अर्पण केलं होतं, पण शरीर मात्र गोगलगायीप्रमाणे कवचात लपू पाहात होतं. सगळी लाज आणि भीती सोडून देण्याची माझी वेळ आली नव्हती की काय! आज जर मी माझं आक्रसणारं शरीर मोकळं सोडलं नाही, आज जर सगळ्या साखळ्या तोडून शरीर मुक्त केलं नाही, आज जर मी माझ्या प्रेमाच्या माणसाला वंचित केलं, तर ती माझी स्वत:चीच वंचना ठरेल. रुद्रने कुठलीही चुकीची मागणी केलेली नव्हती. पतीकडे स्वत:ला स्वाधीन करणं ही चूक नाही. जे द्यायचं बाकी राहिलं आहे, ते कधी ना कधी मला द्यावंच लागणार; मग ते आजच का नको? रुद्रने माझं चुंबन घेतलं. ओठांचं जोरात चुंबन घेतलं. मी चुंबनातून स्वत:ला सोडवून घेत म्हणाले, 'दिवा चालू आहे.' याचा अर्थ दिवा विझवायला हवा. दिवा बंद करून, घरात अंधार करून तू आता काहीही कर, मी प्रतिकार करणार नाही. रुद्रने दिवा विझवून, खोलीत अंधार करून माझे मिटलेले डोळे, सुकलेले ओठ, हनुवटी ओली करून टाकली. ब्लाऊजची बटनं काढून त्यात त्यानं आपला चेहरा खुपसला. स्तनाग्रं फक्त ओलीच केली नाहीत, तर दातांनी त्यांचे चावे घेतले. दोन्ही हातांच्या मुठीत स्तन धरून इतक्या जोरात दाबले, की जणू ते गाळून त्यांचं तो पाणी करणार होता, रूपसाच्या पाण्याप्रमाणे पाणी! रुद्र माझी साडी वर करू लागला; माझे हात माझ्या इच्छेविरुद्ध त्याला शरीरावरून ढकलू लागले. त्यानंतर पूर्वीच्याच प्रकारे तो आपल्या दोन पायांनी माझे दोन पाय एकमेकांपासून दूर करू लागला. मी डोळे घट्ट मिटून घेतले होते - जणू डोळे उघडू नयेत, जणू डोळ्यांसमोर मला लाज वाटेल, असं काही दृश्य दिसू नये, यासाठी. कुठलाही आवाज माझ्या तोंडातून बाहेर पडू नये यासाठी. यानंतर अचानक एका आघातामुळे मी चीत्कारले. रुद्र माझं चीत्कार करणारं तोंड दोन्ही हातांनी दाबून म्हणाला, आणखी

थोडं सहन केलं की संपेल, हे काय, होतच आलं. आणखी थोडं सहन कर. आणखी. सतत आघात करूनही रुद्र एकही दगड सरकवू शकत नव्हता. शरीरावरून उतरून तो अदृश्य दगड सरकवण्यासाठी आपलं बोट वापरू लागला. माझ्या मांड्या थरथर कापत होत्या. ती थरथर साऱ्या शरीरभर पसरली. आपण मरत आहोत असं मला वाटू लागलं. रुद्र घामाघूम झाला होता; पण त्याने प्रयत्न सोडले नव्हते. मार्गातला कुठलाही अडथळा तो कशाला राहू देणार होता? कसंही करून मार्ग मोकळा करून त्याला पुढं जायचं होतं, पुढं सोन्याची खाण होती. ती खाण त्याला हाताच्या मुठीत हवी होती. मी आता स्वत:चं तोंड दोन्ही हातांनी दाबून धरलं होतं. हात बाजूला करून माझ्या तोंडून चीत्कार बाहेर पडणार, एवढ्यात रुद्रने माझ्या साडीचा पदर माझ्या तोंडात कोंबला - जणू या रात्रीची स्तब्धता कणभरानेही माझ्या आवाजाने भंगू नये. नाही, काहीही घडत नव्हतं, मला कुठलीच वेदना होत नव्हती, हे जे निम्नांग आहे, ते माझं नाही, तो माझ्या शरीराचा भाग नाही. हे ऑपरेशन थिएटरमध्ये पडलेलं एक बेशुद्ध शरीर आहे. समजा मला पेथिडिन दिलंय. रक्तात थायोपेनटाल सोडियम मिसळून मला बेशुद्ध करण्यात आलंय. माझ्या शरीराच्या सगळ्या वेदना नष्ट झाल्या आहेत. डोक्यावर पंखा जोरात फिरत असतानाही माझ्या अचेतन शरीराला घाम आला होता. साडीचा पदर, हात, ओठ हे दातांच्या चाव्यामुळे फाटले होते. बाधा, विघ्नं जी काही होती, ती दूर करून रुद्र सोन्याच्या खाणीमध्ये शिरला, त्याने आत प्रवेश केला.

रुद्र वरून खाली उतरला. एकीकडे भिंत, दुसरीकडे रुद्र. तिळभरही स्वत:ला सरकवण्याची शक्ती माझ्यात राहिली नव्हती. मी स्थिर पडून होते. हळूहळू डोळे उघडून पाहिलं, जणू मी ऑपरेशन थिएटरच्या बाहेर, पोस्ट-ऑपरेटिव्ह रूममध्ये आहे. माझी शुद्ध परत आली आहे. शुद्ध परत आल्यावर मला जाणवलं की, मी कुठल्याही पोस्ट ऑपरेटिव्ह रूममध्ये नाही. मी रूपसा नदीच्या गढूळ पात्रातून वाहात चालले आहे. माझं शरीर पाण्यावर तरंगतं आहे. चोहीकडे कुणीच नाही, एकटी मी. इतकं एकटं मला कधीच वाटलं नव्हतं. जणू माझं कुणी नाही, कधी कुणी माझं नव्हतं. मला बाबा नाहीत, आई नाही. मला कुणीच भाऊ-बहीण नाही. मला कुणी मित्र-मैत्रिणी नाहीत, आई नाही, प्रेमिक नाही, पती नाही. जाण्यासाठी मला कुठलंही ठिकाण नाही. रूपसाच्या पाण्यावर एखाद्या नावेसारखी तरंगत मी कुठे चालले आहे, मला माहीत नाही. जेव्हा उठण्याइतपत अंगात शक्ती आली, तेव्हा मी बिछान्यावरून खाली उतरण्याचा प्रयत्न करू लागले, तर मार्गात पहाडाएवढा एक अडथळा - तो म्हणजे रुद्र. रुद्रने वाट दिल्यावर मी अंधारात चाचपडत बाथरूम शोधू लागले. निम्नांगात फाटल्यासारख्या वेदना होत होत्या. मी एखाद्या बदकासारखी अंधाराच्या चिखलातून चालत होते. बाथरूममध्ये लघवी नाही, तर रक्त वाहिलं, ते रूपसाच्या

दिशेने गेलं. ओरडण्याचं बळ माझ्यात नव्हतं. मी असह्य वेदनेने फक्त कण्हत राहिले.

दुसऱ्या दिवशी रुद्र जेव्हा मला घरात ठेवून बाहेर गेला, तेव्हा मला आणखीच एकाकी वाटू लागलं. माझं काय कर्तव्य आहे हे मला नीट समजेना. सासऱ्याचे पाय दाबणं, सासूच्या उवा काढणं, त्यांना तहान लागल्यावर पाणी देणं, अंघोळीच्या वेळी टॉवेल देणं, नमाजाच्या वेळी जानमाज देणं...! मला डोक्यावर पदर घेऊन स्वयंपाकघरात स्वयंपाक करायला जायला हवं का? कारण मी या घरची सून! मी स्वयंपाकघरात पाटावर बसून किमान कांदा-लसूण कापून द्यायला हवेत का? बदकासारखी चालत स्वयंपाकघरात शिरले. झावळ्यांनी शाकारलेलं स्वयंपाकघर. मातीच्या जमिनीवर मातीची चूल, चुलीतून धूर निघत होता - जणू अल्लाउद्दीनच्या दिव्यातून येणारा धूर. वाटलं, आत्ता त्या धुरातून राक्षस बाहेर यावा आणि मी काय करायला हवं हे त्याने मला सांगावं. भात-भाजीचा स्वयंपाक करू, की रुद्रच्या शाळेत शिकणाऱ्या भावंडांचा अभ्यास घेऊ? त्याने सांगावं. मी काय केल्याने घरातली माणसं खूश होतील; सांगावं, मी काय केल्यावर ती माणसं मला 'सूनबाई फार चांगली, फार गुणाची' असं म्हणतील. राक्षसाला बघण्यासाठी मी धुराच्या दिशेने पुढे गेले. स्वयंपाकघरात शिरल्याबरोबर वीथी म्हणाली, 'इथं कशाला येता? धूर सहन होणार नाही तुम्हाला.'

' तुम्ही काय करता ते पाहाते!'

मग राक्षसाची वाट न पाहाता मी म्हणाले, 'मी काही करू का?'

वीथी हसली, रुद्रचे बाकीचे बहीण-भाऊही हसले. मला बेचैन वाटू लागलं. मला नक्की कुठं उभं राहायला हवं, कुणाशी बोलायला हवं, काय बोलायला हवं - मला काहीच माहीत नव्हतं. मला एकाकी वाटू लागलं. वाटलं, लवकर रात्र व्हावी, म्हणजे मला काय करायला हवं ते मला समजेल - आता मला झोपायला हवं.

स्वयंपाकघराच्या दरवाजात मला उभी पाहून वीथी म्हणाली, 'तुम्ही अंघोळ करून घ्या, नंतर पाणी संपून जाईल.' आता काय करायला हवं या बाबतीत निच्चिंत होऊन बाथरूममध्ये गेल्यावर दिसलं, की दरवाजा आहे, पण आतून लावून घ्यायला कडीच नाही. संकोचाने मी बाहेर आले. ते पाहून वीथी हसत हसत म्हणाली, 'निच्चिंत मनाने अंघोळ करा, कुणी येणार नाही आत.' माझी अंघोळ झाली खरी, पण 'निच्चिंत' मनाने झाली नाही.

डोक्यावरून वारंवार ढळणाऱ्या पदराला वारंवार डोक्यावर नीट घेत, पदराचं टोक ओढून पदराला माथ्यावरून ढळू न देता, 'निच्चिंत' होऊन, बिछान्यावर पडलेल्या सासूसमोर जाऊन उभी राहिले. क्षीण आवाजात आपल्या नऊ अपत्यांपैकी घरात उपस्थित असलेल्या सातजणांपैकी एकाला, 'ए, तुझ्या वहिनीला बसू दे' असं म्हणून, मला आपल्या डोळ्यांसमोरून निरोप देऊन त्यांनी डोळे झाकून घेतले. सासूबाईंच्या खोलीजवळच्या एका खोलीत मला बसायला सांगितलं. तिथल्या

बिछान्यावर, एका कोपऱ्यात बसले. वहिनी बोलत नाहीत, स्वत:ला फार शहाणं समजतात असं कोणी म्हणू नये, म्हणून जवळ असणाऱ्या रुद्रच्या छोट्या-छोट्या बहीण-भावांना मी त्यांची नावं, कुठल्या वर्गात, कुठल्या शाळेत शिकता हे विचारलं. त्याची उत्तरं मिळाल्यावर मी गप्प होऊन बसले. आणखी काही प्रश्न सुचेनात, त्यांनीही मला काही प्रश्न विचारले नाहीत. रुद्रची भावंडं खूपच शांत होती. घरात कुठलाही आरडाओरडा, धिंगामस्ती नव्हती. आमच्या घरात जर आम्ही इतकी भावंडं असतो, तर घराचा दिवसभर जणू मासळीबाजार झाला असता. नदीवरून खोल्यांमध्ये गरम वारा येत होता. मला एकाकी वाटत होतं. संध्याकाळी वीथीने मला सोन्याचे दागिने घालण्यासाठी दिले. सोन्याचे दागिने घातले नाहीत तर संसारात मान राहात नाही, म्हणून मान वाचवण्यासाठी वीथीने दिलेले भारी दागिने घालून बसून राहावं लागलं. मला स्वत:लाच मी दिसायला विचित्र वाटले. खरं तर कानात, गळ्यात, हातात इतके दागिने मला आवडत नसत आणि सहनही होत नसत. बाबांनी एकदा सोनाराकडून मला मोठमोठे डूल आणून दिले होते, पण ते हरवून गेले. कानात मी कुठलेही दागिने फार वेळ घालू शकत नसे - मग ते सोन्याचे असोत की चांदीचे असोत. कानांना खाज सुटे. बोटांत काही घातलं की बोटाला खाज सुटे, मी तो दागिना कुठेही काढून ठेवून देई - मग तो गायब व्हायला वेळ लागत नसे. आई रागावे, 'सोन्याच्या दागिन्यांची हिला मुळीच काळजी नाही. कुठं काढून ठेवले हेसुद्धा लक्षात राहात नाही!' पाहुणे गेल्यावर मी वीथीचे दागिने काढून ठेवले. आपण जणू एखादी निर्जीव वस्तू आहोत असं मला वाटू लागलं. मी जणू बाहुली आहे, मला साडी नेसवली, दागिने घातले आणि माझ्या तोंडावर कोणतेच भाव नाहीत. उठ म्हटलं की उठले, बस म्हटलं की बसले आणि हो, झोप म्हटलं की झोपलेसुद्धा!

या रात्रीही रुद्रने घरी परतून, 'सोने, जरा सहज हो. इतकी आखडलेली राहू नकोस, शरीर जरा नरम कर, ढिलं सोड' म्हणत म्हणत प्रशस्त केलेल्या मार्गाने माझ्यात प्रवेश केला. अंधारी खोली डोळे झाकून आणखी अंधारी करून मी रुद्र देत असलेल्या यातना शरीराने स्वीकारीत होते, स्वीकारीत होते - एवढ्यात साऱ्या शरीरामध्ये एक तीव्र तृप्तीची भावना डोक्यापासून पायांपर्यंत विजेसारखी पसरली. मी त्या क्षणी दाही बोटांची नखं रुद्रच्या पाठीत रुतवली. धापा टाकीत टाकीत म्हणाले, 'काय झालं?'

काय झालं हे रुद्रने काही सांगितलं नाही. 'माझं सोनं, माझं माणिक, माझी छान बायको' म्हणत म्हणत तो माझ्यावर पसरला. रात्री एकदा नाही, अनेकदा त्याने मला पराकोटीचं सुख दिलं. त्या सुखामुळे वेदना जणू निष्क्रिय होत गेली, कमी होत गेली. मी सुखाच्या लाटांवर तरंगत राहिले.

तरंगणाऱ्या मला एका क्षणी जाणवलं की, रुद्र माझ्याजवळ नाही. बराच वेळ

तो माझ्याजवळ नाही.

'कुठं आहेस तू?'

अंधारात सिगरेटचा लाल ठिपका दिसला. तो हलला.

'झोपणार नाही?'

'येतो.'

रुद्रची सिगरेट पिऊन संपली, तो लाल ठिपका विझला, तरीही रुद्र झोपायला आला नाही. माझ्या आवेशाने अवश झालेल्या शरीराला तो खूप जवळ हवा होता, मी एक हात त्याच्या उशीवर टाकला. तो आल्यावर त्याला मिठी मारून झोपेन सारी रात्र, त्याच्या शरीराचं अवघ्राण करीत करीत झोपेन. मी पुन्हा हाक मारली, 'कुठं गेलास?'

डेटॉलचा वास पसरला खोलीत.

'काय झालं? डेटॉलचा वास का येतोय?'

'डेटॉल लावतोय मी.' अंधारातून रुद्रचा आवाज.

'का, काय झालं?'

'अंग खाजवतंय!'

'म्हणून डेटॉल लावायचं असतं का?'

'मलमही लावतोय.'

'कुठलं मलम?'

'माहीत नाही.'

'दिवा लाव बरं, बघू कुठं खाजवतंय? कुठलं मलम लावतोस बघू?'

रुद्रने दिवा लावला आणि 'आलो' म्हणून तो बाथरूममध्ये गेला. मी दिव्याच्या प्रकाशात, खाली चोळामोळा झालेली साडी नीट करून त्याची वाट पाहात बसून राहिले. रुद्र आल्यावर त्याचे हात-पाय पाहिले, पुन्हा पुन्हा नीट पाहिले, कुठंच खरूज झाल्याचं काही चिन्ह नव्हतं.

'कुठं खाजवतंय?'

रुद्र काही न बोलता, दिवा विझवून शेजारी पहुडला. त्याच्या छातीवर एक हात ठेवून मी म्हणाले, 'खरूज तर काही दिसत नाही!'

'आहे.'

'कुठं?'

'झालीय त्या जागेवर.'

'ती जागा म्हणजे कुठली जागा?'

'पेनिसवर झालीय. शिश्नावर.'

'कुठं?'

'पेनिसवर.'

'डेटॉल का लावीत होतास?'

'डेटॉल लावणं चांगलं असतं ना?'

'कुणा डॉक्टरने सांगितलं होतं लावायला?'

'नाही.'

'मलम कुणी दिलं होतं? कुणा डॉक्टरने?'

'नाही. मीच विकत आणलं.'

'या मलमाने गुण येईल?'

'माहीत नाही.'

'मग का लावतोस? खरूज झाल्यावर पारमेथ्रिन मलम लावायचं असतं. खूप खाजवतंय का?'

'हो. खाजवतंय आणि फोडही आलाय.'

'छोटा?'

'इतका छोटा नाही.'

'मोठा तर यायला नको. मोठा येणार कशासाठी?'

'मोठाच आहे.'

डॉक्टरी उत्साहाने उठून बसून, दिवा लावून मी म्हणाले, 'बघू कसा फोड आहे ते?'

रुद्र लुंगी खाली करू लागला. केसाळ शरीर खालच्या बाजूला आणखी केसाळ होत आलेलं, केसाळ होत होत एक शीतल पुरुषांग - शिश्न. शिश्नाच्या टोकावर एक लाल फोड. पतीबरोबरच्या पहिल्या रात्री माझ्यासाठी कुणीही कुठलीही फुलं शय्येवर सजवली नव्हती - ना गुलाब, ना झेंडू, ना जाई, ना जुई. रुद्रच्या शिश्नावरचं फूलच मला फूलशय्या देण्यासाठी आलं. (बंगालीत फोडाला 'फूल' असा शब्द आहे. फूलचा 'पुष्प' असाही बंगालीत अर्थ होतो - 'फूल' या शब्दावर ही कोटी केलेली आहे - अनुवादक) पण अशी शिश्नं मी खूप पाहिली होती. पुरुषांगावरची - शिश्नावरची - ही जखम माझ्या खूप ओळखीची जखम होती. हॉस्पिटलमध्ये, गुप्तरोग - बहिर्विभागात पुरुष रोगी लुंगी खाली सरकवून अगदी अशीच जखम दाखवत. या जखमेला गुप्तरोग - तज्ज्ञ डॉक्टर सिफिलिसची जखम म्हणत. अशा जखमा मी सुरक्षित अंतरावरून अनेक पाहिल्या होत्या. रुद्रची जखम जरी दिसायला सिफिलिसच्या जखमेसारखी दिसत असली, तरी एखादी जखम दुसऱ्या एखाद्या जखमेसारखी दिसू शकते ना! अनेक साध्यासुध्या जखमा दिसायला इतर घाणेरड्या जखमांसारख्या असतात. नक्कीच असतात, मन म्हणत होतं, नक्कीच असतात.

'कधी झाली ही जखम?'

'हेच, दहा-बारा दिवसांपूर्वी!'

'रक्त येतं का त्यातून?'

'नाही.'

रुद्रला इतर कुठलाही रोग असो, सिफिलिस होण्याचं काहीच कारण नाही. मी इतर वेगवेगळ्या रोगांचा विचार करू लागले. हा एक्झिमा की सोरिओसिस? की पिनाईल पॅप्यूलस? की रेईटर्स सिंड्रोम? की पेमफिगस? या रोगांची शक्यता होती.

'वेदना आहे?'

रुद्रने नकारार्थी मान हलवली - 'नाही.'

या 'नाही'नेच बाकीच्या साऱ्या शक्यतांना बाद करून टाकलं. सिफिलिसच्या जखमेची मुळीच वेदना होत नाही.

'वेदना मुळीच होत नाही?'

रुद्र विचार करीत होता. विचार कर, रुद्र, आणखी विचार कर, आणखी थोडा विचार केल्यानंतर तुला नक्कीच आठवू शकेल, की तुला या जखमेच्या वेदना होतात.

रुद्रने पुन्हा नकारार्थीच मान हलवली, 'नाही.'

'अच्छा, तू कुणा अनोळखी व्यक्तीच्या अस्वच्छ बिछान्यात झोपलास? कुणाचा टॉवेल वापरलास?'

यावेळीही रुद्रने नकारार्थी मान हलवली. 'नाही.'

रजिया बेगम नावाची एक लेखिका चहाच्या मळ्यातल्या कामगारांवर कादंबरी लिहिण्यासाठी एकदा सिल्हेटच्या चहाच्या मळ्यात तीन महिने राहिली होती. असंही झालं असेल की, रुद्र एखादी कविता किंवा कथा लिहिण्याच्या गरजेमुळे एखाद्या वेश्यालयात गेला असेल, तिथलं काही वापरलं असेल - टॉवेल किंवा दुसरं काही. तिथल्या बाथरूममध्ये कशाला तरी स्पर्श केला असेल - तिथूनच त्याच्या हाताला, अंगाला ट्रिपोनेमा पेलिडाम हे सिफिलिसचे रोगजंतू लागले असतील. या प्रकारे सिफिलिस होत नाही हे माहीत असूनही मी विचारलं, जर या प्रकारेही होत असेल, तर? कुठल्या ना कुठल्या प्रकारे जंतूंचा संसर्ग होत असेल, तर?

'तू कुठल्यातरी कारणासाठी वेश्येकडे गेला होतास? लिहिण्याच्या संदर्भासाठी वगैरे?'

'का? नाही - नव्हतो गेलो.'

'कध्धीच गेला नाहीस?'

'नाही.'

मी आणखी इतर कारणं शोधू लागले. अशी जखम दिसण्याची इतर कारणं. शोधू लागले, शोधू लागले. रुद्रचा तर हा पहिल्यांदाच कुणाशी शरीरसंबंध झाला होता - जसा माझा झाला होता. असंच तर व्हायला हवं होतं. प्रेमाचा तर हा नियमच आहे. ज्या व्यक्तीबद्दल प्रेम वाटतं, तिच्यासाठीच तर शरीर संपर्कासाठी उत्सुक

असतं. मी रुद्रच्या त्या जखमेकडे पाहात राहिले. मग ही जखम झाली कशी? हा जर हारपेस सिम्प्लेक्स किंवा जेनिटल वार्टस् असेल, तर तोही सेक्शुअली ट्रान्समिटेड डिसीझ असतो! समजा हा सिफिलिस आहे, पण सिफिलिस रुद्रच्या शरीरात कोणत्या मार्गाने प्रवेश करील? तो कधी कुठल्या वेश्येकडे तर गेला नसेल? मी खूप विचारात पडले. काळजीत पडले. त्या जखमेला स्पर्श करून पाहिला, जखम उजवीकडून पाहिली, डावीकडून पाहिली, जखमेचा आकार पाहिला, रंग पाहिला.

जखम दिसायला अगदी सिफिलिसच्या जखमेसारखीच होती. डोळ्यांनी दिसत होतं, मन मात्र मान्य करायला तयार नव्हतं. पण सिफिलिस व्हायचं तर काहीच कारण नाही. मग हे काय असू शकेल? माझ्या भुवया आकुंचित झाल्या.

'अच्छा, तुझा कधी कुणा स्त्रीशी कुठल्याही प्रकारचा संबंध म्हणा, संपर्क म्हणा, आला होता का?'

'उगाच काय आलतूफालतू प्रश्न विचारतेस तू?'

रुद्रने लुंगी वर बांधली. जखम झाकली गेली.

'झोप आता. खूप रात्र झाली.'

'होऊ दे रात्र!' माझी झोप आता उडाली होती. त्या जखमेचं कारण जाणून घेण्यासाठी मी उतावीळ झाले होते. कुठल्याही प्रकारच्या संपर्काशिवाय अशी जखम का बरं होईल?

'तुझ्या बाबांना दाखवलीस ती जखम?'

'नाही.'

'दोन आठवड्यांपासून ही जखम आहे, कुणा डॉक्टरकडे का गेला नाहीस?'

'नाही गेलो.'

'तपासून घेतल्याशिवाय मनानेच मलम लावल्याने जखम तर बरी होणार नाही.'

रुद्र दाढी खाजवीत राहिला. एखाद्या गोष्टीचा खूप विचार करीत असताना तो असं करी.

मी अचानक म्हणाले, 'तुला माहीत आहे, वेश्येशी शारीरिक संबंध आल्यावर अशा प्रकारची जखम होते.' पुढं विचारलं, 'तू नक्कीच कुणा वेश्येकडे गेला नसशील, नाही?'

'नाही.' रुद्र बर्फासारख्या थंड आवाजात उत्तरला.

'खरंच तू गेला नाहीस? माझ्याशी तुझा संबंध झाला, तोच तुझा पहिला संबंध, हो ना?'

रुद्रचा चेहरा अचानक बदलला. काळ्या, दाट भुवया आकुंचित झाल्या. जणू त्याला शरीरात कुठे वेदना होत होती. बराच वेळ तो माझ्या डोळ्यांत पाहात राहिला. प्रयत्न करूनही मी त्याच्या नजरेची भाषा वाचू शकले नाही.

बराच वेळ आम्ही दोघे गप्प बसून राहिलो. अचानक रुद्र म्हणाला, 'खरं काय ते सांगू? मी पाड्यावर गेलो होतो.'

पाडा म्हणजे?

'वेश्यापाडा. वेश्यांची वस्ती.'

'गेला होता? कशासाठी?'

'ज्या कारणासाठी इतर लोक जातात, त्याच कारणासाठी.'

'कुठल्या कारणासाठी?'

रुद्र काही बोलला नाही. माझ्या डोक्यात मुंग्या आल्यासारखं होतंय का? श्वास घ्यायला मला त्रास होतोय का? छातीतली धडधड वाढलीय का? रुद्र आधीपेक्षा हळू आवाजात हे बोलला. त्याचा आवाज कापत होता.

'कुणा वेश्येबरोबर झोपला होतास?'

रुद्र गप्पच. त्याचे डोळे दगडांसारखे झाले होते.

'बोल, बोलत का नाहीस, बोल!'

माझ्या दोन्ही डोळ्यांत व्याकुळता, 'नाही' म्हण, रुद्र, तू नाही म्हण. 'नाही' म्हण. एका 'नाही' शब्दाची वाट पाहात मी एखाद्या संमोहित व्यक्तीप्रमाणे बसून राहिले.

'हो.' रुद्र म्हणाला.

'काय? शारीरिक संबंध आले?'

मला माझाच आवाज ओळखू येत नव्हता, जणू हा माझा आवाज नव्हता, दुसऱ्या कुणाचा तरी आवाज होता. जणू एखाद्या यंत्राचं बटण दाबलंय, त्यातून आवाज येतोय.

'हो.'

घरात दिवा जळत असतानाही माझ्या डोळ्यांसमोर अंधार पसरला. दाट अंधार. मी श्वास घेऊ शकत नव्हते. बराच वेळ मी श्वास घेऊ शकत नव्हते. माझ्यासमोर हा कोण आहे - कुणी गुप्तरोगाचा पेशंट, की रुद्र? माझा प्रेमिक, माझा पती? हा रुद्रच आहे यावर माझा विश्वास बसेना, याच्यावर माझं अनेक वर्षांपासून प्रेम आहे यावर माझा विश्वास बसेना.

'कधी गेला होतास?'

'हेच... दोन आठवड्यांपूर्वी.'

'एकदाच गेला होतास?'

'हो.'

'त्याशिवाय कधी गेला नाहीस?'

'नाही.'

'तुझी जखम दोन आठवड्यांपूर्वीची आहे?'

'हो.'

'ज्या दिवशी वेश्येशी संपर्क होतो, त्याच दिवशी काही जखम होत नाही. त्याला काही दिवस लागतात. आठवून पाहा बरं - आणखी काही वेळा गेला होतास की नाही?'

रुद्र माझ्या डोळ्यांत बराच वेळ टक लावून पाहिल्यावर हळू आवाजात म्हणाला, 'आणखी काही वेळा गेलो होतो.'

माझा स्वत:च्या कानावर विश्वास बसेना. मी रुद्रच्या आयुष्यातली पहिली स्त्री नाही यावर माझा विश्वास बसेना. मी बराच वेळ स्थिर बसून राहिले.

'मला तर हे तू कधीच सांगितलं नाहीस?'

'नाही सांगितलं.'

'का नाही सांगितलं?'

रुद्रने नि:श्वास टाकला. पांढऱ्या भिंतीकडे नजर लावून तो न जाणे काय पाहात होता.. उत्तर मात्र दिलं नाही.

'वेश्यावस्तीत गेला होतास, म्हणूनच ना? कुठंय ती वस्ती?'

'बानिशान्ता भागात.'

'बानिशान्ता कुठं आहे?'

'या बंदरावरच.'

'का गेलास? तुझं माझ्यावर प्रेम आहे ना?'

'प्रेम तर आहेच.'

'प्रेम आहे तर मग दुसऱ्या कुणा स्त्रीला का स्पर्श केलास? माझ्याशी आजवर तू खोटं बोललास - म्हणालास की माझ्याशिवाय तू दुसऱ्या कुणाही स्त्रीला स्पर्श केलेला नाहीस. माझा आता यावर विश्वास बसत नाही.'

रुद्र जसा माझ्याबरोबर झोपला, तसा तो दुसऱ्या एका स्त्रीबरोबर झोपला यावर विश्वास ठेवताना मला त्रास होत होता. जशी त्याने माझ्या ओठांची, छातीची चुंबनं घेतली होती, तशी त्याने दुसऱ्या कुणा स्त्रीची चुंबनं घेतली आहेत. जसा त्याने माझ्यात प्रवेश केला तसा दुसऱ्या एका स्त्रीमध्येही प्रवेश केला आहे यावर विश्वास ठेवणं मला अवघड वाटत होतं. भर समुद्रात माझी नाव बुडाली असं मला वाटत राहिलं. मी बुडते आहे, जिथवर नजर जातेय, तिथवर दुसरं कुणीही नाही, काहीही नाही. मी एकटी, मी बुडते आहे, माझं आकाश फाटलंय, माझ्या विश्वाचे तुकडे तुकडे झाले आहेत. ते समुद्रात बुडून चालले आहेत. असीम अशा उधाणलेल्या समुद्रात आधाराला काहीही नाही, मी बुडते आहे. मी जणू मी नाही, दुसरी कुणी आहे. त्या दुसऱ्या कुणीसाठी मला वाईट वाटत राहिलं, वेदना होत राहिल्या. त्या

वेदना माझ्या मज्जासंस्थेतून हृदयात उतरल्या. माझ्या हृदयावर जणू जगातले सगळे दगड येऊन दाब देत होते. माझ्यात एकही शब्द उच्चारण्याचं सामर्थ्य राहिलं नव्हतं. मी समज-उमज हरवून हुंदके देऊन-देऊन रडत राहिले, रात्रभर रडत राहिले. डोळ्यांतल्या अश्रूंनी माझी उशी, साडी, बिछान्यावरची चादर भिजत राहिली. रुद्रचे हात धरून, पाय धरून मी रडत राहिले. 'बोल, बोल, सांग, की तू खोटं बोलतो आहेस. सांग, की तू कुठल्याही दुसऱ्या स्त्रीकडे गेला नाहीस, दुसऱ्या स्त्रीबरोबर झोपला नाहीस. बोल! बोल!'

रुद्र एखाद्या दगडासारखा स्तब्ध होता. पांढऱ्याफटक चेहऱ्याने तो रात्रभर माझं रडणं पाहात राहिला.

सकाळभर, दुपारभर, संध्याकाळभर तो माझं रडणं पाहात राहिला. आपण झोपून जावं, सगळं विसरून झोपी जावं असं मला वाटत होतं, पण झोप काही येत नव्हती. झोपेचं औषध मागितल्यावर रुद्रने त्याच्या वडिलांच्या दवाखान्यातून सिडॉक्सिनच्या गोळ्यांच्या दोन फॉइल्स आणून दिल्या. शोधून दोन सापडल्या, दोन्ही फॉईल्स आणून दिल्या. दोन फॉइल्समधल्या वीस गोळ्यांपैकी मी फक्त एकच गोळी घेईन. यानंतर एकंदर वीस दिवस गोळी घेऊन झोपू शकेन. पण रुद्रला चुकवून मी एकाचवेळी वीसही गोळ्या खाल्ल्या, त्याच दिवशी, त्याच संध्याकाळी. 'मी दूर निघून जाईन, पण मला विसरू नकोस.' अशी कुठलीही भावना माझ्यामध्ये नव्हती. मला दूर निघून जावंसं वाटत होतं. रुद्रने मला विसरून जावं, मी कधी त्याच्या जीवनात आले होते याची कधीही आठवण करू नये असं वाटत होतं. माझ्या या अस्तित्वाचं ओझं आता मी वाहून नेऊ शकेन असं मला मुळीच वाटत नव्हतं, आता माझ्या या जीवनाला काही मूल्य राहिलं आहे असं मला वाटत नव्हतं. ह्या तीव्र वेदना घेऊन, एवढे भयानक अपमान होऊन मी आणखी एक क्षणही अधिक जगू शकेन असं मला वाटत नव्हतं. मला हव्या असलेल्या मृत्यूच्या दिशेने मी पळत जात असताना मला मागून कुणीतरी धरून थांबवलं. त्या मार्गावरून जेव्हा मला परत आणलं गेलं, तेव्हा दिसलं की माझ्या नाकात नळ्या घातलेल्या आहेत. जवळ रुद्रचे डॉक्टर वडील उभे आहेत. माझ्या शरीरातून विष बाहेर गेलं, पण मनातून मात्र एक थेंबही विष बाहेर गेलं नाही, मन मरत राहिलं. माझ्या डोळ्यांसमोर मन मरणयातनांनी तडफडत राहिलं. मेलेल्या मनाला जवळ घेऊन मी संपूर्ण रात्र जागून काढली.

दिवस उजाडल्यावर मी म्हणाले, 'मी आता जाते.'

रुद्र तयार झाला. 'आणखी दोन दिवस थांब' किंवा असं काही एकदाही म्हणाला नाही. घरातले सगळेच अवाक् झाले होते - ही अचानक का निघाली बरं?

रुद्र त्यांना म्हणाला, 'तिला जायला हवं.' का जायला हवं, याचं कारण काहीच सांगितलं नाही. मला त्यांनी नाश्ता करायला सांगितला, पण मी नकार दिला.

लाँचमध्ये मुताच्या उग्र आणि माशांच्या ओशट वासात, व्हरांड्यात भोंग्याच्या सततच्या 'भाँऽऽऽ' आवाजात उभं राहून मला मळमळायला लागलं. रात्रभर जागं राहून रडत राहिल्यावर सकाळची हवा घ्यायला लाँचच्या व्हरांड्यात गेल्यावर मला मोठी उलटी झाली. रुद्र लोकांच्या गर्दीत बसून, मान मागे टेकवून झोपला होता, त्याचं तोंड उघडं होतं. हा इसम मला माझ्या ओळखीचा कुणी वाटत नव्हता. तो माझा कुणी लागतो असंही वाटत नव्हतं.

लांबचा लाँचचा प्रवास आणि त्यापेक्षाही लांबचा रेल्वेचा प्रवास नि:शब्दपणे संपला. आम्ही दोघे एकमेकांशी प्रवासात काहीच बोललो नाही. सगळं माहीत असूनही मी मृत मनाला सांगत होते, 'तो खरं तर दुसरा रोग आहे. दुसऱ्या कुठल्यातरी रोगाची जखम आहे ती.'

शिश्नावर, जननेंद्रियावर तर कितीतरी प्रकारच्या जखमा होऊ शकतात - मला ते सगळे प्रकार थोडेच माहीत आहेत? अद्याप मी डॉक्टर व्हायला बराच काळ आहे. तपासणी करून एकदा का बरं पाहिली नाही ती जखम? कदाचित असंही असू शकेल, की हा एक प्रकारच्या नव्या व्हायरसमुळे होणारा रोग असेल. असंही असू शकेल, की रुद्रने माझी गंमत करण्यासाठी सांगितलं असेल की, तो वेश्येकडे गेला होता. एकापेक्षा अधिक वेळा गेला होता. तो नक्की कधीतरी मला आश्चर्याचा धक्का देऊन सांगेल, की ते सारं खोटं होतं. त्याने जे सांगितलं, ते खोटं होतं. मी त्याच्यावर किती विश्वास ठेवते, याची त्याने परीक्षा घेतली होती. त्याने ज्या प्रकारे माझ्याबरोबर रात्र घालवली, तशी रात्र वारंवार घालवण्याची त्याची इच्छा होती.

ढाक्याला उतरले तेव्हा दिसलं, की ढाका शहर अंधारात बुडालेलं आहे. ढाका शहर मला निस्तेज वाटू लागलं. रात्री मुहम्मदपूर भागातल्या रुद्रच्या भाड्याच्या घरी गेले. एक अगदी पडायला आलेली तीन मजली इमारत, तिच्या दुसऱ्या मजल्यावर रुद्रच्या दोन खोल्या होत्या व एक व्हरांडा, एक छोटं स्वयंपाकघर आणि कॉरिडॉर पार केल्यावर एक बाथरूम - संडास - तो घरमालकही वापरे, रुद्रही वापरे. अलीकडेच त्याने ही जागा भाड्याने घेतली होती. दोन खोल्यांपैकी एक बेडरूम, एक स्टडी-रूम. स्टडी रूममध्ये टेबल-खुर्ची आणि एक पुस्तकांचं शेल्फ, शेल्फभर पुस्तकं, शिवाय उरलेली जमिनीवर नीट लावून ठेवलेली. बेडरूममधला बिछानाही नीट घातलेला. रूद्र खूप टापटिपीचा माणूस होता. मला मात्र टेबल, बिछाना इतका टापटीप ठेवता येत नसे. म्हणूनच माझं जीवनही फार अस्ताव्यस्त होतं. रुद्रही स्वत:ला बेशिस्त, अस्ताव्यस्त म्हणे; पण जर तो इतका टापटीप ठेवत असेल तर 'अस्ताव्यस्त' कशासाठी? मग तो आपलं कुठलंही नियंत्रण नसलेल्या जीवनाबद्दल 'अस्ताव्यस्त' हा शब्द वापरीत होता का? दोन जीवनांमध्ये एकाच शब्दाच्या अर्थामध्ये केवढा प्रचंड फरक होता! मला घरी थांबायला सांगून रुद्र दोघांसाठी

काहीतरी खायला विकत आणण्यासाठी बाहेर गेला. मी जमिनीवर पडून शेल्फमधली पुस्तकं पाहू लागले. जाड जाड दोन कवितांच्या वह्या शेल्फखाली ठेवल्या होत्या. मी त्या वह्यांची पानं चाळू लागले - इतक्या साऱ्या कविता त्याने आजवरच्या जीवनात लिहिल्या होत्या! सगळ्या प्रेमाच्या कविता. कुणावर तरी रुद्रचं खूप प्रेम होतं. 'माझी सगळी गाणी, सगळ्या कविता तुझ्यासाठीच लिहिलेल्या आहेत' असं रुद्रने जिला म्हटलं, ती कोण बरं असावी? रुद्र खायला घेऊन परत आल्यावर मी विचारलं, 'जिला तुम्ही जीवन अर्पण केलंय, ती कोण रमणी आहे?'

'केलं होतं.'

'कोण आहे ती?'

'जाणून घ्यायची फार गरज आहे का?'

'सांगा ना!'

'नेली.'

'या कविता लालबागमध्ये लिहिल्या.'

'लालबागला माझ्या मामाचं घर आहे. मी तिथं होतो. नेली ही माझ्या मामीची बहीण. त्या घरातच राहात असे.'

'मामीची बहीण म्हणजे तर तुमची मावशी लागते.'

'हो. मावशी लागते.'

'मावशीवर तू प्रेम करीत होतास?'

रुद्रने होकारार्थी मान हलवली, हो. करीत होता. त्याची ही मावशी त्याच्यापेक्षा बरीच मोठी होती हेसुद्धा त्याने सांगितलं.

'फक्त प्रेमच करीत होतास? की आणखीही काही?'

'आणखीही काही.'

'म्हणजे तू झोपलास तुझ्या या मावशीबरोबर?'

'हो.'

'त्या घरात जेव्हा होतास, तेव्हा तर तू शाळेत शिकत होतास. शाळकरी वयातच झोपलास?'

'हो.' रुद्रने शाळकरी वयातच जीवनातलं सगळं अनुभवलं होतं. लहान वयातच संभोग शिकला होता.

'म्हणजे 'उपद्रुत उपकूल' (अशांत किनारा) संग्रहातल्या कविता नेलीवर किंवा तिला उद्देशून लिहिलेल्या आहेत?'

'हो.'

मी हसून म्हणाले, 'तुला माहीत आहे का, त्या संग्रहातल्या कविता वाचून मी तुझ्या प्रेमात पडले होते - याचं आता हसू येतं!... आता तुझी ही प्रेमिका नेली कुठं

आहे?'

'एका शिक्षकाशी लग्न झालं होतं तिचं. मग घटस्फोट झाला. आता लालबागमध्ये असते.'

'जात नाहीस तिच्याकडं? जाऊन रात्र घालवीत नाहीस तिच्याबरोबर - तुझ्या मावशीबरोबर?'

'फालतू काहीतरी बोलू नकोस.'

'मी हे फालतू बोलले का?'

'फालतू नाहीतर काय!'

रुद्रच्या डोळ्यांत लाल रक्ताच्या रेघा, हिरवे डाग दिसत होते. डोळ्यांत हे काय आहे असं विचारल्यावर रुद्र एकदा म्हणाला होता, 'शेवाळं जमलंय.' शेवाळं जमलेल्या डोळ्यांनी बराच वेळ माझ्या डोळ्यांत पाहात राहिला. म्हणाला, ' तिने प्रस्ताव दिला होता. मी तयार झालो नाही.'

'का बरं? तुला तर कुणाशीही या प्रकारच्या संपर्कात जायला कुठलीच अडचण नाही. तयार का झाला नाहीस?'

'तिच्याशी हृदयाचा तर काहीही संपर्क नव्हता, हृदयाचा संपर्क तुझ्याशी आहे.'

'वा! खूप चांगलं धोरण आहे तुझं!' मी हसत हसत म्हणाले, 'जिच्याशी हृदयाचा संपर्क, म्हणजे जिच्यावर प्रेम आहे फक्त तिच्याबरोबरच झोपतोस तू - मग वेश्यांचं काय? त्यांच्यावर प्रेम आहे म्हणून त्यांच्याबरोबर झोपायला जातोस?'

रुद्र काहीच उत्तर न देता उठून गेला. दोन कपांमध्ये पाणी घेऊन आला. म्हणाला, 'चल, खाऊन घे. जेवण थंड होतंय.'

'तुझ्या मावशीशी लग्न का नाही केलंस? अर्थात अजूनही करू शकतोस!' मी शांत स्वरात म्हणाले.

'भूतकाळाच्या गोष्टी कशाला उकरून काढतेस?'

'भूतकाळ! तुझ्या फक्त भूतकाळातच ते सारं होतं. वर्तमानकाळात तर तू अगदी शुद्धतम माणूस आहेस, असंच ना?'

रुद्रने काहीच उत्तर दिलं नाही. जेवत असताना मी त्याच्याकडे पाहात होते. त्याची खाण्याची पद्धत, हात धुण्याची, तोंड पुसण्याची पद्धत किती ओळखीची आहे माझ्या! किती ओळखीची आहे सिगारेट पेटवण्याची, झुरके घेण्याची पद्धत!

विषय बदलून रुद्र कविता वाचू लागला. चौदा फेब्रुवारीला सरकारच्या आज्ञेवरून पोलिसांनी विद्यार्थ्यांच्या मोर्चात ट्रक घातला होता. अनेक विद्यार्थी ट्रकखाली चिरडले गेले होते. स्वैराचाराविरुद्ध प्रतिवाद वाढत होता आणि सरकारच्या आज्ञेवरून पोलीस निरपराध नागरिकांना गोळ्या घालून मारीत होते.

'मला तुमची इत:पर घृणा करावीशी वाटत नाही

मला थुंकावंसं वाटतं पोलिसांच्या तोंडावर -
ज्यांनी शिशु अॅकेडमी, निळीची शेतं रक्तांनी भिजवली
ज्यांनी विद्यापीठात पाठवली गोळ्यांनी चाळण झालेली प्रेतं,
ज्यांनी बुटांनी तुडवून खून केले माणसांचे,
त्या पोलिसांचं आज मला रक्त काढावंसं वाटतंय.'

रुद्र एकामागोमाग एक कविता वाचीत होता. गंभीर आवाजात, स्पष्ट उच्चारात.

'एकदा अरण्यातले महाकाय प्राणी मारून टाकून
आम्ही अरण्यजीवनात शांतता प्रस्थापित केली होती,
आज त्याचप्रमाणे या महाकाय जंगली लोकांचं निर्मूलन करून
आम्ही पुन्हा पृथ्वीवर समता प्रस्थापित करू,
संपदा आणि आनंद पृथ्वीवर आणू, श्रम आणि प्रशांतीची
पृथ्वी तयार करू.'

जमिनीवर अर्धवट झोपून कविता ऐकता ऐकता मी मोंगला बंदरावरच्या साऱ्या घटना विसरून गेले. जणू चट्टोग्रामहून मी थेट ढाक्यालाच आले आहे. रुद्रवर माझं पूर्वीप्रमाणेच प्रेम आहे, त्याच्या जीवनाची घाणेरडी बाजू, बीभत्स पैलू मी पाहिलेला नाही. मी मुग्ध होऊन त्याच्याकडे पाहात राहिले. त्याच्या गंभीर स्वरात, सचेतन शब्दावलीत विलीन होत राहिले. मला वाटू लागलं की, रुद्र हा माझा फक्त एक मित्र आहे, माझा प्रेमिक नाही, पती नाही. कवितेची वही जवळ ठेवून रुद्र खिडकीकडे टक लावून पाहात म्हणाला, 'माझ्या एका प्रिय स्वप्नाबद्दल तुला सांगतो. मला मोर्चात गोळी लागून मृत्यू यावा असं वाटतं.' त्याच्या दोन्ही डोळ्यांत दोन थेंब स्वप्न होतं. त्याचे दोन डोळे जणू आकाशातले दोन तारे होते. मृत्यूबद्दल असं स्वप्न यापूर्वी कुणाला पाहाताना मी पाहिलं नव्हतं. मोर्चात मरावं असं रुद्रला का वाटत असावं? त्याच्यासाठी मोर्चा निघावा, आंदोलन सुरू व्हावं, जणू तो अमर व्हावा! मृत्यूची भावना मला स्पर्श करू लागली, तो स्पर्श सारून देऊन रुद्रने माझं चुंबन घेतलं. चुंबन घेता घेता माझं शरीर तो हळूहळू अवश करीत राहिला. मी अवश होत गेले. मी कोण आहे, मी कुठून आले, माझ्याशी रुद्रचा संपर्क काय हे विसरू लागले; जणू ही मी नव्हते, ही दुसरीच कुणीतरी होती. रुद्रची प्रेमिका, जिच्यावर त्याने अनेक कविता लिहिल्या आहेत. त्या प्रेमिकेशीच तो प्रणय करतो आहे, ती त्याची चुंबनं, त्याचे स्पर्श स्वीकारतेय. रुद्रने तिच्या छातीवरचे कपडे काढले. आपल्या पूर्ण शरीराने तो तिच्या संपूर्ण शरीरावर प्रेम करू लागला. त्याच्या प्रत्येक अंगासाठी तिचं प्रत्येक अंग व्याकुळ होतंय. एक शरीर हरवून जातंय दुसऱ्या शरीरात. सुखाने, तीव्र सुखाने प्रेमिका घट्ट आलिंगतेय प्रेमिकाचं शरीर. सगळं जेव्हा थांबलं, जेव्हा शुद्ध आली, तेव्हा प्रेमिका एखाद्या बदकासारखी, योनीत वेदना घेऊन लघवी करायला

गेली. वाटेवर थेंब थेंब रक्त पडत राहिलं, थेंब थेंब रक्त पडलं बाथरूममध्येही. तेव्हा मात्र ती रुद्रची प्रेमिका नव्हती. तेव्हा ती मी होते, मी - रुद्रची पत्नी. हे काय झालं! असं व्हायला तर नको होतं! मी कशी काय पुन्हा रुद्रशी एक झाले, त्याच्याशी मीलित झाले, मी पुन्हा का रुद्रला माझ्या शरीराला स्पर्श करू दिला? त्याचा तरी काही आता माझ्यावर हक्क नव्हता. त्याच्याशी त्या रात्रीनंतरच माझा संपर्क संपला नव्हता का? नक्कीच संपला होता. मग जाणूनबुजून मी का त्याच्या शरीरातून पुन्हा त्या रोगाचे जंतू माझ्या शरीरात घेतले? का ही चूक केली? का पुन्हा त्या पापाशी स्वत:ला जोडून घेतलं? का पुन्हा त्या रोगाचे जंतू स्वत:च्या शरीरात घेऊन स्वत:ला आजारी केलं, रोगी केलं? छी छी! माझं माझ्या स्वत:वर थोडंही प्रेम नाही का? स्वतः कुणी मुद्दाम रोगी होतं का? एक घाणेरडा रोग स्वत:च्या शरीरात घेतं का? स्वत:च्या रक्तात घेतं का? की ते लैंगिक सुख असं एक सुख आहे, की मी त्याला लागून असलेल्या त्या संसर्गजन्य रोगाची गोष्ट विसरून गेले? माहीत नाही, मला काहीच माहीत नाही! मला स्वत:चा राग आला, स्वत:ची घृणा वाटली. पुन्हा असंही वाटलं, की रोगाचे जंतू तर आता माझ्या रक्तात गेलेच आहेत! शरीरातून शुद्धता तर गेलीच आहे, मग आता कशाला विरोध करायचा! पहिल्या मीलनाच्या रात्रीपासून जे रोगजंतू माझ्या रक्तात नाचत फिरताहेत, तेच रोगजंतू दुसऱ्यांदा ग्रहण करण्यात आणखी काय नुकसान आहे? रुद्रने मला नासवलं आहेच, मला आता पुन्हा नव्याने नासवून घेण्यात अडचण कुठली? मला मी एखाद्या घाणेरड्या किड्यासारखी आहे असं वाटू लागलं. गटारीत राहाण्याचीही माझी लायकी नाही! मी काही आता पूर्वीची मी नाही. पूर्वीच्या 'मी'चा मृत्यू झालाय. ही मी आता नवीन मी आहे. ही मी उद्ध्वस्त झालेली मी आहे. ही मी रुद्रसारखीच पथभ्रष्ट आहे, रुद्रसारखीच बेलगाम आहे. बोधहीन आहे. माझा स्वत:चा लगाम स्वत:च्या हातातून निसटून गेलाय. आता माझ्याशी कुणी कसंही वागू शकतं. माझं कुणी काहीही करू शकतं. मी मला वेश्येसारखी वाटू लागले. वेश्येचा रोग माझ्या शरीरात. मी वेश्याच! दुसरी कोण? रात्री मी नि:श्वासांच्या आसपास फिरत राहिले. दुसऱ्या दिवशी मयमनसिंहला जाण्यासाठी त्या लहानशा खोलीतून बाहेर पडले. सकाळच्या शीतल, स्निग्ध हवेने क्षणात माझ्या शरीराचा थकवा दूर केला. रुद्र माझ्या मागे पळत आला, तोही माझ्याबरोबर मयमनसिंहला येणार होता.

'तू कशाला माझ्याबरोबर येतोस? रस्त्यात काही संकट आलं तर माझं रक्षण करण्यासाठी? कारण तू माझं खूप मंगल व्हावं अशी इच्छा करतोस, म्हणूनच ना? माझ्या शरीराला कुणाचाही धक्का लागू नये, कुणाही पुरुषाने माझ्याकडे नजर उचलून पाहू नये, म्हणूनच ना?'

रुद्र काहीच बोलला नाही.

'ठीक आहे, चल. माझ्यासाठी नव्हे, तुझ्यासाठी चल मयमनसिंहला. तिथं तुझ्या आजारावरच्या उपचारांची व्यवस्था करून देते.'

मोहाखालीच्या बसस्टँडहून मयमनसिंहला पोचायला बसला दोन तास लागले. संपूर्ण बस-प्रवासात स्वत:च्या नि:श्वासाशिवाय मला काहीच ऐकू आलं नाही. जणू पृथ्वीवर दुसरा कुठलाच आवाज नव्हता. जवळ बसून रुद्र शांतपणे झोपला होता. झोपेत रुद्रचं तोंड उघडं होतं. त्याला कशी काय झोप येते, एवढा निश्चिंतपणा त्याला कुठून येतो हे मला समजत नव्हतं. मयमनसिंहला उतरून रुद्र कुठेतरी गेला - कुठल्यातरी हॉटेलमध्ये. मी आमच्या 'अवकाश' या घरी आले. आईने धावत येऊन मला छातीशी धरलं, 'अरेरे! माझी मुलगी किती दिवस घराबाहेर होती!' यास्मिनही 'बुबू आली, बुबू आली!' म्हणून पळत आली. सुहृद यास्मिनच्या कडेवरून माझ्या कडेवर येण्यासाठी झेपावला. मी डोळ्यांतलं पाणी लपवायचा प्रयत्न केला, पण मला अश्रू लपवता आले नाहीत. जोरात, हंबरडा फोडून रडावं असं वाटलं. जमिनीवर लोळत रडावं असं वाटलं. बाबांनी विचारलं, 'समुद्र कसा वाटला, बेटी? मी तर अजूनही समुद्र पाहिला नाही, माझी मुलगी समुद्र पाहून आली!' आई माझ्यासाठी काहीतरी छान पदार्थ करण्यासाठी पळत स्वयंपाकघरात गेली. सुफी हसून म्हणाली, 'इसू! किती दिवसांनंतर आलात! आईबापांना सोडून एवढ्या दूर राहाताना कसं वाटलं? मामी तर रोज म्हणायच्या, कोण जाणे माझी पोरगी या क्षणी काय करीत असेल?' सुहृदला यास्मिनकडे देऊन मी पळत बाथरूममध्ये गेले - मला जोराची लघवी लागली होती. बाथरूममध्ये बसून डोळ्यांतलं पाणी पाण्याबरोबर वाहून जावं म्हणून चेहऱ्यावर खूप पाणी मारलं, अगदी बादलीभर पाणी मारलं. बादलीतलं पाणी संपलं, पण डोळ्यांतून वाहणारं पाणी थांबलं नाही. मी प्राणपणाने माझे हुंदके थांबवू शकत होते, पण डोळ्यांतलं पाणी थांबवू शकत नव्हते. त्यापेक्षा जर असं झालं असतं - मी घरात पाऊल टाकल्याबरोबर बाबांनी मला शिव्या दिल्या असत्या, दोन मुस्कटात मारून म्हणाले असते, 'हायजिन टूरला गेलेले सगळेजण आज सकाळीच मयमनसिंहला पोचले, तुलाच एवढा उशीर का झाला, हरामजादी?' आई जर म्हणाली असती, 'समुद्राच्या नावाखाली खरं कुठं गेली होतीस, बोल! जो इसम तुला 'बायको' म्हणून पत्रं लिहायचा, त्याच्याबरोबर राहून आलीस की काय?' यास्मिन जर जवळ आली नसती, माझ्या घरी येण्या-न-येण्याने तिचं काहीच बिघडलं नसतं, सुहृदला मी जवळ बोलावल्यावर त्याने तोंड फिरवून घेतलं असतं, तर मला बरं वाटलं असतं. कुणाकडूनही आता मला प्रेम नको होतं, सगळे जण माझी घृणा करोत, प्रचंड घृणा करोत.

दुसऱ्या दिवशी कॉलेजमध्ये जाऊन कुठल्याही तासाला न बसता, रुद्रला कँटिनमधून उठवून, बरोबर घेऊन चडपाडा रोडवर असलेल्या औषधांच्या दुकानांच्या,

डॉक्टरांच्या चेंबर्सच्या आणि लॅबोरेटरीजच्या रांगेतून फिरू लागले. कुठे जावं, कुठल्या डॉक्टरकडे? प्रत्येक डॉक्टर मला ओळखीत होते. तस्लिमा नासरिन म्हणून ओळखत होते, नाहीतर रजब अलींची मुलगी म्हणून ओळखत होते. कुठलाही डॉक्टर मी सिफिलिस झालेल्या एका रोग्याला बरोबर घेऊन त्याच्याकडे गेल्यावर अवाक् होईल. मला वारंवार प्रश्न विचारेल - हा रोगी कोण? तो माझा कोण लागतो? मी विचार केला, कुठल्याही डॉक्टरकडे न जाता रुद्रचं रक्त तपासून घेतलेलं चांगलं. रक्त तपासून घेण्यासाठी एका पॅथॉलॉजी लॅबमध्ये गेले. तिथं एक चौकोनी चेहऱ्याचा, काळ्या रंगाचा माणूस आतून बाहेर आला, तो बहुधा टेक्निशियन असावा. मी त्याला म्हणाले, 'यांची व्हीडीआरएल टेस्ट करायची आहे.' हे बोलताना माझा आवाज कापत होता. त्या माणसाने तीक्ष्ण नजरेने माझ्याकडे पाहिलं. नजरेतला प्रश्न होता - 'हा माणूस तुमचा काय लागतो?' मी नजर खाली वळवली. जणू मी त्याच्या नजरेत कुठलाच प्रश्न वाचला नाही, डोळ्यांची तीक्ष्णता पाहिली नाही. मेडिकलचे विद्यार्थी-विद्यार्थिनी ओळखीच्या रोग्यांची, एवढंच काय, रस्त्यावर पडलेल्या रोग्यांनाही माणुसकी म्हणून उपचारांची व्यवस्था करीत. असंच काहीतरी सांगता येईल. हॉस्पिटलच्या कॉरिडॉरमध्ये एक माणूस फिरत होता. उपचारांसाठी त्याने माझी मदत मागितली. मला मोकळा वेळ होता म्हणून दाखवायला घेऊन आले आहे. काय करावं, कुठे जावं? चेहऱ्यावरच्या भावांमधून मी कुठलंही कारण दिलं तरी त्या टेक्निशियनच्या ओठांवर एक वक्र हसू खेळत राहिलं - मला समजलं की या माणसाने पूर्वी आम्हा दोघांना बरेचदा पाहिलंय. हा माणूस मला खूप चांगलं ओळखतो. रुद्र माझा पती आहे हे त्याला माहीत नसलं, तरी रुद्र माझा प्रेमिक आहे हे त्याला माहीत आहे.

रुद्रच्या तपासणीचा रिपोर्ट हाती आला. व्हीडीआरएल पॉझिटिव्ह.

तो रिपोर्ट पाहिल्यावर, जी कणभर आशा मी मनात जपली होती, तीही जणू कुणी पायांखाली तुडवून गेलं. आता हाहाकाराशिवाय काहीही शिल्लक राहिलं नव्हतं. साऱ्या जीवनभरासाठी आता तेच माझं संचित, माझं संबळ.

रक्त तपासणी झाली मेडिकल कॉलेजच्या कँपसमध्ये. तो चौकोनी चेहऱ्याचा माणूस हॉस्पिटलमध्ये जाता-येता माझ्याकडे वारंवार पाहात होता. म्हणजे हा माणूस सगळ्या डॉक्टरांना सांगत फिरतोय की काय, की माझ्याबरोबर एक दाढीवाला इसम फिरतोय आणि त्या माणसाला सिफिलिस झालाय! माझी बोधबुद्धी जणू लोप पावली. मी संध्याकाळी कँपसमधल्या गुप्तरोगतज्ज्ञांच्या चेंबरमध्ये पॅथॉलॉजी रिपोर्ट घेऊन प्रवेश केला. माझ्यामागे रुद्रनेही. विशेषज्ञांनी डोळे बारीक करून कागदाकडे, रुद्रकडे, माझ्याकडे बराच वेळ पाहिलं आणि प्रिस्क्रिप्शन लिहून मला विचारलं, 'हा तुमच्या ओळखीचा रोगी आहे का?'

‘होय, सर.’ मी शांत आवाजात उत्तर दिलं.

‘ओ!’

त्या विशेषज्ञांच्या कल्पनेतही नव्हतं की, हा रोगी माझा कुणी नातेवाईक असू शकतो. हा रोगी माझा प्रेमिक असू शकतो किंवा पती असू शकतो असं त्यांना स्वप्नातही वाटणार नाही. म्हणूनच ‘हा पेशंट तुमचा कोण?’ असं न विचारता हा माझ्या ओळखीचा रोगी आहे का असं त्यांनी विचारलं. ओळखीचा तर होता! रुद्र माझा किती काळपासून ओळखीचा! आणखी काही बोलण्याची डॉक्टरांना संधी न देता मी चेंबरमधून बाहेर पडले. बाहेर येऊन फुफ्फुस भरून मोकळ्या हवेचा श्वास घेऊन शांत आवाजात म्हणाले, ‘आता? सगळं तर झालं. जा, ढाक्याला जाऊन पेनिसिलिनचं इंजेक्शन घे. कुठल्याही फार्मसीत जाऊन सांग, कंपाऊंडर तुला इंजेक्शन देईल.’

‘आणि तू?’

‘आणि मी?’

‘हो, तू.’

‘मी काय?’

‘तू काय करणार?’

‘मी दुसरं काय करणार, अभ्यास करणार, डॉक्टर होणार, रोग्यांवर उपचार करणार.’

‘संपर्क?’

‘कशाचा संपर्क? कुणाशी संपर्क?’

‘माझ्याशी.’

मला हसू आलं.

‘तुझ्याशी अद्यापही माझा संपर्क संपला नाही का’, रुद्र?’

रुद्र बराच वेळ गप्प राहून कापऱ्या आवाजात म्हणाला, ‘माफ करू शकणार नाहीस?’

‘क्षमा? क्षमा तर मी तुला केलीच आहे. स्वतःच्या मानसन्मानाला महत्त्व न देता या जन्मापासून ओळखीच्या असलेल्या शहरात तुझ्यावरच्या उपचारांची व्यवस्था केली. तुझा तर मी त्या मोंगला बंदरातच त्याग करू शकत होते, नाही का?’

‘हो. करू शकत होतीस.’

रुद्रच्या डोळ्यांत तीच नेहमीची धूसरता.

‘माझ्या जीवनात आता काय आहे सांग! इतकी वर्षे प्रेम करून, लग्न करून पतीशी पहिलं मीलन... एका वर्षाच्या प्रतीक्षेनंतर तो दिवस आला. खूप सुखाचा, आनंदाचा दिवस - नाही? सगळी भीती, लाज दूर करून स्वतःचं सर्वस्व तुला दिलं,

जे सर्वस्व तुला पाहिजे होतं, ते दिलं. मिळालं ना तुला? आता तर तुझी इच्छा पूर्ण झाली ना? माझ्या लग्नात तर मी कुठलीही लाल बनारसी साडी नेसले नाही, दागिने घातले नाहीत, लग्नात तर कुठलीही वाजंत्री वाजली नाही, पाहुणे आले नाहीत, फक्त तू आणि मी उद्यापन केलं. मी तुला भेट दिलं माझं सारं प्रेम, माझा संपूर्ण विश्वास आणि तू मला भेट दिलास एक घाणेरडा रोग. तुझ्याकडून मला मिळालेली हीच लग्नाची भेट!'

'तुलासुद्धा इंजेक्शन घ्यावं लागेल ना. ढाक्याला चल.'

'तू आता इथून पुढं माझा विचार करू नकोस. खूप विचार केलास. आता दुसऱ्या कशाचा तरी विचार कर. स्वत:च्या जीवनाचा विचार कर. शक्य झालं, तर त्या रोगापासून दूर राहा.'

'तू माझा त्याग केलास?'

माझा आवाज नि:स्पृह होता.

'हो. त्याग केला. पण तुला सिफिलिस झालाय म्हणून मी तुझा त्याग केला असं समजू नकोस. केवळ दुर्दैव म्हणून तुला हा रोग झाला. तू वेश्येकडे गेलास, तिच्याशी संभोग केलास, तरी कदाचित तुला हा रोग झाला नसता. सगळ्यांनाच होत नाही. मी तुझा त्याग करतेय, ते तू माझी प्रतारणा केलीस, माझी फसवणूक केलीस, म्हणून!'

रुद्रच्या डोळ्यांत अश्रू आले होते.

'माझ्या जागी असतास, तर तू काय केलं असतंस, रुद्र?'

'खरंच मला सोडून चाललीस?'

'खरंच!'

'एकदा तरी सुधारण्याची संधी देणार नाहीस?'

मी उदास हसले. रिक्त, सगळं गमावलेली व्यक्ती मी! मी कोण संधी देणारी? मी काय माणूस आहे? मला स्वत:चीच लाज वाटू लागली, घृणा वाटू लागली. रुद्र चरपाड्याच्या रस्त्यावर उभा होता, एकटा. मी निघून आले. मला एकदाही मागे वळून पाहावंसं वाटलं नाही. एकदाही रुद्रला 'पुन्हा ये, पत्र लिही' असं म्हणावंसं वाटलं नाही. त्याच्याशी ही माझी शेवटची भेट होती, हे मला माहीत होतं. पुन्हा कदाचित कधीतरी भेट होईल, अचानक एखादे दिवशी ढाक्याच्या रस्त्यावर, नाहीतर एखाद्या पुस्तक प्रदर्शनात. रुद्र मला माझा पती तर वाटत नव्हताच, कुणी प्रेमिकही वाटत नव्हता. तो मला फक्त एक ओळखीचा माणूस वाटत होता. ओळखीचा माणूस. कविता लिहितो. त्या ओळखीच्या माणसाला रोग झाला आणि हाताशी उपचारांची सोय होती म्हणून त्याच्याबद्दलच्या करुणेमुळे उपचारांची व्यवस्था केली. ओळखीचा माणूस त्याच्या ओळखीच्या गावी परत गेला. मी परत गेले माझ्या

ओळखीच्या जागी. ओळखीच्या माणसासंदर्भात माझं काहीही स्वप्न नाही. ओळखीचा माणूस आता कधीही येणार नाही माझ्या आसपास, माझ्या जीवनात, माझ्या शरीरात, माझ्या मनात. आता कुठलंच प्रेमपत्र नाही, आता कुठल्याही प्रकारचा शरीरसंबंध नाही, झोपाझोपी नाही. आता कुठलाही संसार नाही. कुठलंही बंधन नाही. बंधन तोडून टाकण्यासाठी कधीतरी एके दिवशी कुण्या एका कागदावर सही करून देईन. ओळखीचा माणूस हळूहळू अनोळखी होऊन जाईल. ओळखीच्या माणसाच्या फक्त कविता ओळखीच्या राहतील. आणखी काही नाही. ओळखीच्या माणसाच्या कविता कदाचित वाचीन, धूसर धूसर आठवणी कदाचित क्षणभरासाठी मला बेचैन करतील. फक्त एवढंच! यापेक्षा आता अधिक काही नाही.

अनुतप्त अंधःकार

समुद्रावर काढलेले फोटो पाहून आई मला म्हणाली, 'तू एखाद्या जलकन्येसारखी दिसतेस.' फोटोमध्ये समुद्राच्या सफेत फेसात तरंगतेय, डुबकी घेतेय, पाण्यात भिजलेल्या शरीरावर ऊन्ह चमकतंय. अनवाणी पायांनी सूर्यास्ताकडे चालत निघालेय, बऱ्याचदा माझ्याबरोबर माझ्या मैत्रिणी आहेत. आई म्हणाली, 'इतर कुठलीच मुलगी तुझ्याइतकी सुंदर दिसत नाही. तूच तेवढी पाण्यातून वर आलेली जलकन्या वाटतेस!' माझ्या जीवनात काय घडलं हे जर आईला माहीत असतं, माझं शरीर आता जलकन्येसारखं पवित्र नाही हे जर तिला समजलं असतं, तर ती नक्कीच मला जलकन्या म्हणाली नसती. आईला जर कळालं असतं की, मी काही फक्त समुद्राची हवाच खाऊन आले नव्हते, तर काही दिवस हवासुद्धा झाले होते - बेपत्ता झाले होते. त्या हवेत अग्नीची दाहकता होती. मी कोरडं हसू हसले. स्वतःच्या पराजयाची गोष्ट कुणाजवळ सांगू? ज्याच्याजवळ बसून रडावं, असं कुणीच कुठेही नाही. मला एकटीलाच रडावं लागे. गच्चीवर बसून राहावं लागे, निःशब्दतेच्या कुशीत डोकं ठेवून! डोळ्यांतलं पाणी लपवावं लागे जलकन्येला. शौकतने खोडसाळपणे विचारलं, 'काय, हायमेन रॅपचर झालं?'

मी उदास हसले.

'काय ग जलकन्ये, समुद्रावर कविता लिहिणार नाहीस?' यास्मिन वारंवार विचारी.

नाही. माझं मन कवितेत लागत नव्हतं, मला माझ्या तब्येतीची काळजी वाटत होती. अनेक दिवस मी कविता लिहिल्या नाहीत, कविता सुचतच नव्हत्या आजकाल. जलकन्येला मनातल्या मनात जादूच्या पलंगावर झोपवी. मला मनातल्या मनात समजे की तिला झोप येत नाहीय, चिंतेची चादर ओढून ती एकाकीच जागते आहे.

जलकन्येला पत्र आलं, ‘आल्याबरोबर इंजेक्शन घेतलं. तेवढं दुखलं नाही. जखम अद्याप तशीच आहे. स्वत:वर खूप नियंत्रण ठेवतोय. पण पश्चात्तापाचे कष्ट खूप होताहेत. काळजी करू नकोस. आपण काहीही गमावलेलं नाही. सोने, चुकीचा काळिमा कधीही आपल्याला स्पर्श करणार नाही. मी ठीक आहे. ठीक राहीन. मी तुझ्या स्वप्नासारखा चांगला राहीन. तुझ्या शरीराचा गंध साऱ्या घरभर दरवळतो आहे. मी त्याच्याशी खेळतो. तुझ्या हृदयाच्या प्रकाशाने माझे प्राण उज्ज्वल केले आहेत. मी सकाळचं ऊन्ह होईन, सकाळचं ऊन्ह.’ रुद्रला मी पत्रात ‘रोद’ म्हणत असे. (‘रोद’ या बंगाली शब्दाचा अर्थ ऊन्ह असा होतो.) आणि रुद्र मला ‘सकाळ’ म्हणत असे. ते उन्मुक्त प्रेम आता खूप अर्थहीन वाटत होतं. रुद्रला आता सकाळचं ऊन्ह व्हायची इच्छा होती. आता कशासाठी? का तो प्रथमपासूनच माझा नव्हता? का तो वारंवार म्हणतोय की तो माझा होता? का त्याने फसवलं मला? का खोटं बोलला माझ्याशी? आता तो सकाळचं ऊन्ह होणार - मी कसा काय विश्वास ठेवू त्याच्यावर? का मला रुद्र पुन्हा पत्र लिहितो? मी तर काही त्याला पुन्हा माझ्या जीवनाशी जोडून घेणार नाही. मी मनातून झटकून टाकलं, रुद्र नावाच्या फसवणूक करणाऱ्या प्रतारकाचं नाव. ‘धूसर आकाशातून संततधार वृष्टी होते आहे, होऊ दे; पाण्याच्या प्रपाताने पूर येऊन दोन्ही किनारे वाहून जाऊ देत, तरीही निर्वासन चांगलं. क्षणभर चमचमणारं ऊन्ह अचानक सुखाने पूर्ण करतं घराची चौकट, गुपचूप विनाश करतं स्वप्नाने धुतलेल्या सोन्याचा प्रहर, वाळवी खाऊन टाकते शरीराचं वैभव, पिते हृदयाचं रक्त, खाते मांस-मज्जा. त्या उन्हात रापून-जळून खाक होतात अनंत आगामी. जीवन जाळून अग्नीच्या ज्वाळा नाचत राहातात ... जग अंधारं करून उतरलं जरी तुफान, तरी निर्वासन बरं. प्रकाशहीन विषण्ण सकाळ, पृथ्वीवर अंधार करून परत जातं अमल ऊन्ह, मागे काळिमा ठेवून परत जाते हरित सुषमा, शिकार खाऊन परत जातो चतुर कोल्हा, लंपट जुगारी परततो. अमानुष दारुडा गिधाडपक्षी. तू सुद्धा तसाच परत जा प्राणाच्या उन्हा, माझ्यासाठी काळी रात्र ठेवून तू वनवासाला जा. सोनेरी पंखांच्या उन्हा, उडून जा, दूर जा. एक बिंदूही चांदणं नाही, तेच चांगलं आहे. निव्वळ अंधार, बुडून जावो अमावस्या, तरीही उन्हाला शोधू नकोस, हे सकाळ!’ तरीही ऊन्ह त्याच्या सकाळला शोधीतच राहाणार. बाकी त्याचं काहीही जावो, तो आपल्या सकाळला गमावू इच्छित नव्हता.

फक्त पत्रच नव्हे, पत्रासोबत कविताही पाठवली होती रुद्रने. त्या कवितेत आमच्या पहिल्या मीलन-रात्रीचं, माझ्या रात्रभर जागण्याचं वर्णन होतं.

‘उद्‌ध्वस्त अवशेषांच्या ढिगाऱ्यावर बसलाय एक बुलबुल
जवळ एक मरणप्राय वेदनेचं जळालेलं झाड,
शून्यतेचे विषण्ण डोळे चोहीकडे धूसर आकाश.

दु:खिते माझ्या, तू जागी आहेस स्वप्नहीन नेत्रांनी.

तुझ्या डोळ्यांचे तीर वाहून गेलेत अश्रूंच्या नदीने
तुझ्या छातीपाशी जागा आहे निभृत पत्थर
कसला उत्सव हा, चोहीकडे चालू आहे कोलाहल
दु:खिते माझ्या, तू जागी आहेस पराजित पक्षिणी.

लहानशी संधी साधून साप घुसला मजबूत घरात,
विषाच्या चाव्याने नील देहात उतरला थंड अंधार,
नदीच्या पात्रात वहातेय एक वेदनेचं ढेकूळ
दु:खिते माझ्या, तू जागी आहेस जणू एखादी नदी.

जग झोपी गेलंय दिवस संपल्यावर रात्रीच्या चादरीत,
कामिनीच्या छोट्या डोळ्यांवर झोपेने येऊन ठेवलीय हनुवटी,
काजवे विझून गेलेत जगाची स्वप्नं ऐकता ऐकता
जागी आहेस, फक्त तू जागी आहेस, माझ्या दु:खिते!'

रुद्रला खरोखर माझ्या वेदना जाणवत होत्या का? त्याला जर हृदय म्हणून काही असेल, तर का त्याने स्पर्श केला दुसऱ्या स्त्रीला? मला हृदय म्हणून काही होतं, म्हणून मी कधीही रुद्रशिवाय दुसऱ्या कुठल्याही पुरुषाची कल्पनाही करू शकत नाही. रोज कॉलेजमध्ये हुशार, देखण्या तरुणांना पाहात होते, पण कुणाकडेही मी काही वळून पाहिलं नाही, कुणालाही प्रतिसाद दिला नाही. केवळ हबिबुल्लाहनेच नाही, तर इतरही अनेक गुणवान, रूपवान तरुणांनी मला प्रेमाचे प्रस्ताव पाठवले होते, पण सगळ्यांना मी नाकारलं. रुद्र का असं करू शकला नाही? शरीर तर मलासुद्धा होतं, या शरीराने काही कधी कुणाची कामना केली नाही! हे शरीर रोज हळूहळू रुद्रसाठी तयार झालं. या शरीराला रुद्रने आपल्या बहुभोगी काळिम्याने काळं करून टाकलं.

भंगण्याचा आवाज ऐकतोय, जणू दुसरा कुठलाही आवाज नाही,
डोक्यात जणू सतत भंगून पडतं आहे जग.
करवतीच्या आवाजाने येते जाग, स्नायूंमध्ये - शिरांमध्ये
जाणवत राहाते वृक्षहत्या रात्रभर रक्तामध्ये.

का इतकी वृक्षहत्या? का एवढा भंगण्याचा आवाज?
दुसरा कुठलाही ध्वनी नाही पृथ्वीवर, ब्रह्मांडात, जगात?

कुठं भंगतंय एवढं? कुठल्या ठिकाणी? की स्वत:च्याच
आत - आत ढासळून पडतोय विश्वास आज?

उदासीन दुरातून मी हाका मारतोय 'सकाळ, सकाळ ...'
मग सकाळच भग्न होते आहे का पृथ्वीवर, माझी सकाळ!
माझं नगर ध्वस्त होतंय, माझं प्रिय नगर?
की भंगतेय आकांक्षा, स्वप्नमय परम पिपासा?

पुराची क्षतचिन्हं पुसून टाकतो आहे गाळ
आगीचा दग्ध शोक मनात कधी ठेवतं का घर?
दुर्दैवाच्या रात्रीनंतर पुन्हा बांधतो आहे घर
तरीही सतत ऐकावा लागणार का भंगण्याचा आवाज?

हो, रुद्र, तुला सतत भंगण्याचा आवाज ऐकत राहावा लागणार. मी तुझ्या त्या उद्ध्वस्त जीवनात परत येणार नाही. कविता वाचून मी नि:श्वास सोडला. कविता मला रडवते, पण नाही, कविता आणि जीवन एक नाही. कवी व्हायचं असल्यास जर वाणिशान्ताच्या वेश्येबरोबर झोपून रोग लावून घ्यावा लागत असेल, तर त्या कवीच्या कवितेवर मी प्रेम करू शकते, पण त्या कवीबरोबर जीवन जोडू शकत नाही. खूप फसवलंस, आणखी किती फसवणार आहेस, रुद्र! मला भोळी पाहून, जवळ ओढून जे काही शिल्लक आहे आता, तेही नष्ट करू इच्छितोस! आणखी किती फसवणार? तुला काय वाटतं, तुझा धूर्तपणा मला समजत नाही? स्वत:त नरक असूनही वरून आव मात्र निष्पाप शिशूचा आणतोस तू! चुंबनामधून तू मारलीस जणू विषाने भरलेली नांगी, तुझा मुखवटा उतरल्याबरोबर दिसलं तुझं खरं बीभत्स रूप. आणखी किती फसवणूक करणार आहेस, नुकसान करणार आहेस निर्ममपणे? पौर्णिमाविहीन चंद्र अशुभ अमावस्येला बोलावतोय ये - ये! काजव्यांना चांदणं समजून अंधाऱ्या रात्री उत्सवात रंगले हीच तर माझी चूक, हेच तर माझं पाप... आता मला सुटायचंय, दातांनी चावून तोडायचंय बंधन, आता वाचायची इच्छा आहे, हवी आहे मला शुद्ध हवा. आणखी किती फसवणार आहेस, तुझा कावा काय मला समजत नाही? जीवनातलं जंजाळ लपवून ओठांवर सुवासिक हसू आणतोस! ग्लानीने भरलेला भूतकाळ, ग्लानीने भरलेलं शरीर, घृणेनं भरलेलं जीवन! हेच का माझ्या साधनेचं फळ? सगळा खोटा डोलारा! आता वाचायचं आहे मला मरणापासून, शुभ्र मुक्ती हवी आहे, उत्तम स्वप्न हवं आहे, शुद्ध हृदयाचा गंध हवा आहे. पण शुभ्र मुक्ती मला मिळू शकत नाहीय. रुद्र स्वत:च्या रोगावर उपचार करून 'अनुतप्त अंधार' लिहितोय. त्याच्या या पश्चात्तापामुळे मला काही रोगापासून रक्षण मिळणार नाही. मी एकटी, माझ्या सगळ्या यातनांसहित एकटीच होते मी.

अचानक एके दिवशी दिसलं, की माझ्या जननेंद्रियावर जखम झालीय. म्हणजे मला संसर्गाने तो रोग झालाच! मनात क्षीण आशा होती, कदाचित होणार नाही. फक्त आशेचा आधार होता. या ओळखीच्या शहरात रक्त तपासून घेणं मला शक्य नव्हतं, कुठल्याही औषधाच्या दुकानात जाऊन पेनिसिलिनचं इंजेक्शन मागणं शक्य नव्हतं. स्वत:च स्वत:ला इंजेक्शन घेणं शक्य नव्हतं. इतर कुणाला मला इंजेक्शन द्यायला सांगणं शक्य नव्हतं. पेनिसिलिनच्या इंजेक्शनचा डोस पाहून सगळ्यांना समजेल, कुठल्या रोगावरच्या उपचारासाठी घेतेय मी एवढा मोठा डोस. रुद्र आजारातून बरा होत होता, त्याची जखम हळूहळू कमी होत होती; तर माझ्या गुप्तांगावरची जखम हळूहळू वाढत होती. मला तो आजार झाला होता. हा आजार मी लपवून ठेवला शरीराच्या खोल गुहेत - कुणी पाहू नये, कुणाला त्याची माहिती होऊ नये. मला सतत एक प्रकारचं भय वाटत राही, फिरताना, काम करताना ते भय मला सोडून कुठेही जात नसे. हॉस्पिटलमध्ये नर्सेसच्या रूममध्ये शेकडो पेनिसिलिनची इंजेक्शन्स होती. हॉस्पिटलमध्ये दाखल होणाऱ्या रोग्यांच्या विविध आजारांवर उपचार म्हणून नाना प्रकारच्या पेनिसिलिनचं प्रिस्क्रिप्शन मी लिहून देत होते. रोग्यांचे नातेवाईक ती औषधं आणीत, मी नर्सला सांगत होते रोग्यांना ती इंजेक्शन्स द्यायला, माझ्या डोळ्यांसमोर नर्सही ती इंजेक्शन्स देत होती. पण स्वत: कुठल्याही डॉक्टरला किंवा नर्सला 'मला एक इंजेक्शन द्या, हाय डोस पेनिसिलिनचं इंजेक्शन द्या' असं सांगू शकत नव्हते. याऐवजी जर मला कॅन्सर झाला असता किंवा दुसरा एखादा असाध्य रोग झाला असता तरी बरं झालं असतं. किमान मी माझ्या रोगाचं नाव सांगू शकले असते, त्यावर उपचार करवून घेताना काहीही लाज वाटली नसती. आता मला कुठला रोग झाला आहे हे मी कुणाला सांगू? कुंठेची करवत माझ्या चिरफळ्या उडवीत होती. अनामिक भीती आणि लाज यांनी मला मजबूत दोरखंडांनी बांधलं होतं. माझ्या सीमा कमी होत होत एका बिंदूइतक्या झाल्या होत्या. पण किती दिवस लपवून ठेवू मी हा रोग! कॅन्सटेन मलम लावून काही गुण येणार नाही हे माहीत होतं, तरी ते मलम मी विकत घेतलं. या रोगावरचं औषध विकत घेणं शक्य नव्हतं, म्हणून दुसरं औषध घेतलं. हे औषध गुप्तांगावरचं फंगस (Fungus) बुरशी दूर करतं, हे मलम ट्रिपोनेमा पेलिडमप्रमाणे भयंकर बॅक्टेरियाचा नाश करू शकत नाही. तरीही रोज मी कपड्यांमध्ये ते मलम लपवून बाथरूममध्ये जाई. जणू मी अंघोळीसाठी किंवा संडास-लघवी करायला गेले आहे. हे कुणाच्याच नजरेला पडलं नाही, फक्त आईच्या नजरेला पडलं. मी ते मलम बिछान्याच्या सर्वात खालच्या चादरीखाली लपवून ठेवी. कुणीही कधीही बिछान्याच्या इतक्या खाली हात घालीत नसे. इतकं लपवल्यावरही आई म्हणाली, 'तुला काय झालंय गं, सारखी-सारखी बाथरूममध्ये कशासाठी जातेस?'

'काही नाही झालं गं!' माझं पांढरं पडलेलं तोंड लपवीत मी म्हणाले.

'तुला काही आजारपण वगैरे झालंय का?'

'काहीतरीच काय म्हणतेस? आजार कशाला होईल?'

'पण मला आपलं वाटतंय की तुला काहीतरी झालंय.'

मी आईच्या डोळ्यांकडे पाहिलं नाही. छातीची धडधड छातीतच राहू दिली.

परीक्षा तोंडावर आली होती. बरोबरचे विद्यार्थी-विद्यार्थिनी रात्रंदिवस अभ्यास करीत होते. मी कॉलेजमध्ये जात होते, तासांना बसत होते. माझे डोळे प्राध्यापक-प्राध्यापिकांच्या व्याख्यानाकडे असत, पण मन दुसरीकडेच असे. मन शरीराकडे असे, शरीराचा विचार करीत असे. घरी अभ्यासाचं पुस्तक समोर घेऊन बसून राही, मन पुस्तकातल्या अक्षरांवरून उडून शरीराकडे जाई. शरीरात भयंकर काहीतरी घडत होतं. उपचारांची तातडीने गरज होती. पण उपचार कसे काय मिळवणार, कुठं मिळणार! रुद्र मोंगलाला बसून कविता लिहीत होता. ढाक्याला जाऊन उपचार घेण्याचीही सोय नव्हती. हाय डोसचं पेनिसिलिन सिफिलिस व्यतिरिक्त हृदयाच्या आजारपणावरही वापरतात. मला हृदयाचं आजारपण झालं असतं, तरी वाचले असते - किमान ते कारण सांगून निश्चिंतपणे मी पेनिसिलिनचं इंजेक्शन घेऊ शकले असते. पण इच्छा असूनही मी हृदयाला आजारपण काही आणू शकत नव्हते. अधूनमधून माझे गुडघे दुखत. या ऱ्ह्यूमाटॉईड आरथ्राइटिसच्या वेळी हृदयाचा 'माइट्रल स्टेनोसिस' होऊ शकतो. माइट्रल स्टेनोसिस हा आजार झाला, तर श्वास घेण्यास त्रास होऊ शकतो. अनेकदा रात्री मला श्वास बंद झाल्यासारखं, गुदमरल्यासारखं वाटे. जणू कुणीतरी मला एका छोट्या ट्रंकमध्ये बंद करून टाकलंय असं वाटे, श्वास घेताना हवा मिळत नाही असं वाटे. पहुडलेल्या अवस्थेतून उठून बसून फुफ्फुसांमध्ये हवा भरून घेई. बसून श्वास घेता आला नाही तर उभी राहून घेई. त्यानेही झालं नाही, तर खिडकी उघडून श्वास घेई. या आजारपणाला 'ओकेजनल नॉक्टर्नल डिसनिया' असं म्हणतात. मग तर मी हाय डोस पेनिसिलिन घ्यायला पात्र आहे. या पात्रतेची संधी मिळाल्याने मी आमच्या वर्गातल्या एका साध्याभोळ्या, चांगल्या विद्यार्थिनीला - नसीमा तिचं नाव - म्हणाले, 'मला नॉक्टर्नल डिसनियाचा त्रास होतो. मला माईट्रल स्टेनोसिस होईल की काय अशी भीती वाटते. म्हणून पेनिसिलिनचं इंजेक्शन घ्यावं म्हणते. ते घेतल्याने माइट्रल स्टेनोसिस किमान प्रिव्हेंट तरी करता येईल, नाही का?' नसीमा जर म्हणाली की, मी पेनिसिलिन घेणं योग्य होईल, तरच नसीमाला साक्षी ठेवून मी इंजेक्शन घेऊ शकेन. नसीमाच माझं हृदय वाचवण्यात मदत करू शकते. पण एवढ्या मोठ्या आजाराचं नाव ऐकून नसीमा हसली. म्हणाली, 'आधीच इंजेक्शन कशाला घेतेस? आधी हार्ट पाहा. मर्मर ऐकू येतेय हार्टमधून?' मी संकटातच पडले. स्टेथोस्कोप स्वतःच्या छातीला कधीच

लावला नव्हता मी. रोग्यांची हृदयं पाहाण्यात व्यस्त होते, स्वत:च्या हृदयाची खबर होती कुणाला? केवळ अंदाज होता. अर्थात या केवळ अंदाजाच्या आधारावर कुणीही मला पेनिसिलिन घेऊ देणार नाही. कुणाला न सांगता गुपचूप कुठलं इंजेक्शनही मला देणार नाही कुणी - अगदी नसीमासुद्धा. नसीमाने स्टेथोने माझी छाती तपासली. हृदय अगदी ठीक होतं माझं. कुठलीही मर्मर ऐकू येत नव्हती, त्यामुळे पेनिसिलिन घेण्याची कोणतीही गरज नव्हती. पण त्या इंजेक्शनव्यतिरिक्त दुसरा उपाय नाही हेही मला माहीत होतं.

रुद्र मोंगलाहून परत आल्यावर मी घरी कुणालाही काहीच न सांगता ढाक्याला जाणाऱ्या बसमध्ये चढले. घरच्या कुणाच्याही परवानगीची वाट पाहिली असती, तर चाललं नसतं. रुद्रने मला ढाक्याला शाहबागच्या एका औषधाच्या दुकानात नेलं - त्याने तिथेच इंजेक्शन घेतलं होतं. ज्या माणसाने माझ्या नितंबाच्या मांसात लांब, जाड सुई खुपसली, त्याच्या चेहऱ्यावर वाकडं हसू असलेलं मी स्पष्ट पाहिलं. दातांवर दात दाबून मी ती सुई आणि ते हसू - दोन्हीही सहन केलं. औषधाच्या दुकानाजवळच एक चहाचं दुकान होतं. तिथं चहा घेताना रुद्र मला म्हणाला, 'आजच्या दिवस राहा.' रुद्रच्या डोळ्यांत पाहिल्यावर, आश्चर्य म्हणजे, मला अजूनही, पूर्वीसारखंच 'कुछ कुछ' वाटलं. त्याच्या घरी गेल्यावर त्याने माझ्या हातावर आपली बोटं फिरवली - ती बोटं दुसऱ्या कुणा स्त्रीच्या शरीरावर तो अगदी अशीच फिरवीत असणार. रुद्रने माझं चुंबन घेतलं, अगदी अशीच तो दुसऱ्या बायकांची चुंबनं घेत असणार. रुद्रने माझ्या छातीवर हात ठेवला - अशाच प्रकारे तो दुसऱ्या स्त्रियांच्या छातीवरही हात ठेवत असणार. रुद्रने मला बिछान्यावर झोपवलं, साऱ्या शरीरावर हात फिरवला - असंच तो इतर बायकांनाही करीत असणार, असंच तो त्यांच्याबरोबरही झोपत असणार. हृदयात कुठंतरी खूप वेदना झाल्या. स्वत:ला मी वारंवार म्हणत होते, 'नाही, हे जीवन पुन्हा नको. मी आजच मयमनसिंहला परत जाईन आणि कधीही रुद्र नावाच्या माणसाचा विचार करणार नाही. रुद्र माझ्या शेजारी झोपून, माझ्या केसांतून बोटं फिरवीत फिरवीत घोगऱ्या आवाजात म्हणाला, की मद्य आणि मदिराक्षीची नशा त्याला आयुष्यात प्रथमपासूनच होती. मला तो इंगितामधून समजावून सांगण्याचा प्रयत्न करीत होता. पण मला समजलं नाही. मला त्याच्या जीवनातलं सारं मोकळेपणाने सांगण्याची त्याची खूप इच्छा होती, पण त्याला बोलता आलं नाही. माझ्याशी लग्न केल्यानंतर त्याला पूर्वीप्रमाणेच जीवन जगण्याची इच्छा होती, असं नाही; पण मी त्याच्याशी शरीरसंबंध करण्यासंदर्भात द्विधा करीत होते म्हणून म्हणे त्याला वेश्येकडे जावं लागलं. पण वेश्येकडे जाऊनही माझ्याबद्दल त्याच्या मनातलं प्रेम नष्ट झालं नाही.

ज्या पेनिसिलिनने मला बरं करायला हवं होतं, त्याने उलट आणखी आजारी

केलं. एका फोडाच्या जागी पाच फोड आले. ते फोड फुटले, त्यांच्यामधून माझ्या पायजम्यात लस वाहू लागली, पू वाहू लागला. तो पू चिकट होऊ लागला, त्याचा रंग सुरुवातीला पांढरा होता, शेवटी हळूहळू काळा झाला. त्याचा दुर्गंध वाढत गेला. त्याचा रंग पांढऱ्याचा बदामी झाला, बदामीचा गडद बदामी झाला. गडद बदामीचा लालसर झाला, लालसरचा काळसर झाला. काळसरचा काळा झाला. काळ्याचा अगदी डांबरासारखा काळा झाला. मी इतरांपासून माझं शरीर दूर ठेवू लागले. कुणाला त्या लशीची दुर्गंधी येऊ नये, म्हणून अत्तर विकत घेऊन ते अंगाला लावू लागले. रात्री जागून अभ्यास करायचाय म्हणून संपूर्ण रात्रभर माझ्या खोलीत प्रखर प्रकाश ठेवू लागले. परीक्षा जवळ आली होती. मी अभ्यासाला टेबलावर नव्हे, बिछान्यावर बसे. बिछान्यावर वह्यापुस्तकांचा असा पसारा घाली, की मी आणि माझ्या वह्यापुस्तकांमुळे यास्मिनला झोपायला जागाच राहू नये. हे मी मुद्दामच करीत असे. तिला जागा राहू नये यासाठीच. माझ्या रोगाचे जंतू माझ्या शरीरातून, माझ्या कपड्यांतून, बिछान्यावरच्या चादरीतून यास्मिनच्या शरीरात जावेत असं मला वाटत नव्हतं. मी बाथरूममध्ये जाऊन एकाऐवजी दोन वेळा, कधीकधी तीनवेळा अंघोळ करी. मला उकाड्याचा त्रास होतोय असं सांगे, म्हणे, इतकं उकडतंय की, पुन्हा पुन्हा अंघोळ केल्याशिवाय मला बरं वाटत नाही. अंघोळ करण्याचं खरं कारण होतं पायजमा धुणं. पायजमा त्या दुर्गंधीयुक्त लशीमुळे भिजून जाई. अखेर मला कापूस वापरावा लागला. तोही लपून वापरावा लागे. कारण माझ्या मासिक पाळीचा हिशेब मी ठेवीत नसले तरी आईला बरोबर माहीत असे. दर महिन्याला ओटीपोटात दुखत असल्याने पडून राहावं लागे. तसा कुठलाही त्रास न होता मासिक पाळीचा स्राव होतोय असं आईला जाणवलं तर ते तिच्यासाठी मोठंच रहस्य होईल. मला आणि यास्मिनला आमच्या ऋतुस्रावाने भिजलेला कापूस किंवा कापड बाथरूमच्या मागे एका बंद व्हरांड्यात फेकण्याची सवय होती. बाबा अधूनमधून तो व्हरांडा स्वच्छ करीत. स्वत:च्या हाताने ती रक्ताची फडकी आणि कापूस उचलून त्याची विल्हेवाट लावीत. तिथं रक्तहीन कापूस पडलेला दिसला, तर आईला संशय येईल, या विचाराने मी आणखीच आकसले, अडचणीत सापडले. तो कापूस संडासात टाकला, तर बादल्या बादल्या पाणी टाकूनही तो वाहून जाणार नाही, उलट संडास तुंबून जाईल. माझ्या डोक्यातून सर्जरी, मेडिसिन, गायनाकॉलॉजी हे विषय निघून गेले. डोक्यात फक्त तो रोग आणि त्या रोगातून बरं कसं व्हायचं हेच विचार असत. तो वाढत चाललेला रोग सगळ्यांपासून कसा लपवावा याचीच चिंता डोक्यात असे.

हॉस्पिटलमध्ये रोज मी रोग्यांवर उपचार करीत होते, पण माझ्या शरीरात एक रोग होता. हा रोग घेऊन कुठल्याही परिचित डॉक्टरकडे उपचारासाठी जाता येत नव्हतं. माझा हा रोग आता पहिल्या टप्प्यात नव्हता, दुसऱ्या टप्प्यात, दुसऱ्या

पातळीवर गेला होता. पेनिसिलिनचं इंजेक्शनही त्याला काही करू शकलं नव्हतं. हा रोग तिसऱ्या टप्प्यात गेला तर मज्जासंस्थेवर दुष्परिणाम करतो. न्यूरोसिफिलिस होणं म्हणजे साक्षात मृत्यूच! मी मृत्यूची वाट पाहात राहिले. रात्री मृत्यूला जवळ घेऊन मी झोपे. सकाळी मृत्यूबरोबर उठे. कॉलेजमध्ये जाई, तेव्हा मृत्यूही माझ्यासोबत येई. कॉलेजमधून परते, तेव्हा मृत्यूही माझ्यासोबत परते. संध्याकाळी व्हरांड्यात मी एकटीच अंगणाकडे पाहात बसे. माझ्याजवळ मृत्यूही बसून राही. या अवस्थेत मी एकदा पोटात घेण्याच्या पेनिसिलिनच्या गोळ्या विकत घेतल्या. जर काही चमत्कार झाला आणि गुण आला, तर बघू! हाय डोस घेऊन आजारपण थोडं सामान्य झालं तरी सुटेन, असं वाटत होतं. कुणी पाहू नये म्हणून मी या गोळ्याही बिछान्याच्या अगदी खाली लपवून ठेवी. एकेकाळी ताप आला, तर डॉक्टरने दिलेली औषधं मी लपून फेकून देई. औषधं घेण्याची, गिळण्याची भीती वाटे. आता मात्र लपून औषधं घेत होते. आता बाराच्या जागी बहात्तर गोळ्या घेतल्या, पण त्यांचाही काही गुण आला नाही. दादा घरी ठेवून गेलेल्या औषधांची खोकी उचकून त्यातून झोपेच्या गोळ्या घेऊन खाई - किमान झोपेत मृत्यू आला, तरी सुटेन! पण तसंही होईना. कधी-ना-कधी जाग येईच. आईच्या समोरही उभं राहावं लागे. घरातल्या इतर कुणाच्या लक्षात आलेलं नसलं तरी आईच्या मात्र लक्षात आलं होतं, की मी काही पूर्वीसारखी राहिले नाही. छताकडे पाहात पडलेली असताना आई दारात उभी राहून विचारी, 'एवढा कसला विचार करतेयस?'

'नाही, कसलाही विचार करीत नाहीय. अशीच पडलेय.'

'माझ्यापासून लपवतेस कशासाठी?'

मी मनातल्या मनात म्हणे, लपवण्याशिवाय दुसरा उपाय नाही, आई!

'तुला काहीतरी झालंय गं, खूप वाईट असं काहीतरी झालंय तुला. खूप वाईट असं काहीतरी.'

मी कूस बदलून झोपे. आईचा चेहरा मला पाहावा लागू नये किंवा माझा चेहरा आईला पाहावा लागू नये, म्हणून.

रुद्र पुन्हा मोंगला गावी परत गेला होता. तिथं बसून भातपिकाचा हिशेब करीत होता, पैसे मोजीत होता, कविता लिहीत होता आणि माझी काळजी करीत होता. त्याच्या काळजीवर मी त्याला पत्र लिहिलं -

'अवकाश'

१६.०८.१९८३

रोद,

अकरा तारखेला तू लिहिलेलं छोटं पत्र घेऊन घरी परतले. 'मला काहीच चांगलं वाटत नाही, तुझ्या विचाराने खूप चिंता वाटते' ही तुझी वाक्यं वाचून मला खरोखर

हसू येतं. कृपया असल्या गोष्टी तू किमान मला तरी दुसऱ्यांदा लिहू नकोस. विश्वास ठेव, मी इतर काहीही सहन करीत असले, तरी असली निरर्थक वाक्यं वाचून माझ्यात जणू अग्नी पेटून उठतो. तू आणखी किती जाळणार आहेस मला? जळून जळून मी राख होऊन गेलेय. एवढंही तुला समजत नाही? काहीच समजत नाही तुला?

मी तुझ्याशी बोलत नाही अशी तुझी तक्रार असायची. मी तर आता सतत बोलत असते, खूप हसत असते, हसता हसता माझ्या डोळ्यांतून पाणी येतं. डोळ्यांमध्ये एक समुद्र लपून असतो, खारट पाण्याचा एक समुद्रच घेऊन आले मी. सतत जो रोग मला पोखरीत चालला आहे, तो रोग आहे बाजारात स्वस्तात विकल्या गेलेल्या 'वाईट बायकांचा रोग'. मी स्वतःला खूप चांगली व्यक्ती समजत असे, फुलासारखी सुंदर - पवित्र समजत असे, कधीही कणभर पाप केलं नाही. बहुधा म्हणूनच त्या अहंकाराबद्दल मला या प्रकारे शिक्षा मिळाली. फुलावर ज्याप्रमाणे एखादा किडा येऊन सगळ्या पाकळ्या खाऊन टाकतो, सगळं सौंदर्य नष्ट करतो आणि माणसांची घृणा, अवहेलना सहन करीत करीत ते फूल एके दिवशी सगळ्यांच्या नकळत टपकन धुळीत पडतं, मरून जातं. त्याच्यासाठी कुणालाही दुःख वाटत नाही.

माझी खूप खूप स्वप्नं होती. इतकी स्वप्नं कुणी पाहात नाही. खूप खूप विश्वासाने आणि प्रेमाने निर्माण केलेली स्वप्नं. माझ्या आकांक्षांचा महाल जळून जाताना मी माझ्या डोळ्यांनी पाहिला. जळून त्याची राख झाली. आता एक साधी व्यक्ती आहे मी, स्वप्नांची बलाच नाही. हृदयात आता वासना नाही, आशा नाही, आकांक्षा नाही. फक्त माणसाच्या शरीरासारखं एक शरीर तेवढं आहे. आत सारं रिकामं, रिक्त, शून्य. खूप हलकं हलकं वाटतंय मला. कुणी नाही, काहीही नाही, भविष्याची चिंता नाही. कुठं आहे, काय करतेय हेसुद्धा विसरून जावंसं वाटतं म्हणून डायजिपाम खातेय. वाटतं, मी आकाशात उडतेय, रात्रीच्या आकाशात. चंद्र नाही, चांदणं नाही, काळं, अंधारं आकाश!

आई-बाबांच्या आकांक्षांना पायांनी तुडवून, सगळ्या नातेवाइकांच्या कल्पनांकडे दुर्लक्ष करून, सगळ्या लोकांच्या मतांना तुच्छ मानून मी तुझ्याकडे आले. त्याच्या बदल्यात तू मला जे दिलंस ते तर माझ्या जीवनातलं परमोच्च प्राप्तव्य, परमोच्च उपहार! तुझा हा उपहार मी डोक्यावर मिरवीन.

त्यापासून मला मुक्ती नाही. म्हणून तर मी या आजारातून बरी होत नाहीय आणि बरी होणार नाही. चोहीकडे मोठे मोठे फोड आले आहेत आणि त्यांच्यामधून जी लस वाहातेय तिचं स्वरूप वेगाने बदलतंय. काळ्या रंगाची लस, तिच्या दुर्गंधात शरीर बुडून जातंय. खूप अवघड मामला झालाय, खूप मोठी दुर्घटना झालीय हे स्पष्टच

समजतंय.

आता माझ्यामध्ये न्यूनगंड निर्माण झालाय. अचानक खूप स्तब्ध होऊन गेलेय मी. कुणाशीही मी बोलत नाही. सगळेच खूप अभ्यास करताहेत. परीक्षा जवळ आलीय. मी मात्र काहीच अभ्यास करू शकत नाही. वह्यापुस्तकांना स्पर्श करावासा वाटत नाही.

फक्त तेच आकाश, रात्रीचं स्तब्ध आकाश. कुणीही नाही, काहीही नाही, दुःख नाही, सुख नाही. विसरून जावंसं वाटतंय. विसरून जावंसं वाटतंय, सगळं विसरून जावंसं वाटतंय. तुला माझ्या यातना समजत नाहीत, उमजत नाहीत. अधूनमधून मला नवल वाटतं. मी काय माणूस आहे?

माणसात तर अभिमान असतो, राग असतो, सूड घेण्याची इच्छा असते. घृणा असते, द्वेष असतो, अविश्वास असतो. फक्त खारट पाण्याचा समुद्र थोडाच असतो?

कुठंतरी दूर निघून जावंसं वाटतंय. जिथं कुणी नसेल, काहीही नसेल, दुःख नसेल, सुख नसेल. जिथं सारं काही विसरून राहाता येईल. तू किती मोठी आग दिली आहेस हे तुला माहीत नाही. माझ्या शरीरात काय होत चाललंय ते मला समजतंय. तुला हे सारं समजणार नाही. हा खूप वाईट रोग आहे. चांगल्या माणसांना तो होत नाही. बाजारात स्वस्तात विक्री होणाऱ्या खराब बायकांना तो होतो.

- सकाळ

'अवकाश'

२०.०८.१९८३

रोद,

तुला 'रोद' - म्हणजे ऊन्ह - म्हणून हाक मारावी अशी खूप इच्छा होती. खरं तर हे नाव तुला शोभत नाही, तुझ्यासाठी ते योग्य नाही. तू तर अंधःकाराचा माणूस आहेस. तू प्रकाशित जीवनात काळा शाप बोलावून आणतोस. सुंदर स्वप्नांना दुःस्वप्नांचा काळिमा फासतोस. तू तर जहन्नममधल्या - नरकामधल्या अग्नीसारखा आहेस - जाळून राख करून टाकतोस. तुला प्रेम करणं माहीत नाही, तुला माहीत आहे फक्त फसवणं. तुझ्यावर विश्वास ठेवणं पाप आहे, तुझ्यावर प्रेम करणं पाप आहे. तेच पाप माझ्या शरीरात घुसलंय. मी कशी जळून मरते आहे, यातनांनी सतत उद्ध्वस्त होते आहे, हे तर तुला माहीत आहे. मरायचं असेल, तर आणखी किती उद्ध्वस्त व्हायला हवं? आणखी किती? खूप तपस्येनंतर मिळालेलं धन आहेस तू - मला एवढ्या साधनेनंतर एक अप्रामाणिक, खोटारडा माणूस मिळाला. माझं हे नशीब पाहून तुला नक्कीच हसू येत असणार, रोद! मनातल्या मनात तू नक्कीच खदखदा हसत असशील.

तुला माहीत आहे का रोद, आश्चर्य म्हणजे तू जवळ असलास की, मला बाकी सगळं विसरून जावंसं वाटतं. मला दुसरा कुठलाही आश्रय नाही, जाण्यासाठी कुठलीही जागा नाही, परत वळून उभं राहाण्यासाठी कुठलाही मार्ग नाही - म्हणूनच कदाचित विसरावंसं वाटतं - स्वप्नांचा विचार करावासा वाटतो. पण असं होत नाही, आपण स्वत:ला फसवतोय असं वाटतं. हृदयात दाबून ठेवलेल्या वेदना आगीसारख्या भडकून उठतात. तुला तर काही प्रेम करणं माहीत नाही, त्यामुळं या वेदना कशा असतात, किती जाळतात हे तुला समजत नाही.

आज सारी संध्याकाळ मनसोक्त रडले. अद्यापही गळ्यापाशी वेदनांचे मेघ जमलेले आहेत. आता मी फक्त दु:स्वप्नं पाहाते. वेदना विसरण्यासाठी लोक दारू पितात, मला खूप दारू हवी आहे. झोपण्यासाठी ट्रँक्विलायझर पाहिजे, सिडेटिव्ह पाहिजे. त्यानंतर मरण्यासाठी त्यांचा एक मोठा डोस घेतला, की झालं!

जीवनाबद्दल आता मला तिळमात्रही मोह नाही, प्रेम नाही. मला तर दगड होऊन जावंसं वाटतंय, पण होऊ शकत नाही. डोळ्यांमध्ये संपूर्ण खाऱ्या पाण्याचा समुद्र आहे.

त्या रात्री तू जेव्हा हळूहळू करीत प्रचंड आवेगाचा पूर आणलास, तेव्हा माझ्या शरीराला कुठलीही अनुभूती आली नाही. त्या सगळ्या प्रकारांनी नॉर्मल सेक्शुअल ऑर्गनमध्ये जे नॉर्मल स्टिम्युलेशन होतं, ते मला होत नव्हतं. माझ्या डोक्यात फक्त वेदना होत होत्या. तीव्र वेदना. तीव्र वेदना.

तुला झोप का येत नाही? माझ्या यातनांमुळे? झोप येत नाही म्हणून संपूर्ण सकाळभर झोपण्याचा प्रयत्न केला?

तुला पश्चात्ताप होत नाही, रोद? थोडाही पश्चात्ताप होत नाही? तुला मरून जावंसं वाटत नाही? तू मरून जाऊन मला जरा वाचव. तू मरून जाऊन मला थोडी शांती दे.

-सकाळ

इंजेक्शननेसुद्धा मला गुण आला नाही, गोळ्यांनीही नाही. इतर कुठल्या प्रकारच्या उपचाराबद्दल पुस्तकांत माहिती दिलेली नव्हती. गुण आला नाही, तर डॉक्टरांकडे जाता येईल, अशीही परिस्थिती नव्हती. तर मग जाऊ द्या, आजार आपल्या गतीने वाढू दे, असं मी ठरवलं. घरात एवढा अवघड अभ्यास शक्य नाही असं सांगून मी कपडे, वह्यापुस्तकं घेऊन होस्टेलवर राहायला गेले. सगळ्यांच्या इच्छेविरुद्ध जाण्याचं दु:साहस मी दाखवलं. मला वाटलं, मी गेले. होस्टेलवर सगळ्या मैत्रिणींबरोबर माझा अभ्यास होई, असंही नाही. मी सफिनाजच्या खोलीत मुक्कामाला गेले. त्या खोलीत तिच्या आणखी तीन रूममेटस् होत्या. चारजणींच्या ठिकाणी पाचजणी. यात कुणालाही काही हरकत नव्हती. मी अगदी दिलखुलास मुलगी आहे हे त्यांना माहीत होतं. मला हसणं माहीत आहे, आनंद साजरा करणं

माहीत आहे हे त्यांना माहीत होतं. मी छान गप्पा मारू शकते हे माहीत होतं. माझी उदासीनता जशी सुंदर आहे, तशी प्रसन्नताही. त्यांना सारं माहीत होतं, फक्त एक गोष्ट कुणालाही माहीत नव्हती - ती म्हणजे, मी खूप गुप्तपणे एक भयानक रोग सांभाळते आहे. मेडिकल कॉलेज, हॉस्पिटल, औषधांचं भांडार यांच्यामध्ये राहूनही मला हा रोग उपचार न घेता बाळगावा लागत होता. जखमेतून येणारी लस हळू-हळू कमी होत होती, जखमेचं बीभत्स रूप हळूहळू बदलत होतं आणि पुन्हा अचानक ते फोड फुगत होते. तो रोग जणू माझ्याशी लपाछपी खेळत होता. रुद्रसुद्धा माझ्याशी लपाछपी खेळत होता. ढाक्याला परत येईन म्हणत होता, पण येत नव्हता. एका आठवड्यानंतर येतो असं म्हणाला होता, पण दोन महिने झाले, तरी परतायचं नाव नव्हतं. रुद्रची पत्रं आता डालियाच्या पत्त्यावर येण्याची गरज नव्हती. त्याची पत्रं आता हॉस्पिटलच्या पोस्ट ऑफिसच्या पत्त्यावर येत होती. पोस्ट मास्टर माझी पत्रं वेगळी काढून ठेवीत आणि दुपारी मला देत. पत्राच्या पाकिटात यावेळीही कविता!

माहीत नाही कधी विषपात्र दिलं तुझ्या हाती
पिण्याचं पाणी समजून तू ते पिऊन टाकलंस.
जीवनाच्या पाकिटातून कधी दिला तुला मृत्यू,
माहीत नाही कधी द्राक्षरस म्हणून दिलं तुला गरळ.

रात्र उतरते, मृत्यूमय रात्र उतरते शरीराच्या घरात,
ही रात्र ज्योत्स्नाहीन, काजवेही नाहीत या रात्रीत.
फक्त अंधार, उद्ध्वस्ततेचा विशाल अंधार,
फक्त मृत्यूची छाया स्वप्नमग्न दोन्ही नेत्रांवर.

माहीत नाही गुलाब समजून कधी दिलं तुला विषफूल,
कधी दिला तुला हेमलॉक - जीवनाचा भार,
कधी नेलं ओढून तुला वाळवीने जीर्ण केलेल्या भूतकाळात -
आज फक्त पश्चात्तापाची उदास शिखा जळतेय सांजवात म्हणून.

अंधार मरत नाही या आजारी उद्ध्वस्त अंधाराच्या देशात,
उन्हाची आकांक्षा हृदयात, माळाच्या मार्गावर उतरते, तरी
जीवनाची उत्कट तृष्णा अमलिन ऊर्णनाभ हृदय-
रात्रीचं आकाश तरीही घेऊन येतं 'रोद'ची 'सकाळ.'

होस्टेलमधलं जीवन वेगळ्याच प्रकारचं होतं. अभ्यासाच्या वेळी अभ्यास, गप्पांच्या वेळी गप्पा, झोपेच्या वेळी झोप. सफिनाजच्या शिस्तपालनात कुठंही काही कसर नव्हती. मी आल्याबरोबर सगळं अस्ताव्यस्त करून टाकलं. माझं जीवन

रूटीन न मानणारं. माझ्या आसपास इतक्या मुली - इतक्या मुलींचं व्यक्तिगत, समष्टिगत जीवन मला इतकं नवीन होतं की, मी अभ्यास सोडून वारंवार उठून जाई. झोपेच्या वेळी गप्पा, अभ्यासाच्या वेळी हसणं-खिदळणं आणि गप्पांच्या वेळी तर गप्पा करीत राही. ज्यांना इतकी वर्षं कॉलेजमध्ये किंवा हॉस्पिटलमध्ये मी एप्रनमध्ये पाहात होते, त्या मुली एप्रन उतरवल्यावर इतर सामान्य मुलींसारख्याच दिसतात. एप्रन उतरवल्यावर त्या इतर सामान्य मुलींसारख्याच हसतात, रडतात, रुसतात. त्या खातात, पितात, झोपतात, अवांतर वाचन करतात. त्याही प्रेम करतात - स्वप्नं पाहातात - अभ्यासापेक्षा मला या गोष्टींतच जास्त उत्साह होता. आता मला रुद्रहीन जीवन हवं होतं.

हे जीवन मला भूतकाळ विसरायला लावील. स्वत:ला एकटं होऊ द्यायचं नव्हतं मला. एकटी असले, की त्या रोगाचे सतत विचार येत आणि मग मला काही सुचत नसे. मी अस्वस्थ होई. मी आत्महत्येचा विचार करी, आत्महत्येची स्वप्नं पाही. तरीही होस्टेलमध्ये सुद्धा अधूनमधून एकटं राहावं लागे. एकटी असले की तो रोग माझा मेंदू कुरतडू लागे एखाद्या किड्याप्रमाणे. पुन्हा रुद्र नावाचं दुःस्वप्न, पुन्हा डोळ्यांत पाणी, ते पाणी पत्रातल्या अक्षरांवर पडून अक्षरं पुसून टाकीत राही.

होस्टेल

१५.०९.१९८३

रोद,

सकाळपासून होस्टेलमध्ये बसून गप्पा मारीत होते. जेवण करून आता सगळ्याजणी थोडावेळ झोपल्या आहेत. मला झोप येत नाही म्हणून मी लिहितेय. तुला सगळं कळवल्यावर मग तू मला खूप मोठं पत्र लिहिशील, नाही? सगळ्याच्या शेवटी, माझ्या आयुष्याचा पुरा सत्यानाश करून आता तू मला सांगतोस, कशासाठी? आधी सांगता नव्हतं येत? आधी का प्रेमाच्या भाषेच्या मुखवट्याआड लपवला होतास तुझा खरा चेहरा? तेव्हा तर मला 'उद्ध्वस्त होण्या'चा अर्थ समजत नव्हता, 'अंधारा'चा अर्थ समजत नव्हता. 'उधळी', 'गबाळी' या शब्दांचे अर्थ समजत नव्हते. तेव्हा का स्पष्टपणे, फटकळ भाषेत तू मला समजावून सांगितलं नाहीस? तऱ्हेतऱ्हेच्या अशा शब्दांच्या आड का तू आत्तापर्यंत नाटक करीत राहिलास?

मला आता काय समजायचं बाकी राहिलंय? आता आणखी काय समजायची गरज आहे मला? आणखी काय सांगणार आहेस? इतक्या काळानंतर हे सगळं कळवण्याची गरज काय आहे मला, सांग! तुझ्या उद्ध्वस्त जीवनाची कथा आणखी किती प्रकारे तू मला सांगणार आहेस? विश्वास ठेव, मला मरून जावंसं वाटतंय. जोपर्यंत मैत्रिणींशी बोलत असते, तोपर्यंत मी आनंदात असते, मजेत असते. घरी एकटी असल्याने त्रास होतो. या होस्टेलमध्ये जर माझी एखादी खोली असती, तर

कधीच घरी गेले नसते.

तू खरोखर क्षमाहीन अंध:कार आहेस. का तू असं विचारतोस - तुला याबद्दल संशय येतो? आश्चर्य आहे! तुला लाज वाटत नाही? तुला थोडीशीही लाज वाटत नाही? अरे तू माणूस आहेस की किडा आहेस? तुला मरावंसं का वाटत नाही? तू क्षमाहीन अंध:कार नाहीस तर मग काय आहेस? तुला आणखी काय होण्याची इच्छा आहे? पृथ्वीवर असा कोण दयेचा सागर आहे की, जो तुझे सगळे चाळे ऐकल्यावर तुला क्षमा करील? कोण तुला माफ करील? मला एक माणूस आणून दाखव, साऱ्या देशभर फिरून तू मला एक असा माणूस आणून दाखव, की जो म्हणेल, की तू माफीला पात्र आहेस. जो म्हणेल, की तू किळसवाणा अंध:कार नाहीस. दाखवू शकशील आणून?

तू कलावंत आहेस, मान्य आहे. तू चांगल्या कविता लिहितोस हे तर मला माहीतच आहे. पण म्हणून काय झालं? तुला वेगळ्या प्रकारे पाहू म्हणजे कशा प्रकारे पाहू? होय, तू जर माझा कुणी लागत नसतास, तू जर फक्त कलाकारच राहिला असतास, तर मी कदाचित तुझ्याकडे वेगळ्या प्रकारे पाहू शकले असते. मग तू एकशेएक बायकांबरोबर चाळे करीत असतास, वेश्यागमन करीत असतास, तुला सिफिलिस असता, तू दारू पीत असतास, गांजेखोर असतास - तरी त्याने माझं काहीच बिघडलं नसतं. तू कलाकार, जे काही सृजनशील काम करत असतास, जे लेखन करीत असतास, त्याचाच फक्त मी विचार केला असता. पण तू माझा पती आहेस. तू कलाकार अस किंवा दुसरा काही अस, तू माझा पती आहेस. तू दुसऱ्या कुणा मुलीचा विचार केलास, तिच्यावर कविता लिहिल्यास, की मला फार वाईट वाटतं. तू गांजा ओढतोस, दारू पितोस - मी दु:खाने रडते. आणखी किती? लग्नाआधी हजार बायकांशी प्रेम केलंस - त्यात नुकसान नाही, पण काही बायकांशी नवरा-बायकोप्रमाणे रात्री घालवल्यास, दुसऱ्या स्त्रीचं शरीर उपभोगलंस, विश्वास ठेव - हे सारं मी सहन करू शकत नाही. प्रेमाने उन्मत्त होऊन कुणा मुलीशी लग्न करण्यासाठी वेडा झाला होतास हे ऐकून हृदयात कळ उठते, हृदय भग्न होतं. माझ्याशी लग्न केलंस तरी तू नियमित दारू पितोस, वेश्यावस्तीत जातोस, याची मी कधी कल्पनाही केली नव्हती. हे सारं कुठलीही मुलगी सहन करू शकत नाही. विश्वास ठेव. तू एक्साइटेड होशील, ठीक आहे, त्यात अस्वाभाविक काही नाही, तू हस्तमैथुन कर. तू वेश्येकडे जातोस कशासाठी? तू माझा एवढा मोठा अपमान करणार कशासाठी?

मला फसवून इतक्या दूर आणून तू स्वत:चं रूप दाखवलंस? हा माझ्या स्त्रीत्वाचा अपमान आहे. कुठलीही स्त्री हे सारं सहन करू शकत नाही. ना कुठलीही मुलगी हे सहन करू शकते. तू माझ्याकडून पकडला गेल्यानंतरही अनेक वेळा खोटं

बोलला आहेस. खोटारडेपणाची मला खूप घृणा येते. पण तू किती सहजपणे खोटेपणा करू शकतोस, स्वत:ला किती छान प्रकारे लपवू शकतोस! दुसऱ्या कुणा मुलीने अशा प्रसंगी काय केलं असतं मला माहीत नाही. सहन करण्याचा तर इथे प्रश्नच येत नाही. पण एक गोष्ट नक्की - तुझ्यासारख्या पती नामक फसव्या, ठक माणसाबरोबर कुणी क्षणभरही राहिली नसती. एक तर तिने तुला विष घालून मारून टाकलं असतं, नाहीतर ती स्वत: मेली असती. नाहीतर घराबाहेर पडून दुसऱ्या कुठल्यातरी प्रकारे जगली असती. पण मी का अद्याप स्वत:ला मुक्त केलं नाही - हा विचार केला की मला आश्चर्य वाटतं. मला कसली कमी आहे? तुला सोडलं तर माझ्या जीवनशैलीत काहीच फरक पडणार नाही. मग? खरं तर मी खूप पापभीरू आहे. नंतर लोक काय म्हणतील याचा विचार करते. तरीही या दोन गोष्टी नाकारूनच मी तुझ्यावर प्रेम केलं होतं. मी तर काही तुझं रूप पाहिलं नाही, धन पाहिलं नाही, फक्त कला पाहिली. तुला पूर्णपणे आपलंसं करून घेतलं.

आता आपल्या दोघांच्या आवेगांच्या क्षणी जुन्या आठवणी काढताना तू आपलं सडकं, घाणेरडं जीवन बाहेर काढतोस, ते मला सहन होत नाही. तू मला केवढा भीषण आजार दिला आहेस - माझ्यात त्याने चांगलंच घर केलं आहे. आणखी काय देणार तू मला? माझं जीवन संपलं नाही का? आणि माझं भविष्य? माझी तर स्वप्नं मेली आहेत, इच्छा मेल्या आहेत.

तू लिहिलं आहेस, 'सगळं लिहीन, सगळं.'

काय लिहिणार तू? काय कळवणार? तुझं जीवन जाणून मला काय फायदा? तुझ्या जीवनात तर काही माझ्यासाठी एकनिष्ठता नाही, चांगलं राहाणं नाही, प्रेम नाही. माझ्या स्वप्नातला तो सुंदर माणूस तर काही तू होऊ शकणार नाहीस!

तुझं जीवन समजलं, तर काय होणार माझं? काय परत मिळणार मला? तू तर माझ्यावर कधीच प्रेम केलं नाहीस. बेभान होऊन तुझ्यावर प्रेम केलं ते फक्त मीच! माझ्यावर प्रेम करून तू माणूस होऊ शकला नाहीस. तू मला पत्नीचं स्थान फक्त कविता लिहूनच देणार का? फक्त तुझ्या कवितेच्या साहाय्यानेच माझं स्त्रीत्व सार्थक करू इच्छितोस का? कुणा तरी मुलीला असं आवडेल का?

तुला तर समजत नाही. तू स्त्री होऊन पाहिलं नाहीस. या गोष्टी उद्‌ध्वस्त करून टाकतात, मन जाळून राख करून टाकतात. मला तुझं प्रेम मिळालं नाही. माझ्यासाठी तू चांगला राहू शकला नाहीस. मग कुणाचा विश्वास राहील? अविश्वास आणि खोटारडेपणाच्या पायावर तुला घर उभं करायचंय का?

म्हणूनच तुला म्हणतेय, की मित्र म्हणून तू चांगला आहेस, पण पती म्हणून कुठलीही स्त्री तुला सहन करू शकणार नाही. शकत नाही. आण, सगळी दुनिया शोधून आण अशी एक स्त्री, की जी तुला म्हणेल - तू कलावंत आहेस म्हणून तुला

वेगळ्या प्रकारे पाहायला हवं. वेगळे मापदंड लावायला हवेत.

तुला जर दुसऱ्या कुणाकडून इतक्या उदारतेची अपेक्षा आहे, तर मग स्वत: उदारता का दाखवली नाहीस? युद्धात बलात्कार झालेल्या एखाद्या वीरांगनेबरोबर का लग्न केलं नाहीस? दाखव, एखाद्या अभागी, परित्यक्ता स्त्रीशी लग्न करून दाखव. रस्त्यावरच्या एखाद्या अनाथ भिकारी स्त्रीशी लग्न करून दाखव. माझं त्यात काहीच नुकसान नाही. पण दुसऱ्याकडून उदारतेची अपेक्षा करण्याआधी कृपा करून स्वत:ची उदारता मला दाखव.

- सकाळ

मी परत येणार नाही, रुद्र - मी मनातल्या मनात म्हणत होते. मी नि:शब्दाशीच केलंय घर, तू मला पुन्हा त्या भयानक भूतकाळाचं स्मरण देऊ नकोस. मला एकटी राहू दे. तरीही रुद्र मला एकटी राहू देत नव्हता. तरीही त्याच्या कविता येऊन मला विषण्ण करीत होत्या.

नीरवता कुठल्या तरी एका उदासीन पाषाणाचं नाव
अहल्या कधीही होऊ शकणार नाही पुन्हा जिवंत.
ती होणार नाही पारिजात, कधीही होणार नाही सकाळ
दिवसा आणि रात्रीच्या संधिक्षणी थांबून जाईल ती.

अहल्या चिरकाळ तशीच राहून जाईल रक्तामांसाची
जाणार नाही ती दग्ध क्षुब्ध माणसांच्या मोर्चात कधीही
ती दग्ध माणसांचं क्षत, रक्त, ग्लानी घेणार नाही हृदयात,
जाणार नाही ती पुन्हा कधीही हिरव्यागार वनात.

स्पर्श करणार नाही ती हनुवटीचा थरथरता उत्ताप
ते हात कधीही स्पर्श करणार नाहीत पुन्हा उदासीन फुलाला.
नि:श्वासांच्या गंधाने पुन्हा जागणार नाहीत दोन सजल नेत्र,
नक्षत्रांची स्मृति फक्त शिल्लक राहील मज्जेच्या तिमिरात.

रुद्र मोंगलाहून परत आल्यावर मी होस्टेलमधून ढाक्याला निघून गेले. मी ढाक्याला चाललेय हे घरी कुणाला सांगण्याची गरज नव्हती. का चालले हेसुद्धा कुणी विचारणारं नव्हतं. 'माझी इच्छा, म्हणून चालले' हे कुणाला सांगण्याचीही गरज नव्हती. महिनोन् महिने सांभाळलेला आजार आता कुठल्या टप्प्यात आला होता हे पाहायला हवं होतं. कुणीतरी डॉक्टर हवे होते, अनोळखी डॉक्टर. शाहबागच्या वळणावर असलेल्या एका डॉक्टरच्या चेंबरमध्ये रुद्रने मला नेलं. डॉक्टरना तो म्हणाला, 'ही आजारी आहे. हिला जखम झालीय, ती बरी होत नाहीय.'

डॉक्टरनी विचारलं, 'कुठं झालीय जखम?'

रुद्र माझ्याकडे वळून म्हणाला, 'कुठं झालीय जखम ते सांग.'

'तूच सांग.'

रुद्र डॉक्टरकडे वळून म्हणाला, 'तिच्या प्रायव्हेट पार्टवर.'

'कधी झालीय? कशा प्रकारची जखम आहे?' डॉक्टरनी विचारलं.

रुद्र तारीख आठवण्याचा प्रयत्न करू लागला. बोटांवर महिने मोजू लागला. मी त्याला थांबवून कुठलीही झाकपाक न करता म्हणाले, 'हा माझा नवरा आहे. याला सिफिलिस झाला होता, त्याच्या संसर्गामुळे मला झाला. पेनिसिलिन घेतलं होतं, पण अद्याप बरी झालेले नाही.'

'ओ:! असं म्हणता?'

डॉक्टर बराच वेळ आमच्याकडे बघत राहिले. त्यांनी पूर्वी आम्हा दोघांना या भागात पाहिलंय, हे त्यांच्या नजरेवरून जाणवलं. डॉक्टरांनी मला रक्त तपासायला सांगितलं. रक्त तपासायला देऊन आम्ही मुहम्मदपूरला आलो. तिथं बसून राहा, कविता वाचा, रुद्रच्या संसाराचं स्वप्न पाहा. रुद्र भांडीकुंडी विकत घेईल. या घरात तो संसार थाटील. छोटा संसार, सुखी संसार. रुद्र आपादमस्तक शुद्ध होईल. मला मग कधीही दु:ख सहन करावं लागणार नाही. आणखी कधीही कष्ट सहन करावे लागणार नाहीत. मी एकदा त्याला क्षमा करावी, असं तो म्हणाला. क्षमा या विषयावर त्याला मी पूर्वीच पत्रात लिहिलं होतं. रुद्रला बायकांची नशा होती, वेड होतं, एखादी जाळ्यात सापडली, की तिच्या मांसल अंगाशी खेळण्यात त्याला आनंद होई. ही काही त्याची अचानक झालेली चूक नव्हती. स्वत:च्या जीवनातल्या सगळ्या गोष्टी जर त्याने आधीच स्पष्टपणे सांगितल्या असत्या, तर मी माझं जीवन त्याच्याशी जोडलं नसतं, त्याच्याशी लग्न केलं नसतं. पण त्याने मला सांगितलं नाही. तिथेच चूक झाली. त्याला बायकांचं वेड होतं ही चूक नव्हती. ते त्याचं पूर्णत: व्यक्तिगत व्यसन होतं. असं व्यसन माणसाला असतं. मी त्याच्या व्यसनाला दोष देत नव्हते. दोष देत होते त्याच्या खोटारडेपणाला. या खोटारडेपणाला एकच उत्तर होतं, ते म्हणजे त्याला सोडून देणं. त्याचा विचार न करणं. खूप सोपं!

व्ही.डी.आर.एल. पॉझिटिव्ह.

पुन्हा इंजेक्शनं घ्यावी लागली. एक दिवस नव्हे, तीन दिवस.

तीन दिवसांनंतर मयमनसिंहला परतले. होस्टेलवर. मी कुठं होते, कुणाकडे होते हे कुणालाही सांगण्याची गरज नव्हती. एक प्रकारचं मुक्त जीवन. पण या जीवनाला मी रुद्रच्या विषारी हवेत उडू देत नव्हते. एका मुक्त जीवनाची मला किती आस होती, मिळालं असतं, तर ढाक्याच्या साहित्यिक - सांस्कृतिक क्षेत्रात वावरले असते. पण आता तशी इच्छा मुळीच होत नव्हती. मी परत आले, रुद्र मागे थांबून आपल्या त्या खोलीत बसून लिहीत होता -

हृदयात पेटून उठते, पेटून उठते निर्वासनाची ज्वाळा
प्राण जाळून आज निर्वासनात निघाली आहे सकाळ
शरीर जाळून आज निर्वासनात निघाली आहे सकाळ
पृथ्वी अंधारमय करून निर्वासनात निघाली आहे सकाळ

कुसुमाचं मर्ममूल तोडून गेलाय गोपन-घातक
वाळवी पोखरू लागलीय नील नक्षत्राच्या देशाला
दिगन्ताच्या गावाने फाडून घेतलाय रंगीत पतंग,
हातात परत आलाय निरुपयोगी दोरा, स्वप्नभंग झालेलं हृदय.

विषाचा प्याला हाती घेऊन, उभा आहे घातक काळ
या दोन नग्न डोळ्यांत सर्वनाशी अपचय जळतो आहे,
काळाने दिला आहे या हाती न संपणारा क्लेद
दिला आहे रक्तमांसात जीवनाचा तप्त अंधकार.

घोर कृष्णवर्ण रात्र, तरीही दु:साहसाने केला होता स्पर्श
अंधारात जळालंय आज तिचं स्वप्नातलं गाव
अंधारात जळालंय तिचं विश्वासाचं हिरवं जग.
स्वप्नहीन जळालेलं घर, गाव - कोण परतवणार आता?

फक्त कविताच नव्हे, रुद्रच्या एकामागोमाग एक आलेल्या अनेक पत्रांचं उत्तर लिहायला बसले. सिफिलिसची जखम बरी झालेला रुद्र आता उत्सुकतेने संसाराची स्वप्नं पाहू लागला होता. जखम बरी झाल्याबरोबर रुद्र विसरून गेला की, आम्हा दोघांमध्ये आता रोग नसला, तरी रोगाची स्मृती होती. दोघांमध्ये अविश्वासाची दरी होती. तो विसरून गेला असला, तरी मी मात्र विसरू शकत नव्हते.

'अवकाश'

४.१०.१९८३

रोद,

आज दुपारी घरी परतले. खरं तर घराव्यतिरिक्त इतर कुठंही राहाणं मला शक्य नाही. बाहेर फारतर दोन किंवा तीन दिवस राहू शकते. अखेर होस्टेलमध्येही राहू शकले नाही. खरं तर आयुष्यभर ज्या परिसराची सवय झालेली असते, त्यात अचानक परिवर्तन सहन होऊ शकत नाही मला. फक्त बिछान्यात झोपून टेबलावर अभ्यास करीत माझं जीवन पुढे जाऊ इच्छित नाही. खूप गप्पांचे अड्डे आहेत, आनंद आहे, पण जीवन पुढे जाऊ इच्छित नाही. मला जेव्हा वाटेल, जसं वाटेल, तसं पाय पसरून किंवा पाय पोटाशी घेऊन पडून राहीन. अभ्यासाच्या पुस्तकांव्यतिरिक्तही मला अवांतर बरंच काही वाचायचं असतं, करायचं असतं. मला लिहायचं असतं, माझ्या

डोक्यात लाखो विचार उसळत असतात, म्हणून मला अगदी शांत वातावरणात एकटं राहावंसं वाटतं.

सगळा रामरगाडा, सगळी कामं बाजूला ठेवून मला उदासीन व्हावं लागतं - हा माझा कायमचा स्वभाव आहे. म्हणून घराव्यतिरिक्त इतर कुठेही मी स्वत:ला जुळवून घेऊ शकत नाही. इथं माझा स्वत:चा असा संसार आहे. मी एकटीच त्याची अधीश्वर आहे. माझ्या या नाना प्रकारच्या वह्यापुस्तकांनी भरलेल्या अस्ताव्यस्त, मळक्या बिछान्यावर मी झोपण्यासाठी जागा करून घेते. गाढ झोपेत रात्र जाते. पण नीटनेटक्या, साफसुथऱ्या अन्य कुठल्या बिछान्यावर मला क्षणभरही झोप येत नाही. बेचैनपणे या कुशीवरून त्या कुशीवर करीत रात्र काढावी लागते.

वह्यापुस्तकांचंही काही ठीक नाही. काहीच धड सापडत नाही. एक आकाशात तर दुसरं पाताळात. एक या कोपऱ्यात, तर दुसरं त्या कोपऱ्यात. तरीही अभ्यास होतो. खूप थोडा वेळ मनापासून अभ्यास करू शकते.

घरचे सगळे लोक माझ्यावर खूप प्रेम करतात, माया करतात, मला काय हवं नको ते पाहातात हे खरं नाही. कुणीही माझा विचार करीत नाही. या घरात मी जणू एक नकोशी व्यक्ती म्हणून जगते. मी मेले, तर या घरातलं कुणीही एकसुद्धा अश्रू ढाळणार नाही हे खरं आहे. माझं कुणालाही काही घेणंदेणं नाही. मी खूप मोठी अपराधी व्यक्ती आहे असं या घरातल्या सगळ्यांना वाटतं. अलीकडं मी हे मनाला लावून घेत नाही. लाडक्या मुलीप्रमाणे आता कुणाजवळ कशासाठीही हट्ट धरीत नाही. कशाबद्दलही तक्रार करीत नाही. माझ्या एकटं राहाण्याच्या आणि विचारांच्या राज्यात सतत विचार करण्याची वेळ-सीमा आणखी वाढलीय म्हणून मी घरातल्यांबद्दल कृतज्ञ आहे. खरं तर होस्टेलमधल्या साध्यासुध्या, शिस्तीच्या जीवनामुळं मला घुसमटल्यासारखं होऊ लागलं होतं. पिंजऱ्यातल्या पक्षाला वनात उडून जावंसं वाटतं, तसं वाटत होतं.

तुझ्या खोलीतही अशीच टापटीप, मला घुसमटल्यासारखं होतं. सहन होत नाही. मला बरं वाटत नाही. जास्तीत जास्त दोन दिवस - त्यानंतर सारं असह्य वाटतं मला. एवढंच काय, तू सुद्धा - तुझं वागणं, बोलणंबिलणं, सगळं!

ज्या प्रकारे माझ्या संदर्भात तू स्वत:चं दमन करू शकतोस, तसं मला करता येणार नाही. म्हणूनच अजाणता ती घोडचूक होऊन गेली. यामुळे आता माझा एक फायदा नक्कीच झालाय, तो म्हणजे, त्या सगळ्याबद्दल मला आता कमालीची नावड वाटू लागली आहे. मी आता अगदी सहजच स्वाभाविक तृष्णांचं दमन करू शकते. हा माझा मोठाच फायदा झाला. पण त्याव्यतिरिक्त जे नुकसान होऊन गेलं आणि थोड्याच दिवसांत मी जे अगदी हाडांहाडांमधून अनुभवणार आहे, त्या नुकसानीपासून तू मला कसंही करून, कृपया वाचव. किमान थोडी निर्भरता मिळाली, तर मला

मन:शांती मिळेल.

बस, आणखी काहीही नको. जे आजारपण जात नाहीय आणि जाणार नाही त्यासाठी उगाच ढाका-मयमनसिंह असे हेलपाटे घालून काही फायदा नाही. कारण हा रोग जाणार नाही. हा रोग मला पक्का चिकटलाय. माझा विनाश केल्यावरच त्याला बरं वाटेल.

अचानक आवेगात काहीतरी करून बसल्याने मला आता आयुष्यभर पश्चात्ताप करावा लागणार. उदाहरण म्हणजे मी तुला पत्रं लिहिली, तुझ्यावर प्रेम केलं, तुझ्याशी लग्न केलं, तुझ्या घरी गेले, स्वत:ला समर्पण केलं... मधूनमधून मी स्वत:लाच विचारते, मी कुणाजवळ समर्पण केलं? याचं मी काय उत्तर देऊ? चोहीकडून खदखदा हसल्याचे आवाज येतात.

या प्रश्नाचं उत्तर मला माहीत नाही. लोक म्हणतात, अगदी सरळ असलेल्या व्यक्तीचा एकदा पाय घसरला, की मग ती पुन्हा मार्गावर येत नाही. एकदा पाय घसरावा असं वाटतं. एकदा तू सजवलेली स्वप्नं उद्ध्वस्त करावीशी वाटतात. तुझ्या संसाराला आग लावावीशी वाटते. तू जसं मला उद्ध्वस्त केलं आहेस, मला जितकं रडवलं आहेस, तितकं तुला रडवावंसं वाटतं. दु:खाच्या आगीत जाळावंसं वाटतं. का वाटणार नाही सांग बरं! मी तर माणूस आहे, देवता नाही. देवता नाही म्हणून मी तुझ्या घरी येणार नाही. सुंदर नटणं-थटणं, घरी जाणं, लग्नाचा समारंभ, सामाजिकता, बरेच दिवस खाऊन-पिऊन विश्रांती घेणं, ढाक्याला प्रेसचं काम, भांडीकुंडी विकत घेणं, स्वयंपाकबैपाक, घरी जेवणं, वेळेत घरी परतणं, रात्र झाल्यावर बायकोला जवळ घेऊन झोपणं - यातलं काहीच मी होऊ देणार नाही. तुझ्यासारख्या माणसाच्या हाती इतक्या सहज सुखाचं पाखरू यावं असं मला वाटत नाही. तुझ्यासाठी का बरं मी घरच्या सगळ्यांना फसवून, माझं इतक्या दिवसांचं रुळलेलं जीवन सोडून प्रेमाने उन्मत्त झालेल्या वेडीसारखी घरातून निघून जाऊ? तू मला काय दिलं आहेस आणि काय देणार? त्याच्या बदल्यात अशा प्रकारे तुझ्याबरोबर निघून जाण्याचं धाडस मी करू शकेन! तू काय कारण दाखवशील? तोच एक सही केलेला लग्नाचा कागद! अगदी त्याचप्रमाणे एक सही केलेला तलाकनामासुद्धा मिळतो हे पक्कं ध्यानात ठेव. जर म्हणशील इतक्या दिवसांचा संपर्क! तर मी म्हणेन, चूक झाली. प्रथमपासून माझ्याकडूनच सारं चुकलं. अचानक आवेगात काहीतरी करून बसले.

मी तर माणूस आहे. देवता नाही. म्हणूनच चूक केली आणि चुकीतून स्वत:ला मुक्त करण्याचं साहसही माझ्यात आहे. तू माझ्यात थोडं साहस राहू दे. तू तुझ्या कल्पना बाद करून टाक. माझ्याविरुद्धच्या वातावरणाशी मी शक्य तितकं जुळवून घेतलंय. मला आता एकटं राहाणं बरं वाटतं. चोहीकडेच्या शत्रुतेपासून स्वत:ला

वाचवण्यात सुख वाटतं. आता मी कुणाच्याही अध्यात-मध्यात नसते. माझी कुणी चिंता करीत नाही, मी कुणाची चिंता करीत नाही. बस्, छान चाललंय.

प्रेम करून ज्याच्यासाठी घर सोडावं, एवढा थोर प्रेमिक तू होऊ शकला नाहीस. चांगली पत्नी बनून ज्याचा संसार करावा, इतका थोर पती तू होऊ शकला नाहीस. ज्याच्यासाठी जीवनाची बाजी लावावी, एवढा थोर माणूस तू होऊ शकला नाहीस.

तुझ्या घरापेक्षा माझ्या घरी मी सुखात नसले, तरी शांतीत आहे. अजूनही मला चांगली झोप लागते. तुझ्यापासून दूर राहून, माझ्या चुकांना विसरून जाण्याचा प्रयत्न करते. मी कशीही जगले, तरी चांगली राहीन, एवढं मी तुला खात्रीनं सांगू शकते. मला कुठेही जाण्याची गरज नाही. मी माझ्या घरी परतले आहे आणि उरलेलं जीवन मी माझ्यापाशीच राहीन. जगात माझ्यावर माझ्यापेक्षा कुणीही अधिक प्रेम करीत नाही. माझ्या स्वत:शिवाय माझं जवळचं असं कुणीही नाही.

तू मला विसरून जा. आजवर घडू नये असं खूप घडलं. आणखी काही घडवण्याचा प्रयत्न करू नकोस. कृपया मला विसरून जाऊन मला वाचव.

मी तर माणूस आहे. म्हणून खूप दिवस जगण्याची इच्छा आहे.

- सकाळ

मी जेव्हा जगण्याकडे लक्ष दिलं, तेव्हा रुद्र मयमनसिंहला आला. पण तो आल्याने काहीच पूर्वीसारखं घडलं नाही. आमचं पूर्वीप्रमाणे भेटणं, प्रेमाच्या हिंदोळ्यावर झोके घेणं, एकमेकांच्या डोळ्यांत नुसतं पाहात राहणं - काहीही झालं नाही. मसूदच्या घरी त्याने जी कविता लिहिली, ती ढाक्याला परत जाताना मला त्याने पोस्टाने पाठवली. ती कविता जेव्हा मी घराच्या गच्चीवर बसून सूर्यास्ताच्या अंधुक प्रकाशात वाचली, तेव्हा हृदयात कळ आली. कवितेतल्या प्रत्येक शब्दाने मला स्पर्श केला. मी एकटीच खूप रडले. खूप वेळ रडले. स्वत:साठी रडले, रुद्रसाठी रडले.

तुला परत आणील प्रेम, मध्यरात्री डोळ्यांतले दवबिंदू,
हृदयातली खोल जखम, जळालेला चंद्र तुला परत आणील.
प्रेमाची हाक मारतील आश्विनातले उदासीन मेघ,
तुला परत आणील स्वप्न, पारिजात, मातीतली फुलं.

तुला परत आणील प्राण, हे प्राण निषिद्ध जहर,
तुला परत आणतील डोळे, हे डोळे धारदार अग्नी
तुला परत आणतील हात, हे हात निपुण निर्मितीत,
तुला परत आणील तनू, ही तनू निकषित हेम.

तुला परत आणील तो रात्रीचा निद्राहीन पक्षी
हृदयाच्या डावीकडे आहे काळी एक वेदनेची शवपेटी

तुला परत आणील फेन, समुद्राची आदिगन्त इच्छा
सौरभाचे भिजलेले डोळे, आणतील तुला परत.

ही विषारी वेळ प्रेमाने रक्षण करील मार्गाचं,
झरलेल्या पारिजाताचं शव पडून राहील मार्गात,
निभृत अंगार एक आणील परत तुला,
पश्चात्तापदग्ध अंधकार मृत्यूला स्पर्श करून परत आणील झळाळ.

निर्वासन माझ्यासाठी नव्हतं. ट्रिपोनेमा पेडिलाम कितीही शक्तिमान असलं, तरी रुद्रसाठी असलेलं माझं प्रेम थोडंही मलिन करण्याची शक्ती त्यात नव्हती. बहुधा माणूस आयुष्यात एकदाच प्रेम करू शकतो, वारंवार करू शकत नाही. इतर कुणाहीसाठी माझ्या हृदयात अशी कळ येत नाही. इतर कुणाहीसाठी डोळ्यांतलं पाणी असं वाहात नाही! रुद्रची प्राणपणाने घृणा करावी असं वाटत होतं, पण करू शकत नव्हते. त्याच्या कवितेच्या प्रत्येक शब्दाने माझ्या त्या इच्छेला दूर-दूर उडवून लावलं. सूर्यास्ताकडे पाणीभरल्या डोळ्यांनी बघत मी एका नव्या दिवसाचा विचार करू लागले. सारा अंध:कार धुवून टाकीत जो दिवस उद्या येईल, तो नक्कीच वेगळ्या प्रकारचा असेल.

मनाईचं कुंपण

मनाईचे नियम कशासाठी असतात? शुद्ध, सुंदर राहाण्यासाठीच तर असतात. या प्रकाराशी माझा संपर्क जन्मापासूनच आला. मग कशासाठी माझ्यावर मनाईचे हुकूम, बंदीचे हुकूम? कशासाठी मी आई-बाबांचे मनाईचे आदेश पालन करू? त्यांना भिण्याचं काहीच कारण नव्हतं. ज्या कारणासाठी भीती वाटायला हवी, त्यापेक्षा बरंच मोठं काही घडून गेलं होतं माझ्या जीवनात. मी ज्यापासून सावध राहायला हवं होतं, असं काहीच नव्हतं. मनाईचे आदेश दिले तरी लाभ काय? मी मनाईचं कुंपण पार केलं. मनाई न मानता रुद्रला 'अवकाश' या आमच्या घरी घेऊन गेले. सगळ्यांनी बघावं मी कुणावर प्रेम करते. एकदा सगळ्यांना कळणारच आहे तर कळू दे आता! डॉक्टरी पास केल्यानंतर जन्मभरासाठी त्याच्याकडेच जायचं आहे. रुद्रशी कुणाची ओळख करून देण्याच्या हेतूनेही मी रुद्रला घरी नेलं नाही. 'अवकाश'मध्ये माझे वर्गमित्र नेहमीच येत. फक्त मित्रच नाहीत, वरच्या वर्गातले विद्यार्थी मार्गदर्शन करण्यासाठी, ज्ञान देण्यासाठी येत. खालच्या वर्गातले विद्यार्थी मार्गदर्शन घेण्यासाठी येत. 'अवकाश'मध्ये सर्वांनाच मुक्तद्वार होतं. बाबा बहुधा बऱ्याच जणांना पाहून मनातल्या मनात संतापत, पण उघडपणे कधीही तसं दाखवीत नसत. ते नि:स्पृहता दाखवीत, पण कुणालाही घरातून हाकलून देऊ शकले नाहीत. कुणालाही 'नीघ इथून' असं म्हणू शकले नाहीत. छात्र-शिक्षक संपर्कच मध्ये बाधा म्हणून उभा राहात असे. यात थोडा माझाही हातभार होता. मीच मेडिकलच्या पहिल्या वर्षापासून हळूहळू घरातल्या लोकांना माझ्या वर्गमित्रांच्या उपस्थितीची सवय लावली. फक्त रुद्रसाठीच आमच्या घरात अलिखित मनाई होती. रुद्रसाठीच मला भीती वाटत असे. ही माझी भीती अचानक नष्ट झाली. म्हणूनच त्याच्यावरची मनाई मोडताना माझ्या छातीत धडधडलं नाही. यास्मिन घरी होती. आईही होती. पण कुणीही रुद्रच्या समोर

आलं नाही. त्याला चहा देण्यात आला नाही. चहा घेत-घेत घरी आलेले विद्यार्थिमित्र जशा माझ्याशी गप्पा करीत, तशा गप्पा झाल्या नाहीत, कारण बाबा आले. दुपारी साडेबारासारख्या अवेळी घरी येण्याचं काहीच कारण नसतानाही बाबा आले. आम्ही दोघेजण तेव्हा नुकतेच घरात आलो होतो. बाहेरचं फाटक अद्यापही सताड उघडं होतं. रुद्र नुकताच सोफ्यावर बसला होता. मी आत सुफीला किंवा नर्गिसला चहा करायला सांगणार होते, तेवढ्यात फाटकाचा आवाज ऐकून पाहिलं, तर बाबा अंगण पार करून बैठकीच्या खोलीकडे येत होते. त्यांनी रुद्रला पाहिलं, विस्फारलेल्या नजरेने त्याच्याकडे बघत, तर्जनी फाटकाकडे दाखवीत सारं घर दणाणून टाकणाऱ्या आवाजात ओरडले, 'गेट आऊट!' बाबांचं ओरडणं ऐकून स्वयंपाकघरातून आई धावत आली, बेडरूममधून यास्मिन धावत आली. रुद्र फाटकाबाहेर पडल्याबरोबर मी सगळ्यांना चकित करीत फाटकाच्या दिशेने गेले. मागे बाबांचे लाल डोळे, मागे बाबांची तर्जनी, मागे आईचा आर्त चीत्कार - 'नासरिन, जाऊ नकोस, परत ये.' मागे यास्मिनचं मला 'बुबू, बुबू' म्हणून परत बोलावणं.

गोलपुकूरच्या दिशेने चालत निघालेल्या रुद्रजवळ मी पोचले, तेव्हा तो संतापाने थरथरत होता. मी मनाईचं कुंपण तोडून त्याच्याजवळ आले होते. एकीकडे आई-बाबा-बहीण आणि दुसरीकडे रुद्र यांच्यापैकी मी रुद्रला निवडलं होतं हे माझं किती मोठं पाऊल होतं हे बहुधा त्याला समजलं नव्हतं. ज्यांच्यावर माझी श्रद्धा होती त्यांना मी नाकारलं, त्यांच्या लाल डोळ्यांची मी पर्वा केली नाही, त्यांची स्वप्नं मी आज भग्न केली हे समजणं शक्य नसल्यानेच रुद्र म्हणाला, 'माझा अपमान करायला घरी घेऊन गेली होतीस का तू?' नाही, अपमान करण्यासाठी नाही. बाबा असे अचानक अवेळी घरी येतील हे तर काही मला माहीत नव्हतं. तुलाच तर 'अवकाश'मध्ये यायची, माझ्या बाबांना भेटण्याची इच्छा होती, होती ना? एक रिक्षा करून आम्ही दोघे सरळ बसस्टँडवर आलो. ढाक्याला जाण्याची माझी काहीच तयारी नव्हती, पण बसमध्ये चढले. घरातून परवानगी तर घेतली नव्हतीच, घरी कुणाला मी ढाक्याला जातेय असंही सांगितलं नव्हतं. सगळे विचार करतील, मी कुठे आहे, घरी का परतत नाही, संध्याकाळ होईल, रात्र होईल, त्यांची चिंता वाढेल. बस ढाक्याच्या दिशेने धावू लागली. मी खिडकीबाहेर बघत राहिले.

बसच्या सगळ्यात मागच्या सीटवर बसलेल्या रुद्रच्या बाजूला बसलेला एक माणूस त्याच्या शेजारच्या माणसाशी राजकारणावर गप्पा मारीत होता. रुद्रनेही त्या गप्पांमध्ये सहभाग घेतला. इर्शादचं पतन होणार याची रुद्रला खात्री होती, त्या माणसांनाही खात्री होती. राजनीतीवरून चर्चा महागाईवर आली. जीवनावश्यक वस्तूंचे भाव कसे सामान्य लोकांच्या आवाक्याबाहेर चालले आहेत याबद्दल संताप, हताशपणा व्यक्त करून झाला. मग माणसाच्या चारित्र्यासंबंधी चर्चा. रुद्रच्या मतांशी

शेजारच्या माणसाची मतं पूर्णपणे जुळत होती म्हणून तो वारंवार प्रसन्न नजरेने रुद्रकडे बघत होता. यानंतर सहप्रवाशाला जे प्रश्न स्वाभाविकपणे विचारले जातात, ते प्रश्न तो रुद्रला विचारू लागला. 'तुमचं घर कुठंय भाऊ?'

'घर खुलन्याला.'

'राहाता मयमनसिंहला?'

'नाही. ढाक्याला राहातो.'

'असं. आणि या कोण तुमच्या?'

'माझी बायको आहे.'

'म्हणजे तुमची सासुरवाडी मयमनसिंहची वाटतं!'

'हो.'

'तुम्ही करता काय भाऊ? म्हणजे नोकरी बिकरी...'

'लिहितो.'

'म्हणजे?'

'मी लिहितो.'

'लिहिता?'

'हो, लिहितो.'

'काय लिहिता?'

'कविता लिहितो.'

'कविता लिहिता?' तो माणूस फ्याक फ्याक करून हसला. त्याचे डोळे कुतूहलाने क्षणात लहान, तर क्षणात मोठे होत होते. ते शेवटी रुद्रच्या शांत, शेवाळलेल्या डोळ्यांमध्ये स्थिर झाले.

तो माणूस आता म्हणाला, 'तुम्ही कविता लिहिता हे तर समजलं, माझा मुलगाही कविता लिहितो; पण तुमचा पेशा काय?'

'माझा पेशा कविता लिहिणं.' रुद्र अत्यंत शांत आवाजात म्हणाला.

या प्रकारचं उत्तर त्या माणसाने बहुधा प्रथमच ऐकलं असावं. यानंतर तो काहीच बोलला नाही. खिडकीबाहेर बघत त्याने प्रवास पूर्ण केला.

रुद्रने मला आधीही सांगितलं होतं, की त्याची कुठेही नोकरीबिकरी करण्याची इच्छा नाही, लेखन हाच व्यवसाय म्हणून स्वीकारायची त्याची इच्छा आहे. या देशात लोक लेखन हाच एकमेव व्यवसाय म्हणून का स्वीकारीत नाहीत ते त्याला आजही समजलं नव्हतं.

'कारण त्यातून बऱ्यापैकी पैसे मिळत नाहीत. एका कवितेसाठी तुला किती मानधन मिळतं? वीस-पंचवीस रुपये - फारच झालं तर पन्नास रुपये! एवढ्या पैशात जगता येतं?'

'लेखकाचं मानधन वाढवायला हवं.'

'कोण वाढवणार?'

'मासिकांचे संपादक.'

'त्यांनी वाढवलं नाही तर काय करणार?'

'आंदोलन करीन. लेखन देणार नाही.'

'लेखन दिलं नाही, तर मग जे कमी मानधनात किंवा मोफत लेखन देतील, त्यांचं लेखन घेतील संपादक.'

'मोफत कुणीही देणार नाही लेखन.'

लेखन तर मीही करीत होते, पण लेखनावर पैसे मिळवण्याचा विचार कधीही केला नव्हता. कवितेच्या मोबदल्यात पैसे घेणे या विचाराचीच मला लाज वाटे. तुम्ही मला कविता द्या, मी तुम्हाला प्रेम देते - हे ठीक आहे. चालेल, पण पैसे दिलेत तरच कविता लिहीन हे कसं काय? कविता काय खरेदी-विक्री करायची वस्तू आहे? तसं असेल तर कविता मला कांदालसणासारखी वाटेल. पैसा ही वस्तू सतत आपल्या हातातून गळतच राहाते, जातच राहाते. कवितेला पैशाच्या हाती सोपवलं तर तेच होईल, निसटून जाईल ती!

रुद्रला प्रेमिक बनवू शकले नाही, तरी त्याला एम.ए.ची परीक्षा द्यायला मी भाग पाडू शकले. त्याला परीक्षेला बसूच देत नव्हते, पण व्ही.सीं.ना विनंती करून, शेवटी तो परीक्षा देऊ शकला. तो एम. ए. झाला खरा, पण लेखनाला व्यवसाय म्हणून स्वीकारायचं त्याचं स्वप्न काही गेलं नाही.

मोहाखालीला बस थांबल्यावर रिक्षाने मुहम्मदपूरला गेलो. संध्याकाळी बाहेर पडलो. टी. एस. सी. चौकात थांबून रुद्र गप्पा मारण्यासाठी मित्र शोधू लागला. संध्याकाळी मैदानात उभे राहून चहा घेता-घेता मित्रांच्या भेटी होत. लेखक, कवी, पत्रकार, रंगकर्मी, गायक असे लोक तिथे भेटत. कुणी ना कुणी भेटतच. रुद्र आता मित्रांशी माझा परिचय 'माझी पत्नी' म्हणूनच करून देत असे. मीही त्याला हरकत घेत नसे. गप्पांचा अड्डा संपल्यावर दोन ताटं, चार चहाच्या कपबशा, दोन पाण्याचे ग्लास, दोन छोटी पातेली, डाळ-तांदूळ - तेल - अंडी - मीठ - चहा पावडर इत्यादी खरेदी करून घरी परतलो. 'संसाराची पहिली खरेदी' रुद्र हसून म्हणाला. हॉटेलमध्ये खाणं त्याला आवडत नव्हतं. आता घरी स्वयंपाक होईल, घरी जेवण करील. पण स्वयंपाक करणार कोण? मी तर कधीच स्वयंपाक केला नव्हता. तरीही मलाच स्वयंपाक करायला हवा. आता तो संसारी होणार. आता अस्ताव्यस्त, गबाळं जीवन जगणार नाही. मला स्वयंपाक करता येत नाही. उद्या सकाळीच मयमनसिंहला जायला हवं, खूप महत्त्वाचे तास आहेत, खूप अवघड परीक्षा आहे हे मला सांगता आलं नाही. संसाराचं उद्‌घाटन करताना भात करायला गेले तर तो शिजला नाही,

चुलीवर वरण ठेवलं, तो प्रकार दुसराच काहीतरी झाला. अखेर ऑम्लेट करून वेळ मारून नेली. तेच खाऊन रात्री रुद्रने मला स्पर्श केला. रुद्रने स्पर्श केला की, माझं शरीर माझ्या ताब्यात राहात नसे. मनातला विरोध नष्ट होऊन जाई. मी पाण्याप्रमाणे रुद्र-पात्रात वाहात जाई. हे प्रेम की संस्कार? - मी स्वत:लाच विचारी. हळूहळू लोकांना रुद्रने माझ्याशी लग्न केलंय हे माहीत होतंय. एकदा लग्न केलं की पाऊल मागे घेता येत नाही. कसंही करून नवऱ्याशी जुळवून घ्यावंच लागतं असं लोक म्हणतात, म्हणूनच का? म्हणूनच मला रुद्रपासून दूर होता येत नाही का? की माझं त्याच्यावर प्रेम आहे म्हणून? मी काय संस्कार फार मानते का? तसं असतं तर हबीबुल्लाहशी माझी मैत्री झालीच नसती. कारण मुलींनी मित्र करणं हे संस्काराच्या पलीकडचं होतं. संस्कार मानले असते तर रुद्रशी माझा संपर्कच झाला नसता, कारण तो डॉक्टरही नव्हता, इंजिनियरही नव्हता. मी संस्कारांची पर्वा न करता रुद्रवर प्रेम केलं.

संभोगाने तृप्त, तुष्ट रुद्रकडे पाहून मी मनाशी म्हटले, रुद्र खरंच माझ्यावर प्रेम करतो का? प्रेम करीत असेल तर दुसऱ्या बाईच्या शरीराला तो कसा काय स्पर्श करतो? मला तर तसं वागता येत नाही. हबीबुल्लाह माझ्याकडे प्रेमभऱ्या नजरेने बघत राहातो, त्याला स्पर्श करावा असं मला वाटत नाही. त्याच्यासारखा पुरुष माझ्यासमोर नग्न होऊन उभा राहिला तरी मला तिळमात्रही त्याला स्पर्श करण्याची इच्छा होणार नाही. शरीर मनापासून खूप दूर असतं ना!

मयमनसिंहला परत आले. आईने विचारलं, 'कुठं होतीस?' मी काहीच उत्तर दिलं नाही.

'मी कुठे जाते, कुठं राहाते हे कुणीही विचारण्याची गरज नाही' - मी स्पष्टच सांगून टाकलं.

'घराबाहेरच जा ना. ज्याच्याबरोबर रात्र घालवलीस, त्याच्याकडेच जा!'

'वेळ आली की जाईन. कुणी सांगायची गरज नाही.'

आईने शिव्या दिल्या तरी ती बोलत होती, बाबा बोलतच नव्हते. माझ्या सावलीलाही उभे राहात नव्हते. कॉलेजला जाण्यासाठी रिक्षाभाडंही देत नव्हते. सात दिवस उलटून गेले. बाबांच्या हातून पैसे सुटत नव्हते. बाबा जणू मला विसरूनच गेले होते. सात दिवसांनंतर आई त्यांना म्हणाली, 'तिने काय कॉलेज बंद करून बसून राहायचं का? रिक्षाभाडं देत जा तिला.'

आईकडं संतापाने बघत ते म्हणाले, 'तिला घराबाहेर निघायला सांग. माझ्या घरात राहायचा तिला मुळीच अधिकार नाही.'

मला उद्देशून ते म्हणाले, 'माझ्या घरात राहायला तिला कुणी सांगितलंय? तो पोरगा कोण? कुठला? काय करतो? किती मोठं साहस या पोरीचं - त्याला आपल्या

घरी आणलं! माझ्यासमोर त्याच्याबरोबर बाहेर गेली! तिला लाथ मारून बाहेर काढीन!'

बाबा बाहेर गेल्यावर आई म्हणाली, 'जरा समजून घे - स्वत:च्या आयुष्याचा किती सर्वनाश करते आहेस तू! तुझा बाप तुझ्या शिक्षणाचा खर्च देणार नाही. तुझं मेडिकलचं शिक्षण बंद होईल. बापाचं खूप स्वप्न होतं एक मुलगी डॉक्टर होईल. सगळं गेलं!'

आईचा विलाप ऐकत राहिले.

रात्री माझ्याजवळ बसून आई हळुवार आवाजात म्हणाली, 'ज्या माणसाबरोबर गेली होतीस, त्याचं नाव काय? रुद्र का? रुद्रशी तू लग्न केलं आहेस का?'

मी न बोलता तिथून उठून गेले. आई मागोमाग येत म्हणाली, 'लग्न केलं नसशील तर सांग की लग्न केलं नाही. सांग तुझ्या बापाला. कदाचित तुझ्या बापाचा राग कमीही होईल.'

घरातल्या वातावरणात माझी घुसमट होऊ लागली. सगळ्यांची नजर माझ्याकडे. घृणेची नजर. संशयाची, अविश्वासाची नजर. मी जणू पूर्वीची मी नव्हते, जणू मी वेडी होऊन घरी बसले आहे. वाटे, घरातून बाहेर पडून वाट फुटेल तिकडं जावं. यावेळी आईने समस्येवर उपाय काढला. अंगणातल्या झाडांची शहाळी काढवून, ती विकून मला रिक्षाभाड्याला पैसे दिले. पण मला म्हणाली, बाबांच्याकडे स्वत:च्या चुकीची क्षमा माग. नियमित कॉलेजला जाईन असं सांगून त्यांच्याकडून खर्च घे. मी ते ऐकलं नाही. रुद्रला पत्र लिहून घरातली परिस्थिती कळवली आणि काही पैसे पाठव असंही लिहिलं. रुद्रने मनिऑर्डरने एक हजार रुपये पाठवले. त्यामुळे माझी चिंता संपली. फक्त कॉलेजमध्ये जाण्यायेण्यासाठीच पैसे खर्च होत असं नाही. संध्याकाळी यास्मिनला घेऊन रिक्षातून मी गावभर भटकत राही. त्यात अद्‌भुत आनंद असे. जणू दोन मुक्त पाखरं! हॉटेलमध्ये जाऊन मलई करी, रसगुल्ले खात असू. बिस्किटं संपली होती. मी एक पौंड बिस्किटं विकत आणली. आईला माहेरी जायला मी रिक्षाभाडं देई. यास्मिनला घेऊन हॉटेलमध्ये मटनभात खायला जाई. कधी चायनीजमध्ये जाई.

मी कॉलेजमध्ये जातेय, पण त्यांच्यापुढे हात पसरीत नाही हे बाबांच्या लक्षात आलं. घरात वरणभाताशिवाय आणखी कशाची व्यवस्था न केल्यावरही घरून कुणी काही मागणी करीत नव्हतं याने त्यांच्या अहंकाराला धक्का बसला. आईला त्यांनी विचारलं, 'त्या पोरीला रिक्षाभाडं कुठून मिळतं? तू देतेस?'

'मी कुठून देणार? माझ्याकडं तुम्ही पैसे देता का कधी?'

'मग मिळाले कुठून?'

'कोण जाणे?'

‘कोण जाणे म्हणजे? तुला माहीत नाही?’

‘माहीत होऊन काय होणार? तुम्ही पैसे देणं बंद केलंत. तीच व्यवस्था करते. केली तिने व्यवस्था.’

‘काय व्यवस्था केली? कुणाकडून?’

‘ते तिला विचारा. बोलणं बंद का केलंत? बोलणं बंद केल्याने समस्या सुटते का?’

‘मी घरातून बाहेर जायला सांगितलं होतं तिला, जात का नाही?’

‘कुठं जाणार?’

‘ज्या पोराकडून पैसे घेते त्याच्याकडेच जावं ना!’

‘गेल्यावर आनंद होईल का तुम्हाला? आता तर काही नोमान-कमालला पैसे द्यावे लागत नाहीत. मला तर काही देतच नाही. दोन मुलींना जे देत होता, तेही आता जमत नाही वाटतं! मुली काय आज ना उद्या सासरी जाणारच. आत्ताच का हाकलायला बसलात त्यांना? आम्ही साऱ्याजणीच जातो, राहा एकटेच!’

बाबांनी काहीच उत्तर दिलं नाही. शून्य नजरेने ते अंगणाकडे बघत राहिले. बाबा आता यास्मिनकडून काही अपेक्षा ठेवतील, अशी शक्यताही नव्हती. मॅट्रिकमध्ये पहिल्या श्रेणीत उत्तीर्ण झालेली यास्मिन इंटरमिजिएटला सेकंड क्लासमध्ये उत्तीर्ण झाली होती. परीक्षेच्या निकालानंतर ती म्हणू लागली, ‘खरं तर या देवनाथ पंडित सरांमुळेच मला पेपर चांगले गेले नाहीत. देवनाथ पंडित सरांच्या खासगी क्लासमध्ये अनेक विद्यार्थी-विद्यार्थिनी शिकत. त्या गर्दीत एका कोपऱ्यात बसलेल्या यास्मिनला गणितातलं काहीच समजलं नाही. मला मात्र वाटे की हसीना आणि सुहृद यांच्याकडे तिचा एवढा ओढा होता, की तिला अभ्यासाला बसावंसं वाटतच नसे. मी ‘अभ्यास कर’ म्हटलं की ती मला उलट बोले. बाबांनी सांगितल्यावर अभ्यासाला बसे खरी, पण ते काही मनापासून बसणं नसे. सेकंड क्लास मिळाल्याने तिला मेडिकलला प्रवेश मिळणं शक्य नव्हतं. बाबा गंभीर सुरात म्हणत, ‘ आयुष्य तर बरबाद झालं. आता इंप्रूव्हमेंट परीक्षा देऊन पाहा - फर्स्ट क्लास मिळतो की नाही, मेडिकलला प्रवेश मिळतो की नाही. नाहीतर मग मूर्ख विद्यार्थिनींप्रमाणे आनंदमोहनमधूनच बी.एससी. हो. दुसरा उपाय काय?’

घरी यास्मिनचे लाड थोडे कमी झाले. अर्थात आईकडून नव्हेत. आई म्हणे, ‘कुठलीही डिग्री वाईट नसते. चांगला अभ्यास केला तर सगळेच विषय चांगले असतात.’

विज्ञानातला कुठलाही एक विषय घेऊन ऑनर्स करायचा मी सल्ला दिला.

‘फिजिक्स?’

‘असंभव!’

'का बरं?'

'अवघड.'

'मग केमिस्ट्री. मॅट्रिकला तर चांगले मार्क्स होते.'

'नाही. तोही विषय अवघड.'

'मग मॅथ्स?'

'प्रश्नच येत नाही.'

'झुऑलॉजी घे.'

'नाही.'

'मग एक काम कर.'

'काय?'

'शिक्षण सोडून दे.'

यास्मिनचं काही अभ्यासात मन लागत नव्हतं. तिने इंप्रूव्हमेंट परीक्षेचा फॉर्म भरला. दादा बेगुडाहून दोन दिवस रजा घेऊन आला होता. तो म्हणाला, 'चल, येतेस बेगुडाला फिरायला?' यास्मिन आनंदाने बेगुडाला गेली. दादा आणि हसीनामुळे आलेलं तिचं मानेचं आणि गुडघ्याचं दुखणं अद्याप बरं झालं नव्हतं. त्या दिवशीच्या अंगणातल्या घटनेनंतर मी त्या दोघांशीही बोलणं टाकलं होतं. पण यास्मिन मात्र बोलू लागली होती. दादा जेव्हा बेगुडाहून तिला घरी सोडायला आला, तेव्हा बाबांनी त्याला जवळ बोलावलं.

'बेगुडात कसं वाटलं?'

'चांगलं.'

'म्हणजे कुठल्या अर्थानं?'

'कंपनी घरभाडं देते.'

'घर कसं आहे?'

'चांगलंच. तीन रूम आहेत. ड्रॉईंग, बेड, डायनिंग.'

'अंगण आहे?'

'नाही. अपार्टमेंट आहे ना!'

'स्वतः बाजार करतोस? भाव कसे आहेत तिकडे?'

'जरा महागच आहेत.'

'सगळा पगार खर्च होतो का?'

'थोडाफार होतोच.'

'एम. आर. च्या नोकरीत मिळणार तरी किती?'

'मी कधीच सुपरवायझर झालोय, बाबा!'

'फरक काय?'

'फिरणं जरा कमी असतं.'

'बचत होते?'

'थोडी-थोडी.'

'अंगाला सेंट लावून बाबूगिरी करीत फिरतोस, वाटेल तसा खर्च करतोस, बचत होणार कशी?'

'सेंट कुठला? आजकाल विकतच घेत नाही.'

'स्वत:चं घर सोडून परगावी कशाला राहातोस?'

'नोकरी करायला पाहिजे ना?'

'नोकरी सोडून इथे ये. मी तुला 'आरोग्य-वितान' देतो. औषधांचा व्यापार कर. नोकरीपेक्षा यात चांगले पैसे मिळवता येतील.'

चार तासांच्या चर्चेनंतर निर्णय झाला, की दादा नोकरी सोडून बाबांच्या व्यवसायाकडे लक्ष देईल. तो बेगुडाला गेला आणि महिनाभरात नोकरी सोडून, बायको-मुलगा-सामान सारं घेऊन परत आला. दादा बेगुडाला गेल्यावर बाबांनी टी.व्ही., फ्रीज असं नवं सामान विकत घेतलं होतं. आता ते मोठं डायनिंग टेबल आणि काचसामान भरलेलं कपाट दादाने आपल्या आधीच्या बेडरूममध्ये ठेवून, एक वेगळं स्वयंपाकघर करून उरलेलं सामान अंगणातल्या एका पत्र्याच्या खोलीत ठेवून 'अवकाश'मध्ये राहायला सुरुवात केली. बाबांनी आरोग्यवितानाजवळ दोन खोल्या भाड्याने घेतल्या. त्यातली एक एका व्यापाऱ्याला भाड्याने देऊन दुसऱ्या खोलीत स्वत:चं चेंबर सुरू केलं. दादाला 'आरोग्यवितान' हे औषधाचं दुकान चालवायला दिलं. व्यवसायासाठी दादाला काही लाख रुपये दिले.

माझा खर्च रुद्रने दिलेल्या पैशातून चालला होता. मला काय हवं, काय नको याकडे बाबा लक्ष देत नव्हते. मी मनाई तोडून, मनाई अमान्य करून निघून गेले होते. मी भ्रष्ट झाले होते. माझ्याकडून आता त्यांच्या काही अपेक्षाही नव्हत्या. याच बाबांनी मला डॉक्टर करण्यासाठी जीवन अर्पण केलं होतं. पण रुद्रला घरातून हाकलल्याचा विरोध करून मी बाहेर गेले, एक रात्र बाहेर राहिले म्हणून त्यांनी माझा जवळजवळ त्याग केला होता. माझ्या संदर्भातला त्यांच्या स्वप्नातला महाल उद्ध्वस्त झाला. मी काही कुणाला सांगितलं नव्हतं की मी रुद्रशी लग्न केलंय, मी तुमची आता पर्वा करीत नाही! बाबांच्या या वागण्याने मी संतापले. या जगात रुद्र सोडून माझं कुणीच नाही असं मला वाटू लागलं.

रुद्र मयमनसिंहला आला. उघड्या रिक्षातून आम्ही भटकलो. बघायचं त्याने बघावं. बाबांना समजलं तर समजो, मला आता कसली भीती! रुद्र म्हणाला, 'माझ्याबरोबर रात्री हॉटेलमध्ये राहा. एका हॉटेलात त्याने खोली भाड्याने घेतली होती. अंधारात पायऱ्या चढताना भीती वाटत होती. चौथ्या मजल्यावरची एक छोटी

खोली. खोलीला एकही खिडकी नाही. आत मुताचा दुर्गंध भरलेला. बिछान्यावरच्या चादरीवर, बाथरूममध्ये सगळीकडे जणू सिफिलिसचे जंतू होते, कुठेही स्पर्श केला, तर विंचवासारखे अंगावर चढतील असं वाटत होतं. मला किळस - किळस आली. रुद्रने मला बिछान्यात ओढलं, माझे कपडे ओरबाडून काढले आणि स्वत: नागडा होऊन तो माझ्यावर चढून बसला. माझ्या मनात किळस आणि रुद्र माझ्या शरीराशी चाळे करीत आनंद मिळवतोय. आनंद ओसरल्यावर त्याने सिगारेट पेटवली. आधीच्या दुर्गंधीत तो एक वास मिसळला. मला मळमळल्यासारखं होऊ लागलं, चक्कर येऊ लागली. रुद्र म्हणाला, 'उद्या ढाक्याला चल.'

'बुडव ती परीक्षा. नाही दिली तर काही होत नाही.'

काहीतरी होणार हे मला माहीत होतं; तरीही घरी जाऊन स्वत:चे दोन ड्रेस, एक बॅग घेऊन दुपारची बस धरायला निघाले. आईने विचारलं, 'कुठे चाललीस?' 'ढाक्याला.' 'ढाक्याला कुणाकडे?' उत्तर न देता मी पुढे निघाले. मागे आईची चिडचिड, महत्त्वाचे तास, वॉर्ड एंडिंग परीक्षा. ढाक्याला गेल्यावर रुद्रच्या त्या दोन खोल्यात झोपणं-बसणं, त्याच्या नवीन कविता वाचणं, स्वयंपाक (?) करणं. संध्याकाळी रिक्षातून हवा खायला बाहेर पडणं, संध्याकाळी असीम साहाच्या 'इत्यादी प्रिंटर्स'मध्ये बसून निर्मलेंदु गुण, महादेव साहा यांच्याबरोबर राजकारण, साहित्य-संस्कृतीसंदर्भात गप्पा करून घरी परतणं. रात्री रुद्र माझ्या शरीराशी खेळला.

पहाट झाल्याबरोबर मी मयमनसिंहला जाण्यासाठी उतावीळ झाले. 'एवढी उतावीळ कशाला होतेस, आणखी दोन दिवस थांब!' रुद्र म्हणाला. दोन दिवस थांबले. नंतर रुद्रचाही ढाक्याचा मुक्काम संपला. त्याला मोंगलाला जायचं होतं.

'मला काही पैसे लागतील.'

'आधी पाठवलेले संपले?'

'हो.'

'कसे काय संपले?'

'हिशेब ठेवला नाही.'

'असं बेहिशेबी राहून कसं चालेल?'

माझी मान खाली झुकली. बाबांना पैसे मागताना झुकते, तशीच. नजर खाली.

'किती पाहिजेत? किती दिले तर चालतील?'

मी नखं कुरतडीत.

'तीनशे चालतील?'

'चालतील.'

पैसे घेताना खूप लाज वाटत होती. आपण उपद्रव आहोत, आपल्याला कणा नाही, आपण बांडगूळ आहोत असं वाटत होतं. स्वत: पैसे कमावू शकत असते तर!

घरी परतल्यावर आईने विचारलं, ‘ढाक्याला कुणाच्या घरी होतीस - कमालच्या, बडोमामाच्या की झुनूच्या?’

‘नाही.’

‘मग कुणाच्या?’

मी काहीच बोलले नाही.

आई म्हणाली, ‘तू कुठल्या वाटेने चालली आहेस? काय आहे तुझ्या नशिबी? अल्लावर विश्वास नाही तुझा, वाटेल तसं वागतेस. तो पोरगा तुला फूस लावून घराबाहेर नेतो, त्याच्याबरोबर तू सुखी होणार आहेस का? अजूनही सोडून दे त्याला. अजूनही वेळ आहे. जरा घरच्यांचा विचार कर. किती डॉक्टर मुलं तुझ्याशी लग्न करायला तयार आहेत, पण तू त्यांना नकार देतेस. आता कुणाबरोबर फिरतेस तूच जाणे. आयुष्य बरबाद करू नकोस. तू तुझ्या बापाला सांग, आता नीट वागेन, तुमचं ऐकेन. ते तुझा सगळा खर्च देतील. सांग त्यांना.’

मी आईच्या अंगावरून पुढे गेले आणि एप्रन घेऊन हॉस्पिटलमध्ये गेले.

इथून पुढं बेहिशेबी राहून चालणार नाही. पैसे घरात कुठेही टाकून देणं चालणार नाही. एक दिवस जमाखर्च लिहिला, पण दुसऱ्या दिवशी ती वहीसुद्धा सापडेना. संध्याकाळ झाल्यावर यास्मिनला म्हणाले, ‘चल, फिरून येऊ.’ यास्मिन आनंदाने तयार झाली. आई म्हणाली, ‘स्वतः बिघडलीस, आता यास्मिनलाही बिघडवशील.’

नारी

मेडिकलच्या पाचव्या वर्षी रात्रंदिवस फक्त एकच गोष्ट करावी लागे - अभ्यास. मलाही त्यातून सुटका नव्हती. हॉस्पिटलमध्ये दिवसा तसेच रात्रीही वर्ग असत. राजीब अहमदही मेडिसिन शिकवायला येत. यावेळीही ते ढाका विद्यापीठात पहिले आले होते. त्यांच्या नोटस् त्यांनी अभ्यासासाठी मला दिल्या होत्या. डॉक्टरी विद्येची त्यांना प्रचंड आवड होती. ते रोग्याजवळ उभे राहून विविध माहिती, रोग आणि त्यांचं निदान यांचं शिक्षण आम्हाला देत.

रात्री तास संपवून घरी परत जाताना मला एकटीला घरी परतायला भीती वाटे. वर्गातल्या कुणाला तरी मी घरापर्यंत पोचवायची विनंती करी किंवा शहराकडे जाणाऱ्या एखाद्या विद्यार्थ्याला त्याची रिक्षा माझ्या रिक्षामागे काही अंतर तरी यावी, अशी विनंती करी. किमान अंधाऱ्या रस्त्यावर तरी. रिक्षा अंधाऱ्या रस्त्यावर आली, की मला वाटे, आत्ता मवाल्यांचं एखादं टोळकं मला रिक्षातून ओढून झुडुपांच्या मागे नेईल आणि माझ्यावर बलात्कार करील, नंतर छातीत सुरा खुपसून खून करील. नाहीतर रिक्षावालाच माझ्यावर बलात्कार करील. दिवसाही अशा घटना होतच. माझ्या बाबतीतही ज्या घडल्या, त्या दिवसाच. कुणी मी रिक्षात असताना माझ्यावर थुंकलं होतं, पानाची पिंक टाकली होती, मुद्दाम खोकलं होतं. दगड मारले होते - काही छातीत, काही डोक्याला लागले होते. माझ्या दंडाला जळत्या सिगारेटचा चटका दिला होता, कुणी ओढणी ओढली होती, कुणी धक्का दिला होता, कुणी रस्ता अडवला होता, कुणी छाती दाबली होती. तरीही वाटे, दिवसापेक्षा रात्री अधिक भयंकर काहीतरी घडू शकेल. घरी पोचल्यावर मी सुटकेचा निःश्वास टाकी. गायनॉकॉलॉजी विभागात रात्री आठ ते सकाळी आठ अशी ड्युटी असे. त्या ड्युटीला मी संध्याकाळी सहालाच जाऊन बसे. अंधाराची मला भीती वाटे, पण अंधारात मला एक वेगळं

दृश्यही दिसलं. 'छायावाणी' ते 'अजन्ता' थिएटर्सच्या रस्त्यावर गावाकडून आलेल्या बायका डाळ-तांदूळ-भाजी विकत बसलेल्या असत, ढिबऱ्या लावून. हे मी आईला सांगितलं. आई म्हणाली, 'मला त्यांच्यासारखं होता आलं असतं तरी बरं झालं असतं.' आई बरोबरच बोलत होती. त्या बायकांमध्ये जो खंबीरपणा आणि धाडस होतं, ते आईमध्ये नव्हतं. माझ्यात तरी होतं का? नारी मला लिहिण्यासाठी प्रेरणा देई. मला लिहिल्याशिवाय राहावत नसे.

नारी मला विचार करायला लावी. मी नारीची वेदना, दु:ख अनुभवी. स्वत: जो त्रास मी भोगला, तोही नारीचाच ना! हा त्रास फक्त मीच नव्हे, हजारो स्त्रियांनी भोगला असेल!

'कोमल कुमारी नारी सलज्ज विवाहाच्या दिवशी, अज्ञात सुखाच्या भीतीने शरीर थरथरतंय - कोण जाणे काय होईल! सनईचा सूर संपतो, रात्र चढत जाते, वधूचा आवाज होतो क्षीण, पती खोलीत येऊन काय बोलेल? पती नावाचा देव आत येऊन दरवाजा लावून घेतो, वाकड्या नजरेने पाहतो वधूच्या लोभस मांसल शरीराकडे, अनाघ्रात बालिकेच्या देहाकडे. अनेकदा अनेक देह भोगले आहेत त्याने वेश्यावस्तीत. सराईत हातांची शाई वधूच्या कपाळी लिहिते तिचा ललाटलेख, अजाण किशोरी कन्या, तिची स्वप्नं भंगतात, दु:ख प्रवेशतं हृदयात - असंच होतं बहुधा, हाच असावा नियम. पिशाचाच्या उल्हासाने तिच्या देहात नवरा सोडतो वासनेचं रक्त, वधूला उपाहार म्हणून मिळतो एक घातक रोग. रोगाचं नाव सिफिलिस, रात्री हिंस्रता खाऊन टाकते जीवनातला सूर्यप्रकाश, असाध्य रोग नारीला शोषून काढून घेतो तिचं आयुष्य ...'

मला नारीच्या वेदना झपाटून टाकीत. एका संध्याकाळी सफीनाजबरोबर रिक्षाने घरी येत होते, तेव्हा एका वळणावर ती कुजबुजली, 'ती बघ, वेश्या चाललीय!' मी तर तिला नेहमीच बघत असे, पण ती पतिता असेल असं कधीच वाटलं नव्हतं. गरीब स्त्री, अंगावर स्वस्तातली साडी, चेहऱ्यावर मेक-अप, असा मेक-अप तर कुठलीही स्त्री करते. तिच्याबद्दल मला मुळीच घृणा वाटली नाही. उलट तिच्याबद्दल ममताच वाटली. हिला कुणी नातेवाईक नसतील. गरिबी असेल, खायला काही नसेल, असहाय होऊन ती या मार्गाला लागली असेल असं वाटलं.

रोज नारी मला विचार करायला लावीत असे. कुठलीच स्त्री सुखी असेल असं मला वाटत नसे. नाचणाऱ्या, गाणाऱ्या, सुंदर पोषाख घालणाऱ्या स्त्रियाही सुखी नाहीत, असं वाटे. पुरुष मुखवटे घालतात, स्त्रीला मुखवटा नसतो. हॉटेलमध्ये नाचणाऱ्या या मुली - याही घरच्या गरिबीमुळेच या मार्गाला लागलेल्या असाव्यात, असं वाटे.

रोज स्त्रीच्या दु:खाबद्दल लिहावं असं वाटे, पण मेडिकलच्या अवघड अभ्यासातून

यासाठी वेळच मिळत नसे. कॉलेजचे तास करून, घरी येऊन, जेवण करून, विश्रांती घेते न घेते तोच पुन्हा हॉस्पिटलमध्ये जायची वेळ होई. हॉस्पिटलमध्ये जावं लागे. रोगी तपासून निदान करावं लागे - हाच अभ्यास होता. निव्वळ मेडिसिनची पुस्तकं वाचून डॉक्टर होता येत नाही, रोगी वाचावे लागतात. प्राध्यापकांचाही खूप दरारा असे. जावेद हुसेन यांची तर भीतीच वाटे. विद्यार्थी-विद्यार्थिनी ते समोरून आले की सलाम करीत. प्राध्यापकांची दया नसेल, तर नापास होण्याची भीती असे. एक्स्टर्नल परीक्षकांपासून वाचण्यासाठी इंटर्नल परीक्षकांवर भरोसा ठेवावाच लागे. त्यांना सलाम करीत राहिलं, म्हणजे परीक्षेच्या वेळी त्यांना ते आठवेल असं वाटे. बाबा माझ्याच कॉलेजमध्ये प्राध्यापक असले तरी मला जावेद हुसेन आणि इनायत कबीर यांच्यासारख्या हिंस्र वाघांपासून वाचता येईल, असंही नव्हतं. हे मला बाबांनीही सांगितलं होतं. बऱ्याच विद्यार्थ्यांना शेवटच्या वर्षी अपयश येई, कारण अशा प्राध्यापकांची अवकृपा. अर्थात मला बाबांच्या उपदेशामुळे आणि जावेद हुसेन सरांच्या भीतीमुळे अभ्यासाकडे लक्ष द्यावं लागलं असं नाही. स्वत:च्या हितासाठीच द्यावं लागलं, कारण जितक्या लवकर ही झंझट संपवून रुद्रबरोबर संसार करता येईल, त्याच्या जीवनाची घडी बसवता येईल तितकं बरं, असं मला वाटत होतं. संसार करण्यासाठी फार उतावीळ झाला होता तो. संसार आपल्याला स्थिरता देईल असं त्याला वाटत होतं. जी चूक पूर्वी केली तरी परत करणार नाही अशी त्याने प्रतिज्ञा केली होती. कायमस्वरूपी ढाक्याला घर करायचं, तिथं मुद्रण व्यवसाय सुरू करायचा असं त्यानं ठरवलं होतं. रुद्रचा हा उद्योग माझ्या जळत असलेल्या स्वप्नाच्या घरावर थेंब-थेंब पाण्याप्रमाणे पाझरत होता.

प्रसूतिविद्या विभागाच्या प्रसूति-कक्षात विविध वयाच्या स्त्रिया बाळंतपणासाठी येत. कुणाचं पहिलं बाळंतपण असे, कुणाचं दुसरं, तर कुणाचं सातवंसुद्धा! पण जर मुलगी झाली, तर त्या बाळाची आई आर्त नाद करून रडत असे. बाहेर उभ्या नातेवाइकांना 'मुलगी झाली' ही बातमी सांगितल्यावर त्यांचे चेहरे दु:खाने काळवंडलेले दिसत. सात मुलांना जन्म दिल्यावर एखाद्या जोडप्याला मुलगी व्हावी असं वाटे, पण हे सुद्धा क्वचितच! मुलगी नको, मुलगा हवा अशी नातेवाइकांचीही अपेक्षा असे. मुलीला जन्म दिल्यावर रडत असलेल्या एका तरुणीला मी तिचं रडणं थांबवण्यासाठी म्हणाले, 'तुम्ही स्वत: स्त्री असून तुम्हाला मुलगी नको आहे - छी!'

ती अस्फुट स्वरात म्हणाली, 'नवरा मला घटस्फोट देईल, मग मी कुठं जाऊ?'

'घटस्फोट कशाला देतील? इतक्या सुंदर, निरोगी मुलीला जन्म दिलाय तुम्ही! मिठाई वाटा सगळ्यांना!'

'मुलीला जन्म दिलाय मी, ताई! मी तर कुलक्षणी आहे!'

हुंदके देऊन रडत राहिली ती तरुणी. चारी भिंतींवरून तिचे शब्द माझ्या कानांत प्रतिध्वनित होत राहिले, 'मी तर कुलक्षणी! मी तर कुलक्षणी!' मी कानावर हात ठेवून बाहेर आले.

मुलगा झाल्याच्या आनंदात मात्र डॉक्टर-नर्सना मिठाई वाटली जाई. मुलीच्या जन्मामुळे एखाद्या जोडप्याला आनंद व्हावा याची मी वाट पाही. पण असं झालेलं कधीच दिसलं नाही.

'मुलगी झाली म्हणून काय झालं? मुलगी आई-बापांची काळजी घेते. तुमच्या मुलीला शिकवा, माझ्यासारखी डॉक्टर होईल तुमची मुलगी, वाईट वाटून घेऊ नका!' असं म्हणून मी दु:खी मातांना जितकं समजवायला जाई, तितकं त्या अधिकच रडत, हुंदके देऊन रडत. फक्त मुलाला जन्म दिल्यावरच प्रसववेदना कमी होऊन आईच्या तोंडावर हसू उमटे. नातेवाइकांचे चेहरेही उजळत. प्रसूतिवेदनेपेक्षाही तीव्र अशी वेदना घेऊन मी रोज प्रसव-कक्षातून बाहेर पडे. समाजाचं बीभत्स रूप माझ्यापुढे स्पष्ट होत राही. कोण मी? काय मी? का मी? हे प्रश्न मी जपमाळेचे मणी ओढावेत तसे ओढीत राही. नकोसं कन्यासंतान, मुलीला जन्म दिल्याने रडणाऱ्या दु:खी स्त्रिया आणि मी यांच्यामध्ये मला कुठलाही फरक दिसत नसे. समाजाची ही धारणा दूर करण्यासाठी माझे हात शिवशिवत असताना मी लीलीच्या खाडकन मुस्कटात मारली - चार वेळा सांगूनही मला चहा दिला नाही म्हणून. दहा वर्षांची लीली गुपचूप डोळ्यांतलं पाणी पुसत स्वयंपाकघरातून घासायची भांडी नळाकडे घेऊन चाललेल्या तिच्या आईजवळ सांगायला गेली, की मला चहा पाहिजे आहे. लीलीच्या आईने भांडी खाली ठेवून चहासाठी पाणी चढवलं. लीलीने माझ्यासमोर गरम चहाचा कप आणून ठेवला. लीलीच्या अंगावर एक मळकी हाफपँट होती, गुडघ्यापर्यंत पायांना धूळ लागलेली. मी चहा घेत घेत 'कन्याजन्म' या विषयावर कविता लिहिण्याचा प्रयत्न करीत होते. आता माझ्या खोलीत कुणीही येऊ नये असं मला वाटत होतं. पण आई केवळ खोलीत आली नाही, तर मला संतप्त स्वरात म्हणाली, 'डॉक्टरी शिकतेस म्हणून काय माणसाला माणूस समजत नाहीस का तू? डोकं ठिकाणावर आहे का तुझं?'

'का? काय झालं?' मी विचारलं.

'त्या छोट्या मुलीला मारलंस, असं मारणं चांगलं का? तिच्या गालावर वळ उठलेत, गाल लाल झालाय तिचा.'

'मी किती हाका मारल्या तिला, का आली नाही ती?'

'ऐकू आलं नसेल, दूर असेल. म्हणून काय मारायचं? गरीब मुलगी आहे, बाप नाही. आई भांडी घासते लोकांची. ती मुलगी आपली कामं करते. तिची आई तर रात्रंदिवस राबत असते. गरीब माणसाला मारू नकोस. अल्लाला नाराज करू नकोस.

अल्लाला मानीत नाहीस तू! काय आहे तुझ्या नशिबात कोण जाणे!'

आई बाहेर गेली. थोड्या वेळाने पुन्हा येऊन टेबलावरच्या मी 'स्त्री' विषयावर लिहिलेल्या कविता माझ्याकडे सरकवीत म्हणाली, 'स्त्रीवर कविता लिहितेस आणि स्त्रीवरच हात उगारतेस? अर्थ काय असल्या लिहिण्याला?'

माझ्या हाती पांढरा कागद, कागदावर खाडाखोड केलेल्या दोन कवितेच्या ओळी. माझे डोळे त्या ओळींकडे. माझं मन दुसरीकडे.

पुन्हा एकदा पीरबाडी

एकदा माझं पीरबाडीला जाणं झालं, पण यावेळी आईबरोबर नव्हे. तीन मैत्रिणींबरोबर. होस्टेलच्या मुलींना एकदा मिलाद आयोजित करावी असं वाटलं. ही इच्छा जरा वेगळीच होती. डॉक्टरकी शिकणाऱ्या मुलींना 'अल्लाहुमा सल्लीअला' गायला फारसा वेळही नसतो आणि हे गाण्यासाठी त्यांना निमित्तही फारसं मिळत नाही, म्हणूनच. आता ही इच्छा झाली, म्हणून एका मौलवीची त्यांना गरज होती. त्यांना महिला मौलवी शोधूनही मिळाली नाही, म्हणून त्यांनी मला धरलं. मी या शहरातली, म्हणून माझ्या ओळखीची कुणी असेल असं त्यांना वाटलं. मुलींच्या होस्टेलमध्ये येऊन महिला मौलवीने मिलाद वाचावी, अशी अपेक्षा. यापेक्षा चांगला प्रस्ताव काय असू शकत होता? पण माझा अल्ला, रसूल, मिलाद, मस्जिद यांच्यावर विश्वास नव्हता. मी मिलादची मिठाई खाण्याशिवाय काहीही करणार नव्हते. त्या 'अल्लाहुमा सल्लीअला'मध्ये भाग घेण्यात मला मुळीच रुची नव्हती.

सफीनाज, हालिदा आणि पारुल माझ्याबरोबर निघाल्या. आम्ही रिक्षा करून पीरबाडीला पोचलो. खूप वर्षांनंतर मी पीरबाडीला आले होते. लहानपणी जसं इथं आल्यावर विचित्र वाटत असे, तसंच आताही वाटलं. आम्ही जणू पृथ्वीबाहेरच्या एखाद्या ठिकाणी आलो आहोत, असं वाटलं. या जगातले सगळे माझ्याकडे चकित नजरेने पाहू लागले. मी फजलीमावशीला म्हणाले की, 'आम्हाला एक महिला मौलवी हवी आहे, आज संध्याकाळीच. मुलींच्या होस्टेलमध्ये मिलाद वाचण्यासाठी. आम्हाला फार वेळ नाही, लगेच एखादी मौलवी द्या. हुमेरा किंवा सुफेरा.' माझा हा प्रस्ताव ऐकून मावशीला हसू आलं. बहुधा आपल्या दोन मुलींच्या उल्लेखामुळे. तेवढ्यात हुमेरा येऊन उभी राहिली. इथल्या सगळ्या मुलींनी अल्लाच्या कार्याला वाहून घेण्यासाठी लग्न वगैरेंना तिलांजली दिली होती, तेव्हा याच हुमेराने आपला

प्रेमिक असलेल्या आतेभावाशी लग्न केलं होतं. लग्न करण्यात काहीच अर्थ नाही असं खुद्द पीर - हुमेराचे आजोबा म्हणाले असतानाही तिने लग्न केलं होतं. तिकडे आजोबांची आज्ञा पालन करण्यासाठी बाकीच्या नातींनी लग्नाचं वय उलटून गेलं तरी लग्न केलं नव्हतं. आमची इच्छा ऐकून 'ठीक आहे, व्यवस्था करते' असं सांगून हुमेरा आत निघून गेली. फजलीमावशीही अदृश्य झाली. हुमेरा बुरखा घालून आमच्याबरोबर येईल असं वाटत होतं, पण पंचवीस मिनिटं वाट पाहिल्यावर तिच्याऐवजी तिचे आजोबा, पीर अमीरुल्ला खोलीत प्रवेशले. सफेद शर्ट-पायजमा-टोपी या वेशातले पीर अमीरुल्ला खाटेवर बसले. आम्हाला 'या, या' म्हणत मान हलवताना त्यांची मेंदी लावलेली दाढी हलत होती. हुमेरा जवळ उभी होती. पीरांशिवाय घरात पीरांची मुलगी जोहरा आणि काही प्रौढ कुमारिका होत्या. मला वाटलं, आम्ही 'महिला मौलवी पाहिजे आहे' अशी विनंती खुद्द पीरांनाच करायला हवी, त्यांच्या अनुमतीने आमचं काम होईल. पण आम्ही का आलोत हे पीरांनी विचारलं नाही. असंबद्धपणे ते आम्हा चौघींना अवाक करीत म्हणाले, 'समजलं ना, अल्लाच्या मार्गावर येणं सोपी गोष्ट नाही, जे दुनियादारीचा मोह सोडू शकले, त्यांच्यासाठी अल्लातालाने अखेर सर्वोच्च सन्मानाचं आयोजन केलं.' घरातल्या इतरांच्या तोंडून 'आह! आह!' असे आवाज उठले. 'आह!' म्हणजे त्या सन्मानासाठीची तृष्णा. दुनियादारी सोडल्यावर मानवासाठी कुठला सन्मान अल्लाने सांगितला आहे आणि दुनियादारी न सोडल्यास कुठली शिक्षा सांगितली आहे त्याचंही सविस्तर वर्णन त्यांनी केलं. ते वर्णन प्रदीर्घ होतं. माझ्या मैत्रिणी माझ्याकडे डोळे आकुंचित करून बघू लागल्या, 'चला, चला' असं कुजबुजू लागल्या. आम्हाला इथं उभं करून हे प्रवचन कशासाठी चाललंय हे मलासुद्धा समजेना. आम्हाला वेळ नाही अशी मी हुमेराला खूण केली. आम्ही महिला मौलवीसाठी आलो आहोत, हे ऐकण्यासाठी नव्हे. पण हुमेराने माझ्या संकेतांकडे दुर्लक्ष केलं. मला मैत्रिणींसमोर फार अवघडल्यासारखं झालं. आम्ही इथं अडकून पडलो हे स्पष्ट जाणवलं. पीरसाहेब अधूनमधून माझ्याकडे, बाकीचा वेळ अंगणात, जमिनीवर आणि खोलीतल्या इतर मुलींकडे बघत अल्लातालाचे गुण वर्णन करीत होते. जणू कुणी माणूस नव्हे, तर रोबो-यंत्रमानव बोलतो आहे असं वाटत होतं. पीरसाहेबांना कुराण तोंडपाठ होतं. त्यांच्या तोंडून शब्द ठिणग्यांसारखे बाहेर पडत होते आणि आमच्या अंगाला त्या ठिणग्या स्पर्श करीत होत्या.

अचानक मला वाटलं, हे अमीरुल्ला नाहीत, खुद्द अल्लाताला आहेत आणि अखेरच्या दिवशी आम्हा चार पापिणींचा इथं न्यायनिवाडा करताहेत. सतत बोलल्यामुळे पीरांच्या तोंडून फेस येऊ लागल्याने हुमेराने एक कॅसेट सुरू केली - पीरांच्या आवाजातली, कुराणावरच्या प्रवचनाची. मी दरम्यान वारंवार घड्याळाकडे बघत होते. 'मी निघते' असं अनेकदा म्हणाले. पण हुमेरा धमकीच्या सुरात म्हणाली,

'अल्लातालाच्या गोष्टी ऐकताना एवढी अधीर का होतेस? प्रचंड धीर धरून अल्लाच्या गोष्टी ऐकाव्या लागतात. तुम्ही अल्लाच्या मार्गावर आला आहात. आता मनातून सैतानाला हाकलून द्या. सैतानच तुमचं मन अल्लाकडून दुसरीकडे वळवतो.' तिने आमच्या येण्याचा काय अर्थ लावला होता ते समजलं. आम्ही चौघीजणी दुनियादारी सोडून आलो आहोत असं तिला वाटलं होतं. त्यासाठीच या प्रवचनांनी आमचं ब्रेनवॉशिंग चालू होतं.

एक तास उलटला, दोन तास उलटले. प्रवचन चालूच! सफीनाज आणि हालिदाच्या चेहऱ्यावर आश्चर्य आणि संताप - दोन्ही भावना दिसत होत्या. भुताच्या भीतीने पूर्वी माझं अंग शहारायचं, तसं शहारू लागलं. या घरातली माणसं ही माणसं नाहीतच, भुतं आहेत असं वाटू लागलं. या भुताटकीच्या घरातून पळण्याची वाट मी शोधू लागले. पण अमिरुल्लांची कॅसेट संपली, तरी हुमेराने आम्हाला उठू दिलं नाही. आम्हाला जणू अदृश्य साखळीने बांधून ठेवलं होतं. एक कॅसेट संपली की ती दुसरी कॅसेट लावीत होती. अशा प्रकारे दिवस संपेल, रात्रही उलटेल असं जाणवलं. अल्लातालाच्या या अंधाऱ्या गल्लीतून बाहेर जाण्याचे सारे मार्ग बंद करून टाकण्यात आले होते. संध्याकाळ उलटून चालली होती, होस्टेलवर मिलादची वेळ टळून चालली होती. मी बराच वेळ भिंतीला टेकून होते. माझ्या श्वासाची गती वाढली. आता यांत्रिक प्रवचनाच्या मधूनच उठून मी दाराकडे धावले. भुकेने माझ्या पोटात कावळे ओरडू लागले होते. आता या भुतांच्या राज्यातून जितक्या लवकर पळून जाता येईल तितकं चांगलं, असं वाटत होतं. अंगणातले अनेक डोळे माझ्याकडे आश्चर्याच्या नजरेने बघत म्हणत होते, 'हमीमा ताईची मुलगी अल्लाच्या मार्गावर आलीय. दुनियादारीचं शिक्षण आता घ्यायचं नाहीय तिला. आता नियमितपणे इथं कुराण हादिस ऐकायला येणार.' विचित्र उच्चारातली वाक्यं ऐकू येत होती - 'डॉक्टरकी शिकणं सोडून दिलंय तिने - किती सद्‌बुद्धी झाली तिला! दुनियादारी सोडून जे इथं येतं, त्याला हुजूर परत पाठवीत नाहीत.' हुमेराच्या आदेश-उपदेशाला धुडकावून मी पळत पळत घराबाहेर पडले. मागून हुमेरा ओरडत होती, 'अल्लाच्या मार्गावर आली होतीस, पण मानेवर अजून सैतान बसलेला आहे! सगळी फसवणूक!' अंगणात फजलीमावशी समोर आली. तिने विचारलं, 'परत का निघालीस?'

'मी तर मिलाद सांगू शकेल अशा एका महिला मौलवीला न्यायला आले होते, अशी मौलवी इथे आहे की नाही हे सांगितलं असतं तरी पुरे झालं असतं!'

काहीच उत्तर नाही. जणू मला महिला मौलवी हवी आहे हे वाक्य तिने पहिल्यांदाच ऐकलं. मी बाहेर येऊन सुटकेचा निःश्वास टाकला. हा म्हणजे वाघाच्या पिंजऱ्यात शिरून त्याचं दूध मिळावं अशी अपेक्षा ठेवण्यासारखा प्रकार झाला असं वाटलं.

जंगल साफ करून इथं छोटी छोटी घरं बांधून अल्लाच्या मार्गावर आलेल्या लोकांना भाड्याने देण्यात आली होती. त्यातलंच एक रुनूमावशीने भाड्याने घेतलं होतं. तिने आता साडी नेसणं सोडून इथल्या महिलांप्रमाणे पोशाख (शर्ट-पायजमा) घालायला सुरुवात केली होती. मोठ्या ओढणीने डोकं आणि छाती झाकून घेतली होती. पूर्वी घरातून पळून जाऊन लग्न करणारी, कॉलेजमध्ये नृत्य करणारी रुनूमावशी ती हीच यावर माझा विश्वास बसेना. तिचा नवरा रासूखालू मयमनसिंह म्युनिसिपालिटीत अकौंटंट होता. अफरातफर केल्यामुळे त्यांची नोकरी गेली होती. आता त्यांना कुणी नोकरी देत नव्हतं. त्यामुळे ते बायको आणि मुलगी यांच्याबरोबर अल्लाच्या मार्गाला आले होते, पंचनमाजी झाले होते. त्यांनी आपल्या मुलीला शाळेतून काढलं होतं. ती आता इथल्या मदरशात कुराण शिकत होती. रुनूमावशीचा मुलगा जलोदर होऊन वारला होता. कुठल्याही पीराची फुंकर किंवा डॉक्टरचं औषध त्याला बरं करू शकलं नव्हतं. रुनूमावशीबद्दल मला खूप माया वाटली.

मागे फजलीमावशीच्या सासुरवाडीकडे पाहिलं. घरासमोरचं पुकुर बुजवून टाकलं होतं. जंगल नव्हतं, भुताखेताची भीती नव्हती, पण तरीही वाटत होतं, की हे घर पूर्वीपेक्षा अधिकच भुताटकीचं वाटतंय. त्या घरातल्या बऱ्याच छोट्या मुलामुलींची तर मला नावंही माहीत नव्हती. आम्ही त्यांच्या नात्यातले असूनही त्यांच्याशी फारसा संपर्क नसे, कारण आम्ही दुनियादारीची माणसं आणि ती अल्लाच्या मार्गावरची माणसं. त्या घरातल्या सगळ्यांबद्दलच मला करुणा वाटे. अल्लाच्या मार्गावर फसवणूक फार. आम्हा चौघींना फसवूनच दुपारभर बसवून ठेवण्यात आलं होतं. फसवून अल्लाची वाणी ऐकवण्यात आली होती. महिला मौलवी देऊ असं आम्हाला वचन देऊनही ते पाळण्यात आलं नव्हतं. अल्लाच्या या मार्गावर सगळा खोटारडेपणा. आमचा वेळ तिथं फुकट वाया गेला. आधीच महिला मौलवी मिळणार नाही असं सांगितलं असतं तर आम्ही परतलो असतो, पण आमच्या ब्रेनवॉशिंगचा प्रयत्न झाला. माझं मुळीच ब्रेनवॉशिंग होऊ शकणार नाही हे मात्र मी स्वत:च्या संदर्भात सांगू शकते - बाकीच्यांचं माहीत नाही. या विचित्र जगाशी माझा संपर्क काय आहे हे माझ्या मैत्रिणींना माहीत नव्हतं. त्यांच्यासमोर मला लाज वाटली.

ही घटना मी आईला सांगितली. आई म्हणाली, 'महिला मौलवी शोधायला तिकडं कशाला गेली होतीस? ते तर कुणीच त्या एरियाबाहेर जात नाहीत. कधीच बाहेर जाऊन मिलाद म्हणवून घेत नाहीत. सगळं आपल्या स्वत:च्या एरियातच करतात. पीरबाडी मोहल्ल्याबाहेरच्या कुठल्याही मशीद-मदरशाशी त्यांचा संपर्क नाही. नाना स्वत: हाजी होते, हजला जाऊन आले होते. आयुष्यात कधीच कुठला रोजा चुकवला नव्हता, नमाज चुकवला नव्हता. रोज पहाटे उठून कुराण वाचीत - त्या नानांना पीरबाडीमध्ये कुणीही आदर दाखवीत नव्हतं. कारण पीर अमीरुल्ला यांचं

शिष्यत्व पत्करल्याशिवाय तिथं कुणालाच खिजगणतीत घेतलं जात नसे. नानांनी कधीच त्या पीरबाडीची पर्वा केली नाही. आईच्या पीरबाडीला जाण्याबद्दलही ते म्हणत, 'अल्लाला स्वत:च्या घरी बसून हाक मार, अल्ला ऐकेल. उगाच लांबची पायपीट करण्यात अर्थ नाही.'

आम्हा चौघीजणींना अल्लाच्या मार्गावर आणण्याचा प्रयत्न व्यर्थ गेला असला, तरी त्या एरियात किमान असं सांगण्याची सोय झाली, की आजकाल डॉक्टर - इंजिनिअर सगळ्यांचे डोळे उघडले आहेत. दुनियादारीच करीत राहिलं तर अखेर काहीच फळ मिळणार नाही, हे त्यांच्या लक्षात आलंय. म्हणूनच अल्लाच्या मार्गावर यायचा प्रयत्न करताहेत. असल्या फालतू गोष्टींकडे मी लक्ष देत नव्हते.

पण पीरबाडीची जी बातमी ऐकून मला संताप आला, ती म्हणजे - अमीरुल्लांनी आणखी एक लग्न केलं होतं - तेही स्वत:पेक्षा चाळीस वर्षांनी लहान असलेल्या मुलीशी. अल्लाच्या मार्गावर जाण्यासाठी अविवाहित राहिलेल्या मुलींपैकी एकीशी.

'अगं आई, त्यांनी आणखी एक लग्न का केलं?' मी उपाहासाने विचारलं.

आईला जरा अवघडल्यासारखं वाटलं. ती थांबत थांबत म्हणाली, 'त्यांच्या आधीच्या बायकोचं वय झालंय. ती त्यांची सेवा करू शकत नाही, म्हणून.'

'त्यांची सेवा करायला घरभर माणसं आहेत. सेवा करून घेण्यासाठी लग्न कशासाठी?'

'त्यांना आता हाताला धरून प्रातर्विधीसाठी घराबाहेर न्यावं लागतं. ते सारं साफ करायला एक माणूस लागतंच!'

'पण त्यांच्या घरात नोकर तर खूप आहेत. तेसुद्धा हे काम करू शकतात. नातवंडांनी तर घर भरलंय, तीही करू शकतात.'

'त्यांनाही कामं असतात ना?'

'काय पण बोलतेस आई! पीराचं काम हेच त्यांचं काम. त्यांचं काम केलं म्हणजे अल्लाचं काम केल्यासारखंच ना?'

'पण बाकीचे रात्री झोपतात ना!'

'तुझे हुजूर काय रात्रभर प्रातर्विधीच करतात की काय?'

'फालतू काहीतरी बोलू नकोस!'

'ते दोघे एकाच खोलीत तर राहातात, एकाच खाटेवर झोपतात, खरंय ना? नवीन बायको काही फक्त गू-मूत काढण्यासाठीच केलेली नाही त्यांनी!'

आई गांगरली. आईलासुद्धा पीरांच्या या म्हातारपणच्या नव्या लग्नाचं काही कारण सापडत नव्हतं. पण तरीही त्यांची बाजू घेणं हे आईचं कर्तव्यच होतं.

'वलींच्या बद्दल असं काहीबाही बोलू नकोस. गुन्हा होईल.' आई म्हणाली.

गुन्हा, गुन्हा, गुन्हा. हा 'गुन्हा' शब्द मी बऱ्याच काळपासून ऐकत आले होते. एकेकाळी या शब्दाची भीती वाटत होती, नंतर राग येऊ लागला. आता भीती किंवा

राग - काहीच वाटत नव्हतं.

'होऊ दे गुन्हा. गुन्हा झाला तर चांगलंच. गुन्हा झाला तर मी नरकात जाईन. नरकात गेल्यावर तुझ्या आवडत्या दिलीपकुमार, मधुबाला, उत्तमकुमार, सुचित्रा सेन यांना भेटता येईल आणि तू स्वर्गात जाशील, तिथं सगळ्या ढोंगी लोकांना भेटशील. चार-चार लग्नं केलेल्या सैतान, बदमाश मुल्लांना भेटशील. हे माणसांना यातना देतात, हिंसा करतात, कारस्थानं करतात, शेकडो बलात्कार करतात, आपल्या पत्नीला जाळतात, मारतात, पण दिवसभर अल्ला-अल्ला जप केल्याने त्यांना स्वर्ग मिळतो. काय सुख मिळणार तुला या दांभिक मुल्लांबरोबर राहाण्यात? त्यापेक्षा गुन्हे करून नरकात जाण्याची व्यवस्था कर! आईन्स्टाईनसारखे जगप्रसिद्ध शास्त्रज्ञ तिथे भेटतील, नेल्सन मंडेला भेटतील, मोठमोठे गायक, नायक सगळ्यांचं सान्निध्य मिळेल. स्वर्गात जाऊन बघशील - बाबा बहात्तर अप्सरांबरोबर लीला करताहेत आणि तुला मिळाले फक्त एकटे बाबाच, ज्यांनी तुझ्याकडे आयुष्यात कधी वळून पाहिलं नाही. एका रजिया बेगमशी बाबांचा संपर्क तुला सहन होत नाही, मग स्वर्गात त्या बहात्तर अप्सरांबरोबरचा बाबांचा संपर्क कसा सहन होईल? कुठलं सुख मिळवण्याच्या आशेने तुला स्वर्गात जावंसं वाटतंय? कुणासाठी नमाज-रोजे करतेस?'

आई असहाय नजरेने माझ्याकडे बघत राहिली. माझ्या भविष्याच्या विचाराने तिच्या डोळ्यांमध्ये भीती दिसत होती.

'तू अल्लाला मुळीच घाबरत नाहीस की काय?' भीतीयुक्त आवाजात तिने विचारलं.

मी हसले. हसत-हसत म्हणाले, 'अल्लाने काय चांगलं काम केलंय म्हणून त्याला घाबरू? स्त्रियांचं स्थान पुरुषांपेक्षा खाली, हे अल्लाचे स्वत:चे शब्द आहेत! पुरुष पैसे कमावतात, म्हणून स्त्रियांना पुरुषांच्या अंकित राहायला हवं. आज जर स्त्रिया पैसे कमावीत असतील, तर पुरुषांनी स्त्रियांच्या अंकित राहायला हवं असं तर काही अल्लाने सांगितलं नाही!'

'हे काय बोलतेस नासरिन! तुझं तर इमान नष्ट झालंय!' आईचे डोळे विस्फारलेले होते.

मी घृणेच्या, संतापाच्या स्वरात बोलत राहिले,

'तू स्त्री असूनही स्त्रीबद्दलचे असे अपमान कसे मान्य करू शकतेस हे समजत नाही मला. पुरुष कुराण हदिस मान्य करून वागू शकतात, त्यांच्या मर्यादा त्यात सांगितलेल्या आहेत. तू स्त्री असून कसं काय ते मान्य करू शकतेस? स्त्री असूनही तू पुरुषांपेक्षा हलक्या दर्जाची आहेस हे कसं मान्य करतेस? तुझ्या नवऱ्याला तुला मारहाण करण्याचा अधिकार आहे हे कसं मान्य करतेस? तुझ्या बापाची संपत्ती वारसदार म्हणून तुझ्या भावाला मिळू शकते, तुला मिळू शकत नाही हे कसं मान्य करतेस? पुरुषाने 'घटस्फोट' म्हटल्यावर पत्नीला 'घटस्फोट' मिळतो हे कसं काय?

स्त्रीला मात्र 'घटस्फोट' म्हणण्याचा अधिकार नाही! तुला बहात्तर जोडीदार मिळू शकणार नाहीत, नवऱ्याला मात्र मिळतील हे कसं मान्य करतेस? तू कोर्टात साक्ष द्यायला गेलीस, तर महिला म्हणून तुझ्या एकटीच्या साक्षीने काम पुरं होणार नाही, आणखी दोन महिलांच्या साक्षी लागतील. पुरुषाने मात्र एकट्याने दिलेली साक्ष पुरेशी आहे. त्याला आणखी दोन पुरुषांचं अनुमोदन लागणार नाही, हे कसं काय? पुरुषजात या लोकातही सुखात राहाणार, परलोकातही. तुझ्यासाठी, माझ्यासाठी, स्त्रियांसाठी अल्लाने या जगातही दुःख ठेवलं आहे आणि त्या जगातही! असला कसला तुझ्या अल्लाचा न्याय? कशासाठी त्या अल्लाचा जप करतेस?'

आईने रडत रडत मला थांबवलं. मला दोन्ही हातांनी धरून म्हणाली, 'आता बोललीस ते बोललीस. परत असं बोलू नकोस. जा, वजू करून ये, अल्लाजवळ तोबा कर.'

'तोबा कशासाठी करू? मी तर काहीच चूक केलेली नाही!'

मी नरकाच्या अग्नीत जळून मरणार याबद्दल आईची खात्री होती. आई आता माझ्याकडे बघत नव्हती. नरकाच्या अग्नीत मी जळते आहे, नासलेलं रक्त पिते आहे, माझ्या सर्वांगाला साप-विंचू चावताहेत असं तिला दिसत होतं. सूर्य डोक्यावर एक हात उतरला होता. मला उकळत्या पाण्यात टाकण्यात आलं होतं. हृदय विदीर्ण करणारं हे दृश्य डोळ्यांसमोर पाहून आई एखाद्या अडीच वर्षाच्या मुलासारखी रडत होती.

डोळे उघडले

परीक्षेच्या आधी बाबा मला म्हणाले, 'जोरात अभ्यास कर. त्याशिवाय पर्याय नाही.'

ते तर मलाही माहीत होतं. कवितेला मी कधीच रजा दिली होती, आता रात्रंदिवस फक्त रोग आणि रोगी यांच्याच सान्निध्यात राहात होते. घर ते हॉस्पिटल, हॉस्पिटल ते घर यातच खूप वेळ जात होता. रात्रीही झोप नव्हती. आई जवळ गरम दूध आणून ठेवी, ते तसंच पडून राही. आई म्हणे, 'दूध पिऊन घे बेटी, त्याने अभ्यास डोक्यात शिरेल.' मी अभ्यास करीत असतानाच आई गुपचूप मांजरीच्या पावलांनी येऊन माझ्या डोक्याला गार तेल लावून जाई; म्हणे, 'डोकं थंड राहील.'

हॉस्पिटलमध्ये इतक्या प्रकारचे रोग पाहून वाटे, जगात काय काय घडत असतं, फक्त मलाच त्याची काही माहिती नसते. मधूनमधून मी खुर्चीतून उठे, अंगणात जाऊन मोकळ्या हवेत उभी राहून आळस झटकी. 'अवकाश' नेहमीप्रमाणे चालू होतं. बऱ्यावाईट गोष्टी घडत होत्या. सुखं, दुःखं येत-जात होती. सुहृद चालायला, पळायला, बोलायला शिकला होता. घरातल्या सगळ्यांवर प्रेम करायला शिकला होता. अर्थात एक गोष्ट मात्र त्याला शिकवूनही तो शिकला नाही - ती म्हणजे त्याच्या आई-बाबांना आपलं मानणं, त्यांच्या कडेवर जाणं, त्यांनी 'ढाक्याला चल' म्हटलं की ढाक्याला जाणं. दुसरा मुलगा शुभो - तो तर दादापेक्षा हसीनाचा मुलगाच अधिक होता. दिसायला हसीनासारखा हडकुळा. दिवसातून सहा वेळा खाऊनही हडकुळाच. तो जरा गुबगुबीत व्हावा, म्हणून बाबा रोज मटन-मासे पाठवीत. पण तो आपला जशाच्या तसाच! आई म्हणे, 'खरं तर त्याची शरीरयष्टीच तशी आहे.' बाबांच्या दबावामुळे हसीनाने बी.एड. केलं. आता ती बी.ए., बी.एड. होती. तिला कुठल्याही शाळेत नोकरी मिळू शकत होती. बाबांच्या दबावानेसुद्धा

यास्मिन इंप्रूव्हमेंट परीक्षा देऊ शकली नाही. अखेर आनंदमोहन कॉलेजमध्येच ती वनस्पतीशास्त्र घेऊन बी. एससी. करू लागली.

'बॉटनी शिकून काय होणार गं?'

'बॉटनिस्ट होईन.' यास्मिनचं उत्तर.

'म्हणजे माळी होणार! हा: हा:!'

यास्मिन माळी झाली नाही तरी बरीचशी माळ्यासारखी झाली. अंगणातली रोपं छान वाढत होती, पण त्यांची पानं बघून ती म्हणे, 'या झाडाला अमुक रोग झालाय, त्या झाडाला तमुक रोग झालाय.'

'त्यांना बरं करण्यासाठी औषध काय? अँटिबायोटिक गोळ्या खाऊ घालणार का?'

यास्मिनला नावं ठेवण्यात मीसुद्धा बाबांपेक्षा काही कमी नव्हते. त्याचा काय परिणाम झाला ते समजलं नाही, पण बॉटनीमधला तिचा सुरुवातीचा उत्साह हळूहळू कमी होऊ लागला. रोज तिच्या मैत्रिणींची संख्या वाढत होती. रोज ती मैत्रिणींच्या घरी जात असे, त्या तिच्याकडे येत असत. आमच्या भागातही तिची लोकप्रियता बरीच होती. भाऊबिजेला, लग्नाला, वाढदिवसाला - बारा महिन्यांतल्या तेरा पूजांना तिला निमंत्रण असे. मला मात्र पाड्यात कुठेच निमंत्रण नसे.

'मला का गं बोलवत नाहीत?' मी विचारी.

'तू माणसांमध्ये मिसळू शकत नाहीस, म्हणून!' सरळ उत्तर.

माझ्या सीमा यास्मिनच्या सीमांपेक्षा खूप छोट्या होत्या. सुहृदच्या वाढदिवशी छोटोदाने ढाक्याच्या 'पूर्वाणी' हॉटेलमधून बारा पौंडांचा केक आणून समारंभ केला. माझ्या वर्गातली मुलं-मुली आली होती. ती होती सहाजण. यास्मिनच्या मात्र अठरा मित्र-मैत्रिणी आल्या होत्या. यास्मिन बरेचदा वाघिणीसारखी वाटे. गुरगुरणं खूप. वाटलं तर चांगलं ओरबाडून काढील कुणाला!

हसीना पूर्वीप्रमाणेच भुणभुण करी, 'सुहृदला का अमुक आहे, शुभोला का ते नाही; सुहृदचे का एवढे लाड होतात, शुभोचे का नाही' इत्यादी. ईदला बाबांनी सगळ्यांच्या हाती नवे कपडे घेण्यासाठी पैसे दिले. शुभो-सुहृदसाठी समान रक्कम दिली. मला आणि यास्मिनलाही समान. आईसाठी काहीच नाही. आईला छोटोदा देईल, कारण ती छोटोदाचा मुलगा सांभाळते. बरेचदा वर्षातून एक किंवा दोन सुती साड्या. ईदला मी पूर्वीप्रमाणे उत्सव केला नाही. एवढंच काय, नवे कपडेसुद्धा घातले नाहीत. ईदच्या दिवशी बैल कापणं, नवे कपडे, पुलाव-मटन-शेवया खाणं मला खूप अर्थहीन वाटे. एकच गोष्ट मला चांगली वाटे - बादलीभर मांस घेऊन, फाटकापाशी बसून ते गर्दी करणाऱ्या भिकाऱ्यांना वाटणे. व्हरांड्यात बसून मांस कापणे आणि त्याचे भाग करणे हे काम दादाला खूप आवडे. तो दिवसभर तेच काम

करी. सधन शेजाऱ्यांसाठी, नातेवाइकांसाठी मांसाचे चांगले चांगले तुकडे ठेवून बाकीचं भिकाऱ्यांना दिलं जाई. त्यांना सारंच चांगलं वाटे. ते जे मिळेल ते 'शुकुरअलहमदुदिल्लाह' म्हणून आनंदाने स्वीकारीत.

रोजे आले आणि गेले. रोजे ठेवण्यावर माझा विश्वास नसल्याने मी रोजे ठेवले नाहीत. संध्याकाळी इफ्तार खाणं चांगलं वाटे, ते खाई. अर्थात सायरन वाजण्याची मी वाट बघत नसे. तेवढा धीर मला धरवत नसे. मी ताट अगदी चाटूनपुसून खाई. मला बाबांचं मात्र खूप नवल वाटे. पीरबाडीला ते 'काफिर' म्हणून ओळखले जात. ते नमाज पढत नसत आणि कुराण-हदिसवर विश्वास दाखवीत नसूनही संपूर्ण महिनाभर रोजे पाळीत. त्याचं कारण कधीच बाबांना कुणीच विचारलं नाही. सगळेजण रोजे पाळतात, म्हणून तेही पाळत असावेत असं मला वाटे. दादाही रोजे पाळी, पण ईदची नमाज सोडता बाकी कधीही तो नमाज पढत नसे - बाबांच्याप्रमाणेच! छोटोदाही ईदच्या नमाजला जाई, पण वर्षभर नमाजचं नाव नसे, रोजेही पाळीत नसे. हसीनाचा अल्ला, नमाज, रोजे यांच्यावर विश्वास असला तरी ती रोजे पाळीत नसे. कारण आपण अजून जास्त हडकुळी होऊन जाऊ अशी तिला भीती वाटे. इर्शाद सरकारने नवीन कायदा लागू केला होता - रोजाच्या वेळी दिवसा सगळी हॉटेलं, खाद्यपदार्थांची दुकानं बंद ठेवावीत. नवलच! सगळेजण थोडेच रोजे पाळतात? हमाल, मजूर, कष्टकरी - दुपारी जेवल्यावाचून जे कामच करू शकत नाहीत, अशा लोकांनी काय करावं? हिंदू, बौद्ध, ख्रिश्चनधर्मीयांचाही विचार करायला हवा होता, नास्तिकांचाही! देश काही फक्त मुसलमानांचाच नाही. सगळे मुसलमानही रोजे पाळीत नाहीत. उपवास करीत नाहीत. खाद्यपदार्थांची दुकानं बंद ठेवून चालणार कसं? याला विरोध म्हणून रोजाच्या वेळी मी तोंडात च्युईंग गम ठेवी. दिवसभर च्युईंग गम चघळीत राही. कॉलेज कँटीनमधून वारंवार चहा पिऊन येई. कॉलेज कँटीन कॉलेजच्या आवारात असल्याने तिथे पोलीस येऊन ते बंद करायला सांगू शकत नसत. इर्शादच्या नियमामुळे जमाते इस्लामीचे लोक खूश झाले, पण जे धर्मनिरपेक्ष होते, त्यांनी याला हरकत घेतली. पण इर्शाद कुणाचीही हरकत ऐकून घेणारे माणूस नव्हते. त्यांना कसंही करून सत्तेत राहायचं होतं. बहुसंख्याकांच्या धर्माबद्दल जास्त आपुलकी दाखवल्यास बहुसंख्याक त्यांची वाहवा करतील अशा विश्वासाने ते देश चालवीत होते. इर्शाद मला कधीही धार्मिक गृहस्थ वाटले नाहीत. चेहरा गंभीर करून ते कितीही धर्माच्या गोष्टी बोलत असले, इस्लाम हा राष्ट्राचा धर्म आहे असं म्हणत असले, राज्यघटनेचा त्यांनी सर्वनाश केलेला असला, तरीही मला वाटे की ते देशवासीयांना फसवत आहेत. त्यांना मूर्ख बनवू बघताहेत. त्यांना फक्त अशिक्षित, निरक्षर, धर्मभीरू माणसांची मतं हवी आहेत, दुसरं काहीही नाही.

धर्म, राजकारण यासारख्या गोष्टींचा विचार करण्यात माझा काहीच फायदा

नाही, असं बाबा मला म्हणाले. परीक्षा अगदी जवळ आल्यावर ते मला पहाटे तीन-चार वाजता झोपेतून उठवीत आणि अभ्यासाला बसायला सांगत. मी धडपडत बिछान्यातून उठून अभ्यासाला बसे, आई तेवढ्या रात्री उठून, चहा बनवून फ्लास्कमध्ये माझ्या टेबलावर ठेवून जाई.

माझी लेखी परीक्षा संपल्यावर बाबा तोंडी परीक्षेसाठी दुसऱ्या मेडिकल कॉलेजमधून कोण परीक्षक येणार आहेत, ते ओळखीचे आहेत का, त्यांचे वर्गमित्र किंवा विद्यार्थी आहेत का याचा शोध घेऊ लागले. त्यांना समजलं की काहीजण कधीकाळी त्यांचे विद्यार्थी होते. त्यांना बाबा विनंती करून आले, 'माझी मुलगी यंदा परीक्षा देतेय, जरा लक्ष ठेवा.' 'जरा लक्ष ठेवा' म्हणजे माझ्या मुलीला मुद्दाम कमी गुण देऊ नका. खरं तर कुणीही कुणाला पास करू शकत नाही. कारण पास करण्याची जबाबदारी कुणा एकावर नसते. 'लक्ष ठेवा' म्हणजे मुद्दाम नापास करू नका. सगळेच इंटर्नल परीक्षक माझ्याबाबतीत समाधानी होते असं नाही. मी सलाम न केल्यामुळे बरेचसे प्राध्यापक मला उद्धट समजत. असो, परीक्षा बरेच दिवस चालली. बरेच दिवस बाबा काळजीत होते. मीसुद्धा आपण पास होणार नाही या भीतीने, धडधडत्या छातीने, कोरड्या गळ्याने मी तोंडी परीक्षा दिली. तोंडी परीक्षा ही परीक्षा वाटत नव्हती, मी जणू बारीक दोरीवरून चालते आहे असं वाटत होतं. थोडा तोल गेला, की आपटलेच! साप-विंचू आणि आगीमध्ये आपण पडणार असं वाटत होतं. भीतीमुळे केलेला अभ्यासही डोक्यातून कापरासारखा उडून जात होता. अशाच अवस्थेत परीक्षा झाली. वॉर्डमध्ये रोग्यांच्या रांगांमध्ये टेबल टाकून परीक्षक बसले होते. परीक्षक हे परीक्षक वाटत नव्हते, कसाई वाटत होते. - कुणाचा गळा कापणार, काही समजत नव्हतं. परीक्षा संपली, पण माझं डोकं अद्यापही धडावर आहे की नाही हे समजत नव्हतं.

परीक्षेनंतर मी ढाक्याला जाण्यासाठी उतावीळ झाले. पण रुद्र ढाक्यात नव्हता. अद्याप तो मिठेखालीहून परतला नव्हता. मी मयमनसिंहमध्ये बसून रुद्रच्या ढाक्याला परतण्याची वाट बघत राहिले. वाट पाहाणं फार त्रासदायक होतं, पण आता अभ्यासापासून सुटका झाली, याचं समाधान होतं. हसीना बी.एड. झाल्यावर बाबांनी तिला एम.एड.ला प्रवेश घेऊन दिला होता. शुभोला आईकडे सांभाळायला देऊन, रोज भडक रंगाची साडी नेसून, तोंडाला नाना प्रकारचे रंग लावून ती कॉलेजला जाई. आईला आता दोघांना सांभाळावं लागे - सुहृदला आणि शुभोला. हसीना कॉलेजमधून आल्याबरोबर शुभोची काळजी घेण्यात काही कसर तर राहिली नाही ना, हे पाही. आई खरं तर कुठलीही कसर ठेवीत नसे, कारण तसं झालं तर हसीना आकाशपाताळ एक करील हे तिला माहीत असे. ते आईला नको असे. दोघांनाही अंघोळ घालून, अंगाला पावडर लावून, कपडे घालून झोपवीत असे. आल्याबरोबर हसीना म्हणे, 'शुभो किती घामेजलाय! फॅनखाली तर सुहृदला झोपवलंय, शुभोला तर दूर झोपवलंत!' आई

म्हणे, 'अगं तो लोळत लोळत दूर गेला.' हे ऐकून दादा येई आणि बायकोची बाजू घेई. आई गुपचूप डोळ्यांतलं पाणी पुसे. हसीनाला आरडाओरडा करायला कुठलंही निमित्त पुरे. 'त्याचा भांगच का वाकडा पाडलात?' असे तिचे प्रश्न असत. 'असं असेल तर मला कॉलेज न करता घरीच मुलाकडं लक्ष देत बसावं लागेल' असं ती म्हणे.

अशी तक्रार केल्यावर एकदा ती कॉलेजलाच गेली नाही.

'काय शुभोची आई, आज कॉलेजला नाही जाणार?'

'नाही. आज बरं वाटत नाही.' असं सांगून दिवसभर झोपून राहून, संध्याकाळी शुभोला आईच्या मांडीवरून उचलून घेऊन दु:खी चेहऱ्याने ती स्वत:च्या खोलीत गेली.

बाबा आजकाल घरी परतल्याबरोबर 'बौमा, बौमा' (बौमा म्हणजे सूनबाई) म्हणून हसीनाला हाका मारीत. कॉलेज कसं चाललंय, ती अभ्यास नीट करतेय की नाही याची चौकशी करीत.

हसीना यावेळी चेहरा उदास करून म्हणाली, 'आज जाऊ शकले नाही कॉलेजला.'

'म्हणजे? जाऊ शकली नाहीस म्हणजे? का जाऊ शकली नाहीस?' बाबा ओरडले.

'शुभोला पाहावं लागतं ना, म्हणून. झर्ना तर काही आता शुभोला अंघोळ घालू शकत नाही, खाऊ घालू शकत नाही.'

'शुभोची आजी आहे ना हे करायला?'

'नाही, आईंना तर वेळ मिळत नाही. त्यांना तर सुहृदकडं पाहावं लागतं.'

'जा, त्या बाईला बोलव.'

'कुठल्या बाईला? लीलीच्या आईला?'

'अक्कल आहे की नाही तुला? नोमानच्या आईला बोलाव.'

हसीनाने आईला बोलावलं. हसीनाच्या तोंडावर हसू.

बाबा दात खात म्हणाले, 'बाळाची आई कॉलेजात जाते, मग त्याच्याकडं तू पाहाणार नाहीस तर कोण पाहाणार?'

आई शांतपणे म्हणाली, 'मी तर बघतेच त्याच्याकडे, पण माझं त्याला अंघोळ घालणं, खाऊ घालणं त्याच्या आईला आवडत नसेल तर मी काय करणार?'

'म्हणजे?'

'माणूस ठेवा शुभोच्या कामासाठी. मला आता दोन-दोन बाळांचं करणं होत नाही.'

'आजी असताना नातू नोकराजवळ मोठा होणार?'

'कमालला सांगा सुहृदला घेऊन जायला. मी स्वत: आजारी असते. विश्रांती नाही, झोप नाही. इतकं काम होत नाही आता.'

'बघ, बघ, कशी बोलतेय बघ!' बाबा हसीनाकडे बघत आईबद्दल म्हणाले.

हसीनाच्या चेहऱ्यावर ते खवचट हसू बरेच दिवस राहिलं.

सुहृदला छोटोदाकडे नेऊन सोडणंही झालं नाही. शुभोसाठी दुसरी मोलकरीण ठेवणंही झालं नाही. आईच त्या दोघांनाही सांभाळीत राहिली. हसीना बादलीभर धुणं काढून ठेवी, ते धुताना लीलीच्या आईला बराच वेळ लागे. आईला परत स्वयंपाकघरात जावं लागे, सगळ्यांचा स्वयंपाक करावा लागे. मला वाटायला लागलं, की आई हसीनाला घाबरतेय. बाबांचीही आईला एवढी भीती वाटत नव्हती. आईला दादाच्या संदर्भात भीती वाटत होती. दादा जर हसीनाला नाराज पाहून परत घर सोडून दुसरीकडे गेला तर? आईचं शरीर मूळव्याधीमुळे रक्त जात असल्याने दिवसेंदिवस अशक्त होत होतं. पण तरीही आई पहाटेपासून मध्यरात्रीपर्यंत कामात व्यस्त असे. बाबांना ती काकुळतीने विनवी, 'माझ्या शरीरात तर आता रक्त नाही, मला थोडं चांगलं खाल्लं पाहिजे. पावशेर दूध, दोन केळी आणि दोन अंडी एवढं मला देणार का रोज?' बाबा संतप्त नजरेने आईकडे बघत. आई नोमानला म्हणे, 'काय रे नोमान, तुझा बाप तर मला काही देत नाही, तू माझ्यासाठी दूध-केळ्याची व्यवस्था करू शकशील? मी पार अशक्त होत चाललेय.'

नोमान हसत-हसत जीभ चावत म्हणाला, 'तू पण काय बोलतेस आई! तू कुठं अशक्त होत चाललीयेस! तू तर फारच लठ्ठ होत चालली येस! डाएट कंट्रोल कर. खाणं कमी कर.'

'मूळव्याधीवर तुझ्या दुकानात काही औषध आहे का?'

'नाही. मूळव्याधीवर काहीच औषध नाही.'

औषध नाही. साधं उत्तर. दादा आता बाबांच्या औषधाचा व्यवसाय सांभाळीत होता. व्यवसाय अगदी जोरात चालू होता. दुकान छान सजवलं होतं. इकडं बाबांनीही आपलं चेंबर वाढवलं होतं. एक्स रे मशीन बसवलं होतं. मायक्रोस्कोप घेऊन पॅथॉलॉजी लॅब सुरू केली होती. ज्यूरिसप्रूडन्सचे प्राध्यापक अब्दुल्ला यांना बाबांनी 'फावल्या वेळात पॅथॉलॉजीत बसत जा' असं सांगितलं होतं. अधिक उत्पन्नाच्या आमिषाने अब्दुल्लासुद्धा तिथं येत. बाबांच्या चेंबरमध्ये काही कारणाने जावं लागलं, तर पेशंटस्च्या गर्दीतून वाट काढीत जावं लागे. खेड्यातल्या गरीब पेशंटस्चीच संख्या अधिक असे. कुणी 'पोट दुखतंय' म्हणाला तरी बाबा त्याला छातीचा एक्स-रे काढायला सांगत. संडास-लघवी-रक्त तपासून घ्यायला सांगत. धोबाउडा गावातून खोकल्याबरोबर रक्त पडत असलेला एक म्हातारा आला होता. एक्स-रे काढून

बाबांनी त्याला सांगितलं, 'क्षय.' मी म्हाताऱ्याला विचारलं, 'कधीपासून रक्त पडतंय?' म्हातारा धापा टाकीत म्हणाला, 'दीड वर्षांपासून.'

'रक्त पडायला सुरुवात झाली तेव्हाच का नाही आलात?'

'माझ्याकडं पैसे कुठं, बईन? कर्ज काढून शहरात आलो आज.'

'तुमच्या गावात डॉक्टर नाही?'

'नाही.'

खेड्यापाड्यात डॉक्टर असले तरी लोक बाबांकडे येत. चांगले डॉक्टर म्हणून त्यांचं खूप नाव होतं. शहरातले जुने लोक अजूनही आजारी पडले की बाबांना बोलावीत. बाबांची ठराविक अशी काहीही फी नव्हती. जो जी फी देईल, ते ती स्वीकारीत. कुणी पाच रुपये देई, कुणी दोन रुपये. बाबा पेशंटस्ना फक्त एकच विनंती करीत, 'शेजारच्या "आरोग्य-वितान" नावाच्या दुकानातून औषधं विकत घेऊन जा.' रक्त-थुंकी वगैरे तपासल्यावर, एक्स-रे काढल्यावर अनेक पेशंटस्कडे औषधांसाठी पैसे राहात नसत. ते तसेच परत जात. याच कारणाने परत चाललेल्या टी.बी.च्या रोग्याला थांबवून मी आरोग्य वितानात नेलं आणि त्याला औषधं मोफत दे असं दादाला सांगितलं. दादा म्हणाला, 'वेडी झालीस का?' मी स्वत:च्या पर्समधून पैसे काढून दिले आणि औषधं द्यायला सांगितलं. दादाने ते पैसे मोजून घेतले आणि औषधं दिली. आजकाल त्याला पैसे मोजणं खूप आवडे. मोकळा वेळ मिळाला की, तो ड्रॉवरमध्ये ठेवलेले पैसे पुन्हा पुन्हा मोजी. हे पैसे संसारासाठी कधीही तो खर्च करीत नसे. जो खर्च होई, तो सगळा हसीनाची हौस पुरवण्यासाठीच. साडी, दागिने, मेक-अप, चेक-अप यांच्यासाठी. यास्मिन अधूनमधून रिक्षाभाडं घेण्यासाठी आरोग्य वितानासमोर उभी राही, त्यावेळी दादा ड्रॉवरला कुलूप लावून, किल्ली खिशात ठेवून तळहातावर हनुवटी टेकून उदास बसे. तिला म्हणे, 'काहीच विक्री झाली नाही गं, भवानीसुद्धा झाली नाही.'

क्षयाचा रोगी औषधं मिळाल्याने कृतज्ञतेने नम्र झाला. रात्री तो आता धोबाउडाला परतणार नाही. जुबलीघाटावरच्या हॉटेलात थांबेल. हॉटेलमध्ये लांबच लांब बिछाना पसरलेला असे. भाडंही फार नसे - उताणं झोपल्यास आठ आणे, कुशीवर झोपल्यास चार आणे. हॉटेलमध्ये लोकांची प्रचंड गर्दी. खेड्यातून डॉक्टरकडे, वकिलाकडे आलेले लोक दूरचे असतील, तर दिवस मावळल्यावर नदी पार करता येत नाही म्हणून या हॉटेलमध्ये रात्र काढून सकाळी नाव धरीत.

आईच्या मूळव्याधीवर उपचार झालेच नाहीत. मूळव्याध हा काही साधारण आजार नसून असाध्य रोग आहे असं आता तिला वाटू लागलं होतं. कुणालाही तिच्या आजारपणाच्या 'फालतू' गोष्टी ऐकायला वेळ नसे. मला स्वत:ला ॲनल फिशरच्या वेदना होऊ लागल्या. न्यूपारकेइनल मलमानेही त्या कमी होईनात.

हॉस्पिटलमधल्या ओळखीच्या डॉक्टरांपुढे आपलं गुप्तांग उघडं करणं मला अवघड वाटत असल्याने अनोळखी डॉक्टरकडून उपचार घेण्यासाठी मी ढाक्याला गेले. मोठा सर्जन पाहून ढाक्याच्या हॉस्पिटलमध्ये छोटोदाने माझी व्यवस्था केली. वेगळी खोली मिळण्यासाठी मंत्र्याचा वशिला लावावा लागला. दोन दिवसांनंतर ऑपरेशन. हॉस्पिटलमध्ये दाखल होणार, एवढ्यात माझ्या पत्रावरून मी ढाक्यात आहे हे समजल्याने रुद्र छोटोदाच्या घरून मला आपल्या घरी घेऊन गेला. अर्थात तेव्हा छोटोदा घरी नव्हता. गीताला आश्चर्यच वाटलं. रुद्रचा एक मामेभाऊ ढाका मेडिकलमध्ये डॉक्टर म्हणून नोकरी करीत होता. रुद्र मला त्याच्याकडे घेऊन गेला आणि म्हणाला की, माझ्या ऑपरेशनच्या वेळी त्यानेही तिथं असावं. बैठकीच्या खोलीतल्या सोफ्यावर तेव्हा नेली केस मोकळे सोडून बसली होती. नेलीला मी प्रथमच बघत होते. रुद्रची नजर वारंवार नेलीकडे, तिच्या मोकळ्या केसांकडे वळत होती. दोघेजण गप्पा करू लागले, जुन्या दिवसांच्या गप्पा. अधूनमधून हसणं. मी डोळ्यांसमोर एक मासिक घेऊन बसले, जणू मी काहीच बघत नाहीय, ऐकत नाहीय. त्यांना एकमेकांना स्पर्श करावासा वाटतोय, प्रेमाच्या डोहात उडी घ्यावीशी वाटतेय हे जणू मला दिसतच नाहीय. मासिकातली अक्षरं माझ्या अश्रूंनी भिजू लागली. त्यांना माझ्याबद्दल करुणा वाटू लागली.

हॉस्पिटलमध्ये ऑपरेशन टेबलवर मला भूल देण्यात आली. भूल उतरल्यावर दिसलं, की जवळ छोटोदा, गीता, झुनूमावशी उभ्या आहेत. मी दुसऱ्या बिछान्यावर झोपलेली आहे. गीता माझ्या केसांतून हात फिरवते आहे. छोटोदा विचारतोय, 'दुखतंय?' दुखतंय की नाही ते समजत नव्हतं, जवळची माणसं पाहून ते फारसं जाणवत नव्हतं. अचानक सगळ्यांना कोड्यात टाकीत रुद्र खोलीत शिरला. छोटोदा बाहेर गेला. हा रुद्र कोण, त्याच्याशी माझा काय संबंध आहे हे कुणालाच सांगितलं नाही. सगळ्यांनी समजून घेतलं. छोटोदानेही. मला दोन दिवस हॉस्पिटलमध्ये राहावं लागलं. हे दोन दिवस गीता रिक्षातून तीन वेळा खायला आणी. जवळ बसून गप्पा करी. गरम पाण्याच्या टबमध्ये बसवून ठेवी. हॉस्पिटलमधून डिस्चार्ज मिळण्याच्या दिवशी एकीकडे छोटोदा, दुसरीकडे रुद्र. छोटोदा म्हणाला, 'चल, घरी चल.'

मी नकारार्थी मान हलवली, 'नाही.'

'नाही म्हणजे?'

मी निरुत्तर. छोटोदाने मला हात धरून ओढलं, 'घरी येणार नाहीस तर जाणार कुठं तू?' मी माझा हात हळूहळू सोडवून घेतला. त्याच्या दुःखी डोळ्यांत शांत नजरेने पाहिलं. त्याच्या डोळ्यांत पाणी येतंय, तो दातांनी ओठ दाबून हुंदका दाबतोय, हे मला दिसलं. मी रुद्रबरोबर बाहेर गेले. निरुत्तर.

मुहम्मदपूरच्या घरी परतून मी गुपचूप, चिंताग्रस्त बसून राहिले. आमचं लग्न

झालंय हे रुद्रच्या मामेभावाला समजलं तर? रुद्र म्हणाला, 'आपल्या लग्नाची गोष्ट तर तू कुणाला सांगतच नाहीस!' भूल दिल्यावर माझं गुप्तांग कुठल्याच डॉक्टरपासून गुप्त राहिलेलं नसणार, म्हणजेच मी कुमारी नाही हे त्यांना समजलं असणार. किमान त्याला तरी सांग की आपण लग्न केलंय! नाहीतर त्याला वाटेल की, लग्नाआधीच माझा कौमार्यभंग झाला.' - छी छी! मी शरमेने मान खाली घातली. लाजेने गुलाबी झालेला चेहरा रुद्रला खूप आवडे. त्याने माझा चेहरा आपणाकडे वळवून माझं चुंबन घेतलं. म्हणाला, 'उद्याच मामेभावाला सांगतो, आपलं लग्न झालंय म्हणून.'

त्या रात्री आम्हाला झोप लागल्यावर मिनार नावाच्या रुद्रच्या मित्राने दरवाजा वाजवून आमची झोप मोडली. कविता नावाच्या आपल्या सुंदर बायकोला घेऊन तो झोपण्यासाठी आला होता - शहरात झोपण्यासाठी कुठेच जागा रिकामी नाही, म्हणून. बेडरूम त्या दोघांसाठी रिकामी करून देऊन रुद्र आणि मी दुसऱ्या खोलीत चटईवर झोपलो. पहाटे पाहिलं तर रुद्र माझ्या शेजारी नाही. तो मिनार आणि कविता यांच्याबरोबर बिछान्यावर झोपला आहे. झालं काय? तू कधी इथं आलास? रुद्रचं साधं उत्तर - चटईवर झोप येत नव्हती. मुद्दाम तो मिनारजवळ झोपला होता. जर मिनारने त्याला कविताशेजारी पाहिलं असतं, तर नक्कीच मित्राच्या या प्रकाराला तो मोठ्यांदा हसला असता आणि सकाळी बायकोबरोबर परत गेला नसता.

त्या दिवशी सकाळीच मी रुद्रच्या ड्रॉवरमध्ये पत्र लिहिण्यासाठी कागद शोधायला गेले, तर मला लग्नाची दलील दिसली. त्यात लिहिलं होतं की, मी वकिलासमोर बसून या 'दलील' (दस्तऐवज) वर सही केली आहे. आश्चर्य आहे! यात तर खोटं लिहिलेलं होतं! असं म्हटल्याबरोबर रुद्रने माझ्या हातून तो कागद काढून घेतला आणि ड्रॉवरमध्ये ठेवला. दोन दिवस कविताबरोबर काढल्यानंतर मला 'अवकाश' मधल्या सर्वांची खूप आठवण येऊ लागली. माझीही आठवण घरचे सगळेजण काढीत असतील. ढाका मला आपलं शहर वाटत नसे. काही दिवस ढाक्याला फिरायला येणं ठीक आहे, पण कायमचं राहाण्यासाठी ढाका हे शहर आजही मला आवडत नाही. 'मयमनसिंहला परत जाते' म्हटल्यावर 'आणखी एक दिवस थांब' असं रुद्र म्हणाला. त्या दिवशी दुपारी तो मला मगबाजारात काझीच्या ऑफिसमध्ये घेऊन गेला. रुद्रचे दोन मित्रही आले. काझीजवळ 'काबिन' होणार, दोन मित्र हे साक्षीदार. सरप्राईज!

'हे मला आधी सांगितलं असतं तर मी हरकत घेतली असती का, रुद्र?'

'काबिन किती रुपयांची होणार?'

'रक्कम सांगायलाच हवी का?'

'हो. सांगायलाच हवी.'

'शून्य देऊन चालणार नाही?'

'नाही.'

'मग.... एक रुपया!'

'छट्! एक रुपया कसं काय?'

'जितकी इच्छा असेल तितके दे, या सगळ्याचा काहीही अर्थ नाही. तुला काय वाटतं, कधीतरी आपला घटस्फोट होईल आणि झाला, तर मी काही रकमेची मागणी करीन?'

मी हसले.

'काबिनची काय गरज आहे, रुद्र?'

'गरज आहे.'

'काय गरज?'

याला काही अर्थ नाही. काबिननामा काय दोन माणसांना एकत्र राहायला भाग पाडू शकतो? की प्रेम? माझा विश्वास आहे प्रेमावर. काबिनवर नाही. रुद्रचा प्रेमावर किती विश्वास होता माहीत नाही, पण त्याचा काबिनवर मात्र विश्वास होता, त्याने काबिन केलं.

दुसऱ्या दिवशी मी मयमनसिंहला परतले. ऑपरेशन झालंय हे ऐकल्यावर आई माझी खूप काळजी घेई. दिवसातून चार वेळा टबमध्ये डेटॉल घातलेलं गरम पाणी मला देई, त्या टबमध्ये बसवून ठेवी. मी तिला माझं जुनं न्यूपारकेनल मलम दिलं. ॲनल फिशरच्या वेदना कमी करणारं मलम. आईला मात्र वाटलं, या मलमाने तिचं रक्त जाणं बंद होईल, पण ते काही बंद झालं नाही. तिला दूध, केळी आणि अंडीही मिळत नसत. तिला बहुधा आशा वाटत असेल, आपली मुलगी डॉक्टर होईल, पैसे कमावील. तीच आपल्यावर उपचार करील, तीच आपल्याला दूध-केळी विकत घेऊन देईल. ती मुलगी डॉक्टरी पास झाली. तिची इंटर्नशिप सुरू झाली. तिच्या हाती पैसे येऊ लागले, पण त्या पैशांतून आईसाठी दूध-अंडी विकत घेणं काही झालं नाही. भागीरथीची आई दूध घालताना विचारी, 'मावशी, आणखी एक पावशेर दूध घाल म्हणाला होता ना?' आई दु:खाने नि:श्वास टाकीत म्हणे, ' नाही, भागीची आई; दूध पिणं माझ्या नशिबातच नाही!'

आई सुहृदला मांडीवर घेऊन, डुलवीत डुलवीत, अंगाई म्हणत झोपवीत होती. त्याला झोप लागल्यावर गादीवर ठेवून ती मला म्हणाली, 'शुभोची आई मला 'ती बाई' असं म्हणते!'

'तुला कसं समजलं?'

'स्वयंपाकघरात गेले, तर ती लीलीच्या आईला म्हणत होती, 'माझा मुलगा तर त्या बाईच्या डोळ्यांत सलतोय!'

'असं?'

'तिला तुझ्या बापामुळं असं बोलायचं धाडस होतंय. तुझा बाप तर सगळ्यांसमोर मला 'ती बाई' म्हणतो.'

उदासपणे खिडकीकडे बघत आई म्हणाली, 'मी सासू आहे, पण मला काही मानच देत नाही ती!'

झोपलेल्या सुहृदच्या चेहऱ्याकडे मी बघत राहिले. खूप सुंदर-सुंदर बाळं पाहिली होती मी, पण सुहृदसारखं सुंदर कुणीच नव्हतं. जागेपणी तो इतका वांड मुलगा असेल, असं तो झोपलेला असल्यावर वाटत नसे. रोज खाटेवरून, टेबलावरून, जिन्यावरून कुठूनतरी धपाधप पडतच असे खेळताना. मागेपुढे बघतच नसे. याउलट शुभो मात्र एखादं पाऊल टाकायचं असलं तरी चारीकडे पाहून, खूप सावधपणे पाऊल टाकी. उड्या-बिड्या मारीतच नसे. शुभोच्या अंगावर कुठेच पडल्या-झडल्याच्या खुणा नसत. उलट सुहृदच्या आज गुडघ्याला खरचटे तर उद्या कोपराला. त्याच्या शरीरावर वांडपणा केल्याच्या खुणा असत. सुहृद बोबडं बोबडं बोले. शुभो मात्र कधीच बोबडं बोलत नसे. नेहमी स्पष्ट बोले. खाण्याच्या बाबतीत शुभोचे काहीच नखरे नसत. सुहृदचं मात्र नेहमी 'नको-नको.' आईचा त्रास वाढला. तो जसजसा मोठा होऊ लागला, तसतसं त्याला आवरणं कठीण होऊ लागलं. पळत-पळत गच्चीवर गेला, तर आईला त्याच्यामागे धावत जावं लागे - उगाच वरून उडी-बिडी मारली तर? फाटक उघडं असलं तर तो पळत बाहेर जाई. त्याला आत आणावं लागे.

आईला कष्ट पडत आणि त्याहीपेक्षा काळजी - दादा घरी आल्यावर जर त्याला हसीना नाराज दिसली, तर? शुभोपेक्षा सुहृदवर घरातल्यांचं जास्त प्रेम आहे, शुभोपेक्षा सुहृदला अधिक खेळणी आहेत, अधिक कपडे आहेत असं हसीनाला ठामपणे वाटे. आई छोटोदाला म्हणाली, 'सुहृदला काही आणलंस तर शुभोसाठीसुद्धा घेऊन येत जा.' आई सुहृदची खेळणी अधूनमधून शुभोलाही खेळायला देई. सुहृदची याला काही हरकत नसे. सुहृदसाठी आणलेल्या फळांमधूनही काही फळं ती शुभोला खायला देई. तरीही हसीनाच्या चेहऱ्यावरची नाराजी जात नसे. दादाला ती सतत म्हणे, 'जरा हलत का नाही - मढ्यासारखं पडून राहून काय होणार? फकिरासारखं पत्र्याच्या खोलीत अजून किती दिवस राहाणार? वेगळं घर घ्या. माझ्या मुलाला इथून दूर ठेवायला हवं.'

सुहृदला शुभोबद्दल खूप ममता वाटे; शुभो मात्र सुहृदला सतत मारहाण करीत राही. एकदा त्याने सुहृदला खाटेवरून खाली ढकलून दिलं होतं. डोक्याला मार बसल्याने सुहृद चोवीस तास बेशुद्ध होता. आईला वेड्यासारखं झालं होतं. ती छोटोदाला म्हणाली, 'असल्या वातावरणात सुहृदला वाढवता येणार नाही. तू घेऊन जा त्याला ढाक्याला.' छोटोदा आईच्या या प्रस्तावासाठी तयार नव्हता. तो उदासपणे

म्हणाला, 'हो, घेऊन जायला हवं त्याला, ढाक्याला नेऊन तिथल्या शाळेत घालायला हवं.'

यानंतर त्याने सुहृदला ढाक्याला नेलं. आईसुद्धा बरोबर गेली. दोन आठवड्यांनंतर आई परत येऊन सुहृदसाठी अश्रू ढाळीत राहिली. शेवटी तीच परत ढाक्याला गेली आणि सुहृदला परत 'अवकाश'मध्ये घेऊन आली. सुहृद आनंदाने इथं राहू लागला. मी त्याला घेऊन बरेचदा संध्याकाळी रिक्षातून फिरायला जाई. कधीकधी मैत्रिणींच्या घरी घेऊन जाई. त्याला त्याच्या आवडीची खेळणी विकत घेऊन देई. स्वत:साठीही रेडिमेड कपडे विकत घेई.

यास्मिनला एक हार्मोनियम विकत घेऊन दिला. तिला गायन शिकवण्यासाठी एक शिक्षकही नेमले. माझी एकच अट होती - तिने रवीन्द्रसंगीत गावं. त्यासाठी 'मयमनसिंह संगीत विद्यालया'त तिचं नाव घातलं होतं. पण ती म्हणाली, 'तिथं शाळेत गेल्यासारखं वाटतं.' म्हणून बादलचंद्र दे यांना घरी येऊन तिला गायन शिकवण्याची विनंती केली. ती त्यांनी मान्य केली. रोज संध्याकाळी बैठकीच्या खोलीत 'सा रे ग म प ध नी' चालत राही. मी बादल उस्तादांसाठी चहा-बिस्किटांचा ट्रे घेऊन जाई. ते माझ्याशी संगीताबरोबरच साहित्यावरही बोलत. रवीन्द्रनाथांच्या अनेक कविता तोंडपाठ म्हणून दाखवीत. तेव्हा माझी भूमिका केवळ श्रोत्याची असे. गावात रवीन्द्रसंगीत शिकण्यासाठी 'आनंदध्वनी' नावाची शाळा आहे असं समजलं, त्यातही मी यास्मिनचं नाव घातलं.

रवीन्द्रसंगीत मला जगण्यासाठी आधार देई. संध्या, हेमंतकुमार, मन्ना दे यांनी गायिलेलं रवीन्द्रसंगीत मला खूप आवडे. 'आनंदध्वनी'मध्ये शिकवलेली रवीन्द्रनाथांची गीतं जेव्हा यास्मिन घरामध्ये गाई, तेव्हा मी दंग होऊन जाई. एखाद्या उदास संध्याकाळी 'तोमार काछे शान्ति चाबो ना, थाक ना आमार दु:ख भाबोना' (तुझ्याकडून मला शांती नको आहे, असू दे मी कितीही दु:खी) हे गीत माझ्या डोळ्यांमध्ये पाणी आणी. यास्मिन अधूनमधून 'आनंदध्वनी'त गायन शिकवणाऱ्या नीलोत्पल साध्य यांना घेऊन येई. नीलोत्पल देखणा तरुण होता. नीलोत्पल मनातल्या मनात यास्मिनवर प्रेम करतोय असं मला वाटे. मला भीती वाटे. यास्मिनच्या एका मैत्रिणीचा भाऊ तिच्या गाण्याबरोबर तबल्याची साथ करायला येई. तो यास्मिनकडे मुग्ध नजरेने बघत असे. मला भीती वाटे. कोलकात्याहून कौशिक मजूमदार मोठ्या मोठ्या अक्षरात यास्मिनला पत्र लिहीत असे. यास्मिनही त्याला पत्रं लिही. तो मूळचा मयमनसिंहचा, आता कोलकात्यात स्थायिक झालेला. यास्मिनला पत्रातून तो 'मौमी' म्हणे; यास्मिनही आपल्या पत्राखाली 'मौमी' अशी सही करी. मला भीती वाटे. खूप भीती वाटे. कौशिकचं पत्र आलं की मी वाची. त्यात कुठे प्रेमाचे संकेत तर नाहीत ना, हे पाही. तिला सर्वनाशापासून दूर ठेवायचा प्रयत्न असे हा. ती कुणाच्या प्रेमात

पडू नये, असं वाटे. कुठल्याही मोहाने तिचं साधं-सरळपण नष्ट करू नये, असं मला वाटे. माझं जे व्हायचं होतं, ते झालं. यास्मिनला मी सगळ्या वाईटापासून वाचवावं, असं मला वाटे. बाहेर जाण्यापूर्वी यास्मिन आरशासमोर उभी राहून मेक-अप करू लागे, तेव्हा मी रागावे, 'एवढी सजतेस कशासाठी?'

'असंच!'

'कुणी उगाच 'असंच' मेक-अप करीत नाही. काहीतरी कारण असतं.'

'कारण नसताना मेक-अप करता येत नाही का?'

'कारण असतंच. आपल्या रूपावर लोकांनी मुग्ध वहावं, असं तुला वाटतं. हो ना?'

'नाही. मला आवडतं, म्हणून मी मेक-अप करते.'

'मग तू घरी असतेस, तेव्हा मेक-अप का करीत नाहीस? नेमकं बाहेर जातानाच लिपस्टिक का लावतेस?'

यास्मिन याचं उत्तर देत नसे. मी तिला म्हणे, 'तुला काय वाटतं, तोंडाला रंग लावल्यानेच आपण सुंदर दिसतो? तसं मुळीच नाही. मूळ रूप जसं आहे तसंच चांगलं असतं. स्वत:चं मूळ रूप रंगाच्या मुखवट्याआड लपवू नकोस. कृत्रिमतेची मदत घ्यायची गरज काय आहे तुला? काय कमी आहे तुझ्यात? नक्कीच तुला न्यूनगंड असावा!'

यास्मिन माझं ऐकत नसे. मेक-अप चालूच ठेवी. मला मात्र भीती वाटत राही.

हॉस्पिटलमध्ये पोस्टमास्टरच्या पत्त्यावर रुद्रचं पत्र आलं, 'पत्र मिळाल्याबरोबर ढाक्याला निघून ये.' मेडिसिन वॉर्डमध्ये माझी ड्यूटी होती. या ड्यूटीमधून एक दिवसासाठीच काय, एका तासाचीही रजा नव्हती. रजा मिळण्यासाठी मी दुसऱ्या दिवसापासून प्रयत्न करू लागले. तीन दिवसांनंतरही रजा मिळाली नाही.

इकडे बाबांनाही एक पत्र मिळालं. रुद्रचे वडील शेख वलीउल्ला यांचं पत्र. त्यांनी काय लिहिलं होतं, ते मला काहीच माहीत नव्हतं. रुद्रनेही याबद्दल मला काही कळवलं नव्हतं. आईकडून त्या पत्राबद्दल मला समजलं. आईला रागाने हाक मारून बाबांनी ते पत्र दाखवलं होतं - 'माझा वाट चुकलेला मुलगा शहिदुल्ला याने आपल्या मुलीशी लग्न करून नीट वागण्याचे मान्य केले आहे. त्यांच्या लग्नाला मान्यता देऊन त्यांना सुखासमाधानाने संसार करण्याची संधी द्यावी' इत्यादी. बाबा आपले काळे केस धरून बराच वेळ बसले होते. संध्याकाळी दवाखान्यात रोगी बघायला न जाता बिछान्यावर पडून राहिले. नजर आढ्याकडे. आई बाबांच्या उशाशी बसून त्यांच्या केसांमधून बोटं फिरवीत होती. बाबा क्षीण आवाजात म्हणाले, 'केस जोरजोरात ओढ.' जोरात ओढल्यावर केस उपटले जाऊन हातात येत होते, तरीही

बाबांची डोकेदुखी कमी होत नव्हती. झोपेचं औषध घेऊनही त्यांना झोप येत नव्हती.

'कसं काय लग्न केलं? कधी केलं? का केलं?' - बाबा.

'ती मला थोडंच सांगते सारं? मनात येईल ते करते.' - आई.

'एवढं धाडस कसं काय झालं तिला?'

'धाडस नाही. खरं तर साधी सरळ मुलगी पाहून पटवली त्यानं. इतक्या सुंदर डॉक्टर मुलीसमोर उभं राहायची तरी लायकी आहे का त्या मुलाची? स्वत:चा सर्वनाश करून घेतला नासरिनने!'

बाबा आढ्याकडे बघत म्हणाले, 'त्याचा बापच त्याला ''वाट चुकलेला मुलगा'' म्हणतो. जरा विचार कर, मुलगा किती बिघडल्यावर एखादा बाप त्याला ''वाट चुकलेला मुलगा'' म्हणेल... कमाल तर म्हणतो, तो सिगरेट ओढतो, दारू पितो.'

आईने बाबांच्या डोक्यावरून हात काढला आणि स्वत:च्या छातीवर ठेवला. छातीत जणू आग पेटली होती. तिच्या डोळ्यांतून पाणी येत होतं, ते गालांवरून छातीवर ओघळत होतं, तरीही हृदयातली आग विझत नव्हती. 'या छातीत ठेवून पोरीला मोठं केलं. कडेवर, मांडीवर घेऊन मोठं केलं. तळहातावरच्या फोडासारखं जपलं. वाटे, मुलगी मोठी होईल, डॉक्टर होईल. मोठ्या समारंभाने एखाद्या चांगल्या मुलाबरोबर तिचं लग्न होईल. सगळ्या शहराला समजेल की लग्न होतंय... आणि कुठल्या प्रकारे लग्न केलं तिनं? त्या मुलाबद्दल काय माहिती आहे तिला?'

आईचे अश्रू थांबत नव्हते. बाबांच्या डोळ्यांना झोप नव्हती. मी दुसऱ्या खोलीत ढाक्याला जाण्यासाठी बॅग भरीत होते.

मी कुठे चाललेय, का चाललेय, कुणाकडे चाललेय, कधी परत येणार हे बाबांना किंवा आईला मुळीच न सांगता ढाक्याला रवाना झाले. मेडिसिन विभागातल्या ड्यूटीचं काय होणार याचाही विचार केला नाही. आईने मला अडवलं होतं, पण तिला दूर सारून मी बाहेर पडले. दुपारी ढाक्याला पोचले. स्टँडवरून रिक्षा करून रुद्रच्या ताजमहाल रोडवरच्या घरी पोचले, तर दिसलं की घराला कुलूप आहे. रुद्र बाहेर गेलेला. पण तो ढाक्यात आहे हे माहीत होतं, त्यामुळे वाट पाहाण्याशिवाय गत्यंतर नव्हतं. दुसरा दरवाजा आतून बंद केला होता. अर्धा तास खटपट करून, थोडी फट करून मी आतली खिटी वर केल्याबरोबर दरवाजा उघडला. आत सगळं होतं, रुद्र नव्हता. टेबलावर एका कागदावर लिहिलेलं होतं, 'तू अजून का येत नाहीस? मी वाट बघतोय. वाट बघतोय. साऱ्या घरभर स्मशानशांतता पसरलेली. मला बरं वाटत नाहीय तुझ्याशिवाय. कधी येशील तू?' दिवसभर मी घरात आणि व्हरांड्यात येरझारा घालीत राहिले, रुद्रच्या प्रतीक्षेत. संध्याकाळ गेली, रुद्र आला नाही. घरात बसूनच वाट पाहावी लागणार. दरवाजा उघडा ठेवून त्याला शोधायलाही

जाऊ शकत नव्हते. रात्र झाली. रात्रीचे दहा वाजले, तरीही रुद्र परतला नाही. घरमालकिणीने माझ्यासाठी ताटातून जेवण पाठवलं. जेव्हा रात्रीचे बारा वाजले, तेव्हा मी घरमालकीणबाईंना म्हणाले, 'मला एकटीला खूप भीती वाटतेय, तुमच्या बातासीला माझ्या खोलीत सोबत पाठवता?' बाई चांगल्या स्वभावाची होती. तिने आपल्या बातासी नावाच्या मोलकरणीला अंथरुणासहित माझ्यासोबत थांबण्यासाठी पाठवलं. मी खाटेवर झोपले, बातासी फरशीवर अंथरूण टाकून झोपली. रात्र उलटली. बातासी झोपेतून उठली, मी जागीच होते. तोंड धुवून दिवस सुरू केला.

प्रतीक्षेचा दिवस. प्रतीक्षेचे असह्य तास. प्रतीक्षा मला कधीच आवडत नाही. कवितेत लक्ष घालण्याचा प्रयत्न केला, मन लागलं नाही. डोळे अक्षरांवर, मन दरवाजाकडे. सारी संध्याकाळ व्हरांड्यात उभी राहिले. ताजमहाल रोडवर येणाऱ्या प्रत्येक रिक्षातील माणसांकडे पाही - त्यात रुद्र तर नसेल? रुद्रला जर मी आले आहे हे माहीत असतं, तर तो धावत घरी आला असता! मी आले आहे असं त्याला का वाटत नाहीय? रुद्रने रात्र कुठे घालवली याचा कल्पनेला ताण देऊनही मला निष्कर्ष काढता येईना. संध्याकाळ झाली, आत्ता रुद्र येईल या अपेक्षेने मी बसून राहिले. घरात उंदीर पळत होते, बाहेर लोक फिरत होते, कुठल्याही आवाजाला रुद्रच्या येण्याचा आवाज समजून मी त्या दिशेने बघत होते. कुठल्याही रिक्षाच्या आवाजाला रुद्रच्या रिक्षाचा आवाज समजत होते. पुन्हा रात्र झाली. रात्री साडेदहा वाजता बातासी अंथरूण घेऊन आली आणि माझ्या सोबतीसाठी खोलीत झोपली. मी जागीच राहिले.

रात्री साडेबाराला दरवाजाच्या आवाजाने आनंदले. हृदय उत्तेजनेने जोरात धडधडू लागलं. रुद्र दरवाजा उघडून आत आला. बातासी अंथरूण घेऊन गुपचूप बाहेर गेली.

'हे कोण बाहेर गेलं?' रुद्र ओरडला. 'बातासी होती.' 'बातासी का आली होती? काय पाहिजे होतं तिला?' 'बातासीला काहीही नको होतं. झोपायला आली होती.' 'का झोपायला आली होती?' 'मी बोलावलं होतं.' 'का बोलावलं होतं?' 'रात्री भीती वाटते म्हणून.' 'भीती? कसली भीती? भीती कसली?' धाडकन दरवाजा बंद करून रुद्र माझ्याकडे बघत उभा राहिला. आता तो मला आलिंगन देऊन चुंबन घेणार. पण त्याने मला आलिंगनही दिलं नाही, चुंबनही घेतलं नाही. मी रुद्रच्या दिशेने पुढे पुढे जात राहिले - त्याने मला कवेत घ्यावं म्हणून. माझे ओठ त्याच्या ओठांच्या दिशेने पुढे जात राहिले - त्याने माझं दीर्घ चुंबन घ्यावं म्हणून. त्याचे प्रतीक्षेचे कष्ट माझ्या आलिंगनाने, चुंबनाने नष्ट व्हावेत म्हणून. ही मी आहे. रुद्र. मला जवळ घे....

... पण माझ्यासमोर जो माणूस उभा आहे, तो खरोखर रुद्रच आहे का? त्याच्या तोंडाला प्रचंड दुर्गंध येतोय. स्पिरिटचा दुर्गंध. जणू गॅलन-गॅलन नेलपॉलिश रिमूव्हरने अंघोळ करून आलाय तो. त्याचा तोल जातोय. भेलकांडत भेलकांडत तो काहीतरी बोलू बघतोय. त्याची जीभ जड झालीय. मी थबकले. हृदयाची उत्तेजनेमुळे होणारी

धडधड थांबली. जणू एक आतंक हिस्-हिस् करीत पुढे येत होता. मी पुढे नव्हे, मागे सरकू लागले. एकेक पाऊल मागे सरकू लागले. दुर्गंधीपासून मागे, तांबारलेल्या डोळ्यांपासून मागे. मला धरण्यासाठी रुद्रने हात पुढे केले. जणू हुतूतू खेळतोय, गप्कन धरून जिंकू बघतोय. मी त्याच्यापासून दूर सरत राहिले. रुद्र मुळीच ओळखीचा माणूस वाटत नव्हता. आजवर कधीही मी दारू चढलेला, बेधुंद झालेला माणूस पाहिला नव्हता. हाच पहिला. भीतीने माझं सारं शरीर थरथरू लागलं.

मला मागे सरताना पाहून तो जोराने हसू लागला. त्याचं हास्य बीभत्स होतं. दाट जंगलात जणू मी कुणा लांडग्याच्या तावडीत सापडले होते. रुद्रला असं हिडीसपणे हसताना मी कधीच बघितलं नव्हतं. मी मागे सरकत राहिले. छाती आता भीतीमुळे धडधडू लागली. रुद्रला धड बोलताही येत नव्हतं. बरळल्यासारख्या स्वरात तो म्हणाला, 'तुला यायला उशीर का झाला?' उशीर झाला म्हणून तो विचित्र नजरेने माझ्याकडे बघत होता. त्याचा आवाज कर्कश झाला होता. तो माझ्या दिशेने पुढे येत होता. मी तिथून पळून जाण्याचा, पळून जाऊन घरमालकाच्या घरात आश्रय घेण्याचा विचार करू लागले. भिंतीला टेकून मी दरवाजाच्या दिशेने सरकत असतानाच रुद्रने मला धरलं आणि माझ्या केसांना हिसका देऊन स्वत:जवळ ओढलं. मला त्या घाणेरड्या दुर्गंधात बुडवून विचारलं, 'उशीर का केलास? ज्या दिवशी पत्र मिळालं त्याच दिवशी का आली नाहीस?' मी कापऱ्या आवाजात उत्तरले, 'रजा मिळाली नाही.' 'का मिळाली नाही?' पुन्हा चीत्कार. रुद्रच्या हातून स्वत:ला सोडवून घेऊन मागे जात जात मी भिंतीजवळ अडकले. खिडकीजवळ ठेवलेली भांडी इकडं तिकडं फेकीत तो काहीतरी शोधीत होता. शेवटी शोधता-शोधता त्याला सुरी सापडली. मोहरमच्या मिरवणुकीत धर्मांध लोक ज्याप्रमाणे 'हाय हसन! हाय हुसेन!' करीत तलवार नाचवतात, त्याप्रमाणे रुद्र आपल्या हातातील सुरी नाचवू लागला. सुरी पाहून मी भीतीने डोळे मिटले. रडू दाबलं. श्वास रोखून धरला. तो काय आता माझा खून करणार? हो. करणार! खुनाच्या नशेत हात वर करून नाचतोय तो.

या ताजमहाल रोडवरच्या घरात आज मला मरावं लागणार. माझं जीवन इथंच संपणार. कुणालाही हे कळणार नाही. माझे बाबा, आई, भाऊ, बहीण - कुणालाही कळणार नाही या घरात कशा प्रकारे मला मरण आलं ते. मी मेले हे कदाचित कुणाला कळणारही नाही. त्यांना बातमी कोण देणार? रुद्र कदाचित माझं प्रेत पोत्यात घालून गंगेत फेकून देईल! मला वाचवायला घरमालकाच्या घरातून कुणीच का येत नाही? रुद्र माझ्या छातीवर सुरीचा नेम धरून भिंतीला टेकून उभ्या असलेल्या माझ्या दिशेने येऊ लागला. याक्षणी शेजारचा दरवाजा उघडून, गॅलरीतून खालच्या रस्त्यावर उडी घेण्याव्यतिरिक्त माझ्याजवळ दुसरा पर्याय नव्हता. माझ्यासमोर मृत्यू, पाठीमागे मृत्यू. मी एकटी, असहाय उभी राहिले. माझ्यामध्ये बोलण्याची, रडण्याची,

एवढंच काय निःश्वास टाकण्याचीही काही शक्ती राहिली नाही. रुद्रच्या हातून मी ती सुरीही हिसकावून घेऊ शकत नव्हते, कारण आता त्याच्या अंगात राक्षसाचं बळ होतं. त्याच्या एका हातात सुरी होती, दुसऱ्या हातात माझा हात होता. मला ओढीत दुसऱ्या खोलीत आणून त्याने धक्का देऊन बिछान्यावर पाडलं. पुन्हा तोच प्रश्न - 'का उशीर झाला तुला ढाक्याला यायला?' मी क्षीण आवाजात एकच उत्तर देत होते, 'रजा मिळाली नाही.' पुन्हा त्याचा एकच प्रश्न, 'का मिळाली नाही?' मी त्याला खाली बसवून, शांत करून, रजा का मिळाली नाही हे सांगण्यासाठी उसंत शोधत होते. त्याच्या डोक्यातून हिंसेचा विचार दूर होण्यासाठी वाट बघत होते. खून चढलेल्या, नशेतल्या माणसाच्या हातून सुटण्याची कुठलीही युक्ती मला माहीत नव्हती. मृत्यूच्या हातून सुटण्याची कुठलीही क्लृप्ती मला माहीत नव्हती. असहाय नजरेने मी सुरीकडे बघत होते. धारदार सुरीवरून प्रकाश परावर्तित होत होता. रुद्र ती सुरी माझ्या गळ्यात किंवा छातीत खुपसणार. मी डोळे मिटले, प्रेमिकाच्या हातून खून होताना मला दिसू नये, म्हणून!

अचानक सुरी फेकून देऊन रुद्र बाथरूमकडे पळाला. कुठून कुणास माहीत, माझ्या जिवात जीव आला. सुरी उचलून ती रस्त्यावर फेकून देण्यासाठी मी गॅलरीत पळाले, पण मनात विचार आला, मी सुरी फेकून दिली म्हणून राग येऊन त्याने मला गळा दाबून मारलं तर? सुरी मी खाटेखाली, तांदळाच्या डब्यातल्या तांदळामध्ये लपवून ठेवली. सुरी मिळाल्यावर माझा खून करणार नाही, या अटीवर मी त्याला सुरी परत देईन. आता मी कुठं पळून जावं? घरमालकाच्या घराची कडी वाजवली, तर त्या घरातल्या कुणी दरवाजा उघडण्याच्या आत रुद्र मला धरू शकेल. तिथून असं पळून जाण्याची शिक्षा म्हणजे मृत्यूच! त्यापेक्षा घरातच बसून त्याची समजूत घालून त्याला शांत करण्याचा प्रयत्न करीन. कुठल्याही प्रकारे मला माझे प्राण वाचवायला हवेत. माणसाला एकच आयुष्य असतं, ते शेकडो प्रयत्न करूनही पुन्हा मिळणार नाही.

बाथरूममधून बाहेर येऊन रुद्र पुन्हा सुरी शोधू लागला. मोठ्या आवाजात किंचाळू लागला, 'सुरी कुठंय? माझी सुरी कुठंय?' त्याच्या ओरडण्याने इमारत दणाणू लागली. घरमालकाच्या घरातल्या लोकांनाही हे ओरडणं ऐकू जात असणार. मी हुंदके देत-देत म्हणाले, 'सुरी नाही. सुरी कशाला पाहिजे? मला मारून टाकायचंय? का खून करणार माझा? काय केलं मी? सुरी फेकून दिलीय!' आता मला रडू दाबून ठेवणं अशक्य झालं. रुद्रने त्याच्या रडणाऱ्या प्रेयसीचा गळा दाबून धरला. त्याचे दोन हात शरीरातल्या सगळ्या शक्तीनिशी दूर सारून मी दुसऱ्या खोलीत गेले आणि दाराला आतून कडी लावली. बराच वेळ तो दरवाजावर लाथा मारीत राहिला. 'उघड दार, उघड!' असं ओरडत राहून रात्रीची शांतता भंग करीत

राहिला. एका क्षणी त्याचा आवाज थांबला. दरवाजाच्या फटीतून मी पाहिलं, तर तो बिछान्यावर तसाच - शर्ट - पँट - बुटांसहित झोपला आहे. नि:शब्दतेशी माझ्या डोळ्यांतलं पाणी बोलत राहिलं. पहाट व्हावी म्हणून मी निसर्गाची प्रार्थना करीत राहिले. ही असह्य काळी रात्र लवकर संपावी म्हणून प्रार्थना करीत राहिले. कुठलीही रात्र त्यापूर्वी मला इतकी दीर्घ वाटली नव्हती. पहाटे बॅग घेऊन अलगद दरवाजा उघडून बाहेर जाण्यापूर्वी रुद्रच्या टेबलावरच्या 'प्रतीक्षेची डायरी' या कवितेशेजारी लिहून ठेवलं, 'रोद, दोन दिवसांपासून तुझी वाट बघत थांबले. तू आला नाहीस. काल रात्री एक अनोळखी माणूस घरात घुसला होता, त्याला मी ओळखीत नाही. मी परत जात आहे. तू जिथे असशील, तिथे ठीक राहा. तुझी, सकाळ!'

इतक्या सकाळी रस्त्यावर फारशी वाहनं नसतात. दोनेक रिक्षा संथपणे चालल्या होत्या. मी एका रिक्षातून बस-स्टँडवर गेले. पहाटेची पहिली बस पेंगत उभी होती. मी बसमध्ये पाय ठेवल्याबरोबर कंडक्टरने विचारलं, 'बरोबर पुरुषमाणूस नाही?'

'नाही.'

'लेडीज एकटी, लेडीज एकटी!' कंडक्टर ओरडला. कुणाला उद्देशून कोण जाणे. 'लेडीज एकटी' असं ओरडणं म्हणजे मी एका सुरक्षित जागी बसलं पाहिजे असं सांगणं. लेडीजची सुरक्षितता असते 'महिलांसाठी'च्या आसनावर. ड्रायव्हरशेजारच्या जागेला म्हणतात 'लेडीज सीट'. एकटी महिला असेल तर तिने तिथेच बसलं पाहिजे असा नियम. बसमध्ये महिलेशेजारी महिलेला न बसवल्यास तिच्यासाठी प्रवास सुरक्षित नाही अशी समजूत होती. लेडीज सीटस् भरल्यानंतर जर कुणी एकटी महिला उगवली, तर तिला सामान्य सीटस्पैकी एका सीटवर बसवून दुसऱ्या महिलेसाठी कंडक्टर वाट बघत राही. त्या दिवशी महिलांसाठीची आसनं भरली होती, वाट पाहूनही दुसरी कुणी महिला येत नव्हती. आता काय करायचं? एक मध्यमवयीन जोडपं शेजारी-शेजारी बसलं होतं, त्यातल्या पुरुषाला कंडक्टर म्हणाला, 'भाऊ, तुम्ही दुसऱ्या सीटवर बसा, आपल्या लेडीजबरोबर या लेडीजना बसू द्या.' मी म्हणाले, 'नको, त्यांना उठवू नका.' समस्या सोडवण्याचा आणखी एक मार्ग कंडक्टरला माहीत होता. बसमध्ये जो सर्वात वयस्कर पुरुष असेल त्याच्याशेजारी किंवा अगदी लहान वयाच्या मुलाशेजारी एकट्या महिलेला बसवणं. कुठल्याही प्रकारे तरुणाशेजारी नव्हे.

बसमध्ये एका म्हाताऱ्याला पाहून कंडक्टरने विचारलं, 'चाचा, तुम्ही एकटेच आहात?'

'हो.'

'जा, त्या चाचांशेजारी बसा.' ही आज्ञा माझ्यासाठी.

मी महिला, म्हणून मला सीट निवडून देण्याची जबाबदारी त्यांची. म्हाताऱ्या-

शेजारी मला बसवून, आपण या महिलेच्या सुरक्षेची व्यवस्था केली असं कंडक्टर समजून चालला. कुठलाही पुरुष बसमध्ये चढल्यावर तो आपल्या आवडीची जागा निवडून घेई, पण एकटी महिला बसमध्ये चढल्यावर मात्र कंडक्टरने तिच्यासाठी जागा निवडून देईपर्यंत तिला वाट पाहावी लागे. बसच्या खिडकीजवळ बसून मी विचार करू लागले. परपुरुषाशेजारी बसणं सुरक्षित नाही म्हणून बसमध्ये हा नियम सुरू केला असावा. महिलेसाठी सर्वात सुरक्षित माणूस म्हणजे तिचा आपला माणूस. सर्वात सुरक्षित स्थान म्हणजे आपल्या पुरुषाचं घर. पतीचं घर. पण माझ्यासाठी तेच किती असुरक्षित आहे हे जर कंडक्टरला माहीत असतं, तर?

'अवकाश'मध्ये परतल्यावर मला सुरक्षित वाटलं. 'अवकाश'च्या चारी बाजूंना उंच कंपाऊंड वॉल, तिच्यावर फुटक्या काचा रोवलेल्या. भिंतीपेक्षाही उंच काटेरी तारांचं कुंपण. बाहेरच्या जगापासून अलग केलेलं हे घर एके काळी मला तुरुंगासारखं वाटायचं. आता वाटलं, इथेच खरी शांती आहे. आईने माझ्याकडे जळजळीत नजरेने पाहिलं, पण त्या नजरेआड स्नेह आहे हे मला जाणवलं. मी कशीही वागले, तरीही माझ्यावर तिची माया राहाणारच. आईने नर्गिसच्या हाती माझ्या खोलीत जेवण पाठवलं. भात, माझं आवडतं वांग्याचं भरीत, मटण. खूप प्रेमाने वाढलेलं जेवण. आईला कसं समजलं, की सकाळीच मला भूक लागली असणार? आईला सगळं समजतं. काही सांगायची गरज पडत नाही. यास्मिन नवीन शिकलेलं गाणं गात होती. सुहृद कागदावर फुलपाखराचं चित्र रंगवीत होता. सुमन यास्मिनला म्हणत होता, 'यास्मिनताई, तू इतकं सुंदर गाऊ शकतेस हे आधी मला माहीतच नव्हतं!'

काल हाशेममामा सुमनला आमच्या घरी ठेवून गेले होते. आकुवा रेल्वेलाईनवर काही दिवसांपूर्वी एका चौदा-पंधरा वर्षे वयाच्या मुलाचा समवयस्क मुलांनी खून केला होता. सुरीने भोसकून. खुनाच्या आरोपींमध्ये सुमनचंही नाव होतं. हाशेममामा मुक्तियुद्धातून परतल्यावर अवामी लीगच्या आकुवा युनियन शाखेचे अध्यक्ष झाले होते. देश स्वतंत्र झाल्यावर मुक्तियोद्ध्यांनी खूप फायदे लुटले होते, अनेक मार्गांनी पैसे मिळवले होते. अनेकजण मंत्री झाले होते, विदेशात राजदूत झाले होते. हाशेममामा काहीच झाले नाहीत. ते या गोष्टींमागे धावले नाहीत. उपजीविकेसाठी नतून बाजारात त्यांनी भात-मासे विक्रीचं एक छोटं दुकान विकत घेतलं होतं. एका छोट्या खोलीत ते, त्यांची पत्नी, पाच मुली आणि एक मुलगा असे राहात होते. लग्न झाल्यापासून ते त्याच घरात राहात होते. इतकी मुलं झाली, ती मोठीही झाली, पण ते आजही त्याच घरात राहात होते. पैशांचा, गाडीचा त्यांना काहीच मोह नव्हता. त्यांचं स्वत:चं शिक्षण झालं नव्हतं, मुलांना मात्र ते शिक्षण देत होते. मुली शिक्षणात चांगली प्रगती करीत होत्या. फक्त मुलाचीच तेवढी समस्या होती. मोहल्ल्यात त्याची मित्रमंडळी खूप होती, अभ्यासात लक्ष नव्हतं. मित्र असले की शत्रूही होतातच. कुणा

एका शत्रूने आरोपींच्या यादीत सुमनचं नाव घुसडून दिलं होतं. हाशेममामा सुमनला कुलदीपक मानत नव्हते. पंधरा-सोळाव्या वर्षीच मुलींची लग्नं करून देण्याचा ते कधीच विचार करीत नसत. मुलींपेक्षा मुलाला महत्त्व देण्यावरही ते विश्वास ठेवीत नसत. ते समाजातल्या इतर दहा लोकांप्रमाणे नव्हते. या हाशेममामांबद्दल मला खूप आदर वाटे. मुक्तियुद्धातल्या त्यांच्या अनुभवांबद्दल त्यांना बोलतं करावं असं मला खूप वाटे. ते कसे भारतात गेले होते, तिथे कसं युद्धाचं प्रशिक्षण घेतलं, मुक्तियुद्धात ग्रुप कमांडर म्हणून त्यांनी कशी कामगिरी बजावली, कशी जंगलं आणि नद्या पार केल्या हे विचारावंसं वाटे. पण हे कधी विचारणंच झालं नाही. सुमनला संकटातून वाचवण्यासाठी हाशेममामा वणवण फिरत होते. ते खोट्या आरोपापासून मुलाला वाचवू शकत नव्हते. तुरुंगासारखं हे घर तरी किमान सुमनला त्याच्या शत्रूंपासून वाचवील, या आशेने हाशेममामांनी बाबांना विनंती केली, की काही दिवस त्यांनी सुमनला आपल्या घरात ठेवावं. बाबा तयार झाले.

पण ढाक्याहून परत आल्यावर, सुमन आणि यास्मिनबरोबर आनंदात, गाण्यात, हसण्यात वेळ घालवल्यावर दोनच दिवसांनी मला वाटलं, की सुमनने आता एक क्षणही आमच्या घरात राहू नये. कारण एका असहाय मुलीचं थरथर कापणं पाहिलं मी मध्यरात्री. नर्गिसच्या पळत येण्याच्या आवाजाने मध्यरात्री माझी झोप मोडली. ती भीतीने जोरात धापा टाकीत होती. आपलं अंथरूण घेऊन ती माझ्या खोलीच्या दारात उभी होती. शरीर थरथरत होतं. डोळे विस्फारलेले होते.

'काय झालं तुला?'

'मी झोपेत होते. सुमनभैयांनी मला धरलं.'

मी लगेच खाटेवरून उतरून, दोन्ही हातांनी नर्गिसला धरून तिच्या अंगाचं थरथरणं थांबवलं. तिला खोलीत घेऊन दरवाजा आतून बंद करून घेतला. नर्गिस त्या रात्री माझ्या खोलीत अंथरूण टाकून पहुडली. मला म्हणाली, 'मी त्यांना विचारलं, तुम्ही इथं कशासाठी आलात?' तर त्यांनी माझं तोंड दाबून धरलं. मला म्हणाले, 'तू आरडाओरडा करू नकोस. कुणालाही काही समजणार नाही. मला ओरडून तुम्हाला हाक मारायची होती. खूप धडपड करून स्वतःला सोडवून घेऊन आले, ताई.'

कितीसं वय असेल नर्गिसचं? तेरा. बाबा गरीब, म्हणून दुसऱ्याच्या घरी काम करायला ठेवलं. पहाटेपासून मध्यरात्रीपर्यंत काम करून ती झोपायला जाई. फक्त तेवढाच वेळ तिचा स्वतःचा असे - तिचा झोपण्याचा वेळ किंवा कदाचित तोही नाही. दुसऱ्या दिवशी नव्या दमाने घरातलं सगळं काम करता यावं म्हणूनच तिला झोपू दिलं जाई. नर्गिसने या वयात खरं तर शाळेत जायला हवं होतं. पण अद्यापही तिला अक्षरओळख नव्हती. सुहृद जेव्हा पुस्तक उघडून 'अ-आ' वाची, तेव्हा नर्गिस

कौतुकाने त्याच्याकडे बघत राही. तिलाही नक्कीच पुस्तकं वाचावीशी वाटत असणार. नर्गिसचे बाबा अधूनमधून तिला भेटायला आमच्या घरी येत. आई तेव्हा घाईघाईने नर्गिसला मळके कपडे बदलून स्वच्छ कपडे घालायला सांगे. हातापायांना तेल चोळून, केस विंचरून आपल्या बाबांसमोर जायला सांगे. दुपारी व्हरांड्यात बसवून आई नर्गिसच्या बाबांना जेवायलाही घाली. नर्गिसच्या बाबांना वाटे, आपली मुलगी इथं सुखात आहे. तिला चांगलं खायला-ल्यायला मिळतंय. आई नर्गिसच्या बाबांना म्हणे, 'तुमची मुलगी इथं खूप आनंदात आहे, काही काळजी करू नका.'

जेवण आटोपल्यावर नर्गिसचे बाबा मुलीच्या डोक्यावरून हात फिरवून म्हणत, 'बेटी, सगळ्यांचं सांगणं ऐकत जा. सगळेजण इथं तुझे किती लाड करतात. सगळ्यांच्या आज्ञेत राहा.'

नर्गिस दरवाजाला धरून बाबांना परत जाताना पाही, तिच्या डोळ्यांत अश्रूंचा पूर येई.

'का गं नर्गिस, रडतेस कशासाठी?' असं कधी विचारलं, की नर्गिस लगेच डोळे पुसून म्हणे, 'नाही ताई, रडत नाहीय मी. जरा डोळ्यांत धूळ गेली होती!'

नर्गिस असंच काहीतरी उत्तर देई, 'नाही ताई, रडत नाहीय मी, कांदा चिरीत होते, म्हणून डोळ्यांत पाणी आलंय.'

सकाळी मी आईला रात्रीची घटना सांगितली. ती ऐकून आई गप्प झाली. हाशेममामा आईला खूप आवडत. आई नेहमी म्हणे, 'माझा हा एकटा भाऊ खूप चांगला आहे. कुणालाही फसवीत नाही, कुणाचंही नुकसान करीत नाही. कुणालाही वाईट वाईट बोलत नाही. लोकांवर शक्य होईल तितके उपकार करतो. एरवी एखाद्या माणसाला किती शत्रू असतात! हाशेमला एकही शत्रू नाही.'

आपल्या चांगल्या भावाच्या मुलाला या घरात ठेवून चांगल्या भावाला थोडं का होईना, चिंतामुक्त केल्याबद्दल आईला आनंद होत होता. आईच्या नातेवाइकांना बाबा कधीही आपल्या घरी प्रेमाने आमंत्रण देत नसत. हाशेममामांच्या व्यक्तिमत्त्वामुळेच बाबांनी सुमनला काही दिवस आपल्या घरी ठेवण्याची परवानगी दिली होती. आईच्या आनंदाची नाव सुमनने बुडवून टाकली. आईने त्याला विचारलं, रात्री तो नर्गिसच्या बिछान्यात गेला होता की नाही. सुमन जणू आकाशातून खाली पडला. तो म्हणाला, 'ती खोटं सांगतेय.'

आई शांतपणे म्हणाली, 'नाही, कुणी मुलगी कधी असं खोटं बोलत नाही.'

आईने त्याच दिवशी हाशेममामाला बोलावून सुमनला 'अवकाश'मधून परत नेण्याची विनंती नव्हे, आज्ञा केली.

हाशेममामा 'पोराला खरंच जेलमध्येच पाठवलं पाहिजे' म्हणून घेऊन गेले. मी दुसऱ्याच दिवशी नर्गिसच्या घरी जाऊन, नर्गिसच्या आईच्या हातात पाचशे रुपये

दिले आणि म्हणाले, 'बिल्किसला शाळेत घाला, कुणाच्याही घरी मोलकरीण म्हणून ठेवू नका.' बिल्किस ही नर्गिसची धाकटी बहीण. छोटी, सुंदर बिल्किस अंगणातल्या धुळीत बसून भातुकली खेळत होती. सहा वर्षांच्या बिल्किसला एका व्यापाऱ्याच्या घरी मोलकरीण म्हणून ठेवायचं नर्गिसच्या आईने ठरवलं होतं.

डॉक्टरकी

एक वर्षाच्या इंटर्नशिपसाठी ड्यूटीज् देण्यात आल्या. कुठल्याही एका विषयात 'फिक्सड् ड्यूटी' करावी लागते. जो विषय मला मुख्य वाटत असेल, त्या विषयात. बऱ्याचशा मुलींनी स्त्रीरोग आणि प्रसूती विभागात फिक्सड् ड्यूटी घेतली. मेडिसिन सर्जरी विभागात एक महिना केली असली तरी स्त्रीरोग विभागात चार महिने. विद्यार्थिनी असताना जननेंद्रियांचा अभ्यास हा काही माझ्या फारसा आवडीचा विषय नव्हता, पण आता हा विषयच मी मुख्य विषय म्हणून निवडला व त्या विभागात फिक्सड् ड्यूटी घेतली. चार महिन्यांत चार मिनिटंसुद्धा दांडी मारण्याची संधी नाही. दांडी मारणं म्हणजे स्वत:ला फसवणं. डॉक्टरकीच्या प्रशिक्षणात भाग घेण्यासाठी दर वर्षी विदेशातल्या मेडिकल कॉलेजमधून पास झालेले डॉक्टर्स येत. या देशात नोकरी करायची असेल, तर या देशात डॉक्टरकीचं प्रशिक्षण घेतलं पाहिजे, असा नियम होता.

पहिल्याच दिवशी परिचय झाला मॉस्कोहून डॉक्टरकी पास होऊन आलेल्या दिवालोक सिंह यांच्याशी. दिवालोक हे कॉम्रेड मणि सिंह यांचे पुत्र. साधारणत: विदेशातून डॉक्टर होऊन आलेल्यांबद्दल आम्हाला काही फार कौतुक वाटत नसे, कारण त्यांच्या डोक्यात विद्या असली, तरी हातात कौशल्य कमी असे. विदेशात शवविच्छेदन करून शिकवण्यासाठी या देशाप्रमाणे बेवारस प्रेतंही मिळत नाहीत. तपासण्या करण्यासाठी विदेशात अशी दरिद्री रोग्यांची गर्दीही नसते. शिवाय ऑपरेशन थिएटरमध्ये सर्जनना सहकार्य करण्याची संधी आम्हाला चौथ्या वर्षापासून मिळते, तशी संधी त्यांना विदेशांतल्या हॉस्पिटल्समध्ये मिळत नाही. विदेशातून डॉक्टरी पास होऊन आलेल्या एका मुलीला प्रा. जावेद हुसेन यांनी जेव्हा विचारलं, 'काय गं मुली, सिझेरियनमध्ये असिस्ट करू शकशील का?' तेव्हा त्या मुलीने

नकारार्थी मान हलवली, कारण कधीच तसं काही करण्याची संधी तिला मिळाली नव्हती. हसून, जावेद हुसेनने एका देशी मुलीला बोलावलं. विदेशी लोकांची फक्त वाचलेली - पाहिलेली विद्या असते; प्रत्यक्ष, प्रात्यक्षिकाची विद्या नसते. दिवालोक सिंह यांचीसुद्धा फक्त वाचलेली, पुस्तकी विद्या असूनही मी त्यांची खातिर करी. प्रसव-कक्षामध्ये पेशंटचं कापलेलं जननेंद्रिय कशा प्रकारे टप्प्याटप्प्याने शिवायचं असे हे मी त्यांना हात धरून शिकवलं. मयमनसिंह मेडिकल कॉलेजमध्ये चांगलं अध्ययन. दर वर्षी या कॉलेजचाच रिझल्ट देशातल्या इतर कुठल्याही मेडिकल कॉलेजपेक्षा चांगला लागे. माझ्या आधीच्या बॅचमध्ये राजीब अहमद प्रथम आले होते. माझ्या बॅचच्या वेळी एम-सोळा बॅचच्या प्रत्येक प्रोफेशनल परीक्षेमध्ये मन्सूर खलील पहिला आला. हे कॉलेज चांगलं असूनही आणि ढाका मेडिकल कॉलेजमध्ये विद्यार्थी-विद्यार्थिनींच्या आंदोलनांमुळे बरेचदा अभ्यास कमी होत असूनही, ढाका मेडिकल कॉलेजला विदेशी पर्यवेक्षकांचं अनुमोदन मिळालं, मयमनसिंह कॉलेजला ते मिळालं नाही. पर्यवेक्षकगण येण्याआधी कॉलेज आणि हॉस्पिटल धुवून-पुसून चकाचक करण्यात आलं होतं. सगळे डॉक्टर विद्यार्थी-विद्यार्थिनी धुतलेले कपडे घालून त्या दिवशी सगळ्या नियमांचं पालन करीत शिस्तीने वागत होते, तरीही महामौल्यवान अनुमोदन मिळालं नाही, कारण पर्यवेक्षकांना हॉस्पिटलच्या व्हरांड्यात एक भटकं कुत्रं बसलेलं दिसलं. विदेशी पर्यवेक्षकांचं अनुमोदन मिळणं म्हणजे या कॉलेजमधून पास झाल्यावर पुढचं शिक्षण विदेशातल्या कॉलेजमध्ये घेण्याची अनुमती मिळणं. अनुमोदन मिळालं नाही म्हणून आम्ही काही उदास झालो नाही. मन्सूर खलील तर मुळीच नाही. ज्या मुलाला घर आणि कॉलेजशिवाय अन्यत्र कुठं जावंसं वाटत नाही, त्याच्यासाठी विदेश हे काही स्वप्न नव्हतं.

मन्सूर खलील दिसायला एखाद्या पहाडासारखा होता. वजन दोनशे किलोंच्या आसपास! खायचा आणि अभ्यास करायचा. अधून-मधून मी मुद्दाम त्याच्याशी गप्पा मारी. बरेचदा गंमत करण्यासाठी, सफीनाज बरोबर असताना. बोलताना मन्सूर खलीलचा गोरा चेहरा पिकल्या आंब्यासारखा लाल होताना पाहायला मला खूप आवडायचं.

हॉस्पिटलच्या परिसरात मला सर्वात अधिक चांगलं वाटे स्वतःच्या 'डॉक्टर' या परिचयामुळे. इथे माझ्यामध्ये आणि पुरुष डॉक्टरमध्ये कुठलाही फरक नसे. इथं माझं एखाद्या पुरुष डॉक्टरपेक्षा बुद्धी आणि कौशल्य अधिक असतं, तर मला त्याच्यापेक्षा अधिक मान मिळेल याची मला खात्री होती. इथं आम्हाला स्त्री-पुरुषांच्या जननेंद्रियांबद्दल मोकळेपणाने चर्चा करण्याची सवय होती. जे शब्द उच्चारणं या कॅंपसबाहेर निषिद्ध मानलं जाई, ते सारे शब्द उच्चारताना या परिसरात कुणालाही लाज किंवा द्विधा वाटत नसे. इंटर्नी झाल्याबरोबर हॉस्पिटलच्या डॉक्टर्स कॅंटीनमध्ये जायला सुरुवात

केली. ड्यूटी चालू असताना मध्ये भूक लागली की, तिथे जाऊन चहा-सामोसा खाई. मोकळा वेळ असेल तर गप्पा आणि टेबल टेनिस दोन्हीही चाले. इथे पुरुष डॉक्टरच्या अंगाला माझं अंग लागलं किंवा हाताला हात लागला, तरी 'मी भ्रष्ट झाले' असं वाटत नसे. 'माझ्या बाईसेप ब्रॅकीला त्याच्या ट्राईसेप ब्रॅकीचा टच झाला' अशा भाषेत ते सांगितलं जाई. इथं सगळ्यात मोठा आणि महत्त्वाचा परिचय म्हणजे 'मी एक डॉक्टर आहे.' अधून-मधून वॉर्डमधल्या कुणा रोग्याने 'सिस्टर!' म्हणून हाक मारली की त्याला सांगावं लागे, की मी नर्स नाही.

आर्किटेक्चरला जाता आलं नाही म्हणून मला जे दु:ख वाटत होतं, ते डॉक्टर्स कँटीनमधल्या चहाच्या वाफेबरोबर उडून गेलं. डॉक्टर होऊन मी चूक केली नाही, हा विश्वास माझ्या मनात पक्का झाला. डॉक्टरकीचा अभ्यास करताना माझं साहित्याचं वाचन खड्ड्यात गेलं, कवितासुद्धा लिहून होईनात, याचं दु:ख वाटेनासं झालं. कविता लिहून फक्त स्वत:ला एकट्यालाच आनंद होतो, पण आजारपणांवर उपचार करून मी हजारो माणसांना आनंद देऊ शकते! हॉस्पिटलमध्ये सगळ्या प्रकारचे रोगी येत. उच्चवर्गीय वेगळी रूम घेत, मध्यमवर्गीय सामर्थ्य असेल तर घेत, गरीब लोक जनरल वॉर्डमध्ये राहात. हॉस्पिटलमध्ये औषधांची कमतरता असे - सगळी औषधं सरकार देत नसे. ती औषधं रोग्यांना बाहेरून विकत आणावी लागत. पण गरीब रोग्यांना बाहेरून औषधं विकत आणणं शक्य नसे. उच्चवर्गीय किंवा मध्यमवर्गीय रोग्यांना मी जेव्हा बाहेरून विकत आणण्यासाठी औषधांची नावं लिहून देई, तेव्हा एका औषधाची गरज असेल, तर पाच लिहून देई. पाच औषधांची गरज असेल, तर दहा लिहून देई. उच्चवर्गीयांच्या साठी वापरल्यानंतर उरणारी औषधं गरीब रोग्यांना देता यावीत, यासाठी मी असं करी. आम्ही डॉक्टरलोक गुपचूप असं करतो, गरिबांना वाचवतो हे कुणाही रोग्याला आम्ही सांगत नसू. गरिबांच्यासाठी मी 'संधानी' या संस्थेतही जाई. कॉलेजातल्या विद्यार्थी-विद्यार्थिनींनी गरिबांच्या मदतीसाठी ही संस्था सुरू केली होती. गरिबांना ब्लड-बँकेमधून पैसे देऊन रक्त विकत घेणं शक्य नसे. त्यांना रक्त लागलं, की मी 'संधानी'मधून आणून देई. एकदा 'संधानी'च्या ऑफिसमध्ये जाऊन मी मरणोत्तर नेत्रदान करण्याचा फॉर्म भरून आले - मृत्यूनंतर माझे डोळे कुणातरी अंधाच्या उपयोगी पडावेत, यासाठी. त्यांना म्हणाले, मी मरणोत्तर देहदानही करीन - मृत्यूनंतर माझा देह मेडिकल कॉलेजच्या शव-विच्छेदन कक्षात पाठवण्यात यावा, यासाठी. पण 'संधानी'त देहदानासाठी कुठलीही कागदपत्रं नव्हती. बहुधा बेवारशी प्रेतांची संख्या खूप असल्यामुळे अशी आवश्यकता त्यांना जाणवली नसावी. माझ्या एप्रनच्या खिशात अनेक ॲम्प्यूल्स झुनझुनत असत. श्रीमंतांच्या पैशांनी विकत घेतलेली औषधं खिशात जमत. औषध कंपन्यांच्या प्रतिनिधींनी दिलेली औषधंही जमत. एकीकडे जमत, तर दुसरीकडे ती गरिबांच्या मदतीसाठी

त्यांच्या हाती जात. सगळ्याच डॉक्टरांच्या खिशात गरिबांना मदत म्हणून देण्यासाठी काही ना काही औषधं असतात. अशा उदारतेत आणि परोपकारात माझा डॉक्टरकीचा अभ्यास चालू होता.

कुणी कुणी या औषधांचा विचित्र म्हणा, वाईट म्हणा, उपयोग करीत. आमच्या वर्गातल्या रिझवानने सरकारी भांडारातून पेथिडिन इंजेक्शन घेऊन ते स्वत:लाच टोचून घेतलं. त्याची मजा वाटल्याने तो आता वारंवार पेथिडिनची इंजेक्शनं स्वत:ला टोचून घेत होता. हे तर नशेच्या जाळ्यात अडकणं झालं!

अनेक डॉक्टर विचित्रपणे वागत. मी तेव्हा सर्जरी वॉर्डमध्ये ड्यूटी करीत होते. एक प्राध्यापक मेंदूचं ऑपरेशन करीत होते. पेशंटची कवटी उघडली होती. ती तशीच उघडी ठेवून त्यांनी हात धुतला. कशासाठी? त्यांना नमाज पढायची होती. कुठलीही नमाज ते टाळीत नसत. ऑपरेशन चालू असताना आजान झाली, तर पेशंटला पंधरा मिनिटांपेक्षा अधिक वेळ बेशुद्ध ठेवून ते नमाज पढत. डॉक्टर असूनही ते धर्मावर कसा विश्वास ठेवीत हे मला समजत नसे. मेंदूसारखा जटिल मामला ज्यांना स्पष्टपणे समजतो, त्यांना धर्म ही एक निरर्थक गोष्ट आहे हे कसं समजत नाही? 'अल्ला' नावाचे एक गृहस्थ सात आसमानांवर बसलेले आहेत, त्यांनी ही सृष्टी निर्माण केली. ते एके दिवशी आपण तयार केलेली ही पृथ्वी नष्ट करतील. त्यानंतर न्यायदानाच्या दिवशी सगळ्या माणसांना पुन्हा जिवंत करतील. सगळी माणसं वीस वर्षे वयाची दिसतील. मग जिन आणि माणसं यांचा न्याय होईल, त्यानंतर अनंत काळासाठी माणसं स्वर्गात किंवा नरकात राहातील. अल्लाला न मानणारे लोक नरकात जातील, त्याला मानणारे स्वर्गात जातील. अशी विचित्र परीकथा! तिच्यावर त्यांचा कसा विश्वास बसतो हे मला समजेना! खरं तर विविध धर्म मला जितके अवास्तव वाटत, तितक्या परीकथा अवास्तव वाटत नसत. बेडकाचं रूपांतर राजकुमारात होऊ शकतं किंवा कोंबडीच्या पाठीवर चेटकिणीचं घर असू शकतं, पण या जीवनानंतर दुसरं जीवन असू शकत नाही. इतर कुणी धर्मावर विश्वास ठेवला असता तर मी म्हणाले असते, याचं काही शिक्षण-बिक्षण नाही, म्हणून ठेवतोय विश्वास धर्मावर! पण डॉक्टरांच्या बाबतीत मात्र मला या विश्वासाचं कारण सापडत नसे. नमाज पढायला चाललेल्या बाबुलला मी विचारलं, 'तू का बरं अल्लावर विश्वास ठेवतोस? कारण काय?'

'कुठल्या कारणामुळे अल्लावर विश्वास ठेवू नये?'

'खूप साध्या तर्कशुद्ध गोष्टीमुळे. मेडिकलमध्ये तर डोक्याला खूप ताण दिलास. मग धर्माच्या संदर्भात का देत नाहीस? जगातलं सारं तू कार्यकारणभावानं समजून घेण्याचा प्रयत्न करतोस, मग कुराणहदिसमधल्या गोष्टी एकदा तर्काच्या कसोटीवर पारखायला काय हरकत आहे? केलंस तसं कधी?'

तसं कधीच केलं नाही असं बाबुल स्वतःच म्हणाला. तसं करण्याची त्याची इच्छा नव्हती. कारण त्याला वाटत होतं की, तर्क आणि विश्वास या वेगवेगळ्या गोष्टी आहेत. माझी खात्री होती की, धर्म हा पूर्णपणे तर्कहीन मामला आहे हे बाबुलला माहीत होतं. या विश्वाची निर्मिती सहा दिवसांत झालेली नाही हे त्याला चांगलं माहीत आहे. सूर्य पृथ्वीला प्रदक्षिणा घालीत नाही हे त्याला माहीत आहे. ॲडम आणि ईव्ह ही पहिली स्त्री-पुरुषांची जोडी होती, निषिद्ध फळ खाल्ल्याने त्यांना ईश्वराने पृथ्वीवर पाठवलं ही गोष्ट निव्वळ गोष्टच आहे हे बाबुलला माहीत आहे. त्याला बिग बँगची गोष्ट माहीत आहे. कोटी-कोटी वर्षांपासून अवकाशात कोट्यवधी ग्रह-उपग्रह, नक्षत्रं फिरताहेत हे त्याला माहीत आहे. माणसाची उत्पत्ती कशी झाली हे त्याला माहीत आहे. उत्क्रांतीचा सिद्धांत माहीत आहे. पण तरीही तो नमाज-रोजा करीत होता, इस्तेमाला (सामूहिक नमाजाला) जात होता. याचं कारण म्हणजे तो लोभी आहे. तो लोभी आहे म्हणूनच त्याला हे जगही हवं आहे आणि परजगही हवं आहे. या जगात, इहजगतात डॉक्टर होऊन समाजात प्रतिष्ठा मिळाली, यात तर सुख आहेच आणि अल्ला म्हणून कुणी जर असेल, परकाळ म्हणून काही असेल, तर दिवसातून पाच वेळा नमाज, एक महिना रोजे आणि वर्षातून एकदा इस्तेमाला गेल्यावर जर स्वर्ग मिळत असेल, तर वाईट काय?

बाबुलसारख्या माणसांशी वाद घालून काहीही फायदा नाही. त्याला कुठल्याही वादात शिरायची इच्छा नाही. त्याला आपला विश्वास, आपली श्रद्धा घेऊन जगायचं आहे.

आजकाल कुराणहदिसमधल्या अनेक विषयांवर प्रश्न केल्यावर आईला सयुक्तिक आणि तर्कसंगत उत्तर देता येत नसे. आई जेव्हा कुराण शरीफ समोर घेऊन डुलत-डुलत वाची, तेव्हा मी समोर बसे. कुराण वाचता-वाचता नरकातल्या अग्नीचं चित्र मनासमोर आणून आईचा चेहरा जेव्हा विवर्ण होई, तेव्हा माझं समोर बसून तिचं कुराण वाचन ऐकणं हे मला सद्‌बुद्धी झाल्याचं लक्षण आहे असं समजून आईच्या चेहऱ्याचा मूळ वर्ण परत येई. आई प्रेमाने हसून विचारी, 'काय, वाचणार का कुराण शरीफ?'

मी हसून म्हणे, 'मी तर कधीच वाचलंय ते. एकच पुस्तक आणखी किती वेळा वाचायचं?'

मला मुळीच सद्‌बुद्धी आलेली नाही, हे आईला कळे.

मी विचारी, 'आई, पुरुषलोक गोल टोपी घालतात, ती कशासाठी?'

'सुन्नत पालन करतात ते. हजरत मुहम्मद सल्लल्लाह आलाए सल्लाम जो पोशाख घालीत, तसा पोशाख घालणं म्हणजे सुन्नत. दाढी ठेवणं म्हणजे सुन्नत.'

'नबीजींचं अनुकरण का करतात?'

'वा! का करणार नाहीत बरं? ते तर अखेरचे नबी. श्रेष्ठ नबी. अल्लाचे प्रिय रसूल.'

'नबीजींच्या अंगी अनंत गुण होते, नाही?'

'त्यांच्यासारखे गुण इतर कुणातच नाहीत. ते सर्वश्रेष्ठ मनुष्य होते.'

मांडीवर उशी घेऊन, उशीवर कोपरांचा भार देऊन मी मोठ्यांदा हसे.

'आई, आता तूच सांग, अल्लाचे प्यारे रसूल, श्रेष्ठ नबी, श्रेष्ठ मानव यांनी सहा वर्षांच्या मुलीशी लग्न केलं, ते योग्य होतं का?'

'त्यांनी अनेक मुलींशी लग्न केलं, त्या मुलींचं दारिद्र्य दूर करण्यासाठी. असहाय मुलींना त्यांनी अशा प्रकारे मदत केली, गती दिली.'

'सहा वर्षांच्या आयेशाला काय गती दिली जरा सांग बरं! जर त्यांना खरोखर आयेशाला गती द्यायची इच्छा असती, तर त्यांनी तिच्याशी लग्न केलं नसतं, ते तिचे पालक झाले असते आणि तिचा मुलीप्रमाणे सांभाळ केला असता. गरीब मुलींना मदत करायची असती, तर त्या मुलींना ते पैसे देऊ शकले असते. लग्न केली नसती त्यांच्याशी! आणि त्या मुलींची लग्न होणं हेच जर महत्त्वाचं होतं, तर स्वतःच्या नात्यातल्या अविवाहित पुरुषांशी त्यांची लग्नं लावून दिली असती. स्वतःच लग्न करण्याची काय गरज होती? देशात काय दुसरा कुणी पुरुष नव्हता की काय?'

'त्यांना मुली आवडत, म्हणून त्यांच्याशी ....'

'आवडत? पण मुलींच्या आणि महिलांच्या पसंतीचा काही विचार करीत होते की नाही ते? त्यांच्या मुलाची बायको - म्हणजे त्यांची सून - जैनुब हिला ते आवडत होते का? की आपल्या सुनेला बघून ते वेडे झाले आणि सुनेशी लगं केलं? आपल्या सुनेशी एखादा माणूस कसं काय लग्न करतो - जरा सांग बरं! बाबा जर आत्ता दादाला म्हणाले, तू हसीनाला घटस्फोट दे, मला तिच्याशी लग्न करायचंय, तर कसं दिसेल? दादाने जर बाबांच्या आज्ञेवरून हसीनाला घटस्फोट दिला आणि बाबांनी तिच्याशी लग्न केलं, तर - छी छी छी!'

'नबीजींचा स्वतःचा कुणी मुलगा नव्हता. जाईदला त्यांनी सांभाळलेलं होतं. तो दत्तक मुलगा होता. ते त्याचे पालक होते.'

'असू दे दत्तक. पण म्हणून काय तो त्यांचा मुलगा नव्हता? एखाद्या माणसाने कुणा मुलाला किंवा मुलीला दत्तक घेतलं, तर तो त्यांना आपल्या सख्ख्या मुला-मुलींप्रमाणे वाढवतो. समजा तू एखाद्या मुलीला दत्तक घेऊन तिला सांभाळलंस, तर 'ही माझी मुलगी नाही' असं तू म्हणू शकशील? त्या दत्तक मुलीच्या नवऱ्याशी तू लग्न करू शकशील? नाही ना करू शकणार? नबींनी आपल्या सुनेशी लग्न केल्यानंतरच तर कायदा बदलला. दत्तक मुलगा किंवा मुलगी हे खऱ्या अर्थांनी (म्हणे) मुलगा-मुलगी नाहीत. म्हणून त्यांना वारसाहक्क नाही. स्वतःच्या स्वार्थासाठी

कुणी असं निष्ठुर होतं?'

'स्वार्थ नाही, स्वार्थ नाही. समजून न घेता बोलू नकोस.'

'स्वार्थ होता म्हणूनच तर नबींनी श्रीमंत खदिजाशी लग्न केलं. तिचा पैसा घेऊन व्यापार केला. तेव्हा दुसऱ्या मुलीकडं, बाईकडं लक्ष दिलं नाही. खदिजाचा मृत्यू झाल्यावर ते एकामागून एक लग्नं करायला लागले. का बरं? खदिजा हयात असताना त्यांना हे धाडस झालं नाही. हा स्वार्थ नाही तर काय आहे? युद्धात शत्रूची संपत्ती तर लुटीतच, शत्रूपक्षाच्या स्त्रियांनाही भोगीत. नाही भोगलं त्यांनी? नाही वागले असे? स्वत:साठी सुंदर स्त्रिया ठेवून बाकीच्या मित्रांना वाटून टाकल्या. कुराणातही लिहिलं आहे, या सगळ्या स्त्रिया नबींना भोगू द्या!! छी! कुठल्याही विवेकशील माणसाने असलं घृणास्पद काम केलं असतं? कुणीही शहाणा माणूस चौदा लग्नं करील?'

'चौदा नाही, तेरा.'

'फरक काय पडतो? चौदाऐवजी तेरा लग्नं केली म्हणजे फार चांगलं केलं असं तुला वाटतं? बाबांनी दोन लग्नं केली ही बातमी ऐकून तू बाबांना अमानुष म्हणून शिव्या देतेस. तुझ्या नबीजींना का शिव्या देत नाहीस?'

'तेव्हाचा काळ आणि आताचा काळ यांच्यामध्ये फरक आहे. तेव्हा समाजव्यवस्था वेगळी होती.'

'मग आता समाजव्यवस्था कशी आहे? आता तर पुरुष चार लग्नं करू शकतो. बाबांनी जर तीन बायका घरात आणून ठेवल्या, तर तू काय करशील? तीन सवतींबरोबर राहू शकशील?'

आईने तोंड वाकडं करून, कुराण बंद करून ठेवलं आणि म्हणाली, 'नबीजींनी कुणालाही एका घरात ठेवलं नाही.'

'एका घरात ठेवलं नाही, म्हणून काय झालं? एका घरातून दुसऱ्या घरी तर जात होते ना? आपल्या पत्नींच्या मोलकरणींवरही त्यांची लंपट नजर असायची! त्यांनाही भोगायचे नबी! कुणालाही भोगायचं सोडलं नाही त्यांनी!'

'त्यांनी जे केलं ते अल्लाच्या हुकमावरून केलं.'

'अल्लाने तरी असले घाणेरडे हुकूम का दिले? म्हणे प्रेषित! महानबी! श्रद्धा ठेवावी असा पुरुष! अल्लाने जरा त्यांचं शील तरी चांगलं घडवायचं होतं!'

'नासरिन, नबीजींच्याबद्दल तू नाही नाही ते बोलते आहेस. तुला तर नरकातसुद्धा जागा मिळणार नाही. काय नशिबात आहे तुझ्या कोण जाणे!'

आईशी असं बोलणं झाल्यावर आई व्हरांड्यात एकटीच बसून राही किंवा खिडकीकडे तोंड करून चुपचाप झोपून राही. मला वाटे, आई प्रेषित पुरुषाचा विचार करते आहे. अल्लाने प्रेषित केलेल्या पुरुषाचं चारित्र्य आदर्श का नव्हतं, याचा विचार

करते आहे. प्रेषिताची वर्तणूक टीकेच्या वर का नव्हती! अशा प्रकारचं बोलणं झाल्यावर बऱ्याच वेळाने आई माझ्याजवळ येऊन, सुरा म्हणून माझ्या तोंडावर, छातीवर फुंकर मारी. हळुवार आवाजात म्हणे, 'तोबा कर अल्लाजवळ. म्हण, ''माझी चूक झाली.'' अल्ला तुला माफ करील.'

'अल्ला जर अस्तित्वात असला तर माफ करील ना!'

'जर असला तर! जर असला तर! आणि जर खरंच अस्तित्वात असला तर काय करशील? तर तुझी काय अवस्था होईल याचा कधी विचार केला आहेस?'

आई जेव्हा खूप मनापासून फरज, सुन्नत, नफल असे सगळ्या प्रकारचे नमाज पढत राही आणि मी जर म्हणाले, 'कशासाठी हे सारे नमाज पढतेस? काय फायदा? मेल्यानंतर बघ, तू काही परत जिवंत होणार नाहीस. सगळ्या थापा आहेत. नरक-स्वर्ग वगैरे काहीही नाही - मग?'

आई म्हणे, 'जर काहीही नाही असं दिसलं, तर समजेन की नाही, माझ्या सगळ्या प्रार्थना, इबादत व्यर्थ गेल्या. पण जर असतील तर?'

आई या 'जर'च्या भीतीने नमाज, रोजे पाळी. 'अंतिम न्यायाचा दिवस' म्हणून काही असेल, तर तिला स्वर्ग मिळावा, म्हणून सारं करी. मला वाटे की फक्त आईच नाही, तर इतरही अनेक जण केवळ या 'जर'च्या कारणामुळेच अल्ला रसूलला मानतात. आईशीसुद्धा वाद फार पुढे जात नसे.

अल्लानंतर रोगी ज्या माणसावर विश्वास ठेवतो, तो म्हणजे डॉक्टर. मी हॉस्पिटलमध्ये रोग्यांच्या बाबतीत थोडी कठोर होई. डॉक्टरांचे आदेश-उपदेश रोगी अक्षरश: पालन करीत. पण म्हणून काय झालं! हॉस्पिटलमध्येही उशीखाली मौलानाने फुंकर मारलेली डहाळी ठेवत आणि बरे झाल्यास डॉक्टरांच्या उपचारांनी नव्हे, तर त्या मंतरलेल्या डहाळीमुळे बरे झालो असं समजत.

ॲनिमियाच्या एका रोग्याला 'संधानी'मधून आणलेलं चार बाटल्या रक्त देऊन, औषध देऊन अगदी मरणाच्या दारातून मी परत आणल्यावर रोग्याला उठून बसायला सांगितलं. उठताना त्याची उशी सरकली. उशीखाली एक डहाळी ठेवलेली.

'हे काय आहे?' मी विचारलं.

'मंतरलेली डहाळी.'

'ही का जवळ ठेवली?'

रोगी हसून म्हणाला, 'ही जवळ ठेवली की रोग बरा होतो, म्हणून ठेवलीय.'

'तुम्हाला काय वाटतं, तुम्ही डॉक्टरच्या औषधाने बरे होता की या डहाळीने?'

रोगी आताही हसूनच म्हणाला, 'डॉक्टर औषध देऊन रोग्यांना बरा करण्याचा प्रयत्न करतात; पण बरं करतो तो अल्लाच. अल्लाशिवाय कोण वाचवू शकतं? डहाळीवर अल्लाचा कलाम म्हणून फुंकर मारलेली आहे.'

यानंतर जो रोगी येईल, त्याच्या हातावर, पायावर, कमरेला ताईत बांधलेला आहे का, त्याच्याजवळ एखादी मंतरलेली फांदी आहे का हे मी पाही. असेल, तर ते ताईत, डहाळी फेकून देई आणि मग उपचार सुरू करी. रोग्याला सांगे, की तुमच्याजवळ ताईत वगैरे ठेवलेत तर इथं उपचार मिळणार नाहीत. ताईत आणि डहाळीमुळे रोग बरा होतो असं तुम्हाला वाटत असेल, तर घरी जा. घरी जाऊन ती डहाळी उशीखाली ठेवून झोपून राहा. ताईत वगैरे बांधून घ्या. जितके मौलवी असतील, तितक्या सगळ्यांच्या फुंकरी घ्या. त्यांनी मंत्रून दिलेलं पाणी प्या. तुमचा रोग कसा बरा होतो ते मी पाहाते.

एकेका वॉर्डमध्ये एकेका दिवशी प्रवेशाची तारीख असे. त्या दिवशी मोठ्या संख्येने रोगी भरती होण्यासाठी येत. खाटा भरून जात, एवढंच काय, जमिनीवरही जागा राहात नसे. प्रत्येक रोग्याची हिस्ट्री लिहिणं, प्रत्येक रोग्याला डोक्यापासून पायापर्यंत तपासणं, त्याच्या आजाराचं निदान करणं, प्रत्येक रोग्यासाठी प्राथमिक औषधं लिहून देणं, मरणासन्न रोगी आल्यास आणि स्वत:ला त्याच्याबद्दल निर्णय न घेता आल्यास मोठ्या डॉक्टरांना खबर देणं इत्यादी कामात व्यस्त राहावं लागे. पुरुष रोग्यांपेक्षा महिला रोग्यांची संख्या कमी असे. महिला अगदीच मृत्युपंथाला लागल्याशिवाय तिला कुणी हॉस्पिटलमध्ये आणीत नसे. विष घेऊन मरणपंथाला लागलेली एखादी महिला, उपचार न केल्याने कॅन्सर वाढलेली महिला - प्रत्येक महिला रुग्णामध्ये रक्ताची कमतरता, कुपोषण झालेलं दिसे. मी अशा महिला रुग्णांबद्दल डॉक्टरने जितकी माहिती घेतली तर चालते, त्यापेक्षा अधिक माहिती घेण्याबाबत आग्रही असे. घरातल्या सगळ्यांना चांगलं पोटभर खायला घालून या स्वत: उरलंसुरलं, उष्टं अन्न खात. आजार तसाच अंगावर काढीत. स्त्री आजारी पडली तर संसार कसा चालणार, घरकाम कोण करणार, म्हणून त्या आजारपण कुणाला सांगत नसत आणि आजारपणाबद्दल सांगितलं, तरी घरचे लोक त्याकडे दुर्लक्ष करीत. स्त्रीला डॉक्टरकडे नेलं, तर डॉक्टर तिच्या अंगाला स्पर्श करतो, हे घरातल्या पुरुषांना सहन होत नसे. त्यामुळे आजारपण अंगावर काढण्याशिवाय स्त्रीपुढे दुसरा पर्याय नसे. एकटीने दवाखान्यात जाण्याइतकं साहस त्यांच्यामध्ये नसे. आजारी असलेली विवाहित महिला माहेरी माहेरपणासाठी आली, तर बहुधा माहेरहूनच हॉस्पिटलमध्ये येई. माहेरचे नातेवाईक तिला घेऊन येत.

वॉर्डमध्ये फक्त माझीच ड्यूटी असे असं नाही. इतर डॉक्टरांचीही असे. गंभीर जखमी झालेल्या एका महिलेची हिस्ट्री लिहिताना एका डॉक्टर मित्राने लिहिलं, 'शी वॉज बीटन.' ते खोडून, त्या महिलेकडून आणखी विस्ताराने माहिती घेऊन मी नवीन कागदावर हिस्ट्री लिहून दिली - 'शी वॉज ब्रूटली हिट बाय हर हजबंड. द क्रुएल मॅन युज्ड अॅक्स अँड बाम्बू ऑन हर बॉडी. ही वाँटेड टू किल हर. ही इव्हन सेड

'तलाक' टू हर. हर क्राइम वॉज दॅट हर फादर कुडन्ट पे डाऊरी मनी इन टाईम.' औषधांच्या यादीत मी एक अँटि-डिप्रेसंटही लिहून दिलं. डॉक्टर मित्र मी लिहिलेली हिस्ट्री पाहून म्हणाले, 'कुणी मारलं, कशाने मारलं, का मारलं हे जाणून घ्यायची आपल्याला काय गरज आहे? आपलं काम आहे उपचार करणं.' बरोबर आहे. सगळे डॉक्टर्स असंच म्हणणार हे मला माहीत होतं. पण मी जी अधिक हिस्ट्री लिहिली, ती लिहिल्याने मला एक प्रकारचं समाधान वाटलं. मी त्या महिलेलाही म्हणाले, 'मी असं लिहिलंय की, तुमच्या पतीने तुमची अशी अवस्था केलीय.' हॉस्पिटलच्या कागदावर त्या महिलेच्या या करुण दशेबद्दल लिहून तिच्या जीवनात काहीही परिवर्तन होणार नाही हे मला माहीत होतं. तरीही लिहिण्यात नुकसान काय? डॉक्टरांची अगदी काहीच सामाजिक जबाबदारी नसते असं नाही.

ऑपरेशननंतर रुग्णाच्या वेदना कमी होण्यासाठी पेथिडिनचं इंजेक्शन देण्यात येतं. ते घेतल्यावर रुग्णांना इतकं छान वाटे की वेदना कमी झाल्या, तरी रोगी 'पेथिडिन द्या' म्हणून आग्रह धरीत. त्यांना पेथिडिनचं ॲडिक्शन होऊ नये, व्यसन लागू नये, म्हणून डॉक्टर 'डी.डब्ल्यू.'चं इंजेक्शन देण्यासाठी नर्सला बोलावीत. नर्स सिरिंजमध्ये डिस्टिल्ड वॉटर भरून त्याचं इंजेक्शन रुग्णाला देई. रुग्णाचं ओरडणं आणि राहून राहून नर्सला किंवा डॉक्टरला हाका मारणं बंद होई. अशा प्रकारे पेथिडिनचं ॲडिक्शन होण्यापासून रुग्णांना डॉक्टर वाचवीत. ही नक्कीच त्यांची सामाजिक जबाबदारी आहे.

मी डॉक्टर होते, रात्रंदिवस वॉर्डमध्ये रुग्णांवर उपचार करीत होते. तरीही सगळ्या रोगांवर उपचार करण्याचा अधिकार मला नव्हता. गायनीक विभागात फक्त दिवसाच नव्हे, तर रात्रीही ड्यूटी असे. आठवड्यातून तीन ते चार रात्री हॉस्पिटलमध्ये काढाव्या लागत. तर एका रात्रीच्या ड्यूटीतच दोन केसेसमध्ये मला बोलावण्यात आलं. रात्री बाराला एक महिला 'रिटेण्ड प्लॅसेंटा' घेऊन आली. दोन दिवसांपूर्वी तिला मूल झालं होतं, पण गर्भाशयाच्या आत जे आवरण तयार होतं, ते अद्याप बाहेर पडलं नव्हतं. रिटेण्ड प्लॅसेंटाची केस आली, म्हणजे मोठ्या क्लिनिकल असिस्टंटला किंवा रजिस्ट्रारला बोलवावं, असा नियम होता. कुणालाही न बोलावता मी स्वत: प्लॅसेंटा काढायचा प्रयत्न केला. गर्भाशयाचं बंद तोंड हळूहळू हाताने उघडण्याचा प्रयत्न करून त्यात तासाभरात यशस्वी झाले, प्लॅसेंटा बाहेर आला. त्याच रात्री, अडीचच्या सुमाराला एक महिला आली. अर्भक गर्भाशयातून बाहेर पडत नव्हतं. दुपारी पाणी निघून गेलं होतं, अर्भकाचं डोकं गर्भाशयाच्या तोंडाशी येऊन काही तासांपासून अडकलं होतं. आत अर्भकाची अवस्था अगदी मरणासन्न होती. जर मी मोठ्या डॉक्टरांना बोलवायला गेले असते, तर ते क्वार्टर्समधून हॉस्पिटलमध्ये येईपर्यंत बाळ जिवंत राहाणार नाही अशी मला शंका आली. मी स्वत:च हाती फोर्सेप

घेतला. आतापर्यंत इतरांना फोर्सेप वापरताना पाहिलं होतं, स्वत: कधीच वापरलं नव्हतं. माझ्याबरोबर ज्या डॉक्टरांची ड्यूटी होती, ते सुरक्षित अंतरावरून माझा पराक्रम पाहात होते. मी काम करीत असतानाच एकजण पळत जाऊन सी.ए.ला फोन करून आला होता. जेव्हा सी.ए.आले, तेव्हा नवजात बाळाला ऑक्सिजन देऊन नैसर्गिकपणे श्वासोच्छ्वास करायला लावलं होतं. ते आता छान श्वास घेत होतं. मी फोर्सेपसाठी रुंद केलेली योनी शिवीत होते. सकाळी आठला प्राध्यापक आले. ते आल्यावर दोन मिनिटांच्या आतच त्यांना या घटना कुणीतरी सांगितल्या. कँटीनमधून चहा घेऊन, ताजी-तवानी होऊन प्राध्यापकांबरोबर वॉर्डमध्ये राऊंड घ्यायला आले होते, त्यानंतर घरी झोपायला जाणार होते. मी डॉक्टर असले, तरी जावेद हुसेन यांच्यासमोर मी पूर्वीप्रमाणेच एक विद्यार्थिनी होते. त्यांच्या मागे-मागे सकाळी वॉर्डस्मधून फिरावं लागे. फिरताना विद्यार्थिनी असताना भीतीने छातीत धडधडे. आता डॉक्टर झाल्यावरही धडधडे. वाघासमोर उभं राहाणं आणि जावेद हुसेन यांच्यासमोर उभं राहाणं सारखंच होतं. प्राध्यापक जावेद हुसेननी राऊंड घ्यायला सुरुवात केली होती. मी राऊंडमध्ये प्रवेश केल्याबरोबर ते माझ्या दिशेने पुढे आले. चष्म्याआड जणू वाघाचे डोळे. खाऊ की गिळू नजरेने माझ्याकडे पाहात त्यांनी विचारलं, 'तू रिटेण्ड प्लॅसेंटा मॅन्युअली रिमूव्ह केलास?'

'हो, सर.'

जावेद हुसेन यांच्यामागून पंचवीस जणांच्या नजरा माझ्याकडे पाहात होत्या. सुंदरबनच्या जंगलातल्या मचाणावर बसून वाघ हरणाला खाताना पाहाण्यासाठी जसे डोळे उत्सुक असतात, तसे ते डोळे होते. पुन्हा जावेद हुसेननी विचारलं, 'तू फोर्सेप डिलिव्हरी केलीस?'

'हो सर.'

'का केलीस?'

'बाळाची अवस्था नाजूक होती, सर.'

'रिटेण्ड प्लॅसेंटा मॅन्युअली का रिमूव्ह केलास?'

'पेशंटची अवस्था वाईट होती, म्हणून...'

'जर काही कमीजास्त झालं असतं, तर?'

'पेशंट ठीक आहे. थोड्या वेळापूर्वीच पाहून आले मी तिला. बाळही सुखरूप आहे.'

'पेशंट ठीक आहे हे काही एक्सक्यूज होऊ शकत नाही.'

मला बावन्न डोळ्यांसमोर मान खाली घालावी लागली. त्याच सकाळी जावेद हुसेननी प्रसूती कक्षात एक मोठी नोटीस लावली, 'इंटर्नी डॉक्टर्स आर नॉट अलाऊड टू डू एनिथिंग विथ फोर्सेप डिलिव्हरी अँड रिटेण्ड प्लॅसेंटा.'

याच जावेद हुसेन यांचं दुसरं रूप दुसऱ्या दिवशी दिसलं. प्रसूती कक्षात एक

महिला रुग्ण एपिसिओटॉमीसाठी वाट पाहात बसली होती, पण डॉक्टर कुणीच जवळ नव्हते. कुठंयत डॉक्टर? जवळ एक इंटर्नी सापडल्याबरोबर त्याला खप्कन धरून जावेद हुसेननी विचारलं, 'लेबर रूममध्ये पेशंट का वाट पाहातोय?' तेव्हा डॉक्टर इकडं तिकडं पाहात आवंढा गिळून म्हणाला, 'सर, एपिसिओटॉमी तसलिमाने करायची असं ठरलं होतं.' तेव्हा जावेद हुसेन संतापून म्हणाले, 'तसलिमाला दोष द्यायला बघतोस काय? हे पाहा, तिच्यातच धाडस आहे काहीतरी करण्याचं. करेजस मुलगी आहे. डॉक्टर म्हणून तीच नाव मिळवू शकेल, तुमच्यासारखे उंदीर काहीही करू शकणार नाहीत!'

मी फिक्सड् ड्यूटीमध्ये व्यस्त असतानाच आई एके दिवशी म्हणाली, 'बाजानची प्रकृती ठीक नाहीय.'

'का बरं, काय झालं?'

'चालू-फिरू शकत नाहीत. असंबद्ध बोलतात.'

'का बरं, त्या दिवशीच तर झंपर्स घेऊन आले होते ना?'

'नाना जेव्हा आमच्याकडे येत, तेव्हा आमच्यासाठी सामान्य का होईना, काही ना काही भेटवस्तू घेऊन येत. मुलीच्या हाती एखादं बिस्किट देऊन म्हणत, 'मा, तू खा.' गेल्या वेळी काही लोकरीची झंपर्स देऊन गेले होते - थंडीत आम्हाला त्यांचा चांगला उपयोग होईल. नाना का बरं आजारी पडतील? दोन आठवड्यांपूर्वीच मी आजोळी गेले होते, तेव्हां चांगले होते ते. जेवत होते. त्यांना वाढता वाढता नानी म्हणत होती, 'खानावळीतून तर काही पुरेसं उत्पन्न होत नाही.' नानांचा दानवीर हातिमताईसारखा स्वभाव इतरांना आवडत असला, तरी नानीला मात्र मुळीच आवडत नव्हता.

'खानावळीतले बावर्ची मोठमोठ्या खानावळीतून हजारो रुपये घरी नेतात. तुम्हाला तर काहीच उत्पन्न होत नाही.'

'त्यांनी चोरी केली म्हणून मीसुद्धा चोरी करू की काय?'

'चोरी करायला सांगत नाहीय मी तुम्हाला. जरा धंद्यात लक्ष घाला, एवढंच सांगतेय.'

नानांचं लक्ष धंद्यात नव्हतं, हे नानीला खूप चांगलं माहीत होतं. त्या दिवशीही खानावळीत ती अचानक डोकावली असताना रस्त्यावरचे तीन वेडे खुर्चीत बसून जेवणावर ताव मारताना तिला दिसले होते. नाना त्यांच्या ताटात मटनाचे मोठमोठे पीसेस वाढत होते. नानी म्हणाली, 'गिऱ्हाईकांचा पत्ता नाही, अन् वेड्यांना फुकट खाऊ घालताय ना?' नाना म्हणाले, 'खानावळ माझी आहे. मी मला वाटेल त्याला खाऊ घालीन, तुला काय पडलंय? जा, जा, घरी जा!'

एकदा जेवताना नानांनी दोन घास घेतले असतील-नसतील, नानी जरा पाण्याच्या नळाकडे गेली, तर नानाही तिच्यापाठोपाठ ताट घेऊन उठले आणि ताटातला सगळा

भात अंगणात टाकून दिला.

'काय झालं, भात का टाकून दिलात?' नानी नळाजवळून ओरडली.

'कुत्रा-बित्रा येऊन खाऊन जाईल!'

नानीला हे नवीन नव्हतं. नाना खिडकीतून पावाचे तुकडे बाहेर फेकताहेत असं तिला बरेचदा दिसे.

'पावाचे तुकडे बाहेर का फेकताहात?'

नाना म्हणत, 'मुंग्या-बिंग्या असतात, खातील त्या!'

'पोरांना पाव मिळत नाही, अन् तुम्ही मुंग्यांना पाव खाऊ घालता!'

'खैरुन्निसा, मुंग्यांनासुद्धा आशा असते.' नाना गोड हसून म्हणत.

तळ्याकाठी फिरताना खिशातून बत्तासे काढून तळ्यात टाकीत.

'का?'

'मासे-बिसे असतात, खातील. त्यांनासुद्धा आशा असते.'

आमच्या घरीही तसं घडे. आईने नानांना भात वाढलेला असे, मोठ्या रुई माशाचा तुकडा वाढलेला असे आणि आई वरण आणायला आत गेलेली असे. आल्यावर तिला दिसे की नानांच्या ताटात मासा नाही, फक्त भातच आहे. रुई मासा टेबलाखाली आहे, मांजर खातंय.

'का बरं बाजान तो मासा मांजरीला दिलात?'

नाना हसून म्हणत, 'वाढ बरं वरण, बघू कसं झालंय?'

'वरण वाढते हो, पण मासा का टाकून दिलात?'

'टाकून कशाला देईन? अगं मांजरांना मासे आवडतात. त्यांनाही माशा-बिशाची आशा असते!'

नळाकडून परतून, गमछाने तोंड पुसत नानी म्हणे, 'यांना माणसांची काळजी नाही. काळजी सगळी कुत्र्या-मांजरांची! रस्त्यावरच्या वेड्यांना खाऊ घाल-घालून खानावळीचे बारा वाजवलेत. आयुष्यात शांती म्हणून नाही मला!

तोवर नाना पांघरूण घेऊन बिछान्यावर पडलेले असत. दुपारच्या जेवणानंतर ते मोठी वामकुक्षी घेत. वामकुक्षीनंतर पुन्हा खानावळ. नतून बाजाराच्या तोंडाशी ते पोचले, की मोहल्ल्यातले जेवढे वेडे आणि भिकारी असत, ते त्यांच्या मागे-मागे जात. पैसे, पाव, बत्तासे वाटीत-वाटीत नाना चालत राहात. दुकानापर्यंत पोचेस्तोवर खिशात काहीही शिल्लक राहिलेलं नसे. मग गल्ला उघडीत आणि त्यातले पैसे मुठींनी वेड्यांना आणि गरिबांना वाटीत. दबीर नावाचा वेडा नानांचा खूप आवडता होता. त्या दबीर वेड्यापायीच एकदा नाना उघड्या अंगाने घरी पोचले.

'काय झालं, शर्ट कुठंय?'

'दबीरला घालायला शर्ट नव्हता. रस्त्यात उघडाच उभा होता.'

‘म्हणून स्वत:चा शर्ट काढून त्याला देऊन आलात?’

‘दिला नसता, तर या थंडीत तो कसा राहिला असता?’

‘अन् मग तुम्ही कसे राहाणार या थंडीत?’

‘थंडी कुठंय एवढी? चालत आलो ना मी! चालल्याने शरीर गरम राहातं, खैरुन्निसा!’

नानीने बोलणं आणखी वाढवलं नाही. वाढवून फायदा नव्हता म्हणूनच वाढवलं नाही. नानांना ती अनेक वर्षांपासून ओळखत होती. या पत्र्याच्या घरात कधीकाळी संसार थाटला होता. मुलं-मुली झाल्या, त्यांची लग्नं झाली, नातवंडं झाली, पतवंडंही झाली, पण पत्र्याचं घर आपलं जसंच्या तसंच होतं, एक खुंटीसुद्धा बदलली नव्हती. डोळ्यांसमोर या घरातले नोकरचाकरसुद्धा सधन झाले, त्यांनी या वस्तीत पक्की घरं बांधली. पण नानीला मात्र पक्क्या घराचा लोभ नव्हता. कसंतरी करून, खाऊन-पिऊन ठीक असलं म्हणजे पुरे, असं तिला वाटे. टुटूमामा आणि शराफमामा यांची मात्र तिला काळजी वाटे. हे दोघेजण शिक्षण सोडून पीरबाडीला परतले होते. संसार चालवण्याचं काहीही सामर्थ्य नसताना त्यांनी लग्नं केली होती. दर चार-पाच दिवसांनी आता ते नानीपुढं हात पसरीत. त्यामुळे वैतागून नानी अमीरुल्लांकडे गेली. म्हणाली, ‘काहीतरी करा व्याहीसाहेब, टुटू आणि शराफ शिक्षण सोडून अल्लाच्या मार्गावर आले होते. आता तर त्यांना नोकरीही मिळत नाही. पैसे नसतील, तर खाणार काय? तुम्ही काहीतरी व्यवस्था करून द्या.’

अमीरुल्ला पान खाऊन लाल झालेले दात दाखवीत हसत म्हणाले, ‘व्यवस्था करणारा तो अल्लाताला आहे. मी तर त्याचा गरीब बंदा आहे. अल्लावर भरोसा ठेवा, सगळं ठीक होईल.’

‘अल्लावर माझा भरोसा आहे व्याहीसाहेब. पण दोन्ही पोरांनी लग्नं केली आहेत. लग्न करून संकटात पडली आहेत ती. तुम्ही त्यांच्या नोकरीची व्यवस्था करून द्या. तुम्ही ठरवलंत, तर ते अशक्य नाही.’

अमीरुल्ला म्हणाले, ‘नोकरी-बिकरी देणारा मालिकसुद्धा तोच आहे. तो अल्लाच नोकरी मिळवून देईल.’

नानी नमाज पढे, रोजे ठेवी, पण पक्की व्यवहारी, दुनियादारी समजणारी. तिला माहीत होतं की, जानमाजवर बसून अल्लाजवळ मोनाजातचे हात वर करून नोकरीसाठी ती रडली, तरी मुलांना नोकरी मिळणार नाही, पण अमीरुल्लांसमोर रडलं तर मात्र काहीतरी होण्याची शक्यता आहे. अबू बकरच्या स्टील इंडस्ट्रीजचे आता अमीरुल्ला हेच सर्वेसर्वा होते. तिथे फक्त पीरांच्या भक्तांनाच नोकरी देण्यात येई. युक्तीने अखेर काम झालं. बराच वेळ सगळा झमेला अल्लावर सोपवल्यावरही अखेर अमीरुल्ला तिला म्हणाले, ‘ठीक आहे. त्यांनाही अकबरिया इंडस्ट्रीत कामाला पाठवून द्या. फक्त एकच

अट आहे, सुन्नत पाळायला हवी, दाढी ठेवायला हवी आणि दुनियादारीच्या पोशाखाऐवजी शर्ट-पायजमा आणि डोक्यावर टोपी असे कपडे घालायला हवेत.'

नानी पीरबाडीहून परतल्यावर म्हणाली, 'इंटर आर्टस्पर्यंत शिकून तर कुठल्या ऑफिसमध्ये कारकुनाचीही नोकरी मिळत नाही. पोषाख बदलून, दाढी ठेवून जर कारखान्यात काम करून पगार मिळणार असेल, तर तेच करू द्या मुलांना.'

टुटू आणि शराफमामा पोशाख बदलून कारखान्यात नोकरीला जाऊ लागले. छोटकूने पीरबाडीचा पोशाखबिशाख खूप पूर्वीच सोडून दिला होता. मदरशातून बाहेर पडून तो नसीराबाद स्कूलमध्ये काही दिवस शिकत होता, पण मॅट्रिक पास होण्याआधीच शाळा सोडून देऊन त्याने नानांच्या 'भाताच्या दुकानात' (खानावळीत) बसायला सुरुवात केली होती. नाना इकडेतिकडे गेल्यास छोटकू खानावळीकडे लक्ष देई. टुटूमामा आणि शराफमामा यांच्या लग्नांनंतर नानीबाडीला लग्नांची माळच सुरू झाली. एके दिवशी ऐकलं की, फेलूमामाही लग्न करणार आहे. मोहल्ल्यातलीच एक सुंदर मुलगी त्याला पसंत पडली. लग्नाचा प्रस्ताव पाठवल्यावर मुलीचे आईवडील तयार झाले. तीन मीटर अंतरावरच्या माहेराहून मुलीला रिक्षाने घरी आणण्यात आलं. फेलूमामाच्या लग्नानंतर छोटकू म्हणाला, 'मीही लग्न करणार. जिल्हा स्कूलसमोरच्या दुमजली घरात राहाणाऱ्या एका सुंदर किशोरीला पाहून, येण्याजाण्याच्या मार्गावर एकमेकांकडे पाहाता-पाहाता थोडं हसू, थोड्या चिठ्ठ्याचपाट्या यांच्या साहाय्याने पटवण्याचा त्याने बराच प्रयत्न केला. हसण्याने किंवा चिठ्ठ्यांनी काम न झाल्याने छोटकू बरेचदा पत्र लिहून घेण्यासाठी आमच्या घरी येई. मी किंवा यास्मिन, जी भेटेल तिला म्हणे, 'खूप छान भाषा-बिषा वापरून एक पत्र लिहून दे बरं!' आम्ही त्याला त्या मुलीला उद्देशून प्रेमपत्रं लिहून देत असू. छोटकू ती पत्रं घेऊन जात असे. त्या पत्रांमुळे ती मुलगी पाघळली आणि चौदाव्या वर्षीच तिने छोटकूशी लग्न केलं. फकरूलमामाचं लग्न इतर सगळ्या भावांच्या लग्नांप्रमाणे सहजपणे झालं नाही. तो स्वत: युवा-युनियनचा नेता होता. बडोमामांकडून लहानपणीच कम्युनिस्ट होण्याची दीक्षा घेतली होती. पक्षाच्या सगळ्या नेत्यांच्या घरी फकरूलमामाचं येणं-जाणं होतं. त्यातूनच एका नेत्याच्या पत्नीशी त्याचे प्रेमसंबंध जुळले. ती महिला वयाने फकरूलमामापेक्षा मोठी होती, शिवाय दोन मुलांची आई होती. ज्या दिवशी त्या नेत्याने या दोघांना रंगेहाथ पकडलं, त्याच दिवशी त्याने बायकोला घराबाहेर काढलं आणि तिच्या माहेरी तलाकनामा पाठवला. तिच्या अवस्थेसाठी आपणच जबाबदार आहोत, या भूमिकेतून फकरूलमामाने तिच्याशी लग्न करण्याचा निर्णय घेतला. बडोमामांनी त्याला या निर्णयापासून परावृत्त करण्याचा प्रयत्न केला, पण त्याचा काही उपयोग झाला नाही. त्याने त्या दोन मुलांच्या आईशी लग्न केलं आणि तिला आपल्या घरी आणलं. त्यांच्या लग्नाला कुणीही नातेवाईक गेले नाहीत. सहा

फूट उंच असलेल्या, देखण्या आणि गौरवर्णाच्या तरुण फकरूलमामाने लग्न केलं, ते कृष्णवर्णीय एका वयस्कर महिलेशी - कोण जाणार त्यांच्या लग्नाला?

छोटकूची बायको घरात आली, नानाही आजारी पडले. त्यांना कशाचंच भान नसे. नतून बाजारचा रस्ता ते विसरले होते. रस्ता चुकत. लघवी करून बिछाना ओला करीत. संडास-लघवी कशाचंच त्यांना भान राहिलं नव्हतं. सगळं बिछान्यातच करीत. स्वत:च्या हातात स्वत:ची विष्ठा घेऊन ती खिडकीबाहेर फेकीत राहात. नानी नाकाला पदर लावून म्हणे, 'आता तेही कुत्र्या-मांजरांसाठी फेकताय काय बाहेर?' एके दिवशी बाबा नानांना पाहून आले, त्यांना औषधं लिहून दिली. पण औषधांचा गुण आला नाही. काय झालं होतं नानांना? बाबा म्हणाले, 'मधुमेह.' नानांनी कधीही मधुमेहावरची औषधं घेतली नाहीत की पथ्यं पाळली नाहीत. मी नवीनच डॉक्टर झालेली, नानांची अंगाची कातडी चिमटीत घेऊन डिहायड्रेशन पाहिलं. शरीरात पाणी कमी होतं. मोठ्या समारंभाने सलाईन द्यायची व्यवस्था केली. नाना माझ्याकडे टकमक पाहात होते, सुई टोचल्याच्या वेदनेने मला म्हणाले, 'किती टोचलंस गं!' ज्या दिवशी मी त्यांना सलाईन दिलं, त्याच दिवशी रात्री त्यांचं निधन झालं.

बाबांना नानांच्या निधनाचं कारण विचारल्यावर ते म्हणाले, 'रेस्पिरेटरी फेल्युअर.' हे ऐकून मला शंका वाटली, की सलाईन जास्त झाल्यानेच फुफ्फुसात पाणी जमा झालं असावं, त्यामुळे नाना श्वास घेऊ शकले नसावेत.

'सलाईन दिलं ही चूक झाली का?'

बाबा म्हणाले, 'हो, चूक झाली.' पण माझ्या चुकीबद्दल बाबांना राग आला नाही. नानांच्या निधनामुळं दु:ख झालं नाही, की त्यांना मधुमेहावरची औषधं दिली नाहीत म्हणून पश्चात्ताप झाला नाही. साधं 'अरेरे!' सुद्धा ते म्हणाले नाहीत. 'सलाईन दिलं नसतं तर नाना वाचले असते का?' या माझ्या प्रश्नाला त्यांनी तटस्थपणे उत्तर दिलं, 'नाही.' तरीही मला वाटत राहिलं की, माझ्या चुकीमुळेच नानांचं निधन झालं. माझ्या मनातून अपराधाची सल काही केल्या जाईना. आपण खुनी आहोत असं मला वाटू लागलं. हॉस्पिटलमध्ये कधीही कुठल्याही रुग्णाचं कुठलंही नुकसान आजपर्यंत माझ्या हातून झालं नव्हतं आणि स्वत:च्या नानांच्या मृत्यूचं कारण मी ठरावं ना! माझे साधेभोळे नाना, भले माणूस नाना, कुणाच्या अध्यात मध्यात नसलेले नाना, विशाल मनाचे नाना, या अपराधाला कुठलीच क्षमा नाही. क्षमा असू शकत नाही. मी दिवसभर स्तब्ध, उदास बसून राही. रात्रभर अंधाराकडे तोंड वळवून जागी राही. मी मुद्दामच स्वत:ला क्षमा केली नाही. मला स्वत:चा इतका राग येई, की नानीबाडीला जावंसं वाटत नसे - नानी, मामा आणि मावशांचे दु:खी चेहरे पाहाण्यासाठी. जमिनीवर पडून 'बाजान गं ऽ माझे बाजान कुठे गेले' म्हणत आई रडली. नाना गेल्यावर आईच सर्वात अधिक रडली. फजलीमावशीच्या डोळ्यांतून मात्र एक थेंबही

पाणी आलं नाही. फजलीमावशीला माहीत होतं, 'अल्लाचा माल अल्लाने परत नेला, त्यासाठी रडारड करून काही फायदा नाही. रडायचंच असेल तर अल्लासाठी रडा, अल्लाकडे आणाभाका मागा. माफी मागा. कुठल्या कारणासाठी आणाभाका, कुठल्या अपराधासाठी क्षमा - हे मला समजत नव्हतं. फजलीमावशीने आयुष्यात खूप पापं केली होती का - म्हणूनच का तिला रोज अल्लाकडे क्षमायाचना करावी लागत होती?

'नानांना सलाईन देणं योग्य झालं नाही-' आईच्या सुजलेल्या डोळ्यांकडे पाहून मला ही कबुली देता आली नाही. यास्मिनला मात्र बाजूला नेऊन मी हे सांगितलं. स्वत:जवळ वारंवार कबूल केलं. आईची दुपार विषण्णतेच्या उन्हात पोळत राही - हे मला दिसे. कुणी शांत, स्निग्ध हास्याने दुपारवेळांना शांत करायला येत नसे.

त्यानंतर बरेच दिवस मी नानीच्या घरी गेले नाही. आई मला जायला सांगत असे, पण मी ही ना ती सबब सांगून ते टाळीत असे. अधूनमधून संध्याकाळी आजोळी जावंसं वाटे, पण मी ती इच्छा दोरीने कडीपाटाला टांगून ठेवी. पण आई एकदा मला 'तुझ्या नानीने तुला बोलवलंय. ती वारंवार म्हणते नासरिनने नानांसाठी किती कष्ट केले. हॉस्पिटलमधून पळत-पळत आली, सलाईन दिलं. चल, चल, एकदा तुझ्या नानीचं जरा सात्वंन करून ये. तिला बरं वाटेल' असं म्हणून एका दुपारी नानीबाडीला घेऊनच गेली. मला वाटलं होतं, त्या घरात सगळीकडे शांतता पसरलेली, सगळे रडत असतील, उदास बसलेले असतील. पण प्रत्यक्षात वातावरण अगदी उलटं होतं. नानी इलिश माशाचं कालवण बनवत होती. घरातल्या लहान मुलांची हुल्लड चालू होती. सगळी अंगणात खेळत होती. मामालोक आपापल्या खोलीत आपल्या नवीनच आलेल्या पत्नींबरोबर बसले होते. त्यांच्या खोल्यांतून हसण्या-खिदळण्याचे आवाज ऐकू येत होते. घरात एक माणूस होतं, ते आता नाही, पण कुणीही आता त्याच्यासाठी रडत नव्हतं. कुणीही नानांच्या निधनाचं दु:ख कुरवाळीत बसलं नव्हतं. उलट घरात एक प्रकारची शांती आली होती - एक वेडा माणूस आता नाही, म्हणून. दुसऱ्यांसाठी जवळचं सगळं वाटून टाकणारा मूर्ख माणूस आता नाही.

नानीने मला भात वाढला आणि इलिश माशाचा तुकडा. 'बाजानना इलिश मासे खूप आवडत गं ऽ' असं म्हणून आई हुंदके देऊन रडू लागली. तिच्या डोळ्यांतले अश्रू टपटप पानात पडू लागले. नानी शांतपणे जेवत होती. तिच्या डोळ्यांत थेंबभरही पाणी नव्हतं. भूतकाळातल्या आठवणी काढून कुणासाठीतरी रडायला नानीकडे वेळ नव्हता. माझ्या घशात माशाचा काटा अडकला. मी तशीच ताट घेऊन उठले आणि अंगणात बसलेल्या भुकेल्या कुत्र्यासमोर त्या ताटातला भात टाकला आणि नळाखाली हात धुतला.

हॉस्पिटलमध्ये मी आणखी मृत्यू पाहिले. स्वत:ला मी प्रश्न करीत राहिले, 'अर्थ

काय आहे या जीवनाचा?' मृत्यू माझ्या चोहीकडे तांडव करीत होता, कानाशी तारस्वरात ओरडत होता. काय अर्थ आहे या जीवनाचा? - मी वारंवार स्वत:ला विचारीत होते. ज्या जीवनात इतकी माया आहे, इतकं प्रेम आहे, इतकी स्वप्नं आहेत, ते जीवन क्षणार्धात संपून जाणार! काय फायदा! काय फायदा जिवंत राहून? पंधरा बिलियन वर्षांपूर्वी (एक बिलियन म्हणजे एक लक्ष कोटी) अंतराळात काहीतरी फुटलं, त्यातूनच बिलियन, बिलियन नक्षत्रांचा, नक्षत्रपुंजांचा जन्म झाला. त्या नक्षत्रपुंजांपैकी गोगलगायीसारख्या आकाराच्या एका नक्षत्रपुंजात चारशे मिलियन वर्षांपूर्वी पृथ्वी नावाच्या एका ग्रहाचा जन्म झाला. या पृथ्वीवर एका क्षणी प्राणाचा जन्म झाला. एकपेशीपासून बहुपेशी, हळूहळू उत्क्रांती होत माणूस. हा माणूस नावाचा प्राणीसुद्धा ज्याप्रमाणे डायनॉसॉर प्राणी सहाशे ऐंशी लक्ष वर्षांपूर्वी नष्ट झाले, त्याप्रमाणे एके दिवशी पृथ्वीवरून नष्ट होईल. कदाचित त्याच्या आधीही नष्ट होईल किंवा नष्ट होणार नाही. उत्क्रांतीतून आणखी काहीतरी होईल. पृथ्वी ही पृथ्वीसारखीच राहील, सूर्य-तारे हे सूर्य-ताऱ्यांसारखेच राहातील. कधीतरी आपला हा सूर्यही त्याच्यातली उष्णता कमी होऊन होऊन एक काळा गोळा बनून जाईल. हे ग्रहनक्षत्र प्रसारित होत-होत अंतराळात हरवून जातील किंवा जाणारही नाहीत. कदाचित अनंतकाळपर्यंत प्रसरण पावतच राहातील. विश्व-ब्रह्मांडाच्या या खेळात माणूस नावाच्या या क्षणजीवी प्राण्याच्या जीवनाची काही भूमिकाच नाही. महाजगतामध्ये स्वत:चं हे क्षुद्र अस्तित्व एका क्षणासाठीसुद्धा दिसत नाही.

फजलीमावशी म्हणे, नानांचा आत्मा म्हणे तिने उडताना पाहिला. उडत उडत म्हणे तो आकाशात अल्लाकडे गेला. तो आत्मा अल्लाकडे जमा होईल, अल्ला सगळ्या आत्म्यांना पुन्हा मनुष्यांमध्ये रूपांतरित करील. त्यानंतर सगळ्यांचा न्यायनिवाडा होईल. अल्ला न्यायाधीशाच्या आसनावर बसून सगळ्यांचा निवाडा करील. प्रत्येक माणसाच्या दोन खांद्यांवर मुतकार आणि नाकिर हे दोन देवदूत बसलेले असतात, ते चांगल्या-वाईटाचा हिशेब ठेवतात. तो हिशेब पाहून अल्ला कुणाला स्वर्गातल्या झऱ्यातळाशी पाठवील, तर कुणाला नरकाच्या अग्नीत टाकील. त्यांच्यासाठी जीवन हे असं साधं गणित आहे - दोन अधिक दोन चार! नानांशी आपली पुन्हा भेट होणार नाही याची फजलीमावशीला खात्री होती. नाना सतत अल्लाच्या नावाचा जप करीत, रात्री-बेरात्री उठून जानमाजवर बसून 'ला इलाहा इल्लल्लाह' म्हणत. म्हणून ते नक्कीच स्वर्गात जातील आणि फजलीमावशीसुद्धा ज्या अर्थी स्वर्गात जाणारच आहे, त्याअर्थी त्यांची भेट ही होणारच. त्यामुळेच फजलीमावशीला कुणाच्याही मृत्यूचं काहीही दु:ख होत नसे. तिच्याकडे जीवनाचा अर्थ होता. आईकडेही होता. तिच्या दृष्टीने जीवन ही अल्ला घेत असलेली परीक्षा आहे. अल्लाने जीवन देऊन आपल्याला पृथ्वीवर पाठवलं आहे. आपण काय करतो, काय नाही याकडे त्याची करडी नजर

असते. मृत्यूनंतर तो प्रत्येकाला ज्याच्या त्याच्या कर्माप्रमाणे फळ देईल. असा सरळ विश्वास असलेली सगळीच माणसं एकप्रकारची निश्चिंती किंवा समाधान घेऊन जगत. फक्त मलाच तेवढी अनिश्चितता, असमाधान जाणवे. मला मात्र वाटे, की मरून जाणं म्हणजे सगळं संपणं, कुठलीही फळप्राप्ती नाही, पुनर्जन्म नाही, काही नाही. जीवनाचा काहीही अर्थ नाही. हा माझा विश्वासच होता. माझा हा विश्वास मला भयानक विषण्णता देई, जीवनापासून विन्मुख करी. मी जर 'जीवनाचा अर्थ काय?' असं बाबांना विचारलं, तर ते म्हणतील, 'जीवनाचा अर्थ आहे संग्राम, संघर्ष.' पृथ्वीवर संघर्ष करून स्वत:च्या पायावर उभं राहाण्यातच जीवनाची सार्थकता आहे. ते खूप सहजपणे जीवनाचे शैशव, किशोर, यौवन आणि वार्धक्य असे भाग करीत. आधी शिक्षण, मग कर्मजीवन, मग निवृत्तीचं जीवन. शिक्षण घेण्यात किंवा कर्म जीवनात काहीही पुढेमागे किंवा कमीजास्त झालं, तरी त्याचं फळ याच जीवनात भोगावं लागणार. साफल्यामुळे जीवन अर्थपूर्ण होतं. पण जर जीवन एके दिवशी संपणार असेल, तर मग ते सफल झालं काय की विफल झालं काय - काय फरक पडणार? व्यर्थता आणि साफल्य यांचेही अर्थ प्रत्येकाच्या दृष्टीने वेगवेगळे असतात. एक तत्त्वज्ञ म्हणतो की, जीवनाला तसा काही अर्थ नसतो, त्याचा अर्थ आपण द्यायचा असतो. आपण काहीतरी करून जीवनाला काही अर्थ देऊ शकतो असं मला नाही वाटत. हे स्वत:च स्वत:ला फसवणं नाही का? ज्याला लिहिता येतं त्याने लिहून, ज्याला खेळता येतं त्याने खेळून जीवनाला अर्थ द्यायला हवा. अर्थ दिल्याने सुख मिळतं ना? माझं मन म्हणतं, की जीवनाला अर्थपूर्ण करण्याचं सामर्थ्य माणसात नाही. माणूस फारतर एवढंच करू शकतो - आपण कुठून आलो, कुठं जाणार याची चिंता न करता तो या क्षणिक जीवनाचा अमृतरस अखेरच्या बिंदूपर्यंत पिऊन घेऊ शकतो. पण त्यामुळे तरी काही लाभ होतो का? जर मी तो अमृतररस प्याले नाही, तर काय बिघडतं? मी आज जगले काय किंवा मेले काय - काय फरक पडणार आहे? एक घोर विषण्णता मला घेरून राही.

संसारधर्म

हॉस्पिटलमध्ये मला चिकित्सक म्हणून एक वर्ष प्रशिक्षण घ्यायचं होतं. वर्ष संपलं की, कायमस्वरूपी ढाक्याला स्वत:चा संसार उभारणार असं रुद्रशी बोलून मी ठरवलं होतं. रुद्रही मिठेखालीहून ढाक्याला राहायला येईल. आमचा संसार सुरू होईल. कुठलेही मतभेद नसलेला संसार. कायमस्वरूपी जाण्याच्या आधीच मला अनेक कारणांमुळे ढाक्याला जावं लागे - रूटिनमध्ये एक महिना खेडं आलं तर ढाक्याला जा, पडून हात मोडला तर ढाक्याला जा. उजव्या हाताच्या कोपराचं किरकोळ फ्रॅक्चर झालं होतं, त्यासाठी हाडांच्या डॉक्टरांनी प्लॅस्टर घातलं आणि म्हणाले, 'महिनाभर हे प्लॅस्टर ठेवायचं.' स्त्रीरोग-प्रसूतिविद्या विभागातली माझी ड्यूटी अद्याप संपली नव्हती. प्राध्यापक जावेद हुसेन माझा नव्वद अंशात लटकणारा प्लॅस्टरमधला हात पाहून म्हणाले, 'तुटला का? हूंऽ - चांगली सबब झाली दांड्या मारायला, नाही का?' नाही. जावेद हुसेन हे बरोबर बोलले नाहीत. ड्यूटी चुकवण्याची, दांड्या मारण्याची मला मुळीच इच्छा नव्हती.

हात मोडणं हे काही सर्दी-पडश्यासारखं दुखणं नाही, चांगली मोठीच घटना असते. या घटनेमुळे बरीच कामं अडतात, हे जावेद हुसेनसुद्धा मानीत, मग न मानणारी मी कोण? आईने दोन दिवस मला हाताने जेवण भरवलं, अंघोळ घालून कपडे घालण्यात मदत केली. एके दिवशी मी आईला दूर सारून ढाक्याला गेले. रुद्र मयमनसिंहला येऊन त्या रात्रीच्या संदर्भात आपली चूक कबूल करून म्हणाला होता की, त्या रात्री तो दारूच्या नशेत होता, त्याने तेव्हा जे केलं ते भानावर असताना केलं नव्हतं. म्हणूनच मी ढाक्याला गेले, अन्यथा गेले नसते. आजकाल मी ढाक्याला जाताना 'सर्टिफिकेट आणायचंय' किंवा 'ऑपरेशन करायचंय' अशी कुठलीही सबब सांगत नसे. फक्त 'ढाक्याला जाते' असं सांगून बाहेर पडे. कुठं

राहाणार, कुणाच्या घरी हेसुद्धा सांगत नसे. कारण मी कुठे आणि कुणाकडे जाते हे आता घरात सगळ्यांना माहीत झालं होतं. त्याबद्दल आता कुणीही माझ्याशी वादविवाद करीत नसे. मी ढाक्याला निघाले की, कलकलणारं घर स्तब्ध होऊन जाई. मी नि:स्तब्धपणे बाहेर पडून रिक्षाने बसस्टँडवर जाई. ढाक्यासाठी तासा-तासाने बसेस असत.

माझा उजवा हात फ्रॅक्चर झालेला असल्याने रुद्रने मला हाताने जेवण करून भरवलं. बाथरूममध्ये नेऊन, माझे कपडे काढून, माझ्या अंगावर पाणी टाकून, साबण लावून मला अंघोळ घातली. अंघोळ करताना माझ्या शरीराला त्याच्या उत्तेजित शरीराचा स्पर्श होत होता. नरम टॉवेलने माझं अंग पुसून त्याने मला घरात आणलं आणि बिछान्यावर झोपवलं. माझं वरचं अंग अचल असलं म्हणून काय झालं, खालचं अंग काही अचल नव्हतं. रात्री खाटेवर रुद्रने केलेल्या धसमुसळेपणाने खाट मोडून पडली, मीही अंथरूण आणि उशीसह खाली पडले. चांगला हात मोडता मोडता वाचला. नंतरचा धिंगाणा जमिनीवर. नशीब, ती जमीनही फुटून आम्ही खालच्या मजल्यावर पडलो नाही! दुसऱ्या दिवशी एक मजबूत कॉट विकत आणली - असल्या प्रकारांमुळे तुटणार नाही अशी. मला मोठ्या बिछान्यावर झोपायची सवय. हातपाय पसरून झोपू शकले नाही, तर नीट झोप होत नसे. शिवाय जवळ तक्क्या घेण्याचीही सवय. डोक्याखालच्या उशीला तक्क्या करून धिंगाण्यानंतर झोपी गेले. कॉट, गादी, उशा घेण्यात पैसे संपून गेले. पैसे संपल्यावर रुद्र नेहमी जाई, तसा मोंगलाला निघाला. यावेळी तो मलाही बरोबर नेणार होता. मी हरकत घेतली नाही. रुद्रबरोबर सात समुद्र तेरा नद्या पार करून जावं लागलं असतं, तरी मी गेले असते - आणि ही तर माझी सासुरवाडी होती!

हात फ्रॅक्चर असल्यामुळे यावेळी लाल सिल्कची साडी घालण्याचा आग्रह नव्हता, त्यामुळे सुटले. एक ढिला असा कुर्ता घातला होता. घालायला - काढायला सोयीचा. ढाक्याहून रेल्वेने, लाँचने प्रदीर्घ अंतर कापून मोंगलाला पुन्हा त्या रूपसाच्या गढूळ पात्राकाठच्या स्तब्ध घरात, दुसऱ्या मजल्यावर पोचलो. घरात अनेक माणसं होती, पण वाटत होतं, जणू कुणीच नाही, कुणीच नव्हतं. माणसं शोधायला मला प्रत्येक खोलीत जाऊन पाहावं लागलं. रुद्रची स्थूल आई पलंगावर झोपली होती. बाकीचे लोक इतर खोल्यांमध्ये होते. सगळेजण आपापलं काम नि:शब्दपणे करीत होते. अनेक भावंडं, पण मुळीच भांडाभांडी - हिसकाहिसकी नाही. अंघोळीच्या वेळी अंघोळ करीत. जेवायच्या वेळी जेवीत, झोपायच्या वेळी झोपत. सारं किल्ली दिलेल्या यंत्राप्रमाणे, अगदी वेळापत्रकाप्रमाणे वागत होते सगळे. ते बघूनच मला अस्वस्थ वाटू लागलं. मी कुठलंच रूटीन मानून चालू शकत नव्हते. भूक लागली की जेवून घेई. अंघोळ झाल्यावरच जेवायचं या नियमात मी स्वत:ला कधीच बांधू शकत

नव्हते, आज अंघोळ करी तर उद्या करीत नसे. आज नाश्ता केला तर उद्या करीत नसे. दुपारी कधी झोपे तर कधी झोपत नसे, रात्री नऊ किंवा दहा वाजताच झोपलं पाहिजे असा काही माझा नियम नव्हता. मी कधी आठला झोपे, कधी दहाला, तर कधी रात्रभर झोपतच नसे. माझ्या उपस्थितीने या घरात थोडंसुद्धा परिवर्तन आणलं नाही. सगळं संथ, स्तब्ध. 'अवकाश'मध्ये जसा कुणी पाहुणा आल्यावर उत्सव सुरू होई, तसं या घरात काहीच घडलं नाही. बोलणंसुद्धा इतकं थंडपणे, की जणू ही माणसं वर्षानुवर्षे मला रोजच इथं सकाळ-संध्याकाळ पाहाताहेत. मी मुद्दामच घरातला गंजलेला दरवाजा जोरात धक्का देऊन उघडला, जळमटं साफ केली. माणसांनी जरा ओरडावं, खुल्या गळ्याने गावं, अंगणातल्या चिखलात घसरून पडावं, कुणीतरी कुणाशी भांडावं, कुणीतरी कशावरूनतरी कुणाशी वाद घालावा, काहीतरी घडावं, हो हो करून हसावं, हसता येत नसेल तर रडावं, पण काहीतरी करावं! मीच त्यांच्या अंगावरचं शेवाळ दूर करून म्हणाले, 'चला, गप्पा करू. चला, पत्ते खेळू!' सगळ्यांना जमवून, बिछान्यावर वर्तुळ करून गप्पाष्टक जमवू पाहिलं, पण जमलं नाही. कुणीच काही बोलेना. सगळे अलिप्तपणे जणू तोंड लपवून बसलेले. माझा हात फ्रॅक्चर झालेला, तरीही पडून राहावंसं वाटत नव्हतं, काहीतरी करण्याची तीव्र इच्छा अंगात सळसळत होती. सगळ्या घरात वाचण्यासाठी एकही पुस्तक नव्हतं. वेळ माझ्या रंध्रारंध्रांना जणू बाभळीच्या काट्यांसारखा टोचू लागला. वेळ जणू माझा खूप मोठा शत्रू होऊन उभा राहिला. चाबकाच्या फटकाऱ्यांनी मला रक्तबंबाळ करीत राहिला. रुद्र रोज सकाळी किंवा संध्याकाळी बाहेर जाई. मला असह्य प्रतीक्षेत एकटी-एकटीनेच प्रहरामागून प्रहर वेळ घालवावा लागे. मध्यरात्री रुद्र नशेत तर्र होऊन परत येई.

दिवस असेच जात राहिले. रात्रीही तशाच. घरातून बाहेर पडायला गेले, की मला, 'जाऊ नका बाहेर' असं सांगण्यात येई. तरीही हट्ट करून एके दिवशी 'मी जाणारच जाणारच' म्हणून रात्री बाहेर पडले. रुद्र एका हॉटेलात, मद्याच्या मैफलीला, अड्ड्याला गेला होता. बंदरावर 'भद्रलोकां'नी जायची तीच एक जागा आहे, असं रुद्र म्हणाला होता. कोंदट अशा त्या हॉटेलमधून बाहेर आल्यावर मला छाती भरून श्वास घ्यावासा वाटला. श्वास घेतला, त्या हवेला दारूचा विषारी दुर्गंध होता.

बंदरावरून निघण्याच्या दिवशी माझ्या जिवात जीव आला. अर्थात ढाक्याच्या दिशेने नव्हे, आत खेड्यांच्या मार्गाने प्रवास असला, तरी त्या घरात नुसतं पडून राहाण्याचा दिनक्रम संपवण्यासाठी मी व्याकुळ होऊन रवाना झाले. खेड्यांमध्ये अर्थातच बंदराप्रमाणे कामगारांचा उत्पात नव्हता. रुद्रचा हात धरून मी त्या हिरव्या शेतांमधून फिरू शकेन, त्या शेतांचंच वर्णन रुद्रने वारंवार आपल्या कवितांमध्ये केलं होतं. मिठेखाली गाव हे खरोखर एखाद्या चित्रातल्यासारखं सुंदर होतं - त्याचं हे

सौंदर्यच रुद्रला वारंवार तिकडे आकर्षित करी. कुठे बसून तो कविता लिहितो, कुठल्या झाडाखाली उदास बसून तो माझी आठवण काढतो, चांदण्या रात्री तो कुठल्या शेतातून पळत जातो - हे सारं आपण पाहावं असं मला वाटत होतं. मोंगलाहून नावेत बसून, तोंडावर घुंघट घेऊन इतर बऱ्याच बायकांबरोबर मला मिठेखालीला जावं लागलं. गावामध्ये चोहीकडे भाताची शेतं, काही गवताच्या झोपड्या, मध्ये झाडा-झुडुपांनी वेढलेलं एक प्रचंड मोठं दुमजली घर. घरासमोर एक पुकुर, पुकुराला छानपैकी घाट बांधलेला. संध्याकाळ झाली की त्या घरातल्या खोल्यांमध्ये, व्हरांड्यात, जिन्यात अनेक हरिकेन लँप्स (गॅसबत्त्या) लावल्या जात. छताला झुंबरं असती तर ते खरोखर एखाद्या जमीनदाराचं घर - हवेलीच म्हणा ना - वाटलं असतं. मी अवाक् झाले. या ठार खेड्यात कुणी दगड-विटा आणल्या, कुणी घर बांधलं? हे घर रुद्रच्या नानांचं - आईच्या वडिलांचं होतं. नानांचा या इलाख्यात दरारा होताच, पण त्यांच्यापेक्षाही अधिक दरारा होता बडोमामांचा - रुद्रच्या थोरल्या मामांचा. गावात दरारा असलेले अनेकजण शांतता समितीचे अध्यक्ष होते, तेही होते. रुद्रचे मेजोमामा (मधले मामा) सुद्धा मुक्तियुद्धाच्या बाजूचे नव्हते. अशा कुटुंबात रुद्र हा वेगळाच होता. त्याने स्वत:च स्वत:चं नाव 'रुद्र' असं ठेवलं, नाहीतर त्याला वडिलांनी ठेवलेलं मुहम्मद शहिदुल्लाह हेच नाव आयुष्यभर वापरावं लागलं असतं. तो स्वातंत्र्याच्या बाजूने कविता लिही, रझाकार सत्तेत आल्यावर प्रचंड संतापाने त्याने लिहिलं, 'राष्ट्रध्वज हाती घेतलाय त्याच जुन्या गिधाडांनी.' कवितेमध्ये 'गिधाड' अशी शिवी देऊनही रुद्रची आपल्या सगळ्या मामांवर अगाध श्रद्धा आहे असं दिसलं. त्यामुळे त्याच्याबद्दल मला अभिमान वाटला नाही. तो जेव्हा या घरात राही, तेव्हा आपल्या मोठ्या मामाच्या खोलीतच राही. त्या खोलीत मोठमोठे दोन पलंग, मोठमोठी लाकडी कपाटं, मोठमोठ्या खुर्च्या, सगळंच आकाराने मोठं. सगळ्यातून जमीनदारीचा दर्प येत असलेला. बडोमामांचं निधन झालं होतं, पण त्यांच्या पत्नी हयात होत्या. त्या एकीकडे त्याच्या थोरल्या मामी लागत होत्या, तर एकीकडे थोरल्या आत्या. रुद्र त्यांना काकू म्हणून हाक मारी. काकूच्याबद्दल त्याने पत्रात मला बरेचवेळा लिहिलं होतं. काकूना स्वत:चं मूलबाळ नव्हतं. रुद्रलाच त्यांनी स्वत:च्या मुलासारखं वाढवलं होतं.

इथं खिडकीपाशी थोरल्या मामांच्या टेबलाजवळ बसून रुद्र कविता लिही. त्यांच्या पलंगावर मऊ गादीवर झोपे. नोकरचाकर, अर्दली, खानसामा त्याच्या आज्ञेच्या प्रतीक्षेत असत. महिनोन् महिने तो या घरात राही. अशी ही जमीनदारी मी विस्फारलेल्या नजरेने पाहात असताना रुद्र म्हणाला, 'आणखी होतं, आता तर पडता काळ आहे!' जणू आता पडत्या काळाऐवजी उठता काळ असता, तर बहुधा त्याला आनंद झाला असता! 'आता अगदी थोडं शिल्लक आहे, पूर्वी खूप होतं, आणखी

होतं!' पूर्वीच्या त्या 'आणखी'बद्दल, 'खूप'बद्दल रुद्रला अभिमान वाटतोय हे मला जाणवलं. धनसंपत्तीबद्दलचा त्याचा अहंकार तो इच्छा असूनही लपवू शकत नव्हता. पण गरिबांचं शोषण केल्याशिवाय कुणी इतकी संपत्ती जमवू शकतं का? नाही जमवू शकत. मन म्हणालं, नाही जमवू शकत. जे गरीब लोक त्याच्या या माडीवरच्या खोलीत कधीच पोचू शकत नाहीत, खालूनच ज्यांना नोकर हाकलून देतात, त्या ऐंशी टक्के लोकांच्या बाजूनेच रुद्र कविता लिहितो. जे उन्हातान्हात खपून शेतात नांगर चालवतात, ज्यांच्या घामामुळे या घराच्या कोठारात धान्याची पोती जमतात, त्या शेतमजुरांच्या बाजूने रुद्र कविता लिहितो. त्यांच्यामध्ये आणि रुद्रमध्ये खूप फरक होता. मी या विरोधाभासाचा मेळ लावू शकत नव्हते. रुद्र समानतेसाठी चीत्कार करून कविता वाची, पण त्याला मनापासून साम्य खरोखर हवं आहे का? खोलीच्या चार भिंती जणू माझ्या दिशेने एकेक पाऊल टाकीत पुढे येऊ लागल्या.

मी रुद्रला म्हणाले, 'चल, बाहेर जाऊ.'

'बाहेर कुठं जाणार?'

'गाव बघायला.'

'गावात तर पाहाण्यासारखं काहीच नाही.'

'पाहाण्यासारखं काहीच कसं नसेल?'

'पाहाण्यासारखं काहीच नाही, नुसती शेतं आहेत.'

'शेतंच पाहीन.'

'शेतं पाहून काय करणार? काही अर्थ आहे का त्याला?'

'चल, दोघंजणं गावच्या वाटेवरून फिरू. तू तर मला पत्रांत कितीतरी वेळा लिहिलं होतंस, की मला दिगन्तापर्यंत पसरलेली शेतं दाखवावीत, गावाचं सौंदर्य दाखवावं असं तुला वाटतं...'

'उगाच बाहेर जायची काहीच गरज नाही. घरात बसून काकूशी गप्पा मार. वीथी वगैरे आहेत, त्यांच्याबरोबर वेळ घालव.'

खरं तर मला रुद्रबरोबर वेळ घालवायचा होता. त्याच्याशी गप्पा मारता-मारता दुपार उलटून जाईल, पत्ता लागणार नाही. रात्रीचा काळा पडदा आमची तोंडं झाकून टाकील. आम्ही एकमेकांना पाहू शकत नाही, पत्ता लागणार नाही. आमच्या निःश्वासाजवळ आम्ही असू, स्पर्शांजवळ आम्ही असू, आमच्या अनुभवांजवळ, पत्ता लागणार नाही. जीवनातल्या लहानसहान गोष्टींबद्दल किंवा मनात येईल त्या गोष्टींबद्दल, आत्ताच सुपारीच्या झाडाच्या शेंड्यावर जो पक्षी येऊन बसलाय, त्या पक्ष्याबद्दल, एका मुलाने पळत येऊन पुकुरात उडी मारली, त्याच्याबद्दल बोलत राहू. पण मला रुद्रचा अलिप्तपणा जाणवला. त्याला एकट्या-एकट्यानेच पलंगावर झोपून राहायचंय, हे जाणवलं. मी त्याच्या छातीवरच्या केसांतून हात फिरवीत मला जीवनात काय

काय हवं आहे, काय काय नको याबद्दल बोलावं - हे त्याला नको आहे. एकमेकांशेजारी पहुडून आठवणीतल्या कविता त्याने आणि मी म्हणाव्यात - हे त्याला नको आहे. त्याला वाटे, मी सगळा दिवस घरातल्या बायकामुलींबरोबर काढावा आणि रात्री त्याच्या बिछान्यात झोपायला यावं. ढाक्याचा रुद्र आणि मिठेखालीचा रुद्र यांचा मला अनेक प्रयत्न करूनही मेळ घालता येत नव्हता.

काकूशी गप्पा करायला गेले, तर त्यांनी कपाट उघडून माझ्यासाठी साडी काढून दिली, दागिन्यांचा डबा उघडून माझ्या अंगावर भारी-भारी दागिने घातले. मला म्हणाल्या, नवऱ्याला सुखी करण्यासाठी पत्नीला जे जे करावं लागतं, ते सारं मी परम निष्ठेने करीत राहायला हवं, पत्नीचं कर्तव्य कधीही टाळू नये. त्याच्याकडे दुर्लक्ष करू नये. काकूंच्या उपदेशाच्या समुद्रात मी एखाद्या कुसळासारखी तरंगत राहिले.

काकू एक जुन्या जमान्यातल्या होत्या, नवऱ्याबद्दलची बायकोची शंभर प्रकारची कर्तव्यं त्यांना माहीत होती, पण नव्या जमान्यातल्या वीथीकडे गेले, तर पत्नीबद्दल पतीचं किमान एक कर्तव्यसुद्धा मला तिच्याकडून माहीत करून घेता आलं नाही. सुंदर वीथीचं कपाळ एकदा तरी बिनआठ्यांचं दिसावं म्हणून मी वाट पाहिली, पण व्यर्थ! वीथी दिवसभर संसारातल्या अनेक समस्यांबद्दल याच्यात्याच्याशी बोलत असे. मी समोर गेल्यावर म्हणे, 'वहिनी, बसा.' पण समस्यांच्या खूप जवळ मी जावं, असं तिला वाटत नसे. वीथीच्या समस्यांना अंत नसे, तक्रारींना अंत नसे. आई, वडील, मधले मामा, काकू - सगळ्यांच्या विरुद्ध तिच्या खूप खूप तक्रारी असत. मोंगला बंदरावरचा संसार तिला पाहावा लागे, हा मिठेखालीचा संसारही पाहावा लागे.

मधल्या मामांचा मुलगा मणी याच्याशी वीथीचं लग्न झालं होतं. नात्यांच्या साखळ्यांनी मोंगला आणि मिठेखालीची माणसं घट्ट बांधलेली होती. वीथीचा मधला मामाच वीथीचा सासरा होता - नाती कशी साखळीच्या हुकांसारखी एकात एक अडकलेली होती! साखळीबद्दल रुद्रची आई मुळीच चिंता करीत नव्हती. ती संसाराच्या कुठल्या कामाबद्दलही चिंता करीत नसे, तरीही अनेक काळज्या घेऊन मिठेखालीच्या घरी आल्यावरही पलंगावर झोपून दिवस घालवत असे. त्यांचं थोडं तरी काही काम मी करू शकते का हे पाहाण्यासाठी मी त्यांच्या खोलीत गेले, तर त्या कुणालातरी हाक मारून म्हणाल्या, 'अरे बघा बरं, शहिदुल्लाच्या बायकोला काही पाहिजे का!'

'नाही, मला काहीही नकोय, मी सहजच आले.' बेचैन सासूपुढे डोक्यावरून पदर घेतलेली, त्यांच्यापेक्षाही बेचैन सून म्हणाली.

कुणी असं सहज येऊन त्यांच्या खोलीत बसून राहिलं की, त्या बेचैन होतात

हे माझ्या चांगलंच लक्षात आलं. त्यांच्याशी खूप गप्पा मारायची माझी इच्छा आहे असं सांगून त्यांना आणखी बेचैन करावंसं मला वाटलं नाही.

संध्याकाळी रुद्र एकटाच बाहेर जाणार. त्याच्या कामांना अंत नाही. 'का जातोस, जाऊ नकोस, प्लीज थांब' या माझ्या विनंत्यांना पुकुराच्या पाण्यात ढेकळांप्रमाणे फेकून तो मोंगला बंदरावर जाई, खूप रात्री परत येई. अंगाला उग्र दुर्गंध.

'हा वास कसला?'

'हेच, जरा दारू घेतली.'

'का घेतली?'

'प्यावीशी वाटली म्हणून प्यालो.'

'दारू पिऊ नकोस म्हणून आता कितीदा सांगू तुला? तू माझं सांगणं कधीच ऐकणार नाहीस का?'

घरात दुसऱ्या खाटेवर काकू झोपलेल्या. पण रुद्र तिकडे दुर्लक्ष करी. कितीही रात्र झाली असली, तरी त्याला शरीर पाहिजे.

'तुला फक्त शरीरच समजतं का, रुद्र? मन समजत नाही?' नाही, रुद्रला मन समजत नव्हतं. त्याला विश्वास होता की शरीरातच मनरूपी पक्षी राहातो. शरीराचं मीलन झालं की मनाचं मीलन होतं.

रुद्रला शरीर हवं असे. प्रत्येक रात्री हवं असे, कसंही करून. कुठल्याही ठिकाणी, शरीर हवं असे. पौर्णिमेचं चांदणं जेव्हा गावाला न्हाऊ घालीत असे, तेव्हा माझं मन त्या शीतल चांदण्यात तरंगत असे. रुद्रला घेऊन गच्चीवर गेले - पौर्णिमा पाहायला. चंद्रप्रकाशात मी चटईवर पहुडले होते. चांदण्यांत माझं मन नाचत होतं, त्याचा एक हात हातात घेऊन चांदण्याने भिजलेल्या थंडीत कापत होते. रात्रभर असंच चांदण्यात स्नान करू, चल, रात्रभर असंच. चांदण्यांत माझं मन उडत होतं. पण रुद्रला चांदण्यांत तरंगायचं नव्हतं, उडायचं नव्हतं, त्याला माझ्या शरीरात बुडायचं होतं. गच्चीवर कुणीही येऊ शकतं ही शंका दूर ठेवून त्याने शरीर भोगलं. बिनघोर झोपला. मी आणि चंद्र एकेकटेच रात्रभर जागे राहिलो, एकेकटेच!

घरात बसून आयतं खायचं, हे खूप आरामाचं असलं, तरी मिठेखालीच्या घरातल्या या ऐश-आरामाला मी जुळवून घेऊ शकत नव्हते. हे माझं सासर नसलं, तरी सासूचं घर होतं. काहीतरी काम करावं म्हणून स्वयंपाकघरात गेले, तर दिसलं की तिथं माझी गरज नाहीय. नोकरांची कमी नव्हती या घरात. जमीनदाराच्या हवेलीसारखाच प्रकार. या घरातल्या मोठमोठ्या गोष्टी मला सहजपणे समजत नसत. रुद्र जेव्हा वीथीबरोबर जमीनजुमला, धन, भात, पैसा-अडका यांच्याबद्दल बोले, तेव्हा त्यातला बराचसा भाग मला समजत नसे. रुद्रने मला थोडं स्पष्ट करून सांगितलं, की ही जमीनदारी एका जटिल अवस्थेत आहे. मिठेखालीच्या जमिनीतून

जे उत्पन्न येतं, त्यामधून रुद्र आपल्या आईचा वाटा इथून घेऊन जाई. अनेक वर्षांपासून तो या प्रकारे आईचा वाटा नेई. त्या वाट्यातून काही रक्कम स्वत:साठी ठेवून बाकीची रक्कम तो मोंगला बंदरावरच्या घराचा खर्च चालवण्यासाठी देई. पण आता आपल्या वाट्याचं पीक विकण्यात रुद्रला रस नव्हता. खूप दिवसांपासून तो आईला म्हणत होता की, आता मधल्या मामांनी जमिनीच्या वाटण्या कराव्यात. आईच्या वाट्याच्या जमिनीपैकी काही जमीन विकून तो ढाक्याला मुद्रणाचा व्यवसाय सुरू करण्याचा विचार करीत होता. रुद्र ढाक्याच्या ५०, लालबाग या घरातल्यासुद्धा त्याच्या आईच्या वाट्याची मागणी करीत होता - तो वाटासुद्धा त्याला सोडायचा नव्हता. वीथीचं त्याला गुपचूप समर्थन होतं. जमिनीचे वाटे करायला मधले मामा तयार नव्हते. बडोमामांनंतर आता मधले मामा घरातले कर्ते पुरुष होते, त्यांच्या संमतीशिवाय वाटण्या शक्य नव्हत्या.

जमीनजुमल्यांच्या मामल्यांमधून माझं मन उडालं आणि पुकुराच्या घाटावर जाऊन बसलं. मी बाहेर गेले आणि पुकुरात बदकांचं पोहोणं पाहात बसले. 'चला, पुकुरात अंघोळ करू!' माझी ही इच्छा ऐकून घरातले सगळे हसले, रुद्रही हसला. जणू मला अद्याप अक्कल आली नव्हती. जणू जीवन कशाला म्हणतात हे मला अद्यापही समजत नव्हतं. मी जणू फक्त माझ्या बालसुलभ वागण्याने लोकांना हसवू शकत होते. पुकुरात बाहेरची माणसं अंघोळ करायला येतात, या पुकुरात घरातल्या लेकीसुनांनी अंघोळ करून चालणार नाही. अंघोळ करायची असेल तर घरातल्या महिलांबरोबर आतल्या पुकुरात. आतल्या, गढूळ पाण्याच्या पुकुरात मी पाय सोडून बसून राही.

माडीच्या खिडकीमधून मी पुकुराकडे पाहात राही. ते पुकुरही माझ्याप्रमाणेच खूप एकटं वाटे. जणू अनेक दिवसांपासून त्यालाही कुठल्या पुकुरात अंघोळ करायला मिळालेली नाही. पुकुराच्या अंगावर शेवाळ जमलेलं होतं. या पुकुराच्या पाण्याचा वापर घरातल्या स्वयंपाकासाठी, धुणं-भांड्यासाठी, अंघोळीसाठी होई. हेच पाणी पिण्यासाठीही वापरीत. मोठमोठ्या रांजणांमध्ये पावसाचं पाणी साठवण्याची प्रथा होती. ते रांजण अंगणातच पडलेले असत. वर्षभर त्यांच्यामधलंही पाणी प्यायलं जाई. ते संपल्यावर पुकुरातलं पाणी. एके दिवशी ग्लासात प्यायला म्हणून पाणी घेतलं, तर त्यात अनेक किडे वळवळताना दिसले. इतरजण आरामात ते पाणी पिताना दिसले. मी वीथीला ते पाणी पिऊ नकोस असं सांगितलं, तर ती म्हणाली, 'ते किडे काहीच नुकसान करीत नाहीत, ते पोटात गेले तरी चालतं.' मला मात्र ते पाणी पिववत नसे. दिवसभर पाण्याशिवाय राहावं लागे. दिवसातून दोन कप चहा मिळे, त्यातूनच मी माझ्या शरीराची पाण्याची गरज भागवी. रुद्र मोंगला बंदरावरून माझ्यासाठी फँटा आणि कोकाकोलाच्या अनेक बाटल्या आणी. मला खिडकीतून

दिसे की, माणसं पुकुरात अंगाला साबण लावून अंघोळ करताहेत. असल्या पुकुरातलं पाणी हे सगळे लोक निश्चिंतपणे कसं काय पिऊ शकतात हे मला समजत नव्हतं. इतका जमीनजुमला, इतका पैसाअडका, पण साधी स्वच्छ पिण्याच्या पाण्याची व्यवस्था यांना करता येऊ नये? रुद्र म्हणे, 'काहीही गरज नाही. लहानपणापासून मी हेच पाणी पीत आलोय, कधीही कसलाही आजार झाला नाही.'

काकूंच्या खोलीत बसून मी मोकळा वेळ घालवी. घरात मी पुस्तकं आहेत का हे शोधलं. कुराणाशिवाय दुसरं कुठलंही पुस्तक नव्हतं, फक्त काही अरबी पंचांगं तेवढी होती. त्या खोलीत बसून जुनी पंचांगं चाळून रुद्रने इंग्लिश कॅलेंडरप्रमाणे माझी जन्मतारीख काढली. अरबी वर्षाची बारा, रबी उल अव्वल ही कुठल्या इंग्रजी सालाच्या ऑगस्ट महिन्याच्या मध्यभागी पडते, हे त्याने १९५८ ते १९६४ सालपर्यंत शोधून सांगितलं. ते साल निघालं १९६२. १९६२ सालची २५ ऑगस्ट ही माझी जन्मतारीख. काकूच्या या खोलीत काहीही काम न करता नुसतं बसून राहाण्यात रुद्रला काहीही वाटत नसे. महिनोन् महिने तो याच खोलीत बसून राही. या खोलीत बसूनच कविता लिही, या खोलीत बसूनच मी पोस्टाने पाठवलेली माझी पत्रं वाची, स्वत:ही लिही. खोलीत बसून राहून जगणं एकसुरी वाटू लागलं. ' चल, ढाक्याला परत जाऊ' असं रुद्रला म्हटल्याबरोबर तो म्हणाला, 'आधी पैशांची व्यवस्था होऊ दे.' कशी काय पैशांची व्यवस्था होणार होती कोण जाणे! ज्या दिवशी आम्ही मिठेखाली सोडलं, त्याच्या आधीच्या रात्री रुद्र मोंगलाहून दारू पिऊन आला.

प्यायलेल्या अवस्थेत त्याला तमाशा करायचा होता. माझं अडवणं न ऐकता त्याने तमाशा केलाच. त्याने आपल्या मधल्या मामाच्या कपाटाचं कुलूप तोडून जमिनीची कागदपत्रं काढून आणली. कागदपत्रं त्याच्या हातात. ही कागदपत्रं मिळावीत म्हणून वर्षांमागून वर्षे तो वाट पाहात होता. आता तो सहजपणे कुणाचंही न ऐकता आपल्या आईच्या वाट्याची जमीन कुणालाही विकून टाकू शकत होता. पण घरातल्या कुणाचंच रुद्रच्या या प्रकाराला समर्थन नव्हतं. त्याची काकूही त्याच्या बाजूने नव्हती. जिची जमीन होती, ती आईसुद्धा आपल्या मुलाच्या या असभ्यतेच्या विरुद्ध होती. दादाच्या प्रत्येक गोष्टीची वाहवा करणारी वीथीसुद्धा आता त्याच्या बाजूने नव्हती. रुद्रचा हा प्रयत्न पूर्णपणे व्यर्थ गेला. अखेर मधल्या मामांची क्षमा मागून त्याला ती कागदपत्रं पुन्हा त्यांच्याकडे परत करावी लागली. मिठेखालीहून निघण्याच्या दिवशी रुद्रने मला त्यांच्या पायाला हात लावून सलाम करण्यासाठी पाठवलं. मी रुद्रची आज्ञा पाळली - पतीच्या संदर्भातल्या स्त्रीच्या शंभर कर्तव्यांपैकी हे एक होतं.

रुद्रचे अनेक प्रयत्न व्यर्थ गेले. नऊ ते पाच अशी नोकरी त्याला जमणार नाही असं तो म्हणाला होता, तरीही ढाक्यात त्याने नोकरीसाठी खूप प्रयत्न केले. नोकरी

काही मिळाली नाही. नियतकालिकांच्या ऑफिसेसमध्ये त्याने हेलपाटे घातले, तिथेही काही व्यवस्था झाली नाही. एखाद्या नियतकालिकात किमान त्याला साहित्य-संपादक म्हणून तरी नोकरी मिळायला हरकत नव्हती! पण कोण देणार नोकरी? प्रसिद्ध लेखक सैयद शमसुल हक यांच्या आलिशान घरी जाऊन त्याने त्यांना विनंती केली, की त्यांनी पटकथा लिहिण्याचं एखादं काम द्यावं, पण सैयद हकनी त्याला काहीच आश्वासन दिलं नाही. ते टोपणनावाने बंगाली चित्रपटांच्या पटकथा लिहून पैसा कमवीत, ही गोष्ट अनेकांना माहीत होती. सैयद हक यांच्या धाकट्या भावाच्या 'सव्यसाची प्रकाशना'तर्फे रुद्रचा तिसरा कवितासंग्रह 'मानुषेर मानचित्र' (माणसाचा नकाशा) प्रकाशित झाला, एवढंच! हा संग्रह जेव्हा पुस्तक प्रदर्शनात प्रकाशित झाला, तेव्हा रोज संध्याकाळी प्रदर्शनातल्या आपल्या पुस्तकाच्या स्टॉलवर जाऊन तो बसून राही. कुणी सही मागितली किंवा पुस्तकं विकली गेली, तर पाहाणं एवढाच त्याचा उद्देश होता. वेळ संपेपर्यंत रुद्र तिथे बसून राही. रुद्र केवळ कविता लिहून आणि कवितासंग्रह छापूनच शांत बसत नसे. तो विविध संघटनांमध्येही सामील होई. रुद्र आणि त्याच्या मित्रांनी 'सम्मिलित सांस्कृतिक जोट' नावाची एक संघटना स्थापन केली. ही संघटना इर्शाद यांच्या विरोधात अनेक कार्यक्रम करी. पण रुद्र बरेच दिवस ढाक्यात अनुपस्थित राहिल्यामुळे या संघटनेतली त्याची मोठी जबाबदारी दुसऱ्या कुणालातरी देण्यात आली. आपलं गेलेलं पद मिळवण्यासाठी रुद्रने बरेच प्रयत्न केले, पण ते पद काही त्याला परत मिळालं नाही. रुद्रला माहीत होतं, की तो कायमस्वरूपी ढाक्याला येऊन स्थिर न झाल्यास त्याला संसार तर करता येणार नाहीच, शिवाय एक प्रतिभावान तरुण कवी म्हणून त्याची जी ओळख तयार झाली होती, तिलाही काही ईर्ष्या करणारे इतर कवी धक्का लावू शकत होते.

रुद्रसाठी मला करुणा वाटे, माया वाटे. मी त्याला म्हणे, 'तू कविता लिही, मी संसार चालवीन. नोकरीची काळजी करू नकोस.' मी पहिल्यांदा जी वस्तू विकत घेतली, स्वत:च्या पैशांनी, ती म्हणजे एक पुस्तकांचं कपाट. रुद्रच्या जुन्या बांबूच्या शेल्फवरून त्याची पुस्तकं काढून ती नव्या कपाटात नीट लावून ठेवली. नयापल्टन विभागात छोटोदाच्या घरी येता-जाता स्टीलच्या दुकानातून कपडे ठेवण्यासाठी एक स्टीलचं कपाट विकत घेऊन तेही ताजमहाल रोडच्या घरात आणून ठेवलं. संसार सजवण्यात मन, प्राण, शरीर सारं ओतलं.

रुद्रचे पैसे मात्र उडत राहिले मेहतरपट्टीतल्या दारूच्या अड्ड्यावर, साकुरावर. साकुराला तो बहुधा रात्री जाई, तिथे दारू पीत बसे. मित्रांबरोबर तारस्वरात गप्पा करीत दारू पीत राही. मॅचबॉक्सवर बोटांनी टिचक्या मारीत गाणं म्हणत राही. प्यालेल्या अवस्थेत. नेहमीच. मध्यरात्री दारू पिऊन बेधुंद झालेल्या रुद्रला मी रिक्षात घालून घरी घेऊन येई.

आता रुद्र दारू पीत नव्हता, दारू रुद्रला पीत होती. दारूशिवाय रुद्रला संध्याकाळी किंवा रात्री राहावत नसे. मी त्याला रडून समजावलं, धमकावून समजावलं, रागावून समजावलं, प्रेमाने समजावलं की दारू पिणं त्याच्या प्रकृतीला मारक आहे. रुद्रला सगळं समजूनही समजत नव्हतं. दारू मिळाली नाही, तर त्याला दुसरं काहीतरी हवं असेच - गांजा नाहीतर चरस. हे सारं बंद कर असं त्याला रात्रंदिवस सांगूनही उपयोग नसे. काळा चरस तो कागदात बांधून ठेवी, तो सिगारेटमध्ये घालून धूम्रपान करी. तो माझं न ऐकता सतत ही व्यसनं करीत राही. मी एके दिवशी म्हणाले, 'मीसुद्धा दारू पिईन, मीसुद्धा चरस ओढीन', तर त्याने मुळीच मनाई केली नाही मला. उलट पाठीवर थाप मारून शाबासकीच दिली. चरस भरलेली सिगारेट मला ओढायला दिली. दोन झुरके घेतले, तर खोकून बेजार झाले. साकुरामध्ये खूप उत्साहाने दारूचा ग्लास त्याने मला पिण्यासाठी दिला. त्या वासानेच मला मळमळायला लागलं, तर एक ग्लास ऑरेंज ज्यूसमध्ये तीन थेंब व्होडका घालून तो मला 'कर सुरुवात' म्हणाला. दोन घोट घेतल्यावर घसा भाजल्यासारखं झालं. पण त्याने 'वाहवा!' केलं. म्हणाला, 'असंच चालू ठेव. होऊन जाईल सवय!' पण तसं काहीही झालं नाही. रुद्रच्या मार्गाने जाणं मला शक्य नव्हतं. तो एकटाच त्याच्या वाटेने चालत राहिला, त्याच्याबरोबर त्याचे काही दारुडे, गांजेकस मित्र. दारूच्या अड्ड्यावर रुद्रच्या खर्चाने दारू प्यायला ते संध्याकाळपासूनच गर्दी करीत. रुद्रचा हात फार उदार होता. पोटात दारू गेली, की तो दहा-बारा जणांना दारू पाजायला तयार होत असे. मित्रांना दारू पाजण्यात रुद्रचे संसारासाठी म्हणून ठेवलेले पैसे वेगाने खर्च होत राहात.

पैसे संपणं म्हणजे त्याचं ढाका सोडून गावी जाणं. रुद्र, असं कधी चालतं का? चालत नाही हे त्याला माहीत आहे, पण दुसरा पर्याय नाही. मी संसारखर्च भागवू शकत होते, पण म्हणून काही रुद्रचा दारू पिण्याचा खर्च देऊ शकत नव्हते. माझ्या प्रशिक्षण-भत्त्याच्या पैशांमध्ये एवढं चालू शकणार नव्हतं. हे रुद्रलाही माहीत होतं, म्हणून त्याला मोंगलाला जावंच लागलं.

जितके दिवस तो मोंगलाला पडून राही, तितके दिवस मी डॉक्टरी प्रशिक्षणात लक्ष देई. देता आलं नाही, तरी किमान उपस्थित राही. रुद्र ढाक्याला परत आल्याबरोबर प्रशिक्षणाला गोळी मारून मी त्याच्याजवळ निघून जाई. रुद्रच माझा पत्ता असे. त्याच्याबरोबर संसार करण्याच्या इच्छेचा अंकुर हळूहळू मोठा होत होता, वृक्ष होत होता. रुद्रची धाकटी बहीण मेरी ही आता ढाक्यात होती, लालबागला मधल्या मामाच्या घरी राहून लालमाटिया कॉलेजमध्ये ती इंटर आर्टस्‌मध्ये शिकत होती. हे ऐकून मी रुद्रला म्हणाले, 'मेरीला आपल्या या घरी घेऊन ये. इथून कॉलेज जवळ आहे. शिवाय मामाकडे राहाण्यापेक्षा भावाच्या घरी राहाणं चांगलं. इथं ती

स्वत:च्या घरात राहिल्यासारखी राहू शकेल.' रुद्र आधी तयार झाला नाही. 'या घरात कशी काय राहू शकेल मेरी? इथं काहीही ऐश-आरामाची सोय नाही, नोकर नाही, आपण काही इथं कायमचे राहात नाही.' माझं प्रशिक्षण लवकरच संपणार होतं. रुद्र नसला, तरी मी महिन्यातला बराच काळ इथे राहू शकेन. फार तर पाच-सात दिवसांसाठी मयमनसिंहला जाईन. एका संध्याकाळी आम्ही लालबागहून मेरीला घेऊन आलो. मेरी आमच्याबरोबर राहू लागल्यावर घर खरोखर घरासारखं वाटू लागलं. गीताकडून स्वयंपाक वगैरे करण्यासाठी सबुज नावाच्या एका मुलीला घेऊन आले. रोज संसारासाठी काही ना काही वस्तू आणू लागले. पण मधूनच मयमनसिंहला जावं लागलं, कारण माझं प्रशिक्षण अद्याप संपलं नव्हतं. मयमनसिंहहून आल्यावर माझा संसार बराचसा बदलताना दिसला. रुद्रने साफी नावाच्या आणखी एका बहिणीला मोंगलाहून ढाक्याला आणलं होतं. रुद्रची सारीच भावंडं सारखीच - मातृमुखी दिसत. साफीने शिक्षण सोडलं होतं. आता लग्न कधी होतंय याची ती प्रतीक्षा करीत होती. मोंगलापेक्षा ढाक्याला वरसंशोधन नीट करता येईल म्हणून रुद्रने तिला ढाक्याला आणलं होतं. आता घर एखाद्या भणंग दांपत्याच्या भणंग संसारासारखं वाटत नव्हतं. घर आता जणू पैंजण बांधून नाचत होतं. घर कलरव करीत बोलत होतं. मला बरं वाटलं. आपल्या दोन बहिणींसमोर स्वत:चा आब राखण्यासाठी आता रुद्र रात्री दारू पिऊन झिंगलेल्या अवस्थेत परत येणार नाही या विचारानेही मला बरं वाटलं. रुद्रला संसारी झालेलं पाहून बरं वाटलं. पण, आपण साफीला घेऊन ढाक्याला येणार आहोत हे त्याने मला एकदाही का बरं कळवलं नाही? तो तसं सांगू शकत नव्हता का?

मला हळू-हळू जाणवू लागलं, की घरातले अनेक निर्णय तो एकटाच घेत होता. मेरी आणि साफी बेडरूममध्ये राहात, मोठ्या बिछान्यावर झोपत. कपाटात त्यांचे कपडे आणि त्यांच्या वस्तू. माझे कपडे एका कोपऱ्यात सरकवलेले. माझ्यासाठीची जागा दिवसेंदिवस कमी होत छोटी झाली. मी आणि रुद्र समोरच्या छोट्या खोलीत, तुटक्या खाटेवरचा छोटा बिछाना अंथरून झोपत असू. मला ते अडचणीचं, त्रासाचं वाटे. संसारात राहून रुद्रसाठी तपस्या करतानाही तो संपूर्ण वेळ माझ्या वाट्याला येत नसे. त्याची मोंगलाला जायची वेळ येई. माझं चुंबन घेऊन, 'नीट राहा, लक्ष्मीसोना, नीट राहा, प्राणप्रिये' इत्यादी म्हणून, साफीच्या हाती घरखर्चासाठी पैसे देऊन तो रात्रीची ट्रेन धरायला निघून जाई.

संसार मी स्वत:च्या पैशांनी सजवला होता, पण घरखर्चासाठीचे पैसे माझ्या हातात न देता त्याने बहिणीच्या हातात दिल्यानेही संसाराबद्दलचा माझा उत्साह काही कमी झाला नाही. हा संसार माझ्या हातातून निसटला आहे असं काही मला वाटलं नाही.

रुद्र म्हणाला, 'आता आपल्याला मोठ्या घराची आवश्यकता आहे.' कारण आता त्याला आपल्या अब्दुल्ला या धाकट्या भावालाही ढाक्याला आणून इथल्या शाळेत घालायचं होतं. रोज वर्तमानपत्रात 'घर भाड्याने देणे आहे'च्या जाहिराती पाहून मी घरं शोधीत राहिले. बरीचशी घरं पसंत पडत नसत. पसंत पडलं, तर त्या घराचं भाडं अधिक असे. भाडं कमी असलं, तर घर छोटं असे. शोधता शोधता एके दिवशी इंदिरा रोडच्या राजाबाजारमधलं एक घर पसंत पडलं. एक महिन्याचं भाडं आगाऊ देऊन मी रुद्रची वाट पाहात राहिले. तो परत आल्यावर ताजमहाल रोडवरचं जुनं घर सोडून देऊन तिथलं सामान इंदिरा रोडवरच्या नव्या घरात घेऊन आलो. दोन बेडरूम्स, त्यातली एक मोठी एक छोटी; एक मोठी बैठकीची खोली, मोठ्या बेडरूमला व्हरांडा. साफीने स्वत:साठी मोठी बेडरूम पसंत केली, पण रुद्रने तिला समजावलं आणि ती बेडरूम आमच्यासाठी घेतली. आमच्यासाठी एक नवीन कॉट विकत घेऊन ती मोठ्या बेडरूममध्ये ठेवली. स्वत:चं लिहिण्याचं टेबलही. या घरासाठी एक नवं कपाटही घेऊन ते खिडकीजवळ ठेवलं. अब्दुल्लासाठी एक छोटी कॉट आणून ती बैठकीच्या खोलीत ठेवली. लहान बेडरूममध्ये आधीची मोठी कॉट आणि आधीचं स्टीलचं कपाट मेरी आणि साफी यांच्यासाठी ठेवलं. मयमनसिंहच्या एका फर्निचरच्या दुकानात मी एक डायनिंग टेबल, खुर्च्या, सोफा वगैरे सामान करायला टाकलं होतं, ते सारं तिकडून एका ट्रकने आम्ही दोघांनी ढाक्याला आणलं. 'अवकाश'मधूनही एक ड्रॉवर्स असलेली चेस्ट आणि एक संगमरवरी टेबल आणलं. एक छानसं सजवलेलं घर, एक सुख-शांतीचा संसार याव्यतिरिक्त माझ्या डोक्यात दुसरं काहीही नव्हतं. कुशल हातांनी संसार सजवला. संसारासाठी लागणाऱ्या हजार प्रकारच्या वस्तू विकत घेतल्या, सगळी बचत त्यासाठी वापरून संसारात स्थिर झाले.

माझं प्रशिक्षण संपलं. आता मयमनसिंहला जायची गरज नव्हती. आता तुझी खबर काय रुद्र? मी तर तुझ्याकडे आले, माझी अनुपस्थिती तुला जे नियंत्रणहीन जीवन देई, विस्कळीत जीवन देई, तसं जीवन आता देणार नाही. हे बघ, माझं समस्त घेऊन मी इथं आले आहे. तुझ्याजवळ. रुद्रने वचन दिलं, आता तोही आपल्या संसारात कायमस्वरूपी परत येईल. त्याला आता पुन्हा पैशांसाठी कुठं धावावं लागणार नाही. एक छोटासा का होईना, छापखाना सुरू करता येईल इतके पैसे तो मोंगला किंवा मिठेखालीहून घेऊन येईल, त्याच्या वडिलांच्या किंवा आईच्या वाट्याची जमीन विकून. ढाक्यात तो छापखान्याचा व्यवसाय सुरू करील. आई-वडिलांच्या संपत्तीतला त्याचा वाटा तो आत्ताच घेऊन टाकील.

छापखाना. छापखाना. रुद्रने सगळं ठरवलं. कुठं असणार, कसा असणार. दररोज तो माझ्याजवळ असेल, या कल्पनेने मी आनंदाने रोमांचित होई. आता कधीही

त्याला दरमहाचा खर्च आणायला दूर जावं लागणार नाही. आता कधीही त्याला कलंदरपणाचा त्रास होणार नाही. माझ्या स्वप्नाचा वृक्ष फुलांनी बहरून गेला.

परंतु ढाक्याहून तो बातमी घेऊन आला की, त्याच्या मधल्या मामाकडून आईच्या वाट्याची जमीन घेऊन, ती विकून ढाक्याला छापखाना सुरू करणं शक्य नव्हतं. त्यामुळे ढाक्याला कायमचं राहायला येणं त्याला अद्यापही शक्य होणार नव्हतं. पण त्याने स्वत:चा एक व्यवसाय मोंगलाला सुरू केला होता - कोळंबीचा व्यवसाय. व्यवसायाकडे पाहाण्यासाठी इतर लोक होते, त्यामुळे वारंवार तिकडे जाण्याची गरज नव्हती. वर्षातून दोन वेळा जाऊन पाहून आलं तरी पुरेसं होतं. ठीक आहे. चल, आता मनापासून संसार करू. आजवर आपण जे स्वप्न पाहात आलो - दोघेजण एकमेकांबरोबर राहू, कधीही एकमेकांपासून दूर जाणार नाही. ते वास्तवात आणू. त्याआधी लग्नाचा स्वागत-समारंभ करू. समारंभपूर्वक सगळ्यांना सांगू, की आम्ही लग्न केलं आहे. लग्न म्हणजे सामाजिकता सोडून दुसरं काहीही नाही. या समारंभासाठी रुद्रने स्वत: आमंत्रण-पत्रिका लिहिली : 'आम्ही कृष्णपक्ष पृथ्वीच्या तीरावर, हृदयात हृदय मिसळून प्रज्वलित करू हृदयाचा प्रकाश.'

'कुठलीही पांढरी साडी नेसून लग्नसमारंभात मला विधवेसारखं दिसायचं नाहीय, मला लाल बनारसी साडी हवी, त्याबरोबर सोन्याचे दागिनेही हवेत' असा माझा आग्रह होता. रुद्र संतापून मला 'खर्चिक, बेअक्कल' असं म्हणाला. पण माझं म्हणणं होतं की, मी इतर सगळ्या बंगाली वधूंप्रमाणेच सजणार. रुद्रने समारंभात घालायचे कपडे मीच त्याला विकत घेऊन दिले. रुद्रपेक्षा माझा उत्साह अधिक होता. शहरातल्या एका चायनीज रेस्तोरांला २९ जानेवारीच्या रात्रीसाठी तयार राहायला सांगितलं. नातेवाइकांना, मित्रमैत्रिणींना आमंत्रण दिलं. सगळ्यांनी पाहावं की, मी सुखरूप आहे, आनंदात आहे. माणसं साडी-दागिने यांच्यावरूनच ठरवतात वधू सुखात आहे की नाही. ढाक्याला ईद करून मयमनसिंहला गेल्यावर आईने विचारलं, 'लग्न केलंस, तर जावयाने तुला कुठली साडी दिली ईदला?' मी काहीच उत्तर दिलं नाही. ईदसाठी रुद्रने मला एकही साडी विकत घेतली नव्हती. माझा धर्मावर विश्वास नव्हता, त्यामुळे ईदवरही नव्हता. साडीचा प्रश्नच येत नव्हता. आईने सुस्कारा टाकला. मी ईदवर विश्वास ठेवीत नाही म्हणून नव्हे, तर मी निवडलेल्या माझ्या पतीकडून मला साडी, दागिने मिळत नव्हते म्हणून. साडी, दागिने सुख देतात यावर बहुधा आईचा विश्वास नव्हता, पण पत्नीवर प्रेम असल्यावरच पती तिला साड्या आणि दागिने भेट म्हणून देऊ शकतो म्हणून. माझ्यावर रुद्रचं प्रेम आहे का याचा आई अंदाज घेत होती. रुद्रकडे किती पैसे आहेत, तो वधूला काही भेटवस्तू देण्याइतपत सक्षम आहे का हे पाहून, एका डॉक्टर मुलीला ज्या प्रकारचा वर मिळतो, त्या वराची वधूला महागड्या साड्या आणि दागिने देण्याची जी ऐपत असते, त्यावरूनच मुळात मला

योग्य पती मिळाला की नाही याचा विचार केला जात होता. रुद्रच्या योग्यतेबद्दल आणि ऐपतीबद्दल सगळ्यांना वाटणारा संशय माझ्या मनाला विंचवासारखा डसत राहिला.

लग्नाच्या समारंभात, जोरात पाऊस येत असलेल्या रात्री लाल बनारसी साडी नेसलेली, सोन्याचे दागिने घातलेली वधू चायनीज रेस्तोरांमध्ये गेली. वधू अगदी वधूसारखी वाटत नव्हती, कारण तिने डोक्यावरून पदर घेतला नव्हता. पण ती वधू तर होती ना! रुद्रचे लेखक मित्र आले, माझे दोन-चार डॉक्टर मित्र आले, दोन्ही पक्षांचे नातेवाइकही आले. माझ्या नातेवाइकांपैकी बडोमामा आपली मुलंबाळं घेऊन आले. छोटोदा गीताला घेऊन आला, झुनूमावशी आपल्या बरिशाली नवऱ्याला घेऊन आली. समारंभ म्हणजे गप्पा करणे आणि खाणे. कॅमेऱ्यासमोर मोहक हसू घेऊन याच्या-त्याच्याबरोबर उभं राहाणे, फोटो काढणे.

रुद्रबरोबर मी छोटोदाच्या घरी आणि झुनूमावशीच्या घरी आमंत्रणावरून जेवायला जाऊन आले. आई ढाक्याला आली असताना तिला माझा संसार दाखवायला घेऊन आले. सामाजिकता संपली. आता काय? आता रुद्र मोंगलाला निघून जाणार, कोळंबीचा व्यवसाय. तो नेहमीप्रमाणे घरभाडं आणि घरखर्चासाठीचे पैसे बहिणीच्या हाती देऊन मोंगलाला निघून गेला. प्रशिक्षण भत्त्यातून बचत केलेले पैसे खर्च करून घर सजवून, नातेवाइकांना, मित्र-मैत्रिणींना लग्नाची बातमी कळवून, सुखरूप आहे, आनंदात आहे, संसार करतेय असं सांगून; मयमनसिंहला स्वत:च्या ज्या काही चीजवस्तू होत्या त्या सगळ्या घेऊन येऊन, एवढंच काय तिथली स्वत:ची मुळंसुद्धा उपटून ढाक्यात रोवून; प्रेमाच्या माणसाबरोबरच्या सुंदर दांपत्यजीवनाची स्वप्नं पाहाणाऱ्या मुलीला जाणवलं की, स्वत:च्या संसारात मी स्वत:च एक गौण, बिनमहत्त्वाची व्यक्ती आहे. मी या संसाराची जबाबदारी घेऊ शकेन असा रुद्रला विश्वास का वाटत नव्हता? मला आता प्रशिक्षणासाठी पुन्हा काही मयमनसिंहला जावं लागणार नव्हतं. ते तर संपलंच होतं. मग कशासाठी हा अविश्वास? का ही आस्थाहीनता? अपमानाच्या तीव्र जाणिवेने मला ग्रासून टाकलं. रुद्रची भावंडं खूप चांगली होती. त्यांना माझा कुठलाही विरोध नव्हता. खूप हसरी, बोलकी होती ती सारी. मोंगलाच्या घरी सगळी चुपचाप असत, तशी इथे मुळीच नसत. अब्दुल्ला बाहेरच्या व्हरांड्यात क्रिकेट खेळे. शाळेत त्याचे अनेक मित्र झाले होते. मेरीचंही तसंच. तिचेही मित्र-मैत्रिणी घरी येत. त्यांची है-हुल्लड चाले. त्यांच्या हुल्लडबाजीत मीसुद्धा काही दिवस भाग घेऊन स्वत:ला या कुटुंबातले आपण एक आहोत असं समजण्याचा प्रयत्न केला. पण प्रयत्न करूनही तसं वाटत नव्हतं. संसारात माझा कुठलाही निर्णय नसे. भूमिका नसे. जबाबदारी नसे. सबुज निघून गेली होती. मयमनसिंहहून नर्गिसची छोटी बहीण बिल्किस हिला घेऊन आले होते. तीही निघून

गेली. त्यांनी मोंगलाहून एक मोलकरीण आणली होती. ती घरदार स्वच्छ करी, स्वयंपाक करी, वाढी. काय बाजार करायचा, काय स्वयंपाक करायचा हे सारं रुद्रच्या बहिणी ठरवीत. जेवणाच्या वेळी त्या मला हाक मारीत. जेवण करून मी पुन्हा माझ्या खोलीत येई. या घरात मी फक्त एक पाहुणी आहे, दुसरी कुणी नाही असं वाटे. रुद्रला स्वत: पैसे कमावण्याचा मार्ग सापडला होता. कुटुंबातला एक बेकार, क:पदार्थ मुलगा अचानक खूप महत्त्वाचा झाला होता, कारण त्याने कुटुंबाची एक मोठी जबाबदारी घेतली होती. वीथी संसार करीत होती, सैफुल मेडिकलमध्ये शिकत होता. सहा भावंडांचं लालन-पालन करण्याची जबाबदारी रुद्रने घेतली होती. तिघेजण ढाक्याला आले होते, बाकीचे तिघे येणार होते. ही मोठी जबाबदारी पडल्याने रुद्र उत्तेजित झालेला होता.

माझ्याबरोबर एकट्याने संसार करणं हे रुद्रचं स्वप्न नव्हतं. आता तर ढाक्याला कायम राहाण्याचंही त्याचं स्वप्न नव्हतं. ही सारी जुनी स्वप्नं बाजूला सारून एक नवं स्वप्न आता डोकं वर काढून उभं होतं. कोळंबीचा व्यापार करून चांगलं श्रीमंत व्हायचं आणि आपल्या सहा भावंडांना वाढवायचं हे त्याचं नवं स्वप्न होतं. दोन आठवड्यांनंतर येतो म्हणून रुद्र गेला होता, पण दोन महिने उलटले तरी त्याचं परतायचं नाव नव्हतं. त्याच्या संसारात राहून त्यांचं अन्न खाण्याची मला लाज वाटत होती.

मी छोटोदाच्या घरी आले. गीताला नवीन बाळ झालं होतं. मुलगी. या बाळंतपणाच्या वेळी डॉ. टी. ए. चौधुरींनी मला, मी डॉक्टर असल्यामुळे प्रसूतीच्या वेळी क्लिनिकमध्ये येण्याची परवानगी दिली होती. बाळाचा जन्म होताना मी पाहिला. छोटोदाने मुलीचं नाव ठेवलं ऐन्द्रिला कमाल. तिला हाक मारण्याचं नाव मी ठेवलं - परमा. परमाचं लालन-पालन करण्यासाठी गीताने नोकरी सोडली. छोटोदा आणि गीता दोघेही नव्या बाळाच्या आगमनामुळे खूप आनंदात होते. सुहृदला जवळ ठेवण्याचा मुळीच उत्साह नव्हता. दोन-दोन मुलांना सांभाळणं गीताला जमणार नाही, म्हणून सुहृदला काही दिवस ढाक्याला आणून परत त्याच्या आजीकडं पाठवून देण्यात आलं होतं. मी छोटोदाच्या घरी आळसात वेळ घालवीत होते. कधीकधी झुनूमावशीच्या घरी जाऊन बसे. झुनूमावशीकडून ऐकलं की, तिच्या नवऱ्याने म्हणे बडोमामांना बरीच मोठी रक्कम उसनी मागितली होती. तेवढे पैसे काही बडोमामांकडे नव्हते. त्यामुळे झुनूमावशीला तिचा नवरा बरेचदा म्हणत असे, 'फकिराच्या घरातल्या मुलीशी लग्न करून फसलो मी.' मी समोर दिसले, की 'झुनूमावशीचं वय माझ्यापेक्षा जास्त आहे, तिने मला फसवून माझ्याशी लग्न केलं, नाहीतर मला तिच्यापेक्षा चांगली बायको मिळाली असती' असं काहीतरी बोलत.

झुनूमावशीच्या घरी वेळ घालवणंही मला आवडत नसे. मी मयमनसिंहला

परतले. पण तिथेही पूर्वीप्रमाणे चांगलं वाटत नसे. 'अवकाश'मध्येही मला पाहुण्यासारखं वाटे. रुद्र ढाक्याला परतल्याबरोबर मी त्या घरी गेले. रुद्र संसारातला एकजण होऊन गेला. मी मात्र पाहुणीच राहिले. मी रुद्रला म्हणाले, वारंवार म्हणाले, रागाने म्हणाले, प्रेमाने म्हणाले, समजावणीच्या सुरात म्हणाले, 'कोळंबीचा व्यवसाय सोडून तू ढाक्यात राहायला सुरुवात कर. ढाक्यात काहीतरी कर.' पण त्याला आता कोळंबीचा व्यवसाय सोडून येणं शक्य होणार नव्हतं. त्यात खूप पैसे गुंतवले होते, त्यामुळे तो व्यवसाय चालू ठेवायलाच हवा होता. रुद्र गुंतलेला व्यवसायात, मी गुंतलेली रुद्रमध्ये!

फेब्रुवारी महिन्यात रुद्र कसेही करून ढाक्यात राही. या महिन्यात नवी पुस्तकं छापली जात. या महिन्यात 'बोईमेला' म्हणजेच पुस्तक प्रदर्शन असे. या महिन्यात अनेक ठिकाणी कविसंमेलनं असत. जानेवारी महिन्याच्या अखेरीला रुद्र स्वैराचाराचा नि:पात करण्यासाठी आपल्या हाती शस्त्र घेण्याची इच्छा प्रकट करणाऱ्या कविता एकत्र करू लागला. त्यांचा तो संग्रह छापणार होता. प्रकाशक शोधूनही मिळाला नाही. तो स्वत:च पुस्तक छापणार होता. मलाही त्याने माझ्या कविता एकत्र करायला सांगितल्या. मी गेल्या काही वर्षांत लिहिलेल्या अडतीस कविता एकत्र केल्या. या कविता रुद्रच्या कवितांप्रमाणेच अन्याय, अत्याचार, विषमता, तसंच स्वैराचाराच्या विरोधात होत्या. दोन्ही हस्तलिखितं मी कवी असीम साहा यांच्या 'इत्यादी प्रिंटर्स'मध्ये छापायला देऊन आले. रोज संध्याकाळी आम्ही दोघेजण 'इत्यादी'मध्ये जाऊन मुद्रितं तपासून येत असू. साधंसुधं मुखपृष्ठ तयार करून, दोन्ही पुस्तकं छापून, बाईंडिंग होऊन तयार झाली. रुद्रच्या संग्रहाचं नाव होतं 'छोबल' (अचानक मारलेला फटका), तर माझ्या संग्रहाचं 'शिकडे विपुल क्षुधा' (मुळांमध्ये प्रचंड भूक). हे माझं पहिलंच कवितेचं पुस्तक. मला खूप आनंद झाला. 'बांग्ला ॲकॅडमी'च्या आवारात 'बोईमेला' (पुस्तक मेळा) सुरू झाल्यावर रोज संध्याकाळी आम्ही दोघे तिथे जात असू. एकवीस फेब्रुवारीच्या सकाळी शहीद मिनारावर फुलं वाहून मी गर्दीतून कशीबशी स्वत:ला वाचवीत मेळ्यात शिरले. वेगवेगळ्या मंचांवरून - कविता वाचीत, मैदानातल्या गवतावर, चहाच्या ठेल्यांवर, ॲकॅडमीच्या पायऱ्यांवर, पुस्तकांच्या स्टॉल्सवर कवी-लेखकांबरोबर प्रदीर्घ गप्पाष्टकं करण्यात आमचा छान वेळ जात असे. गप्पांचे मुख्य विषय असत साहित्य आणि राजकारण. बांग्ला ॲकॅडमीच्या मंचावरून, तसेच भाषा आंदोलनाच्या या महिन्यात विविध मंचांवरून रुद्रने कविता वाचल्या. त्याच्याबरोबर मीही असल्याने आणि मीही कविता लिहिलेल्या असल्याने मलाही कविता वाचायला सांगत, मी कविता वाची. मेळ्याच्या विविध स्टॉल्सवर दोघांच्या कवितासंग्रहांच्या प्रती विक्रीला दिल्यावर रोज चौकशी करून समजे, की रुद्रच्या संग्रहाच्या काही प्रती

विकल्या गेल्या आहेत, माझ्या काहीच नाही. मेळा संपल्यावर माझ्या संग्रहाच्या न विकल्या गेलेल्या प्रती घरी आणल्या. त्या खाटेखाली खोक्यांमध्ये बंद पडून राहिल्या. कविता हे माझं क्षेत्र नाही, हे चांगलंच लक्षात आलं. एकेकाळी मला कविता लिहिण्याचा सराव होता. 'सेंजुती' नावाचं नियतकालिक मी छापीत असे - तो सारा आता इतिहास झाला होता. अलीकडे मी कविता लिहीत नव्हते, लिहू शकत नव्हते - सगळीकडे माझा परिचय रुद्रची पत्नी असाच करून दिला जात असे. कॉक्सबाजारमध्ये कवितावाचनासाठी येण्याचं रुद्रला आमंत्रण मिळालं. बरेच कवी-कवयित्री कॉक्सबाजारला गेलो. रुद्रबरोबर मीही गेले होते. दुपारी महादेव साहा समुद्रस्नान करायला शर्ट-लुंगी आणि गमछा घेऊन समुद्रात उतरले. रुद्र उघड्या अंगाने. मी कांगारू गंजी आणि जीन्समध्ये. सूर्यास्ताच्या वेळी समुद्रकिनारी वाळूत कवितावाचनाचा कार्यक्रम झाला. विनंतीवरून मला तिथेही कविता वाचाव्या लागल्या.

अलावल साहित्य पुरस्कार मुहम्मद नुरूल हुदा यांना जाहीर झाला. त्या समारंभात कविता वाचण्यासाठी काही तरुण कवींना आमंत्रित करण्यात आलं. रुद्रलाही. तो मला बरोबर घेऊन फरीदपूरलाही गेला. सगळे मिळून कवी जसीमुद्दीन यांचं घर पाहून आलो. त्यांनी आपल्या कवितेत अमर केलेलं डाळिंबाचं झाडही पाहून आलो. रुद्रचा सहवास आणि जीवनाच्या या गतीने मला अपार आनंदात बुडवून टाकलं. माझं जीवन इतर सामान्य बंगाली वधूंप्रमाणे झालं असतं. डाळ-तांदूळ-तेल यांचा हिशेब करण्यात जीवन गेलं असतं. समाजाच्या अंधश्रद्धा आणि विधिनिषेध अमान्य करूनच तर आम्ही इतक्या दूर आलो होतो. आता इतकं सामाजिक होण्याचं स्वप्न कशासाठी पाहायचं? रुद्रबरोबर माझा वेगळा असा संसार झाला नाही, असं जे शल्य माझ्या मनात डाचत होतं, ते मी झटकून टाकलं. इतर कुठल्याही संसारापेक्षा आपला संसार पूर्णपणे वेगळा असावा असं आता रुद्रला वाटत होतं. जगापासून वेगळं होऊन, माणसांपासून फटकून राहून स्वार्थी व्यक्तींप्रमाणे फक्त दोघांचंच घरटं तयार करणं म्हणजे काही संसार नाही. बाहेरच्या मुक्त जगात आम्ही राहू, एका विषमता नसलेल्या, निरोगी, सुंदर समाजासाठी संघर्ष करीत राहू. अशा प्रकारेच आम्ही आमचं जीवन विश्वास आणि प्रेम यांच्या पायावर व्यतीत करू. आम्ही एकमेकांचे सहयोद्धे किंवा सहयात्री होऊ. क्षुद्र स्वार्थाचा लेषमात्रसुद्धा त्यामध्ये नसेल. रुद्रची भावंडं मोंगलाच्या एकसुरी, कुठलाही वाव नसलेल्या वातावरणातून ढाक्याला येऊन आपल्या प्रतिभांचा विकास करून घेऊन देशाची सेवा करतील, थोर व्यक्ती बनतील. त्यांना आम्ही आमच्या आदर्शाप्रमाणे घडवू.

ढाक्यात चंदनाशी माझी भेट झाली होती. ती आपल्या नवऱ्याबरोबर नणंदेच्या घरी उतरली होती. मी जोपर्यंत त्या घरात होते, तोवर चंदना हलक्या आवाजात

माझ्याशी बोलत होती. आपल्या नवऱ्याबरोबर ती एके दिवशी माझ्या घरीही आली होती. सर्वांनी मिळून एखाद्या हॉटेलमध्ये जेवायला जाण्याचा प्रस्ताव मी मांडला, पण तिचा नवरा म्हणाला की त्याला वेळ नाही. माझ्याबरोबर गप्पा करण्याची इच्छा असूनही नवऱ्यामुळे चंदनाला निघून जावं लागलं. चंदनाचं जीवन पाहून मला वाईट वाटलं - असल्या जीवनाचं स्वप्न पाहिलं होतं का चंदनाने? पाहिलं नसलं, तरी या जीवनाचीच आता तिला सवय झाली होती. आपल्या कुंठित जीवनाबद्दल कुजबुजत्या आवाजात बोलण्याचीही सवय झाली होती तिला. मला वाटलं, चंदनाला आता आकाश पाहायलाही सवड होत नसावी किंवा आकाश पाहायचं असलं, तरी तिला नवऱ्याची किंवा त्याच्या कुणा नातेवाइकाची परवानगी घ्यावी लागत असावी.

फेब्रुवारीतला 'बोईमेला' (पुस्तक जत्रा) संपल्यावर रुद्रने मला विचारलं, 'या संसारात तुझं काँट्रिब्युशन काय?' हा प्रश्न ऐकून मी लाजेने जांभळी झाले. दरमहा रुद्र जसा संसारासाठी पैसे देत होता, त्याप्रमाणे मी का पैसे देत नाही? याचं कारण अगदी साधं-सरळ होतं - देण्यासाठी माझ्या हातात काहीच पैसे नव्हते. मी सरकारी नोकरी मिळण्याची वाट पाहात होते. नोकरी मिळाल्याबरोबर, मी स्त्री-पुरुषांना समान मानत असल्यामुळे, आर्थिकदृष्ट्या पतीवर अवलंबन नको असल्याने, मी संसाराचा अर्धा खर्च देऊन याचा पुरावा देऊ शकेन. पण रुद्र म्हणाला, सरकारी नोकरी मिळेपर्यंत मी पैसे मिळवण्याचे प्रयत्न का करीत नाही, का नुसती घरी बसून असते? रुद्रच्या प्रोत्साहनामुळे सलीम या त्याच्या मित्राच्या औषधाच्या दुकानाच्या आत असलेल्या डॉक्टरच्या चेंबरमध्ये रोगी पाहाण्यासाठी बसण्याची माझी व्यवस्था झाली. शक्तिनगर वळणावर, बी. एन. मेडिकल हॉलमध्ये

डॉ. तसलिमा नासरिन

एम. बी. बी. एस.

रुग्णांना तपासण्याची वेळ सकाळी ९ ते दुपारी ३.

असं लिहिलेला एक बोर्ड लटकवून दिला. संध्याकाळी तिथं डॉ. प्रजेशकुमार राय बसत. ते दादाचे वर्गमित्र होते. मी रोज हातात स्टेथास्कोप आणि रक्तदाब मोजायचं यंत्र घेऊन फार्मसीत जाई. चुपचाप बसून राही. रुग्ण यायचं नाव नाही! रुद्रला म्हणाले, 'हट्, रोगी येत नाहीत - नुसतं बसून राहावं लागतं!' रुद्र म्हणाला, 'उगीच असं लहान मुलासारखं करू नकोस. हळूहळू रोगी मिळतील.' दिवस उलटत राहिले. जे दोनेक रोगी येत, त्यांच्यामधून माझं निम्मं रिक्षाभाडंसुद्धा निघत नसे.

मी एखाद्या क्लिनिकमध्ये नोकरी शोधत राहिले. एका खासगी क्लिनिकमध्ये मला नोकरी मिळाली. महिन्याला दीड हजार रुपये. ड्यूटी रात्री. प्रशिक्षणाच्या वेळी मला दरमहा दीड हजारच भत्ता मिळत असे. एवढ्या रकमेत संसार चालवणं शक्य नाही हे समजत होतं. घरभाडंच बाराशे रुपये होतं. पण तरीही स्वत: कमावण्याचा

आनंदच वेगळा असतो. या रकमेतून स्वत:साठी खर्च करता येईल, घरचा बाजारखर्चही भागेल. क्लिनिकमध्ये गेल्यावर दिसलं की, अधिक उत्पन्न मिळवण्याची व्यवस्थाही तिथे आहे. मी ऑपरेशनमध्ये साहाय्य केलं, तर पाचशे ते एक हजार रुपये मिळतील. रात्री जर रुग्ण आले, तर त्यांना तपासणं ही माझी जबाबदारी. रोगी क्लिनिकमध्ये जे पैसे देतील, त्यातूनही मला पर्सेंटेज मिळेल. वा! छानच की!

नोकरी चांगली चालली होती. क्लिनिकचे मालकही चांगले वाटले. मला त्यांनी ॲबॉर्शनच्या काही केसेस देऊन त्या कामात तरबेज व्हायला मदत केली.

पण रोग्यांची गर्दी नसलेल्या एका रात्री, दहा वाजण्याच्या सुमाराला, त्यांनी मला दुसऱ्या मजल्यावरच्या त्यांच्या ऑफिसच्या खोलीत भेटायला बोलावलं. त्यांच्या हेतूबद्दल मला जरा संशयच आला. मला त्यांनी तिथे का बोलावलं असावं? काही महत्त्वाचं बोलायचं असावं का? खूप महत्त्वाचं काम असेल तरच ते भेटायला बोलवीत. नाही, काहीही कारण नव्हतं, त्यांना गप्पा करायच्या होत्या. मी म्हणाले, 'मला खाली जायला हवं, कारण कुठल्याही क्षणी रोगी येऊ शकेल.' 'अहो जाऊ द्या हो, रोगी आला की नर्स तुम्हाला हाक मारीलच, काळजी करू नका!' मला त्याची काळजी नव्हती, कारण रोगी आला की नर्स मला हाक मारील हे मला माहीत होतंच. मला चिंता वाटत होती मालकांच्या हेतूबद्दल. त्यांनी मला इथं का बोलावलं होतं, काही महत्त्वाचं बोलायचं होतं का? महत्त्वाचं बोलायचं होतं तर त्यांनी ते न बोलता मला बसायला का सांगितलं? बसल्यावर इंदिरा रोडवरच्या राजाबाजारात नक्की कोणत्या गल्लीत माझं घर आहे, ते नेहमी तिकडे जातात. त्यामुळे एखाद्या संध्याकाळी ते माझ्या घरीही येतील, असं का म्हणाले? मी एका कवीशी का लग्न केलं, कवीशी लग्न करून मी काही शहाणपणाचं काम केलं नाही, असं का म्हणाले? नवरा तुम्हाला मुळीच शोभत नाही, नवऱ्यामुळे तुम्ही सुखात आहात का अशा चौकशा का केल्या? माझ्या व्यक्तिगत जीवनाबद्दल त्यांना एवढी काळजी का? या काही आवश्यक आणि महत्त्वाच्या गोष्टी नाहीत याची मला खात्री होती.

गप्पा मारताना ते मधूनमधून ग्लासमधून घोट घेत होते. त्यांनी न सांगताही, ते मद्यपान करताहेत हे माझ्या लक्षात आलं. तिथं निश्चिंत बसून असल्या गप्पा मारणं मला आवडलं नाही, जमलंही नाही. मी तो प्रकार असह्य होऊन बाहेर पडले आणि खाली आले. खाली येऊन एका कोऱ्या कागदावर मोठमोठ्या अक्षरांत लिहिलं, 'मी पूर्ण शुद्धीवर असताना स्वेच्छेने या नोकरीचा राजीनामा देत आहे.'

दुरावा

एकोणीसशे शहाऐंशी सालच्या अखेरीस ही घटना घडली. 'दीड महिन्यांनी परत येईन' असं सांगून रुद्र कोळंबीचा व्यवसाय पाहायला मोंगलाला गेला. ढाक्यात मला काहीच काम नसल्यामुळे मी मयमनसिंहला निघून गेले. मयमनसिंहहून दीड महिन्यांनी परतल्यावर दिसलं, की रुद्र अद्यापही परत आलेला नाही. कधी परत येणार असं विचारल्यावर मेरी म्हणाली, 'आणखी दोन आठवडे उशीर होईल.' रुद्रहीन खोलीत मी एकटी बसून राही. खोली रिकामी-रिकामी वाटे. टेबलावर त्याची कवितेची वही पडलेली - जणू तो लिहीत होता. आत्ताच उठून दुसऱ्या खोलीत गेलाय, लगेच येऊन पुन्हा कविता लिहील. मी डोळे मिटून दुसऱ्या खोलीतून रुद्रच्या परतण्याची वाट पाहात राही. मनातल्या मनात त्याचा एक हात माझ्या खांद्यावर ठेवी, खूप ओळखीचा आवाज ऐके. 'कधी आलीस? कधीपासून तुझी वाट पाहात होतो!' खांद्यावरचा हात हळूहळू छातीवर उतरत येतोय, दुसऱ्या खांद्यावर दुसरा उष्ण हात, तोही हात खाली येतोय. माझं अंग शिथिल होऊ लागे. माझ्या गालांवर आपले दाढी असलेले गाल घाशीत तो म्हणतोय, 'सोनं माझं, माणिक माझं, बायको माझी, तुझ्याशिवाय मी जगू शकत नाही गं!' माझे तृषार्त ओठ ओले होऊ पाहात. ओठांवर त्याच्या दीर्घ दीर्घ उष्ण चुंबनाने माझं अंग अभूतपूर्व शहाऱ्याने थरथरे. माझं डोकं टेबलावरच्या वहीवर पडे. बराच वेळ असाच जाई. वहीच्या शेवटच्या पानावर लिही, 'मला बरं वाटत नाही, बरं वाटत नाही. का येत नाहीस तू? बायकोशिवाय इतके दिवस कसा काय राहातोस तू? मला खूप एकटं वाटतं. तुझ्याशिवाय एक क्षणही असह्य वाटतो मला. तू सोडून माझं असं दुसरं कुणीच नाही. मला तुझ्याशिवाय जगता येत नाही. एकतर मला तुझ्याजवळ घेऊन जा, नाहीतर तू माझ्याजवळ ये.' मी तृषित शरीराने बिछान्याकडे पाहात राही. रुद्रने चादरीवर सोडलेल्या स्पर्शासाठी

वेदनार्त हात तिकडे जाई, चादर कुरवाळीत राही. रुद्रचा गंध घेण्यासाठी मी उशीचा वास घेत राही. उशी माझ्या अश्रूंनी भिजून जाई. मी डोळे पुसून मेरीला म्हणाले, 'ठीक आहे, मी दोन आठवड्यांनी येते.' मेरी म्हणाली, 'लगेच निघालात वहिनी? थांबा, चहा घेऊन जा.' मी कोरडं हसून म्हणाले, 'नको. चहाची तहान नाहीय.'

राजाबाजारच्या वळणावरून रिक्षा करून मी महाखाली बस-स्टँडकडे निघाले. रुद्रहीन ढाका शहर मला वाळवंटासारखं वाटत होतं. महाखालीहून अचानक रिक्षा वळवून नयापल्टनच्या दिशेने गेले. मयमनसिंहला जाणं बरं वाटत नव्हतं. 'अवकाश'मध्ये मी नकोशी पाहुणी होते. आई बरेचदा म्हणे, 'आई-बाबांच्या इच्छेविरुद्ध लग्न केलंस, खूप सुखात राहीन म्हणाली होतीस ना! मग आता असं वारंवार माहेरी का यावं लागतंय?' मी बाबांच्या नजरेला पडले की, ते कठोर नजरेने माझ्याकडे पाहून, आईला म्हणत, 'ही पोरगी माझ्या घरी कशासाठी आली? हाकल तिला इथून! माझ्या घरी यायचा तिला काय अधिकार आहे? मी काय आणखी एकाच्या बायकोला पोसण्यासाठी कमाई करतो काय? तिला खायला देऊ नकोस.' नयापल्टनला छोटोदाच्या घरात उदास बसून राहून मी रुद्रचा विचार करी. रात्रंदिवस किती अविश्रांत परिश्रम करतोय बिचारा! नक्कीच न झोपता रात्र काढीत असेल. बायकोच्या आठवणीने जितक्या लवकर शक्य होईल तितक्या लवकर इकडे परत यायचा विचार करीत असेल. लवकर बायकोकडे जाता येत नाही म्हणून त्याला फार वाईट वाटत असेल. त्याच्या कपाळावरचा घाम पदराने पुसावा असं मला वाटलं. माझ्या या विचारांची साखळी तोडीत गीताने विचारलं, 'काय गं, कसला विचार करतेयस? तुझा नवरा कुठं आहे? त्याला का आणलं नाहीस बरोबर?

'मला एकटीने यायला मनाई आहे का? प्रत्येकवेळी नवऱ्याला घेऊनच यायला हवं का?'

'काय, भांडणबिंडण झालं की काय?'

'नाही. भांडण कशाला होईल?'

'वाटतंय तर खरं! नवरा ढाक्यात नाही?'

'नाही.'

गीताच्या ओठांवर छद्मी हसू. टुलूच्या ओठांवरही हसू. या घरात गीताचा धाकटा भाऊ टुलू राहात होता. स्थूल-काळा-नाकाखाली छोट्या मिशा असलेल्या टुलूला 'बांग्लादेश बिमान'मध्ये नोकरी देऊन ढाक्याला आणून छोटोदाने आपल्या घरी ठेवलं होतं. ओठांवर छद्मी हसू तसंच ठेवून टुलू ओरडला, 'एक ग्लास पाणी दे गं नर्गिस!' नर्गिसने पाणी आणून टुलूच्या हातात दिलं. नर्गिसशी एक क्षण माझी नजरानजर झाली. तिने नजर दुसरीकडे वळवली. का बरं तिने नजर वळवून घेतली? तिच्या डोळ्यांत भीती होती का? परमाची काळजी घेण्यासाठी तिला गीताने

'अवकाश'मधून आणलं होतं. परमाचं काम तर असेच, त्याशिवाय सगळं घरकामही ती एकटीच करी. परमाला मांडीत घेऊन मी स्वत:च्या बाळाची कल्पना करीत होते. कधीतरी मीही एका बाळाची आई होईन - रुद्र तेव्हा आपल्या बाळाला घरी ठेवून असा दूर दूर राहाणार नाही. नर्गिसचे विस्कटलेले केस, न धुतलेले फाटके कपडे, कोमेजलेलं तोंड यांनी मला या विचारातून जागं केलं.

संध्याकाळ होत आली होती. जेवून, वामकुक्षी करून, पुन्हा परमाला मांडीत घेऊन मी सोफ्यावर बसले होते. नर्गिस बादलीत पाणी घेऊन फडक्याने फरशी पुसत होती. अजूनही तिने अंघोळ केली नव्हती, जेवण केलं नव्हतं. गीता जेवायला सांगेल तेव्हाच ती जेवेल.

'काय गं नर्गिस, कशी आहेस?'

'ताई, मयमनसिंहहून कधी आलात?' नर्गिसने दबलेल्या आवाजात विचारलं.

'आजच आले.'

'कधी जाणार?'

'माहीत नाही. तू येणार मयमनसिंहला?'

'हो.'

नर्गिस उत्तेजनेने उठून उभी राहिली. गीता खोलीत आल्याबरोबर ती पुन्हा खाली बसली.

'काय चाललंय?' गीताने प्रश्नार्थक नजरेने नर्गिसकडे पाहिलं.

'तिचं तर अजूनही जेवण झालेलं नाही. तिने जेवायला हवं.' मी म्हणाले.
'सगळं काम झाल्यानंतर जेवेल ती.' गीता म्हणाली.

मी हळुवार आवाजात म्हणाले, 'तिला चांगले कपडे नाहीत का? किती दिवस अंघोळ केली नाही तिने कोण जाणे!'

हे ऐकून गीता नर्गिसला एक लाथ मारून म्हणाली, 'बाथरूम का पुसून घेतली नाहीस?' ती बाथरूम पुसून आली होती. टुलूने पुन्हा ती ओली केली होती. हे नर्गिसने सांगितलं नाही, मी सांगितलं. माझ्या या नाक खुपसण्याने संतापून गीताने नर्गिसचे केस मुठीत धरून तिला उठवलं, जमिनीवर ढकललं आणि तिच्या छातीत, तोंडावर लाथा मारू लागली. आतून डुलत-डुलत येऊन टुलू म्हणाला, 'मार आणखी! फार सैतान पोरगी आहे!' मी पळत जाऊन नर्गिसला गीताच्या तावडीतून सोडवलं.

गीता माझ्या हातातून परमाला ओढून घेऊन म्हणाली, 'माझ्या घरात राहातेस, माझं अन्न खातेस आणि माझ्या मोलकरणीच्या बाजूने बोलतेस? अधिकार आहे का तुला?'

मी नर्गिसच्या पाठीवरून हात फिरवून म्हणाले, 'ती मला म्हणालेली नाही. मीच

बोलले.'

मी असं म्हटल्याबरोबर परमाला टुलूकडे देऊन गीता पुन्हा नर्गिसचे केस धरून तिचं डोकं भिंतीवर आपटू लागली. मी नजर दुसरीकडे वळवली. ओठ गच्च दाबून धरले. नर्गिसला याच क्षणी बरोबर घेऊन बाहेर पडावं असं वाटलं, पण तसं करू शकले नाही. गीताला दूर ढकलावं असं वाटलं, पण तसं करू शकले नाही. हे घर माझं नव्हतं, गीताचं होतं. नर्गिसला तिच्या सांगण्याप्रमाणेच वागायला हवं. हे घृणास्पद दृश्य पाहिल्यावर त्या घरात क्षणभरही थांबू नये असं मला वाटलं. मी असहायपणे बाहेर पडले.

बसने मयमनसिंहला जाताना दिसलं की, तीन ट्रक रस्त्याच्या कडेला उलटून पडले आहेत. दोन बसेसजवळ दहा-बारा मृतदेहांच्या भोवती माणसं उभी आहेत. आपली बसही दरीत पडेल असं मला वाटलं. मीसुद्धा बहुधा अशीच रस्त्याच्या कडेला आज मरून पडेन. कुणालाही माझं नाव-पत्ता समजणार नाही. माझं प्रेत एखाद्या सामूहिक कबरीत पुरून टाकलं जाईल. नातेवाइकांना, मित्रांना मी आज ढाक्याहून मयमनसिंहला जात होते हे समजणार नाही. ढाका-मयमनसिंह बस अपघाताची बातमी कळाली, तरी या अपघातात माझा मृत्यू झाला हे त्यांना कळणार नाही. मी बॅगेतून एक छोटा कागद बाहेर काढून त्यावर माझं नाव-पत्ता लिहून तो बॅगेत ठेवला. आता नवीनच विचार मला कुरतडू लागला - मृतदेहाच्या अंत्यसंस्काराने फायदा काय? माझा अंत्यसंस्कार थाटामाटात झाला की साधेपणाने झाला हे मला समजणार थोडंच आहे? रस्त्याकडेला पडलेलं माझं प्रेत कोल्ह्याकुत्र्यांनी खाल्लं काय किंवा सिल्कच्या कापडात बांधून, अत्तर वगैरे लावून चांगल्या कबरीत ठेवून वर संगमरवरी दगड लावला काय - दोन्हीत फरक काय? मेल्यानंतर तर मला काहीच कळणार नाही माझ्यावर कुणाचं प्रेम होतं की नाही हे! आई म्हणे, एखाद्याचा अंत्यसंस्कार करून आल्यावर चार दिवसांनीच लोक त्या व्यक्तीला विसरूनही जातात. मग ती कितीही जवळची व्यक्ती असो. या विचारानंतर मी बॅगेतून तो कागद काढला, त्याचे तुकडे करून ते बसच्या खिडकीबाहेर फेकून दिले. संध्याकाळच्या अंधारात ते तुकडे हरवून गेले.

'अवकाश'मधलं वातावरण पूर्वीप्रमाणेच होतं. आई लाडाकोडाने सुहृदला वाढवीत होती. स्वतःच्या मूळव्याधीच्या आजारपणावर काहीही उपाय नाही हे समजल्यावर आता ती कुणावरही या संदर्भात आरोप करीत नव्हती. एम.ए. झाल्यावर शहरातल्या चांगल्या शाळांमध्ये हसीनाने शिक्षिकेच्या पदासाठी अर्ज केले होते, पण मॅट्रिक आणि इंटर थर्ड क्लासमध्ये पास झालेल्या हसीनाला चांगली नोकरी मिळत नव्हती. पण बाबांनी नवनवीन शाळा शोधणं चालू ठेवलं होतं. यास्मिनचं मन आता बॉटनीत लागत नव्हतं. तिला प्राणिशास्त्रात रुची निर्माण झाली

होती. कॉलेजमधल्या विविध प्रकारच्या मैत्रिणी नावाच्या प्राण्यांमध्ये ती रमून गेली होती. दादा 'आरोग्य विताना'च्या औषध व्यापारापेक्षा पत्र लिहिण्यामध्ये अधिक गुंतला होता. दर आठवड्याला तो शीलाला बत्तीस पानांची प्रदीर्घ पत्रं लिहीत असे. प्रेमपत्रं. घरी परतून तो हसीनाला 'मुमू, मुमू' म्हणून जवळ बोलवी. तिच्या नेहमीच संतप्त असलेल्या चेहऱ्यावर हसू फुलवण्यासाठी अनेकदा सोन्याचे दागिने आणि महागड्या साड्या विकत आणी. हसीनाच्या चेहऱ्यावर हसू फुलवणं अवघडच असे.

हसीना रोज ढिगांनी तक्रारी घेऊन दादासमोर बसे. या तक्रारी आईच्या स्वयंपाकाबद्दल असत. आईने हसीनाच्या सांगण्याप्रमाणे स्वयंपाक केलेला नसे. 'असं असेल तर मला या घरात राहायची इच्छा नाही' असं हसीना म्हणे. हे ऐकून दादा अंगणात उभा राहून घरातल्या सगळ्यांना ऐकू जाईल अशा आवाजात लीलीच्या आईला हाक मारून म्हणे, 'रात्री हसीनाच्या सांगण्याप्रमाणे जर स्वयंपाक केला नाही, तर मारून मारून तुझा मुडदा पाडीन!'

हे ऐकून आई खोलीतून बाहेर येऊन दादाला म्हणे, 'लीलीच्या आईला कशाला बोलतोस? मला बोल ना! मी माझ्या पद्धतीने कोंबडीचं कालवण बनवलं. त्या चुकीची शिक्षा दे मला. मारून मुडदा पाड! तेवढंच शिल्लक राहिलंय आता!' आईला काहीही उत्तर न देता लीलीच्या आईच्या तोंडात झापड मारून दादा म्हणे, 'मुमू सांगेल त्याप्रमाणे वागत जा. उल्टंपाल्टं केलंस तर मरशील.' लीलीची आई रडत म्हणे, 'तुमच्यातल्या भांडणाचा राग माझ्यावर कशाला काढता? मी आता या घरात काम करणार नाही!' लीलीच्या आईची मान धरून तिला बेलाच्या झाडाकडे ढकलीत दादा म्हणाला, 'जा ना जा! आत्ता घराबाहेर जा!' आई लीलीच्या आईला अडवून म्हणाली, 'सुहृदचे आजोबा येऊ दे, त्यांना सगळं सांगितल्यावर मग तू घरातून बाहेर जा.' आई दादाला आवाज हळू करून म्हणाली, 'मी आई आहे. फार शिकलेली नसले तरी तुझी आई आहे. तू तर मला आईचा म्हणून काहीच मान देत नाहीस!' दादा अंगणातून पत्र्याच्या खोलीच्या व्हरांड्यात गेल्याबरोबर आतून हसीना त्याला म्हणाली, 'मानाची अपेक्षा ठेवता कशाला असं म्हणता येत नाही तुम्हाला? आपल्या दिराबरोबर लीला करून पुन्हा मुलाकडून मानाची आशा ठेवता?' दादा म्हणाला, 'असं बोलायला पाहिजेच होतं!' बाबा परतल्यावर आईने ही सारी घटना त्यांना सांगितली. बाबांनी दादा आणि हसीनाला बोलावलं. दोघांशी दबल्या आवाजात चर्चा केली. आई शेजारच्या खोलीत बसून वाट पाहात राहिली, की बाबा त्या दोघांना आईला मान द्यायला सांगतील, आईशी नीट बोला असं सांगतील. सून जर आज सासूचा अपमान करीत असेल, तर उद्या सासऱ्याचाही अपमान करील. पण त्या तिघांच्या चर्चेत असं ठरलं, की इथून पुढं हसीनाच्या मताप्रमाणे संसार चालेल. अनेक दिवसांनी हसीनाच्या सदासंतप्त चेहऱ्यावर हसू फुटलं.

ज्या दिवशी हसीनाच्या हाती संसाराची जबाबदारी गेली, त्या दिवशी छोटोदा मयमनसिंहला आला. संसाराचं हस्तांतर पाहून आईला म्हणाला, 'चांगलंच झालं आई, तू आता कशाला संसाराच्या जंजाळात लक्ष घालतेस? वहिनीला सांभाळू दे सगळं.' पण छोटोदा एकटा का आला? बायकोला तिच्या माहेरी ठेवून आला की काय? नाही. छोटोदा एकटाच आला होता, सुहृदला भेटायला आला होता. पण सुहृदला भेटणं हा जर त्याचा मुख्य हेतू होता, तर मग सुहृदबरोबर फक्त दोनच मिनिटं घालवून 'काय गं, येणार का फिरायला? चल!' असं मला का म्हणाला? 'चल, चल, तुला एका नवीन ठिकाणी घेऊन जातो.' नवीन ठिकाणी जाण्याच्या इच्छेने माझ्यातही उत्साह संचरला. छोटोदा दिवसेंदिवस देखणा दिसू लागला होता. अंगावर मुळीच चरबी नाही. उंच, सडपातळ. त्याचं वय जणू कमी झालंय असं वाटत होतं. तो मला कँटोन्मेंटमध्ये एका आर्मी ऑफिसरच्या घरी घेऊन गेला संध्याकाळी, तेव्हा त्याच्या सुंदर पत्नीने छोटोदाला विचारलं, 'काय रे कमाल, ही काय तुझी थोरली बहीण का?' छोटोदा अगदी घरच्याप्रमाणे त्या घरात वावरत नीनाला म्हणाला, 'अहो, ती माझ्यापेक्षा आठ वर्षांनी लहान आहे!' छोटोदा गीताबरोबर ज्या सुरात आणि ज्या ढंगाने बोलत असे, त्याच सुरात आणि ढंगात तो नीनाशीही बोलत होता. नीनाची हनुवटी उचलून म्हणाला, 'वा, सुंदर दिसतेस तू!' माझा माझ्या डोळ्यांवर आणि कानावर विश्वास बसेना हा प्रकार पाहून. 'चहा घेणार?' नीनाने विचारलं. छोटोदा म्हणाला, 'नाही नाही, काहीही घेणार नाही. तुझ्या दर्शनासाठी आलो होतो, सुंदरी! दर्शनाने तृप्त झालो. आता निघतो.' नीना म्हणाली, 'बहिणीला घेऊन आला आहेस, काहीतरी खा!' ती स्वयंपाकघराकडे निघाली असताना छोटोदाने तिचा हात धरून तिला ओढलं. ती जवळजवळ त्याला लगटलीच. 'नको, काही खात नाही. कुठल्याही क्षणी तुझा नवरा येऊन टपकेल. आज निघतो. नंतर कधीतरी येईन.' म्हणून सुंदरीच्या गालांवर हात फिरवून छोटोदा बाहेर पडला.

मी विचारलं, 'कोण ही बाई?'

'गायिका पिलू मुमताजची धाकटी बहीण.'

'मग तुझ्याशी ओळख कशी झाली?'

'फ्लाईटमध्ये झाली ओळख. बरेचदा विदेशी जाते.'

'असं!'

'खूप चांगली बाई आहे. मला काही ग्राहक मिळवून दिले. धंद्याच्या वस्तू विकतो.'

विमानातले कर्मचारी देशात विक्री करण्यासाठी विदेशातून विकत आणलेल्या त्यांच्या वस्तूंना 'धंद्याच्या वस्तू' असं म्हणतात. या वस्तू स्वत:साठी विकत घेतल्या आहेत असं सांगून, कस्टमकडून पास करवून देशात नफा घेऊन विकतात. काही

ठराविक लोक त्या विकत घेतात.

'असं का करतोस?' मी छोटोदाला विचारलं.

'अगं, धंदाच तर खरा! त्यात खरा पैसा असतो. पगार असा कितीसा मिळतो?' छोटोदाने ओठ वाकडा केला.

'हे बघ, गीताजवळ कधीही या बाईचा उल्लेख करू नकोस.'

'का बरं? केला तर काय होईल?'

'मी दुसऱ्या कुठल्याही स्त्रीशी बोललेलं गीताला मुळीच सहन होत नाही. तिला हे समजलं तर सर्वनाश होईल.'

छोटोदा त्याच दिवशी ढाक्याला निघून गेला. मयमनसिंहला येण्यामागे त्याचा आणखी एक हेतू होता - गीताच्या माहेरी पैसे देऊन जाणे. तिथं पत्र्याचं घर तोडून पक्कं घर बांधण्याचं काम चालू होतं.

बाबांचे प्रताप पूर्वीप्रमाणेच चालू होते. त्यांचे बडोदादा - थोरले भाऊ - निधन पावल्यावर बडोदादांच्या नावावर जितकी जमीन बाबांनी विकत घेतली होती, ती स्वत:च्या आणि इतर भावांच्या नावाने समान भागांमध्ये वाटण्याच्या उद्देशाने ते जेव्हा गावाकडे गेले, तेव्हा त्यांचे भाऊ रियाजुद्दिन आणि पुतण्या सिराजुद्दिन यांनी काठीने मारून बाबांचं डोकं फोडलं आणि 'परत गावाकडे आलात तर जिवंत परत जाणार नाही तुम्ही' अशी धमकी देऊन शहरातल्या संकटाला शहरात परत पाठवून दिलं. बाबा घरी येऊन सात दिवस शरीराच्या आणि त्याहीपेक्षा मनाच्या आजाराने पडून होते. 'आयुष्यभर मी हे काय केलं, हाय, हाय!' असं म्हणत होते. आई जवळ बसून त्यांच्या डोक्यावरून हात फिरवीत-फिरवीत म्हणत होती 'त्यांच्या भल्यासाठीच तर केलं होतं तुम्ही. आता पस्तावण्यात काय फायदा!' बाबा यातून बरे झाले.

पुन्हा त्यांना जमीन विकत घेण्याच्या वेडाने झपाटलं. नानीच्या घराजवळ कडोईतोला भाग होता, त्याच्यासमोर मोठं मोकळं मैदान होतं. त्या मैदानात लहानपणी आम्ही चोर-चोर, क्रिकेट वगैरे खेळ खेळत असू. तिथल्या पुकुरात पाय सोडून बसत असू. वस्तीतल्या महिला अंघोळी करीत, कपडे धूत. त्या मैदानाच्या काठाशी जेवढी घरं होती ती सारी विकत घेऊन, ती पाडून, मैदान साफ करून, पुकुर बुजवून पंचवीस घरं बांधून ती बाबांनी भाड्याने दिली. या 'रजब अली कॉलनी'च्या चारी बाजूंना भिंत बांधली. त्यामुळे नानीचा घरातून बाहेर पडण्याचा मार्ग बंद झाला. नानीने तक्रार केली, 'काय हो नोमानचे बाबा, रस्ता का बंद केलात?' बाबांनी काहीही कारण दिलं नाही. फक्त अकुवाची जमीन विकत घेऊन त्यांची तहान भागली नाही. 'अवकाश'ला लागून असलेल्या घराचे मालक प्रफुल्ल भट्टाचार्य आणि त्यांची पत्नी दोघेही मरण पावले. त्यांची एकुलती एक मुलगी मुंबईला राहात होती, ती आईच्या अंत्यसंस्काराला आली नाही. घर-दार, सामान-सुमान, जमीनजुमला यांच्यावर हक्क

सांगायलाही आली नाही. तेव्हा प्रफुल्लची जमीन कुणाकडून आपल्याला विकत घेता येते का याची बाबा वाट पाहात राहिले. पण अचानक परिमल साहांनी प्रफुल्लच्या घरात येऊन राहायला सुरुवात केली. प्रफुल्लचे वारसदार घरावर हक्क सांगायला आले नाहीत. नात्यातला नसलेल्या परिमल साहा या शेजाऱ्याने प्रफुल्लच्या जागेवर कबजा केला. बाबांच्या बाउंड्री वॉलला लागून नवीन खोली बांधायला सुरुवात केली. बाबांनी परिमलविरुद्ध खटला भरला. आई बाबांना म्हणाली, 'त्याने तर काही तुमच्या जागेवर बांधकाम सुरू केलेलं नाही, तुमचं काही नुकसान केलेलं नाही, उगाच कशाला त्याच्यामागे लागता?' बाबा संतापाने आईकडे पाहात म्हणाले, 'छोट्या माणसांकडे पैसा आला की ती माणसांना माणसं मानीत नाहीत.' आई बरोबर बोलली नव्हती, पण बाबांनी आपल्या भावांच्या मुलांचं शिक्षण करून त्यांना आयुष्यात उभं केलं होतं. त्यांच्या मुलींची लग्नं करून दिली होती. त्यांच्या नवऱ्यांना नोकऱ्या मिळवून दिल्या होत्या. अमानुद्दौलांनी गफरगावला नोकरी करीत असताना लग्न केलं होतं. तिथून नेत्रकोनाला बदली झाल्यावर तिथेही आणखी एक लग्न केलं. भावाच्या या एकापेक्षा अधिक लग्नांना बाबांची हरकत नव्हती. नेत्रकोनाहून मयमनसिंहला आल्यावर अमानुद्दौला बाबांना भेटायला त्यांच्या चेंबरमध्ये गेले. तेव्हा नोकरी कशी चाललीय? पैसे कसे मिळताहेत वगैरे प्रश्न बाबांनी विचारले, त्यांच्या लग्नांबद्दल मात्र प्रश्न विचारले नाहीत. अमानुद्दौलांच्या मुलांच्या सगळ्या शिक्षणाचा खर्च बाबांनी दिला होता. दरमहा अमानुद्दौलांची थोरली बायको येऊन मुलांची शाळा-कॉलेजांची फी, क्लासेसची फी, वह्यापुस्तकांसाठी पैसे, घरभाडं, एवढंच काय, खाण्यापिण्याचा खर्च बाबांकडून घेऊन जाई. याला बाबा कधीही नकार देत नसत. हसीनाला बी.एड., एम.एड. करवून शिक्षिका बनवण्यामधला बाबांचा उत्साह पाहून आई एके दिवशी म्हणाली होती, 'सुनेसाठी एवढं करता, पण यास्मिनला तर कॉलेजला जायचं रिक्षाभाडंसुद्धा धड देत नाही तुम्ही! माणूस स्वतःच्या मुलीसाठी करतो, मुलगी सोडून सुनेचं एवढं काय पडलंय तुम्हाला?

बाबांनी आईला धमकावून थांबवलं आणि म्हणाले, 'सूनबाई शिकली तर फायदा कुणाचा? शाळा-कॉलेजात मास्तरीण झाली तर फायदा कुणाचा? माणसं हसीना मुमताज अमुक शाळेत किंवा अमुक कॉलेजमध्ये शिक्षिका आहे असं थोडंच म्हणतील? लोक म्हणतील, डॉक्टर रजब अलींची सून शिक्षिका आहे! सूनबाई आपल्या घरात राहाणारी आहे, मुलगी दुसऱ्याच्या घरात जाणार! सून आपल्या वंशात राहाणार, मुलगी दुसऱ्याच्या वंशात जाणार!' आई धिक्काराच्या सुरात म्हणाली, 'वंश, वंश, वंश! वंशाचं काय तीर्थ घेणार आहात? मुलीच्या मनात तुमच्यासाठी जी माया आहे, ती काय तुम्हाला सुनेकडून मिळेल? स्वतःच्या नावाचा एवढा विचार करता - तुम्ही स्वतःच्या बायकोला काहीच देत नाही हे जर सगळ्यांना समजलं,

तर कुठं जाईल तुमचं नाव?'

बाबा आईच्या बोलण्याकडं दुर्लक्ष करून दवाखान्यात रोगी तपासायला निघून गेले. त्यांच्या पेशंटस्‌ची संख्या खूप होती. वेगळं चेंबर केल्यापासून काही-काही ठराविक महिला रुग्ण आल्यावर त्यांनी चेंबरचा दरवाजा आतून बंद करून घ्यायला सुरुवात केली होती. आई एके दिवशी बाबांना आवडणारा गाजर हलवा करून डब्यातून त्यांना देण्यासाठी चेंबरकडे गेली - बाबांनी सवडीच्या वेळात खावा, म्हणून. बराच वेळ तिने चेंबरच्या दरवाजावर टकटक केली. दरवाजा आतून बंद होता. बाबांनी जेव्हा संतापून दरवाजा उघडला, तेव्हा त्यांच्या पँटची बटनं उघडीच होती. अनवधानाने लावायची राहून गेली होती. आई 'याऽक् थू:!' म्हणून बाहेर आली. आईच्या 'याऽक् थू' ने बाबांचं काहीच बिघडत नव्हतं. त्यांनी बाजार पाठवला नाही, तर घरी सगळ्यांना उपाशी राहावं लागणार. त्यांनी घरातून हाकलून दिलं, तर सगळ्यांना रस्त्यावर यावं लागणार. त्यांचं सामर्थ्य मान्य करायलाच पाहिजे होतं. उपाय नव्हता. आई बरेचदा म्हणे, 'मॅट्रिक पास झाले असते, तर एखादी नोकरी करू शकले असते. नोकरी असती तर कधीच या घरातून बाहेर जाऊ शकले असते!' आईला वाटे, ती कुठलीही नोकरी करू शकली असती, तर तिला बाबांची पर्वा करावी लागली नसती!

ताप आला, तरी आई पडून राहात नसे, तशीच घरातली कामं करीत राही. पण एकदा तिला असा ताप आला, की तिला बिछान्यावरून उठताच येईना. आईसाठी चांगल्या कंपनीच्या एमाक्सिलिनच्या गोळ्या पाठवण्याबद्दल मी दादाला सांगितलं. आता घरात कुणालाही आजारपण आलं, तर मीच त्यावर उपचार करी. आज देतो, उद्या देतो करीत दादाने तीन दिवसांनी दहा कॅप्सूल्स आणून आईला दिल्या. आई घड्याळात पाहून आठ-आठ तासांनी औषध घेत होती. सात दिवसांनंतरही आईचा ताप जाईना. आई उदासपणे खिडकीबाहेर पाहात होती. तिच्या कपाळाला हात लावून पाहिला, तर अंग जणू जळत होतं. कपाळावर ठेवलेला माझा हात हातात घेऊन आई म्हणाली, 'माझ्याजवळ बस मुली, तुला एक गुप्त गोष्ट सांगायचीय.'

आई कधीही कुठली गुप्त गोष्ट सांगण्यासाठी कधी मला इतक्या कोमल आवाजात जवळ बसायला सांगत नसे. आईची एकच गुप्त गोष्ट असे - बाबांशी रजिया बेगमचं नक्की काय नातं आहे, ते नव्याने शोधून ऐकवणं. गुप्त गोष्ट ऐकण्यासाठी मला कुठलीही उत्सुकता नव्हती. आई खूप हळूहळू म्हणाली, 'तुझ्या बाबांच्या अत्याचाराला कंटाळून मी एके दिवशी विचार केला, आपण या घरातून निघून जावं. खरंच विचार केला असा. पण कुठं जावं, कुणाकडे जावं? जायचं म्हटलं की लगेच जाता येत नाही. अधूनमधून रागाच्या भरात मी म्हणते ना, जंगलात निघून जाईन, तर जंगलात खरंच निघून जाता येतं का? नाही जाता येत.' आई

थांबली. खिडकीतून आकाशाकडे पाहात म्हणाली, ‘लहानपणी माझे एक शिक्षक होते, मला अरबी शिकवायला घरी येत. त्यांना मी खूप आवडे. काही वर्षांपूर्वी मी त्यांची माहिती काढली - कुठे असतात, सध्या काय करतात वगैरे. तर समजलं, की त्यांनी लग्न केलं होतं, पत्नी मरून गेली. त्या शिक्षकांना मी एके दिवशी पत्र लिहिलं. त्यांना स्पष्टपणेच विचारलं, माझ्याशी लग्न करायला ते तयार आहेत की नाही. खूप उत्साहाने ते मला भेटायला आले. पार्कमध्ये जाऊन मी त्यांना भेटले. माझं लग्न एका डॉक्टरशी झालंय हे त्यांना माहीत होतं. डॉक्टरांचं मोठं नाव. मोठं घर. मला त्यांनी पहिला प्रश्न विचारला, ‘तुझी प्रॉपर्टी किती आहे? जमीनजुमला?’ मी तर अवाकच झाले. जमीनजुमल्याची चौकशी कशासाठी? मी जे खरं ते सांगितलं. म्हणाले, “माझ्या नावावर काहीही जमीनजुमला नाही, पैसाअडका नाही.” हे ऐकून त्यांनी पुढं उत्साह दाखवला नाही.’

‘याचा अर्थ तुझा जमीनजुमला असता, तर तुझ्याशी लग्न केलं असतं!’

‘हो.’

‘तुला त्या शिक्षकाशी लग्न करायचं होतं?’ मी नाक मुरडून विचारलं.

‘तुझ्या बापाचे चाळे बघवत नव्हते. अत्याचार सहन होत नव्हता. म्हणून रागावून मी त्या माणसाला बोलावलं. तुझ्या बापाला दाखवून द्यायचं होतं मला, की मीसुद्धा घर सोडून जाऊ शकते. पण शकले नाही.’

‘तू गेल्यावर आमचं काय झालं असतं याचा विचार केला होतास?’

‘तुमचा विचार करूनच तर कुठेही जाण्याचा बेत करू शकत नाही. तुम्ही मोठे झालात, तरीही जाऊ शकत नाही मी. तुम्ही घर-संसार कराल, मुलंबाळं होतील. आई कुणा परपुरुषाबरोबर पळून गेली हा तिच्या मुला-मुलींसाठी कलंक असतो. बापाने सात बायका ठेवल्या तरी काही कलंक लागत नाही.’

आईच्या उदास चेहऱ्याकडे मी पाहात राहिले. सुस्कारा टाकून आई म्हणाली, ‘आत्महत्या केली तर गुन्हा होतो म्हणून आजवर केली नाही. गुन्हा होत नसता, तर कधीच केली असती!’

आईच्या चेहऱ्यावरून एमाक्सिलिनच्या जुनाट स्ट्रिपवरची औषध निर्मितीची तारीख आणि बाद होण्याची तारीख यांच्याकडे माझी नजर गेली. बाद होण्याची तारीख (एक्सपायरी डेट) साडेतीन वर्षांपूर्वीची होती. म्हणजे दादाने मुद्दाम आईला हे बाद झालेलं औषध दिलं की काय? त्याने मुद्दाम दिलं असेल यावर माझा विश्वास बसेना. हे औषध बऱ्याच आधी बाद झालेलं आहे हे मी आईला सांगितलं नाही, पण दादाला म्हणाले, ‘औषधाची एक्सपायरी डेट उलटून गेली होती!’ वाटलं, ‘मी ती तारीख पाहिली नाही, लगेच ताजं औषध पाठवून देतो’ असं तो म्हणेल, पण निर्विकार चेहऱ्याने ‘एक्सपायरी डेट उलटून गेल्याने काही होत नाही. औषध बरोबर

आहे' असं तो म्हणाला. त्याने मी अवाक झाले. मला वाटलं, आईच्या उशीजवळच्या त्या बाद झालेल्या गोळ्या गुपचूप फेकून द्याव्यात. आई बरी होईल, तिच्या थोरल्या मुलाने तिला फसवलं होतं हे तिला कळणारही नाही. आईच्या जीवनाचा विचार करायला मला कधीच वेळ होत नसे. चांगली विद्यार्थिनी असतानाही आईचं तिच्या मनाविरुद्ध दहाव्या-अकराव्या वर्षीच लग्न लावून देण्यात आलं. नवरा तेव्हापासून इतर बायकांशी संबंध ठेवून आहे. चार मुलांवर भरवसा ठेवून आईने संसाराचा घाणा ओढला. दोन मुलं लग्नं करून परकी होऊन गेली, स्वतःच्या नातवाला सांभाळतेय, त्याच्या बदल्यात वर्षाला दोन साड्या मिळतात. मुलासाठी आया ठेवली, तरी साड्या दिल्या जातात. आई त्याला अपवाद नव्हती. खरं तर आईला अभावाची सवय झाली होती. आईला साड्यांची, दागिन्यांची गरज नव्हती. तेल-साबणाची गरज नव्हती. अंडी-दूध-केळी यांचीही गरज नव्हती. आईला फक्त थोड्या प्रेमाची आवश्यकता होती. त्याच्यासाठी ती चातकाप्रमाणे वाट पाहात होती. आईच्या डोळ्यांतल्या पाण्यात एक पद्मफूल मोठं होत होतं. कधीतरी एक दिवस असा नक्की उजाडेल, की ज्या दिवशी कुठलीही स्त्री वश होणार नाही, तेव्हा बाबा नक्कीच स्थिर होतील. साठ-सत्तर वर्षे उलटल्यावर, ऐंशी-नव्वद वर्षांचे झाल्यावर कदाचित ते आईकडे परत येतील. मी मनात म्हणे, 'पण आई, जीवन संपल्यावर प्रेमाचं माणूस जवळ येण्यात काय फायदा? ते काय प्रेमामुळे परत येणं असेल? ते केवळ सगळं संपल्यामुळे, फक्त टरफल तेवढं घेऊन, आता करण्यासारखं काही नाही म्हणून असहायपणे परत येणं असेल.'

आईला मी नर्गिसवर गीता करीत असलेल्या अत्याचाराची कहाणी सांगितली. आई म्हणाली, 'कमाल त्या दिवशी एकटाच आला होता का? की गीताला तिच्या माहेरी सोडून सुहृदला भेटायला आला होता?'

'माहीत नाही.' मी उत्तरले.

'नर्गिसला घरी एकटी ठेवून येणं बरोबर झालं नाही.'

'का बरं? ' मी विचारलं. आई म्हणाली, 'टुलू चांगला नाही. मी सुहृदला घेऊन काही दिवस गेले होते ना कमालच्या घरी. टुलूने रात्री जाऊन नर्गिसला धरलं होतं. गीताला मी खूप म्हणाले की, नर्गिसला माझ्याबरोबर परत पाठव, पण नाही ऐकलं तिने.'

आईकडून हे ऐकल्यावर मी रिक्षा करून नर्गिसच्या घरी गेले आणि तिच्या आईला म्हणाले, 'उशीर न करता नर्गिसला इकडे घेऊन या.' ती मुलीला आणायला तयार होती, पण बसभाड्यासाठी पैसे नव्हते. नर्गिसचे बाबा किंवा आई कधीच ढाक्याला गेले नव्हते. मी उद्या पैसे घेऊन येते असं मी त्यांना वचन दिलं. पैसे मिळाल्यावर लगेच ढाक्याला जा. पत्ता मी लिहून देईन. ढाक्याला उतरून कुणाही

रिक्षावाल्याला सांगितलंत, की तो थेट नयापल्टनमधल्या कमालच्या घरासमोर नेऊन सोडेल. नर्गिसकडून येताना पैसे गोळा करण्याचे कोणकोणते मार्ग आहेत याचा विचार करीत होते. तेवढ्यात मला चडपाडा वळणावर गर्दी दिसली. त्यातले चेहरे ओळखीचे होते. शेवटच्या वर्षात अडकलेले सात-आठजण जुने वर्गमित्र होते ते. सगळ्यांचे चेहरे उद्विग्न. रिक्षा थांबवून मी विचारलं, 'काय झालं?' रतीश देवनाथ म्हणाला, 'रिझवानचं निधन झालं.'

'आपला रिझवान?'

'हो, आपला रिझवान.'

'कसा काय गेला?'

'पेथिडिन घ्यायचा. अधिक नशा करण्यासाठी मसल रिलॅक्संट घेतलं होतं. चडपाडा रोडवरच्या हॉटेलमध्ये एक रूम भाड्याने घेऊन राहात होता. सकाळी हॉटेलमालकाने दरवाजा फोडून आत पाहिलं तर ही अवस्था. सिरिंज आणि रिकामी व्हाईल शेजारी पडली होती. आर्टिफिशियल रेस्पिरेशन नसेल तर मसल पॅरालिसिस होऊन लंग्ज काम करणार नाहीत हे त्याला समजलं नाही. डायफ्रॅमच जर मूव्ह झाला नाही, तर लंग्जचं फंक्शन कसं होणार?'

'बिचारा!'

मृत्यू इतका सहज येतो! मी जिवंत आहे. मृत्यूच्या विचाराचा लवलेशही नाही, अचानक मृत्यू येऊन म्हणाला, चल! वेळ न घालवता मी घरी गेले. कुणी सुखात मरतो, कुणी दुःखात मरतो. जे सुखात मरतात, त्यांचं ठीक आहे. जीवनातली कुठलीही वेदना त्यांना होत नाही. रिझवानलाही बहुधा कुठलीच वेदना झाली नसती. डॉक्टर झाला होता, त्यात पुन्हा पुरुषमाणूस. कुणीही त्याला फसवणारं नव्हतं. कुणी त्याच्यावर बलात्कार करणार नव्हतं. रिझवानचे वडील चांगले धनाढ्य होते. मुलाच्या सुखासाठी ते नक्कीच पुढेमागे न पाहाता खर्च करीत असणार. घरी परतल्यावर पुन्हा मी पैशांचा विचार करू लागले. आईजवळ पैसे नव्हते. बाबांकडे मागण्याचा प्रश्नच येत नव्हता. त्यांनी माझी मान धरून मला घराबाहेर काढलं असतं. दादा तर बदलून गेला होता. यास्मिनला मी माझ्या पहिल्या पगारातून जो हार्मोनियम विकत घेऊन दिला होता, तो हार्मोनियम उचलून मी छोटोबाजारच्या 'सुरतरंग' दुकानात घेऊन गेले - तिथूनच तो विकत घेतला होता. 'पाचशे रुपयात विकत घेतला होता, आता विकायचाय, तर किती देणार?' दुकानमालक म्हणाले, 'दीडशे देईन.' अखेर तीनशे रुपये मिळाले. ते पैसे मिळाल्यावर मी उद्याची वाट न पाहाता त्याच दिवशी नर्गिसच्या आईकडे गेले. तिच्या हाती गाडीभाड्याचे पैसे दिले. उद्या सकाळीच ढाक्याला जा असं वारंवार बजावून आले, एका कागदावर पत्ता लिहून दिला. घरी परतल्यावर आईने विचारलं, 'हार्मोनियम कुठं ठेवून आलीस?'

मी काहीच उत्तर दिलं नाही.

रुद्रचं पत्र मिळाल्याबरोबर ढाक्याला गेले. सकाळी इंदिरारोडवरच्या घरात पोचल्यावर दिसलं की तो घरी नाही. घरात त्याचा गंध आहे, तो नाही. थोड्या वेळापूर्वीच म्हणे तो बाहेर गेला होता. दिवसभर मी वाट पाहात बसून राहिले. रात्र झाली. तो परतला नाही. त्याची वाट बघत रात्रभर जागी राहिले - रात्री परत आला तर... पहाटे तरी परत आला तर... कुठेतरी गप्पांच्या अड्ड्यावर बसला असेल, कुठेतरी बहुधा राजकारणावर, साहित्यावर जोरदार चर्चा करीत असेल. अनेक दिवसांनंतर ढाक्याला आल्यावर ढाक्याच्या अड्ड्यावरून उठणं अवघड आहे, हे मला समजत होतं. पहाटेच्या प्रकाशाने माझ्या अंगाला स्पर्श केला. हृदयातून शरीरभर किरणं पसरली, रुद्रचा स्पर्श नाही. मी एकटीच त्याची उशी छातीशी दाबून बिछान्यावर पडून राहिले. सकाळ उलटली, रुद्र आला दुपार झाल्यावर. घरात प्रवेशल्याबरोबर मला पाहून तो थोडासा चमकलाच.

'कधी आलीस?'

'आज नाही, काल आले.'

'काल?'

'हो, काल. रात्री घरी का परतला नाहीस? कुठं होतास?'

'होतो कुठंतरी.'

'कुठंतरी म्हणजे कुठं?'

'होतो.'

'अरे पण कुठं?'

काहीही उत्तर न देता रुद्र टॉवेल आणि लुंगी घेऊन बाथरूममध्ये गेला. इतका वेळ अंघोळ करताना त्याला मी पूर्वी कधीही पाहिलं नव्हतं. अंघोळ आटोपून आल्यावर त्याने विचारले,

'जेवलीस?'

'हो. जेवले.'

'मग बस तू. मी जेवून येतो.'

रुद्र डायनिंग टेबलकडे गेला. मी बिछान्यात पडल्या पडल्या विचार करू लागले, आपण कुठे होतो हे त्याने का सांगितलं नाही? का फक्त 'होतो' शब्दाआड कुठं होता हे लपवून टाकलं? मला काहीच समजेना. इतका वेळ जेवताना रुद्रला यापूर्वी मी कधीच पाहिलं नव्हतं. त्याच्या स्पर्शासाठी माझा रोम-रोम आसुसला होता. वाटलं, टेबलाजवळ त्याच्या शेजारच्या खुर्चीवर बसून तो कसा जेवतोय हे पाहावं. नक्कीच काल रात्री जेवला नसावा. नाहीतर मला मुळीच स्पर्श न करता तो असा

जेवायला का गेला? रुसव्याने आणि संशयाने मला ग्रासून टाकलं. रुद्र जेवून आल्यावर मी त्याला जवळ बसायला सांगितलं. त्याचा हात हातात घेऊन म्हणाले, 'तू मला टाळतोस असं वाटतंय!'

'नाही. टाळीन कशासाठी?'

'मग काल रात्री कुठं होतास हे का सांगितलं नाहीस?'

'सांगितलं ना होतो म्हणून.'

'पण कुठं? कुणा मित्राच्या घरी?'

'नाही.'

'एखाद्या अड्ड्यावर?'

'नाही.'

'मग?'

रुद्र गप्प राहिला. त्याच्या मौनाने मला खूप वेदना होऊ लागल्या. मला श्वास घ्यायला त्रास होऊ लागला. रुद्र, तू सांगून टाक. तू सांगितल्यावर माझा हा त्रास कमी होईल. पण त्रास जातो थोडाच? तो तर आणखी वाढला! रुद्र म्हणाला की, तो नारायणगंजमध्ये होता. का? तिथं कुणी मित्र राहातो? नाही. मग का गेला होतास? कुणाबरोबर गेला होतास? एकटा. कुणीकडे? कुणाहीकडे नाही. रात्री कुठं होतास? टानबाजारात. रुद्रची मौन नजर माझ्या नजरेत. माझ्या छातीतली धडधड मला ऐकू येऊ लागली. नारायणगंजमधला टानबाजार ही देशातली (बांग्ला देशातली) सर्वात मोठी वेश्यावस्ती - म्हणजे रुद्र रात्र काढण्यासाठी टानबाजारच्या वेश्यावस्तीत गेला होता? रुद्र, तू बाकी काहीही सांग, पण हे सांगू नकोस. तिथं रात्रभर तू एखाद्या चहाच्या हॉटेलमध्ये, दारूच्या अड्ड्यावर किंवा फूटपाथवर झाडाखाली झोपला होतास, असं काहीतरी सांग. माझ्या नजरेत काकुळती. पण रुद्र म्हणाला, टानबाजारात त्याने एका वेश्येच्या घरात रात्र घालवली. माझ्या नजरेत व्याकुळता. वेश्या तर माणूसच असते रुद्र, तुझ्या आईसारखी, बहिणीसारखी. सांग, की तुला भूक लागली होती म्हणून त्या वेश्येने तुला खायला दिलं, तुला इतकी झोप आली होती नशा केल्याने की, तू जेवल्याबरोबर तिच्या घरी झोपी गेलास. सांग, की रात्रभर गाढ झोपून, उठल्यावर तू घरी आलास. सांग, की इतर कुठल्याही स्त्रीच्या शरीराला स्पर्श केला नाहीस. तू वचन दिलं होतंस कुणाही अन्य स्त्रीला स्पर्श करणार नाही म्हणून, 'ते वचन मी पाळलंय' असं सांग. सांग, की फक्त माझ्याच ओठांचं तू चुंबन घेतलं आहेस, दुसऱ्या स्त्रीचं नव्हे. सांग, की दुसऱ्या कुठल्याही शरीरासाठी तू तृषार्त होत नाहीस. रुद्र माझ्या नजरेची भाषा वाचू शकत नव्हता. वेश्येबरोबर संभोग केल्याचं तो सांगू लागला. माझं सारं जग अंधारं करीत त्याने सांगणं चालू ठेवलं. मी स्तब्ध बसून राहिले. माझा श्वास रुद्ध झाला. मी सजवलेलं घर पाहात राहिले, रुद्रकडे पाहात

राहिले, माझा संसार पाहात राहिले. भग्न झालेला विश्वास थोडा थोडा सांधून पुन्हा एकदा जीवन सुरू केलं होतं. हाय रे जीवन! हा जणू संसार नाही, स्मशान आहे! मी त्या स्मशानात मेलेल्या व्यक्तीसारखी झोपून राहिले. मी जळत होते, जळून राख होत होते. पण अचानक मला माझ्या आतूनच एक शक्ती मिळाली. त्या शक्तीने मला त्या आगीतून बाहेर काढलं, माझ्या उरल्यासुरल्या अस्तित्वाला वाचवलं. वेश्येच्या शरीरापासून आणलेला रस-गंध धुवून टाकलेला रुद्र बिछान्यात झोपी गेला. रोज दुपारी तो जेवणानंतर थोडा झोपत असे. झोपून उठल्यावर संध्याकाळी बाहेर पडेल. रात्री आकंठ दारू पिईल. रात्री मी जवळ असेन तर माझं शरीर, नाहीतर अन्य कुठलंही स्त्रीशरीर भोगेल. रुद्रच्या दिनक्रमात थोडाही बदल होणार नाही. मी स्वत:लाच धिक्कारलं. त्या 'फूलशय्ये'च्या रात्रीच मी त्याचा त्याग करणं योग्य झालं असतं, काय गरज होती इतक्या पुढं यायची? एकदा जो माणूस विश्वासघात करतो, तो नेहमीच करतो. विश्वासघात करणं हाच त्याचा स्वभाव आहे. हीच त्याची नशा आहे.

मी शांत आवाजात त्याला विचारलं, 'घटस्फोट द्यायचा असेल, तर काय करावं लागतं?'

रुद्र म्हणाला, 'वकिलाकडे जावं लागतं. घटस्फोट देण्याचं कारण सांगावं लागतं. बऱ्याच भानगडी असतात.' मला जाणवलं, की मी आधीच्या वेळेप्रमाणे रडत नाहीय. डोळ्यांत थेंबभरही पाणी नाही. मी विचारलं, 'वकिलाचं घर कुठं आहे सांग. मी जाते, आजच. फक्त मीच कशाला, तूसुद्धा चल. आपल्या या नात्याला काहीही अर्थ नाही हे तुला तर चांगलंच माहिती आहे. त्यामुळे मी रागावून तुझा त्याग करतेय असं नाही. चल, दोघेजण मिळून हे काम करून नातं तोडून टाकू आणि विश्वास ठेव, तू दुसऱ्या बाईबरोबर झोपलास म्हणून आपलं नातं संपायला हवं असं मला मुळीच वाटत नाही. नातं संपायला हवं, ते तू माझ्यावर प्रेम करीत नाहीस म्हणून.'

'माझं तुझ्यावर प्रेम आहे.' रुद्र ठामपणे म्हणाला.

'ज्या प्रेमात विश्वास नाही ....'

'माझा तुझ्यावर विश्वास आहे.'

'तुझा विश्वास असेल माझ्यावर, पण माझ्या विश्वासाचा विचार केला आहेस? माझ्या जागी तू असतास तर काय केलं असतंस? विश्वास राहिला नसेल, तर प्रेम करता येतं?'

'कलाक्षेत्रातल्या माणसांचं थोडं असं होतंच. कलाक्षेत्रातील माणसं समाजाचे सगळे नियम पाळून वागत नाहीत, हे तू समजून घ्यायला हवं होतंस. मी कलाक्षेत्रातला माणूस आहे म्हणूनच तर तू माझ्याशी लग्न केलंस. मग आता इतके प्रश्न कशासाठी

विचारतेस?'

'समाजाच्या नियमांबद्दल बोलत नाहीय मी. दोन व्यक्तींच्या नात्यांमध्ये जो सर्वात महत्त्वाचा घटक असतो, त्या विश्वासाबद्दल बोलतेय मी!'

मी हसले. हसत हसत म्हणाले, 'कलाक्षेत्रातल्या माणसाला सात खून माफ असतात, असंच ना? कलाक्षेत्रातला माणूस म्हणून तुला काहीही करायचं स्वातंत्र्य आहे. कलाक्षेत्रातला माणूस नसेल, तर त्याला नसतं वाटतं! मीसुद्धा कविता लिहिते, म्हणून काय मीसुद्धा तू जे करतोस, ते ते करू शकते का? की मी चांगल्या कविता लिहीत नाही म्हणून मला ते स्वातंत्र्य नाही? तू चांगल्या कविता लिहितोस, म्हणून तू ते करू शकतोस? की तू पुरुष आहेस म्हणून करू शकतोस? मी स्त्री आहे म्हणून मला ते स्वातंत्र्य नसावं?'

रुद्र गप्प बसून राहिला. बराच वेळ तो खिडकीबाहेर पाहात राहिला. एका उंच भिंतीशिवाय समोर काहीही नव्हतं. साधा चुना दिलेली एक भिंत. मी रुद्रच्या डोळ्यांत पाहात राहिले. बराच वेळ तसंच भिंतीकडे पाहात राहात तो म्हणाला, 'अखेरची वेळ म्हणून क्षमा करू शकणार नाहीस?'

'गेल्या वेळीसुद्धा "ही अखेरची वेळ" असं म्हणाला होतास ना? तुझी ही अखेरची वेळ कधीच येणार नाही.'

'येईल.'

'असं पूर्वीही म्हणाला होतास. खरं काय माहीत आहे? हा तुझा स्वभावच आहे. स्वभावाला औषध नसतं. स्वभाव बदलणं इतकं सहज शक्य नसतं.'

'ठीक आहे, मला आणखी थोडा वेळ दे. मी स्वभाव बदलीन.'

'का बदलशील? तुला खरोखर बदलण्याची इच्छा आहे? असती, तर अगदी सुरुवातीपासूनच तू बदलू शकला असतास. आणि बदलण्याचं प्रयोजन तरी काय? आपल्या स्वभावात काही दोष आहे, त्रुटी आहेत असं तर काही तुला वाटत नाही!'

रुद्र बिछान्यावरून बोलत बोलत उठला, 'तुला तर कितीदा सांगितलंय, नेहमी माझ्याबरोबर राहात जा म्हणून! लग्नानंतर किती दिवस माझ्याबरोबर राहिलीस, सांग! तुझी द्विधा अवस्था संपायलाच तीन वर्षं लागली. एखाद्या पुरुषाला असं एकटं राहाता येतं का कधी?'

'मी तर राहू शकते एकटी!'

'स्त्रियांना जे शक्य असतं, ते पुरुषांना शक्य नसतं!'

'का शक्य नसतं?'

'कुठल्या का कारणाने असो, मला शक्य नाही. ढाक्याला परतल्यावर तू घरी नाहीस हे बघून मला खूप राग आला. म्हणूनच मी बाहेर जाऊन दारू प्यालो आणि दारू प्याल्यानेच ती घटना घडली.'

'म्हणजे राग आल्यावरच तू दारू पितोस काय? एरवी पीत नाहीस? राग आला नाही तर तू दारू पीत नाहीस? आनंदात असलास की तू दारू पीत नाहीस?'

'दारूची गोष्ट सोडून दे. तू लग्नाच्या अगदी सुरुवातीपासून माझ्याबरोबर राहिली नाहीस, ते का?'

'तुला चांगलं माहीत आहे की, मला मेडिकल शिक्षणासाठी मयमनसिंहला राहावं लागलं. आता तर कायम ढाक्यात राहायला माझी काहीच अडचण नाही. तूच कायम इथे नसतोस.'

'माझ्याबरोबर तू सुरुवातीपासून राहायला हवं होतंस.'

'म्हणजे मेडिकलचं शिक्षण सोडून मी तुझ्याबरोबर राहाणं योग्य झालं असतं असं म्हणायचंय का तुला? तुझ्या सोयीसाठी? असंच ना? तुझं स्खलन होऊ नये, पाऊल वाकडं पडू नये, म्हणून? अच्छा, आता मला जेव्हा नोकरी लागेल, ती मोंगला किंवा मिठेखालीलाच मिळेल असं तर काही नाही! मला नोकरी सोडून तू कोळंबीचा किंवा धानाचा व्यापार करायला जाशील तिथं - मोंगला किंवा मिठेखालीला जावं लागणार, कारण तुझं शरीर उत्तेजित होतं. ती उत्तेजना शांत करण्यासाठी तुला एक स्त्रीशरीर हाताशी हवं, नाही का?'

रुद्र गप्प बसून राहिला. मी म्हणाले, 'जेव्हा मी तुझ्याशिवाय, तुझ्यापासून दूर राहात असते, तेव्हा माझ्या शरीराची तहान भागवायला मी तर काही दुसऱ्या कुणा पुरुषाकडे जात नाही. दुसऱ्या कुणा पुरुषाचा विचारसुद्धा माझ्या मनात येत नाही. मी तर तसं काही करू शकत नाही, तू कसं काय करू शकतोस? याचं कारण काय ते तुला माहीत आहे? याचं कारण म्हणजे, माझं तुझ्यावर प्रेम आहे म्हणूनच मी दुसऱ्या पुरुषाकडे जाऊ शकत नाही आणि तू माझ्यावर प्रेम करीत नाहीस म्हणून तसं करू शकतोस. अगदी साधं उत्तर आहे.'

सहज, साधं उत्तर रुद्र मान्य करणार नाही हे मला माहीत होतं. तो म्हणेल, 'माझं तुझ्यावर प्रेम आहे.' तो इतर बायकांबरोबर झोपला, ते त्या बायकांवर प्रेम होतं म्हणून नव्हे. रुद्रचं उत्तरही खूप सहज. पण सहज उत्तर न देता रुद्र गंभीर आवाजात म्हणाला, 'मी मुक्त दांपत्यजीवनाचा पुरस्कर्ता आहे. तुला आधीच सांगितलंय. ज्या दांपत्यामध्ये कुठलंही बंधन नाही, जे दांपत्यजीवन इतर सगळ्या दांपत्यजीवनाप्रमाणे नाही, ज्या दांपत्यजीवनात माझी कोणतीही घुसमट होणार नाही, मी अडकून पडलोय असं मला वाटणार नाही, ज्या दांपत्यजीवनात कुठलाही पिंजरा नाही, तर मुक्त आकाश आहे.'

रुद्र आपल्या खुर्चीत बसून बिछान्यावर पाय टाकून म्हणाला, 'हो. म्हणून तर तुला सांगतोय - कुठलाही वेश माझ्यावर चढवू नकोस.'

'म्हणजे तुला कुठल्याही बाईबरोबर झोपण्याचं स्वातंत्र्य हवं आहे, असंच ना?'

'तू सोबत राहिल्यावर तर काही मला ते नको असतं.'

'मी सोबत नसल्यावर हवं असतं?'

'नको असतं. होऊन जातं!'

'होऊन जातं म्हणजे?'

'होऊन जातं म्हणजे होऊन जातं!'

'समज, माझ्याकडूनही जर होऊन गेलं, तर?'

'म्हणजे?' आश्चर्याने भुवया आकुंचित करीत रुद्रने विचारलं. त्याने पाय खाली घेतले. मी त्याच्या डोळ्यांत बघत म्हणाले, 'म्हणजे तू जेव्हा माझ्याबरोबर नसशील, तेव्हा मी जर एखाद्या पुरुषाबरोबर झोपले, तर?'

'काय म्हणालीस?'

'म्हणाले, माझं जर दुसऱ्या एखाद्या पुरुषाबरोबर झोपणं 'होऊन गेलं', तर?'

'फालतू काहीतरी बोलू नकोस.' संतापाने दात खात रुद्र म्हणाला. त्याच्या सुरात घृणा भरली होती.

'ही काही फालतू गोष्ट नाही. तुला जी गोष्ट करायचा अधिकार आहे, ती करायचा अधिकार मला का बरं नसावा?' मी हळुवारपणे विचारलं.

'अधिकाराबद्दल बोलत नव्हतो, काल मला चढली होती.' रुद्रचा सूरही दबका होता.

'ही काही सबब नाही. दारू पिणं हे तुझं व्यसन आहे. तुला प्रत्येक वेळी दारू चढते.'

'नाही. चढत नाही. रोज रात्री मी दारू पीत नाही.'

'म्हणजे तुला असं म्हणायचंय का, की ज्या ज्या रात्री तू दारू घेशील, धुंद होशील, त्या त्या रात्री तुला कसंही करून बाई हवी असते - मी असले तर मी, नाहीतर दुसरी कुणीतरी!'

रुद्रने एक पुस्तक उघडून नजर त्यावर लावली. जणू या क्षणी माझ्याशी बोलण्यापेक्षा पुस्तक वाचणं ही गोष्ट त्याच्या दृष्टीने महत्त्वाची आहे. मी पुस्तक त्याच्या हातातून काढून घेऊन म्हणाले, 'माझ्याशी बोल. माझ्या डोळ्यांत पाहून बोल. सांग मला - मीही जर दुसऱ्या कुणा पुरुषाबरोबर रात्र काढून घरी परत आले तर तुला कसं वाटेल? समज, आज रात्री मी परत येणार नाही. दुसऱ्या कुणा पुरुषाबरोबर रात्र घालवून उद्या दुपारी परत येईन.'

रुद्र डोळे बारीक करून माझ्याकडे पाहू लागला. पुस्तक ओढून घेऊन म्हणाला, 'सूड घेणार आहेस माझा?'

'तुझा सूड घ्यायची इच्छा नाही माझी, पण एवढंच सांग - यालाच मुक्त दांपत्यजीवन म्हणतात की नाही? की मुक्त दांपत्य तुला फक्त स्वतःच्या संदर्भात हवं

असतं, माझ्या संदर्भात नव्हे?'

'मी तर म्हणालो ना की, काल माझ्याकडून चूक झाली; परत असं होणार नाही.'

'परत का होणार नाही चूक? मला आवडत नाही, म्हणून?'

'हो.'

'पण तुला तर ते आवडतं. एकापेक्षा अधिक बायकांशी संबंध ठेवण्यात तुला काहीच वाटत नाही!'

'शरीराच्या संबंधाला तू एवढं महत्त्व का देतेस? तिथं मनाचा काहीच संबंध येत नाही!'

'ठीक आहे. माझाही इतर कुणाशी मनाचा संबंध येणार नाही. फक्त शरीराचा येईल - हे मान्य होईल तुला?'

खूप वेळ विचार केला रुद्रने. मग नकारार्थी मान हलवली - नाही. हे तो मान्य करू शकणार नाही. सहन करू शकणार नाही.

मी हसून म्हणाले, 'खरं तर कुठल्याही दुसऱ्या पुरुषाशी संबंध ठेवण्याची काहीही इच्छा मला नाही. ते माझ्या आवडीनिवडीच्या विरुद्ध आहे. तू म्हणालास तरी ही गोष्ट मला शक्य होणार नाही. पण तू म्हणे स्त्री-पुरुषांच्या समानतेला मानतोस, म्हणून जरा परीक्षा पाहिली - कसं मानतोस, कितपत मानतोस याची. खरं तर तू समतेबद्दल बोलतोस, ते एक प्रकारची फॅशन म्हणूनच. तसं बोलण्याची फॅशन आहे, हो की नाही? कलाक्षेत्रातला माणूस असल्याने तसं बोलावं लागतं ना! किंवा आपण खूप आधुनिक आहोत असं दाखवायचं असेल, तर असं न बोलता चालत नाही ना! तू आपण समता मानतो असं समजतोस, कारण तू बायकोला घेऊन शहरात फिरतोस, मित्रांबरोबर गप्पांचा फड रंगवतोस, बायकोला घरात बंद करून ठेवत नाहीस, बायकोला घरकामासाठी ठेवलेलं नाहीस. त्यामुळे आपण खूप प्रगतीच्या पक्षाचे आहोत असं समजून एक प्रकारचा आनंद अनुभवतोस. अर्थात प्रगतीच्या पक्षाचा माणूस होणं खूप सोपी गोष्ट आहे, समतेच्या गप्पा मारणंही खूप सोपं आहे. पण ते स्वत:च्या आयुष्यात आणायला गेलं, की अवघड आहे. बरोबर आहे ना?'

मी दोघांच्या सहमतीने घटस्फोट घेण्याचा प्रस्ताव ठेवला, पण त्याला रुद्र तयार झाला नाही. त्याने सरळसरळ सांगून टाकलं की, घटस्फोटासाठी तो वकिलाकडे जाणार नाही. तो वारंवार म्हणत होता, की पहिल्यांदा त्याला सिफिलिस झाल्याचं समजल्यानंतर त्याने पुन्हा कधीही दुसऱ्या स्त्रीकडे न जाण्याची प्रतिज्ञा केली होती. ती त्याने पाळली होती. फक्त त्या दिवशीच टानबाजारात अचानक अपघाताने ती गोष्ट घडली. त्यासाठी मी या वेळेपुरती आणि हीच शेवटची वेळ, क्षमा करावी. मी

घटस्फोट घेण्यासारख्या भयंकर गोष्टीचा मुळीच विचार करू नये. रुद्रच्या कुठल्याच वाक्याने माझं समाधान झालं नाही. रुद्र त्या दिवशीच पुन्हा वेश्यावस्तीत गेला होता यावर माझा विश्वास बसत नव्हता. माझं मन म्हणत होतं, रुद्रने आपल्या किशोरवयात जे वेश्यागमन सुरू केलं होतं, ते त्याने कधीच थांबवलेलं नाही. मला त्या रोगाचा संसर्ग घडवल्यानंतर त्याने 'अनुतप्त अंधकार' (पश्चात्तापदग्ध अंधार) या नावाची कविता लिहिली खरी, पण खऱ्या अर्थाने त्याला कधीच आपल्या वागण्याचा पश्चात्ताप झाला नाही. कविता लिहिणं आणि त्याप्रमाणे वागणं हे एक नव्हे. अस्थिरता, बेचैनी मला कुरतडत राहिली. ज्याला घटस्फोटाचे दस्तऐवज तयार करायला सांगता येतील अशा कुठल्याच वकिलाशी माझी ओळख नव्हती. अर्थात दोन दिवसांनंतर मी ज्या वकिलांनी आमच्या लग्नाचे दस्तऐवज तयार केले होते, त्यांच्याकडेच गेले. त्यानंतर दोन दिवसांनी रुद्रला बरोबर घेऊनच गेले.

मी रुद्रला म्हणाले होते, 'तू बरोबर आला नाहीस, तर मी एकटीच जाईन. कसंही करून जाईन. मी कुठल्याही कागदी नात्यावर विश्वास ठेवीत नाही. प्रेमामुळेच तुझ्याजवळ आले होते, लग्नाच्या दस्तऐवजामुळे नाही. घटस्फोटाचा दस्तऐवज हा सुद्धा एक कागदच असला, तरी तो कागद माझ्या शरीराला तुझ्या मागणीपासून मुक्त करील. किमान कायद्याच्या दृष्टीने तरी.'

आम्ही घटस्फोटासाठी आवश्यक कागदपत्रांवर सही करायला आलो आहोत हे पाहून वकील चकित नजरेने आमच्याकडे पाहू लागले. खो खो करून हसत ते म्हणाले, 'जा - घरी जा! भांडण मिटवून टाका. तुमच्यासारखं जोडपं मी दुसरं पाहिलं नाही.'

व्हीलचेअरवर बसलेल्या पंगू वकिलांनी आपल्या पत्नीला हाक मारली. ती ट्रेमध्ये चहा-बिस्किटं आणि शेवया घेऊन आली आणि रुद्रशी साहित्यविषयक गप्पांमध्ये रंगून गेली. ती स्वत:सुद्धा चांगली लेखिका होती. तिचं नुकतंच पहिलं पुस्तक प्रकाशित झालं होतं. रुद्र आणि मी शेजारी शेजारी बसून तिच्या पहिल्या पुस्तकाच्या आनंदात सहभागी झालो होतो. मी आणि रुद्र एकमेकांना घटस्फोट द्यायला आलो होतो असं कोण म्हणालं असतं? चहा-बिस्किटे खाऊन, साहित्यचर्चा संपवून निघण्यापूर्वी मी वकीलसाहेबांना म्हणाले, 'आमचं काही भांडण-बिंडण झालं नाही. विचार करण्यासारखं आता काही नाही. पण हे नातं संपवलेलं बरं.'

'आणखी काही दिवस वेळ घ्या. विचार करा. व्हिमजिकली काहीतरी करू नका.'

'मला आणखी काहीही विचार करायचा नाहीय. मी पूर्ण विचार करूनच आले आहे.'

वकीलसाहेबांनी गंभीर होऊन मला एक महिन्यानंतर परत यायला सांगितलं.

कोणत्या कारणांमुळे मला घटस्फोट द्यायचा आहे हे तेव्हा त्यांना सांगावं लागणार. ती कारणं घटस्फोट होण्यासाठी उपयुक्त आहेत असं जर त्यांना वाटलं, तरच घटस्फोट होईल, अन्यथा नाही. त्यावेळी मला त्यांनी मोठ्या रकमेची फीसुद्धा घेऊन यायला सांगितली.

रुद्र जरी म्हणत असे, ' शरीराचं मीलन झालं की पुरेसं आहे, शरीरातच मनरूपी पाखरू राहात असतं.' तरी यावेळी मी त्याच्या निकट असूनही त्याने पूर्णपणे शरीराचं मीलन घडवलं नाही. चुंबनं घेत असला, आलिंगनं देत असला, तरी मी आणखी जवळ जाऊ लागले की तो कूस बदलून, माझ्याकडे पाठ करून झोपी जाई. त्याचं अंग शीतल नसे, तरीही माझ्याकडे पाठ फिरवून झोपे. त्याच्या शरीरासाठी माझं शरीर तडफडे, तरीही तो पाठ फिरवून झोपे. का? माझ्या जागृत शरीराशेजारी तो निश्चल पडून राही. तो झोपी जाई का? नाही, तो झोपी गेलेला नसे. घटस्फोट घ्यायचा मी विचार केल्यामुळे तो रुसला होता का? नाही. तसंही नव्हतं. मग कारण काय? त्यानंतरच्या रात्री रुद्र दुसऱ्या खोलीत झोपायला गेला. मी कूस बदलत, जागत राहिले. शरीर कामाने, घामाने ओलं होत राहिलं. रुद्रच्या स्पर्शाने, गंधाने माझ्या शरीरात जणू भरती येई, मी एकटी राहू शकत नसे.

'तू दूर-दूर का राहातोयस? तुला इच्छा होत नाही की काय? काय झालं तुला?'

काय झालं होतं हे त्याने मध्यरात्री मला सांगितलं. त्याला पुन्हा सिफिलिस झाला होता. त्याने शिश्नाच्या टोकावरचा लाल फोड दाखवला. आता कुठल्याही प्रकारे तो मला त्या रोगाची लागण होऊ देणार नव्हता. त्या दिवशी टानबाजारातूनच आपण हा रोग आणला, असं त्याला वाटत होतं.

त्याचं शिश्न झाकून मी अत्यंत शांतपणे त्याला म्हणाले, 'नाही, तू टानबाजारातून आणला नाहीस हा रोग. इतक्या लवकर हा रोग दिसून येत नाही. टानबाजारच्या आधी तू आणखी कुठल्या बाजारात गेला नाहीस?'

'म्हणायचंय काय तुला?'

'मला काय म्हणायचंय हे तुला नक्कीच समजतंय.'

रुद्रला न समजण्याचं काहीच कारण नव्हतं. बराच वेळ सुन्न बसून राहिल्यावर तो म्हणाला, आधीही दोनेकवेळा अपघाताने तशा घटना घडल्या होत्या.

'कुठं? बानिशान्तामध्ये?'

त्याने होकारार्थी मान हलवली. बानिशान्तामध्येच त्या घटना घडल्या होत्या. बानिशान्ता वेश्यावस्तीत तो नियमित जातो याची मला खात्रीच होती. ढाक्याला मी त्याच्याबरोबर राहात असे, तेव्हा त्याला वेश्यागमन करण्याची गरज भासत नसे. पण

तो ढाक्याहून मोंगला बंदरावर गेला, की बानिशान्ता वस्तीचा लोभ टाळणं त्याला शक्य होत नसे. रुद्रसाठी मी एका शरीराव्यतिरिक्त, एका मांसपिंडाव्यतिरिक्त दुसरं काहीही नव्हते. मला स्वत:ची घृणा वाटली.

'तू तर म्हणाला होतास की, एकोणीसशे त्र्याऐंशीनंतर परत काही घडलं नाही, फक्त त्या दिवशी टानबाजारातच घडलं म्हणून!'

रुद्रने सुस्कारा टाकला. सुस्कारा मीही टाकला.

'तू आपल्या ओळखीच्या सुरुवातीच्या काळापासून माझ्याशी खोटं बोलत आला आहेस. तुझा रोग उघडकीला आला नसता, तर आताही तू मुखवट्याआडच राहिला असतास आणि म्हणाला असतास, की तू संपूर्णपणे माझा आहेस, शुद्ध आहेस. टानबाजारची घटनाही लपवली असतीस.'

रुद्रचा चेहरा खूप करुण दिसत होता. मला कुणाही वेश्येची घृणा वाटते का? - मी स्वत:लाच प्रश्न विचारला. वारंवार विचारला. उत्तर आलं, 'नाही.' मला रुद्रची घृणा वाटते का? नाही. नाही वाटत. उलट रुद्रबद्दल मला माया वाटते. दुसऱ्या दिवशी मी त्याला पेनिसिलिनचं इंजेक्शन देण्यासाठी शाहबागेत नेलं. पूर्वीच्याच औषधाच्या दुकानातल्या पूर्वीच्याच कर्मचाऱ्याने रुद्रला इंजेक्शन दिलं. वेदना फार वेळ जाणवल्या नाहीत रुद्रला. दोघेजण पूर्वीप्रमाणे विद्यापीठाच्या आवारात, शाहबागेत, साकुरामध्ये मित्रांबरोबर गप्पा करून रात्री घरी परतलो. दुसऱ्या दिवशी सकाळी जेव्हा मी माझी सूटकेस भरू लागले, तेव्हा रुद्र आकाशातून पडला.

'काय मामला आहे? कुठं निघालीस?'

'मयमनसिंहला.'

'का बरं?'

'जातेय.'

'कधी परत येणार?'

'नाही.'

'कधी परत येणार हे नक्की ठरवून सांग.'

'कदाचित येणारच नाही.'

'म्हणजे?'

म्हणजे काय ते त्याला समजून घ्यायला सांगितलं. म्हणाले, 'जातेय, म्हणजे निघून जातेय.'

' ''निघून जातेय'' म्हणजे?'

'निघून जातेय म्हणजे निघून जातेय. एक महिन्यानंतर वकिलाकडे जाऊन कागदावर सही करीन.'

'मग हे सारं कशाला केलंस? इंजेक्शन कशाला देववलंस?'

'ते तर तुझ्यासाठी. तुझ्या भल्यासाठी.'

'माझ्या भल्याची इच्छा करतेस, तर माझ्याबरोबर राहा.'

'भल्याची इच्छा केली म्हणजे बरोबर राहायचं असतं वाटतं!'

'का नाही?'

'दूर राहूनही तुझ्या भल्याची कामना करू शकते मी. नाही करू शकत?'

'काय गरज आहे? दूरच जर राहाणार असशील, तर माझं भलं कशात आहे याचा विचार कशाला करशील?'

मी हसून म्हणाले, 'म्हणून काय झालं? इतक्या वर्षांचा तुझ्याबरोबरचा संबंध, तुझ्याबद्दलचं माझं प्रेम अचानक संपलंय की काय? ते तर आहेच.'

'मग परत जातेस कशाला? चल, परत पहिल्यापासून सुरू करू सगळं.'

'नाही.'

'का नाही?'

'मी केवळ एक स्त्रीशरीर आहे, त्याव्यतिरिक्त काहीही नाही - ही जी तुझी धारणा आहे, ती मला मान्य नाही.'

'कोण म्हणालं माझी धारणा अशी आहे म्हणून?'

'स्वत:लाच प्रश्न विचार. उत्तर मिळेल.'

संसाराच्या मायेचा त्याग करून कायमचं मयमनसिंहला परतण्याच्या मार्गावर एक रात्र काढण्यासाठी मी छोटोदाच्या घरी गेले. छोटोदाच्या परदेश-भ्रमणाच्या गप्पा ऐकून, जेवण करून मी बिछान्यावर पडले. झोप लागायला लागली होती, तेवढ्यात दरवाजावर वारंवार धक्के मारल्याच्या आवाजाने सगळेजण मध्यरात्री जागे झालो. खिडकीचा पडदा सारून पाहिलं, तर बाहेर रुद्र उभा होता. मद्यधुंद.

'काय झालं? काय पाहिजे?'

रुद्र ओरडला, 'बाहेर ये!'

'का?'

'तू माझी लग्नाची बायको आहेस. मी जे सांगेन ते तुला ऐकायलाच पाहिजे. बाहेर ये, नाहीतर पोलिसांना बोलावीन. कुणीही सूअरका बच्चा मला अडवू शकणार नाही.'

'नीघ इथून. आरडाओरडा करू नकोस.'

'मी ओरडणारच. तू जोपर्यंत बाहेर येत नाहीस, तोपर्यंत ओरडणार.'

'मी बाहेर येणार नाही. निघ तू.'

'का बाहेर येणार नाहीस? तुला बाहेर यायलाच पाहिजे. मी सगळ्या खिडक्या-दरवाजे तोडून टाकीन - सांगून ठेवतो. घरी चल.'

रुद्रच्या ओरडण्याने सारा मोहल्ला जागा झाला. लाथा मारमारून तो दरवाजा तोडू

पाहात होता. छोटोदाने मला खिडकीपासून सरकवून आत नेलं. माझं तोंड लाजेने खाली झुकलं होतं. त्याने मला बिछान्यावर झोपवलं, शेजारी बसून तो माझ्या केसांतून हात फिरवू लागला. छोटोदाच्या मायेमुळे माझ्या रडण्याचा बांध फुटला. माझे डोळे पुसत तो रुद्ध स्वरात म्हणाला, 'धीर धर, धीर धर.' दुसऱ्या दिवशी सकाळी गीताने स्वतः ड्रायव्हिंग करीत मला कमलापूर स्टेशनवर सोडलं. चकचकीत लाल रंगाची ही टोयोटा कार छोटोदाने गीताला तिच्या वाढदिवशी भेट दिली होती.

मी रुद्रला सोडून आले आहे, हे 'अवकाश'मधल्या कुणालाही सांगितलं नाही, तरी सगळ्यांना समजलं. सूटकेसमधून माझे कपडे बाहेर काढून आईने ते नीट कपाटात लावले. बिछान्यावर नवीन चादर अंथरली. फूलदाणीत एक ताजं गुलाबाचं फूल ठेवलं. दोन दिवसांनी नोकरीचं अपॉइंटमेंट लेटर आलं. नकला उपजिल्हा आरोग्य केंद्रात मेडिकल ऑफिसर (मेडिसिन विशेषज्ञ) या पदावर माझी नेमणूक झाली होती. पत्र मिळाल्यावर दुसऱ्याच दिवशी बाबा मला ट्रेनने जमालपूरला घेऊन गेले. जमालपूरहून बसने शेरपूर, तिथे सिव्हिल सर्जनच्या ऑफिसमध्ये बसून नोकरीत दाखल होत असल्याच्या दस्तऐवजावर सही केली. सात दिवसांत मला नकलाच्या आरोग्य केंद्रावर काम सुरू करायला हवं होतं. बाबाच मला आणि माझ्या सूटकेसला ब्रह्मपुत्र नदी पार करून शंभूगंजला, शंभूगंजहून बसने फूलपूरला, फूलपूरहून रिक्षाने नकला आरोग्य केंद्रावर घेऊन आले. खेड्याच्या अंतर्भागात शेतांच्या मध्ये एक हॉस्पिटल होतं. हॉस्पिटलच्या बाजूला काही पांढरी दुमजली घरं होती - डॉक्टर्स क्वार्टर्स. आरोग्य केंद्राचे मोठे डॉक्टर होते अब्दुल मन्नान. बायको आणि मुलाबाळांसहित ते सरकारी क्वार्टरमध्ये राहात. अब्दुल मन्नान हे उंच, बंगाली पंजाबी (शर्ट) घालणारे, पाच वेळा नमाज पढणारे डॉक्टर होते. माझी राहाण्याची व्यवस्था तात्पुरती त्यांच्या घरी करण्यात आली. बाबा बहुधा त्यांनाच सर्वात अधिक विश्वासार्ह समजले असावेत. पण दिवसभर रोगी पाहून रात्री मी घरी परतल्याबरोबर अब्दुल मन्नान यांचे डोळे माझ्याकडे पाहाताना हिंस्र लांडग्यासारखे होत, हे मला जाणवलं. त्यांच्या हल्ल्यापासून स्वतःला वाचवण्यासाठी मला फार दिवस काळजी करावी लागली नाही, कारण बाबांनी नकलाहून माझी बदली करवून घेऊन मला मयमनसिंह शहरात आणलं. शहरातल्या मुख्य आरोग्य केंद्रात काम असं काहीच नव्हतं. मला काम हवं होतं. व्यस्तता हवी होती. ऑफिसजवळ लाल खोलीत आळसावून बसलेल्या डॉक्टर नुरुल हक यांना मी विनंती केली, की त्यांनी मला जिथं खूप काम असेल, सकाळी - दुपारी - संध्याकाळी - रात्री फक्त काम असेल अशा ठिकाणी पाठवावं - जिथं मला श्वास घ्यायलाही वेळ मिळणार नाही, अशा ठिकाणी.

मी जेव्हा शहराच्या 'सूर्यकान्त हॉस्पिटल'मध्ये पुरामुळे पसरलेल्या कॉलऱ्याच्या रोग्यांवर उपचार करीत होते, तेव्हा रुद्र मोंगलाला बसून लिहीत होता -

'आणखी एकदा तू वृष्टी दे, दूरच्या आकाशा -
कोवळी शेतं जळून चालली आहेत कराल अवर्षणात.
शेतीचा अनुभव नसलेल्यांकडे नाही सिंचनाची सोय,
फक्त हृदयभर आहे पिकाबद्दलचं प्रेम.
एकदा मेघ दे, क्षमा कर वृष्टीच्या भाषेत,
जीवनाचं मूठभर शस्य तू जाळून टाकू नकोस.
मला फळू दे निराशेच्या दूषित दुपारी,
भरू देत सोनेरी धान्याने सारी कोठारं.
परत ने विरहाचं तप्त अवर्षण, जळतं दूरत्व
मेघ दे, वृष्टी दे जीवनाच्या व्यथित शरीराला.
उन्हाने तडकलंय हृदय, हे आकाशा,
मेघांच्या हृदयातून जल होऊन झरू दे प्रेम.
नांगराने नांगरून हृदय, पेरून बीज प्रेमाचं
प्रतीक्षेत होतं एकदा वैराण माळरान,
तू त्याला मेघ दिलेस, वृष्टी दिलीस, दिलीस शक्यता
फुलून येण्याची, पिकाचं स्वप्न पाहिलं जमिनीने.
अनुतप्त अंधार झाला स्निग्ध सकाळचं ऊन्ह.
जी माती तापली प्रदीर्घ काळच्या स्वप्नहीन क्लेदात,
पुराचा पराजय जमून जमून जी झाली भूमी -
दिलं होतं मेघाने तिला वृष्टी, जल, सारं आकाश.
दिली होती शक्यता, दिला होता पहिला प्रकाश,
दिलं उडण्याचं स्वप्न केवळ, दिले नाहीत पंख.
समस्त जीवनाला उचलून आणून दिलं हातात,
दिली नाही अगदी छोटी, निभृत, एकान्त जागा.'

माझं जे होतं, ते सारं रुद्रलाच दिलं होतं मी. अगदी, छोटी, खासगी जागासुद्धा. मी त्याला काहीतरी देऊ शकले नाही, म्हणून हा सगळा गोंधळ झाला. काहीतरी त्याला दिलं नाही म्हणूनच आमच्या नात्याची आज ही दशा झाली. असं त्याला वाटत होतं. पण तरी माझं काहीही गुप्त नव्हतं. स्वत:साठी काहीच नव्हतं.

मी वकिलाच्या कागदावर - घटस्फोट कागदपत्रांवर सही करून आले. त्यांच्या मागणीप्रमाणे फीसुद्धा देऊन आले. त्यानंतर पुढे काय झालं याची मी काही चौकशी केली नाही. मला फक्त एवढंच माहीत होतं, की इथून पुढं रुद्रबरोबर जीवन घालवणं मला शक्य नाही. आणि हेसुद्धा जाणवत होतं, की रुद्रवर माझं प्रेम आहे, त्याच्याशिवाय जीवन घालवणंही मला शक्य नाही. ज्याप्रकारे अचानकपणे मी

लग्नाच्या दस्तऐवजावर सही केली होती, त्याचप्रकारे घटस्फोटांच्या कागदावरही सही केली. स्वप्नहीन धूसर जीवन घेऊन वारंवार स्वत:ला म्हणत होते, 'ज्याने तुझा अपमान केला, त्याच्याजवळ पुन्हा जाऊ नकोस मुली. आणखी त्रास सहन करू नकोस. प्रेमाची त्याला किंमत कळली नाही आणि पुढेही कधीच कळणार नाही. ज्या दांपत्यजीवनात पती-पत्नीची कुठलीही बांधीलकी नाही, अशा मुक्त दांपत्यजीवनाचा तो पुरस्कर्ता आहे. मुक्त जीवनावर त्याचा विश्वास आहे. अनेक घाटांचं पाणी प्यालेला माणूस आहे तो, कसंही करून तो फक्त सुखाच्याच मागे लागणार. मागे कोण एकाकीपणे त्याची वाट पाहातं आहे, याकडं तो वळून पाहाणार नाही.'

रुद्रला मी सोडून दिलं होतं, पण सतत मला त्याच्याच आठवणी येत. मला रुद्रला विसरून जायचं होतं. पण निर्जन दुपारी घराच्या व्हरांड्यात बसून अंगणातल्या रणरणत्या उन्हाकडे पाहाताना मी ज्या माणसाचा विचार करी, ज्याचा विचार केल्याशिवाय मी राहू शकत नव्हते, तो माणूस म्हणजे रुद्र. त्याची आठवण आली की, माझ्या छातीतून डोक्यात कळ येई. रुद्र नावाच्या दु:स्वप्नाला विसरून जाण्याचा प्रयत्न करीत होते. मागे फेकून आलेल्या माझ्या काळ्या भूतकाळाने मला स्पर्श करू नये म्हणून प्रयत्न करीत होते. पण मला ते विसरणं जमत नव्हतं. मला जाणवत होतं, आतून-आतून जाणवत होतं, की रुद्रबद्दल मला वाटणारं प्रेम आजही नष्ट झालेलं नव्हतं. पण ते नष्ट व्हावं असं मला वाटत होतं का?

परतून ये निश्चयते, परतून ये सर्वग्रासी प्रेमा.
व्यथित स्रोताच्या वेगात वाहून जातेय निरुद्देश नाव,
कुठेही बंधन नाही, स्नेहमय शीतलता नाही,
कुठेही आश्रय नाही, क्षमा नाही, अपार क्षमा नाही.
दिवसभर अंधारातून फिरून घरी येते,
रात्रभर वेदनेची बीजं पेरते हृदयात..
तुला तर आश्रय माहीत आहे, परत येण्यासाठीचं स्निग्ध नीड,
आईचा पदर तू - परत ये निकषित सुवर्णा!
मला नष्ट करताहेत ऋतू, निसर्ग आणि विपरीत काळ,
माणसाची नृशंसता, क्षमाहीन चेतनेचं नख.
मला विद्ध करतं प्रेम, त्याचबरोबर प्रेमहीनतासुद्धा -
न मिळाल्याने जितकं रडू येतं, त्याहीपेक्षा अधिक मिळाल्यानेही.
मला बळी देतो अराजकाचा निराकार चाकू
अस्थिर अश्वाच्या खुराप्रमाणे अविश्वास तुडवतो मला
भीतीने मी बंद करून घेते विश्वासाचे कोमल पंख
अश्विनातला चंद्र उगवतो, समजतं त्याला अविश्वासी नाव.

चारीकडे फणा काढतं अंध पाणी - परत ये, तीरा,
परत ये आधारा, तरंगणारं लाकडी शरीर.
परत ये रक्षणा, उचलून घे माझं सारं.
माझी व्यर्थता, पाप, प्रेम, घृणा आणि आदर.
रात्रीचा तीव्र स्त्रोत वेगाने ओढून नेतोय मला,
परत ये निश्चितते, परत ये, उन्हाची सकाळ!'

पण कुणाकडे परत जाऊ मी? तो तर मला आणखीच दु:ख देणार. दु:ख देणार हे माहीत असूनही जेव्हा त्याची 'स्मशान' नावाची कविता वाचली, तेव्हा डोळ्यांत पाणी आलं.

मी तृष्णेचा हात पुढे करतो, परत येतो तो स्पर्शून शून्यतेला
तू नाहीस, जळत राहातात दोन निद्राहीन डोळे
तृषार्त शरीरभर जागत राहातं व्यथित रुदन.
क्षीण प्रकाशाचा चंद्र मरून जातो आषाढाच्या रात्री
वाचतं ते प्रेम, नक्षत्राच्या प्रकाशित स्मृती
तुझ्या अभावाला घेरून सुस्कारे, वेदनेचा गंध
तुझ्या अभावात जागत राहातात सहस्त्र स्मशानं.

मी मयमनसिंहमध्ये जीवन नीटनेटकं सावरलं. 'अवकाश'मधली स्वत:ची खोलीसुद्धा नव्याने लावली. घरातली मुलगी घरी परत आली. घरातली मुलगी तर घरातच होती, फक्त अधूनमधून अचानक गायब व्हायची. ते गायब होणं आता संपलं. पण पूर्णपणे संपलं का? एके दिवशी, उदास दुपारी रुद्रची तार आली, 'ढाक्याला ये. तुझी वाट पाहातो.' तार मिळाल्यावर जणू उधाण वाऱ्यावर उडू लागले. मी रुद्रची आता कुणीही नाही, त्याच्याशी माझं आता काहीही नातं नाही हे विसरून दोन दिवसांची रजा घेऊन ढाक्याला गेले.

दरवाजाची कडी वाजवली, रुद्रने दरवाजा उघडला. जणू मी येणार हे त्याला माहीतच होतं. आम्ही दोघे एकमेकांसमोर नि:शब्द उभे राहिलो. एका उष्ण हाताने मला स्पर्श केला. त्या एका स्पर्शाने साऱ्या शरीरभर जणू वीज चमकली. बराच वेळ त्याने मला घट्ट आलिंगनात धरून ठेवलं. तो रडू लागला. माझ्या खांद्यावर, छातीवर त्याचे अश्रू पडू लागले. माझा कंठ रुद्ध झाला. त्याला 'रडू नकोस' असंही कंठ दाटून आल्याने म्हणता आलं नाही. मी त्याचे अश्रू पुसले. घर पाहिलं - सारं पहिल्यासारखंच, जसं होतं तसंच. दोन्ही डोळ्यांनी मी माझा संसार पाहिला. रुद्रने माझ्या मानेची, गळ्याची, हनुवटीची, छातीची, ओठांची, पापण्यांची चुंबनं घेतली. सगळ्या शरीराची पूर्वीप्रमाणेच चुंबनं घेतली. अनेक दिवसांचं तहानेलं शरीर रुद्रच्या स्पर्शाने बहरून आलं. जणू पूर्वीप्रमाणेच आमचं जीवन चालू आहे. जणू पूर्वीप्रमाणेच एकत्र जीवनाची

स्वप्नं पाहात आम्ही शरीर-हृदयाचा विनिमय केला. रुद्र माझा कुणीच नाही असा मी विचारच करू शकत नव्हते.

मीलनाने, संभोगाने तृप्त झालेला रुद्र मला हसून म्हणाला, 'काय, स्वत:ला फार शुद्ध व्यक्ती समजतेस ना? आता? मी तर तुझ्यासाठी परपुरुष आहे ना?'

रुद्रच्या गालांवर हात ठेवून मी हसले. त्याच्या चेहऱ्यावरून बोटं फिरवीत म्हणाले, 'तुझ्यावर प्रेम आहे, म्हणून!'

'प्रेम आहे तर मग गेलीस कशाला? आणि निघूनच गेली होतीस, तर मग आलीस तरी कशाला?'

'तू बोलावलंस ना?'

'मी बोलावलं म्हणून काय झालं? माझ्याशी तर तू काहीच नातं ठेवलं नाहीस!'

'मी तर अजूनही स्वत:शी संघर्ष करतेय.'

'का बरं?'

'मी स्वत:वर प्रेम करू शकले तर बरं होईल, असं वाटतं. दुसऱ्यावर प्रेम करता-करता असं झालं, की स्वत:वरही प्रेम करणं उचित असतं, हे विसरूनच गेले होते.'

'माझ्या छातीवर डोकं ठेवून एखाद्या छोट्या बाळासारखा रुद्र पडून राहिला. त्याच्या केसांतून मी बोटं फिरवीत राहिले. तो म्हणाला, 'चल, पुन्हा वकिलांकडे जाऊ. घटस्फोटाच्या कागदावर त्यांनी सही करू नये असं सांगू!'

मी उदास हसले.

त्या रात्री मी तापाने फणफणले. दुसऱ्या दिवशीही ताप फक्त वाढतच राहिला. दुपारी माझ्याजवळून रुद्र कुणाचीतरी चाहूल लागल्याने उठून गेला. कुणीतरी दाराची कडी वाजवली होती - कुणी कोणास माहीत! शेजारच्या खोलीत रुद्र त्या व्यक्तीशी गप्पा मारीत बसला. मी पाण्यासाठी तडफडत होते, रुद्र जवळ नव्हता. दोन तासांनंतर तो थोड्या वेळासाठी परत माझ्याजवळ आला.

'कोण आलंय?'

'नेली.'

तीच नेली! रुद्रची नेलीमावशी.

रुद्र आणि नेलीच्या गप्पा, हसणं, खळखळून हसणं, कुजबुजणं माझ्या बेडरूममध्ये मला ऐकू येत होतं. मी तापाने फणफणले होते. मला वाटत राहिलं की रुद्रचं अद्यापही नेलीवर प्रेम आहे. नातं संपलं तरी थोडं प्रेम आहे, असं प्रेम टिकून राहातं. तापापेक्षा मला रुद्रच्या या प्रकाराचा अधिक त्रास होऊ लागला. आणखी दोन तासांनी जेव्हा रुद्र नेलीला निरोप देऊन माझ्याजवळ आला, तेव्हा मी तापाने जड झालेल्या आवाजात विचारलं, 'नेलीला कसा समजला या घराचा पत्ता?'

'पूर्वी एकदा आली होती.'

'नेहमीच येते वाटतं!'

'नेहमी नाही, अधूनमधून येते.'

'असं!'

मला थोडी ईर्षा वाटली का? हो. वाटली. मी तापात बरळत राहिले. 'मी थोडी जरी दूर गेले तरी तू माझा राहात नाहीस, तू होतोस बायकांना खेळवणारा पुरुष. असल्या अनेक बायकांशी संबंध असणाऱ्या पुरुषाला मी माझा म्हणत नाही.'

मी बरळत राहिले, 'फूलशय्या कशाला म्हणतात मला माहीत आहे. रात्रभर जागी राहिले होते, ती बंदरावरची रात्र. ते मला माहीत आहे, माझ्या हाडामांसाला माहीत आहे. बंदरावरच्या सगळ्या कोळ्यांना माहीत आहे. कार्गोच्या कामगारांना माहीत आहे. सकाळच्या लाँचला माहीत आहे. तुलाही काही कमी माहीत नाही की प्रेम किती विघातक असल्यावर पोहणं माहीत नसलेला देह रूपसाच्या पात्रात तरंगून परत येतो. क्षितिपासून परत येते, मी झोपाळ्याला झुलून, द्विधेच्या आगीत होरपळून, गटारात पडलेल्या दारुड्याच्या कमजोर बाहूंवर मुख ठेवून पुन्हा रडण्यासाठी परत येते. बानिशान्ताहून उचलून आणलेलं रक्त घोटाघोटांनी पिण्यासाठी परत येते. अजाण भिन्नदेशी बालिका, तू दारू पिऊन तर्र, तू झोपेत चूर, तरीही तुला काही कमी माहीत नाही.'

माझा ताप उतरला, त्या दिवशी आम्ही दोघे बाहेर पडलो. अगदी पूर्वीप्रमाणेच बाहेर पडलो. विद्यापीठाच्या मैदानावर काही तरुण कवींची सभा होती. त्या सभेमध्ये आम्हालाही आमंत्रण होतं. आम्ही जाऊन हिरवळीवर सभेत बसलो. पूर्वीप्रमाणेच. इर्शाद यांनी आयोजित केलेल्या आशियन महोत्सवाच्या विरोधात एक कविता उत्सव आयोजित करण्यासाठी ही सभा होती. काही तरुण कवींनी, मी, रुद्रने राष्ट्रीय कविता परिषदेच्या पहिल्या सभेला उपस्थित असलेले सभासद म्हणून सह्या केल्या. या सगळ्या बाबतीत रुद्रला खूप उत्साह होता. अनेक दिवसांपासून तो स्वैराचारी सरकारविरुद्ध कविता लिहीत होता, आता एक जबरदस्त हत्यार त्याच्या हाती आलं होतं - एका उत्सवाने दुसऱ्या उत्सवाला विरोध करणं. हाताच्या बोटांवर मोजता येतील, इतके सरकारी आणि इस्लामवादी कवी इर्शादच्या दलात होते, बाकी सगळे राष्ट्रीय कविता उत्सवाचे सभासद होते. इर्शादनी त्या थोड्याशा कवींच्या संमेलनाला नाव दिलं होतं 'एशियन कविता उत्सव'. ते संमेलन होणार होतं बंद सभागृहात, तर आमचा राष्ट्रीय कविता उत्सव खुल्या रस्त्यावर होणार होता. आशियन गेला डबक्यात, राष्ट्रीय पोहत होता समुद्रात!

राष्ट्रीय कविता उत्सवाबद्दल रुद्रचा उत्साह जेव्हा शिगेला पोहोचला होता, तेव्हा

इच्छा असूनही त्याला इकडे-तिकडे उत्सवासाठी धावपळ करता येईना. धावपळ करणं तर दूरची गोष्ट, चालायला गेलं तरी त्याच्या पायांना वेदना होत. पूर्वी वीस पावलं चालत होता, आता आठ पावलं चाललं, की वेदना होत. दिवसेंदिवस हे अंतर कमी होत होतं. पण तरीही रुद्र थांबत-थांबत का होईना, चालत होता. त्याच्या उजव्या पायाच्या अंगठ्याचा रंग बदलला होता, काळसर झाला होता. त्वचा थंड पडली होती. जणू तो अंगठा नसून झाडाची मुळी आहे असं वाटत होतं. हा रोग नक्कीच बार्जर्स डिसीझ होता. बोटाला गँगरीन झालं, तर पाय कापून टाकण्याशिवाय दुसरा उपाय नव्हता. मी खूप चिंतेत पडले. रुद्रला म्हणाले, 'धूम्रपान बंद कर. तुझ्या रक्ताभिसरणात अडथळा येतोय. हा एक प्रकारचा पेरिफेरल व्हस्क्युलर डिसीझ आहे. तुला इंटरमिटंट क्लॉडिकेशन होतंय. हे तुझ्या काफ मसल्समध्ये होतंय, पायांच्या स्नायूंमध्येही होतंय. यानंतर पाय विश्रांतीत असला, तरी वेदना होतील.' सिगारेट ओढण्यामुळे एवढं सारं होत असेल यावर रुद्रचा विश्वास बसत नव्हता. 'कितीतरी लोक सिगारेट ओढतात, मग त्यांना का होत नाही असं?' 'सगळ्यांना नाही होत, काही-काही जणांना होतं.' माझ्या सल्ल्याकडे रुद्रने पूर्ण दुर्लक्ष केलं. मोठ्या डॉक्टरांचा सल्ला तरी तो ऐकेल या आशेने शान्तिनगर वळणावरच्या बी. एन. मेडिकल हॉलमध्ये डॉक्टर प्रजेशकुमार राय यांच्याकडे मी रुद्रला घेऊन गेले. मी त्याला जे वारंवार सांगत होते तेच डॉक्टर राय यांनीही सांगितलं - 'धूम्रपान करणं सोडा, नाहीतर पाय कापून टाकण्याशिवाय दुसरा उपाय राहाणार नाही.' डॉक्टरांनी काही औषधं लिहून दिली. जितके दिवस मी ढाक्यात होते, तितके दिवस नियमितपणे रुद्रला औषधं देत होते. रक्तवाहिन्या थोड्या तरी प्रसरण पावाव्यात, म्हणून त्याचे दोन्ही पाय टबमध्ये गरम पाण्यात बुडवून ठेवी. रुद्रच्या ओठातून सिगारेट काढून मी दूर फेकून देई. तो प्रचंड संतापे. मला दूर ढकलून रोज संध्याकाळी तो दारू प्यायला बाहेर जाई. खिशात बरेच पैसे असले की साकुरा भागात, कमी असले की मेहेतर पट्टीत. रस्त्यात एखादी सुंदर तरुणी दिसली की तो डोळा मारी, शिट्टी वाजवी आणि 'खासा माल!' असं ओरडे, ही: ही: करून हसे. माझ्याशी घटस्फोट झाल्यामुळे रुद्रच्या या सगळ्या वागण्यात माझा आता काहीच अडथळा नव्हता आणि होता तरी कधी म्हणा! मयमनसिंहला परत जाण्यापूर्वी मी वारंवार त्याला नियमितपणे औषध घेण्याबद्दल, डॉक्टरांचा सल्ला ऐकण्याबद्दल बजावलं. म्हणाले, 'जीवनापेक्षा मूल्यवान दुसरं काहीही नाही.' आता मला आपण रुद्रची प्रेमिका किंवा पत्नी आहोत असं वाटत नव्हतं; तर आपण त्याची एक स्नेही, एक हितचिंतक, एक डॉक्टर आहोत असं वाटत होतं.

रुद्र दारू, सिगारेट, गांजा, चरस आणि बायका यांच्या व्यसनात पूर्वीप्रमाणेच धुंद होऊन राहिला. मला तर रुद्रचंच व्यसन होतं, ते टाळण्याचा मी प्राणपणाने प्रयत्न करीत राहिले. तिकडे रुद्र नशेत भेलकांडत-भेलकांडत म्हणत होता,

'तू आहेस माझी जिवंत क्रच (आधाराची कुबडी),
तू हवी आहेस मला,
जिकडे जातो, जिकडे वळतो
भूतकाळात किंवा भविष्यकाळात,
मला आता तू हवी आहेस.'

नाही. कुणाचीही जिवंत अशी आधाराची कुबडी होण्यासाठी माझं जीवन नाही. स्वत:चं जीवन दुसऱ्याची क्रच (कुबडी) होण्यासाठी मी समर्पित करू शकत नाही. मला रुद्रसाठी करुणा वाटत होती, माया वाटत होती; पण त्याहीपेक्षा माया वाटत होती स्वत:बद्दल!